தஞ்சை ப்ரகாஷ் சிறுகதைகள்

தஞ்சை ப்ரகாஷ்

ரிதம் வெளியீடு

தஞ்சை ப்ரகாஷ் சிறுகதைகள்
தஞ்சை ப்ரகாஷ் ©

Thanjai Prakash Sirukadhaigal
Thanjai Prakash ©

1st Edition: March 2023
Pages: 480
ISBN: 978-93-93724-63-2

Publishing Editor
T. Senthil Kumar

Published by:
Rhythm Veliyeedu
New No.58, Old No.26/1, 1st Floor,
Alandur Road, Saidapet,
Chennai - 600 015, Tamil Nadu, INDIA
Ph : (044) 2381 0888, 2381 1808, 4208 9258
E-mail : senthil@rhythmbooks.in
Web : www.rhythmbooksonline.com

Book Layout & Cover Design
Visual Vinodh - 9500149822

முதல் பிரசவம்

எழுதுவது எப்படி என்பது ரொம்ப ஆச்சரியமான விஷயமாகவும் சுலபமாகவும் எனக்கு இயல்பாக அமைந்தது. எழுத்து, இலக்கியம் எதுவும் தெரியாத காலத்தில், என் முதல் எழுத்துப் பிரசவம் நேர்ந்தது என்பது எனக்கே வேடிக்கைதான். நம்ப முடிகிறதா என்று பாருங்கள்! எனக்கேகூட ஆச்சரியமும் அதிசயமும்தான்! எனது ஏழாவது வயதில் நான் எழுத ஆரம்பித்துவிட்டேன். இரண்டாம் வகுப்பு மாணவன், ஆரம்பப் பள்ளியில் தொடங்கிவிட்டது பைத்தியம். 1940-45-களில் என் பாட்டி எனக்கு இரண்டாம் வகுப்பிலேயே இலக்கணம் சொல்லித் தந்தார். மங்களத்தம்மாள், துரைச்சியம்மாள், சமாதானத்தம்மாள் என்று மூன்று பாட்டிகள் என்னை வடிவமைத்தார்கள். என் தாயாரும் ஊட்டி, பாடி கதை சொன்னார்கள். இரண்டு வயதிலேயே ஆரம்பித்து நான் பள்ளிக்கு வரும் முன்பே, தூங்கும்போதுகூட ஆங்கிலமும் புகட்டிவிட்டார்கள். பேராசை! அந்தக் காலத்திலேயே நான்கு கிழவிகளும் படித்துப் பட்டம் பெற்றவர்கள். என் பாட்டிகளுடன் கனவு கண்டு, வயதுக்கு முன்பே படிக்க ஆரம்பித்துவிட்டேன்.

எழுதுவது பற்றியும் நாடகம் பற்றியும் மிக இளம் வயதிலேயே கனவுகள்! 'அணில் அண்ணன்' சக்தி கோவிந்தன் தமிழர்களின் மூத்த எழுத்தாளர்களில் ஒருவர். தமிழில் முதல்முதலில் ஆரம்பித்த பல புதுமைகள் கோவிந்தனின் சாதனை. அவர் நடத்திய அபூர்வமான சிறுவர் பத்திரிகைதான் 'அணில்'

அந்தக் காலங்களில் வெளிவந்த சிறுவர் இதழ்கள் ஆச்சரியமானவை. 'அணில்', 'டமாரம்', 'ஜிங்கிலி', 'தேனருவி', 'பூஞ்சோலை', 'அம்புலிமாமா' எனப் பல அபூர்வ இதழ்கள். பிற்காலத்தில் வந்த 'கல்கண்டு', 'கண்ணன்' இப்படிப் பல. என் தந்தையார், நான் தமிழைச் சுலபமாக படிக்க வேண்டும் என்பதற்காகக் கலணா, அரையணா, ஓரணாவுக்கு இந்த 'அணில்' இதழ்களை வாங்கி என்னை ஊக்குவித்தார்.

என் கனவுகள் விரிந்தன. கற்பனைக் குதிரைகள் பறந்தன. கோட்டைகளைக் காணாமலேயே கோட்டைகளைச் சித்தரித்துக் கதை சொல்ல ஆரம்பித்தேன். என் கதைகளைக் கேட்டுப் பெரியவர்கள் வியந்து நின்றனர். 'நன்றாகப் புளுகுகிறான். ஏகமாகப் பொய் சொல்கிறான்' என்று குற்றம் சாட்டினர். பொய் என்பது என்ன? அழகான, பொருத்தமான பொய்தானே கற்பனை என்பது. பொய் என்பதற்குச் சாதுர்யம் என்ற சிறகும் துணிச்சல் என்ற இறகுகளும் தேவையாய் இருந்தன. இதை என் எட்டாவது வயதில் புரிந்துகொள்ள முடிந்தது. என்னைச் சுற்றிலும் என்னைப் போன்ற சிறுவர்கள் என்னிடம் வந்து கதை கேட்டனர். பள்ளியில் நான் இரண்டாம் வகுப்பிலேயே 'கதைக்காரன்' ஆகிவிட்டேன். என் பாட்டிகள் என்னை ராவி, ஊதி, பொன் உருக்கிக் காய்ச்சி அடித்து என் வாய் ஜாலத்தை வளர்த்துவிட்டார்கள். ஏராளமான கதைகளை என் பாட்டிகளும், கமலத்தம்மாள் என்ற என் அத்தையும் சொல்லிச் சொல்லி உருவேற்றிவிட்டார்கள். நான் பொன் ஆனேன்.

நான்காம் வகுப்பு வருமுன்பே தமிழும் ஆங்கிலமும் சுலபமாகியது. என் அத்தையின் பழுக்காய் பெட்டி ஒன்று கிடைத்தது. அதில் ஏராளமான புத்தகங்கள் என்னைக் கவர்ந்தன.

என் பாட்டி துரைச்சியம்மாள் நான் சொல்கிற 'என்' கதைகளை, 'சுய' கதைகளை வியப்புடன் கேட்டு சந்தோஷப்பட்டார்கள். 'எழுதுடா' என்று கொம்பு ஒடித்துக் கொடுத்தார்கள். என் ஐந்தாவது வயதில் நான் எழுதிய முதல் கதை என்னைப் பற்றியதுதான். தப்புத் தப்பாக எழுதிய என் எழுத்தை என் அத்தை தமிழ்ப் பண்டிதையாக இருந்த கமலத்தம்மாள் திருத்திக் (தவறுகளை மட்டும்) கொடுத்தார்கள். அதனை என் தந்தையாரிடம் தந்து ஓரணா ஸ்டாம்பு ஒட்டி 'அணில்' போஸ்ட் செய்துவிட்டு நானும் என் நண்பன் தங்கராஜ் ஸ்டீபன் ஆகியோருடன் - ஆவலுடன் காத்திருந்து பின் - மறந்து போய்விட்டேன்.

எனக்கும் என் பள்ளிச் சிநேகிதிகள் ஆஞ்சலின் எனும் ஆஞ்சி, வசு என்கிற வசுந்தரா இரண்டு பேருக்கும் ரொம்ப நம்பிக்கை. அது வெளிவரும் என்று யாரும் எதிர்பார்க்காதபோதும், கதையின் சிறப்புப் பற்றி இந்தக் குட்டிகள் என்னிடம் சந்தோஷ வியப்புடன் பேசின. அப்போது கதை எழுதுவது என்பது பற்றி எனக்கு எதுவும் தெரியாது. கதைகள், கவிதைகள், கீர்த்தனைகளின் இன்பம் மட்டும் நன்கு புரிந்தது. நான் என் அனுபவத்தை, என் கனவை அப்படியே பொய் கலவாது எழுதினேன். வேறு எதுவும் எனக்குத் துணை இல்லை. 'கோபுவின் ஆசை' என்ற என் கதை 'அணில்' இதழில்

சக்தி கோவிந்தன் மூலம் ஒரு பாராட்டுடன் வெளியிடப்பட்டிருந்தது. அதை என் அத்தை சென்னையிலிருந்து அனுப்பி வைத்தார்கள். கோபு, தங்கமூடி உள்ள பேனா ஒன்றுக்காக ஆசைப்படுகிறான். ஒரு பேனா வியாபாரி பள்ளிக்கு வரும்போது அதனைத் திருடுகிறான். அகப்படுகிறான். ஆனால் அவனிடம் பேனாவைக் காணோம். அது அகப்பட்டிருந்தால் கோபுவை எல்லோரும் திருடன் என்று குற்றவாளியாக்கி அவமானப்படுத்தியிருப்பார்கள். கிடைக்காததால் கோபு தப்பி விடுகிறான். அந்தப் பேனா பல நாள்களுக்குப் பின்னர் தலைமை ஆசிரியர் அறைக்குள் அலமாரிக்குக் கீழே காலால் உதை பட்டு யாரையும் காட்டிக்கொடுக்காமல் கிடக்கிறது. இயல்பாகவே சிலகாலம் கழிந்ததும் அகப்பட்டு அனைவரையும் வியப்பில் ஆழ்த்தி விடுகிறது. இதுதான் கதை. இது என் வாழ்வில் நடந்தது. கதை ஆனது. இதனை எழுதத் தூண்டியது என் பாட்டி துரைச்சியம்மாள். என் எழுத்து இப்படித்தான் துவங்கியது. அதற்குப் பின் எத்தனையோ கதைகள், கவிதைகள், நாவல்கள் எழுதியும்கூட இந்த இன்பம் மீண்டும் கிடைக்கவில்லை. இவைகளை இன்றும்கூட யோசித்துப் பார்க்க என் முதல் படைப்பு இடம் தருவது ஆச்சரியமில்லையா?

தஞ்சை ப்ரகாஷ்

(தினமணிக் கதிர்)

காதுள்ளவன் கேட்கக் கடவன்

"**சா**தாரண அறிவுக்குட்பட்ட பகுத்தறிவு, ஒரு விஷயத்தைப் பற்றிக் கொண்டு வரும் முடிவானது, நிலையானதல்ல. அது நடைமுறை அறிவுக்குட்பட்டதே தவிர ஆய்வு அறிவின் தீட்சண்யத்துக்குட்பட்டதல்ல; அது கொள்ளும் விளக்கங்கள் யாவும் ஏகதேசம் வளையக் கூடியவை. பல நேரங்களில் வழுவிப் போய்விடவும் வாய்ப்பளிப்பவை" என்று குறிப்பிடுவார் ப்ரகாஷ்.

ப்ரகாஷ் ஏன் இம்மாதிரியான தளத்தில் எழுத வேண்டும்? தாடி வைத்துக் கொண்டு ஞானி என்று எல்லோரும் அழைக்கும் அவரிடம், மூஞ்சியை சுழிப்பவர்கள் ஏராளம் உண்டு. பரந்த அறிவின் கீழ் நோக்கும்போது அவரது கதைகளின் அடிப்படையில் அவர் பெண்களைப் பெண்களாகப் பார்க்கத் தவறிய சமுதாயத்தினருக்கு சிக்கலானவர் என்பதுதான் உண்மை. ப்ரகாஷ் அவருக்கு கிடைக்கப்போகிற, கிடைத்த கெட்ட பெயர்களைப் பற்றி கவலையின்றி முழுமூச்சாக இலக்கியம் படைத்தார்.

கல்வியறிவு அற்ற கிராமத்துப் பெண்கள் இன்றும்கூட அறியாமை இருள் சூழ்ந்த நிலையில் வாழ்ந்து வருவதை நாம் மறுக்க முடியாது. வயதுக்கு வருதல், திருமணம், திருமணமாகி கணவனை இழந்த நிலை ஆகிய ஒவ்வொன்றும் பெண்களை அதிகம் பாதிக்கின்றன. கணவன் வருவாய் இல்லாவிட்டால் பெரும்பகுதி கிராமத்துப் பெண்கள் குடும்பத்தில் தாங்குதளமாகவும் அயராது உழைக்க வேண்டிய அவசியமும் இருக்கிறது. கல்யாணம் ஆகி இல்லறத்தில் உள்ள பெண்கள் மட்டுமென்ன.. அவர்கள் உடலுறவில், மன எழுச்சியில், உடல் கஷ்டத்தில் புரிந்து ஒத்துழைக்கும், பங்கேற்கும் கணவன்மார்கள் இவ்வுலகில் எத்தனை பேர்? ஆக, பெண்களின் நிலைமை இக்காலகட்டத்தில் பலவீனம் ஆனதுதான். பொதுவாக, சமூக அங்கீகாரம் மறுக்கப்படுகிறது. தனியாக வாழ்வது முடியாததாகி விடுகிறது. ப்ரகாஷ் தனது படைப்புகளில் பெண்களைப் பற்றியே அதிகம் பேசியிருக்கிறார். ஆண், பெண்

உறவு நிலைகளில் எழுகிற வக்கிரங்களை, சமூகப் பொருளாதார மாற்றங்களை எடுத்துக் கூறியுள்ளார்.

எதையும் எப்படி உள்ளதோ அதுவாகவே ஏற்கிற தெளிவும் தைரியமும் அவரிடம் உண்டு. ‘அறிவுபூர்வமாகவும் சுதந்திரமாகவும் பெண்கள் எந்தச் சமுதாயத்தில் இருக்கிறார்களோ அந்தச் சமுதாயம், நாடு உலகில் வெகுவாக முன்னேறி வருகிறது என்று பொருள்’ என்ற ஆப்ரஹாம் லிங்கனின் கூற்றை ப்ரகாஷ் அடிக்கடி சொல்லுவார்.

மனிதமும் மனித உணர்வுகளும் கேவலமாக மதிக்கப்படுவது கண்டு அதனால் ஏற்பட்ட சமூகக் கோபமே ப்ரகாஷின் இலக்கியப் படைப்புகள் என்றால் மிகையில்லை. மனிதனின் இயல்புணர்வுகள் திரிவதையும் தோலுரித்தார். உண்மை சுடும். ப்ரகாஷ் காட்டிய செயற்கையாக மூடி மறைக்கப்படுவதையும் போலி வேஷமிட்டுத் உண்மைகள் சுட்டெரித்தன. உளவியல் பிரச்சினைகள், சமுதாயப் பிரச்சினைகள் ஆணுக்கு எப்படி; பெண்ணுக்கு எப்படி என்பதை உணரவைப்பவை ப்ரகாஷின் எழுத்துலகம். ஆழமான கருத்து மட்டுமல்ல; அவரது உழைப்பும் அவ்வாறே அமைந்தது.

ப்ரகாஷ் எப்போது வேண்டுமானாலும் எழுதுவார். குறிப்பிட்ட நேரம், காலம் என தேர்ந்தெடுத்துக் கொண்டு, எழுதிக் குவித்திட வேண்டும் என்றெல்லாம் அவருக்கு ஆசை இல்லை. தாம் எழுதுவதுடன் மற்றவர்களை எழுதத் தூண்டுவதில் அவருக்கு விருப்பம் அதிகம். வீட்டில், கடையில் புத்தகம் இல்லாத இடம் கிடையாது. படுக்கை அறை, குளியல் அறை, கழிவறை முதற்கொண்டு புத்தகங்கள் வீற்றிருக்கும். வீட்டில் நடமாடும்போதுகூட புத்தகத்தை மேல் கை இடுக்கில் வைத்துக் கொண்டுதான் இருப்பார். நாம் ஏதாவது சொல்ல முற்பட்டால், அப்போதும் ‘சொல்’ என்று கூறி, கேட்டுக்கொண்டே புத்தகத்தைப் புரட்டுவார்; புத்தகப் பைத்தியம்.

புருவத்தை ஏற்றிப் பார்த்து, அலட்சியமாகச் சிரிக்கும் ப்ரகாஷ் தோன்றுகிறது. எல்லோருக்கும் ப்ரகாஷின் நினைவாக நன்றியைத் உருவம்தான் எப்போதும்போலவே இப்போதும் என் மனதில் தெரிவித்துக் கொள்கிறேன்.

மங்கயர்க்கரசி ப்ரகாஷ்

உள்ளே...

அங்கிள்

அவளுடைய பற்கள் அவர் புஜத்தில் ஆழப்பதிந்து பல் பதிந்த குழிகளில் ரத்தம் தளும்பி அரும்பிக் கொண்டு எரிச்சல்...

அந்த சிங்கப்பூர் குளோஸ் கட்நெக், அந்த புது ரத்தம் ஊறிப் பரவ ஆரம்பித்தபோது...

சாளிப்பிள்ளை வாசலைக் கடந்து லேசாகத் திறந்திருந்த கேட்டின் திறப்பின் வழியே போய் விட்ட அவளைக் கண்களால் துழாவினார்.

மிஷன் தெருவில் யாருமே இல்லை. வரவில்லை, போகவில்லை. சாளிப்பிள்ளை முற்றத்தில் கிடந்த டர்க்கி டவலை எடுத்து அவள் கடித்த அந்த இடங்களில் ஒற்றியபடியே நீண்ட வராண்டாவைக் கடந்து வாசலுக்கு வந்தார்.

அவர் கண்கள் மிஷன் மேட்டுத் தெருவை மீண்டும் அளந்தன.

எப்படிப் பாய்ந்து ஓடிவிட்டாள்! இமைக்கும் நேரம் இருக்குமா? தேகமே கொதித்து ரத்தமெல்லாம் தலைக்கேறிவிட்டது கொஞ்ச நேரத்திற்குள்.... எப்படித் துடித்துப் போனாள் சின்னக் குட்டி.

“வாண்டாம் அங்கிள்!”

“வாண்டாங்கிள்!”

“உட்டுடுங்களேன்! உட்டுடுங்களேன்.”

மிஷன் தெருவில் யாருமே இல்லை. பூமியே வனாந்தரப் பிரதேசமாகிவிட்டதா? வெயில் சுள்ளென்று உறைத்தது.

இந்த மாதிரி விஷயங்களில் அவர் படபடத்ததே கிடையாதே! உள்ளே நடந்து வந்தபோது ஏதோ நெஞ்சில் என்றுமே தொடாத ஓர் உறுத்தல்! வேதனை மாதிரியும் இருந்தது. சட்!

இவளுக்காகவா அது! பழங்கணக்கு பாக்குறது மடத்தனம்! மண்ணைத் திங்கற மாதிரி! மண்டையைச் சொறிஞ்சுகிட்டே நின்னா எல்லாம் சரியாப் போயிடுமா என்ன?

சித்த நேரத்திலே என்ன பளிச்சினு எல்லாம் நடந்து போச்சு! ரொம்ப நிதானமாவேதான் யோசிச்சு கூட்டிக் கழிச்சுப் பார்த்துத் தீர்மானமா - வேலியோரத்துல தொம்பனுங்க நீட்டமா கூரா ஒரு ஈட்டி வச்சுக்கிட்டு அப்படியே நடந்து அணிலுக்காக நோட்டம் பாப்பானுகளே அது மாதிரி திடீர்னு 'ச்சதக்!' ஒரே குத்து, அணில் நிண்டக்கூட முடியாம ஈட்டியோட ஈட்டியா ஆயிடுமே, அது மாதிரி - ரொம்பத் தீர்மானமாத்தான் - செஞ்சது அது!

கண்ணாடி முன்னால் சென்று நின்றார் சாளிப் பிள்ளை. கண்ணாடியில் தெரிந்த உருவம் அவரைப் போலத்தான் இருந்தது! ஆச்சரியம்தான். நாற்பத்தெட்டு வருஷங்களாக ஒரே மாதிரியாகவே காட்டிக் கொண்டிருக்கும் இந்த உருவம் அவருக்கே ஆச்சரியமாகத்தான் இருந்தது.

நேத்திக்குக் கூட அவ சொன்னாளே:

"எப்டி அங்கிள் இப்டி முடி - சுருள் சுருளா! அம்மாடி! நீங்க எப்டி இத சீவுறீங்க? கொத்து கொத்தா எப்டி இருக்கு! நான் சீவி உடட்டுமா அங்கிள்?"

அவர் பேசாமல் உட்கார்ந்திருந்தார். அவருக்கு எதிரே இருந்த டேபிளில் அந்தப் பெரிய கண்ணாடியைக் கொண்டு வந்து வைத்து அவள் அவர் தலைமுடியைச் சீவி விரல்களால் அளைந்து ஒதுக்கி நடுக்கோடு எடுத்து இருபுறமுமாக வெள்ளம் போல பிரித்து சுருள் சுருளாக அடங்காத அந்த தலை முடிகளுடன் இழையும் போது சிறு மூச்சாக அவள் மூக்கிலிருந்து வரும் காற்று அவர் மார்பில் வீசியது. அவள் புருவத்தைச் சுற்றிலும் மணி மணியாய் வியர்வை அரும்பி சரங்கட்டி நிற்க, விம்மி விம்மி இழையும் மேடு பள்ளங்களும், மெல்லியதாய்த் தொங்கும் தங்கச் சங்கிலியின் நுனியில் ஊசலாடும் அந்த தந்தச் சிலுவையும்! வியர்வையும் பௌடரும் கலந்து இழையும் மணத்துடன்.

அவள் லிடி! லிடியா!...

நாக்கை மடக்கிக் கடித்தபடி மும்முரமாக அவள் சீவிவிட்டுக் கொண்டேயிருந்தபோதும் ஏற்படாத படபடப்புத்தான்...

"என்னா அங்கிள் ஒங்களுக்கு நெறய்ய வெள்ளி முடியா இருக்கு இப்டி?"

"நரைச்சா பின்னே தங்க முடியாவா இருக்கும்! ஏண்டி?"

"ஏண்டின்னு சொல்லப்படாதுன்னு சொல்லீர்க்கேனா இல்லையா?"

“பின்ன என்ன சொல்றது? வாம்மாடி, போம்மாடின்னா சொல்லணுங்குறேயாடீ!”

“பாத்தீங்களா.... மறுபடியும் சொல்ற்றத்த! இனிமே... போடி. வாடினிங்களோ இஞ்ச வரவே மாட்டேன். ஆமா! பாத்துக்குங்க!”

“போடி சர்த்தாம்”

“இப்படித்தான் அத்தெயையும், தொறத்தி அடிச்சு கிட்டு ஜிம்னு இஞ்ச வந்து ஒக்காந்திக்கிட்டு ஆட்டம் போட்டுக்கிட்டு இருக்கீங்க - ஆட்டம்!”

“அவ ஓம் மாதிரி வாயாடி ஒண்ணுமில்ல... ஆமா!”

“அத்தெயப் பாத்தா ஏங்கிள் இவ்வளவு கெழவியா இருக்காங்க?”

“ஏய் கழுதே, நான் மட்டும் என்ன. கெழவந்தானே!”

“ஹ்ஹேய்ன்னானாம். நீங்களா கெழவன்? காலையில் கெணத்தடியில் நீங்க நின்னுகிட்டு தண்ணி எறக்யறத்தெப் பாத்தாப் போதுமே அங்கிள்! தஞ்சாவூர்லே உங்ககிட்ட ஒரு பய போட்டிக்கு நிக்க முடியுமான்ன? அணைக்காட்லர்ந்து வர்றானே சூசைப் பய, அவந் தனியா நின்னு சூளைபோட்டு எடுக்கற மாதிரி பட்டாளத்லல்லாம் போயி ஆப்பீசராயிருந்துட்டு வந்த நீங்க, சூளை போட்டு கல் அறுத்து எடுத்து நீங்களே நின்னு கட்டடமே கட்டிட்டீங்களே!”

“அல்லாம் பண்ணாக்க நான் கெழவன் இல்லேன்னு சொல்லுவாங்களா? ஓங்கப்பனே சொல்றானே வயசாச்சுன்னு!”

“ஹே! அப்பாவுக்கு என்ன தெரியும் அங்கிள்? ஓங்களெ எனக்கில்ல தெரியும்!”

“என்னடி தெரியும் பெரிசா?”

“ஆமா, பெரிய பெரிய புஸ்தகம்லாம் படிக்கிறீங்களே.. அதெல்லாம் எதுக்கு அங்கிள்? பரிச்சை எழுதப் போற மாதிரிக்கி படிபடிபடின்னு... ராத்திரி ரெண்டு மணி ஒரு மணி வரைக்கும் படிச்சா ஒடம்பு என்னத்துக்கு ஆகும் அங்கிள்?”

“லிடீ! உனக்கு பள்ளிக்கூடத்துக்கு லேட்டாகல்லே?”

“நாந்தாம் பள்ளிக்கூடம் போறத்தையே ஒரு வாரமா நிறுத்தீட்டேன அங்கிள்! இஞ்சப் பாருங்களேன்!” அவள் தன் கையை உயரத் தூக்கிக் காட்டினாள். இடுப்புக்கு மேலே மார்புவரை ஜாக்கெட் கிழிந்து வாயைப் பிளந்து கொண்டிருந்தது. உள்ளே வெண்மையாக உடல் பளீரிட்டது.

புத்தகத்தை மூடிவிட்டு எழுந்து உள்ளே போனார் சாளிப் பிள்ளை. அவளும் பின்னாலேயே வந்தாள்.

பெட்டியைத் திறந்து ஐந்து ரூபாய் நோட்டு ஒன்றை எடுத்து நீட்டினார்.

“வாண்டாங்கிள்! மம்மி திட்டுவாங்க!”

“நாங்குடுத்தேன்னு சொல்றீ! போ!”

“ம்ஹ்ஹூம்!’

“பள்ளிக்கூடத்ல பேரடிச்சுட்டாங்களே!”

“ஏங்கிட்ட ஏண்டி சொல்லல? தடிக் கழுத!’

“அங்கிள்! எனக்கே படிக்கப் பிடிக்கலியே!”

“எருமை! நாளைக்கே ஓங்க ஸ்கூலுக்கு வர்றேன்! ஓங்கப்பனுக்குத்தான் அறிவே கிடையாது! முண்டம்! ஓங்க ஆயி என்ன பண்ணா?... ஸ்கூலுக்குப் போறதுக்கே புடிக்கலியா? முதுகுத் தோல உறிக்கச் சொல்றேன், ஓங்க ஷிம்மி டீச்சர்ட்டே சொல்லி!”

“நாம் போப்போறதில்லன்னா உடுங்களேன் அதோட! நீங்க அத்தையை வெட்டுன்னு உட்டுப்ட்டு இஞ்ச வந்து இருக்கீங்களே, முடிஞ்சா அத்தெயை கொண்ணாந்து வெச்சுக்குங்களேன்... பார்க்கலாம்...”

அவர் அறையக் கையை ஓங்கினார்...

நிமிர்ந்து நின்றாள், அடி வாங்க, அசந்து போனார். விறு விறுவென்று வாசலுக்கு வந்தார் சாளிப் பிள்ளை. சுவரோரமாக நடந்து மல்லிகைக் கொடியோரம் போய் சுவரை ஒட்டினாற் போல நின்று சுவருக்கப்பால் பார்த்து கத்தினார்.

“எலிசு! எலிசு!”

“ஏம்மாமா?” - பக்கத்து வீட்டுக்குள்ளிருந்து குரல் வந்தது.

“இஞ்ச கொஞ்சம் வந்துட்டுப் போறியா?”

லிடியாவின் தாய் வருகிறாள்! வியர்வை பொழிந்த முகம், கையில் சாணிப் பிசுக்குகள்! ஒரு கையில் உருண்டையாய் சாணி!

“ஓம் மகளுக்கு ஒளுங்கா ஒரு சட்டை போட்டு உடக் கூடாதாக்கும் - வயசு பதினெட்டாச்சுங்கிறே இவளுக்கு. எருமை! ஸ்கூலுக்குப் போகாம வேற மட்டம் அடிக்கிறாளாமே! இவ அப்பன் இதயெல்லாம் கேக்கற வேலையே கெடயாது போலருக்கு!”

“என்னா செய்யறது மாமா! தஞ்சாவூர் பாரிஷ் என்ன அவ்வளவு பெரிசா என்ன? இருவத்தஞ்சு வருஷமா அவுங்களும்தான்

க்ளார்க்காவே இருக்காங்க என்னா செய்யறது. சாமி கிருப பண்ணுவார் பண்ணுவார்னுதாம் பாக்குறேன். எழுவது ரூபா குடுக்குறாங்க டயோசிசன்ல. நானும் மாரியம்மங் கோயிலுக்குப் போயி டீச்சர் வேலன்னுட்டு கிழிக்கிறேன். இவளுக்கு முன்னாலேயே எங்க வீட்ல ஆறு கல்யாணம் பண்ணிக் குடுத்துருக்கேன். இவ ஏழாவதுக்கும் அடுத்தது எட்டாவதுக்கும்! எடி படிக்கிறேன் படிக்கிறேன்னு இண்டஸ்ட்ரியல் ஸ்கூலுக்குப் போறான். இவளுக்குக் கீழே அஞ்சு இருக்கு! அடுத்த பய பெஞ்சமின் கோல்டன்ராக்ல இருந்து பணமே அனுப்ப மாட்டங்கிறான்... - என்னா பண்ணச் சொல்றீங்க, மாமா! சாமி கண்ணெத் தெறந்து பாக்கணும்ன்னு கோயில்லெபோயி பொரண்டு அழாத நாளு இல்ல... ம்ஹ! என்னமோ படிச்சுத்தொலைச்சா படிக்க வெக்கலாம்ன்னாலும்... படிக்கவும் மாட்டெடங்கிறாளே... நாந்தாம் என்ன பண்ணட்டும் சொல்லுங்க..."

அழாத குறைதான்!

ஐந்து ரூபாயை எடுத்து நீட்டினார் சாளிப் பிள்ளை. முகமே பல்லாகிவிட்டதோ, எலிசம்மாளுக்கு!

"எட்டி! அங்ங்ய போயி மாமாவெ தொந்தரவு பண்ணாதெ! சாணி பெசஞ்சு ரெண்டு ராட்டி தட்டுடீன்னேன். அங்ங்ய வந்துட்டாளா?"

"எலிசு! இவளுக்கு ஒரு சட்டெயாவது ஒளுங்கா தச்சுக் குடு! இப்படியே ரோடெல்லாம் அலைறா! இஞ்ச பாரு இப்டியா?"

"நான் என்ன பண்ணட்டும் மாமா! எரும மாட்டுக்கு வயசாறாப்பல வயசாகுது அவளுக்கு. கிழிசலைக் கூட தச்சுப் போட்டுக்கத் தெரியலைன்னா என்னா பண்ணப் போவுதுங்களோ... போங்க... ம்ஹ... நானும் எம் பொளைப்பும்" - எலிசு உள்ளே போகும் போது குதிபோட்டுக் கொண்டு ஓடிய அதே லிடியாதானா இன்று...

இன்றும் ஓடித்தான் போனாள் - ஓடித்தான்... கண்ணாடியிலிருந்து கண்ணை எடுக்க முடியவில்லை சாளிப்பிள்ளைக்கு. மீண்டும் வாசலுக்கு நடக்கிறார்.... சொல்ல முடியாத அவசம், நெஞ்சில்! அடிக்கசப்பாக ருசித்தது. வேலியோரம் அணில்கள் துள்ளுகின்றன! தொம்பன் ஈட்டியோட வருகிறான். அணில்கள்துள்ளியோடி மறைகின்றன! ஓர் அணிலைக் கூடக் கணோம். வெறும் புல் கொடிகள் காற்றில் தலையாட்டுகின்றன. வேலியோரமாகப் படர்ந்து கிடந்த மயிர்மாணிக்கம் செடி குவியலோரமாக ஊன்றிக் கவனித்துக்கொண்டே நீண்ட ஈட்டியை உறுதியாக ஒரே பக்கம்

சாய்த்துப் பிடித்தபடியே கவனமாய் நடக்கிறான் தொம்பன். நீண்ட கழி! நுனியில் இரும்புத் தொப்பி - அதுவும் நீட்டமாக, பலசரக்குக் கடையில் பூராச் சக்கரை கொழவு ஜீனி சுருட்டி கட்டியதுபோல நீண்ட கூர்மையாகப் பளபளத்த தொப்பி, இலைகளின் செடி நுனிகளைத் தொட்டபடி நகர்கிறது.

“ச்சதக்!”

‘வீச்’சென்ற ஒரு சப்தம் - இரும்புத் தொப்பி நுனியில் ஓர் அணில் குத்துண்டு சவமாக - தொப்பி நுனி ரத்தத்தில் நனைந்திருக்கிறது - தொம்பன் அதைத் துடைத்துக்கொண்டு - அணிலைப் பையில் ஓலைப் பெட்டியில் போட்டுக் கொள்ள மீண்டும் நெஞ்சில் பிடிபடாத - அது அவசமா? வேதனையா? மீண்டும்...

அன்று ஞாயிற்றுக்கிழமை - இதுவும் ஒருநாள்! லிடி ஓடி வருகிறாள்; கையில் மூடிய தட்டுடன். பச்சை ஸாட்டின் பாவாடை. பழசுதான். வெள்ளை ப்ளவுஸ். லேஸ் கட்டிங் கொஞ்சம் தொள தொள வென்றிருக்கிறது! அவள் அம்மாவுடையதோ என்னமோ. மேலே ஓர் அரக்கு கலர் நூல் தாவணி. பின்னல் ரெட்டை! மல்லிகைச் சரம் பிச்சோடாவாகச் சுற்றியிருக்கிறது. கண்கள் மொய்க்கின்றன அவளை!

“அங்கிள்! மம்மி - குடுத்துட்டு வரச்சொன்னாங்க. இடியாப்பம். இதுலே தேங்காப்பாலு! ஜீனி இல்லியாம்... ஒங்ககிட்டதான் இருக்கே!” - அவள் வைத்துவிட்டு உள்ளே ஓடி ‘கப்போட்டி’லிருந்து சர்க்கரை பாட்டிலை எடுத்து வருகிறாள் - போடுகிறாள். மல்லிகை மணம் குப்பென்று....

மிஷன் தெரு முனையில் எஸ்பிஜி சர்ச் பெல் அடிக்க ஆரம்பித்துவிட்டது.’டாண் டாண்... டாண் டாண்’என்று.

ஒரு மூன்று நிமிட இடைவெளி விட்டு வேறு ஒரு மணியின் நாதமும் வந்து முதல் மணி நாதத்துடன் கலந்து சுருள்கின்றது. அது, கேடல்ஸ் ரோட் முனையில் இருக்கும் லூத்தர் மிஷன் சர்ச் மணியோசை.

“ஐயய்யோ! செகண் பெல் அடிச்சுட்டாங்க, அங்கிள் நாம் போறேன்.”

“ஏய்? அந்தக் கோட்டை எடுத்துக் குடுத்துட்டுப் போ!’

“நேரமாச்சு. நீங்களே எடுத்துக்குங்க! நாம் போறேன்...”

“கழுதை! மரியாதையா சொன்னா நீ கேக்கமாட்டே.” அவள் சிட்டாக ஓடி அறைக்குள்ளிருந்து அந்த ட்வீட் கோட்டைக் கொண்டுவந்து அவர் மடியில் போட்டுவிட்டு வாசலுக்குப்

பாய்கிறாள். கோவில் மணிகள் கலந்து இசைந்து அவரையே அணைவதுபோல் பெருகி அழைக்கின்றன.

நீண்ட அந்த தேக்கு மர அலமாரியில் பதித்த கண்ணாடி முன் நின்று வெள்ளை பனியனைப் போட்டுக் கொண்டார். உடலை மணத்துப் பார்ப்பதுபோல முகர்ந்து கொண்டார். யாட்லி பௌடர் மணம் அறையில் நிறைந்தது. ட்வீட் பாண்டைப் போட்டு ஸில்க் ஷர்ட்டையும் அணிந்து 'இன்'பண்ணி பெல்டையும் போட்டு கோட்டையும் டையையும் சரிபண்ணிக்கொண்டு கண்ணாடி முன் நின்றபோது...

பத்மா ஞாபகம் வரத்தான் செய்தது.

யாராவது சாளிப் பிள்ளையப் பார்த்து 'நாற்பத்தெட்டு வயதாகிறது'என்று சொல்லிவிட முடியுமா. என்ன? மந்தகாசம் நிறைந்தது! அவர் ஆர்மியில் ஆபீசராகப் போய்ச் சேர்ந்து எஞ்சினியராக உயர்ந்து வடக்கே நைனிடாலில் இருந்த போது திடீரென்று புறப்பட்டு வரும்படி கடிதம், அவசரத் தந்தியெல்லாம் வந்தது. ஆர்மியில் சேர்ந்தபோதிலிருந்தே முரட்டுத்தனமாகவே வாழப் பழகியிருந்த 'சாள்ஸ்'இதையும் ஒரு முரட்டு வேலையாகவே ஒப்புக்கொண்டு ஒரே வாரம் லீவில் வந்து தஞ்சாவூரில் மிஷன் ஸ்ட்ரீட்டில் அறுபத்தொம்பதாம் நெம்பர் வீட்டில் மாலைகளும் பூக்களும் நிறைய வாழை மரங்களும் தோரணமுமாக தடபுடல் பட்டுக்கொண்டிருந்த வீட்டுக்கு வந்து சேர்ந்த பின்னர்தான் தனக்குக் கல்யாணம் என்பதே புரிந்தது.

அவள்தான் பத்மா! அவர் மனைவியாம் அவள். பம்பாயில், லக்னோவில், துர்க்காபூரில், நாக்பூரில், காஷ்மீரில் - இப்படிப் பல ஊர்களிலும் இருந்ததைப் போலவேதான் அன்று தஞ்சாவூரிலும் ஒரு பத்மாவைக் கலந்துகொண்டார் சாள்ஸ்! கல்யாணம்தான் புதிது!

"சாள்ஸ இன்பராஜ் தானியேலுக்கும் - பத்மா க்றிஸ்டீனாள் நேசமணிக்கும் தூய பேதுருவின் ஆலயத்தில் பரிசுத்த விவாகம் நடப்பதாய் பெரியோர்களால் நிச்சயிக்கப்பட்டு மேற்படி திருமணம்..."

பெண்களைப் பொறுத்தவரை சாள்ஸ் பிள்ளை, பேதமில்லாத மனிதர். ஏற்றத்தாழ்வு இல்லாத சமத்துவம் பூண்டவர். பதினெட்டு வயதில் இண்டர் பாஸ் செய்தபின் அவர் போட்ட ஆட்டங்களுக்கு அளவே கிடையாது!

பத்மாவை மூன்றே நாட்களில் பிரிந்தவர் அவர். கடிதம் கூட எழுதவில்லை. பம்பாயில் அவரோடு ஒட்டிக்கொண்டே

அலைந்தாளே அந்த குல்ஹர்னி, அவளுக்கும் இவளுக்கும் வித்தியாசம் என்ன இருந்தது!

பத்தோடு பதினொன்று!

திரும்பி, கூடத்தில் மாட்டியிருந்த கல்யாண போட்டோவைப் பார்த்தார் சாளிப் பிள்ளை. மெதுவாக நடந்து அருகே வந்து உற்றுப் பார்த்தார்.

ஆமாம்! முப்பது வருடமாகப் பிடிபடாத அந்த வேதனை, இதோ இன்று அவசரமாய் உருவெடுத்து விட்டது. என்ன அது? ஏன் அது?

என்ன சொல்லி உதறினாள்?

“வாண்டாங்கிள்! வாண்டாம்!”

கதவுகள் சாத்திக் கிடக்கின்றன! அவரும் அவளும் மட்டும்! யாரும் எட்டமுடியாத. எட்டினாலும் நெருங்க முடியாத, நெருங்கினாலும் தொடவே முடியாத கோட்டைக்குள்.

அந்த சிவந்த உடலும், போர்வைபோல் அவிழ்ந்த கூந்தலும் பத்துப் பதினைந்து விநாடிகள் கசங்கிப் புழுங்கின!

“உட்டுடுங்களேன்! உட்டுடுங்களேன்!”

கடிவாளத்தைப் பிடித்தால், பின் குதிரை திமிறுமா?

பூனை சீறுவது போல - அவள் சீறியும் - பூனைதான்; புலியல்ல! ஆனாலும் பூனைதானே! பூனையா அணிலா! குத்தீட்டி நீண்டு வருவதும் புலப்பட்டது... அணில்தான்!

அந்த ஞாயிற்றுக்கிழமைதானே அந்த இன்னொரு சம்பவமும்

கோட்டை அணிந்து கொண்டு வாக்கிங் ஸ்டிக்கையும் கையில் எடுத்துக்கொண்டு கதவைச் சாத்திப் பூட்டிவிட்டு வெளியே வந்தார் சாளிப்பிள்ளை.

கோவிலில் ஆராதனை துவங்கி விட்டது. வேகமாக நடந்தார். மிஷன் மேட்டுத்தெரு வழியே சந்நிதித் தெருவை அடைந்தார். சந்நிதித் தெருவிலிருந்து சர்ச் காம்பவுண்ட்டுக்குள் நுழைந்தபோது, ஒண்ணரை பர்லாங்கு துரத்தில், பள்ளிக்கூட மைதானம். மைதானத்தின் கோடியில் கல்லறைத் தோட்டம். சுவர் ஓரமாகப் பச்சைப் பாவாடையும் அரக்கு கலர் தாவணியுமாக - யாரது? கோயிலுக்குப் போகவில்லையா? அவள் கூட யார்? நீலக்கலரில் பேண்ட் - யாரது? வெள்ளை ஷர்ட்! யார்? யாரது? மறைந்து விட்டார்கள். கிரௌண்டில் யாருமே இல்லை! எல்லோரும் கோவிலினுள்? சுற்றிலும் ஒரே அமைதி.

கோவிலிலிருந்து கிளம்பும் கீர்த்தனை, ஆர்கன் இசையோடு இழைய இழையக் கேட்கிறது. யாரது அவளுடன்? புளிய மரங்களிடையே மறைந்து விட்டனர். மெதுவாக நடந்தார்! இறைந்தது! ஏன் இந்தப் பரபரப்பு?

வேகமாக நடக்கிறார். கால் மணி நேரம் ஆகிறது. கோவில் கட்டடம் முழுவதையும் கடக்க. புளிய மரங்களிடையே ஒற்றை அடிப்பாதை. நாயுருவிச் செடிகளும் கரம்பைச் செடிகளும் ஆள் நடமாட்டமற்ற சூழலை ஞாபகப்படுத்தின. பாம்புபோலக் கிடந்த ஒற்றையடிப் பாதை! காற்று பிரமாண்டமான புளிய மரங்களிடையே 'ஹோ'வென்று அலைத்தது. சாளிப் பிள்ளை நடந்தார்.

கல்லறைத் தோட்டம்.

வெயில் அதிகமில்லாத நிழல் கூடுகள். புளியம்பூக்கள் வாடி உதிர்ந்து உதிர்ந்து காய்ந்து வழியெல்லாம் மெத்தை யிட்டிருக்கின்றன. கூரிட்ட அமைதி. ஏராளமான கல்லறைகள். ஆயிரக்கணக்கில் இருக்கும். சிறிசும் பெரிசுமாக ஆயிரக்கணக்கான சிலுவைகள்; மார்பிள், கருங்கல், மரம், இரும்பு இப்படி பலவற்றில் செதுக்கிய சிலுவைகள். சில கல்லறைகளில் சம்மனசுகள் பறப்பதுபோல, தேவ தூதர்களின் சிற்பங்கள். சிறு குழந்தைகள் இறக்கை மூளைத்த மார்பிள் குழந்தைகள்! ஒவ்வொரு கல்லறையிலும் பைபிள் வாக்கியங்கள் செதுக்கியிருக்கின்றன. இடையிடையே புளிய மரங்கள், புன்னை, நொச்சி மரங்கள். கூம்பாரம் கூம்பாரமாக மல்லிகைச் செடிகள். இடையிடையே சிலுவைகள்!

உள்ளே நடக்கிறார் சாளிப்பிள்ளை.

யாரையுமே காணோமே! அப்படியானால்... பார்த்தது பொய்யா! நிழல் பூத்துக் கிடக்கிறது எங்கும்.

கல்லறைத் தோட்டம் என்கிறார்களே. இதற்குத்தானோ? இனிமையான அமைதி. சில்லென்ற காற்று இழைய வீசுகிறது - யாரோ மூச்சு விடுவது போல...

'ட்விக் ட்விக் ட்விக்! ட்ய்யய்யா!'

தனியாக வாலாட்டிக் குருவி கரைகிறது. 'கீச் கீச்'சென்று சிட்டுகள் பறக்கின்றன. குத்து குத்தாக வளர்ந்திருக்கும் மருதாணிச் செடிகளின் பின்னால் அந்த நீண்ட கல்லறையின் அடிப்பாகம் லேசாகத் தெரிகிறது. மல்லிகைச் செடிகளின் இடையே இரண்டு வெண்மையான பாதங்கள்! மருதாணியிட்ட விரல்கள்! அதை ஒட்டினாற் போல அதன் மீது புரண்டு கிடக்கும் வேறு இரண்டு புதிய நரம்போடிய பாதங்கள்!

சுற்றி வருகிறார் சாளிப் பிள்ளை! அமைதி கலையவில்லை! வளையல்கள் 'ளிக்'கிட்டுக் குலுங்குகின்றன.

கொலுசு மணி கருங்கல் தரையில் உரைகின்றன! பெருமூச்சும் சிறு மூச்சும் சிதறிக் கலவையிடும் ஓசை!

மருதாணிச் செடி ஓரமாக அரண்போல நிற்கும் மல்லிகைக் கொடிகளை லேசாக விலக்கி எட்டிப் பார்க்கிறார் சாளிப் பிள்ளை! 'ஹோ'வென்று காற்று ஓலமிடுகிறது.

சுருள் சுருளான அவள் கூந்தல் அவிழ்ந்து பிரிந்து கிடக்கிறது. அவள் கரங்கள் 'அந்த'அவனை இறுகப் பிணைத்திருக்கின்றன. ஓசையை வென்று கிடக்கும் மௌனங்கள்!

சாளிப் பிள்ளை செடிகளை மிதித்துக்கொண்டுதான் நுழைந்தார். பதறி எழுந்தனர் இருவரும்.

பலிஷ்டமான இரு கரங்களாலும் அவனைத் தூக்கிப் பிடித்தார்! பளார்! பளாரென்று அறைகள்! மிருகத்தைத் தாக்குவது போல! சமுதாயமே அவர் நேர்மைக் கரங்களுள் சிக்கி விட்டது போல! தீர்ப்பே இல்லாத காட்டு ஞாயம் போல! அறைந்தே அவனைக் கொன்றுவிடுவார் போல இருந்தது. ஒவ்வோர் அறையும் அவன் உடலெங்கும் கண்மண் தெரியாமல் விழுந்தது. குறுக்கும் நெடுக்குமாக மிதித்தார். "ராஸ்கல்! அயோக்கியக் கழுத! இஞ்சியா இந்த வேல! பேஷ்! நல்லாருக்குடா நல்லாருக்கு ஓங்கொப்பன் மிஷின் ஸ்கூல்ல வாத்தி..... இந்த குட்டிய இழுத்துட்டு வந்து... வாடா ஒன்ன இன்னக்கி கொன்னு..... உரிச்சி..."

வார்த்தைக்கு வார்த்தை உதை, அடி, மிதி! அவள் இற்றுப் போய் சிலையாய் நின்றாள்!

அந்த ஞாயிற்றுக்கிழமை...

அவன் அவர் காலில் விழுந்ததும், அவன் இந்த ஊரிலேயே இருக்கக் கூடாது என்று இவர் ஞாயம் விதித்ததும், அத்துடன் அவன் தப்பி ஓடியதும் - அவள் கையைப் பிடித்து பரபரவென்று இழுத்து வந்து எலிசம்மாளிடம் விட்டு கலக்கியதும் - எலிசம்மாள் அலறியதும், மகளை அடித்துக் குவித்ததும் - அவர் அதைத் தடுத்து நிறுத்தியதும்...

துள்ளிய மான் வேலியில் சிக்கிக் கொண்டது.

லிடியாவின் சிரிப்பு அதன் பின் கேட்பதில்லை. அவள் துணிச்சல் எல்லாம் கதையாகி விட்டது. மௌனம் நெறியாய் வளைந்து கொண்டது. ஊமையாய் வீட்டிலேயே கிடப்பாள். படுக்கையில் விம்மலும் அழுகையும்.

சாளிப் பிள்ளை கூப்பிட்டனுப்பினால் நடுக்கத்தை அழுந்தப் பிடித்து அடக்கியபடிதான் போவாள். கால்கள் பின்னும். குரல் தழுதழுக்கும். மேகம் மூடிக்கொள்ளும் மழை! அழுகையையும் தாவணி முனையில் அழுத்தப் பார்ப்பாள்.

"சாப்பிட்டாச்சா?"

"ம்"

"அப்பா போயாச்சா?"

"ம்"

"ஏன் இப்படி இருக்கே?"

"ம்!"

"இன்னும் அந்த பாண்டிப் பயலை மறக்க முடியல, இல்லையா?'

"இல்ல அங்கிள், இல்ல! இனிமே இல்ல, இனிமே இல்ல!"

"அதானே பாத்தேன், ஞாபகம், கீபகம் வந்துட்ச்சோன்னு!"

"இல்ல அங்கிள்!"

"அந்த கதவெச் சாத்தீட்டு வா உள்ளற!"

வெளியே வெயில் சுள்ளென்று காய்ந்துகொண்டிருந்தது. எதிரே பிரமாண்டமான எஸ்பிஜி சர்ச் கோபுரம். வளைந்த முட்டை போன்ற தஞ்சாவூர் கோயில் ேகாபுரம்!

ப்ளேக் ஐயர் கட்டின பிரமாண்டமான கோபுரம்! சிலுவை கதவைச் சாத்திவிட்டு உள்ளே வந்தாள்.

கட்டிலில் உட்கார்ந்திருந்தார் சாளிப் பிள்ளை.

அவள் உள்ளே வந்ததும் சொன்னார்:

"ந்த ஃபானை போடு!"

மின் விசிறி சுழன்றது.

"ஷெல்ஃபுல தைலம் இருக்கும் எடு." எழுந்து கதவை ஒருக்களித்துச்சாத்தினார்.

"இஞ்ச வா சீக்கிரம்"

புளிய மரங்களும், புன்னை மரங்களும், மருதாணி மரங்களும், மல்லிகைக் கொடிகளும் மறைந்த அந்தப்புரம் இங்கும் உருவாகத் தொடங்கியது.

சாளிப் பிள்ளையே இப்படி ஒரு நிலையைக் கற்பனையில் கூட எதிர்பார்க்கவில்லை.

அவர் புஜங்களிடையில் அவள் சிக்கியதும் அவர் தானே அந்த பாண்டியனாக முனைந்தார்!

"வாண்டாங்கிள்! வாண்டாம், உட்டுடுங்களேன் உட்டுடுங்களேன்!" - அலறல். அவள் திமிறினாள். அவள் விழிகள் அருவெறுப்பில் சுழித்தன. அவள் பற்கள் அவர் புஜத்தில் பதிந்தன. ரத்தம்! அவள் தப்பி ஓடினாள். அவள் தாவணி கட்டிலில்தான் கிடக்கிறது. அணிலைத் தேடி நீண்ட குத்தீட்டி தரையில் பாய்ந்தது.

அணில் எங்கே?

வியர்வை ஊற்றாகப் பெருகிக்கொண்டிருந்தது.

புஜத்தைப் புரட்டிப் பார்க்கிறார், மறு கையால். அரிசிப் பற்கள் ஏழு குழிகளைச் செதுக்கியிருந்தன. ரத்தம் ஊறியிருந்தது. இரத்தம்! நிமிர்ந்தபோது?

கூடத்தில் மாட்டியிருக்கும் சிலுவையில் ரத்தம் கொப்புளிக்கத் தொங்கும் நாயகன் ஓவியம். மைக்கல் ஆஞ்சலோ ரோம் நகரத்து வாட்டிகன் அரண்மனையில் வரைந்த பாணி ஓவியம்!

'ச்சே! உடல் ஏன் இப்படித் தவிக்க வேண்டும்? என்ன ஆகிவிட்டது. மூச்சும் பெருமூச்சும் விடும்படி? பத்தோடு பதினொன்று. அத்தோடு இதுவும் ஒன்று -! ஆனாலும் ஒரு சஞ்சலம்! அவசம்! ஏமாற்றம்!'

"திங்கணும்ன்னா சாளி ஒடன்னே தின்னுப்படணும்! ஆமா... அப்புறமா ஐயோ தின்னுருக்கலாமே தின்னுருக்கலாமேன்னு தோணீட்டே இருக்கும்" என்பானே ரத்தன்ராஜ் பயல். அவன் இப்போது எங்கே? மிஷன் தெருவில் அந்தக் காலத்தில் ரத்தன்ராஜும் சாளிப்பிள்ளையும் தின்னாத தீனியா? விரட்டாத பொட்டையா? ஆ! போன வருடம் ராஜா மிராசுதார் ஆஸ்பத்திரியில் காலிலிருந்து கொஞ்சம் கொஞ்சமாக அழுகி அழுகி தொடை வரைக்கும் அழுகல் நீண்டு... ரத்தன்தாஜ்! சுண்ணாம்புக் காளவாயில் வேகிற நீறு போல கொப்புளித்துக் கொப்புளித்து அடங்கியே போனாயே...

ச்சே! என்ன நினைப்பெலாம் வருகிறது...

மெதுவாக நடந்து போய் கண்ணாடி அலமாரியைத் திறக்கிறார். முந்தாநாள் காலையில் கோட்டையிலிருந்து வந்த மோகன்ராம் கொடுத்துவிட்டுப் போன குள்ளமான மூன்று விஸ்கி பாட்டில்களும், படகு மாதிரி செய்த ஒரு நீண்ட கருஞ்சிவப்பு ஷாம்பெய்ன் பாட்டிலும் எதிரே...'

மணி மூணா நாலா.. அஞ்சு இருக்குமோ...

'ட்யொப்' என்ற கார்க்கு திறக்கும் சப்தம்! ட்ரேயிலிருந்த டம்ளரில் ஊற்றியபின், ஒரு நிமிடம் அதையே பார்த்துக்கொண்டிருந்த பின், 'பக்'கென்று எடுத்து இரண்டே மடக்கில் விழுங்கினார். அடித் தொண்டையில் தீயால் வருடுவதுபோல ஓர் அனல். பிரெஞ்சு ஷாம்பெய்ன். அவருக்கு சோடா கலப்புப் பிடிக்காது. 'ஏடனில் அவர் தங்கியிருந்த வருடங்களில் அவருடன் சுற்றிய 'மஸ்ஸானா' என்ற அந்த எகிப்திய பெண்ணுடைய பழக்கம்! அது அவரைப் பிடித்துக்கொண்டது. எழுந்து கிச்சனுக்குச் சென்றார். 'கப்போர்டைத்'த் திறந்து ஸாஸ்ட்ரேயில் கிடந்த எலுமிச்சம் பழங்கள் இரண்டை எடுத்துக்கொண்டார்....

"மஸ்ஸானா!"...இரண்டு உயரமான.. பெர்ஷியன் க்ளாஸுகளில் நுரையுடன் 'விஸ்க்கி!'

மீண்டும் ஒரு ரவுண்ட்!...

ஹா...மஸ்ஸானா!... எலுமிச்சம் பழத்தை ரெண்டாகப் பிளந்து நாக்கில் உரசிச் சுவைக்கிறார்... சில்லென்று முகத்தில் அடிக்க - உலகம் பற்றி எரிவதுபோல ஜிவ்வென்று... நைனிடால் ஞாபகம் வருகிறது...

காக்கி உடைகளுடன் ராணுவ ஜீப்புகளில் இரவுகளில் நைனிடால் ஏரியைச் சுற்றி வருவதும், வானளாவிய பெர்ச் மரங்களும், பைன் மரங்களும் பனி மூட்டத்திற்குள் தலைகளைப் புதைத்துக் கொண்டு... ஏரியில் படகுகள் பாய்மரங்களுடன்... படகுகளில் ரெட்டை ரெட்டையாக ஸ்வெட்டரும் உல்லன் பாண்டுகளும், ஸ்வெட்டருக்குள் குழையும் காஷ்மீர் ஸாரிகளும்... ஆப்பிள் தோட்டம்! அந்த கிறிஸ்தவனாகிவிட்ட த்யாஃபிலஸ்! அவன் தங்கை... முன்னி... அவளுடன்.. ச்சே!... எட்டு டம்ளர்களும் எங்கே போயின? வெளியே வந்தார் சாளிப் பிள்ளை!

முதல் முதலாக ஒரு பெண்ணை இப்படி... சில்லென்று காற்று வீசுகிறது. எதிரே பிரமாண்டமான எஸ்.பி.ஜி. மிஷன் காம்பவுண்டுக்குள், புளிய மரப் பொதியல்களுக்குள்ளிருந்து வானளாவ எழுந்து நிற்கும் அரை வட்ட வடிவமான வளைந்த முகப்புடைய ரெவரண்ட் ப்ளேக் ஐயர் கட்டின சர்ச்! மாலை ஆராதனைக்கான மணி அடிக்கிறதோ... சந்தேகம்தான். ட்டாண்... ட்டாண்... ட்டாண்! ஓ! இந்த மணியோசை கயிறு போலப் பாய்ந்து வந்து நம்மைச் சுற்றிக் கடைகிறது போல...

தாங்க முடியாமல் உள்ளே வருகிறார் சாளிப் பிள்ளை. மேசையில் பைபிள் கிடக்கிறது! எடுக்கிறார்! புரட்டுகிறார்.

பெரியது; கறுப்பு நிறம்... பைபிளுக்கெல்லாம் கறுப்பு நிறம்தான்! மேஜையிலிருந்த கண்ணாடி டம்ளரை எடுத்து ரெண்டு 'ஸிப்'பில் அதை உறிஞ்சிவிட்டு...

கண்கள் பைபிளில் நிலைக்கின்றன...

"ஆவியின் வழி இன்னதென்றும் கர்ப்பவதியின் வயிற்றில் எலும்புகள் உருவாகும் விதம் இன்னதென்றும் நீ அறியாதிருக்கிறது போலவே, எல்லாவற்றையும் செய்கிற தேவனுடைய செயல்களையும் நீ அறியாய்!"

நெஞ்சில் மீண்டும் அனல் குழம்பு இறங்குகிறது. 'அந்தப் பாண்டிப்பயல் எத்தனை பொடியன்... அந்த எடத்துக்கே போயி அப்படியே புடிச்சு... ஹிஹா! என்ன மிருகத்தனமா... ஒதச்சு மிதிச்சு.. லிடியெ... என் வெரலுக்குக் கீழே வெச்சு அமுக்கணும்ன்னு ஒண்ணு எப்ப எனக்குள்ளற கணு உட்டுச்சு? கோயில் ஆர்கன் வாசிப்பானே மார்ட்டின் வாத்தி அவம் மகந்தானே இந்தப் பாண்டி?

'பாண்டிப்பயல் லிடி கழுதெக்கு சரியான ஜோடிதான்... ஆனா... நானு யாரு? ஏம் வயசு என்னா? நானு என்னா செய்யணும்? நானு தொலைச்சுப்புடுவேன் தொலைச்சு! ஹ்ஹ... ஐயோ, ஏன் அப்படிச் செஞ்சேன்? அவனை அடிச்சுப் புரட்டி ஆ. அவள் அழுத அழுகை...'

"நீ உன் இருதயத்திலிருந்து சஞ்சலத்தையும், உன் மாமிசத்திலிருந்து தீங்கையும் நீக்கிப் போடு. இளவயதும் வாலிபமும் மாயையே..."

"லிடி! என்ன மன்னிச்சுடும்மா..." என்று அலறினார் என்ன? ச்சட்! என்ன இது...

"சூரியனும் வெளிச்சமும் அந்த நட்சத்திரங்களும் சந்திரனும் அந்தகாரப் படாததற்கு முன்னும் - மழைக்குப்பின் மேகங்கள் திரும்பத் திரும்ப வராததற்கு முன்னும்..."

"வீட்டுக் காவலாளிகள் தள்ளாடி, பெலசாலிகள் கூனிப் போய் எந்திரம் அரைக்கிறவர்கள் கொஞ்சமானதினால் ஓய்ந்து... பலகணி வழியாய்ப் பார்க்கிறவர்கள் இருண்டு போகிறதற்கு முன்னும்..."

"எந்திர சப்தம் தாழ்ந்ததினால் தெருவாசலின் கதவுகள் அடைபட்டு குருவியின் சப்தத்துக்கும் எழுந்திருக்க வேண்டியதாகி, கீத வாத்தியக் கன்னிகைகள் எல்லாம் அடங்கிப் போகாததற்கு முன்னும்..."

"அவரை உன் வாலிபப் பிராயத்தில் நினை!"

வாலிபப் பிராயம்... ஓ!

"லிடீ! லிடீ!"

சாளிப் பிள்ளை கதறி அழுதார்.

எழுந்து கண்ணாடியின் முன்வந்து நின்றபோது, அவர் கிழவனிலும் கிழவனாகி தள்ளாடிக் கொண்டு நிற்பதை அவரே பார்த்தார் - அதோ ஒரு படுகிழவன்.

தலை வேறு, எங்கு நிற்கிறோம் என்ற பிடிப்பில்லாமல் சரிந்து கொண்டிருந்தது.

ஹால் கடிகாரம் எட்டு முறை அடித்த போது விரல்களை விட்டு அவர் எண்ணினார். எட்டாவது அடித்தபின் ஒன்பதாவது அடிக்கிறதா என்று உற்றுக் கேட்டார் - இல்லை; அடிக்கவில்லை. மணி எட்டுதான். வெளியே இருள் பரவியிருந்தது.

வயிற்றைக் கலக்கியது. நெஞ்சை எரித்தது. ஓ! இதுவும் வழக்கமாக வருகிறதுதான். முற்றத்தருகே சென்றதுமே வயிறு உறுமியது. இரண்டு விரல்களைத் தொண்டை வரை செலுத்தியதும் வாந்தி ஆகியது.

வயிறே அறுந்து வந்துவிடுமோ! இரைந்தது. கும்மளியிட்டது.

ஈஸிசேரில் சாய்ந்ததும், அயற்சி உடலை சுருட்டிப் போட்டது... கை தரையில் தொங்கத் தொடங்கியது. நினைவு மறந்தது...

திடுக்கிட்டு விழித்தபோது - மணி ஒன்பதே முக்கால்... யாரோ கதவை வெகு நேரமாக இடித்திருக்க வேண்டும்... தொடர்ந்து இடிபடும் ஓசை.

"யாரது?"

"நாந்தாம் மாமா!"

"எலிசா?"

"ஆமாம், மாமா!"

"என்ன வேணும்?"

"கதவைத் தெறங்களேன்!"

குழப்பம் லிடியின் தாய்! - தாய்க்குத் தெரிந்து விட்டதா?

கதவைத் திறந்தார் சாளிப்பிள்ளை. எலிசும் லிடியாவும். படபடப்புடன் விலகி நின்றார். எலிசு உள்ளே வந்து கதவைச் சாத்தினாள். அழுது அழுது முகம் சிவந்திருந்தாள் லிடியா! மூவரும் நடுக் கூடம் வரும் வரை எதுவும் பேசவில்லை. சாளிப் பிள்ளை சிலையாக முயன்றார்...

“முக்கியமான விஷயமாகத்தான் மாமா இஞ்ச இந்த நேரத்ல வந்தேன். என்னாண்ணாங்க... வந்து... என் மூத்தபய பெஞ்சமின் இருக்காம் பாருங்க, அவன் கோல்டன் ராக்ல ஒரு சட்டக்காரச்சியெ ரிஜிஸ்டர் ஆபீஸ்லெ போயி கல்யாணம் பண்ணிகிட்டான். நேத்துதாம் இவுக அப்பாவுக்கு வெஷயம் தெரிஞ்சு, வயத்துல நெருப்பக் கட்டிட்டு திருச்சிக்கு ஓடினாங்க..”

“உம்...”

“அவளுக்கு ஏக்கனவே ரெண்டு புள்ளே வேற இருகாம். இனிமே தஞ்சாவூருக்கு வர மாட்டேன்ட்டானாம் பெஞ்சமின். இந்த மார்மேலியே போட்டு வளத்தேம் மாமா. அப்பனையே செருப்பெ எடுத்துக்கிட்டு அடி அடி அடீன்னு அடிச்சிருக்காம் பாருங்க.. பத்த பத்தையா! மூஞ்சி கீஞ்சி எல்லாம் வீங்கிப் போயி திரும்பி வந்திருக்காங்க. இவ என்னடான்னா இப்படிப் பண்ணிருக்கா...”

“எப்படி பண்ணிருக்கா?”

“போங்க மாமா! எனக்குத் தெரியாதாக்கும் ஒங்க விஷயமல்லாம்! நானும் நாலு எளுத்து படிச்சவதான். எல்லாத்தியும் லிடி வந்து சொன்னா...?”

“என்ன சொல்ற நீ?”

‘ஆமா, ஒங்களுக்கு ஒண்ணுமே புரியவேல்ல... நா வந்து புட்டுப்புட்டு எளக்கி எளக்கி சொல்றேன், இனிமேம்க்கும்... போவிங்களா... பேசாம... நாலு மாசமாச்சு அவருக்கு சம்பளம் குடுத்து... டெய்லி முட்டை வேணும், கறி வேணும்...எல்லாத்துக்கும் நானும் என்னதாம் மாமா பண்ணுவேன்?... இந்த மூணு மாசமாத்தாம் மாமா நாங்களும் மனுஷங்களா நடமாடிகிட்டு இருக்கோம்... பெத்தது எல்லாம் இப்படிப் போனாலும், நீங்க கொஞ்சமாவா எங்களுக்கு குடுத்திருக்கீங்க. பத்து பேரு சாப்பிட்டுத் தீக்கற காசு ஒங்குளுது! என்னா கெட்டுப் போச்சு இப்பன்னேன்.”

“எலிசு நீ பேசறதே எனக்குப் புரியலை...”

‘புரியலீல்ல... புரியாது... வந்து எப்படிச் சொல்றது... லிடியாவை ஒங்களுக்குப் புடிச்சிப் போச்சு... அதனால் என்ன... ஒங்களுக்கே அவளக் குடுத்துட்டாப் போச்சு! -”

“என்னது? எனக்கா? லிடியாவையா! கல்யாணமா? சேச்சே என்ன எலிசு இது?”

“இல்லேன்னா ஒங்க வீட்லயே வெச்சுகுங்க. கல்யாணம் பண்ணனும்ன்னு நானும் சொல்லலியே! ஆமா, மாமா! ஊர் மேலே போயி, கெட்டழியற கழுத ஒழுங்கா ஒருத்தனுக்கு

வாக்கப்பட்டா என்ன கெட்டுப்போச்சு? மாமா! நேத்து சாயங்காலம் ஆரம்பிச்சு இண்ணைக்கி சாயங்காலம் வரைக்கும் ஒவ்வொரு புதுப்புது நரகமா வந்துட்டே இருக்கு மாமா! என்னா செய்வேன்! சாயங்காலமா ஒக்காந்துட்டு அழுதுட்டிருந்தா. என்னாடீன்னா... இப்படி சங்கதிங்கறா... குளிச்சு வேற நாலு மாசமாச்சுன்னா... அப்பா. கொஞ்ச நேரத்துல இவுங்க அப்பா செருப்படி பட்டு ரத்தவிளாறா வந்து சேந்தாரு. சாவலாம்போல வந்தது... என்ன செய்யலாம் மாமா... சாவவும் புடிக்கலியே; என்ன பண்றது..." லிடி சிலைபோல் நின்றிருந்தாள்.

அவள் அழுதுகொண்டிருப்பாள் என்று திரும்பிப் பார்த்தார் சாளிப் பிள்ளை - அவரையே பார்த்துக்கொண்டு நின்றாள் லிடியா - நீலமான நயனங்கள். கறுப்புப் பென்ஸிலால் இமை வரைந்து நீண்ட பிறை வால் இமைகள்.

"இவளே நீங்க என்ன பண்ணுவீங்கன்னுட்டு எனக்கு தெரியாது மாமா... ஆனா, ஒங்ககிட்டே இவளே உட்டுட்டுப் போறேன். என்னால இவளுக்குக் காட்ட முடிஞ்ச வழி இதுதான். அப்புறம் அவ இஷ்டம்! ஒங்க இஷ்டம்; இனிமே அவ இஞ்சதான் இருப்பா!"...

பிணம்போல நின்றார் சாளிப் பிள்ளை. வெள்ளம் போல வந்த சுழலில் சிக்கிச் சுற்றி ஓய்ந்தே போனார்.

விம்மல்...

சுவரோடு சாய்ந்து அழுதுகொண்டிருந்த லிடியாவை மீண்டும் பார்த்தார்... எலிசு போய்விட்டாளா?

வாண்டாம் அங்கிள்! வாண்டாம் அங்கிள்!.. உட்டுடுங்களேன் உட்டுடுங்களேன்... அப்படியே பாண்டிப் பயல் சிறு குழந்தையாகி லிடியாவின் வயிற்றில்! ஹ!...

மெதுவாக நடந்து சென்று சுவரோடு சாய்ந்து கிடந்து விம்மிக்கொண்டிருந்த லிடியை இரு கைகளையும் கொடுத்துத் தூக்கி நிறுத்தினார். அவள் கண்களைப் பார்த்தார். கண்ணீர் பொங்கி வடிந்துகொண்டே இருந்தது. அவள் அவர் கண்களுக்குள்ளே பார்த்துக்கொண்டே இருந்தாள் - அலை பொங்கி மோதிப் புரண்டது. "அங்கிள்' - ஒரு விம்மலுடன் அவரைத் தழுவிக் கொண்டாள். இந்தப் பிணைப்பில் அந்த வயசு செத்தது! இந்த அணைப்பில் 'அந்த சுகம்'செத்தது. இந்த மடியில் அந்த அமைதி அமர்ந்தது.

(அங்கிள், 1971)

ஜானுப்பாட்டி அழுதுகொண்டிருக்கிறாள்!

அவளும் சீதாதான்!

கண்ணாடியில் - ஜன்னல் கம்பியில் தொங்கிய அந்தக் கண்ணாடியில் சீதா தன்னைப் பார்த்துக் கிளுகிளுத்தாள். சிவப்பு முகத்தில் அந்த சிவப்புச் சாந்து ரத்தம் துளிர்த்து விட்டது போல அடர்ந்தது. குளித்தால் நனைந்த நனைவு பூரணமாக துடைக்காததாலேயே அந்தக் கண்ணாடியில் அவளைப் பூரணமாக்கித்தான் இருந்தது! காதுகள் பளபளத்தன. காதோரம் சுருள்கள் நனைவில் ஈரம் பூத்து சுருண்டு அடங்கியிருந்தன. கழுத்தும் ஈரத்தில் மினுங்கியது. குவடுகளில், புஜத்தின் சரிவில் நடு முதுகு பாம்பு மடிப்பில் ஈரம்! கண் இமைகளில் புருவங்களில் நெற்றி வளைவில்... குளித்த அவசரமா?... எங்கும் ஈரம் மிச்சம்!

குளித்த பரபரப்பு! அப்படியே பிழிந்த பாவாடையும் துண்டும் திண்ணையில் கட்டியிருந்த கொடியில் ரஸமாக காற்று ஊடே இழைந்து. ஜன்னலருகில் கண்ணாடியில் குலவிக் கொண்டிருந்த சீதாவைப் புல்லரிக்கவைக்கிறது! அப்...ப் பா! எப்படி புல்லரித்து விட்டது அவளுக்கு! கைகளைப் பார்த்துக் கொண்டாள்! சிலிர்த்து விட்டதால் முன்மயிர் நிரம்பிய அந்தக் கைகள் முழுதும் ஒவ்வொரு மயிர்க்காலும் சிலிர்த்து எழுந்திருந்தது. கையும் காலும்! உடல் முழுதும்!

'என்ன கை! என்ன கால்!

என்ன புஜம்! என்ன உடம்பு.'

கண்ணாடி என்னவோ சின்னதுதான், எதிரே இருந்தது தனி உலகமேயாச்சே! சீதா கண் கொட்டாமல் அவளையே கண்ணாடியில் பார்த்துக்கொண்டிருந்தாள். தலைக்குமேலே முறுக்கி சுற்றியிருந்த தலைமுடியை அவிழ்த்துவிட்டாள். எண்ணை மினுங்க விரல்களில் கோதி நுனி வாங்கி பினைந்தாள்.

மணி நாலரை அடித்தது!

கணகணவென்று பால்காரன் மணி!

பின்னலை இழுத்துப்பார்த்து, விரல் நுனியால் கண் மைக்கோடு வழித்து சரியாக்கி காதோரம் மிஞ்சிய சந்தனப் பவுடரைத் துடைத்து, உதட்டை மடித்துக் கடித்து ஈரமாக்கி, சேலையை இழுத்து, இறுக்கி, வடிவாக்கி, மீண்டும் கண்ணாடியில் - அது சீதாதானா?! உற்றுப் பார்த்தபின் ஓர் படபடப்புடன் பரவசப்பட்டபடி ஜன்னல் கம்பியிலிருந்து கண்ணாடியை எடுத்து சுவற்று ஆணியில் மாட்டுவதற்குள்...

கணகணவென்ற பால்மணி!

முற்றத்தில் கழுவி வைத்திருந்த எவர்ஸில்வர் உருளியைப் பாய்ந்து எடுத்துக்கொண்டு மெட்டி கிலுகிலுக்க கண்ணாடி வளையல்கள் பேச மூச்சு வாங்க ஓடும்போதே,

கணகண வென்று பால்காரன் மணியடிக்கிறான்!

பால் நுரைக்க அவள் எவர்ஸில்வர் உருளியில் சலசலக்க ஊற்றுகிறான் அவன்.

உதட்டை மடித்து ஈரமாக்கியபடியே கூப்பனை அவனிடம் நீட்டுகிறாள்.

"அடீ சீத்தீ! அடி ஏ சீத்தீ!"

"தோ வந்துட்டேன் பாட்டீ!"

பாய்ந்து உள்ளே ஓடி வருகிறாள் சீதா.

"இப்படி திங்திங்குன்னு ஓடி வரப்படாதுன்னு எத்தினை தடவெ சொல்லீர்க்கேண்டி நோக்கு!"

"ஏம் பாட்டி கூப்ட்டே?"

"பரபரன்னு குளிச்சோமா நெத்திக்கு இட்டுண்டோமா கோவுல்ல எண்ணெ போட்டோமா ஏதானும் பொஸ்தகத்தெ எடுத்துண்டமான்னு இருக்கவாண்டாமோ பொண்ணுன்னா இப்படியா?"

"இப்படியான்னா? நா என்ன செய்யல்லே இப்போ?"

"போடி! போயி எண்ணெயெப் போட்டு வெளக்கேத்து கோவுலே இருண்டுன்னா கெடக்கு"

அந்த சந்துக்குள் இருந்த அந்தப் பிள்ளையார் வரப்ரசாதி! ராமசாமி ஐயருக்கு கோவிலோடேயே இருந்த ஓரே வீட்டையும் கொடுத்து கோவிலையும் அந்த கையகலப் பிரஹாரத்தையும் பிரகாரத்தோடு ஒட்டினாப்போல இருக்கும் கிணற்றையும் ஆறுபத்து மல்லிகை, ஜெண்டி, ரோஜா செடிக்கும்பலையும், ரெண்டு தென்னை, மூணு மா, இப்படி ஒரு மாட்டு கொட்டகை; ஒரு

குப்பைக்குழியையும் கொடுத்து தன்னையும் பார்த்துக்கொள்ள ஏற்பாடு பண்ணியிருந்தார் அந்த மூலையடி பிள்ளையார்!

ராமசாமி ஐயர் வக்கீல் குமஸ்தா வேறு பண்ணிக் கொண்டிருந்தார். பிள்ளையாரைக் காலை மாலை ரெண்டு குடம் தண்ணீரில் சரிபண்ணி சீதா முனைந்து கொடுக்கிற மாலையோடு பூஜை பண்ணுவதோடு சரி! கோவில் மற்ற நேரங்களில் கோவிலாக இராது. தூங்குகிறதே பிள்ளையார் முன்னிலையில்தான் - சந்து ஜனம் அத்தனையும் உற்சவம் எடுத்தால் பிள்ளையாருக்கே இடமிருக்காது நிற்க. கோயில் நிலம் எல்லாமே ரெண்டு திண்ணை மூணு திண்ணையில் அடங்கிவிடும்! விசித்திர நிலப்பரப்பில் சந்து மூலையில் பிள்ளையார் நிற்கிறார்!

ஜானுப் பாட்டி மல்லிகைச் செடியோரம் நின்று வாசலைப் பார்த்து மீண்டும்...

"அடீ சீத்தீ!... சீத்தி!"

அகல் விளக்கோடு பாய்ந்து வருகிறாள் சீதா!

ஜானுப்பாட்டியால் நிமிர முடியாது. இடுப்பில் இரண்டு கைகளையும் கொடுத்துத் தாங்கியபடியேதான் சாதாரண நடையே! யாரையாவது பார்ப்பதானால் இடுப்பில் இன்னும் கையை அழுத்தி ஊன்றிக்கொண்டு கழுத்தை இன்னும் வளைத்து நிமிர்ந்து பார்த்து ஆகும். இடுப்பில் வாயு உட்கார்ந்திருக்கிறது எப்போதும்!

கூடத்து கடிகாரம் ஆறு அடிக்கிறது. மல்லிகைச்செடியோரம் பாட்டியின் குரல். சீதா அங்கே போகிறாள்! வாசலுக்கு - கேட் ஓரமாக நின்று சந்தில் யாரையோ எட்டிப் பார்க்கிறாள்.

"அடி சீத்தி! எங்கேடீ போய்ட்டே! இந்தக் கண்ணே எளவும் தெரிஞ்சு தொலைலீயே"

"இதோ வந்து விட்டேன்!"

"கோவுல்ல வெளக்கே ஏத்திப்ட்டு எஞ்சியானும் தொலையேன். யாரு கேட்கப் போறா?"

தடவியபடியே கோவில் பிரகாரத்தில் பாட்டி நிற்கிறாள்.

"பாட்டீ! எங்கேருக்கே எங்கியானும் விழுந்து வெக்காதே!"

"வெளக்கு போட்டயோடி"

"ம்! ஆச்சு!"

"வெளிச்சமே நன்னா தெரீலையேடி!"

“நோக்கு தெரியல்லேன்னா... என்னெ என்ன பண்ணச் சொல்றே?” சீதா வாசற் பக்கமாகப்போய் வாசலை ஒரு முறை பார்த்துவிட்டு வந்தாள்.

“எங்கே போனே?”

“இஞ்சதாம் பாட்டி நிக்கறேன்”

“என்னது?”

“உனக்கு வரவர கண்ணு...”

“ஆமாண்டீ புதிசாச் சொல்லு நேக்கு கண்ணு பொட்டைன்னு இருட்டீடுத்தோல்யோ... அதான்...”

“வெளக்கப்போட்டியோ? எண்ணெவிட்டு திரிய நன்னா தூக்கிவிட்டிருக்கா?”

“ம் ஆச்சுன்னேனே.”

இருவரும் சுவாமி கும்பிட்டபின் பிரகாரத்தைவிட்டு கிணற்றோரமாய் நடந்தார்கள்.

“எங்கையெப் புடிச்சுக்கோ பாட்டீ! திண்ணைல உட்கார்த்தி வெக்கிறேன்.”

“லொட்...”

“என்னது வாசல் கேட்டேன்னா ஆரோ தெறக்றாப்ல இருக்கே?”

“ஹம்! யாருமில்ல பாட்டி! காத்து அவ்வளவுதான்”

“ஸ்ஹப்பா... ஈச்வரா?”

பாட்டி திண்ணையில் உட்கார்ந்தாயிற்று! சீதா எழுந்தாயிற்று! கிளம்பினாள். “எங்கேடி போறே!?”

“பாலெக் காச்சி கொஞ்சம் காப்பி போட்டுண்டு வரேன்.”

“வாண்டாம் இப்போ மூணு மணிக்குத்தான் ஆச்சே ஒரு தடவை!”

“விரதமாச்சேன்னு”

“வாண்டாம் வாண்டாம்”

“பாலையாவது காச்சி உறில வெச்சுப்ட்டு வரேன்.”

பதிலுக்குச் சீதா காத்திருக்க நேரம் ஒப்பவில்லை. சீறிக் கனிந்தது அது. பட்டுப்பாவாடையும், சிற்றாடையும் சலசலக்க உள்ளே போவதைப் பாட்டி பார்த்துக்கொண்டிருந்தாள்.

கிணற்றோரம் வலியன் குருவி சிடுசிடுத்தது.

கிணற்றோரம் நின்ற வாழைப்பட்டையில் உட்கார்ந்திருக்கும் வலியனைப் பாட்டி பார்த்துக் கொண்டிருந்தாள். தென்னை காற்றில் சிலுசிலுத்துச் சிரித்தது. கோவில் பிரகாரத்தைப் பார்த்தபடியே அசையாது உட்கார்ந்திருந்தாள் பாட்டி. இந்த ஆடி கடந்தால் பாட்டிக்கு எண்பது வயது ஆகிறது. காலையில் ஜபம் நீராகாரம் மழை காலமானாலும் தலையைச் சிரைப்பதோ பட்டினி கிடப்பதோ அவலைப் போட்டுக்கொண்டு வேளையை ஓட்டுவதோ ஈரத்தோடே ஸ்தோத்திரத்தைச் சொல்லிக்கொண்டு செடிகளுடன் முனகுவதோ தண்ணீர் விடுவதோ எதுவுமே சிக்கலாகாது ஜானுப்பாட்டிக்கு.

உடம்பு ஏனோ வியர்த்தது. முதுகெல்லாம் வியர்வை. மொட்டைத் தலையெல்லாம்கூட முத்து முத்தாக... காற்று வேறு வீசிக்கொண்டிருக்கிறது. இப்படி வேர்க்காதே...

'ச்சீ! என்ன எழவு இது இப்டி கசகசன்னு வேர்த்துத் தொலையறதே... ராஜாராமன் இன்ஸ்டிட்யூட்லேர்ந்து வருவான். அவனையும் காணோம். இவரு வக்கீல் குமாஸ்தா சாமியையும் காணோம்... என்ன வேர்வைடாப்பா இது...

சீலையை உருவி மூசுமூசுசென்று துடைத்தாள்.

பிரகாரத்தில் யாரோ நடப்பதுபோலத் திமுதிமுவென்று... திண்ணையிலிருந்து பாட்டி இறங்குகிறாள். இருள் கவிந்துவிட்டது - தெருவிளக்குகள் எரிகின்றன. இடுப்பைப் பிடித்தபடியே மூட்டை அசைவதுபோல அங்குமிங்குமாக காலை வைத்துக் கிணற்றோரமாக வந்து பிரகாரத்தில் நுழைகிறாள் பாட்டி.

அமைதி! இருள்! ஙொய் என்ற சுவர்க்கோழிகளின் அமைதியுடன் நசுங்கிய சப்தம்-

பாட்டி கண்ணைக் கசக்கியபடியே பார்க்கிறாள்.

பால் குடித்துக் கொண்டிருக்கும்போது தலைதூக்கிப் பூனை பார்ப்பதுபோல வினோத சப்தம்!

கண்ணாடிப் பாத்திரம் சுவரில் உரசுவதுபோல வேறு ஒரு சப்த அனுபவம்!

என்ன இது?-

அமைதி! இருள்! சுவர்க்கோழிகளின் இசை!

பாட்டி மெதுவாக பிரகாரத்தில் நுழைந்து அகல் இருக்கும் மாடத்தில் எச்சரிக்கையோடு கை நீட்டுகிறாள், விளக்கு எரிகிறதா? வெப்பம் இல்லையே!

பாட்டி அகலில் கை வைக்கிறாள் - அகல் ஜில்லென்று இருக்கிறது. என்ன இருக்கிறது.

ஜில்லென்று!...

அமைதி! இருள்! நொய் என்ற... பிரகாரம் ஓரமாக ஏனோ எச்சரிக்கையாக கல்தூண்களை ஒவ்வொன்றாகப் பிடித்து நடந்துவரும் போது...

மூச்சு முட்டுகிறது... யாருக்கு?

பாட்டி மூச்சுவிடுவதை நிறுத்தி நின்று - பார்க்கிறாள்.

மூச்சுக்கள் மோதும் ஓசை!

கண்தான் மாலைக் குருடு! காதுமா குருடு!?...

மூச்சுக்கள் சீறுகின்றன.

மல்லிகை வாசனை! செடியிலிருந்தா?

இது மல்லிகை வாசனைகூட அல்ல, மல்லிகை நசுங்கினால் தலையணையில் புரண்டால் வீசுகிற மல்லிகை நெடி! அப்படியானால் நெடி வேறு வாசனை வேறா?

பாட்டி மூக்கை காவிப்புடவையில் துடைத்துக் கொள்கிறாள். திண்ணையைத் தட்டித்தடவி ஏறி அமரும்போது பாட்டிக்குத் தலை கொதிக்க ஆரம்பித்துவிட்டது. மணி கூடத்தில் ஏழு அடிக்கிறது. இன்னும் ஐந்து நிமிஷம் கழிகிறது.

'லொட்' வாசல்கேட் நாதாங்கி தைரியமாகவே ஓசையிடுகிறது. பாட்டியின் உதடு சிரிப்பதுபோல சுழிக்கிறது.

"வாடா ராஜாராமா! கொஞ்ச நாழிக்கி மிந்தி இப்படித்தான் லொட்ன்னு நாதாங்கி சத்தம் கேட்டுது. நீ தானோன்னு நெனச்சிண்டேன்."

"நான் இப்போதானே வர்றேன்"-

கூடத்தில் பட்டுப்பாவாடையின் சரசரப்பு கேட்கிறது பாட்டி ராஜாராமன் கையை தொட்டு தடவியபடியே -

"ஏண்டாப்பா ஊர்லேர்ந்து ஓம் பெண்டாட்டி இன்னம் வரல்லியே - லட்டர் கிட்டர் எழுதிப் போடப்படாதோ?"

"வாரம் ஒண்ணு போட்டுண்டுதானே இருக்கேன்"

"ஆனா பதில் மட்டும் வரமாட்டேங்கறதாக்கும்!"

"சேச்சே! வெள்ளிக்கிழமை வராளாம் நேதிக்கி வந்த லெட்டர்லே எழுதிருக்கா"

கதவு லேசாக சப்தமிட்டது...

"ஏய் சீத்தி போயி கொஞ்சம் காப்பி போட்டுண்டு வரப்டாதோ. இவன் வந்தே காமணியாப் போறதேடீ! இதல்லாம் தெரிய வாண்டாமோ ஒரு பொண்ணுக்கு-"

சீதா சிரித்து கும்மளியிட்டபடியே உள்ளே போனாள்-

"ராஜாராமா! எங்கேருக்கே இப்டி பக்கத்ல வாயேன்... இதென்ன சட்டே.... வழுவழுன்னு இருக்கே... டெர்லினா... இன்ஸ்டிட்யூட்டெ இப்பெல்லாம் சீக்கிரமா அடச்சுப்ட்டு இஞ்ச வந்துப்டுறயே... டைப் அடிக்கவரவாள்ளாம் சிரமப் படமாட்டாளோ?..."

"அதெல்லாம் ஒண்ணுமில்ல பாட்டி. இப்டி ஒன்னெப் பாத்துப்ட்டு மாமாவையும் பாத்துட்டு... வீட்லேயும் யாரு இருக்கா? பொழுது போகவேண்டாமோ?"

"கெடுக்கறதுன்னு கௌம்பீட்டே அதுக்குன்னு-!"

"என்ன சொல்றே பாட்டி? என்னது?"

"அதாண்டா கோவில்!! சித்த நாழிக்கி மிந்தி வெளக்கு எரியறதான்னு பாக்க அங்கே வந்தேண்டா - மூசுமூசுன்னு மூச்சு விட்டா குருடிக்கி எங்க தெரியப்போறதுன்னு நெனச்சிண்டியோ?"

ராஜாராமன் முகம் திடீரென்று வெளிறியது; உடல் திமிறியது; நெஞ்சில் பாம்பாய் பூணல் நெளிந்து சுண்டியது. பாட்டிக்கு அதுவும்-?

"ல்ல பாட்டீ! நான் இப்போதானே...!"

"போதும்டா! ங்கொப்பன் இருந்தானே அவனே இந்தக் கோவிலுக்கு இப்டிக் கும்பிடத்தான் வருவான்! நீ இப்போ வந்திருக்கே..."

"பாட்டி வந்து..."

"என்னடா வந்து போயி... சீதா கொழந்தையா இருந்தா! ஏன்... அவிஞ்ச கண்ணுல இன்னும் கொஞ்சம் மண்ணெத் தூவிட்டு அவளெ இழுத்துண்டு அங்கே போயிட்டே.... பச்செ நரம்பு தெரியறாப்ல... கொஞ்ச குட்டி நிகுநிகுன்னு வளர ஆரமிச்சா போதும்டா ஒங்களுக்கு அன்னிலேர்ந்து அவ மூச்சிலேர்ந்து பால் வாசனைபோயிடும் நான் பார்க்க வெரல் சூப்பிட்டிருந்த பயல்... அயோக்கிய ராஸ்கல்..."

பாட்டியின் கை ராஜாராமன் தோளில் அழுத்திப் பிடித்திருந்தது. பயத்தில் வெளிறி சிலையாக உட்கார்ந்திருந்தான்.

“நேத்தி வரைக்கும் பச்சக்கொழந்த அவ! வஸ்த்ராபரணம் பண்ணிபட்டே இப்போ! இனிமே நெலகொள்ளுமா அவளுக்கு? பதினாறு வயசாகல்லே. லோகந் தெரிஞ்சுடுத்து தரிப்பளோ இனிமே - அது எப்டியும் போறது. தபார்டா... இனிமே இங்க வந்தே ஓம் பொண்டாட்டிகிட்ட நேரா போய்டும் விஷயம் ஆமா? இல்லேன்னா அவங்கிட்டச் சொல்லி... அப்றம் நடக்கறதே வேற தெரிஞ்சுக்கோ போய்த் தொலைடா.”

ராஜாராமன் எழுந்து போவது தெரிந்தது-

“நேர வீட்டுக்கு தொலை இஞ்ச திரும்பினே... பாத்துக்கோ!”

மாமரத்தில் காகங்கள் சிறகடிக்கின்றன.

காற்று அழுத்தமாக வீசுகின்றது; ஓலைகள் சடசடக்கின்றன.

“வெக்கங்கெட்ட கழுதை” தானே பேசிக்கொண்டாள் பாட்டி. பட்டுப் பாவாடையும் சிற்றாடையும் சலசலக்க சீதா வந்தாள். கையில் ஆவி பறக்க எவர்சில்வர் டம்ளரில் காப்பி ஆற்றுகிறாள் நுரைக்க நுரைக்க. மணம் முதல் தரம். புதிதாய் வறுத்து போட்டாயிருக்கிறது!”

“எங்கே பாட்டீ அவர்!”

“அவ-ர் என்னடி! பொய்ட்டானே அப்பவே. ஓகோ காப்பியா? இப்டி வெய்! அதெ நான் சாப்பிடறேனே!”

“அப்போ வேண்டாம்ன்னியே”

“ஆமா! இப்போ வேணும்ங்றேன்! சரீ கோவுல்ல மறந்துட்டு வெளக்கேத்தாமலே வந்துட்டே.... இப்போ வானும் எண்ணெய எடுத்துண்டு போயி குளூர எண்ண விட்டு திரியப் போட்டு நன்னா ஏத்தி வெச்சுப்ட்டு சாமி நல்ல புத்தியெக் குடூன்னு நன்னா வேண்டிண்டு வாடீ!”

“வந்து... அப்போவே... ஏத்தினேன்... காத்துல...”

“அணஞ்சுடுத்தோல்யோ! பரவால்லே போயி ஏத்தி வெச்சு விழுந்து கும்பிட்டு வா-போடீ போனயா?”

பாட்டியையே பார்த்துவிட்டு காதுகள் பயத்தில் ஜிவ்வென வாசல் கேட் பக்கமாகப் பார்த்தாள். பிறகு எண்ணையோடு பிரகாரத்தில் ஏறினாள். சுற்றுமுற்றும் பார்த்தாள். சுவரோரமாய் நின்று சந்தை எட்டிப்பார்த்தாள். யாரும் இல்லை! யாருமே இல்லை.

எண்ணை போட்டபோது படபடப்பும் பயமும் நெஞ்சில் நிழலாடியது. விளக்கை ஏற்றியபோது யாரோ வரும் சப்தம்!

திரும்பினாள்! - பாட்டிதான்! நமஸ்கரித்தாள். எண்ணை வழிய பிள்ளையார் அவளையே பார்ப்பது போலிருந்தது.

அமைதியாக அவள் தலையைக் கோதினாள் பாட்டி. இருவருமாக திண்ணையில் வந்து உட்கார்ந்தபின் நீண்ட மௌனம். கஷ்டமாய் இருந்தது. ஜானுப்பாட்டி அவளை அருகே இழுத்துப் போட்டுக் கொண்டாள். பாட்டியின் மடியில் தலை வைத்தபடி கிடந்தாள் சீதா! பாட்டியின் கை அவள் தலையைக் கோதியபடியே இருந்தது.

இருட்டில் பிரகாரத்தில் சுவர்க்கோழிகளின் கூச்சலில் கதகதத்துக் கிடந்த அந்தப் படபடப்பு, பயம் எல்லாம் கடந்துபோய் ஜில்லென்ற ஓர் அமைதி!

இருட்டு!-

கழுத்தில் ஏதோ சொட்டுச் சொட்டாக சொட்டுவது போல ஒரு பிரமை! விரல்களால் தொட்டுப் பார்த்தாள் பயத்தோடு, ஆமாம்-

ஜானுப்பட்டி அழுது கொண்டிருக்கிறாள்.

(அங்கிள், 1971)

இருட்டின் நிறங்கள்

எங்க ஆண்ட்டி இருக்காங்களே அவங்களே ஒருமாறி ஸார்! ஒங்களுக்குத் தெரியாது. தஞ்சாவூர்லியே இது மாதிரி எத்தனை பேர் இருப்பாங்கன்றீங்க? எங்க ஆண்டி ஒண்டிதான்! ஆமா! என்ன அப்படிப் பாக்குறீங்க? சின்ன பயலாட்டம் இருக்கனேன்னுட்டா? என்ன ஸார் செய்யறது? காலேஜ்ல பி.ஏ. தேட் இயர் படிச்சிட்டிருக்கறேன்னு சொன்னாக்கூட யாரும் நம்பமாட்டேங்கிறாங்க ஸார். போன வர்ஷம் 'காலேஜ் பேபி' ப்ரைஸ் யாருக்குன்றீங்க? எனக்குத்தான்! காலேஜிலேயே சின்னவனா அழகா எல்லா சப்ஜெக்ட்லியும் மொதல்ல இருக்கிற ஸ்டூடண்டுக்கு 'காலேஜ் பேபி' ப்ரைஸ் கெடைக்கும் ஸார்! காலேஜ் டேயன்னைக்கி கலெக்டரொட வைஃப் ஒவ்ஒர்த்தராக கூப்ட்டு ஸ்டேஜ்ல ப்ரைஸ் எல்லாத்தையும் ப்ரின்ஸ்ப்ல் முன்னால குடுத்தப்போ... ஏம்பேரையும் கூப்டாங்க.

பசங்க நடுவுல அந்தம்மா ஏங் கன்னத்தெத் தட்டி ஹவ் ஸ்வீட் யூ ஆர்ன்னு சொன்னதும் எனக்கு நாக்கெப் பிடுங்கிகிட்டு சாகலாம்போல இருந்துச்சு ஸார்! ஸ்டேஜெ விட்டு கீழ இறங்கின ஒடனே ராஸ்கல் சிவா சொல்றான், "அவ ஒன்னெ அவளொட கார்லியே தூக்கிப்போட்டுண்டு போய்டப் போறாளோன்னு பயந்துட்டேண்டா" ன்னு. இந்தக் காலேஜ்ல சேந்ததே தப்பு ஸார்! இதேதான் ஸார் லெக்சரர்ஸ்ஸும் பண்றாங்க! ஒவ்வொரு அவர்லியும் ஒவ்வொரு லெக்சரர்க்கும் பதில் சொல்ல வேண்டீது, படிக்க வேண்டியது, படிக்க வேண்டீய லெஸன்ஸே கொச்சன்ஸ்க்கு ஆன்ஸர் சொல்ல வேண்டீது, ப்ரிப்பேர் பண்ண வேண்டீது எல்லாம் நான்தான்! ப்ளாக் போர்டு க்ளீனிங் கூட நான்தான்! ஸர்வீஸ் தானே இதெல்லாம்ன்னு பேசாம இருந்தாக்கூட பசங்க உடமாட்டேங்கிறாங்க ஸார். எவனெப் பார்த்தாலும் அதென்ன ஸார் ஒரு வெஷமப் பார்வை? அண்ணைக்கிந்த சிவா பயல் கேக்கறான் ஸார் இங்க்லீஸ் ப்ரொபஸர் எச் ஆர் வி உன்னெ ரூம்க்குள்ள கூட்டிட்டுப் போயி என்னடா பண்ணினார்னு! ஸார் எனக்கு குப்ன்னு அழுகை வந்துடுச்சி

ஸார்! அழுதுட்டா இன்னும் பேசீட்டே போவான் ஸார் ப்ளகாட்! அதுனாலியே அடக்கிபிட்டேன். ஒடனே நெஞ்சில என்னோட வெரலாலெ ஒரு சிலுவை வரைஞ்சுகிட்டேன் ஸார். அப்பொ குபீர்ன்னு சிரிக்கிறான் சார். அந்த சிவா ரோக்! அவனுக்கென்ன ஸார் நான் செய்ற எல்லாமே சிரிப்பாத்தானே இருக்கு. சிலுவை போட்டுக்கறது க்ளாஸ் பிகின் பண்றப்போ நானே எனக்குள்ற கண்ணெ மூடிகிட்டு ‘ப்ரே’ பண்றது, க்ளாஸ் டெக்ஸ்ட் புக்ஸ், நோட்ஸ்ஸோடே நான் கொண்டுவர்ர ‘நியுடெஸ்ட்மென்ட்ஸ் அண்ட் ப்ரேயர்’ புக் எல்லாமே ஏன் நான் கிறிஸ்தவங்கறதே இவனுக்கு கேலியா இருக்கு. அதுல சின்னப்பயலா வேற இருக்கேனா... ரொம்ப சுளுவா போச்சு மெரட்றத்துக்கு. பெரிய்ய இன்ட்டலக்ட் மாறி பேசுவான் ஸார்... ஆனா க்ளாஸ் டெஸ்ட்ல எல்லாம் சுன்னம்தான்! கீழ் ஒதட்டெக் கடிச்சிட்டே ஒரு மாறியாப் பாப்பான் ஸார் பயம்மா இருக்கும்!... பயம்னா இவங்கிட்ட மட்டுமா? எல்லார்ட்டையுமே பயமாத்தான் ஸார் இருக்கு. எதுனாச்சும் பண்ணிடுவாங்களோன்னு காலைலருந்து சாயங்காலம் வரைக்கும் இந்தப்பயல்கள் கிட்டெ அல்லாம் வேண்டீருக்கு. சிவா இருக்கானே அவன் அசிங்கம் அசிங்கமாக ‘கேள்ஸ்’ விஷயமல்லாம் பேசுவான் ஸார். நான் போறேண்டான்னு நகருவேன் உடமாட்டான் ஸார். பானுவெப்பத்தி சுசியெப்பத்தி, ஹிஸ்ட்ரிக்கி வர்றாங்களே மேடம் ஜானகி அவங்களெப்பத்தி, போட்நெக்கும் யூநெக்கும் நெக்கே இல்லாமலும் ஜாக்கட் போட்டுட்டு வாறாளே அந்த சேட்டுப் பொன்னு குன்ஹி, நிதம் ட்ரெய்ன்ல வர்றாளே பாரதி எல்லாரையும் பத்தி பச்சை பச்சையா ஒடைப்பான்! உண்மையாவும் இருக்கும் ஸார்! ஆனா உண்மை எல்லாத்தையுமே பேசீட்டா நல்லாவா இருக்கும்? ஆண்ட்டி சொல்வாங்க அப்படியெல்லாம் க்ரூடா பேசக் கூடாதாம். சிவா ஒரு க்ரூட் ஃபெல்லோ ஸார்!

எதுக்கு ஸார் மென்ஸ் காலேஜ்ல விமன்ஸெச் சேக்கறாங்க? கோஎஜுக்கேஷன் எனக்குப் பிடிக்கவேல்ல ஸார். நான் பியூஸில் சேந்தப்பதான் ஸார் பானு படிச்சா! ஆம்பள மாறி நிமிந்து நடப்பா ஸார். அவ காலேஜ் வராண்டால நடந்து வரும் போது பசங்கள்ளாம் கூட அடங்கி நிற்பாங்க, சிவா பய மட்டும் பழக்கத்தெ உடாமெ விஸில்லியே ஒரு தமிழ் சினிமா டூயட்டெ அடிச்சு விடுவான் ஸார். நிமிந்து அவனையும் என்னையும் ஒரு தடவை பாத்துட்டு க்ளாஸ்க்குள்ள போய்ருவா ஸார். அப்போ எனக்கு உயிரே போய்டும் ஸார். அப்பப்பா! சிவப்பா குண்டா பொம்மெ மாறி அழகா இருப்பா ஸார் பானு. கை கால் எல்லாமே மொழு மொழுன்னு விரலாலே

தடவி தடவிப் பண்ணினமாறி இருக்கும் ஸார். நெறைய்ய தலைமுடி சுருள் சுருளா இருக்கும். பசங்களுமே சொல்லி வெச்ச மாறி அவளெ திட்டிக்குவான்க ஸார்! அவளெ அஞ்ச பாத்தேன், அந்தப் பயலோட பாத்தேன், அந்த ப்ரொபஸரோட அங்க பாத்தேம்பானுக ஸார் ஒவ்வொரு பயலும், உண்மைல அப்டி இருக்காது ஸார்.

ஆனா பானுவுக்கு கூட என்னெப் பாத்தா எளப்பந்தான் இருக்கும் போல இருக்கு. இப்போ பானுவும் என்னோட க்ளாஸ்தான் ஸார்! அவகிட்ட வந்தாலே பயம்மா இருக்கு ஸார் அவளோடே டிரஸிங் மேக்கப்பே தனி ஸார். பானு ஏன் ஸார் இப்டி இருக்கா? ஒருநாள் காலைல படிக்கிறதுக்காக சீக்கிரமாகவே காலேஜ்க்கு வந்து லாப்ல போயி உட்காந்திருந்தேன். ஒண்டியமா ஒக்காந்துட்டு என்னவோமாறி இருந்துது. வராண்டால வந்து நின்னேன். திரும்பி பாக்கிறேன் பானு வந்துட்டேயிருக்கறா! ஆமா ஸார். ஸ்கைப்ளூ கலர்ல ஒரு ப்ராஸோ ஸாரி எந்த ஸ்மக்ளர்கிட்டேருந்தோ வாங்கீருக்கா சார்! என்னா பொருத்தமா ஒரு ஒய்ட் ஸில்க் ப்ளவ்ஸ், வெள்ளைக் கலர் கண்ணாடி வளையல் ஒரு அடுக்கு ஒரு கைநெறய்ய, வெள்ளை ஸ்ட்ராப் போட்ட ஓமேகா லேடீஸ் வாட்சு மறுகையில், ஸ்லிப்பர் ஹை ஹீல்! ஸாரி விளிம்பெல்லாம் புது மாடல் லேஸ் கட்டிங் வெச்சி தச்சு ப்ரமாதமா இருக்கா சார்! ஆனா வந்த ஒடனே "ஹாய் ஜோஸ்"ன்னு கூப்டுவாளோன்னு நெனைக்கிறேன் சார் ஆனா- "ஏய் காலேஜ் பேபி! ஏன் இங்க நின்னின்டு இருக்கே?" ங்கறா சார்! என்னா திமிர் சார் இவளுக்கு. இவ ஜட்ஜ் வீட்டுப் பொண்ணாயிருந்தா அது இவளோட! எனக்கென்ன அதப்பத்தி? அசிங்கமா தப்புத்தப்பா இவ பேசற இங்கிலீஷும் ஸ்டைலும் யாருக்கு வேணும்? சரியான மப் சார் இவ க்ளாஸ்ல! ஒரு சப்ஜெக்ட்லியாவுது ஒரு எக்ஸாம்லயாவது படிச்சு பாஸ் பண்ணீருக்காளா சார் இவ!? இவ என்னெப் பாத்து கேலி பண்றா சார்! ஜீரா போளினுட்டு. ஆமா சார் நான் புக்வர்ம்தான். எனக்கு வேற ஒண்ணும் வாண்டாம் சார். கிளாஸ்ல ஃபஸ்ட்! அதான் சார் என்னோட எய்ம்! இது வரைக்கும் நாந்தான் ஃபஸ்ட். அதுனாலேதான் சார் பசங்களுக்கு கூட ஏங்கிட்ட கொஞ்சம் பயம். என்னால முடிஞ்ச ஒண்ணே ஒண்ணு படிச்சு மொதலா வர்றது.

எனக்கு மதர் கெடையாது! ஃபாதர் எங்க இருக்கார்ன்னே தெரியாது! நான் ஒரு செல்ஃப் மேட் மான் ஸார். ஆனால் யாருமே என்னை ஒரு மான்னே ஒத்துக்க மாட்டேங்கிறாங்க. அண்ணைக்கி அந்த பஸ் கண்டக்டர் "ஏய் தம்பி எளுந்திரிச்சி முன்ஸீட்ல அந்தம்மா இருக்காங்க பாரு அவங்க பக்கத்ல உக்காரு. சின்னப் பையந்தானே"ங்கறான். நான் என்ன அப்ப சின்ன பயலா? ரெண்டு

நிமிஷத்ல கண்டக்டர் ஏம்பக்கத்லவந்து ஏங் கையெப் புடிச்சு பரபரன்னு இழுத்து அந்தம்மா கிட்ட உக்காத்தீட்டுப் போய்ட்டான் சார்! ஒரே நிமிஷம் அந்தம்மா கவலையில்லாம நகந்து ஒட்டின மாதிரி சகஜமா இருக்கா!

எங்க க்ளாஸ்லிலே படிக்கிறாளே குன்ஹி வடக்கத்திப் பொண்ணு - அவ ஒருநாள் சினிமா தியேட்டர்ல என்னெப் பாத்துட்டா! நானும் மரியாதைக்கி ஹலோன்னு ஒண்ணு போட்டு வெச்சேன், கூட்டமே இல்ல. ரெண்டுமூணு அவளோட சின்ன பிரதர்களோட வந்திருந்தா! அவளுடைய அண்ணா கோடியிலே உக்காந்திருந்தார். கூப்புடறா திடீர்ன்னு! போறேன்! அண்ணங்கிட்ட அறிமுகப்படுத்தி விடறா காலேஜ் பேபின்னு ! அவ பக்கத்திலியே உக்கார வேண்டி ஆயிட்டுது. லைட்டெ அணைச்சிட்டான் - இதை கவனிக்கவேயில்ல. பிக்சர் தொடங்கீட்டுது. ஏதோ ஒரு அவார்ட் வாங்கின இங்கிலீஷ் படம்! சளசளன்னு இவ பக்கத்லருந்து இங்கிலீஷ்ல பேசுறா! படம் விறுவிறுன்னு போகுது. இவ என்னென்னமோ பேசிகிட்டேயிருக்கறா! இவ சாதாரணமா ஏங்கிட்ட இப்டி பேசுறவ இல்ல சார்! என்னாலியும் அவளொட பேச்செ ஃபாலோ பண்ண முடியல! ஏன்னா ஃபாலோ பண்ண முடியிறமாறியா பேச்சா அது இல்ல! திடீர்னு என்னென்னமோ பண்ண ஆரம்பிச்சுட்டா அவ! கதகதன்னு அவளுடம்பு சுட்றது எனக்குத் தெரியிது! ஐயோன்னு கத்தணும் போல இருக்கு. என்னோட பர்மிஷன் இல்லாம என்மேல இவ்வளவு அட்வாண்டேஜஸ் எடுத்துகிட்றா சார் - என் தொடைமேல அவ தொடையெப் போட்டு அமுத்திக்கிறா சார் - எனக்கு ஒதறிட்டு எழுந்திரிச்சி ஓடணும்ன்னு இருக்கு.

சார், நான் அழுவுறேன். கத்தி அழுணும்ன்னு இருக்கு. ஆனா ஒரு அடிமை மாறி அழுவுறேன் - பாத்துட்டாள்ன்னா என்ன பண்றதுன்னு வெக்கத்தோட அழுவுறேன். பக்கத்ல இருக்கற வங்களுக்கெல்லாம் தெரிஞ்சிடக்கூடாதேன்னு அடக்கி அழுவுறேன். படம் முடிஞ்ச ஒடனே குன்ஹியொட அண்ணா கார்லியே என்னெ எங்க வீட்ல கொண்ணாந்து உட்டுட்டுப் போனார் சார்! பாவம் ஆண்டி கேக்கறாங்க சார் "ஏண்டா மூஞ்சியெல்லாம் என்னமோ ஓதபட்டு வந்தாப்ல இருக்கு. எங்கியாவது அடிகிடிபட்டுச்சா என்ன?" என்னோட பாக்கட்ல இருக்கற கர்ச்சீபெ எடுத்துப் பார்த்தால் தெரியும் எவ்வளவு லிப்ஸ்டிக்னு தெரியும்; சுபாரி கறை வேற!

ஆண்ட்டின்னாலே எனக்கு பயம்!

சார் அவுங்களைப் பாத்திருக்கீங்களா! பார்த்திருக்க மாட்டீங்க. மன்னார்குடில சர்ச்ல கூட்டிப் பெருக்கறது, தண்ணி எறச்சு தோட்டத்துக்கெல்லாம் ஊத்றது, நம்ப ப்ரீஸ்ட் ஊட்டு வேலையெல்லாம் பாத்ரம் வெளக்கறது, தண்ணிபுடிச்சு ரொப்புறது, துணி தோச்சுப் போடறது, கோயில் குட்டி வல்லேனா மணியடிக்கிறது இதையெல்லாம் செஞ்சுகிட்டு மன்னார்குடில பாய்ஸ்போடிங் இருக்கே, அங்க சாப்ட்டு கிட்டு இப்டீ இருந்தவன் சார் நான்! கண்டவனும் வேல சொல்வான். சொன்னானேன்னு செய்யவும் செய்வேன். செய்தாலும் ஒதப்பான்க! செய்யாட்டியும், 'அவ்ளோ திமிரு வந்திடுச்'சாம்பாங்க சார்! திடீர்னு அந்த போர்டின் பய்யங்களுக்கெல்லாம் 'ஒரு குஷி மாதிரி' வந்திடும். பெரிய்ய பைய்யங்கள்ளும் ஒண்ணாச் சேந்துகிட்டு சின்னப் பயல்க கிட்ட வெளையாட்டெ ஆரமிச்சிடு வான்க! நாலு பேராச் சேந்து என்னெப் புடிச்சுகுவான்க! ஒருத்தன் என்னோட சட்டெய அவுத்து எடுத்துடுவான். ஒருத்தன் ஷர்ட்ஸ்செ கழட்டி உடுவான். இன்னோருத்தன் ரெண்டையும் உத்தரத்துக் கட்டெமேல தொங்க விட்டுடுவான். அம்மணமா ஒடம்புல ஒரு பிட் துணிகூட இல்லாம துணிக்காக, மறச்சுக்கறதுக்காக இங்கயும் அங்கயும் ஓடுவேன். ஒரே கூச்சல்தான் ஹோன்னுட்டு அம்மணமா வார்டங்கிட்ட போக முடியாது சொல்ல முடியாது. சொன்னாலும் பையன்க ஒத பிச்சு எடுத்துடுவான்க. கடைசீல கீழ அம்மணமா ஒக்காந்து மொழங்காலெக் கட்டிகிட்டு 'ஓ'ன்னு அழுவேன். அப்டீ ஒரு அரைமணி நேரம் கழிஞ்ச ஒடனே கால்சராயும் சட்டையும் என்மேல் வந்து விழும்.

எவனும் என்னெ என்ன வேணும்ன்னாலும் செய்வான் கேக்கமுடியாது. கேட்டாலும் ஒத! சொன்னாலும் ஒத! வேற வேலையா அந்த பக்கம் எவனாவது வருவான். வரும்போதே அங்க நான் உக்காந்திருந்தா "என்னடா வார்டன் பொண்டாட்டி!"ன்னு கத்திகிட்டே ஏந்தலைல ஒரு குட்டு நறுக்குன்னு வெச்சுட்டுத்தான் அந்தப் பக்கம் போவான், ஆமா ஸார் போர்டிங்ல என்னோட 'நிக்நேம்' அதான்! வார்டன் லாஸரஸ் ஸார் இருக்காரே, எதுக்கெடுத்தாலும் இதமாறித்தான் ஜோஸ் எங்கே! ஜோஸெக் கூப்டு! ஜோஸ் இன்னும் வரலியான்னுதான் நிப்பார். ராத்ரீல அவருக்கு கால்ல எண்ணெ தேச்சுவிட்டுக் கால் பிடிச்சுவுடணும். அவரோடயே படுத்துக்க வேண்டியிருக்கும். அவர் சொன்னபடி கேக்கல்லேன்னா நான் தேட்பாரத்தோடயே படிப்பெ நிறுத்தீட்டு போர்டிங்ல சமயலுக்கோ எண்ணெ ஆட்றதுக்கோ இல்லேன்னா தறி

அடிக்கிறத்துக்கோ போயி இப்டீ இருந்திருக்க வேண்டியிருந்திருக்கும் ஸார். லாஸரஸ் ஸாராலதானே ஸார் இந்த நெலைமைல இருக்கேன். அவர்தான் ஸார் மொத மொதல்ல சொன்னது! நீ ரொம்ப அழகா இருக்கடான்னு. அவர்தான் ஸார் மொதல் மொதல்ல எனக்கு பைபிள் குடுத்து படிக்கச் சொன்னதும்!

டோரா ஆண்டி மன்னார்குடிக்கு வந்து லாஸரஸ் ஸார் வீட்ல தங்கீட்டு திரும்பிப் போறப்ப என்னெப் பார்த்தாங்க. ஆமா சார் அண்ணைக்கி லாஸரஸ் ஸாருக்காக பில்க்ரிம்ஸ் ப்ரோக்ரஸ் படிச்சுக்காட்டீட்டு இருந்தேன் ஸார்! டோரா ஆண்ட்டி லாஸரஸ் ஸாரொட ஒண்ணு விட்ட ஸிஸ்டர்! ஸ்ப்பின்ஸ்ட்டர் லாஸரஸ் ஸாருக்கு மாறியே அவுங்களுக்கும் கல்யாணமே பண்ணிக்கப் பிடிக்கல்ல. ஆனா டோரா ஆண்ட்டி ஏம்மாறியே நல்ல செவப்பு. மில்ட்டரியில் பதினஞ்சு வருஷம் டாக்டரா ஸர்வீஸ் முடிச்சுட்டு வந்தவங்க. நான் படிக்கிறதெப் பார்த்துட்டு 'என்னோட வந்திர்றியாடா'ன்னாங்க. லாஸரஸ் ஸாரெ பயத்தோட பார்த்தேன். 'கூட்டீட்டுப் போயேங்க்கா! யாரு வாண்டாம்ன்னாங்க' அப்டீன்னார் ஸார். நான் அப்பதான் எஸ்.எஸ்.எல்.ஸி க்ளாஸ்லே எங்க ஸ்கூல்லியே ஃபஸ்ட்டா பாஸ் பண்ணீருக்கேன். அந்த வாரக் கடைசீலயே ஆண்ட்டியோட தஞ்சாவூர் வந்து சேந்துட்டேன்.

ஸார்...ந்த இருட்டு இருக்கே அது என்னா நெறம்? அதுசரி... ஏதோ ஒரு நெறம்! ஆனா அது கறுப்புன்னு சொல்றாங்களே கறுப்பா? இருட்டுக்குப் பல நெறம் உண்டுன்னு எனக்குத் தோணுது ஸார்! ஆமா எல்லா நெறமும் சேந்துதான் கறுப்பு. அந்த மாறித் தோணுது ஒரு அசட்டுத் தனமான யோசனை!

நான் ஒரு டீன்ஏஜ் பாயாம்! ஆண்ட்டி சொல்றாங்க! இருக்கலாம் ஏன்னா எல்லார்ட்டியுமே பயப்படறேன், இல்லியா? ஆமா! ஆண்ட்டியோட கட்டில்ல ஒண்ணாத் தூங்கும் போது லாஸரஸ் ஸார் ஞாபகம் வரும். ஏன்னா அவருக்கும் நான்கூடப் படுத்தாதான் தூக்கம் வரும். பத்து வருஷம் இருட்ல அவரோடதான் படுத்துத் தூங்கியிருக்கேன். பல வர்ணமான இருட்டுகள்ளாம் ஞாபகம் வருது. ஆமா! பல நெறம். செகப்பு இருட்டு! ஒருநாள் குளுகுளுன்னு நீல இருட்டு! ஒருநாள் இருட்டு மஞ்சள், பச்சை, ஊதா! குப்புறக் கெடக்கிறேன் ஒரு பெரிய சிலுவை என் முதுகுல ஊணி நிக்கிறாப்ல ஒரு நிமிஷம் மூச்சு முட்டுது... இப்ப இருட்டு வயலட் பழுப்பா தெரியுது. திரும்பவும் ஊதாவா?... கருஞ்சிவப்பு இருட்டு பூசிகிட்டே நெரம்பு துரத்த நெறமா இருட்டு... எத்தனை இரவு பூத்த வர்ண இருட்டுகளுக்குள்ள பூந்து பூந்து...

ஸார்! எல்லாமே நான் சொல்லிக்கிற மாறிக்கி இருக்கும்கறது இல்ல. அப்படியெல்லாம் நான் சொன்னேன்னா என்னெ பைத்யம்ன்னு சுளுவா சொல்லிடுவீங்க. ஆண்ட்டிகிட்ட வந்து சேர்ந்ததும் இந்த பல பல நெறமான இருட்டு தோன்றதில்லை... ஆனா எல்லாமே கூடிகிட்டமாறி ஆய்டுச்சு ஸார். ஆண்டிக்கு முப்பத்தொன்பது வயசு ஆகுதாம். ஆனா மேலேயெல்லாம் நான் ஒன்னுமே கேட்டது கெடையாது. எனக்கு எல்லா வசதியும் பண்ணிக் குடுத்துருக்காங்க. மூணு வருஷமா அவுங்க செலவுலதான் படிச்சிட்டு இருக்கறேன். பி.ஏ. பாஸ் பண்ணின ஒடனே என்னெ ஃபாரினுக்கு ஹயர் ஸ்டடீஸுக்கு அனுப்பப்போறாங்க. ஆண்ட்டிக்கி ஒரு அத்தை இருந்தாங்களாம். அவுங்களுக்கு ஒரு பொண்ணு இருக்கு. இங்ககூட அது வந்திருந்தது ஸார். அடுத்த வருஷம் எனக்கும் அந்த பொண்ணுக்கும் மாரேஜ் வெச்சிருக்காங்க. ஒரு தடவை அந்தப் பொண்ணு இங்கு வந்திருந்தப்போ ரொம்ப என்னோட பேசீட்டிருந்துது ஸார்! எனக்கு அப்ப தெரியாது கல்யாணம்ன்னு. ஆனா ஆண்ட்டி சொன்னப்போ வேண்டாம்னு சொல்லணும்னு நெனைக்கிறேன். ஆனா முடிலையே சார்!

ஆண்ட்டி கிட்ட வந்தபறம்கூட நான் சின்னப் பையந்தான்னு தெரியிது ஸார்! ஒரு மனுஷன் எப்ப ஸார் பெரியவனா ஆகிறான்? தானா யோசிச்சு தானா எதுவும் முடிவு பண்ணி செய்யும்போதுதானே ஸார்? நான் என்னைக்குமே டீன் ஏஜ் பாயாத்தான் இருப்பேனோன்னு தோணுது ஸார்! என்னெக் கல்யாணம் பண்ணிக்கப் போறாளே அந்தப் பொண்ணு ஜெனி அவகிட்ட கேட்டாங்களாம் ஸார்! என்னெப் புடிச்சிருக்கான்னு அவ “ம்!”ன்னாளாம் ஸார். பின்னால் ஆண்டிக்கி எழுதின ஒரு லெட்டர்ல எழுதியிருக்கா “ஒங்க கொழந்தை ஜோஸ் எப்டி இருக்கார்?” அப்டீன்னு! கேலி மாறி இருந்தாலும் இதுல ஒரு விஷயம் தெரியுது ஸார்! அவகூட என்ன ஒரு புருஷனா நெனைக்க மாட்டாள்ன்னு தோணுது ஸார்! ஆன்டி கிட்ட இதெல்லாம் சொன்னா “பைபிள் எடுத்து படிடா கண்ணா, எல்லாம் சரிய்யாப் போகும்”பாங்க. ஆனா ஆன்டிகிட்ட நான் எப்டி இருக்கங்கறத்துக்கு ஜெனி குடுத்த ஒரு ஸாம்பிள்தான் அதுன்னு நெனச்சுக்கறேன். மைகாட்!

ஆமா ஸார்!

இருட்ட ஆரமிச்சுடுத்து! இப்பல்லாம் இருட்டு கறுப்பா மட்டும் தோணுது சார்! முந்தி இருட்ட ஆரம்பிக்கும் போதே கறுப்போட எத்தனை நெறம் பூத்து வரும் தெரியுமா ஸார்.

எனக்கே ஆச்சரியமாத்தான் இருக்கு.

அடுத்த வருஷம் செப்டம்பர்ல எனக்கும் ஜெனிக்கும் கல்யாணம். அப்புறம் அவளோடெ அமெரிக்காவுக்கோ ப்ரான்ஸுக்கோ ஸ்டடீஸுக்காக போக வேண்டீது!

ஆண்டி கிட்ட வந்தப்பறம்தான் இருட்டு கறுப்பு சுத்தக்கறுப்புன்னு தெரிஞ்சுது. ஆண்டியோட பெட்ரூம்லகூட இருட்டு கறுப்புதான். ஆமா?

எனக்கும் ஒரு வீடு வரப்போகுதே.

அப்ப இருட்டு என்ன நெறத்ல பூக்கும்?

நெஞ்சையெல்லாம் என்னமோ போட்டு பெனைபெனைன்னு கடயற மாதிரி இருக்கு ஸார். ஜெனி வரப் போறாளே அவளோட - ஒண்ணா - தனியா எங்களுக்கே எங்களுக்குன்னு தூங்கும்போதிந்த இருட்டு - சிவப்பா? மஞ்சளா? நீலமா? கறுப்பா? வெள்ளையா? ஊதாவா?

"ச்ச்சம்! இந்த டீன்ஏஜ் ஐடியாஸ் எல்லாம் உனக்கு வேண்டாம்ன்னு எத்தனை தடவை சொல்லீருக்கேன்? - நேரமாச்சு! அங்க யார்ட்டெ பேசிட்டுருக்கே? இருட்டிப் போச்சும்ம! படுக்கவா!-"

ஆமா இருட்டீடுச்சுதான்! கறுப்பா இருட்டியிருக்கு! ஆன்ட்டி கூப்புட்றாங்க! இல்ல! கூப்புட்ற மாறியே இருக்கு.

மூச்சு முட்டுது மூச்சு முட்டுது ஆண்ட்டியொட கட்டில்ல!

(அங்கிள், 1971)

நாகம்

மல்லிகை மணம் கமழ்ந்து வருவதை ரஸித்த நீலகண்ட சர்மா வாசலோரமாய் நின்று ஜன்னல் வழியே உள்ளே பார்த்தார். ஏதோ ஒரு ராகத்தை மெல்லிய குரலில் இழைத்தபடி தலைக்குப் பூவைத்து மல்லிகை நிரப்பிக்கொண்டிருந்த நாகலக்ஷ்மியைப் பார்த்தார்... பெருமூச்சு இழையோட குடுமியை முடிந்துகொண்டு படியேறி... "நாகம்! நாகம்" என்று குரல் கொடுத்தார்.

கறுப்பு பட்டுச்சேலையில் தங்கக் கொடியும் இலைகளும் பூக்களும் ஜரிகை மஞ்சள் மின்ன வெள்ளை ஜாக்கட்டில் கைகளில் தங்கரேக்கு யானைகள் பின்னப்பட்ட அழகும் பின்னலும் ரெத்தாம்பரப் பொட்டும் நிரம்ப அவள் வந்து தழையத்தழைய நின்று மௌனமாய் ஒடுங்கி கேட்டைத் திறந்ததும் சர்மா வியர்வையைத் துண்டால் வழித்துத் துடைத்தபடி கூடத்தில் நுழைந்தார். ஆளுயரக் கண்ணாடியில் அவர் உருவம் தெரிவது அவருக்கே பிடிக்கவில்லை. நரைத்த தலைச் சிரைத்த வெளுப்பும் குடுமி வெளுப்பும் ம்ஹும் புருவம்கூட வெளுத்துவிட்டதே... நாகத்தின்... கல்யாணப் படத்தில் கணவனாக சர்மாதான் உட்கார்ந்திருந்தார்... படம் ஹாலில் மாட்டியிருந்தார். கலர் பூசி போன மாதம்தான் வந்தது. "ஈச்சுரா" - என்றார்.

மேஜையில் தான் வாங்கிவந்த பூவை எடுத்துவைத்தார். கொல்லைப்புறம் போய் முகம் கைகால் எல்லாம் தண்ணீரை அடித்து கழுவித் துடைத்துப் பெருமூச்சுடன் கூடத்துக்கு வந்தார். கண்ணாடி முன் நின்று திலகமிட்டுக் கொண்டார். பூஜை அறைக்குள் புகுந்தார்.

தூணைப் பிடித்துக்கொண்டு நின்று காத்திருந்தாள் நாகம்.

தூபம் மணமும் ஜெப மணமும் கிளம்பிக் காற்றோடு கலந்தது. மாலை நேர மங்கல் இருள் பூசிய அந்த நேரத்தில் பொட்டுப் பொட்டாக வியர்வை பொடிந்த முகத்துடன் சர்மா எழுந்தார். ஊதுவத்திக் கொடிகள் நூலாய் இழைந்தன.

"ஏண்டி... என்ன நின்னுண்டிருக்கே... காப்பி எடுத்துண்டு வா"

சேலைப்பாவு காலை அறுக்க உள்ளே ஓட்டமாய் நடந்தாள். பின்னே சர்மாவும் நடந்தார். காப்பியைக் கலந்து பதமாய் ஆற்றினாள். திரும்பியபோது சர்மா அடுக்களையுள் கையில் பூவுடன் வருவது கண்டாள்.

காப்பியை அடுத்த வாய் சாப்பிட்டபோது அவள் ஞாபகம் இறுக அவரை பிடித்தது... "நாகம்... இதோ புஷ்பம்" என்றார். அவர் கண்களுள் அவள் நிறைந்தாள். அவர் மந்தஹாசம் அவளுக்குப் புரிந்தது. பூவைப் பூவுடன் தலையில் வைத்து நிறைத்தபோது மூக்கில் மூக்குத்தி சுடர் விட்டது. கன்னத்து கொழுவிய வழவழப்பில் பூனை முடி மிளிர்ந்தது. கன்னத்தில் விரல் வைத்துக் கிள்ளினார் சர்மா... அசடு வழிய களுக்கென்று சிரித்தார்... அவருக்காக அவளும் சிரித்து வைத்தாள். அவளும் அப்போதுதான் குளித்து நிறைந்திருந்தாள். எண்ணை மினுங்கும் தலையின் வழவழப்பில் வருடினார். ஏதோ நினைவில் நின்றாள் நாகம். அவள் அணிந்திருந்த கறுப்புப் பட்டு வழுக்கியது அவர் கரங்களில். கழுத்துச் சங்கிலிகளுக்கு மேலே வண்ணக் கழுத்தில் சிறு மடிப்பு அழகேறி இருந்தன. அவர் போட்டிருந்த பனியனின் சொர சொரப்பு அவள் இடுப்பில் உரசிய போது கிளு கிளுத்தது அவளுக்கு. குழையச் சிரித்தாள் நாகம்.

"காப்பி ஆர்றது" - சர்மா சிரித்தார். அவர் முகத்தில் விழுந்த கோடுகளை அவள் பார்த்தபடி காப்பி டம்ளரை எடுத்து கையில் கொடுத்தாள்.

இருட்டிவிட்டது. மணி போனது தெரியவில்லை.

கூடத்தில் இருந்து கடைக் கணக்குகளை எழுதிக் கொண்டிருந்த சர்மா ஏழரை மணி அடித்தபோது நிமிர்ந்து பார்த்தார். அவருக்கு வலப்புறமாக வந்து நின்ற நாகம் "எலை போட்டாச்சு சாப்ட வரேளா" என்றாள். "வந்துட்டேன்" என்றார் சர்மா. கையலம்பினார்.

"வாழக்காய் சுட்டு பொடி பண்ணிருக்கேன். நெய் ஒரு முட்டை விட்டுண்டு போட்டு சாப்பிடுங்கோ. இந்த அப்பளத்தை பொறிச்சு போடறேன்..." கும்மட்டி அடுப்பில் அப்பளத்தைச் சுட ஒரு கை நிலத்தில் ஊன்றி அமர்ந்த அழகைப் பார்த்த சர்மா பொங்கிப் போனார். பக்கத்திலிருந்த இடைவெளி வழியாக கொல்லைபுறக் கதவு திறந்திருப்பது தெரிந்தது. கிணற்றடியில் நிழல் தட்டியது யாரோ நின்று பார்ப்பது தெரிந்ததும் இலையிலிருந்தபடியே "யாரங்க நிக்கறது?" என்று அதட்டுப் போட்டார். பதில் இல்லை. விறுவிறுவென்று கொல்லைக் கிணற்றடிக்குப் போனார்.

வேலிக்கப்பால் காட்டாமணி குத்துச்செடிக்கப்பால் இடுப்புக்குமேல் உருவம் தெரிந்தது. நிதானித்த சர்மா "யாரது" என்றார்.

"நாந்தாண்ணா"-

"நாந்தான்னா யாரு"

"நாந்தாண்ணா" என்று மீண்டும் அதே பதிலைச் சொல்லிக் கொண்டே அந்த உருவம் வேலிப் படலைத் திறந்துகொண்டு உள்ளே வந்தது. லாந்தருடன் ஓடிவந்த நாகம் கிணற்றடி மேடையில் நின்று பார்த்தாள். அவளுக்கு இந்தக் குரல் புதியதல்ல. "இங்கே... எப்படி அவன்... எதற்காக... இவருக்குப் பிடிக்காதே..." இப்படி குழம்பினாள் நாகம்.

வந்தவன் சுந்தரமூர்த்தி. நாகத்தின் தூரத்து உறவினன் மாமா.

"நாகம்! உங்க சுந்தரமூர்த்தின்னா வந்திருக்கான்... இன்னொரு இலையைப் போடு... ஏண்டாப்பா... நேர வர வழியே தெரியாதா உனக்கு. இப்பத்தான் எலையப் போட்டா அவ. வாசவழியா வர்றதுதானேடா இப்படி கொல்லைப் புறமா வந்து நிக்கறயே..."

"இல்லேண்ணா சாயங்காலமே வந்துட்டேன். வீட்டப் பூட்டீட்டு எங்கியோ போயிருந்தேள். வெளியே அப்படியே போய் கிருஷ்ணையர் க்ளப்லே காப்பி சாப்ட்டூட்டு வந்தேன். வந்திருந்தேள்னா லைட்டு எரியுமோன்னோ, அப்படி எரியலைன்னா அப்படியே சினிமாக்கு போய்ட்டு வரலாம்ன்னு ரோட்லேர்ந்தே பார்த்தேன் கொல்லைப்புறமா. சாப்ட உட்கார்ந்துட்டேளே எப்டி கூப்புடுறதுன்னு நெனைச்சபோதே யாருன்னு கேட்டுட்டு ஏந்து வந்துட்டேள்" -என்றான் சுந்தரமூர்த்தி.

"வீடு பூட்டியிருந்ததா? ஓ! மாவரைக்க மேலண்டை வீட்டுக்குப் போயிருப்ப நீ வாடா-"

இருவரும் இலையில் அமர்ந்ததும் சாப்பாடு சத்தமேதுமில்லாமல் நடந்தது. நாகம் நிமிர்ந்தும் பார்க்கவில்லை. அவன் நிமிஷத்துக்கு ஒரு தடவை நாகத்தைப் பார்த்துக் கொண்டே இருந்தான். சர்மா அமைதியாய் சாப்பிட்டார்.

"மோர் விடு" - சுந்தரமூர்த்தி பாதை உண்டாக்கிப் பார்த்தான். இருளின் அமைதி ஏதோ செய்தது. சர்மா சாப்பிட்டு முடித்தார். செம்புத் தண்ணீரை எடுத்து கொடுத்தாள் நாகம். ஏறிட்டு அவளைப் பார்த்தான் சுந்தரமூர்த்தி. நாகம் பாதை விட்டு விலகினாள்.

நாகத்தின் கல்யாணத்துக்கு ஒளிந்து ஒளிந்து வந்து நின்று பந்தல்கால் ஒன்றைப் பிடித்துக்கொண்டு நின்று எரிய எரிய சர்மாவின்

கிழவுரு கண்டு சாம்பியதும் கல்யாணத்தன்று மறுதினம் இரவு நாகத்திடம் ரகஸ்யமாய் இருட்டில் நின்று சிறு குழந்தைபோல் அழுததும் இன்னும் நெஞ்சிடிப்பாய் அதிர்கிறது. நாகம்...! இப்டியா முகம் மறைக்கிறாய்!

முன்னறைக்கு வந்ததும், காற்றுக்காக வாசலுக்குப் போனான். புழுக்கம்! காற்று வீசியது. தஞ்சாவூர் காற்று பகலின் உஷ்ணத்தை ஏற்ற வெக்கைக் காற்று... அவன் சாயங்காலமா தஞ்சை வந்து சேர்ந்தான். காலை ஆறு மணிக்கே வந்தவனாயிற்றே! இப்போது தானா வேலியோரமாய் நின்று கொண்டிருந்தான். காலையிலிருந்து வேலியோரமாக நிற்பதும் வாசலுக்கருகே வந்து பார்ப்பதுமாகத்தானே இருந்தான். இந்தக் கிழம் இவளையும் வீட்டுக்குள் தள்ளி... உள்ளே திரும்பிப் பார்த்தான் சுந்தரமூர்த்தி. அது ஈசிசேரில் சாய்ந்திருந்தது. நாகம் வெற்றிலை மடித்துக் கொடுத்துக் கொண்டிருந்தாள். கைகள் வெற்றிலைக் காம்புகளைக் கிழித்தன.

மெதுவாக உள்ளே வந்தான் சுந்தரமூர்த்தி. சர்மா நிமிர்ந்து பார்த்தார்.

“வெத்ல போடுறியாடா”

“இல்லண்ணா வாண்டாம்”

“சும்மா போடுரா! வாசனை சீவ கொழுந்து வெத்தல. நானே பொறுக்கி எடுத்து வாங்கிண்டு வந்தது. சிவபுரி புகையிலை...”

நாகம் வெற்றிலைப் பெட்டியை எடுத்து ஊஞ்சலில் அமர்ந்த சுந்தரமூர்த்தியிடம் வைத்தாள். வைத்து மீளும் அந்தக் கரங்களைப் பார்த்தான். செவ்வாழைத் தண்டு போல வளர்ந்த செழிப்பும் மஞ்சள் பூசி குளித்த நிறமேறிய கைகளிலே முன் மயிர் நிரம்பிய எழிலும் ரத்தம் குப்பென்று பரவியிருந்த மல்லிகைப்பூ விரல்களுமாய்... இரண்டையும் எடுத்து நெஞ்சோடு நெஞ்சாய்...

ஒருகணம் தடுமாற்றம்... கண்களில் நீர் நிரம்பி விட்டது உணர்ச்சியில். நாகம் உள் அறை இருட்டில் ஏதோ தேடுவது இருளுக்குள் தெரிந்தது.

“உதவாக்கரைப் பயலுக்கு நாகத்தை கல்யாணம் பண்ணிவைக்யணுமாம்! அதுதானே இஞ்ச நடக்காதுன்னேன். பதினொன்னுக்கு மூத்ததாப் பொறந்திருக்கா அவ. அவளைக் கொண்டுதான் மத்ததுகள் கரையேறணும். இந்த அல்பப் பயலுக்கு கொடுப்பேனா... பெரிய வித்வனோல்யோ கண்டிப்பா பொண் அவச்யம்தான் ஹெஹ்ஹெஹ்ஹே!”

...ரேழியறையில் நின்றுகொண்டு நாகத்தின் தகப்பனார் சுப்பு நின்று பேசியதெல்லாம் தலைகுனிந்து வாங்கிக் கட்டிக் கொண்டது இன்னும் நினைவில் ஊசியாய் ஏறுகிறதே. நாகம்... நீயாவது... சே நாகம்!

அன்றிலிருந்து இன்றுவரை அழகையெல்லாம் தோற்கடிக்க அழகாக பிறந்ததிலிருந்து உன்னையாவது புரிந்து கொண்டிருக்கிறேனா? இல்லை புரியத்தான் விட்டாயா? சாட்டை போன்ற அதே பளபளக்கும் உடல், என்னெல்லாம் அடங்கியிருக்குமோ அப்படி நெஞ்சு, நிமிர்ந்து அவள் நடந்து வரும்போது ஆண் களையேறிய அற்புத வளமை. என் முன்னே நாகம் வந்தால் என் உள்ளம் குதூகலிக்கும், கும்மாளமிடும், அழும், கோபிக்கும் - நீயாக என்று பேசியிருக்கிறாய் நாகம்! வலிய வலியப் பேசினால் ஒரு வார்த்தை பொறி தட்டுவதுபோல் பேசுவாய்... அதுவும் உன் அழகே.

கைகளா அவைகள்! வைரத் தண்டுகள்! அவைகளை அணைத்துக்கொள்ள இதோ எதிரே வெற்றிலை குதப்பிய இந்தக் கிழம்.

கல்யாணத்துக்குச் சரியாய் ஒரு மாதம் ஒன்றரை மாதம் இருக்கலாம். ராஜப்பையன் சாவடியில் நாகத்தின் தகப்பனார் வீட்டுக்குப்பின் வாழைத்தோப்பில் நாகத்தைச் சந்தித்த போதுகூட... என்னதான் பேசமுடிந்தது? அவள் ஆணாய்ப் பொலிந்தாள் நான் பெண்ணாய்த் தலை குனிந்து நின்றேன். ஏமாற்றத்திலும் வெட்கத்திலும் பயத்திலும் நெஞ்சம் அழுது அல்லாடியது. கால் புதைந்த சேற்றை உதறியபடி என்னைக் கடந்து அவள் போனபோது அவள் இடுப்பு வளைவில் கழுத்துச் சரிவில் உள்ளம் சிக்கியபோது திருடன் திருடுவதுபோல அவள் கரங்களைப் பேராசையில் பற்றியபோது,

நான் அழுதுவிட்டேன்... அழுதுவிட்டேன்... பற்றிய கைகளை அவள் உதறவில்லை பதறவுமில்லை. வாழை இலைச் செறிவும் வாழைக் கன்றுகளும் சாட்சி. நான் வெட்கத்தில் புதைந்து நின்றேன்.

“என்ன? ம்?”

“ஏன் கையைப் பிடிச்சே!?”

“.................”

“நான் போறேன் கைய விடறாயா?”

கை வழுக்குமுன் பற்றி எனதாக்கும் அவசரம்... ஆனால் அழுகை...! நான் நடுங்கியபடியே அவள் கைகளில் என் கைகளை

வலுவாய் பின்னிக்கொண்டு நெருங்கிக் கொண்டேன் - மூச்சு முட்டியது. தொண்டை அடைத்தது "ஏன் அழுறே?"

......அவளுக்கா தெரியாமல் இருக்கும்... தெரியாதோ... "சுந்தரமூர்த்தி! இதபார் ஏன் இப்படி அழுதுண்டு என் கையைப் பிடிச்சிண்டிருக்கே! கைய விடு!" - தெளிவான குரல்.

"ஏன் இப்படி என்னைக் கொல்றயோ நாகம் உனக்குப் புரியிலியா?"

"ம்" - ஒரு புள்ளிக்கு வந்ததும் அவள் நிறுத்திக் கொண்டாள். வாழைக் கொல்லையின் மறுபுறத்தில் யாரோ உரக்க பேசிக்கொண்டே போகும் ஓசைகள். இலைகள் தலை வீசி ஆடின காற்றில்.

தைரியத்தைப் பற்றி இழுத்து அவள் பற்றியிருந்த கைகளை எடுத்து என் உதடுகளில் பொருத்திக் கொண்ட போது வாழைக் கொல்லையுள் யாரோ வரும் ஓசை கேட்டது. என் கரங்களைப் பற்றியிருந்த அவள் விரல்கள் ஏதோ பேசின. அவள் கண்களில் நீர் நிரம்பிவிட்டது.

"நான் போய்ட்டு வர்றேன் சுந்தரமூர்த்தி வரட்டுமா?" - அவள் கைகளை விடுவித்துக்கொண்டு வாழைமரங்களுக்கிடையில் நிதானமாக நடந்துபோய் மறைந்ததைப் பார்த்த நான்?... நான்...?

ஓ! அந்தக் கரங்களா இவைகள்? அந்த தெய்வத்தின் அந்த கரங்களா இவைகள்?-! 'ஏழைக் குறும்பு' வைத்யர் சுப்புவின் மகளின் கரங்கள்!!

'ஏழைக் குறும்பு' வைத்தியர் சுப்புவின் பார்வையில் உதவாக்கரை ஆனதுமட்டுமல்ல தன் உதவிகளையெல்லாம் சுப்பு அதிகாரம் செய்து மிரட்டி வாங்குவதும் சுந்தரமூர்த்தி ஒரு வேலைக்காரன்போல் ஓடுவதும் கிராமத்தில் நன்கு தெளிவுபட்ட செய்தி. அவருக்கும் அவர் குடும்பத்துக்கும் அதுதான் ஸ்வாரஸ்யம்.

"எல சுந்தரமூர்த்தி கீரத்தண்டு வாங்கின்டு வா"

"சரி மாமா"

"அப்படியே மருந்து கடைக்கும் போய்ட்டு வர்றப்போ நம்ப ரத்னம் ஐயர் வீட்டுக்குப்போயி... அப்படியே கோலம் வீட்டுக்கும் போயி...."

"சரி மாமா"

"என்னடா சரி மாமா வேண்டிக் கிடக்கு. ஆன கார்யம் ஒண்ணுமில்ல..." போன கார்யத்த ஒழுங்கா முடிச்சிண்டு வரய்யா"

"......" மௌனமாய் உள்ளே பார்த்தான் சுந்தரமூர்த்தி.

அவர் போய்விட்டார் உள்ளே. வீட்டின் முற்றத்தில் நாகத்தின் முகம் தெரிந்தது. பளீரென்றிருந்த அந்த முகம் அவனைப் பார்க்கவில்லை. சுந்தரமூர்த்தி நெடும் பார்வை மீளவில்லை.

"என்னடாது இன்னும் இஞ்சயே நின்னுண்டிருக்கே போச்சொல்லி அரைமணி ஆறது..." - அவர் போய்க் கொண்டே சொன்னார்.

காய்கனிகளுடன் உச்சி வெயிலில் சுந்தரமூர்த்தி பைகளைச் சுமக்க முடியாமல் நடந்து வியர்வை வழிந்து குளித்திருக்கும் உடம்புடன் வீட்டுக்குள் நுழைந்தபோது, குழந்தைகள் கூச்சல் போட்டுக்கொண்டு ஓடிவந்து அவனைக் கட்டிப் பிடித்தபடி "சுந்து மாமா! சுந்து மாமா! எனக்கு எனக்கு" என்றபடி அவன் கையிலிருந்த பைகளை ஆளுக்கு ஒன்றாக தூக்கிக்கொண்டு உள்ளே தூக்க முடியாமல் தரையில் இழுத்துக்கொண்டு ஓடியதும் அவன் வழிந்து கொண்டிருந்த வியர்வையைத் தோளிலிருந்த துண்டால் புரட்டித் துடைத்தபோது, சட்டை போடாத உடம்புடன் பாவாடை மட்டும் இழுத்துக் கட்டிக்கொண்டே உள்ளிருந்து மஞ்சு ஓடிவந்தாள். சிறுமி விளையாட்டு அவசரம் "மஞ்சு! நாகம் அக்கா எங்கேடி?" சுற்றிலும் பார்த்துக்கொண்டான்!

"அதோ - அவள் ஓடிவிட்டாள்.

திண்ணையின் கோடியிலிருந்த குதிர் அருகே அமர்ந்து அடியில் இருந்த பூட்டு கொட்டாங்குச்சியைப் பேர்த்து எடுத்துக் கொண்டிருந்தாள். குபுக்கென்ற சப்தத்துடன் அது திறந்து கொண்டதும் நெல் உள்ளேயிருந்து பொங்கி வழிந்து குவியலாகி நின்றது.

அவளருகே சென்று நின்றான். அப்போதும் அவள் திரும்பவில்லை. குவியல் தட்டிய நெல்லை அள்ளி அள்ளிக் கூடையில் போட்டுக்கொண்டிருந்தாள். தண்ணீர் வழிவது போல் குதிர் வாய்வழி நெல் வழிந்து பெருகியது. கண்ணாடிக் கரம் இரண்டும் அள்ளி அள்ளி...

"நாகம்!" - சிரமப்பட்டு அந்தச் சொல்லைச் சொன்னான். அது அவள் காதில் விழுந்ததோ என்னமோ கூடையை இடுப்பில் இடுக்கியவாறே எழுந்து நின்றாள் நாகம். சாதாரணமாகத்தான் நின்றாள். அவன் அதிர்வு அடங்கவில்லை.

"உனக்கும் 'அவனு'க்கும் கல்யாணம் பேசி ஆயிடுத்தாமே நாகம்" - துணிந்து இதைக் கேட்டதும் அவன் குரல் தழுதழுப்பில் ஒருகணம் நிலைத்த அவள்,

“சீ! ஏன் இப்படி பயந்து சாகறயோ... தெரியல்ல... யாரு என்ன செஞ்சுடுவா? என் கையைப் புடிச்சி இழுத்துண்டா ஓடிப்பிடப் போற? ஏன் இப்படி மூஞ்சி பேயறஞ்சாப்ல... இத்தனை துடைநடுங்கிண்டு...... என்னை யார் கல்யாணம் பண்ணிண்டா உனக்கென்ன? உன்னால் முடியாததை யாரு எவன் செஞ்சிண்டா என்ன...

பளீர் பளீரென்று மின்னலும் இடியுமாய் அவன்மேல் சரிந்ததும் வாசல் திண்ணையில் வந்து தூணில் சாய்ந்து உட்கார்ந்தவன் விறுவிறுவென்று கூடையுடன் உள்ளே போய்விட்ட நாகத்தை மீண்டும் காண...... அவளும் வெறுங் கூடையுடன் திரும்ப வந்தாள்.

அவளுடனே மெல்ல நடந்தான். அவள் ஏதும் பேசிவிடவில்லை. “நாகம் இத பாரேன்”

“எதையும் பாக்கவாண்டாம் நீ போயிடு” - பின்னாலேயே நடந்தான்.

“நான் சொல்றத்த கேட்டுண்டு......”

“வாண்டாம் நீ போயிடு இப்ப”

“கேளேன்!”

“போயிடுன்னா போயிடு! ஆமா!”

“அவ்வளவுதானா”

“ம்! அதுக்கு மேலியும் இல்ல.”

ஒருகணம் முகத்தில் காறித் துப்பப்பட்டது போலிருந்தது. அடுத்தகணம் பரிதாபமாய் நின்றான் சுந்தரமூர்த்தி. நெல் அள்ளும் கரங்கள் அவனைப் பார்த்து சிரித்தன. மல்லிகை மொக்குப் போல மாப்பிசைந்து உருட்டியது போன்ற கரங்கள். இன்னும் ஊஞ்சலில்தான் உட்கார்ந்திருக்கிறானா சுந்தரமூர்த்தி?...

“மாமா” - ஒருமுறை தடுமாறி...... “அண்ணா” என்றான். எதிரே இருந்த சர்மாவையும் நாகத்தையும் காணவில்லை. ஒரு ஜமக்காளம் விரித்துத் தலையணை போடப் பட்டிருந்தது... ஓ... அவர்கள் இருவரும் மாடிக்குப் போய் விட்டார்களா?... ஆமாம் “படுத்துக்கோடா நேரமாயிடுத்து” என்று சொன்னதும் போனதும் பாலாவி போல மங்கலாக ஞாபகம் வந்தது.

நாகம்! - எப்படித்தான்... எப்படித்தான்

ஒரே புழுக்கம்... ஹாலில் தொங்கிய வால்க்ளாக்கில் மணி பார்த்தபோது ஆச்சரியமாக இருந்தது. மணி பதினொன்றரை...

சட்டையைக் கழற்றி சுவற்றில் கொக்கியில் மாட்டிவிட்டு... வேட்டியை அவிழ்த்து தழையக்கட்டி... பூணூலை இழுத்துவிட்டு... முதுகில் வியர்வை ஈரம் அரிப்பு. பூணூலை மாற்றி மாற்றி இழுத்துவிட்டு... அப்பா... புழுக்கம் மாடி வராந்தாவுக்குப் போய் காற்றாட... சரி மேலேபோய்... மின்சாரம்போல் ஏதோ தாக்கியது... நாகம் மாடிப்படியிலிருந்து கீழிறங்கி வந்து கொண்டிருந்தாள்... கையில் சில்வர் செம்பு... அதே பழைய நிதானமும் எடுப்பும். கறுப்புசேலைதான் எப்படி அவளுக்கு பொலிகிறது... என்ன அழகான வடிவு... தண்ணீர் எடுத்துக்கொண்டு மீண்டும் கதவடைத்து மாடிப்படி நோக்கி வரும்போதும் பதற்றமில்லாத அசைவுகள். ஒருகணம் அவள் நிமிர்ந்து அவனைப் பார்த்து திமிர்ந்துபோய் நின்றாள். இது அதிர்ச்சியல்ல. பயம் அல்ல. தவறிவிடுவோமோ என்ற பயம் அல்ல. நின்று அவனைப் பார்த்தாள்.

சுந்தரமூர்த்தி மறுபடியும் பெண்ணாகித் தலைகுனிந்து கொண்டான்.

...தலையைக் குனிந்து கொள்ளுகிறாரே! ம்ஹூம்! என்றைக்கு இவன் தலைநிமிர்ந்தான். என்ன உடம்பு அது? சந்தனமா இல்லை செந்தூரமும் சந்தனமும் கலந்து உருட்டிய மேனியா? பனியன் கூட இல்லாத இந்த மேனியில் ஏதாவது ஒரு புள்ளி மாசு இருக்கிறதா... சுருள்சுருளாய் அலைந்த இந்த தலைமுடி யாருடையது?... என்னுடையது! பாலூற்றியது போல் அகன்று விரிந்த அந்த நெற்றியும் விசிறிக்கிடக்கும் புருவங்களும் கடல்விழிகளும் கபடமில்லாத குணத்தைக் காட்டும் நேரான அந்தச் செதுக்கிய மூக்கும் உதடுகளும் சங்கைக் கடைந்த வளையக் கழுத்தும் யாருடையவை? என்னுடையவை...! என்னுடையவை! என்னுடையவை!

பயமும் அச்சச் சகடமும் ஏமாற்றமும் வாழ்வையே மறந்த கவலையற்ற எழிலும் வெறுங்கையனாக நிற்கும் இந்த சுந்தரமூர்த்தி...

ஓ! என்னுடையவன்... ஆமாம். வெள்ளிக் கெண்டியில் பால்குடித்த அந்த நாளே அவள் நிர்ணயித்ததுதான். அவனை கொஞ்சகொஞ்சமாக தனக்குள் உருவேற்றிவிட்ட பிறகு...

யோசனைகளுக்கு இடம் பொருள் உண்டா தோன்ற...?

பதின்மூன்று வயதில்....... மன்னார்குடிக்குப் போய் ஹைஸ்கூலில் படித்து ரெட்டைமாட்டு வண்டியில் பாமணியாற்றுக் கரையோரம் வரும்போது வண்டியைப் பிடித்துக் கொண்டே வண்டியோடு ஓடிவருவானே அவன்.

அப்போது நான்தான் பெரியவள்! இப்போதும் என் வாலைப் பிடித்துக்கொண்டு வருகிறானே... எனக்குள்ளேயே இந்த எண்ணமா?

அப்போதும் இப்படித்தான்!! மழைகொட்டும் ஒரு இருளேறிய மாலையில் அவனும் வண்டிக்குள் ஏறிவிட்டான். அவளுடன் சேர்ந்து நடுங்கினான் குளிர்! சேற்றை அரைத்துக் கொண்டு வண்டி முன்னேறிக் கொண்டிருந்தது. அவளை இறுகப் பிடித்துக்கொண்டிருந்த கதகதப்பும் படுதாவை நீக்கிக்கொண்டு அடித்த சாரலும்......

சுந்தரமூர்த்தியா அந்நியன்! அப்படி நினைக்கவே முடியவில்லையே.

மேலிருந்து சர்மாவின் குரல் கேட்டது.

"நாகம்! நாகம்!"...

சீ! என்னவெல்லாம் நினைக்கிறேன்!

சுந்தரமூர்த்தி இன்னும் குனிந்துதான் இருந்தான். நாகம் படியேறி மறைந்தாள்...... மாடிக்கு.

எவ்வளவு நேரம் அப்படியே நின்றானோ தெரியாது.

மெதுவாக நடந்து படியருகே வந்தான்.

ஒரு ஒரு படியாக மெல்ல மெல்ல ஏறினான். ஆமாம் மாடியில் ஏறிவிட்டான். அத்தனை படிகளையும் கடந்து மேலே வந்தபோது அந்த நீண்ட முற்றத்தில் நடந்து வந்துபோது... நாகத்தின் சிரிப்பொலிகளும் சர்மாவின் பேச்சுக்குரல்களும் கேட்டன... நல்ல இருட்டு... கொஞ்சம் கொஞ்சமாக நடந்து அந்த அறை ஜன்னலோரமாகச் சென்றான் சுந்தரமூர்த்தி. உள்ளேயும் விளக்கில்லை. இருள்... இருள்பூசிய பொருள்கள் எதுவுமே தெரியவில்லை. சர்மாவின் கொஞ்சல்களும் நாகத்தின் பிணங்கல்களும் மெல்லிய இழையாக ஒலித்தன.

கண்களைத் துருவிக்கொண்டு பார்த்தபோது... ஒன்றும் தெரியவில்லை. மல்லிகைப்பூ வாடையும் மருக்கொழுந்து வாடையுமாய் வீசியடித்தது. உடல் அனலாய்க் கொதித்தது. மனம் பேயாய் ஆடியது. ஆசையும் தோல்வியும் இழப்புமாக சுழன்ற வலி நெஞ்சில் இடியாய் அதிர்ந்தன.

அவள் குரல் கேட்டது... அவர் குரலும் முணகியது. பெருமூச்சுகள்!

மெதுவாய் அசைந்து ஒவ்வொரு படிக்கட்டாக நின்று நின்று கீழிறங்கி வந்தான் சுந்தரமூர்த்தி. விளக்கை அணைத்துவிட்டான். இருள்தான் நல்லது... படுக்கையில் விழுந்தான்... விம்மல்களும்

எரிச்சலும் தொண்டையை முட்டின. கண்களிலிருந்து கண்ணீர் கழன்று காதோரமாக வடிந்து தலையணையில் இறங்கியது.

மணி மூன்றடித்தது. எங்கோ ஒரு சேவல் கூவியது. சில்லிட்ட காற்று வீசியபோது உடம்பு நடுங்கியது. தான் இன்னும் தூங்கவில்லை என்பது அப்போது அவனுக்கும் புரிந்தது. மீண்டும் ஒரு முறை சேவல் கூவல் கேட்டது.

"அப்ப கடைக்கு போயிட்டு வரேன் நாகம்... ஏண்டா? தஞ்சாவூருக்கு ஏன் வந்தேங்கறத்த சொல்லவேல்லியேடா...? அப்பா எப்படியிருக்கார்... வயசான காலம்... திடமா இருக்காரோல்யோ... நான் போய் கடையத் திறக்கணும்... என்ன? நீ இரு... மத்யானம் பேசிக்கலாம்... என்ன..." - பேசிக்கொண்டே வாசல்வரை வந்தவர் நாகத்தின் கையிலிருந்து கடைசி வெற்றிலையும் வாங்கி வாயில் திணித்துக் கொண்டே படியிறங்கினார்.

"வர்றேண்டா சுந்தரமூர்த்தி" - விறுவிறுவென்று ஆஜானுபாகுவான அந்த உருவம் நடந்தது... மறைந்தது. கம்பிக்கேட்டைப் பிடித்தபடி நின்று; போய்க்கொண்டிருந்த சர்மாவைப் பார்த்துக் கொண்டிருந்த நாகம் சுந்தரமூர்த்தியைத் திரும்பியும் பார்க்காமல் நிதானமாய் நடந்து வந்து வீட்டுக்குள் போனாள்.

சுந்தரமூர்த்தி உள்ளே வந்தான். கொல்லைப்புறக் கொடியில் சேலையைக் காயப் போட்டுவிட்டு உள்ளே வந்து கொண்டிருந்த நாகத்தைப் பார்த்தான். கும்மட்டி அடுப்பில் கரியை அள்ளிப்போட்டு விசிறுவதை நாகத்தை நிலைப்படியில் நின்று பார்த்தான். அறையின் மற்றொரு மூலையில் சொர்ரென்ற சப்தத்துடன் காஸ் ஸ்டவ் எரிந்துகொண்டிருப்பதும் மௌனமாய்ப் பார்த்துக்கொண்டிருந்த நாகத்தையும் பார்த்துப் புகைந்தான் சுந்தரமூர்த்தி.

நேரம் நகர்ந்தது. மௌனம் நீண்டது.

மெதுவாக அவன் பக்கம் திரும்பினாள். கண்களில் பழைய விறைப்பு சிலிர்த்தது.

"எதுக்கு இஞ்ச வந்தே?"

"......உன்னை... உன்னைப் பார்க்க...த்தான்"

சுந்தரமூர்த்தி அடிவாங்கியவன்போல நின்றான். அங்கேயே நின்றான்.

"அதான் எதுக்குன்னேன்... புரியல்லியா?"

"......"

"போறது! எப்படி இருக்கா... செத்துட்டாளோன்னு பார்க்கலாம்ன்னு வந்தயா? இல்லே... சினிமா... மாதிரி..."

"உனக்கு ஆசை வேற! அது நானாக்கும்! இன்னி வரைக்கும் அது இருக்காக்கும்! இன்னும் உனக்கு வேணுமாக்கும்! அதுக்குத்தானே வந்திருக்கே நீ! புரியறது எத நம்பிண்டு இஞ்ச வந்தே?"

"இன்னும் நன்னாத்தான் அழறே! கையிலிருக்கச்சே என்ன பண்ணினே சுந்தரமூர்த்தி" - எரிந்து எரிந்து ஆடினாள் நாகம்!

அடியுண்டு தாங்காமல் புரள்பவனைப்போல் உதடுகள் நடுங்க அங்குமிங்குமாக அசைந்து நின்றவள் சொருகிய சொருகல்களில் வழிந்த உதிரம் கண்டு நின்று கண்ணீர் சோர சோர்ந்தான். சுவற்றில் அங்கேயே உட்கார்ந்து விட்டான் அவன். விக்கியது தலை கோணிக் கொண்டது 'ஐயோ' என்றபடி அரற்றி அருகே தண்ணீர் தெளித்து முகத்தைத் துடைத்து வாய் வழியே வெந்நீரைக்கொடுத்தும் அவன் கண்விழிக்கவில்லை. மூச்சுகூட சன்னமாக இழைந்தது வலிப்பு. அவன் இப்படியா மாறி இருக்கிறான்? ஈஸ்வரா!

"ஐயோ நான் என்ன பண்ணுவேன்" அலறினாள்.

ஓவென்று அலறிக்கொண்டு அவனைத் தழுவிக்கொண்டு அழுதாள் நாகம்.

"கொன்னுட்டேன்! கொன்னுட்டேன்" - என்று அழுதபோது ஒருகணத்தில் அவன் லேசாகக் கண்திறந்து அவள் மடியில் புதைந்து கொண்டான். எழுந்து அவளைத் தழுவிக் கொண்டான். சொர்ரென்ற ஸ்டவ் ஒலி தவிர வேறு ஓசையே இல்லை. அவனை அணைத்து படுக்கையில் விட்டதும் பெரு மூச்சு ஒன்று வெளி வந்தது. அவள் சேலைத் தலைப்பால் கண்களைத் துடைத்துக் கொண்டாள். மூச்சுகள் முட்டி மோதிக் கலந்தன.

"ஏன் வந்தேன்னு கேப்பயோ நாகம்?" - தழுதழுப்பு அதிர்ந்தது. 'ஓ'வென்று கதறி அழுதுகொண்டே உள்ளே ஓடினாள் நாகலெக்ஷ்மி.

"நான் சீக்கிரம் போகணும்" - என்றான் சுந்தரமூர்த்தி. "இப்போ அண்ணா வந்தா?"

"வந்தா என்ன சுந்தரமூர்த்தி?" - புருவங்களை வளைத்தாள் அவள்.

குறுகலான அந்த மாடி அறையில் பெரிய கட்டிலில் இருவரும் கிடந்தனர். பட்டுத் தலையணையை எடுத்து கட்டிலின் கம்பியில் சாய்த்துவைத்து அதில் சாய்ந்திருந்தான் சுந்தரமூர்த்தி.

“நீதான் என்னோட புருஷன் ஆமா! தப்பா பேசறேன்னு நெனைச்சிண்டிருக்காதே. தப்பா செய்துப்ட்டு நல்லதா நம்மப் பத்தியே நினைச்சுனுட்ரோம். எங்கம்மா பதிமூனு குழந்த பெத்து வீசிப்ட்டு கண்ண மூடிட்டா...”

“எங்கப்பா... கோலம் கோலம்ன்னு இருந்தாளே நம்ப ஊர்லே சதுர் ஆடறவ... அவகிட்டேயே கையேந்தி பிச்சை நின்னார்.

வீட்டில நான் பெரியவ! அடங்கி அடிவாங்கி சுமந்து நின்னேன்.”

சுந்தரமூர்த்தி அவளையே பார்த்தான். அலட்சியமாய் பேசிக்கொண்டே போனாள்.

“என்ன பாக்கறே... ஆமா! ராத்திரி மூணு மணி நாலு மணின்னு அலஞ்சுப்ட்டு அப்பா வருவர்! வாசக் கதவடியிலேயே அடி எனக்கு... கோவில் அர்ச்சகர் மகனை எனக்குப் பார்த்தா... அவன் இந்த ஓதிய மரம் வேண்டாம்ன்னு போய்ட்டான். அப்படி எத்தனை எல்லாத்தையும் வித்து கோலத்து மேலியே சொரிஞ்சார். என்னன்னு கேக்கல்லாமோ கேட்டுப்டேன் நான்... அன்னிக்கி அவர் அடிச்ச அடியும் மிதிச்ச மிதியும் நான் பெண்ணாயிருக்கற வரை மறக்கவே முடியாது.

நீ வளைய என்னைச் சுத்தண்டிருந்தே. உன்னைப் பார்க்கறப் போதெல்லாம் என் உசிரையே ஓங்கிட்ட பாக்கறாப்பில இருக்கும்.

இன்னிக்கு ஓங்கிட்ட குடுத்த இந்த உடம்பை மூணு மாசத்துக்கு முன்னேயே என்னை கல்யாணம் பண்ணின்டவர்ட்டையும் கொடுத்தேன்.

அவரும் ஆண் பிள்ளைதானே. என்னை தனக்குன்னு நெனச்சிண்டார். நெனச்சிண்டாப் பரவாயில்லை. நான் அப்படி நெனைக்கல்லியே.

அவர் என்னை குத்துவிளக்கு மாதிரி துடைச்சு துடைச்சு எரிச்சார். சுந்தரமூர்த்தி உன்னை நெனச்சிண்டே நான் எரிஞ்சேன்.

விரிந்த கண்களுடன் தலை குனிந்து கொண்டான் சுந்தரமூர்த்தி.

“அவர்தான் என்ன சுந்தரமூர்த்தி! அல்ப சொல்பமா என்ன? வைரக்கம்பு மாதிரி பொலியறவர்! மனஸ் முழுக்க பூப்பூவா முளைச்ச கொத்து! என்னைக் கட்டி அணைச்சுக்கறப்போ மூச்சு முட்றப்போ அவர் விரல் எல்லாம் பேசும். மேலெல்லாம் சந்தனம் வாசிச்சிண்டு உள்ளெல்லாம் பூவாப் பூக்கறவர் அவர்.

அவள் பேசும் விழிகளை நிமிர்ந்து பார்த்தான் சுந்தரமூர்த்தி.

“உடம்பு எப்படி? ராமர் பொம்மையாட்டம் அப்படியே வழவழன்னு கருங்கல்லாலே அடிச்சு பஞ்சு மாதிரி அமுங்குமா வேறு ஏதாவது? ஆமா! வெளிச்சமா ஒளிக்காம பளீர்ன்னு பொழியறவர். “ஏய் ஆசையா இருக்குடி”ன்னு சொல்லிண்டேதான் ஓடிவந்து பிடிப்பார் என்னை. சின்னதா ஆட்டுக்குட்டி நிண்டுமே அது மாதிரி நான் அவரோட அவரா ஆகும்போது உன்னை நெனைக்காம இருக்க முடிஞ்சதில்ல.

மூணு மாசம் ஆறது கல்யாணமாகி, வயசு அவருக்கு அறுபது! அறுபதில் நீயும் நானும் இப்படி இருப்போம்னு நினைக்கறயா? ம் ஏது! காலும் கையும் உடம்பும் எப்படி கிழங்கு மாதிரி... ம்ஹூம்... பணம் குடுத்து நெலம் வாங்கி எங்கப்பாவுக்கு குடுத்து என் தங்கச்சி மூணுபேருக்கு கல்யாணம் பண்ணி... தம்பிகளை படிக்க அனுப்பி... ஈச்சுரன் நிறைய அவருக்கு குடுத்திருக்கார். அவரும் எப்படி அள்ளிஅள்ளி... எல்லாரும் சாப்டுங்கடான்னு வீசி இன்னமும் கலகலன்னு எப்படி இருக்கார் பார்த்தயா சுந்தரமூர்த்தி? இன்னமும் கைவிரிச்சா மூடத்தெரியாது...”

“நான் தீர்மானிச்சுண்ட வாழ்க்கையிலே நாகமான்னா நான் பிறந்தேன். நான் பிறந்தப்போ என்னைத் தாலாட்டி பிரம்புத் தொட்டில்ல வளத்தி வெச்சிருந்தப்போ என்னைச் சுத்திண்டு படம் எடுத்து என்மேல் நாகம் இறங்கி ஆடித்தாம். ‘தேமே’ன்னு கத்திண்டே அம்மா வயத்லடிச்சுட்டு ஓடிவந்தப்போ வேண்டிண்டாளாம் நாகலக்ஷ்மின்னு பேர் வெக்யறதுன்னு... நான் தப்பிச்சேன் ஆனா நானே நாகமாயிட்டேன்.

உன்னண்டே பழக ஆரம்பிச்சப்போ உன்னைச் சுத்திண்டேன். இன்னும் அவரையும் சுத்திண்டேன். இன்னும் வழுக்கிப் பிரியற காலம் வரலையோ என்னமோ.

கூதல் ராத்திரில அம்மா கடவாயில் கஞ்சி எறங்கிண்டிருந்தப்போ எங்கிருந்தோ அப்பா வந்தார். அம்மா கெதியாக் கிடந்தா முழிச்சுப் பாத்துப்ட்டு அப்பா கிளம்பினார். கோலம் வீட்டுக்கு இன்னக்கு மட்டும் போகாதேங்கோ நான் போயிடுவேன். போகாதேங்கோன்னு கதறினா அம்மா.

“குளிர்றதுடீன்னு சொல்லிப்ட்டு சாரல்ல படி எறங்கிப் போய்டா அப்பா. அன்னி ராத்திரி நான்தான் அம்மாவைத் தீண்டியிருக்கணும். விசித்திரமா அன்னி ராத்திரி உன்னைக் கொல்ற மாதிரி கனவு வேற கண்டேன். அம்மா கண்ணை மூடினா அன்னி ராத்திரி!

காலேல அப்பா வந்தார். பொணத்தைத் தூக்கி எறிஞ்சுட்டு கோலத்தைத் தேடிண்டு போய்ட்டா. அன்னி மூணா நாள் அர்த்தநாரின்னு ஒரு கோட்டான் இருந்துதே மூணாம் வீட்டில் அது வந்து... நீ... நான் கல்யாணம்ன்னு தத்துப் பித்துன்னு விழுந்து வெச்சு என் கையைப் பிடிச்சது. அப்பா அவன் கிட்ட அடி செம்மையா வாங்கி திரும்பியும் கோலம் வீட்டுக்குப் போனார். அவள் அவரை உரிஞ்சிப்ட்டா, ஆமா.

பனிரெண்டு பேருக்கு சமைச்சுப் போட்டு அள்ளிப் போட்டு நல்லது எதுவுமே தெரியாம போய் போயி பசி மட்டும் தெரிந்து கிடந்தப்போ... நீ மட்டும் தெரிஞ்சிண்டே இருந்தே.

அன்னிக்கு நீ கெஞ்சி நின்னப்போ பசியும் பன்னண்டு வயிறும் எனக்குத் தெரிஞ்ச மாதிரி நீ தெரியல்ல. இப்போ அவருக்கு மேலே நீதான் தெரியறே! சுந்தரமூர்த்தி... வயத்தால் நகந்து நகந்து மண்ணைத் தின்னு தின்னு உடம்பைப் பளபளன்னு ஆக்கிகிட்ட பாம்பா நான் நெளிஞ்சு நெளிஞ்சு வளந்துட்டேன் சுந்தரமூர்த்தி! உள்ளியும் வெஷம்! நாக்லயும் வெஷம்ன்னு இருக்கேன். உன்னைத் தீண்டிடப்படாதுன்னு நான் ஆயுசெல்லாம் பட்டுண்டிருந்த பாடெல்லாம் வீணாயிடுத்து.

உன்னைத் தீண்டிட்டேன் சுந்தரமூர்த்தி தீண்டிட்டேன். நேத்திக்கி ராத்திரி அவரைத் தீண்டின வேகத்தோட அடங்கி இருக்க முடிஞ்சுதா? - 'ஓ'வென்று கதறிக் கதறி அழுதாள் நாகம்!

சுந்தரமூர்த்தி ஏதோ பேயறைந்தது போல பேதலித்துக் கிடந்தான். கற்சிலை போல் அவள் முன் கிடந்தான்.

“இந்த உடம்புக்கு இத்தனை நெளிசலும் வளைசலும் குடுத்தானோல்யோ ஏன் அது மாதிரி? இப்படி நாகமா நெளியறத்துக்கா? உன் உடம்பெல்லாம் சுருண்டு நெளியணும்ன்னு தவிச்ச ஆசை தீண்டுனத்துல வந்து நின்னிருக்கேன்...” விக்கி விக்கி அழுதாள்.

அமானுஷ்ய ஒளி வீசும் அவளுடைய கண்கள் நெளிந்து வளைந்த அந்த உடம்பும் அழகும் பிடிப்பும் எல்லாமே அப்படியே காந்துவது போலிருந்தது, எரிந்தது.

கீழே கதவு தட்டப்படும் ஓசை கேட்டது. துடித்து எழுந்தான் சுந்தரமூர்த்தி. அப்படியே கிடந்தாள் நாகம். கைகளிரண்டையும் அவன் மேல் போட்டு பற்றி இழுத்து தீண்டினாள் நாகம்.

வேகமாக கீழிறங்கி ஓடினான் சுந்தரமூர்த்தி.

சர்மாதான்! மல்லிகைப் பூவுடன் வீட்டுக்குள் நுழைந்தார். வீடு முழுவதும் மல்லிகை மணம். "நாகம்! நாகம்!" அழைத்தார். அலங்கோலமாக நாகம் மாடியிலிருந்து இறங்கி வந்தாள்.

காப்பி கொண்டு வந்து கொடுத்தாள். குளித்தாள். சீவினாள். மினுக்கினாள். சர்மா அவளை அழைத்துக்கொண்டு கோவிலுக்குப் போய் வந்தார். அன்றிரவும் அதுபோலவே... சுந்தரமூர்த்தி கீழேயிருந்து இரவு உச்சியில் மாடிப்படியேறி மேல்தளம் வந்தபோது நாகத்தின் சிரிப்பொலி கலீர் கலீர் என்று அந்த அறையிலிருந்து வெளி வந்து கொண்டிருந்தது. சிறுகுழந்தைபோல் சர்மாவை மடியில் போட்டுக் கொஞ்சுவதும் அவர் பிணங்குவதும் இறுகும் மூச்சொலிகளும் இன்பமாய் அலையடித்துக் கொண்டிருந்தன.

தலையை இருகைகளாலும் பற்றிக்கொண்டு இரவு மூன்று மணி வரை ராக்காவலாய் நின்றான் சுந்தரமூர்த்தி.

சாக்குருவி ஓலமிடவில்லை.

ஆந்தைகளும் அலறவில்லை.

விடிந்தபொழுது உதயவானில் சகதி போலிருந்த குழம்புகளுக்கிடையில் சூரியன் தத்தளித்துக்கொண்டிருந்த கடும் வேளை. படுக்கையில் புரண்டது போதுமென்று சுந்தரமூர்த்தி எழுந்து வாசலுக்கு வந்தான். வாசலில் -? வாசலில்?

பிரும்மாண்டமாக நாகபந்தம் கோலமாக வாசலில் பூவேலைகளுடன் சாணம் தெளித்த தரையில் புணையலாகப் பின்னிப் பின்னிக் கோலமாக இழைத்திருந்தது.

இவ்வளவு விடியலிலே இவ்வளவு பெரிய கோலமா?

கொல்லைப்புறம் மெதுவாக நடந்துவந்தபோது கொல்லை அரசமரத்தடியில் பனிசோர்ந்த புல்தரையில் நாகம் கிடந்தாள். அலறியடித்துக் கொண்டு ஓடி வந்த சுந்தரமூர்த்தி நின்று பார்த்தான்.

வாயில் நுரை பொங்கி வடியக் கிடந்தாள் நாகலக்ஷ்மி. மரத்தடியில் இருந்து நாகப்புற்று உடைத்துத் தள்ளப்பட்டிருந்தது. நாகப்பாம்பு ஒன்று மண்ணோடு மண்ணாய் நசுங்கிக் கிடந்தது.

நாகம் செத்துக் கிடந்தாள். என்னைத் தீண்டிய நாகம் செத்துவிட்டாள். தீண்டியதும் செத்துவிட்டாள். சர்மா ஓடி வந்தார். அலறினார். நான் சிரித்தேன். என்னைத் தீண்டியதும் செத்துவிட்டாள். நாகம் செத்துக் கிடந்தாள். ஆமாம் செத்துக் கிடந்தாள் நாகம்.

(அங்கிள், 1971)

அஞ்சுமாடி

'**வா**ங்க' என்றார் கோபிராவ்.

நான்கு படிகளும் ஏறுவதற்குள் சடசடவென்று கொட்ட ஆரம்பித்துவிட்டது கோடை மழை. பெரும் துளிகள். எதிரில் லாரி புக்கிங் ஆபீஸ் மேல்கூரை தகரம் தடதடவென்று அதிர்கிறது.

"ஐயய்யோ! ம்ஸ! நல்லா நனைஞ்சிட்டீங்களே சார்!"

"என்ன பண்றது கீழவீதி முனைக்கி வந்துட்டேன். ஆனாக்க எங்கியும் ஒதுங்க முடியல்ல. கோடெ மழல்ல. பெரிசு பெரிசா உளுவுது!"

"அட மேலே வாங்க சார் இன்னும் இஞ்சியே நின்னுக்கிட்டு" கோபிராவ் மேலே நின்று கத்தியது அரைகுறையாகத்தான் காதில் விழுகிறது. நிமிர்ந்து பார்க்கிறேன். ஐந்துமாடிக் கட்டடம் மழை மங்கலில் சித்திரம் போலத் தெரிகிறது. கோட்டையின் சுவர் பிரும்மாண்டமாக நீண்டு போகிறது. ஒரு காலத்தில் நாயக்கரும் மராட்டி ராஜாக்களும் கட்டி ஆண்ட அரண்மனைக் கட்டடங்கள். பெட்டி அடுக்கியது போல மேலே வானளாவ நிற்பது பூசியது போல மழையில் தெரிகிறது. தினமும் பார்க்கிற கட்டடம்தான். ஏன் சின்ன வயசிலிருந்து பார்த்த கட்டடம்தான். பாதி கட்டடம் நனையவே இல்லை.

பிரும்மாண்டமான வாயில் வழியே உள்ளே இருட்டில் நுழைகிறேன். கோபிராவ் எங்கே இருக்கிறார் என்றே தெரியவில்லை.

தீக்குச்சி உரசும் ஓசை. மேலே இருபதடி தூரத்தில் ஒரு தீக்குச்சி எரிகிறது. கோபிராவ் குரல் கேட்கிறது.

"என்னா சார் இது! சீக்கிரம் மேலே வாங்க இந்த எடத்துக்கு லைட் போடுங்கடா போடுங்கடான்னு மூப்பனார் சேர்மனார்ந்த காலத்லேர்ந்து எழுதி எழுதிப் போட்டாச்சு... ம்ஹ்ம் அவனுகளுக்கென்னா... எண்ணைக்காவது... விசிட் வர்றது. நல்லா திங்கவேண்டீது... பாட்ல கொண்டா கறியக் கொண்டா மீனக் கொண்டான்னு... போட்டுக்க வேண்டீது. எல்லாம் நல்லாருக்குன்னு

எழுதி வெச்சுப்ட்டுப் போயிட்றது. ராத்ரீல முட்டிக்கிறதும் மோதிகிட்றதும் அவனுங்களா என்ன?"

"ராவ் ராவ்!... திட்டாதீங்க யாரையும்"

மேலே வந்தபடி கூறினேன். மேலே முதல்மாடிக்கு வந்து சேர்ந்தோம். ஏறத்தாழ இருபத்தைந்து படிகளாவது இருக்கும். திறந்தவெளி, நூறு நூற்றைம்பதடி அகலம் முன்னூறு முன்னூற்றைம்பதடி நீளம் உள்ள திறந்த மாடி. அதில் நடுவில் வளைவு வளைவாக கமான் வளைவுகள் வைத்துக் கட்டிய பெரிய கட்டடம். சுவரில் ஒரு பல்பு எரிந்துகொண்டிருக்கிறது. கதவைத் திறந்தார் ராவ். பெரிய பெரிய அறைகள்.

"பின்ன என்ன சார்!? நானும் இந்தக் கட்டடத்ல வாட்ச்மேனா ரெண்டு மாமாங்கத்துக்கு மேலே இருக்குறேன்... என்னா பாருங்க... இவ்வளவு பெரிய கட்டடத்ல நானும்... தாவீதுப் புள்ளையும்தான் இருந்தோம்... போனவாரம்... நீங்க இஞ்ச மாத்தலாயி இந்த ஆபீஸுக்கு வர்றதுக்கு சரிய்யா மூணு நாள் முந்தி செத்துப் போய்ட்டாரு... அவரு போனதுக்கப்பறம் இஞ்ச யாரு வர்றா? ராத்திரி எட்டு மணியாச்சுன்னா அல்லு அசல் எல்லாம் ஜாடா அடங்கிபோயிடுது... ம்ஹ்? எனக்கும் வயசாச்சில்ல சார்... கண்ணு சரிய்யா தெரிய மாட்டேங்கிது... இருட்ல... எதாவுது தெரியாம எசகேடா எங்கியாவுது கால வெச்சா... என்னா ஆகும் சார்... மொத்தம் அஞ்சு மாடி இருக்கு... மூணுமாடீல ஆபீஸ் வெச்சிட்டாங்க... மேலே மஹாராஜா குடும்பத்ல... ஆளுங்க இருக்கராங்க... ராத்திரியில கீழே நான் வாச்சுமேன். மேல தாவீதுப்புள்ள! இப்ப அவரும் இல்ல... நானே பாத்துக்க வேண்டீருக்கு... தினம் எரணூரு எரணூத்தம்பது படி ஏறி இறங்க வேண்டீருக்கு லைட்டு இல்லாம... அந்தக் காலத்துல மஹாராஜா பாய் சாஹப்கிட்ட இந்த எடமெல்லாம் இருந்தப்போ எப்டி இருக்கும் தெரியுமா சார்! ட்டேயப்பா! எங்கப் பாத்தாலும் வெளக்குதான்! வெளக்குன்னா எப்படி வெளக்குங்கிறீங்க! வெங்கலத்துல கொத்துக்கொத்தா பண்ணியிருக்கும். கண்ணாடி ஜாடி வெச்சு ஃபிட்டப் பண்ணியிருப்பாங்க. அதுக்குள்ள காண்டில் எரியும். ஒரு ஒரு கொத்லயும் சும்மா அம்பது காண்டில் எரியும் சார்... அரமனைக்குள்ளாற வெளக்கு ஒண்ணு ஒண்ணுமே எவ்வளவு அளகா இருக்கும்ங்கிறீங்க... ம்ஹ்! எல்லாம் போச்சு..."

வெளியில் ஜோவென்று மழை இரைச்சல். சுவரில் மாட்டியிருந்தது கடிகாரம். எட்டேமுக்கால் மணி. சாப்பிட்டாயிற்று என்ன செய்வது. பதினொரு மணிக்கு மேல்தான் படுக்கிற

வழக்கம். படுத்தால் தூக்கம் வராது. நீண்ட நீண்ட மேஜைகளை இழுத்துப்போட்டு படுக்கை தயாரித்திருந்தார். கோபிராவ் வந்து இந்த ஆபீசில் வேலை ஒப்புக்கொண்டு ஒரு வாரம்தான் ஆகியிருந்தது. மிஞ்சிப்போனால்கூட இரண்டு நான்கு நாட்கள் ஆகியிருக்கலாம். அதற்குள் அப்படி ஒட்டி ஒட்டிப் பழகினார் வாட்ச்மேன் கோபிராவ். அவருக்குச் சொந்த ஊர் தஞ்சாவூரேதான். எனக்கும் சொந்த ஊர் இதே ஊர்தான் என்று கேட்டதும் ராவ் கட்டித்தழுவாத குறைதான். பேச்சு பேச்சு ஓயாத பேச்சு! பேசாவிட்டால் ராவ் உயிரோடு இருக்கமாட்டார் என்றே தோன்றும். சாரல் மின்னல்கள் வழியே சாடியது. ராவ் போய் ஜன்னல்களை இழுத்து அடைத்துக் கொண்டிருந்தார். கதவு வழியே சில்லென்று மழைக்காற்று. ஜன்னலோரமாகச் சென்று வெளியே எட்டிப்பார்த்தேன். திருவையாறு செல்லும் பஸ் ஒன்று ஒளியை வீசியபடி மழையில் சர்ரென்ற வீச்சோடு ஓடி மறைந்தது. தெரு விளக்குகள் மழைத்துளிகளால் சரங்கட்டி நின்றன. வானம் இருண்டு கிடக்கிறது. தார்ரோடு விளக்கொளியால் பளபளக்கின்றன. மழையில் கழுவிவிட்ட ரோட்டில் ஒளிப் புள்ளிகள் விளையாடுகின்றன.

“என்ன சார் மழையையே பாத்திகிட்டு இருக்கீங்க? ஊதக்காத்து ஒடம்புக்காகாது சார்! வாங்க இப்டி!”

“ஆமா ராவ்...ந்த தாவீது புள்ளேன்னிங்களே... அவரும் இங்கேயே வேலை பார்த்தாரா என்ன?”

“ந்தா வந்துட்டேன் சார்... கொஞ்சம் ஊற்றி சாப்ட்டு வந்திட்றேன்... அப்பத்தான்... பேச முடியும்... என்னமோ ஒடம்புக்குள்ள ஜில்லூனு வருது”. பைல்கள் அடுக்கியிருந்த ஆபீஸ் அலமாரியைத் திறந்து பிளாஸ்க் ஒன்றை எடுத்தார். பெரிய பிளாஸ்க். இரவு முழுவதும் அடிக்கடி எழுந்து வென்னீர் சாப்பிடும் பழக்கம் ராவிடம் இருந்தது. தூங்கமாட்டார் ராவ். எப்போது கூப்பிட்டாலும் உடனே குரல் கொடுப்பார். படுத்துப் புரண்டு கொண்டிருப்பதாகத்தான் தோன்றும். எழுபது வயசு இருக்கலாம். தலையெல்லாம் சுத்தமான பஞ்சுநரை இருந்தும் அயர்ந்து உட்காரமாட்டார். பகல் முழுதும் ஆபீசில் ப்யூன் வேலை ஓயாது பைல்களை தூக்கிக்கொண்டு ஒவ்வொரு டேபிளாக கொடுப்பதும் வாங்குவதும் காபி வாங்கப்போவதும் பாங்கு தபாலாபீஸ் பி. டபுள்யு.டி. ஆபீஸ் போவதும் ஹெட் கிளார்க்குக்கு கறிகாய் வாங்கப் போவதும் எனக்கு சீருடை செய்வது உள்பட கோபிராவ் அயர்வதில்லை.

"என்னா கேட்டீங்க? தாவீதுப்புள்ளையா? ம்ஹூம்! என்னத்தைச் சொல்றது சார். சாவுற வரைக்கும் மன்ஷனுக்கு அவனோட மதிப்பு தெரியறதில்ல. செத்த பின்னாடி ரொம்ப தெரியுது. என்னா பண்றது."

"என்ன சொல்றீங்க கோபிராவ்?"

"ஆமா சார். நீங்க சின்ன புள்ளெ! இந்த வயசுலேயே ஆபீசராயிட்டீங்க. இந்த கட்டடத்தோடயே கெடந்தாரு தாவீதுப்புள்ளெ. என்னடாது இதுக்கும் அதுக்கும் என்ன சம்பந்தம்ன்னுட்டு யோசிக்காதீங்க சார். தாவீது பிள்ளைக்கி என்னா வயசுன்னே எனக்கே தெரியாது சார். கேட்டாக்கூட வயசா... ம்ஹ?ன்னு நீட்டிக்கேட்டுப்பட்டு சிரிச்சிக்கிட்டே போய்விடுவாரு. கறுப்பா குள்ளமா மிஞ்சிப்போனா அஞ்சடிக்கி மேல இருக்கமாட்டாரு சார்? ஆனா இந்த அஞ்சுமாடிக் கட்டடம் முழுசுக்கும் அவர் ஒர்த்தர்தான் வாச்சுமேன். நான் கீழ படுத்துக்கெடப்பேன். ராத்திரி ரெண்டு மணிக்கு டாண்ணுட்டு கீழ வந்து என்னெ எழுப்புவாரு சார். ரெண்டுபேருமா ஒருக்காமேல வரைக்கும்போயி எல்லா ரூம்புலையும் சுத்தி சர்ச் பண்ணிப்பட்டு கீழ வந்து படுப்போம். உச்சிமாடில நெறய ஆந்தையும் கோட்டானும் கூடுகட்டிகிட்டு இருக்கு சார். ராத்திரியெல்லாம் கோட்டான் போடற சத்தம் பயங்கரமாயிருக்கும். உஷ் உஷ் உஷ் உஷ்ன்னுட்டு கூகெவேற பேசிகிட்டே இருக்கும். நீங்க கூட கவனிச்சிருப்பீங்க சார். உச்சிமாடீல யாருமே போறது கிடையாது. உச்சில ஒரே ஒரு ரூம்தான் சார் இருக்கு. பாக்கி இடமெல்லாம் மொட்ட மாடிதான். பெரிய்ய மண்ணு குமியல் கெடக்கு சார் அங்க! எப்டி அவ்வளவு ஒயரத்துக்கு மண்ணு அவ்வளவு போச்சுன்னுட்டு தெரியல்ல சார்"

"என்ன ராவ் தாவீதுப்புள்ளையெப் பத்திக் கேட்டா..."

"ஸ்ஸ்... ஆமா சார்... ஏங்கிட்ட இது ஒரு தொல்ல... சார்... எதையோ கேட்டா... எதையோ பத்தி ஒளரிக்கிட்டுருக்கேன்ல? என்னா பன்றது... இப்டீ.... பேசிப்பேசி பழக்கமாப் போச்சு... தாவீதுப்புள்ள இந்த கட்டடத்துல வாட்ச்மேனா வந்தது... யாரு ஆபிசராருந்தப்போ... ம்ம்... ரெங்கசாமி அய்யிங்காரு காலத்துலதான்... ஆமா அவரு ஆபிசராருந்தப்போதான்... சார்... அப்ப அருளானந்தசாமி நாடார்தான் நம்ப முனிஸிபாடிடீல சேர்மனா இருந்தாரு... அவரு சிபாரிசுலதான் தாவீதுப்புள்ள வேலைல சேர்ந்தது. மொதல் நாளே என்னமோ என்னெ அவருக்குப் புடிச்சுப்போச்சு. நானும் வேலைக்கி சேர்ந்த புதுசு... நீங்கள்ளாம்... அப்ப சின்னப்புள்ளையா இருந்திருப்பீங்க... ம்ஹ்ஹூம்...

பொறந்திருக்கக்கூட மாட்டீங்க... எனக்கு புதுசா கல்யாணம் ஆயிருந்தது. அஞ்சுநாள் கல்யாணம்... ஏகதடபுடல் பண்ணாங்க... ராத்திரி ட்யூட்டி எனக்கு... என்னா பன்றது... கல்யாணம் ஆகி ஒண்ணறமாசம்தான் ஆயிருக்கு... பகல்ல வீட்டுக்குப் போனாக்கூட... பொண்ணு கண்ணெக் கசக்குச்சு... ஆனா கரைக்கட்டா ஏழற மணிக்கெல்லாம் ஆபீஸுக்கு ராத்திரி படுக்கவந்துடணும்ன்னுட்டு ரெங்கசாமி அய்யிங்காரு சொல்லிப்ட்டாரு... தட்டமுடியுமா... பகல்ல ஒண்ணும் பண்ணமுடியாது... ஊட்ல எல்லாரும் இருப்பாங்க... ஒண்ணும் பேசக்கூட முடியாது... நீங்க சின்னப்புள்ள ஒங்க கிட்டபோயி... இதல்லாம் சொல்லப்படாது....

“ஆனா சார் ரொம்பப் படிக்கறீங்க... ரொம்ப தெரிஞ்சுக்கிறீங்க... இப்படியெல்லாம்... இப்ப யாரு இருக்காங்க... ஒண்ணு ஒண்ணும் குறிப்பா விசாரிச்சு வெச்சுக்கறீங்க... ப்யூனுன்னுட்டு நெனைக்காமெ வயசெப் பாத்து மரியாத தர்றீங்க... இப்பல்லாம் யாரு... அப்புடி நடக்கறாங்க நெனைக்கிறாங்க... சொல்லணும்ன்னு ஆரமிச்சாச்சு... சொல்லீட்றேன்... தாவீதுப்புள்ளைக்கிந்த விஷயம் தெரிஞ்சிதுன்னுதான் நெனைக்கிறேன்... ஒருநாளு வீட்டுக்குப் போனேன் சார்...... எல்லாரும் கொல்லையிலே இருந்தாங்க. இவ...... ஏம் பொண்ஜாதி... உள்ளறையிலே இருந்திருக்கா... எனக்குத் தெரியாது... உள்ளற போய்ட்டேன்... அவ்வளவுதான் அவளாவே கதவச் சாத்தி தாப்பா போட்டுட்டா...!”

“அப்பறம்?”-

“அப்பறம் என்னா சார் நெஞ்சில் உளுந்து ஒரே அழுக! ஒரே புடிவாதம்... நசநசன்னுட்டு... பெரிய்ய தொல்லையாப் போச்சு! ஜன்னலோட சேத்து ஒக்காரவெச்சு என்னெ... பெரிய்ய கஷ்டம் சார்!... என்னா சார் சிரிக்கிறீங்க... என்னடா கெழவன் இதப்பத்தியெல்லாம் ஞாபகம் வெச்சிட்டு இருக்கானேன்னுட்டா? எனக்கு கொஞ்சம் இது ஜாஸ்திதான் சார்... அதனாலதான் சார் கெழவிக்கி புள்ளையே இல்ல... என்னோட வாழ்க்கையிலியே பெரிய கஷ்டம் அதுதான் சார்... பத்து பதனஞ்சு வருஷமா... அவளும் உடல்ல... நானும் உடல்ல... என்னா பண்றது சார்... எல்லா டாக்டர்ட்டியும் போயாச்சு... அவ தொந்தரவுக்காகத்தான் சார் வீட்டுக்கே போறது! இல்லேன்னாக்க போகவே மாட்டேன். தாவீதுப்புள்ளெதான் தானே எல்லாத்தையும் பார்த்துக்குவேன்னு சொல்லி கல்யாணம் ஆன புதுசுல வீட்டுக்கு என்ன அனுப்புச்சுடுவாரு. போகல்லேன்னாக்கூட! ஆனாப் புள்ளமட்டும் உண்டாகவேயில்லை.

என்ன செய்யிறதுன்னு எனக்கும் தெரியல்ல அவளுக்கும் தெரியல்ல சார்.

தாவீதுப்புள்ள சொன்னாரு புண்ணிய க்ஷேத்திரத்துக்கெல்லாம் போய்ட்டுவந்தா புள்ள உண்டாகும்ன்னு. சரின்னுட்டு நானும் அவளுமா பொறப்ட்டோம். ஒரு மாசம் லீவு எடுத்துக்கிட்டு நெறைய்ய செலவுபண்ணி காசிக்கெல்லாம் கூடப் போனோம். கோலாப்பூர் பூனா பூரியெல்லாம் சுத்துனோம். காசு ஏதுடாங்கறீங்களா? அப்படிக் கேளுங்க... தாவீது புள்லே இருந்தாரே அவருதாங் குடுத்தாரு. நாங்கஎல்லாம் ராஜா குடும்பத்தெச் சேர்ந்தவுங்க சார்! பான்ஸ்லே ராஜா சாஹெப்சிவாஜி தென்னிந்தியாவுக்கு வந்தப்போ அவரோட வந்தவங்க நம்ப முன்னோருங்க. ஆனா இப்பொ எல்லாம் போச்சு சார்... என்னா பண்றது?... சார்... தாவீதுபுள்ள இருந்தாரே... அவருக்கு குடும்பமா மண்ணா ஒண்ணும் கெடயாது... தனீ ஆளு! இஞ்ச வர்றத்துக்கு முன்னாலெ எங்கே இருந்தாரோ தெரியாது... இங்க வந்தப்புறம் இங்கயேதான் இருந்தாரு... மாடி ஆபீசுலதான் அவர் பெட்டி இன்னமும் கெடக்கு. ஒரு வீட்ல பதனஞ்சு ரூபா குடுத்து சாப்பிட்டுக்கிட்டு இருந்தாரு. வேற செலவு ஒண்ணும் கெடயாது. குடிப்பாரு. அதுவும் ஒரு எடத்துல பத்துவரவு வெச்சுக்கிட்டு இருந்தாரு. ஆச்சா! காலைல அஞ்சு மணிக்கெல்லாம் முழிச்சுக்குவாரு. பைப்படில ஆபீசுக்குள்ளறயே குளிச்சுப்புட்டு எண்ண தேச்சு நல்லா மினுங்கமினுங்க தலைசீவிக்குவாரு. பெட்டிகுள்ற ஒரு சிகப்பு அட்டெபோட்ட மொத்தி புஸ்தகம் ஒண்ணு வெச்சு இருந்தாரு. அது பைபிள்... நாங்கூட படிச்சிருக்கேன் சார்! மிஷன் ஸ்கூல்லதான் நானும் படிச்சேன். காலைல மொதல் வேல அதுதான். அப்புறம் டேபிள் எல்லாம் தொடச்சு கூட்ற பொண்ணு வர்றவரைக்கும் இருந்து கூட்டச்சொல்லி துப்புறவா அள்ளி எறியச் சொல்லீட்டு பானைக்கெல்லாம் தண்ணி ஊத்திப்புட்டு ரெடியா ஆபீஸைத் தெரந்துவெச்சுகிட்டு இருப்பாரு.

மணி எட்டரை ஆகீடும். நான் அப்பதான் ஆபீசுக்கு போவேன். ஒண்ணுமே சொல்லமாட்டாரு. என்னைக்காவது ஒருநாள் என்ன கோபிராவ் இன்னைக்கி தங்கச்சி இப்பதான் உட்டுதாக்கும்! அப்புடீம்பார். பாருங்க சார்... மனுஷன்னா அப்படி இருக்கணும். உத்யோகம் பண்ணிப்புட்டா ஆச்சா? மத்தியானம் தாவீதுப்புள்ளை சாப்பிடப் போறப்போ நான் ஆபீஸில இருக்கணும்... ஆன அவ... உடமாட்டா.... அப்படி இப்புடின்னு வந்து சேந்துடுவேன்...அப்பறம் சாப்பிடப் போவார் தாவீதுப்புள்ளெ...!

...ஒருநாளு அவருடைய கல்யாணத்தெப்பத்திக் கேட்டுட்டேன் தெரியாமெ... அபாரமா கோபம் வந்துடுச்சி அவருக்கு. அவருக்கு கோபம் வரும்ன்னுட்டு எனக்குத் தெரியாது. கண்ணு கிண்ணு எல்லாம் செவந்து போயி ஆளே மாறிப்போயிட்டாரு. கொஞ்ச நேரம் கழிச்சு... அழுதாரு... நான் அப்படிப் பேசியிருக்கக் கூடாதுன்னாரு..... பரவால்லேன்னேன் நான்... இல்ல கோபிராவு நான் அப்படிக் கத்தீருக்கப்படாதுன்னாரு. அப்பறம் அன்னைக்கி ராத்திரி நாங்க ரெண்டுபேரும் மூணாவது மாடீல படுத்து ராத்திரி பூராவும் பேசுபேசுன்னுட்டு பேசினோம். அன்னைக்கித்தான் சார்... தாவீதுப் புள்ள யாருன்னு தெரிஞ்சுது...ட்டேயப்பா! என்னா மனுஷன் சார்! மழை இன்னும் உடல்ல பாருங்க சார்... ஜோன்னுட்டு ஒரே எரச்சலா இருக்கு... எங்க வீட்ல அவரப்பந்த போட்டுருக்கேன். பின் சொவுரு மழைல உளாமெ இருக்கணும்...

தாவீதுப் புள்ளைக்கு கல்யாணம் பண்ணிவெச்சாங்களாம். அவரு பொன்ஜாதி பேரு ஆலீஸுன்னு சொன்னாரு. அவ பெரிய்ய பஜாரியாம் சார். ஒழுங்காயிருக்கவே மாட்டாளாம். மார்கட்டுல கடத்தெருவுல தெருமொனைல இன்னும் அங்க இங்க எங்கப் பாத்தாலும் எவனோடயாவது பேசிகிட்டு இருப்பாளாம். கல்யாணம் ஆன புதுசுல ஒண்ணும் கேக்கவே தோணல்லியாம் அவருக்கு... எப்பப் பாத்தாலும் அவளோடவே இருக்கணும்ன்னுட்டு தோணுமாம்... எது செஞ்சாலும் சரீன்னு தோணுமாம்... என்ன பண்ணாலும் கோபமே வராதாம்... என்ன செஞ்சு வெச்சாலும் நல்லாயிருக்குன்னுட்டே சாப்பிடுவாராம்... தாவீதுப் புள்ளையொட அம்மா ரொம்ப நல்லவங்களாம்... சும்மா சொல்லக் கூடாது. அவுங்க நல்லவங்களாத்தான் இருந்திருக்கணும். இப்புடி ஒரு புள்ளைய பெத்திருந்தாங்கன்னா அவுங்க நல்லவங்களாகத்தான் இருந்திருக்கணும். ஆலீசு இப்படிச் சுத்தறதையும் அலையறதையும் தாவீதுப்புள்ள கொஞ்சநாள் ஆனப்பறம் கண்டிச்சிருக்காரு... அவ சொல்லீருக்கா பாருங்க!... எங்க ஜாதீல அப்படி ஒருத்தி சொன்னா அவளெ அங்கியே வெட்டிப் போட்டுடுவோம்... "வேணும்ன்னா நீயும் யாரையாவது புடுச்சுக்கையேன். நான் அப்படித்தான் சுத்துவேன்" னாளாம்.

தாவிதுப்புள்ளைக்கும் கொழந்தை பெறக்கவேயில்ல... ஆமா... ஒரு வருஷத்துக்கெல்லாம்... ஆலீஸு சிலோனுக்கு எவனோடேயோ ஓடிப்போய்ட்டாளாம்... அதுக்கு கொஞ்ச நாளைக்கி முந்தி அவரோட ராத்திரி படுக்கும்போது சொன்னாளாம் சார்! "ஒனக்கு மானம் ரோசம் சூடு சொரணை இருந்தா ஏங்கிட்ட படுக்க வராதே"ன்னுட்டு!

என்னா திமிர் பாருங்க. அதோட சொல்லியிருக்கா... "என்னெ அங்க போகாதே இங்க போகாதேன்னு சொல்றியே நீ! நான் அப்புடியே வேற ஒருத்தனோடெ ஓடிப்போய்ட்டாத்தான் என்ன செய்வே!? என்னையே நினைச்சுகிட்டா இருக்கப் போறே! வேற ஒருத்திய கல்யாணம் பண்ணிக்குவெ. இல்லேன்னா சேத்துவெச்சிக்குவே! அத இப்ப செய்யேன்! நான் இல்லேன்னா நீ அப்படியே சும்மாவா இருக்கப் போறே'ன்னாளாம் சார்! எப்பேர்ப்பட்ட செருக்கியா இருந்திருக்கணும்...! நானாயிருந்தா அங்கியே தூக்குப்போட்டுகிட்டு செத்துடுவேன் சார்!

ஆனா தாவீதுப்புள்ள தூக்குப்போட்டாக் கூட லேசில உயிர் போகாது. அப்பேர்ப்பட்ட ஒடம்பு சார்! குளிக்கும்போது பாத்திருந்தேன் கோயில்லல்லாம் துவாரபாலகர் செல இருக்கே பாத்திருக்கிங்களா சார்? கொஞ்சம் சின்னதா கிறாப் வெச்சிட்டா அதேதான் சார் தாவீதுப்புள்ள! கரணை கரணையா கண்டு கண்டா ஒடம்பு அழகா எப்படி இருப்பாரு பயில்வான் மாதிரி! என்னா பண்றது. அவரையும் ஒருத்திக்கி புடிக்கல்ல! அவங்கம்மா அவரெ கல்யாணம் பண்ணிக்கச் சொல்லி ரெண்டாவது தடவெ தொந்தரவு பண்ணியிருக்காங்க... என்னால பொம்பள இல்லாம இருக்க முடியும்ன்னு சொல்லி அவசொன்னத்தையும் சொல்லி முடியாதுன்னுருக்காரு. அந்தம்மாவுக்கு மகனெப் பாக்க சகிக்கல்ல. தனியா சமைச்சு மகனுக்குப் போட்றதும் வர்றதும்.... சன்யாசி மாதிரி மகன் இருக்கறதும் அந்தம்மாளால் பாக்க முடியாம... ஒருநாள் அந்தம்மாளும் போய்ச் சேந்தாங்க... ஞாயித்துக்கெழம தவறாமல் சர்ச்சுக்குப் போவாரு தாவீதுப்புள்ளை... அவுங்க கோயிலுக்கு நாங்கூடப் போயிருந்தேன் சார்... என்னா சுத்தமா அழகா வெச்சிருப்பாங்க தெரியுமா சார்!

கோயில்ல ஒரு சத்தம் இருக்காது...... அவ்வளவு அமைதி... நடுவுல சிலுவை ஒண்ணுதான் வெச்சிருப்பாங்க வேற ஒண்ணுமே இருக்காது... மெழுகுவர்த்தி வரிசயா எரியறதும் வெள்ளைவெளேர்ன்னுட்டு உடுப்பு எல்லாம் போட்டுகிட்டு தேவதங்க மாதிரி நீட்ட அங்கியெல்லாம் போட்டுகிட்டு அவங்க பாடறதக் கேட்டாலே கஷ்டம் எல்லாம் தீர்ந்தமாதிரி ஒரு சௌக்கியமா இருக்கும் சார்.

ஆனா தாவீதுப்புள்ளெ சொல்லுவாரு இதுக்கெல்லாம் அர்த்தமே இல்ல கோபிராவ்ன்னுட்டு. ஒரு நாள் நாங்கூட ஆலீசப் பாத்தேன் சார்... அதாவது அவ எவனோடையோ ஓட்றதுக்கு ஒரு மாசத்துக்கு மிந்தி! அவளெப் பார்க்கவே பயமாயிருந்தது சார். எவ்வளவு பெரிய

கண்ணு தெரியுமா சார். ரொம்ப அழகுன்னு சொல்ல முடியாது. ஆனா ஒரு பொண்ணு இவ்வளவு தெளிவா அழகா வெளியில சுத்தினாக்க யாராலையும் சும்மா இருக்க முடியாதுதான்னு அவளைப் பார்த்தப்போ தோணிகிட்டே இருந்தது சார்! நிறையவே அவளுக்குத் தலைமுடிசார் சுருள் சுருளா! அதுக்குப் பின்னால அவளெ மாதிரிப் பொண்ணு எவளையும் நான் பார்க்கவேயில்ல சார்!

அன்னைக்கி ராத்திரி தாவீதுப்புள்ளெ சொன்னாரு சார்! எனக்கு அதைக் கேட்ட ஒடனே மெய் சிலுத்துப் போச்சு சார், நானும் கெழவனாய்ட்டேன்... இன்னும் என்னால மறக்க முடியல்ல சார்! அவரால் மட்டும்தான் சார் அப்படிப் பேச முடியும்.

"கோபிராவ்! ஆலீசு அப்டி ஓடிப்போனத்துக்கு அவ காரணமில்ல! நான்தான் காரணம்! ஆலீசு கேட்டதெக் குடுக்க என்னால முடியல. அவ என்ன கேட்டா? தெரியல்ல! எதையோ அவ கேட்டா நான் குடுக்க முடியல்ல! எனக்குத் திராணியில்லை! அதனால்தான் அவ அப்டி ஆயிட்டா! ம்ஹ்ம்! எல்லா இடத்திலயும் இதான் விஷயமே! இங்க மட்டுமில்ல எங்கியும் இதேதான்"

"என்ன இப்டிச் சொல்றீங்க'ன்னேன். அதுக்கு அவரு சொன்னாரு!..."

"ஆமா! எதையோ கேக்குறோம்! அதுவா கெடக்கிறது. எல்லா இடத்திலேயும் இதான்! எதையோ கேக்குறோம் எதுவோ கெடக்கிறது! ஒரிஜனலைப் பார் உட முடியுதா? ஓட முடியுதா? ஒழிக்க முடியுதா?"

கோபிராவு! எனக்கு இன்னமும் ஏன் அவமேல கோபம் வருது? இன்னமும் அவளெ வெச்சுகணும்ங்கற ஆசதானே காரணம். அவ சொன்னதுல என்ன தப்பு? இன்னமும் இதெல்லாத்தையும் என்னால் உட முடியல்லியே!'ன்னு புலம்பினாரு. நீ கேட்ட உடனே ஒம்மேல கோபம் வருது பாத்தியா கோபிராவு!

எதுக்கு கோபம் வரணும்ன்னு ஏதேதோ பேசிகிட்டே இருந்தாரு. பாதி தூக்கம் வர ஆரமிச்சிட்டது. அன்னிக்கு அதுக்கு அர்த்தம் எல்லாம் எனக்குப் பின்னாலதான் சார் வெளங்குச்சு! ஏராளமா பாங்கிலே சேத்துவெச்ச அவர் சம்பளப் பணத்துலதான் எங்களுக்கு புண்ணிய க்ஷேத்திரத்துக்கெல்லாம் போய்ட்டுவரச் சொல்லிக் குடுத்தனுப்பிச்சாரு. காசி, பூரி, பம்பாய், பூனா எல்லாம் போனோம்.

திரும்பி பூனாவிலிருந்து வந்து சேர்ந்த ரெண்டு மூன்று மாசத்துக்கெல்லாம் நம்ம ஊட்ல கொழந்த உண்டாயிருக்குன்னு தெரிஞ்சுபோச்சு. பேயாயிருந்தாள்ள சார்!? மனுஷியா மாறிப்

போனா சார்! மந்தரம் பண்ண மாதிரியிருந்துது சார் எனக்கு! கொழந்த உண்டாயிருக்குன்ன ஒடனே எங்க சொந்தக்காரங்களுக்கு எல்லாம் ரொம்ப சந்தோஷம் சார்! எனக்கு மட்டும் புரியவே இல்ல சார்! ரொம்பக் கொழம்பிப்போனேன்'

"ஏன் அப்படி ஆச்சு ராவ்!?" - நீண்ட நேரத்துக்குப் பின்னால் நான் கோபிராவைப் பார்த்துப் பெருமூச்சுடன் கேட்டேன்.

"ஏன் அப்டின்னு கேக்கறீங்களா?" - மீண்டும் அதே கேள்வியைத் திருப்பி என்னிடமே கேட்டார் கோபிராவ். மேலே முகட்டைப் பார்த்தபடி ஏதோ யோசித்தார். நிச்சயமாக மேலே பார்த்தார். வெளியே இன்னும் மழை விடவில்லை. கோடையில் இப்படி மழை பெய்வது ஆகாது என்பார்கள். மழையில் இந்த பெரிய பழைய கட்டடம் குளித்துக்கொண்டிருந்தது. இன்னமும் மௌனமாய் இருந்தார் ராவ். நான் தொடங்கிவிட்டேன்.

"நீங்கமட்டும் ஏன் ஒங்க கொழந்தையை..."

"ஆமா சார்! எதையோ கேட்டீங்க இப்டீசொல்லிக் கிட்டே வந்துட்டேனா... இப்ப சொல்ல முடியல்ல! நானு பதினைஞ்சு வயசு வரும்போதெல்லாம் எங்க குடும்பம் பெரிசாத்தான் இருந்துது. கீழவீதி கடைசீல இருக்கு பாருங்க ஒரு வீடு பெரிசா! மாளிக மாதிரி அது, அப்புறம் தெற்கு வீதில நடுவுல பெரிய மாளிகையா மூணு இருக்கே அதுல நடுவில் உள்ள வீடு எல்லாம் எங்குளுது சார். நிறைய குதிரை, ஆடு, மாடு, வண்டி கோச்சு, சாரட்டு, எல்லாம் வெச்சிருந்தோம். அண்ணந்தம்பி நாலுபேரு நாங்க. மூத்தவரு திருவாரூருக்கும் திருவிடைமருதூருக்கும் போய்ட்டு வந்துகிட்டு இருந்தாரு. அங்கேயெல்லாம் அவருக்கு வைப்பு. நெறயா அழிச்சாரு. அடுத்து அடுத்து நாங்களும் அதேமாதிரி சுத்தி கொட்டினோம்... நான்தான் கடைசி! நான் தலையெடுக்கும் போது குடும்பமே படுத்துப்போச்சு! எல்லாத்தையும் வித்து சுட்டு தின்ன வேண்டி ஆச்சு. கடைசில பொழப்புக்கே வழியில்லாமத் தானே மானம் மரியாதைக்கஞ்சி இந்த வாட்சுமேன் உத்தியோகத்துக்கு வந்தேன்..."

"இதுக்கும் அதுக்கும் என்ன சம்பந்தம் ராவ்!" - என்றேன் புரியாமல். வெளியில் மழை நின்றிருந்தது. எங்கோ இலைகளிலிருந்து உதிரும் நீர்த்துளிகளின்; தண்ணீரில் சொட்டும் ஒலிகள் விட்டுவிட்டுக் கேட்கின்றன.

"எனக்கே இன்னக்கி வரைக்கும் சந்தேகம்தான் சார். எனக்கும் புரியத்தான் இல்லை. புரிஞ்சமாதிரியும் இருக்கு ஆனா என்ன செய்யிறதுன்னு தெரியாததுனாலியே நான் ஒன்னும் செய்யலே!"

"என்னது?"

"ஆமாம் சார்! கொழந்த பெத்துக்க முடியலியேன்னுட்டு ஆத்திரமா அலஞ்சாள்ள சார் நம்ப வீட்டுக்காரி? அப்பவெல்லாம் வீட்ல ஓயாத சண்டதான் சார்! இப்ப சாதுவா சொன்னத்துக்கு மறுபேச்சு பேசமாட்டேங்கிற கெழவி... அன்னைக்கி எப்படி அப்டி பத்ரகாளியா இருந்தான்னே என்னால சொல்ல முடியல சார். அப்டி அடிக்கடி நாங்க ரெண்டு பேரும் சண்டெ போட்டுகிட்டா நாலஞ்சு நாளைக்கு வீட்டுக்கே போக மாட்டேன் சார்! நம்ப வீட்டுக்காரி பொறப்பட்டு நேரா ஆறு ஏழு மணிக்கி தனியா நம்ப தாவீதுப்புள்ளைகிட்ட வந்து எல்லாத்தியும் சொல்லி ஒரு மொரை வெச்சு ஒரு அழுக! கூப்பாடு! திட்டு! எல்லாம் வப்பா! அவரும் கொஞ்சம் கொஞ்சமா புத்தி சொல்லுவாரு. அப்ப நான் அங்க போகவே மாட்டேன் போனா பெரிய கூச்சல் ரப்சர்தான் போங்க. நம்ம ஊட்டுக்காரி இருக்காளே அவ சரியான லண்டியா இருந்தா அந்தக் காலத்துல. அசாத்தியமான தைரியம்... தனியா அவ ஆபீசுக்கு என்னத் தேடிகிட்டு வர்ரது எங்க வீட்ல யாருக்கும் பிடிக்கல்ல... ஆனா சண்டெ போட்டுகிட்டா மத்திசம் பண்ண அவ தாவீதுப்புள்ளெகிட்டே வராம இருக்க மாட்டா. எங்க ஜாதி பொண்ணுங்க அப்பல்லாம் கும்டா போட்டுகிட்டுதான் வெளியே போவாங்க. கும்டான்னா தெரியுமா சார்! பட்டுத்துண்டெ நாலாரெண்டா மடிச்சு முக்காடுன்னு சொல்றோம்ல அது மாதிரி போத்திகிட்டுத் தாம் போவாங்க. நம்ப ஊட்டுக்காரிக்கி கோபம் வந்தா அது கூடப் போட்டுக்காமலே இருட்டி ஏழுமணி வரைக்கும் நான் வர்றேனான்னு பாத்துகிட்டு இருந்துட்டு... நான் வரல்லேன்னா நேரா தாவீதுபுள்ளையைத் தேடிக்கிட்டு வந்துடுவா. சொல்லி ஒரு மூச்சு அழ."

தாவீதுப்புள்ளை கூட சொல்வாரு. 'பாவம் ஏந்தான் இந்த பச்சப்புள்ளையெப் போயி அடிக்கிறயோ? முதுகுல அப்படியே சப்புன்னி பதியிறமாதிரியா அடிக்கிறது? அடிச்சது அப்புடியே செவசெவன்னு கன்னிப்போயிருக்கே'ம் பாரு...

நான் ஒண்ணுமே சொல்லமாட்டேன். வேற யாராயிருந்தாலும் ஒனக்கென்னாடான்னு சுளீர்ன்னு குடுத்துடுவேன். ஆனா தாவீதுப்புள்ளை கிட்டமட்டும் என்னமோ ஒரு பயம் பாசம் எல்லாம் வந்துடும். அவளையும் வெச்சுகிட்டே என்னெ மெரட்டுவாரு. இனிமே இதுமாதிரியெல்லாம் செய்வியான்னு எங்கிட்ட கேப்பாரு. 'இனிமே இல்ல'ம்பேன். அவ சிரிப்பா நானும் சிரிப்பேன். தாவீதுப்புள்ளையும் சிரிப்பாரு. தாவீதுப்புள்ளைன்னா எங்க

வீட்ல எல்லாருக்கும் மரியாத ஜாஸ்தி. எல்லா விசேஷத்துக்கும் எங்க வீட்டுக்கு சாப்டக் கூப்பிடுவோம். நம்ப ஊட்டுக்காரி அவருக்குன்னு எல்லாம் தனியா எடுத்து வெச்சிருப்பா. எங்க சித்தப்பா வயசானவர்கூட தாவீதுப்புள்ளை கிட்ட ரொம்ப மரியாதையா பேசிகிட்டு இருப்பாரு. எங்களுக்கு கொழந்த இல்லா குறையைப் போக்க டாக்டர்கிட்ட கொண்டுபோயி அவளையும் என்னையும் டெஸ்ட் பண்ணிக்கச் சொல்லி கூட்டிகிட்டுப் போயி எல்லாம் பாத்ததுகூட தாவீதுப்புள்ளைதான். டாக்டர் எனக்குப் பிள்ளை பெறக்காதுன்னு சொன்னதும் தாவீதுபுள்ளைக்கித்தான் தெரியும். வேற என்னைத்தவிர எங்க வீட்டுலியோ அவளுக்கோ தெரியாது. அவளுக்கு கர்ப்பம் உண்டாயிருக்குன்னு கேட்ட உடனே குழப்பமாயிருந்தது. வேற ஒரு லேடி டாக்டர் கிட்ட அவளைக் கொண்டுபோயி காட்டினேன். அவங்களும் அதே 'ஷீ இஸ் கேரியிங்'ன்னுதான் சொன்னாங்க...."

"அப்பறம்!?" - நான் பரபரத்தேன் அமைதியான குரலில் லேசாக சொன்னார் கோபிராவ். என்னவோ போல இருந்தது.

"அப்புறம் என்ன சார்! நான் தனியா யாருக்கும் தெரியாமெ ஒரு டாக்டர்ட்டெ போயி என்னையே டெஸ்ட் பண்ணிகிட்டா என்னன்னு படபடன்னு வந்தது. நான் வாலிபத்தில் போட்ட ஆட்டம் எங்க பரம்பரை சொத்து. எனக்குப் பிள்ளை பிறக்காதுங்கறது எனக்கே உறுதியா நல்லாவே தெரியும். இருந்தாலும் பெறக்கப்போறது என் குழந்ததான். எனக்கு குழந்தையே பெறக்காதுன்னு உறுதிப்படுத்திக்க எனக்கே பயம்மாயிருந்தது. சே! என்ன இது? என்னோட கொழந்தைதான் என்று தட்டிக்கொடுத்து கிட்டேன். அவ கழுத்தெ நெறிச்சுக் கொன்னா என்னன்னுட்டு வந்தது அடுத்தாப்ல... எனக்கே இன்னைக்கி நெனச்சாலும் வெக்கமா இருக்கு சார் -ஆனா தாவீதுப்புள்ள என்னா அருமையா நடந்துகிட்டாரு சார். அந்த நேரத்துல வேற ஏதோ சண்டையச் சாக்கா வெச்சிகிட்டு வாயும் வயிறுமா இருக்கிறப்போ ஒருநாள் அவளெ அடிச்சிருக்கேம் பாருங்க என்னா அடிங்கிறீங்க! கீழ போட்டு அந்த வயித்துலேயே மிதிச்சேன்! ஒடம்பு பூரா குங்குமமா செவந்து போச்சு அவளுக்கு. ஆனா யாருன்னு நானும் கேக்கல சார்! அவளும் சொல்லல! ரெண்டுபேருக்குமே தெரியும்!! ரெண்டு பேருக்குமே பயம்!! நான் ஏன் சார் கேக்கணும்? அவதான் ஏன் சொல்லணும்?

அடுத்த ரெண்டுநாள்ள அவளுக்கு கொழந்த பெறந்துடுச்சு. குழந்தையைக் கையிலே வாங்கினேன். மருத்துவச்சி சொன்னாள்: குழந்தை தாயெ உரிச்சுகிட்டு பொறந்திருக்குன்னு.

சார்! சும்மா சொல்லப்படாது. இப்ப ஏம்பையன் மாயவரம் தாலுகா ஆபீஸில் வேலை பார்க்கிறான். மாசாமாசம் நூறுரூபா வீட்டுக்கு அனுப்புறான். கல்யாணம் நம்ப ஜாதியிலேயே பெரிய எடம் பொண்ணு. ஒருநாள் கல்யாணம்தான். நம்ப தாவீதுப்புள்ளெ கூட இருந்து நடத்துனாரு. அவரு இருந்த வரைக்கும் தாயும் புள்ளையும் என்னெத் தங்கமாத் தாங்குனாங்கன்னு சொல்வாரு சார். எனக்கு என்னா சார் கவலை. ஒரேஒரு கவலைதான்... தாவீதுப்புள்ளை நம்பகூட இல்லியேங்கறது ஒண்ணுதான் போங்க"...

நான் வைத்த கண் வாங்காமல் கோபிராவையும் அவர் பளபளக்கும் விழிகளையும் பார்த்துக்கொண்டே இருந்தேன். அந்த முகத்திலேதான் என்ன மிளிர்ச்சி...

"ரொம்பநேரம் என்னெனமோ பொலம்பியிருக்கேன் சார்! இந்தப் பேச்சு ஒண்ணுதான் சார் என்னால் அடக்க முடியல! மன்னிச்சுக்குங்க சார்! இதல்லாம் சொல்லமாட்டேன்! சொல்லீட்டேன்... என்ன பண்றது?! சாகும்போது தாவீது புள்ளெகிட்ட யாருமே இல்ல சார். செத்தபின்னாலகூட அவரச் சேர்ந்தவுங்கன்னு யாருமே வரவேயில்ல.

"யாருமே வரல்லியா?"

"யாரு வந்தா என்ன வராட்டி என்ன சார்!... நானே போயி மிஷின் தெருவுல சொல்லி பாதிரியாரெக் கூட்டிக்கிட்டு வந்து நானே சவப்பெட்டி செய்து செலவெல்லாம் செய்து ஜாம் ஜாம்னு சடங்க ஒண்ணும் தவறாமெ செஞ்சேன் சார்!...

குழிக்குள்ள அவரே வெச்சப்ப நானும் ஏம்மகன் ராஜாராமுந்தான் நின்னோம் - ரொம்பநேரம்...

இந்த அஞ்சுமாடிக் கட்டடத்துல நானும் அவரும் மாத்திமாத்தி சுத்தினப்போ எங்களுக்கு ஒரு ஆறுதல். இப்ப கூட ராத்திரி ரெண்டுமணி அடிச்சா எனக்கு அடிவயத்தையெல்லாம் கலக்குது சார்! முப்பது வருஷம் சார்! இந்த பாழடஞ்ச கட்டெடத்தெ பூதங் காக்கிறமாதிரி நான் கீழ அவர் மேல காத்திட்டு இருந்தோம். இப்ப நான் மட்டும்! தனியா சுத்துறேன்!"...

நான் என்னை அறியாமல் அவர் தோள்களில் பார்வை செலுத்தினேன். அது குலுங்கிக்கொண்டிருந்தது...

சிறிதுநேரம் மௌனமாய் கழிந்தது.

நான் அதிகாரியானேன் கோபிராவ் வாட்ச்மேன் ஆனார்!

"மழை விட்டுப்போச்சா பாருங்க ராவ்!"

“விட்டுப்போச்சு சார்! நாம போயி எல்லாம் சரியா இருக்கான்னுட்டு ஒரு தடவை பாத்துட்டு வந்துட்றேன் சார். மணி ரெண்டு ஆச்சு நீங்களும் படுங்க”

லாந்தர்விளக்கை கொளுத்தியபடி கண்களைத் துடைத்து கொண்டு அந்த மனிதன் ஆடி ஆடி படிகளில் மூன்றாவது மாடிக்குப் போவதை பார்த்துக்கொண்டே நின்றேன்.

வெளியே மொட்டை வராந்தாவுக்கு வந்தேன். மழை சுத்தமாக நின்றிருந்தது. மேலே நிமிர்ந்து கட்டிடத்தைப் பார்த்தேன். இருளில் வானளாவ நின்றது அந்தப் பழைய கட்டிடம்.

ஐந்தாவது மாடியில் லாந்தர் வெளிச்சம். குச்சியால் டக் டக் டக் என்று தட்டும் ஓசை தொடர்ந்தது.

(அங்கிள், 1971)

இராவணசீதை

இராவணன் சிரித்தான்!

"ஹ்ஹஹ்ஹ்ஹ்ஹஹ்ஹ!"

கடைசல் பிடித்து வார்த்திருந்த தூண்களில் விதானங்கள் சிரித்தன. கூடைப் பூ கொட்டிக் கவிழ்த்த மாதிரி அவன் பத்துத் தலைகளும் சிதறியதுபோல!

அவன் சிரித்தான். சூழச் சிரித்தான்.

அவன் வயிற்றுக்குள் ஈரல்குலை சிரித்தது. நெஞ்சில் இதயம் சிரித்தது. மண்டை ஓட்டுக்குள் ரத்தமும் மூளை நிணமும் சிரித்தன. அவனுக்குச் சிரிப்பும் வந்தது. சிரித்தான். போர்க்களத்தில் ராமன் என்ன சொன்னான்?

ஒஹ்! "இன்று போய் நாளை வா"

அரண்மனை எங்கும் இருண்டு கிடந்தது. பணியாட்கள் அரக்கர்களைக் கூடக் காணோம். - 'எங்கும் சாவின் அமைதி'.

புயலுக்கு முன் நிலைக்கும் வறட்சி!

சீதையின் முகத்தில் எப்படி விழிப்பது?

சீதைக்காகவா இந்த வீழ்ச்சி?

மேகங்களும் கூடி ஆகாயத்து இருள் நீலத்தை மூடி கரும் இருளாக்கிவிட்டிருந்தது. மணிகள் குலுங்க கோவில் கதவுகளைத் திறந்தான் ராவணன். மணிகள் குலுங்கி அடித்து நின்றன. உள்ளே பிரும்மாண்டமான லிங்க வடிவம்.

கருவறையில் மீண்டும் ஒலித்தது.

"இன்று போய் நாளை வா"

ராவணன் சிரித்தான். அழ முடியவில்லையே! அழ முடிய - அவனே முடியவேண்டும்.

இதுவரை இன்று என அவனைப் போகச் சொன்னவனும் இல்லை. இன்று என அவன் போர்க்களத்தில் விட்டவனும் இல்லை.

நாளை வா என்றழைத்தவனும் இல்லை. இவன் யாரையும் நாளை என்று கணக்குச் சொன்னதும் இல்லை.

சிவந்து போயிருந்த அவன் கண்களும் நெஞ்சிலும் முதுகிலுமாகப் படர்ந்துகிடந்த கேசச் சுருள்களும் சிதைந்த கவசமும் இரத்தம் வழியும் அவன் மார்பும் எல்லாம் விம்முதல் உற்றன.

நாளை என்ற சொல்லும் விம்மியது.

கோவிலின் வெளியே யாரோ நடந்துவரும் பாதச் சரசரப்பு. இராவணன் கண்களை மூடி மறுமுறை திறந்தான்.

வந்தவள் சீதை! பெண்கனி!

இராமன் பத்தினி!

இராவணனிடம்!

"சீதே! நீ ஜெயித்துவிட்டாய்!"

சீதை லேசாக அவன் எதிரே நின்று நோக்கியபடி கேட்டாள்:

"தோற்றுவிட்டாயா?"-

"நன்றாகக் கேட்டாய்! தோற்றுத்தான்? இனி?"

"இனி நான்?"

"இராமன் வருவான் - அழைக்க -"

"நீ"

"நாளை வா!" என்றழைத்திருக்கிறான் இராமன்

"நாளை நீ!?"

ஆமாம் - நாளை என் பெயர் நிற்கும் நாள்! என் புகழ் உச்சியின் நாள்.

"இதென்ன?" - சீதையின் வியப்பு உயர்த்தியது.

இராவணன் பைத்தியம் பிடித்தவன்போல் குரூரமாய்ச் சிரித்தபடி பேசினான்.

"ஆமாம் இராவணன் அழிவதில்லை!"

"களங்கம் இன்றி வந்த நான்..."

"களங்கமின்றியே இராமனிடம் செல்வாய்..."

"இல்லை"

"என்ன?" - இராவணன் அதிர்ந்தான். – "அப்படியானால்?" என்றார்.

"ஆம் ராவணா? என் திசை திரும்பிவிட்டது!"

இராவணன் குழம்பினான்...

கலகலவென்று சிரிக்கும் பெண்ணின் குரல் கேட்டு நிமிர்ந்தான்.

இருளில் இருந்து ஒரு உருவம் அவனைப் பார்த்து பலமாக நகைத்தபடியே அவனை நோக்கி வந்தது. அது யார்!? மீண்டும் கலகலவென்னும் நகைப்பு. அது - புஞ்சிகஸ்தலை!

சீதையின் அருகே நின்றாள் அவள்!... சீதையின் கண்களுக்கு அது புலப்படவில்லை. இராவணன் உடல் புஞ்சிகஸ்தலையைக் காணும் போதெல்லாம் நடுநடுங்கும். சீதையை அணைக்க எண்ணும் கணங்களெல்லாம் சீதை அருகே தோன்றுவாள் புஞ்சிகஸ்தலை. இப்போது இராவணன் உடல் நடுக்கம் கொள்ளவில்லை - அங்கே இனி ஒன்றும் இல்லை - இராவணன் இப்போது வெறும் உடல். இராமன் இராவணனைப் பிணமாக்கி உலவ விட்டிருக்கிறான். அடித்துக் கொன்று விழுங்கும் சிங்கம் இரையைக் கடைசி முறையாக நக்குவதுபோல.

“இராவணா... என்னைக் கொன்று விடு”

சீதை ராவணன் கால்களருகே விழுந்தாள். அதிர்ந்து நகர்ந்தான் அவன்.

“சீதே! என்ன இது?” ராவணன் அதிர்ந்தே போனான்.

“என்னை நீ இலங்கையில் சிறைவைத்த போதே மடித்திருக்கவேண்டும்.”

“சீதா!” - அவள் எதிரே எரிந்து தீபத்தருகே நடந்தபடி பேசினாள்.

“ஆம் ராவணா! என் தெய்வம் என்னைக் காக்கவா உன்னுடன் போரிடுகிறது? இல்லை. - இல்லவே இல்லை. என்னைத் தூக்கிவந்த உன்னைப் பழிவாங்க! ஊருக்கு உலகுக்குக் காட்ட... உண்மையில் என்னைக் காக்கவென்றால் - அது - எப்போதோ முடிந்திருக்கும்.”

இராவணன் - அயர்ந்தான்.

“மாரீசன் மானாய் வந்தான் - தெரியவில்லை. நான் மானில் மயங்கினேன் - தெரியவில்லை. மானுக்காக ஓடியும் புரியவில்லை. இலக்குவன் போயும் புரியவில்லை - திரும்பி வந்தும் காக்க ஏலவில்லை. நீ என்னைக் கதறக் கதற தூக்கி வந்த பின்னும் - இத்தனை நாளான பின்னும் - போர் தொடங்கி இத்தனை நாட்கள் ஆன பின்னும் - என் தெய்வம் - வரவில்லை. நான் அவருக்கு அருகதையற்றவள் என்று எண்ணி விட்டார் - இனி-?” அவள் தீர்மானத்துடன் பேசி நிறுத்தினாள்.

“இல்லை சீதா! என் உலகம் நாளை முடியும். உங்கள் உலகம் நாளை தொடங்கும்”

“இல்லை என் உலகம் அன்றே முடிந்துவிட்டது!”

“என்ன?”

ஒரு மௌனம் இருவரையும் ஆட்கொண்டது. இருண்ட உலகமும் குலைந்து கிடந்த இலங்கையும் சவ அமைதியில் நின்றநிலை கண்டது. இராவணா! என்னை விரும்பினாய்! என் குடிலுக்குப் பிச்சை எடுப்பவனாய் வந்தாய். என்னைக் கவர்ந்து சிறை வைத்தாய். உன்னால் என்ன முடிந்தது? மானைத் துரத்திப் போய் ஏமாந்தார்! என்னைக் கொள்ளை கொடுத்தார்?! வெறும் கையனாய் நின்றார். இதோ உன்னை வெற்றி கண்டார். ஆனால் ஆனது என்ன?! இருவரும் கண்டது என்ன?

சீதையின் கதை ஊரறிந்துவிட்டதே! இன்றல்ல நாளையல்ல. இனி இராமபிரான் உள்ளவரை சீதையின் களங்கத்தின் கதையாக; என் வாழ்வைப் பேசாமல் இருப்பார்களா இந்த மனிதர்கள்?

“சீதையை ராவணன் கவர்ந்து சென்றான். இராமபிரான் மானைத் துரத்திச் சென்றார். சீதை அலறினாள், இராமபிரான் காதில் விழவில்லை. இராவணன் சீதையை இலங்கையில் சிறைவைத்தான் - என்ற நிகழ்வை யார்தான் வந்தாலும் மாற்றமுடியுமா இராவணா?”

தீப்பொறி சிதறுவதுபோல இருந்தது இராவணனுக்கு.

“உண்மையிலேயே நான் பத்தினியாய் இருந்தால் இதுவரை என் உயிர் தரித்திராது-” விரக்தியின் நைப்பு அவள் குரலில் தெரிந்தது.

“இல்லை! இல்லை! இல்லை. என் நெஞ்சில் வழியும் இரத்தத்தின் ஆணையாகச் சொல்கிறேன். சீதா! நீ பாக்யசாலி. உன் தெய்வத்தை நீ அடைவாய்! என்னை நாளைய போரில் இராமன் வெல்வான்!”

“ஆமாம்! நாளை அவர் வருவார்! என்னை மீட்பார்! நான் அவரிடம் இல்லை! ராவணன் என்னைத் தீண்டவும் இல்லை. நான் சுத்தமானவள்! கற்புக்கரசி! கற்புக்கனலி! நான் இன்னமும் பத்தினிதான்! என்னை உற்றுப்பார்! என்னை ஏற்றுக்கொள் என்று அவரிடம் கெஞ்சுகிறேன். பிறகு என்னைச் சோதனைக்குள்ளாக்கிய பின் அவர் என்னைப் பத்தினியாக ஏற்பார் இல்லையா?”- ஏளனம் தொனித்தது.

...அவள் பயங்கரமாய்ச் சிரித்தாள். சீதையின் பேச்சு அவனை ஏதோ ஒரு நுனியில் பொசுக்கியது. நெஞ்சில் வலி சுண்டியது.

“என் உடலை - உடலின் வளப்பத்தை மரஉரியில் கானகத்தே கண்டாய் மயங்கினாய்! கவர்ந்தும் வந்தாய்! உன் கனவு அது. - ஆனால் என் உடலை நெருங்கவாவது உன்னால் முடிந்ததா? என்னைக் காப்பாற்ற வந்தவர் கையில் நீ அழியப் போகிறாய்! இதற்காகவா?”

“நீ தூக்கி வந்தே என்னைக் கெடுத்தாய். அவர் பறி கொடுத்தே என்னைக் கெடுத்தார். இனி, எப்போது என்னைப் பார்த்தாலும் இராவணனின் நினைப்பை அவர் போக்க முடியுமா? இராவணன் அந்தப்புரத்தில் சென்று சீதையை மீட்டதன் எண்ணத்தைப் போக்க முடியுமா?... சீதை என்ற பெயர்கூட இராவணனை விட்டு நினைவு வராது...”

விரக்தியுடன் ஆவேசமாய் அவள் கதறினாள். கீழே அந்த பிரும்மாண்டமான லிங்கத்தின் கீழே விழுந்தாள். அவள் கண்ணீர் அந்த இலங்கை மண்ணில் கலந்தது.

இராவணன் உயிரற்று நின்றான்.

கோவிலின் உள்ளேயிருந்து மீண்டும் குரல் கேட்டது!

“இன்று போய் நாளை வா!”

மீண்டும் மௌனம்.

“இராவணா! என்னைக் கொன்றுவிடு!”

இராவணன் குனிந்து அஞ்சாமல் அவள் தோள்களைத் தொட்டுத் தூக்கி நிறுத்தினான். அவன் தலை ஏழு துண்டமாய் வெடிக்கவில்லை. சீதையும் ஏதும் செய்யாமல் விம்மினாள். அப்படியே இற்று அவள் கால்களில் விழுந்து பற்றிக் கொண்டான் இராவணன். அவள் நெஞ்சு தணிந்தது.

இராவணா! என்ன இது என் காலில்?

“சீதே... என்னை... மன்னித்துவிடு... நான்... செய்தது... தான்...”

“கால்களை விடு!” - அவள் விலகி நின்றாள்.

“சீதா நாளை நான் இறப்பேன். நான் இறக்குமுன் உன்னிடம் ஒரு வரம் கேட்பேன் தருவாயா?” அவன் மண்டியிட்டபடி - கையேந்தியபடி கேட்டான்.

அவள் மௌனமாய் கண்ணீருடன் அவனைப் பார்த்தாள்.

“உன்னை உன் களங்கம் இன்றி உன்னைச் சீதையாக நான் கண்டதற்காக நீ தரத்தான் வேண்டும்”-

“என்ன அது?”

“நீ ராமனைப் பெற வேண்டும். நீ ராமனுடன் நீடு வாழவேண்டும். யார் தூற்றினும் இந்த யுகமே எழுந்து நீ களங்கமுற்றவள் என்றாலும் நீ ராமனையே அடையவேண்டும். நீ சாகக் கூடாது. நான் இறந்த பின்னும் நீ இராமனுடன் சேரும் வரை உன்னுடனேதான் இருப்பேன். நீ இராமனுடன் இணைந்த பின்தான் இராவணனின் ஆவி மறு உலகம் புகும். செய்வாயா?” - சீதை உணர்வுகளில் நைந்தாள். பின்,

“இராவணா! நீ நல்லவன்! ஆனால் அதனால் யாருக்கு என்ன பயன்? சொல்! சூர்ப்பனகை உன்னைத் தூண்டி இதற்கெல்லாம் வழி வகுத்து திருப்தியானாள். கும்பகர்ணன் உனக்காக மடிந்து வானோர் உலகம் பெற்றான். வீடணன் இராமனைச் சேர்ந்து உய்ந்தான். மற்றவர் உற்றவர் உனக்குச் செஞ்சோற்றுக் கடன் தீர்த்து துறக்கம் பெற்றார். இராவணா? நீ என்ன செய்யப்போகின்றாய்? நீ யாரைத் துணைகொண்டு எங்கேதான் போகப்போகிறாய்?” என்றான்.

“சீதா! உன்னைப் பற்றினேன்”- இராவணன் கெம்பீரமாய் பதிலைச் சொன்னபோது சீதை பொங்கிக் கண்ணீர் வடித்தாள். அவள் துயரம் அவனைச் சுட்டது. அவள் கண்ணீர் இலங்கையைச் சுட்டது. மிருந்த பிரயாசத்துடன் அவள் சொன்னாள்:

“இராவணா! நீ என்னைக் காப்பாற்றினாய். நான் இறக்க மாட்டேன்”.

இராவணனும் தலைகுனிந்தான்.

சிவலிங்கம் ஜ்வலித்தது. நாளை-?

இராமன் சொன்னது “இன்று போய் நாளை வா!” என்று.

அது கடல் அலை ஓசையாய் இராவணன் காதுகளில் வீசியது.

இராவணனும் சீதையும் யார் வெற்றி பெறுவது என்ற பாவனையில் ஒருவரை ஒருவர் தோற்கடித்துக் கொண்டு நின்றார்கள்.

கடைசியில் இருவருமே தோற்றார்கள்.

இராவணன் தோற்பும் சீதையின் தோற்பும் இராமனின் வெற்றியில் நிலைத்தது.

இராமனின் வெற்றியே அதுதானே?!

(அங்கிள், 1971)

புலன் விசாரணை

மணி 4-30!

இன்னும் இரண்டே மணி நேரம்தான்.

பிறகு சுமியும் அவனும் இந்த உலகில் இருக்கமாட்டார்கள்!

காதல் பயன் -இது! சுமியும் அவனும் மிக யோசித்தார்கள், மிக உலவினார்கள், மிக கட்டிலில் புரண்டார்கள். முடியாது! முடியாது. இனி உயிர் வாழவே முடியாது. சாவில்தான் இணைய முடியும்!

ஆறரை மணிக்கு உயிரை இருவருமாய் முடித்துக் கொள்வோம்! வா! மரணமே வா!.

ஆம்! உலகம் அவர்களுக்கு எதிர்! அவன், சுமியைக் காதலிப்பதை உலகம் விளங்கிக் கொள்ளவில்லை.

அவன் - சுதானந்த். பெயரைப் பார் ராமா கிருஷ்ணா என்றோ, சத்தீஷ் - ப்ரகதீஷ் என்றோ, குப்பன் சுப்பன் என்றோ, இல்லையே...! சுதானந்த்-சுமி! விசித்திரமான இளசுகள்! சாவே வா! அழைக்கின்றன இரண்டும்!

சுமி! பட்டன் இல்லாத கயிறு முடிந்த காதி ஷர்ட்! பல நிறங்களில் இணைத்த கைலி! விம்மும் மார்பு. பதினேழு வயதியில் பி.எஸ்ஸி நர்ஸிங்! உதடுகளில் ஒருவித தாமரை மணம்! ஓடிகலன் ஸ்மெல் உடம்பு...

சுதானந்த்! இருபத்து இரண்டு! ரேடியோலஜிஸ்ட்! ஒரு டெக்னிகல் இன்ஸ்டிட்யூட் டைரக்டர்... பணம்! தொழிற்சாலை... பென்ஸ்கார்... அயல் நாட்டுப் பணம்! சொந்தமாய் லைஸன்ஸ்ட் விமானம்!

ஒரு ஹாஸ்பிடல் - ரத்தம் தர வந்தான், சுதானந்த். பளீரென்ற வெள்ளையில், சுமி காட்சி!

சுமி கேலியாகச் சிரித்தாள். சுதானந்த் மலரமலர அவளைப் பார்த்தான். சுமி கேட்டாள். "ஆர் யூ லவ்விங் மீ! மை காட்...!"

அடேய் பயலே சிக்கினியா...?

"என்ன சார் இது? ஆர் யூ க்ரேஸி...!?"

அடேய் பின்னாலயே ஓடியாடா நாய் குட்டிமாதிரி...

"ஐ யம் வெரி ஸாரி மிஸ்டர். திஸ் இஸ் நாட் ஃபேர்!"

வாடா! வாலை ஆட்டு! குழை! சுற்றி வா! நக்கு! காலில் விழுந்து புரளு...! சுமி போய் வெகுநேரம் ஆயிற்று. அவனால் வாலையும் ஆட்ட முடியவில்லை.

அவள், அவனை விடாமல் சந்தித்தாள். தன்னைக் காதலிப்பது சிறுபிள்ளைத் தனம் என்றாள். அவன் சிரித்தான். "இது, ஹாஸ்பிடல், அசிங்கம் கூடாது" என்றாள். "சரி" என்றான். "பின்னாலே வரக் கூடாது; எனக்கு வேலை போய்விடும்" என்றாள். பின்னாலேயே, "ம்..ம்.." என்றான். "ப்ரெஸண்ட்ஸ் நாட் அலவ்ட்" என்றாள். நிறைய பரிசளித்தான். "தொடாதீர்கள்" என்றாள். தொடக்கூடாத இடத்திலும் நெருடினான். "ஸ்ஸ்ஹா..." என்று சுற்று முற்றும் பார்த்தாள்; கொஞ்சம் தவிக்க அடித்தான். "யூ ப்ரூட்! இன்டீஸண்ட்!" என்றாள்.

"இதெல்லாம் நல்லதேயில்ல, உங்கள் ஒய்ப்க்குத் தெரிஞ்சா..." - என்றதும் திடுக்கிட்டான் சுதானந்த்.

"என்ன முழிக்கிறீங்க. ஐ நோ!" என்றாள் சுமி. "நான் உங்க ஒய்பெ எக்ஸிபிஷன்ல பாத்தேன். உங்களெப் பத்தி ரொம்ப சொன்னாங்க. ஸ்வீட் வுமன்."

சுதானந்த் கூர்மையானான். அவளை விடவில்லை. கல்யாணமானதை வைத்து மிரட்டினாள் சுமி. அவனும் பயந்தது என்னவோ உண்மை. ஆனால் சுமிக்குத் தெரியும் ரகஸ்யம். சுதானந்த், சந்தோஷமாயில்லையாம்! எப்படி இருக்க முடியும்! சுமிக்கு, சுதானந்த்தான் சந்தோஷமே.

லலி கேட்டாள் ஒருநாள்; "ஏன்டி, அந்த சுதா பயலை நீ லவ்வா பண்றே!"

"இல்லியே, ஏன்டி கேக்கறே...?"

"ஏன்னா, அவன் ஏற்கெனவே மாரேஜ் ஆன இட்டியட்! தெரியாதா?"

"வாட்! அதனால என்ன! லவ்தான் பண்றேன்னு நீயாவே தீர்மானிச்சுக்கிட்டியா!"

"இல்லே, ஏமாந்துடாதேன்னேன்! அவன் ஒய்ப் ஒரு ரெய்னாஸரஸ்! ஆமா!"

★

சுமி புறப்பட்டுப் போனாள். சுதானந்த் மனைவியைச் சந்தித்தாள். வெல்ஃபேர் கமிட்டி மெம்பர் என்று அறிமுகம் செய்துகொண்டாள். நல்ல சிவப்பு நிறம். வாளிப்பான உடம்பு. அமெரிக்காவில் படித்து கிராஜுவேட் ஆகி ரிஸர்ச் செய்த புத்தி. ஆனால், சுதானந்தின் ரூலர்! கண்கள் மட்டும் அசாத்ய பெரிது. மூக்கும் ஒரு குரூரம். சுதானந்த்தின் ஃப்ரெண்டாக அறிமுகம் செய்து கொள்ளவில்லை. அவள், 'சுதானந்த் ஒரு சைல்ட்' என்றாள், அவள் பெயர் அமிதா.

இத்தனை பெரிய பெண் இவ்வளவு பெரிய உடம்புடன் இத்தனை அழகாய் இருக்க முடிவது ஆச்சர்யம். எல்லா உறுப்புகளுமே ராட்சசத்தனம் கொண்ட அழகு இணைந்திருந்தது. பெரிய பெரிய விரல்கள், கைகள், தொடைகள், பின்பகுதிகள், மார்புகள், ஏராளமான படிப்பு, செல்வம், அதிகாரம். அமிதா என்கிற பெயரில் கூட ஒருவித பயம் தோன்றியது சுமிக்கு.

"சுதானந்த், பாவம்!" என்றாள், இவள் வாயில் அப்படி வந்துவிட்டது. "சுதானந்தைத் தெரியுமா உனக்கு? யூ நோ, மிஸ்டர் சுதானந்த், மை ஹஸ்பண்ட்!" - அமிதாவின் குரலும் அமிதம்தான்!

நிறைய விஸ்கி சாப்பிட்டிருந்திருக்க வேண்டும். அமிதாவின் குரலும் விஸ்கி மணத்தது.

சுமி இதுபற்றி எதுவுமே சுதானந்திடம் கேட்கவில்லை.

"யு ஆர் மை ஃப்ரெண்ட், தட்ஸ் ஆல்!" என்றாள் அவனிடம்.

..."காதல்" என்றான் அவனும்.

நிறைய பேரை இதே சொல்லில் சுழற்றி அடித்தவள்! அனுபவம்! சுதானந்த் கேட்டபோது அந்த ஹோட்டல் இருளில் பதில் பேசவே முடியவில்லை.

"உங்க ஒய்ப்கிட்ட பர்மிஷன் வாங்கிட்டீங்களா?" என்று சிரித்தாள்.

"ஷீ இஸ் எ ப்பீஸ்ட்! அவ ஒரு ம்ருகம்! ஷீ இஸ் நாட் எ ஒய்ப்..." என்றான் சுதானந்த். அவன் நடுங்கும் உடலைப் பார்த்து அப்படியே நின்று போனாள் சுமி.

முதல் முறை இந்த அனுபவம். அயர்ந்து போனாள். பொதுவாய் ஆண்கள் நெருங்கிவந்து, 'ஐ லவ்யூ' உளற ஆரம்பிப்பது புதிதல்ல. இந்த பாய்ச்சலும் நடுக்கமும், விழ அடிக்கிற பரவசமும் எப்போதும் அவளுக்கு இருந்ததில்லை - சுதானந்தையா? ஏற்கெனவே மணமான - ஒரு பிஸினஸ் மேனையா...?

அவள் பயந்தாள். அவளுக்கு சுதானந்த் தேவையாய் இருந்தது. அவளுக்குள் பயம் கரையிட்டது. அவன் வீழ்த்திவிட்டானா? அவளால் எதுவும் பேச முடியவில்லை.

அவனுக்குப் புரிந்தபோது, அவன் சொன்னான் மறுபடியும்... காதலிப்பதாக - அவள் மறுத்தாள். காதலையே நம்பவில்லை. "அது பைத்யக்காரத்தனம். இது வெறும் ஸெக்ஸ்-தர்ஸ்ட்- உடம்பு- இருட்டுக்குக் காத்திருக்கிற ஆசை - விலைக்கு வாங்கப் பார்க்கிற முதலாளித்தனம் - படுக்கப் பாய்கிற வேசித்தனம்" என்று சொல்லி அழுதாள். இதற்காக வெல்லாம் அவள் அழகிறவளே அல்ல.

"உங்கள் மனைவி...?" - என்றாள்.

"தேவையில்லை" என்றான்.

"உங்கள் தொழில்...?" என்றாள்.

"டாம் கோ ட்டு ஹெல்!" என்றான்.

"உங்கள் அந்தஸ்து, ஸ்ட்டேட்டஸ்?"

"குட்டிச் சுவராகட்டுமே" என்றான்.

"புகழ்? பணம்...?"

"அது எனக்குத் தேவையில்லை. நீ... நீ மட்டும் போதும். நீதான்" என்றான்!

ஒரு பெண்ணின் அந்தரங்கம் திறந்து கொண்டது!

சுமி! அவள் வாழ்க்கையில் முதல் முறையாக அசந்து போனாள். எத்தனை பேர்!? எத்தனை ஆண்!? அதில் எத்தனை மிருகம் - இதோ இவன்தான், இவனேதான் மனிதன்! என்னைத் தேடி வந்த ஒருவன். இருவரும் பேச்சற்ற ஆழத்தில் விழுந்து போனார்கள். பேசி அசுத்தமாக சுமியும் சுதானந்தும் விரும்பவில்லை.

★

அமிதாவுக்குத் தெரிந்து போனது- முதலில் அவள் நம்பவில்லை - இன்னொருத்தியா? தனக்குமா? நம்பவே முடியவில்லை. இந்த பயந்தாங்கொள்ளிக்கா? இனியும் ஒருத்தியை நிமிர்ந்தும் பார்ப்பவன் சுதானந்த் என்று சொன்னால்கூட அவள் நம்பமாட்டாள். கைகோர்த்து இரண்டு புறாக்களாய் சிறகடித்து சந்தோஷித்த சுமியையும், சுதானந்தையும் கண்களால் கண்டதும் கொலை வெறி படர்ந்தது. அவர்களைப் பின்தொடர்ந்தாள். தனியே சுமியைச் சந்தித்துச் சச்சரவிட்டாள். காரணம் கூறாமல் அவமானப்படுத்தினாள்; பலனில்லை.

தனியே சுயமாய் வாழ்ந்து கொண்டிருப்பவள். சுமி. விரலுக்குக் க்யூட்டெக்ஸ் பூசுவதுகூட தானே பத்து விரல்களுக்கும் பூசுகிறவள். சுதானந்த் தனியே அவளுடன் இருந்தபோதும் ஒரு மந்திரியைப் போல் அவனை நிர்வகித்தாள். தன்னையும் மணந்து கொள்ளுவதில் அவள் கவனம் கூட்டினாள்.

அமிதா, சுதானந்தை விடத் தயாரில்லை. அமிதாவிடம் ஏராளமான பணம்; சுதானந்தின் எல்லாமே அவள் கையில் இருந்தன; குழந்தையும் இல்லை; சொத்து பயமுறுத்தியது: கல்யாணம் பண்ணிக்கொண்ட காலத்திலிருந்து இன்றுவரை சுதானந்த், அவள் அதிகாரத்துக்குட்பட்ட ஒரு பொம்மை- எந்திரம்.

சுமிக்கு இந்த விளைவுகள் புரியாதவை அல்ல. அவள் எதற்கும் தயாராகி விட்டிருந்தாள். அமிதாவைப் பார்க்கும்போது பரிதாபப்பட்டாள். வேறு விதமாய்ப் போக முடியவில்லை. பலரும் பலவிதமாய்ப் பேசினார்கள். ஊரிலிருந்து வந்த அவள் மாமாகூட எச்சரித்தார். 'வேறு ஆம்பளையே உனக்கு கிடைக்கல்லியாடீ' என்றுகூட தோழிகள் கேட்டார்கள்.

சுதானந்தின் வழிகள் எல்லாம் அடைக்கப்பட்டன; அதிகாரங்கள் பறிக்கப்பட்டன; பணம், வசதி எல்லாம் மறிக்கப்பட்டன; நண்பர்கள் எச்சரித்தனர்; உறவுக்காரர்கள் தூற்றினர்; அலுவல் உதவியாளர்கள் பரிதாபப்பட்டனர்; வயதானவர்கள் உற்றுப்பார்த்து ஒதுங்கினர்.

★

சுமி சிரித்தாள்... ஆனந்தமாய்ச் சிரித்தாள்... "முன்பே சொன்னேனே, இப்படித்தான் வரும்..." என்று கலகலத்தாள்.

"என்ன செய்யலாம்" என்று படபடத்தான் சுதானந்த்.

"என்ன செய்யணும்? பிரச்னை என்ன இருக்கு இதிலெ? என்ன புரியணும்? உங்களுக்கு என்ன வேணும்?"என்றாள்.

"சுமி! உனக்கு ஒண்ணுமே தோணல்லியா?"

"என்ன வேணும் எனக்கு? மிஸ்டர் சுதானந்த்! இனிமே என்ன வேணும்? நானே எதை நம்பலியோ அதுவே எனக்கு என் கையிலேயே கிடைச்சா... இனி என்ன வேணும்...? நீங்க போதும்; நாம் போதும்; நான் போதும்!"

"இனிமே என்ன?- சந்தோஷம்தான்!" என்றாள் சுமி.

"சுமித்ரா! பணம் வேண்டாமா?"

"வேண்டாம்!"

"வேலையும் புகழும் வேண்டாமா?"

"வேண்டாம்"

"ஊர் உலகம் ஃப்ரெண்ட்ஸ், ரிலேஷன்ஸ்!"

"வேண்டவே வேண்டாம்!"

"அப்புறம் என்னதான் வேண்டும்?" என்றான்.

"நீ போதும்" என்றாள் அவள். இருவருமாய்த் தீர்மானித்தார்கள். அவள் மட்டுமே நம்பினாள்.

★

மணி ஐந்து! அவள் மட்டுமே திடுக்கிட்டாள். சுதானந்த் இன்னும் வரவில்லை. அவள் உடம்பின் மயிர்க்கால்கள் எல்லாம் சுதானந்த் சந்தோஷத்தில் ஆழ்ந்திருந்தது. இருளில் அவன் முத்தங்கள், இப்போது வெளிச்சத்தில் அவளுக்குக் கூசின.

அது ஒரு ஹோட்டல்; பெரிய ஹோட்டல். மாடி பால்கனியில் அவள் நின்று சுதானந்தைப் பார்த்து நிற்கிறாள். கீழே பேஸ்மெண்ட்டில் ஏராளமான கார்கள்! மெள்ள மெள்ள அடுக்கிய நெருப்புப் பெட்டிகள்; சீட்டுக் கட்டுகள்; மரங்களின் கீழே பூக்கள் எறும்புகள்.

மணி ஐந்தேகால்!

சுமிக்குக் கண்கள் பூத்தன.

'சுதானந்த் ஆர் யூ லவிங் மீ ஆர் நாட்?'

'யெஸ்!'

'ரியலி!'

-நீண்ட நேரம் தழுவிக்கொண்ட அவளுக்குள் அக்கினி படர்ந்தது.

-இன்றும் அக்கினிதான் எரிக்கிறது.

'மை டியர் சுதானந்த்! இது வழக்கமான ஒன்று இல்லை. நான் ஏமாறவே மாட்டேன், தெரியுமா? எத்தனையோ பேரை ஏமாற்றியிருக்கிறேன். ஆனால், ஏமாந்ததில்லை. என்னால் தாங்க முடியாது. நான் நர்ஸாய்த் தொழில் பூண்டவள். ஆபரேஷன் செய்யும் போது நானே நேரில் கத்திகொடுத்து அறுத்து வாங்குகிறவள்...'

ச்சீ! என்ன நினைப்பு இது?

மணி ஐந்தரை! வேர் இஸ் சுதானந்த்!

அமிதா! உன்னை நான் ஏமாற்றவில்லை. நீயும் என்னை ஏமாற்ற முடியாது.

மணி ஆறு!

அதோ சுதானந்த்! நேரே ஓடிவந்தான் பரபரப்பு! ஏனோ படபடப்பும்...

'சுதானந்த்! வாட் ஹாப்பண்ட்?'

மேஜையில் இரண்டு டம்ளர்கள்! இரண்டிலும் விஷம் கலந்த விஸ்கி! முதலிலேயே தயார். முன்பே திட்டமிட்டு வந்ததுதான். வழக்கமான காதல் முடிவுதான். உயிருடன் இருக்க முடியாது என்ற உபாயம். வழி, தப்பும் வழி அமிதா! நீ காட்டிய வழி! மணக்க மாட்டாய்! மணக்க விடவும் மாட்டாய்.

விரிந்த கண்களுடன் இருந்தான் சுதானந்த். விஷம் கலந்த டம்ளர்களைக் கைகளில் எடுத்தாள் சுமி.

மணி ஆறேகால்!

மணியை இப்போது இருவருமே பார்க்கவில்லை. தேவையும் இல்லை.

சுமி, நிம்மதியாய் டம்ளர்களைப் பார்த்தாள். ஒன்றை அவன் கையில் கொடுத்துவிட்டுச் சிரித்தாள்.

அவன் சொன்னான்:

"சுமி! வி ஆர் நாட் லவிங் ஈச் அதர். நாம் காதலிக்கவேயில்லேன்னு தோணுது!"

அவள் பதறவேயில்லை.

"எனக்கும் தெரியும்... எதிர்பார்த்ததுதான். இவ்வளவு லேசாத் துவங்கினது இருக்குமா போகுமா என்று தெரியாமல்தான் இருந்தேன்... பட். நான்தான் லவ் பண்ணியிருந்திருக்கிறேன். அதாவது ஏமாந்திருக்கிறேன், இல்லியா?"

அவன் பயந்து விழித்தான் -மெதுவாக நகர்ந்தான் -ஓடி விடுவானோ...?

மேஜைமேல், அவள் தனது டம்ளரை வைத்தாள்; அவனும் வைத்தான். இருவரும் ஒருவரையொருவர் பார்த்துக் கொண்டார்கள்.

"சுமி, ப்ளீஸ்..." ஏதோ சொல்லத் துவங்கினான்; அடைத்துக் கொண்டது.

கட்டில் ஓரமாய்க் கிடந்த டீப்பாயில் இருந்த தட்டில், ஆப்பிள்கள்! ஒரு ஆப்பிளையும் கத்தியையும் எடுத்துக் கொண்டு சிரித்தாள், சுமி! சவம்போல் வெளுத்திருந்தது அவள் முகம். திரும்பி அந்த அறையின் கதவுகளை நெருங்கிய அவனை அவளால் என்னதான் செய்து விட முடியும்?

மணி ஆறரை!

சரியாக ஆறரை! அந்த அலறல் நீண்டு கேட்டது. ரத்தத்தை உறைய வைக்கும் அலறல்!!

★

அதற்கு வெகுநாட்களுக்கு முன்பே அது செத்திருந்தாலும்,

ஆறரை மணிக்குத்தான், காதல்தான் காரணம் என்று போலீஸார்கூட அந்த ஹோட்டலில் ரிப்போர்ட் எழுதினார்கள். விஷம் உபயோகிக்கப்படவில்லை என்று எழுதினார்கள்.

காதலில் விஷம் ஏது?

ரத்தமே சிந்தாமல் ஒரு கத்திக் குத்து தொண்டையில் இருந்தது. டாக்டருக்கும் ஆச்சரியம். சுமியின் பிணம் பரிசோதனைக்கு அனுப்பப்பட்டது. தற்கொலையாம்! யாராய் இருக்கும்?

புலன் விசாரணையில் கூடத் தெரியத்தான் இல்லை!

(மயன் – 20.1.1981)

பள்ளத்தாக்கு

ஷவரிலிருந்து பூவாய் நீர்! எவ்வளவு நேரம்தான் குளிப்பது. மேலே வெண்டிலேட்டரில் சிட்டுக்குருவி ஒன்று உட்கார்ந்து அவளை ஒருமுறை, வெளி உலகை ஒருமுறை சிடுக் சிடுக்கென்று பார்த்தபடி பயமில்லாமல் கீச்சிடுகிறது.

குளியலில் உடல் சுகிக்கிறதா? உடலில் உஷ்ணம் பரவுகிறது மைதிலிக்குத் தெரியத்தான் செய்கிறது. உஸ்ஸென்ற ஷவரின் மிருதுவான சப்தம். உடலில் தெறித்து வைரங்களாய்ச் சிதறுகிற பூ நீரில் வானத்து வில் குளியலறை உள்ளே வீசுகிற வெயிலின் வீச்சில் விரிகிறது.

வழியும் நீரில் மைதிலியின் உடல்தான் எத்தனை அழகு.

ஞாயிறு - வேலையில்லை. இருந்தாலும் பிடிப்பதில்லை. மைதிலிக்கு ஞாயிறு ஒரு பள்ளத்தாக்குக்குள்ளேதான்.

சீனிவாசபுரம் ஊர்க்கோடி எக்ஸ்டென்ஷன். அதிலும் கிரிரோடு கடைசி மூலை. அதிலும் மைதிலியின் ஃப்ளாட் கடைசியோ கடைசி. சிறிய பங்களா மாதிரி சுற்றிலும் லான்.

சற்றே நீளவாக்கில் அமைந்த போர்ட்டிகோ. சிறிய கேஸில் ஃபியட் கார் - நீலநிறம் பளிச்சென்று. அரசினர் கலைத்தொழில் நிறுவனத்தின் டைரக்டர் மைதிலி என்ற பித்தளை போர்டு முன்னே!

வீட்டுக்குள்ளே வேறு மனிதர்கள் கிடையாது. காம்பவுண்டுச் சுவருக்கு அப்பால் புதாறு ஓடுகிறது. அதற்கு அப்பால் ராஜராஜசோழன் காலத்து அகழி. அதற்குள் ஓடுகிற புதாற்று நீர்.

முதன் முதலில் மைதிலியை இந்த வீடு வாங்கிக் கொடுத்த புரோக்கர் தம்புச்சாமி சந்தித்தபோது பயம்தான்...

..."வீடு பள்ளத்தாக்குல இருக்கணும்."

தம்புச்சாமிக்குப் புரிய நியாயமில்லை. "பள்ளத்தாக்காவுது?..."

"தனியா இருக்கணும் வீடு. அதான் அப்படிச் சொல்லீட்டேன். இங்கே ஏது பள்ளத்தாக்கு... ல்லெ?"

"அதுமாதிரீல ஒரு வீடு இருக்கு புதாத்து சரிவுல!"

“எங்கே?”

“ஊர்க்கோடி. சீனுவாசபுரம் ஆத்துக்கு அந்தப்புறம் யாரும் அண்டமாட்டாங்களேம்மா. காடுமாதிரி சுத்தி... பயமாயிருக்குமே. நீங்க ஒண்டி ஆளு...”

“கூடதான் ‘ஸ்யூப்’ இருக்கே.”

“நாயிதானேங்க. ஒரே அமுக்கு அமுக்கீட்டாங்கன்னா...?”

கலகலவென்று சிரித்தாள் அவள்...

...ஷவரில் நூறு துளைகள் இருக்குமா? உடல் உஷ்ணம் பெருகுவது மைதிலிக்கு ஆச்சரியம். நரம்பில் இனந்தெரியாத மகிழ்ச்சி. வெண்ணிற சலவைக் கற்கள் தேர்ந்தெடுத்ததுகூட அவள் ரசனைதான். ஆனால் இப்போது அவை வெண்ணிறமாய் இல்லை. வெண்மையே ஒரு புது நிறமாய் காலம் கலந்து க்ரீம் தடவியிருக்கிறது அதற்கு. தம்புச்சாமியுடன் வந்து பார்த்த போது காம்பவுண்டுக்குள் வீடே காணோம். உயரமாய் மரங்களின் பசுமை. அவளுக்கு ஆச்சர்யம்! தம்புச்சாமி இத்தனை தெரிந்தவனா? இடமும் வீடும் அவளைச் சந்தோஷப்படுத்தின.

லாரியில் சாமான்கள் வந்து இறங்கியபோது எல்லாருக்கும் ஆச்சரியம். ‘அட, இந்த காட்டு பங்களாவுக்கும்கூட ஒரு பேய் வந்திருக்கே’ என்று தெருவாசிகள் வந்து பார்த்துவிட்டுப் போனார்கள். பெண்கள் எல்லாருக்கும் ஆச்சரியம். ‘தனியா இவ இஞ்ச இருக்கப் போறாளாம்ல்ல...’ முனகிக்கொண்டார்கள்.

வீட்டுக்குள்ளே சமையலறையில் எல்லா வசதியும் இருந்தும் சமையலுக்கு ஆள் கிடையாது. நாளின் பெரும்பாலான நேரம் வீட்டில் யாரும் இருக்க மாட்டார்கள். அதனால்தான் வாசலில் ராமசாமி! வேலைதான் மைதிலிக்கு ஊன்றுகோல். வேலை மட்டும் இல்லாவிட்டால்...

ஞாயிறுதான் பள்ளத்தாக்கில் அவள் சுகிக்கிற நாள். யாரையும் பார்க்கமாட்டாள். எங்கும் போகமாட்டாள்.

மாடியில் நின்று அகழிக்குள் ஓடும் காவிரி நீரைப் பார்த்துக்கொண்டே முடியை உலர்த்துவது காலை நேரச் சுகம். பகல்வேளை முழுவதும் பள்ளத்தாக்கில் திரிவது. எத்தனைவித பூச்செடிகள், கனவுகள் இந்தப் பள்ளத்தாக்கில், வெயிலேறும் வேளையில் பசி வரும். அடுக்களை அமந்து கிடைக்கும். மெத்தையில் கிடப்பாள். ஒவ்வொரு நிமிஷமும் நகரும், இழையும். மாலையாகும் - பசி கனக்கும். மெதுவாய் கீழிறங்கி வருவாள். கிச்சன் உயிர்க்கும்.

டெரியருடன் கொஞ்சநேரம் விளையாட்டு. ஸ்யூப்கூட அவள் விளையாட்டுக்குப் புரண்டு எழும்பும்.

தெருவில் விளக்குகள் எரியும்.

ஷவரில் பசியோடு குளியல்.

சாப்பிட வேண்டுமா? - இத்தனை பசிக்குப் பிறகும் யோசனையாய் இருக்கும்.

லாமினேட்டட் மேஜைப் பரப்பில் ஆவி பறக்கும் சூப்! வத்தக்குழம்பு! நெய்! புட்டிங்! சம்பந்தமில்லாத ருசிகள்! இஷ்டம்போல் கொறித்துத் தள்ளுவாள். ஒருத்திக்குச் சமைத்தது.

சூப்பும் வத்தக்குழம்பும் புட்டிங்கும் இல்லாவிட்டால் ஸாண்ட்விச்சும் ரசமும்!

விபரீதம்.

காலை நீட்டிப் போட்டுக்கொண்டு மாடியில் டி.வி. பார்த்தபடி ஸ்யூபிடம் கொஞ்ச நேரம் விளையாடுவாள். ஸ்லீப்பிங் கவுன் போட்டுக்கொண்டு மாடி வராண்டாவில் நடப்பாள். இருட்டுக்குள் அவள் நிற்பது கேட்டருகில் சென்ட்ரி ராமசாமிக்குத் தெரியும். வெகுநேரம் இருட்டில் இருப்பதும் புரியும். ஏன் என்றுதான் தெரியாது, அவளுக்கும்!

★

மைதிலி ஆபீசராய் நுழையும் ஆபீஸ்கள் ரொம்ப சிரமப்படும். அமைதி யாரையும் பயப்படுத்தும். என்ன செய்வாள் என்பதே யாராலும் யூகிக்கமுடியாது. ரொம்ப கண்டிப்பு. எல்லாம் கருக்காய் நறுக்காய் செயல்பட வேண்டும் அவளுக்கு. அவளுக்கே அது பிடிக்காத ஒன்றுதான்.

மனிதர்களில் அதிகாரிகள் தனி ஜாதி. அவளும் அப்படியே.

வாரத்தில் ஆறு நாட்களும் இதே முறுக்கில் முறுக்கும் அவளுக்கு ஏழாம் நாள் தறிகெட்டுப் பாயும் நாள். விடிந்து பதினோரு மணி வரை சில ஞாயிறுகள் அவளை எழுப்பாது அதுவும் தூங்கும். சில ஞாயிறுகள் பள்ளத்தாக்கிலேயே முழுகிப்போகும். மைதிலி படுக்கையில் புரண்டுகொண்டே கிடப்பாள். கீழே ஸ்யூபின் கத்தல் தொடர்ந்து பசியில் கேட்கும்.

கண்ணாடி ரொம்ப அழகாய் இருந்தது. சுற்றிலும் சித்திர வேலை. கண்ணாடியில் அவள் அவளை அப்படியே பார்த்து நின்றாள். மைதிலிக்கு இருபத்திரண்டு என்று சொல்லமுடியுமா? சிற்பம்போல் அவளை அங்கம் அங்கமாய்ப் பார்த்து பயந்தாள்.

எங்கும் பரிசுத்தம். ஒரு மச்சமில்லை. மார்பிளில் செதுக்கியது போன்ற கனவு.

ஹாலில் ஸ்யூப் குரைக்கும் சப்தம் கேட்டதும் டர்க்கி டவலைச் சுற்றிக் கொண்டாள். மறுபடியும் ஸ்யூபின் குரைப்பு.

மூக்கின் நுனியில் திரண்ட ஒரு துளி தண்ணீர் அங்கேயே சொட்டாமல் நின்றது.

கண்ணாடியை நெருங்கி பரிசோதனையைத் தொடங்கினாள் மைதிலி.

ஞாயிற்றுக்கிழமை கண்ணாடிக்குள்ளிருந்து கண் சிமிட்டியது. ஹாலில் ஸ்யூப் ஓடி விளையாடுவது புரிந்தது. யார் வந்திருக்கிறார்கள்? யாரும் கசப்பாய் இருந்தார்கள்! இன்று யாரையும் பார்ப்பதில்லை. எப்படி விட்டான் ராமசாமி?

ட்ரெஸ்ஸிங் டேபிளில் பத்து நிமிடம்... ப்ரா, பெட்டிகோட்... ஸாரி... சிறை, சிறை, சிறை, ரூஜ்... ஸ்நோ... லேசாக கண்ணில் மை. இன்று லிப்ஸ்டிக் வேண்டாம். பட்டுப்புடவையும் நீலநிறமும் ஜரிகையும் ரொம்ப இதமாய் இருக்கிறது. ஒரு அடுக்கு வளையல் ஜரிகையோடு போட்டி.

ஹாலில் யாரோ... ஸ்யூப் மறுபடியும் உர் உர் என்று உறுமும் சப்தம்.

மூக்கு நுனியில் கோபம் வந்தது மைதிலிக்கு! புரிந்துவிட்டது. யாரோ ஒருவன்! அப்பா அனுப்பியவன்!

அப்பா! மைதிலிக்கு தன்மேல் ஒரு கூண்டு படர்ந்து மூடியது போலிருந்தது. மாடிப்படியில் கம்பீரமாய்க் கீழிறங்கும்போதும் ஒரு தலையிறக்கம்.

மைதிலி கீழிறங்கி நின்று வந்தவனை அலட்சியமாய்ப் பார்த்தாள். வந்தவனிடம் என்ன கண்டோ உறுமியபடி வாலாட்டியது ஸ்யூப்! விரும்பிய வெறுப்பா? எஜமானி நோக்கம் புரியாத வெறுப்பா?

"எஸ்!"

"ஐயம் ஸ்ரீனிவாச கோபாலன். உங்கப்பா அனுப்பிச்சார். ஐயம் வர்க்கிங் இன் பெல்! எலக்ட்ரிக் எஞ்சினியர். வயது முப்பது. கௌண்டில்ய கோத்ரம்..."

புழு! நெளிகிறது! அப்பா அனுப்பிய புழு! இவனெல்லாம் என்ன மனுஷன்!

"எஸ்! ப்ளீஸ் ஸிட்டவுன்!"

நல்ல களையான முகம்தான். சிவப்பு. அலையான முடி முன் நெற்றியில். கருகருவென்று மீசை. கூர்த்த நாசி. நிஜமாகவே உபயோகமான ஜாதகம். பயந்த பையனாய் வேறு இருக்கிறான். போதுமே அப்பாவுக்கும்! ஆபீசில் 'ஐ லவ் யூ' சொன்ன ஜெயகரை நினைத்துக் கொண்டாள். ஸ்பார்க்கிங் பர்சனாலிடி! திறந்த காலர் வழியே அவன் மாதிரி... ம்... ஆனாலும் அப்போதும் இவனைப் பார்க்கிறபோது ஏற்படும் இதே அருவெறுப்புதான்! புழுக்கள்!

எந்த ஆணிடமுமே ஒரு புழுத்தனம் இருக்கிறது. இந்த வயதில் - ஈரமாய் அருவெறுப்பாய் நெளிகிறது. ஒரு நாள் ஜெயகர் கேட்டானே அது மைதிலியை கிரீடம் வைத்து சிம்மாசனத்தில் ஏற்றியது. மகிழ்ந்து மயங்கியது எல்லாம் அவளைப் பொறுத்தவரை உண்மை. அப்படியே தன்னை அணைத்துப் புரள மாட்டானா என்று ஒரே ஒரு கணம் ஏங்கினாள் என்பதும் உண்மை. ஆனால் அடுத்த கணமே ஈசல் புழுவாய் நெளிந்தானே அது? சற்று தளர்ந்தாலே போதும்.

கை கழுவ பேஸின்கிட்ட போனப்போ கிஸ் பண்ண வந்த ராஸ்கல்! நீ! கிஸ் பண்ண வந்தது தப்புன்னு உடனே கால்ல விழுந்தியே நீ புழு இல்லாமெ என்ன!

இதுக்கு மிந்தி அப்பாவும்தான் எத்தனை புழுவெ அனுப்பிச்சுட்டார்! அவரும் ஒரு புழுதான்! இந்தப் புழு இன்னிக்கு வந்திருக்கு. நெளியிது.

அந்த கங்கூலி மட்டும்? அவனும் ஒரு வைப் மட்டும்தான் கேட்டான். ஆள் இல்லாத இடம் வந்ததும் ஒரு அமுக்கு! தம்புச்சாமி புரோக்கர்கூட அதையே சொன்னான் - நேரம் இருந்தா அவன் கூட ரெடிதான். 'இது'க்கு என்னை ஏண்டா கீழ போட்டு அமுக்கணும்? கங்கூலி கிட்டவந்து அமுக்கி உருவினப்போ மைதிலி கேட்டது அவளுக்கு இப்போதும் ஆச்சரியம்! இதெ ஏன் நீங்க வீட்ல ஒரு ஆம்பிளையா கம்பீரமா என்னெத் தூக்கி அணைச்சு ஆட்கொள்ள உனக்கு முடியலையே? மெதுவா தொட்டு, பயந்தா அணைச்சு, வெக்கப்பட்டா துணிய உருவி, அதுக்குமேல நடுங்கினா, என்னை.... எல்லாம் அதுக்கப்புறம் வாழ்நாள் முழுதும் உன்னே பூஜிக்கணும். எதிரேயும் அதே போல ஒரு ஆட்கொள்ளவந்த புருஷன். இப்ப மைதிலி வெக்கப்படணும், சிரிக்கணும். நாணனும்.

"எதுக்கு வந்திருக்கீங்க?"

"உங்கப்பா எழுதல்லியா?"

"அப்பாவா கல்யாணம் பண்ணிக்கப்போறா?"

"நீங்க ரொம்ப ரிஸர்வ்ட்ன்னுகூட எழுதியிருந்தார்!"

“ஒண்ணுக்கும் மசியமாட்டேன்னு அதுல எழுதல்லியா அவர்?”

புழு நெளிய ஆரம்பித்தது. குமட்டிக் கொண்டு வந்தது. மைதிலிக்கு. உங்களுக்கெல்லாம் பொண்ணா இந்த ஜாதியில இல்லே? இதோ நடுங்க ஆரம்பிச்சுட்டே. நான் நீ தேடிவந்த பாப்பாத்தி இல்லன்னு உனக்குப் புரியல்லியா? ஒரு வாஷிங் சோப் மாதிரி என்னெ நீ யூஸ் பண்ண முடியாதுன்னு உனக்குத் தெரிஞ்சும் கூட, மெதுவா ஒரு தடவை போட்டுப்பாத்தா என்னன்னு தோணுது, இல்லெ? நீ எவ்வளவு சம்பாதிச்சு எவ்வளவு வளந்து எத்தனை அழகாயிருந்தாத்தான் என்ன! நான் இருக்கிற பள்ளத்தாக்குக்குள்ளே இறங்கி வந்து என்னெத் தொட உன்னால முடியாது.

அவன் எழுந்துவிட்டான். இது முதல் அல்ல. மைதிலி பின்னால் ஸாரி சொல்லவில்லை. நெஞ்சு வலித்தது.

அவன் பின்னாலேயே நடந்து வெளியே வந்தாள். இரண்டு மூன்று முறை திரும்பிப் பார்த்துவிட்டு கேட்டைக் கடந்து வெளியேறினான் அந்த எஞ்சினியர்.

அப்பா இவனையே கூட்டிக் கொண்டுவந்து மணவறையில் கட்டுடா இவ கழுத்திலே தாலியென்னு சொன்ன எந்த வலியுமில்லாமல் இந்தப் புழுவைக் கட்டிக்க மைதிலி சம்மதிச்சுடுவா. அவளுக்கும் அது பொருந்தும். ஆனா. அப்பா தந்து வளர்த்த சுதந்திரம் இருக்கே அதுதான் அவளை ஆட்டிப் படைக்கிது.

போன மாதம் வந்தானே ஒத்தன் ராஜாமணின்னு - பேருகூட கதையில வர்றமாதிரி - ஆளும் வாட்டசாட்டம்! ரொம்ப தைர்யமா “உன்னெப் பிடிச்சிருக்கு”ன்னான். அடுத்தா மாதிரி “ஆமா தனியாவா இந்த வீட்ல இருக்கே? அம்மா, அப்பா எல்லாம் உன்னெ இப்புடி விட்டுவெச்சிருக்காளே குண்டுக்காளை மாதிரி! நீ ரொம்ப இண்டிவிஜுவல்ன்னு கேள்விப் பட்டேன். எனக்கு ஜாதகம் பொருந்தியிருந்தாப் போறும். மத்ததெல்லாம் அட்ஜெஸ்ட் பண்ணிக்கலாம்.”

“எதெ எதெ அட்ஜஸ்ப் பண்ணிப்பேள்?”

“நீ ஒரு மாதிரின்னு சொன்னா. அட்ஜஸ்ட் பண்ணிக்கலாம்.”

“ஒரு மாதிரின்னா... வந்து...”

“நீ நல்லா படிச்சிருக்கெ. நல்ல வேலை, சம்பளம். நன்னாவும் இருக்கே ‘இதெ’ல்லாம் சகஜம்.”

“எது?” ஆத்திரம் அவளுக்கு உச்சந்தலை முடியில் உறைத்தது.

“அடங்கமாட்டியாம். அதுனால என்ன?”

-அட புழுவே! நான் என்ன ஜல்லிக்கட்டு மாடா?

"ஏன் மிஸ்டர் ராஜாமணி. இப்ப உங்களை செருப்பால் அடிச்சாக்கூட பேசாம இருந்துடுவேளா என்ன?"

"ஷட்டப்!" சீறினான் அவன்.

"கெட் லாஸ்ட்" அலறினாள் மைதிலி. சென்ட்ரி ராமசாமி ஓடிவந்தான்.

★

பதினேழாவது வயதில் டைப்பிங் இன்ஸ்டிடியூட் போய்க்கொண்டிருந்த வேளை அந்த மலையாளத்துப் பையன் தங்கப்பன் ஆசாரி அவளை சினிமாவுக்குக் கூட்டிக்கொண்டு போக அனுமதித்து இருட்டில் விரல்களால் அவன் காட்டிய சொர்க்கம்தான் மீதி! ஆசாரி மூத்தவன். வீட்டுக்குத் தினம் வருபவன்.

அப்பாவுக்கும் அம்மாவுக்கும் இது தெரியுமா? தங்கப்பன் ஆசாரியா. ரொம்ப நல்லவனாச்சே. மைதிலிக்கு ஒரு இரண்டே நாள் சினிமாவில் இந்தச் சுகம் எவ்வளவு தூரம் என்று தெரிந்து போய்விட்டது! மூன்றாம் முறை தங்கப்பன் ஆசாரி அவள் உடம்பில் சிற்பம் செதுக்க முடியவில்லை. ஏன், ஏன் என்று நெளிந்தது அந்தப் புழு! பதினேழாம் வயதில் செதுக்கிய சிற்பம்தான் அவள். அதன்பின் அந்தச் சிற்பம் மூளியாகவே இருக்கிறது இறுகிய கல்லாய்.

மூன்றாம் நாள் ஆசாரி அவளிடம் சிரித்ததெல்லாம் பலிக்கவில்லை. கல்லாய் இறுகியிருந்தாள் மைதிலி. மெதுவாய் இழுத்துப் புதைத்தான் தங்கப்பன் ஆசாரி. பலவந்தமாகவே திறந்தான். பிணம் மாதிரி இருந்தாள்.

"இனிமே முடியாது. என்னெ விடு! சீ! விடு! த்தூ!" -அவளுக்குப் பளீரென்று எல்லாம் புரிந்தது.

உள்ளே இருக்கிறது வேண்டாம் இவன்களுக்கு. இது போதும். "என்னெ கல்யாணம் பண்ணிப்பியா தங்கப்பன்?"

"கல்யாணமோ? நின்னெயோ? எனிக்கு மும்பெ விவாகமாயிப் போயல்லொ!"

அப்போதும்கூட அவன் இடையில் கையை வளைத்து என்னவோ தடவிக்கொண்டுதான் இருந்தான். புழுப்போல அருவெறுப்பாய் இருந்தது. அன்றுதான் குமட்டியது. வியர்த்து ஜில்லிட்டது. அரை இருட்டு சினிமாவிலிருந்து அவள் எப்போது எழுந்துவந்தாள் என்று அவளுக்கே தெரியாது.

முதல்முதலில் அப்பாவிடம் மறுத்ததும் இதே அருவெறுப்பில்தான். "ஏன் அவனை வாண்டாங்கறே? இவன் நல்ல காசுக்காரன்!"

"அவன் ஒரு புழு!"

"தட்ஸ் ஆல் ரைட். வேற வரன் பாப்போம்! இப்டியே தள்ளிப் போயிண்டிருந்தியானா அப்றம் வரனே வராது. இப்பையே உன்னெப் பத்தி ஒரு மாதிரின்னு பேசிக்கறா. அம்மா இல்லாத பொண்! தடிச்சியா வளத்திருக்கான் அப்படின்னு!"

"நீ ஒருத்தனெ கொண்டுவந்து இவனெத்தான் கட்டிக்கோடீன்னு சொல்லீடேம்ப்பா!"

"நோ! நான் உனக்கு எத்தனை சுதந்திரம் குடுத்து வளத்திருக்கேன். யூ மஸ்ட் சூஸ் யுவர் ஹஸ்பண்ட்... யூ நோ."

சின்ன வயசில் அப்பா கேட்பார் "ஏண்டி சாக்லட் ஐஸ்க்ரீம் வேணுமா? பிஸ்தா ஐஸ்க்ரீம் வேணுமா?" அவளுக்கு ஐஸ்க்ரீம் ரொம்ப பிடித்தது. நீண்ட கண்ணாடிப் பெட்டி தொட்டி தொட்டியாப் ஐஸ்க்ரீம் நுரைத்துக் கொண்டு பல நிறங்களில் பல மணங்களில்! சாக்லட்டும் பிடிக்கும், பிஸ்தாவும் ருசியாய் இருக்கும். வனிலாவும் மணக்கும். நினைவில் பல ருசி! திகைத்து நிற்பாள்! எல்லாமே வேணும்! சொல்ல அப்போது முடிந்தது!

ஆர். ப்ருகதீச்வரன் எம்.ஏ.,பிஎச்.டி பிஸிக்ஸ் புரொபசர். திக்கான மூக்குக் கண்ணாடி. சினிமாவில் வருகிற அப்பா கதாபாத்திரம் மாதிரி இருந்தான். வயசு கொஞ்சம். ஊட்டம். பெரிய இடத்து சம்பந்தம். நல்லா சாப்பிடுவான் போலிருந்தது. பெண்பார்க்கும் படலம், சொஜ்ஜி பஜ்ஜி, பாட்டு எல்லாம் நடந்தது.

"பிடிச்சிருக்கோடி நோக்கு?"

"உனக்குப் பிடிச்சிருக்காப்பா?"

"ம்! பீமன் மாதிரியிருக்கான் பையன்! புரொபசராயிருக்கானே, சம்பளம் ஆயிரம் இருக்காது?"

"அட! பிடிச்சிருக்கா?"

"ம்!"

"உன்னாலேயே ஒரு முடிவுக்கு வர முடியலையே? நான் மாத்திரம் எப்படி உடனே 'சரி' சொல்ல. ஆனாக்கூட நீ சொல்லிப்பாரேன். சரீன்னுடுவேன் ம்! உனக்குப் பயம் இப்ப கட்டிவெச்சுட்டு அப்பறம் அழும்போது நாம் பொறுப்பாய்டுவோமேன்னுட்டு!"

இன்னொரு நாள் அப்பாப் புழு இப்படியும் நெளிஞ்சதே.

“ஏண்டி மைதிலி எவ்வளவு படிச்சிருக்கெ! நன்னாப் பாடுவெ! ஒரு பயலை நீ லவ் பண்ணணும்னு தோணினதில்லை?”

“அப்பா, இப்டீல்லாம் கேள்வி கேழ்க்கலாமோ?”

“ஏன், அதுல என்ன தப்புன்னேன்!”

மைதிலிக்கு ஒரு கணம் மனசு நிறைந்து போயிற்று. “இப்படிக்கூட பேசுவாளா என்ன?” என்று கடிந்து கொண்டாள் அப்பாவை. ஒரே ஒரு கணம்தான் இந்த சந்தோஷமே அப்புறம்தான் இருக்கு.

“லவ் பண்றதுல தப்பு இல்லே! ஆனா நம்மளவாளா இருக்கணும் கோத்திரமறிஞ்சு பொண்ணைக் குடுன்னு பெரிவா சொல்லீருக்காளே! அவா அவா இஷ்டம்போலத்தான் மனுஷ்யா இருக்கணும். ஆனா ஜாக்ரதையா இருக்க வேண்டாமோ?”

அப்பா புழு அல்லாமல் என்ன? இல்லாமலா அம்மாவைப் பிழிஞ்சு எடுத்திருக்கார்! அம்மா ஒரு அடங்கின சரக்கு. வார்த்தை போதும், சுருண்டு விழுவாள். அப்பாவும் ஆட்டி உலுக்கித்தான் எடுப்பார். சீக்கிரமே தாலியை அவர் கையில் அவிழ்த்துப் போட்டு வைகுந்தவாசம் போய்விட்டாள். இருமி இருமி ரத்தம் கக்கினது பயங்கரமாய் ஞாபகம் இருக்கிறது. பத்து வயசு மைதிலி அவள்.

ஏன் எவனையாவது கட்டிக்கணும்? கல்யாணம்தான் முக்கியமான பிரச்சனையா ஒருத்திக்கு? எத்தனை ஜனம் சாகிறது? தினம் பசியில் எத்தனை போகிறது? அப்பாவுக்கு முன் எவனையாவது ஒருத்தனை...

“அப்பா, நம்ப சாரங்கன் இப்ப எங்கே இருக்கான்?”

“அட! அவனெயா பண்ணிக்கணும்ங்கறே?”

“எவனையாவது ஒருத்தனெ பண்ணிண்டா என்னப்பா?”

விசித்திரமாய் மைதிலியைப் பார்த்தார் அவர். அறுபது வயசு. இன்னும் கட்டுவிடவில்லை. பழம் மாதிரி தளதளப்பு. அவள் கண்கள் நிறைந்தன. அவருக்குப் பயமாய் இருந்தது. மைதிலி லேசில் அழுகிற பெண் அல்ல.

நிறைய சம்பாதித்தாயிற்று அவரும். இனி மீதம் இருப்பது அவள். அவருக்கும் அவள் ஆகாமல் போய்விட்டாள்!

கோபாலன் ஆபீசில் முதலில் சந்தித்ததுமே அவளிடம் கேட்டான். “உங்களுக்குக் கல்யாணமான மாதிரி தெரியலியே!”

கோபாலன் புதுசா வந்த அக்கவுண்டன்ட் ரொம்ப நவீனமா இருந்தான். “ஐ லவ் யூ” சொல்லப்போறானா?

மைதிலிக்கு யார் ஐ லவ் யூ சொன்னாலும் பிடிக்கமாட்டேங்கிது. எவ்வளவு பெரிய பொய்! லவ் பண்றவன் சொல்லிகிட்டு நிப்பானா?

அதுக்கு என்ன பெரிய சந்தோஷம்? அவளால யாரையாவது லவ் பண்ண முடியும்னு தோணலை.

"கல்யாணம் உங்களுக்கு ஆய்டுத்தா?' - மறுபடி கேட்டாள் மைதிலி.

"ஏன் கேக்கறீங்க?"

"ஜாதகம் தரலாமேன்னுதான்!" - சிரித்தாள்.

கேலியாக இப்படிச் சொன்னாள். கோபாலன் தினமும் சந்தித்து சிரித்தான். கூடவே நிறைய நேரம் கழித்தான். கடைசியாக மைதிலியின் அப்பா தான் ஜாதகம் கேட்டார் அவனிடம்.

மறுநாளே ஆபீசில் யாரும் இல்லாத வேளையில்-

"உங்கப்பா ஜாதகம் கேட்டார்!"- சிரித்துக் கொண்டான்.

கோபாலனைப் பிடிக்காமல் போகுமா? கீழ் உத்தியோகஸ்தன் தான். ஆனாலும் துருதுருப்பான சுபாவம். பார்க்கலாம்.

"ஜாதகம் கொடுத்தேளா?"

"உன்னோட பாங்க் பாலன்ஸ் எவ்வளவுன்னு உங்கப்பாவுக்கே தெரியாதாமே" என்றான் கோபாலன்.

சட்டென்று சொடுங்கினள் மைதிலி. மூச்சு உள்வாங்கியது. ஆத்திரம்-உடல் பதறியது. பணத்தில் நெளிகிற புழு!

"பணம் எனக்கு முக்யமில்லெ. திருவியாத்துப் பொண்ணு லகாரம் ரெண்டு சொத்தோட வருதாம். அம்மா சொல்றா!"

மைதிலியின் அப்பா எத்தனை சுதந்திரம் தந்திருக்கிறார் அவளுக்கு! எல்லாம் எதுக்கு? இந்தப் புழுக்கள் கிட்டெ நெளியத்தானா! சம்பாதிக்க ஆரம்பிச்ச காலத்தில் முதல் சம்பளத்தெ அப்பாகிட்ட குடுத்து நமஸ்காரம் பண்ணினப்போ அப்பா என்ன சொன்னார். கண்கள் நிரம்பி வழிந்த அப்பா!

"நீயே வெச்சுக்கோடி குழந்தெ. உன் பணமா சேத்துவை! நிறைய புக்ஸ் படிக்கறவ நீ. நிறைய வாங்கு, படி! மிஸ்யூஸ் பண்ணமாட்டே நீ. அதோட நேக்குப் பணத்தெ சேக்கத் தெரியாது! அதெல்லாம் உங்கம்மா!"

சாரங்கன் மாமா பிள்ளை. ஒரு சிட்பண்ட் வெச்சிருக்கான். அவனை வேண்டாம் என்று அப்பா சொன்னதே கோபாலன் மாதிரி பணத்துக்கு பொண்டாட்டி பாக்கிறவன்ங்கிதனால்தான்!

"மிஸ்டர் கோபாலன்! உங்க பாங்க் பாலன்ஸ் என்ன? அதெச் சொல்லலியே நீங்க."

பொண்ணுங்கிறவ இவங்களுக்கு ஒரு வசதிப் பொருள்!

“நான் ஒண்ணும் தப்பா சொல்லிடலியே மிஸ் மைதிலி!” சட்டென்று எப்படி இவர்களால் இப்படிப் பின் வாங்க முடியாது!

அப்பா கேட்டார், “இனிமே என்னடீ பொண்ணே பண்ணப் போறே?”

கோபாலன் இல்லென்னா ஒருத்தன்!

“யாரையானும் காட்டுப்பாம்-ன்னுடறேன்!”

“அதுதானே வாண்டாம்ங்கறேன்.”

அதுக்கப்புறம் எத்தனை ஜாதகம் அப்பா அனுப்பினார். அவளால் சுதந்திரத்திலிருந்து தப்பவே முடியலை.

ஆண்கள் அத்துபடியாகிப் போனார்கள் புழுக்களாய்! புழுக்களுடன் ஜீவிக்க முடியுமா?

புதாற்றுக்கரை! பழைய இடிபாடுகளுடன் ராஜராஜனின் பெரிய கோவில் மதில் எதிரே, எதிர்க்கரையின் சரிந்த பள்ளத்தில் சீனிவாசபுரத்து கோடியில் வீடு ஸ்யூப் என்ற நாய் - காவல் ராமசாமி.

யாராவது துணை வேணும்தான். தெரியும். யாரும் வரமாட்டான். விலை கேட்பான். கூட வரமாட்டான். கூடமட்டும் இருட்டு கேட்பான். அதையும் பயந்துகிட்டே தப்புமாதிரி அசிங்கமா கேட்பான். அப்பாவுக்கும் பின்னால அப்பா மாதிரியே கழுத்தை அறுப்பான் கல்யாணம் பண்ணு பண்ணுன்னு.

★

ஞாயிற்றுக்கிழமை காலண்டரிலிருந்து அவளைப் பார்த்துச் சிரித்தது. வெறும் மார்பிள் தரையில் சரிந்து உட்கார்ந்து கேஸட்டை ஆன் பண்ணினாள் மைதிலி. யாரோ தூரத்தில் சாரங்கி வாசித்தார்கள். கழுத்தை அறுத்துக் கொண்டு நெஞ்சில் பாய்ந்தது சாரங்கி தந்திகளின் தீம்கள். நெஞ்சில் இருந்த பயம் எழுந்து ஆடியது.

தூரத்தில் ஸ்யூப் அவளை மாதிரியே மொஸாய்க் தரையில் உருண்டு காலை நீட்டி நிமிர்த்தி திமிர்விட்டது. மல்லாந்து நாலு காலையும் மேலே நீட்டி உருண்டது. அவளுக்கு ரெண்டு கால்களே நாலு கால்கள்!

இப்போது நாலு கால் பிராணியாய் இருந்தாலே போதுமே, புழுவாய் பள்ளத்தாக்கில் நெளிய வேண்டாமே. நாய் ஸ்யூபுக்கு எப்போதும் சுதந்திரமில்லை. கஷ்டமுமில்லை. எப்போதும் விலங்குதான்! எப்போதும் உணவுதான். தேவைக்கு சுவரைத் தாண்டி தெருவை வலம் வரலாம். சுத்தலாம். நாய்களுடன் அலையலாம்.

எப்போதும் தூங்கலாம். எப்போதும் பாதுகாப்பு! எப்போதும் சங்கிலி!

சமையலறையில் போய் நின்றபோது பின்னிருந்து பத்து சாரங்கிகள் அழுதன. கப்போர்டைத் திறந்து எலுமிச்சம் பழங்களை எடுத்துப் பிழிந்தாள். அவளுக்கு அழுகை லேசில் வராது. இந்த ஞாயிற்றுக்கிழமைகூட அவளுக்கு மிச்சம் இராது. ஒரு தந்த டப்பாவை அலமாரியிலிருந்து எடுத்தாள். இதுவும் முதல் தடவையில்லை. அதில் இருந்த விதைகளை, இலைகளை மிக்ஸியின் போட்டாள். ஒரு ஸ்பூன் மிளகு. நாலு ஸ்பூன் கண்டன்ஸ்ட் மில்க், மேலும் கல்கண்டு, மிக்ஸி ஆக்ரோஷமாய்ச் சுழன்றது. தண்ணீர் ஊற்றியதும் நுரையுடன் பசுமையான இலைகள், விதைகள் எல்லாம் பாலுடன் சுழன்று சாம்பல் நிற திரவம் தயார்!

கண்ணாடி டம்ளர்கள் இரண்டு எடுத்து வைத்தாள். பசுமையான நிறத்தில் ரப்பர் ஷீட் துண்டு மேல் வைரம் போல் கண்ணாடி டம்ளர்கள் பரிசுத்தமாய் மினுங்கின.

'நோ, ஐயாம் நாட் அன் அடிக்ட்!'

மிக்ஸியிலிருந்து மைதிலி 'அதை' எடுத்து வடிகட்டியபடி கண்ணாடி டம்பளரில் அதை விட்டாள். கெட்டியான அந்தத் திரவம் அடர்ந்து இறங்கியது. பசுமை கலந்த சாம்பல் நிற பயங்கரம் நிரம்பியது. முதலில் இதை வடக்கே போயிருந்தபோது போபாலில் கற்றாள் மைதிலி. ரொம்ப நல்லதாம். பங்க்! மிளகின் உறைப்பும் இனிப்பின் கபடும் நிரம்பிய அபூர்வமான பானம்.

மைதிலிக்கும் ஒரு முடிவு வேண்டும். அவளுக்குத் தெரியும் அது வராது. இங்கே முகம் தெரியாத ஒருத்தனுடன் அல்லவா அது இணைந்திருக்கிறதாம்! அவன் எங்கேயாவது சுகிக்கட்டும். அவன் சுகத்துக்காக... இது.

பள்ளத்தாக்கு பெருமூச்சுவிட்டது. மிளகு அபூர்வமான உறைப்பு. பாலின் நைப்புடன் கெட்டியாய் குழம்பிய பானம். உள்ளே இனிப்பு இறங்க தொண்டையில் தீ பற்றி எரிகிறது; எரிக்கிறது. இது மோசமான பழக்கமாம்! சொன்னவன் எவன்?

மேலேயிருந்த பட்டுப்புடவையை அவிழ்த்து எறிந்தாள்.

முகம் தெரியாத அவன் வந்துவிட்டது புரிந்தது! பெட்டிக்கோட்! ப்ரா! சிறைகள்! சிறைகள்!

படுக்கையில் அவனுடன் சரிகிறாள். அணைக்கிறது ஆசாரியின் விரல்கள். சாரங்கனின் மூச்சு! முகந் தெரிய விழித்துப் பார்க்கிறாள் மைதிலி. வெறும் பச்சை உடம்பு! ஆண் உடம்பு! மலை மாதிரி

தோள்கள். சிலை மாதிரி வயிறு. நரம்பு புடைக்கும் கரங்கள். இறுக அணைத்தும் முகம் தெரியவில்லை.

அவன் சொல்கிறான் "வாடி!"

"எங்கே?" அவளும் கேட்கிறாள். எங்கே?

முகம் தெரிகிறது. பவள உதடுகள் அவள் உதடுகளில் பதிந்து நைகின்றன. தொண்டையில், இறங்கிய தீ இப்போது நெஞ்சில் பற்றி திகுதிகுவென திரவ ரூபமாய் மார்பின் குமிழ்களில் எரிக்கிறது. படர்கிறது. உடலெங்கும் அனல். எங்கேயோ ஸ்யூபின் குரைப்பு கேட்கிறது.

அலை உச்சத்தில் வீசுகிறது. படகு துளைத்துப் போகிறது. கடல் பிளக்கிறது.

பள்ளத்தாக்கில் இப்போது வெளிச்சம்.

'பங்க்' அவளைச் சுழற்றி மேலேற்றுகிறது. உலகம் தெரிய மேலே உயர்கிறாள் மைதிலி. ஒரே நேரத்தில் கனவிலும் நனவிலும் வாழ முடிகிற சுழல்!

அவன் கேட்கிறான், "மைதிலி என்னோட வந்துடறயா யாருக்கும் தெரியாமல்?"

"எங்கே?"

"என் வீட்டுக்குத்தான்!"

"உங்க வீட்டுக்கா? அங்கே யாரெல்லாம் இருக்கா? உங்க முகம் பூரணமாத் தெரியல்லியே?"

"அது ஏண்டீ நோக்கு? நான் பிராம்மணன். கௌண்டியன்ய கோத்ரம். ஜாதகம் இதோ இருக்கு. பொருந்தணும். ரயில்வேய்ஸ்ல சீனியர் சூப்பரவைஸரா இருக்கேன். பேரு ரகு எம்.ஏ."

"அட புழுவே!"

பள்ளத்தாக்கு இருளில் ஆழ்ந்து அவளை மூடிக் கொண்டது!

(குங்குமம் – 12.6.1983)

சோடியம் விளக்குகளின் கீழ்

லேசாகத் தூறல் விழ ஆரம்பித்திருந்தது. சோடியம் ஆவி விளக்குகள் அப்போதுதான் எரிய ஆரம்பித்தன. மங்கல் ஆரஞ்சு நிறத்தில் மாலை இருட்டு. மழைத்துளிகள் ஒரு மணி நேரமாய் பூந்தூறல் விசிறிக் கொண்டிருக்கும் நேரம். தஞ்சாவூர் கீழவீதி வாகனங்களின் வேகம் நிரம்பிக் கிடந்தது. சோடியம் விளக்கின் தீவிரம் வீதி எங்கும் தங்கம் பூச தங்கத் துகிலாய் மழைச்சாரல்!

இன்றிலிருந்துதான் இந்த விளக்குகள் எரிகின்றன. எதிரே ஒரு மேடை. ராஜா காலத்தில் கொடி மரம் இருந்த இடம். ராஜா அஞ்சுமாடி மேலிருந்து சுவாமி தரிசனம் செய்கிற உப்பரிகைக்கு நேர் கீழே தேவையில்லாமல் பாழடைந்து கிடக்கிற மேடு அது. அங்கேதான் படுத்துக்கிடக்கிறாள் அகிலா. மழைக்கு ஒதுங்கி தூங்க ஆரம்பித்தவளல்ல. அது அவள் இடம்!

அகிலாவுக்கு தஞ்சாவூர் புதுசு. ஆறு மாசம்தான் ஆச்சு. போலீஸ் தொந்தரவு ஜாஸ்தி. வேற வழியும் இல்லெ. எந்த ஊருக்குப் போய்ச் சேர்ந்தாலும் முதல் ஒரு மாசம் போலீஸ்காரங்களுக்குத்தான். அதுக்கப்புறம் ஊர் பெரிய மனுஷங்களைப் பார்க்கலாம். அப்புறம் ரோடு! கம்பெனி!

கேரளத்துக் கோடியில் ஒரு தர்மாஸ்பத்திரியில் பிறந்தபோது அகிலாவின் அம்மா ஆஸ்பத்திரியிலிருந்தே போய்விட்டாள் என்று பத்து வயசானபோது கேள்விப்பட்டாள். பதின்மூன்றாவது வயதில் பம்பாய்க்கு ஒரு குடும்பத்துக்கு வேலை செய்யப் போய் டெல்லி, நாக்பூர் என்று பதினாலாவது வயதில் போலீஸ் ஸ்டேஷன் பழக்கமாகியது.

கல்கத்தா நகரத்தில் கடியாகாட் போலீஸ் ஸ்டேஷனில், பத்து பதினாலு போலீஸ்களோடு ‘மல்யுத்தம்’ செய்ததற்காக மூன்று வருஷம் ‘உள்ளே’ இருந்து வெளியே வந்ததும் ரோட்டுக்கு வந்து சேர்ந்து விட்டாள்.

தஞ்சாவூர் ஏனோ அவளுக்கு ஒரு டவுன் மாதிரியே தோன்றவில்லை. பெரிய நகரம் இல்லை. பெரிய கட்டிடங்கள்

இல்லை. ஆனாலும் இந்த ஊர் அவளுக்குப் பிடித்தது. ஊர் முழுவதும் மங்கலான ட்யூப்லைட்டுகள், ராத்திரி ஏழு எட்டு மணி ஆரம்பிக்கும்போதே ஊர் அடங்கி விடும். பஸ் ஸ்டாண்டு, ரயில்வே ஸ்டேஷன் தவிர வேறு இடங்கள் பெரும்பாலும் மங்கல் வெளிச்சத்தில் ஆழ்ந்து கிடக்கும். சந்துகள்! ஏராளமான இடுங்கிய தெருக்கள், பாழடைந்த கோவில்கள். சந்துகளுக்குள்ளும் கோவில்கள், கோவில் மேடைகள். வெற்றிலை பாக்குக் கடைகள் கூட இருண்டு கிடக்கும் மண்ணெண்ணெய் விளக்குகளால் !

அகிலா ரோட்டில் இறங்கி நின்றாள்.

சைக்கிளில் போகிற ஒவ்வொருவரும் திரும்பிப் பார்த்துக் கொண்டு போனார்கள். தலைக்கு மேலே சூரியன். அவளுக்கு மயக்கம் வருவது போலிருந்து. இரவில் இத்தனை சூரியன் இந்த ஊருக்கு எதுக்கு. தஞ்சாவூர் உருப்பட்டு என்ன ஆக?

அகிலா என்று யார் வைத்ததோ அந்தப் பெயரில் கூப்பிட்டபோதுதான் திரும்பிப் பார்த்தாள் அவள்.

மாஜிஸ்ட்ரேட் ஒரு நாளில் ஏதோ ஒரு ஊரில் அவள் பிடிபட்டபோது கூண்டில் ஏற்றிய போது கேட்டார்; "ஏம்மா, ஏதாவது கௌரவமான தொழில் செஞ்சு பிழைக்கக்கூடாது?"

இது ஒண்ணும் அவளுக்கு புதுசில்லை. அதிகாரிகளிடம் போகிற போதெல்லாம் அவர்கள் இதுமாதிரி, அசட்டு அடிமட்ட கேள்விகளைக் கேட்பதுண்டு. பதின்மூன்றாவது வயசில் ஒரு கல்கத்தா பாபு கேட்டான். அவனுக்கென்ன தெரியும். அப்போது, அழுதாள் அகிலா. அப்புறம் அழுதது எத்தனை பைத்தியக்காரனத்தனம் என்று புரிந்தது.

ஒரு பெரிய அரசியல்வாதி கேட்டார். நீ ஏன் கல்யாணம் பண்ணிக்கக் கூடாது? அட பயல்களா? என்னையுமா சுத்தம் பண்ணணும்னு பாக்கிறீங்க? நீங்க போட்ட சட்டம்... அதுக்கு இந்தத் தொழிலும் உடன்படணுமா? ஏண்டா, நீ பண்ணிக்கிட்டு இருக்கியே, அது கல்யாணமா? போடா?

ஒரு ஸ்கூட்டர் அவளை நோக்கி வந்தது. தஞ்சாவூர் ஸ்கூட்டர் இது! நெருங்கி வருகிறது மெதுவாய், சோடியம் விளக்குகள் ஆக்ரோஷமாய் எரிந்து கொண்டிருக்கின்றன. கீழே சூரியனாய் அகிலா, மேல் சூரியனாய் சோடியம் வேப்பர். ஸ்கூட்டர் அவளருகே ஒளிவட்டத்துக்கு வரவில்லை. மெதுவாய் வந்து வேகம் பெற்று அவளைக் கடந்து வேகமாகிப் போய் பறந்துவிடுகிறது. அட, ஏன் பிடிக்கவில்லையோ? வெளிச்சம்தான் காரணம்!

ரோடுதான் அவ வீடு! அவளுக்கு ரோடுதான் பிடிச்ச எடம்! வெளிச்சம் இருக்கும், ஆனா இருட்டும் இருக்கும்.

கல்கத்தா ரோட்ல ஒருத்தனோட ஒரு சந்துக்கு போனதும் இன்னொருத்தன் வந்தான். நிறைய குடிச்சிருந்தான். மெய்ன் ரோடு, பத்மாபூக்குர் வழியே போகிற ட்ராம் தடதடக்கிறது. மத்தியானம் ஒரு பஞ்சாபி கடையில் சாப்பிட்டுக் கொண்டிருந்தபோது பத்து பேர் எல்லாம் பக்கத்து பட்டறை ஒன்றில் வேலை பார்க்கிறவர்கள் - அவளைப் பார்த்து நொட்டை விட்டுக் கொண்டிருந்தார்கள். இப்போது அத்தனை பேரும் இந்த சந்துக்குள்! திமுதிமுவென்று அவளைத் தேடி!

ஒரு கடைத்திண்ணை, இரண்டு பேர்களும் மோதிக் கொண்டார்கள். பத்துப்பேருக்கும் உடனே அகிலா வேணும். பயங்கரம். எல்லோரும் இரண்டுபுறமும் அவளை இழுக்கிறார்கள். கசங்குகிறாள் அவள். ஒரு தரம் மூச்சைப் பிடித்துக் கொண்டு ஒரு உதறல் அவ்வளவுதான்; கோஷ்டிகள் பிரிந்து இருமருங்காய் நின்று அடிதடி.

கால்களில் சிறகு முளைக்கிறது. திடுதிடுவென்று பின்னால் ஓடிவருகிறார்கள். ஒருவன், கத்துகிறான் ஹிந்தியில் ''ட்டேரோ!' ('நில்!') சந்துகள் பறக்கின்றன. இரவின் கல்கத்தா அவளை இருளுக்குள் அணைக்கிறது. சந்துச் சாக்கடைகளைத் தாவித் தாண்டி பறக்கிறாள் அகிலா. அதற்கு மேல் போகாத அடைப்பாய் சந்து முடிந்து விடுகிறது. திகைப்பு அகிலாவுக்கு. இருபுறமும் உயரமான கட்டிடம் இருட்டாய் நிற்கிறது. எதிரிலும் வழியில்லை. அங்கும் ஒரு கட்டிடம்.

பின்னால் திரும்பிப் பார்த்தாள். ஒரே ஒருவன்! நல்ல உயரம். காபூலிக்காரன். நீளப் பைஜாமா. பின்னாலும் யாருமில்லை. தூரத்து விளக்குக் கம்பத்து விளக்கின் மஞ்சள் வெளிச்சம் திட்டுத்திட்டாய் விழுந்து வழிந்திருந்தது. எண்ணெய் மில்களின் கடகடத்த ஓசையும் மணமும், அவன் அவளைப் பிடித்து அங்கேயே அவிழ்த்தான். பலவந்தமில்லாத இந்த அணைப்பு வியர்வையுடன் அவளுக்குள் அடங்கியபோது பின்னால் ஆரவாரம். அவனைச் சேர்ந்தவர்கள்தான்.

இரண்டு கைகளாலும் அவளை அவிழ்த்த நிலையிலேயே தூக்கிக் கொண்டு பக்கத்திலிருந்த சுவரில் ஏறினான் அந்தக் காபூலி. மனிதனில் இப்படி ஒரு பலமா? சுவரில் பிடிமானமில்லை. ஆங்காங்கே அடித்திருந்த ஆணிகளைப் பிடித்து உந்தி ஏறினான் அவன். எண்ணெய் மில்களின் டங்டங்கென்ற எந்திர ஓட்டம். அவன் தோளில் அவள் முகம். அகிலாவின் ஆனந்தம் யாருக்கும்

புரியாது. மேலே ஏறி கைப்பிடிச்சுவரைத் தாண்டிக் குதித்தான் அவன். அடேயப்பா எத்தனை வேக லாவகம்! அங்கேயே அவளைக் கவ்விக் கடித்து முத்தம்!

“துமி கொரியோ நா! துமிகாச்சே ஏஸோ” (“இன்னும் கிட்டே வரமாட்டாயா?”)

அகிலாவுக்கு ரொம்பப் பிடித்தது. அது ஒரு கட்டிடத்தின் மாடிப்பகுதி. நீண்ட எண்ணெய் டின்கள் அடுக்கிக் கிடந்தன. இருட்டில் அது பளபளத்தது. கட்டுக்கட்டாக டின்கள். தரையெல்லாம் பிசுபிசுத்தது. கீழே ஆரவாரம். தேடிவந்த அவளைக் காணோம் என்ற பேச்சொலிகள். திமுதிமுவென்ற காலோசை.

காபூலிக்காரன் அவளைத் தரையில் அழுத்தி உட்கார வைத்து, பிசுபிசுத்த எண்ணெய் மணம் மூச்சேற, உலகமே இருண்டுபோக... தூரத்தே நண்பர்கள் குரலொலிகள் நைந்து போயின. காபூலி அவளை விட்டு எழுந்தபோது கிழக்கு வெளுத்திருந்தது. கீழே எண்ணெய்க் கசட்டில் அகிலா!

அவன் கைநிறய கொடுத்த நோட்டுகள் அவளை மயக்கவில்லை. அவன்தான் மயக்கினான். பெரிய மீசை, சிவந்த கண்கள், உயரமான அந்த ஆண்மை, அவளைச் சற்றும் விலகாத அவன் துணிச்சல்.

இருபது வருடங்களுக்குப் பின் காபூலி தந்த கௌரவம் அவள் நெஞ்சில் நிறைந்து கிடந்தது. பணம் மட்டுமா இது?

பெரிய மனுஷர்களின் ஏர்கண்டிஷன் அறைகளில் அவள் எத்தனையோ சுகித்தவள்தான். அதெல்லாம் விருந்துதான். ஆனாலும் இது பசிக்குச் சாப்பிட்ட சோறு! அக்கினி பட்சித்த காடு!

அவள் மலையாளிப் பொண்ணு! யாருக்கும் பயப்படுகிறவள் இல்லை. அன்று அந்த காபூலிக்குப் பயந்த சுகம் தனி! பெரிய பணக்கார பங்களாக்களிலும் அவென்யூக்களிலும் மட்டுமே இருந்திருந்தால் இன்று ரோட்டுக்கு அவள் வந்திருக்க வேண்டாம். முப்பத்தைந்து வயதில் அவள் இன்றும் யாராவது ஒரு லாலிடம் மேம்சாஹிபாவாக மிருதுவாய் இருந்திருக்கலாம். வேண்டாமே தடித்தனம்!

விரிந்த ஆகாயம். ஏதாவது ஓட்டலின் பிரியாணிச் சோறு. மங்கிய வெளிச்சம் உள்ள சந்துகள், லைன்கள். பகலில் யாரும் விரட்டாத ஏதாவது ஒரு திண்ணை. தினமும் குளிக்க ஒரு ஆறு குட்டை குளம் ஏரி! போதும். பாங்கில் கொஞ்சம் பணம் இருக்கும். உடம்பு இன்னும் விழ ஆரம்பிக்கவில்லை. பிள்ளைபெற ஆசை உண்டு. பெற்று கொஞ்சி நெஞ்சோடு அழுத்தி உதடுகளில் முத்தமிட்டால்

சுகம். ஆனால் பிள்ளை பெற்றால் காப்பாற்றி வைக்க வளர்க்க... அப்படியே வளர்த்து... என்னதான் செய்ய? அம்மா என்றழைக்குமே அது? அது போதுமா?

ஆறு ஏழு மாசத்துக்கு முன் தஞ்சாவூருக்கு வந்து இறங்கியதே விசித்திரம். டிக்கட் கலெக்டர் இறக்கிவிட்ட இடம் இது. இடம் எதுவானால் அகிலாவுக்கு என்ன? இருட்டு நேரம் ஆளா கிடைக்காது. ஆனாலும் விசித்திரம். ஊருக்குள் வந்ததும் ஒரு சைக்கிள் ரிக்ஷாக்காரன் கேட்டான் - "எங்கேம்மா போகணும்?"

அம்மாங்கிறானே! அம்மா பையன்!

"இங்கே லாட்ஜ் இருக்கா?"

அவனுக்கு உடனே புரிந்தது இவள் பாஷை.

'விசாலம் அத்தை' கிட்டே கொண்டு போய்ச் சேர்த்தான் அவன். "வாடிக்கண்ணு" என்று அழைத்துக் கொண்டு போய்விட்ட இடம் மேம்பாலம்! ஒரு போலீஸ் க்வாட்டர்ஸ். அது ரெண்டு இன்ஸ்பெக்டர்கள் படுக்கிற இடம்.

விடிந்து எழுந்தபோது அந்த இன்ஸ்பெக்டர், "இங்கியே இரு" என்று சொல்லிவிட்டுப் போனான்.

சாப்பாடு - தூக்கம் - மதியம் மூன்று மணியிலிருந்து விடிய விடிய தூங்க முடியவில்லை. மூன்று நான்கு இன்ஸ்பெக்டர்கள், சப்-இன்ஸ்பெக்டர்கள். கடைசியாக கான்ஸ்டபிள்கள்.

மாலை குளிக்க வேண்டும் என்று கேட்டபோது அந்த ஆண்மகன் சிரித்தான். "குளிக்கறது வேற உண்டா?"

மூன்றாம் நாளே ரோட்டுக்கு வந்துவிட்டாள் அகிலா. சப் இன்ஸ்பெக்டர் மூஞ்சி ஒன்று சொல்லியது. "ஏன் சீப்பா அலையிற ரோட்ல? மாட்டினா அதுமாதிரிதான் இருக்கும் உதையும்!"

அவள் சிரித்தாள். யாருக்கும் புரியப் போகிறதில்லை.

நைட் க்வீனாச்சே! புரியுமா?

இந்த ஆறு ஏழு மாசத்தில் ஊரில் பிரபலமாய்ப்போன 'மலையாளத்தா' என்ற பட்டத்தோடு வியாபாரமானாள். பகலில் கீழ வீதி முக்கில் அஞ்சு மாடி கீழ் உள்ள மேட்டுத் திண்ணையில் எப்போதும் அகிலாவைப் பார்க்கலாம். எந்த கம்பெனியிலும் அவளைப் பார்க்க முடியாமல் ரசிகர்கள் தவித்தனர். சினிமாவில் பார்த்துதான் கண்டு பிடித்தாக வேண்டும். பலத்த போட்டி, அடிதடி குஸ்தி, எல்லாம் நடக்கும். லேசில் மசியமாட்டாள். விலையும் கலையும் பெரிது. பெரிய பணக்காரர்கள் அண்ட முடியாது.

பணம் அவர்கள் மூஞ்சியிலேயே வந்து விழும். ஒரே நாளில் கலர் டெலிவிஷன் பார்த்து காஷ்மீர் கார்பெட்டிலும் ரோட் ஓரக் கடைத் திண்ணையிலும் புரளுவாள் அகிலா.

மைனர் ஒருவன் ஒருநாள் பலவந்தமாக மோட்டார் பைக்கில் கொண்டு போய் தென்னந்தோப்பு பங்களாவில் அடைத்து வைத்துப் பார்த்தான். நெருங்கவே முடியவில்லை. காலில் விழுந்தான். மூன்று நாள் சொர்க்கம் மைனர் கையில். இங்கியே இருந்துடேண்டி என்று அழ வேண்டியிருந்தது. அப்போதும் சிரித்துவிட்டுத்தான் ரோட்டுக்கு வந்தாள் அகிலா! இப்போதும் "ம்" என்றால் மைனர் மெத்தை காத்திருக்கிறது தென்னந்தோப்பு பங்களா, போகமாட்டாள் அகிலா. மேட்டுத் திண்ணைதான் அவளுக்குச் சரி.

★

மணி பத்து.

தலையைச் சீவி சிடுக்கெடுத்துப் பின்னினாள். அது ஒன்றுதான் அவளுக்கு மலையாளத்துச் சீதனம்! சுருண்ட கேசம்.

அஞ்சு மாடிக் கட்டிடத்தின் திண்ணை அகன்றது. இருண்டு கிடக்கும் எப்போதும். யாரும் அருகில் போவதில்லை.

கூர்க்கா-போலீஸ் பீட்- யாரும் அவள் வியாபாரத்தில் தலைகாட்ட வரமாட்டார்கள். மாமூல்!

என்றைக்காவது இன்ஸ்பெக்டர் சாப்க்கு அகிலா ஞாபகம் வரும். அப்போது கான்ஸ்டபிள் ஏழு எட்டு மணிக்கு அஞ்சு மாடித் திண்ணையில் வந்து லாட்டி குச்சியால் தட்டி, "ஐயா இன்னைக்கு வரச்சொன்னாரு" என்பான். அன்று மட்டும் லீவு அஞ்சு மாடித் திண்ணைக்கு!

மெதுவாய் திண்ணையிலிருந்து ரோட்டிறங்கினாள் அகிலா. நடந்தாள். சந்துகளிலிருந்தெல்லாம் பெண்கள், சிறு குழந்தைகள், பெரியவர்கள் வெளியே வந்து சோடியம் விளக்குகளைப் பார்த்துப் பரவசப்பட்டுக் கொண்டிருந்தார்கள்.

ஜங்ஷன் உள்ளே கூட ஆரஞ்சுப் புகை. ஜனக்கூட்டம்.

வெளியே வந்த இளைஞன் அவளையே உற்றுப் பார்த்தான். தூண்டிலை வீசினாள் அகிலா!

"போட்மெய்ல் போய்டுச்சா?" சோடியம் விளக்கு அவன் கண்களைக் கூச வைத்தது.

சுற்றிலும் அவர்கள் இருவரையும் பிணையப் பல கண்கள். அவன் கூடவே நடந்தாள் அகிலா. இப்போது அவர்களுக்குப் பின்னால் இருள்.

"எங்கே போகணும்?" என்றான் அவன்.

"இடம் இருக்கு!" என்றாள் அகிலா!

அவன் மிரண்டு பின்னால் பார்த்தான். பின்னால் மீண்டும் இருவர் இரையை விழுங்க நிறைய!

"கைலி சிங்கப்பூரா?" என்று கேட்டாள்.

"எங்கியாவது நின்னு பேசணும். ஒரே வெளிச்சமால்ல இருக்கு? நைட் ட்ரெயின்ல நான் நாகப்பட்டணம் போகணும். அதுக்கு முன்னால..." என்றான் அவன்.

பின்னாலேயே நெருங்கிய புதிய இரண்டு பேரும் "என்னா ப்ரதர் கோத்தாச்சா?" என்றனர்.

அவள் பதில் சொல்லாமல் விலக ஜங்ஷன் கட்டிடத்தின் வெளியில் ரெண்டு கான்ஸ்டபிள்கள் முளைத்தனர். "என்னாம்மா இஞ்ச?" என்றனர். மூன்றுபேரையும் மின்னலடித்து விலக்கியது. திடீரென்று மூவரையும் காணோம். ஜங்ஷன் வாசலில் மாயமாய் காணப்பட்டனர். எல்லாம் சோடியம் விளக்கின் உபயம்! எல்லா இடமும் வெளிச்சம்!

ஒதுங்க ஒரு இடமில்லை.

புதாற்றுக் கரையில் நின்றால் போதும், உடனே ஆள் கூப்பிடும். இப்போது அங்கெல்லாம் ஆளையே காணோம். கொஞ்ச நேரம் நின்றாயிற்று.

ஆற்றங்கரையில் நின்று பார்த்தபோது ஆற்றிலும் சோடியம் வெள்ளம். பஸ் ஸ்டாண்டில் அலுமினிய பஸ்கள் ஆரஞ்சு நிறம் பூசிக் கொண்டன.

கார்கோ பஸ்கள் ரெண்டு உறுமிக் கொண்டிருந்தன. மணிக்கூண்டும் அண்ணாவும் சோடியம் வேப்பரில் குளித்திருந்தார்கள். அண்ணா புத்தகத்தில் ஆழ்ந்து சிலையாய் இருந்தார்.

கீழ வீதி வழியே நடந்து மாமா சாய்பு மூலைக்கு வந்தாள் அகிலா. சந்துகள் இருளில் ஆழ்ந்து கிடந்தன.

அதில் போய் இருட்டில்தான் மறைய முடியும். ஆள் கிடைக்க வழியில்லை. லேசாய் வயிறு கிள்ளியது.

நேற்றிரவு சாப்பிட்டது. பகல் முழுவதும் தூங்கியது. எல்லாம் சேர்ந்து பசித்தது. முனை கடையில் உட்கார்ந்தாள் அகிலா. மழைத்தூறலும் நின்றிருந்தது. டீ ரொம்ப இதமாய்ச் சுட்டது.

★

மணி 11.30. சோடியம் விளக்குகள் உக்ரமாய் தொழில் செய்து கொண்டிருந்தன.

தஞ்சாவூரில் எந்த இரவுமே அவளை இத்தனை ஆயாசப்படுத்தியதில்லை. விளக்குகள் மனித குலத்துக்கு வேண்டியவைதான். இருட்டும் வேணுமே! உங்களுக்கு வீடு இருக்கு. வீட்டுக்குள் இதமான-உங்களுக்கு மட்டுமேயான விளக்குகள் இருக்கு. சுவிட்சும் இருக்கு. உனக்குப் பிடித்தவனோடு நீ இதமான நீல வெளிச்ச இருட்டில் கிடப்பாய்தான்! நான்?... எனக்கும் அந்த சுதந்திரம் இருந்தது.

தஞ்சாவூருக்கு சோடியம் விளக்குகள் வந்ததோட அது போச்சு, வெளிச்சமாப் போச்சு...

வழக்கமான வாடிக்கை ஆட்கள் கூட வெளிச்சத்துக்குப் பயந்துவிட்டார்கள்.

அகிலா சலித்தாள். படிப்படியாய் நடமாட்டம் வேறு குறைந்து கொண்டே வந்தது.

மழை எப்போது நின்றது என்று தெரியவில்லை.

ஒருத்தனைக் கூடக் காணோம்.

எப்படி வருவார்கள்? அவளுக்கும் வேறிடம் இல்லை. அவர்களுக்கும் வேறு இடம் புரியாது.

சோடியம் விளக்கின் கீழே நின்று தூரே தெரியும் நிழலைப் பார்த்தாள் அகிலா. போலீஸ் கான்ஸ்டபிள்! பார்த்தால் பணம் கேட்பான். சட்டென்று ஒளிய வேண்டும். நகர்ந்தால் நிழல் பூதாகாரமாய் நகர்கிறது. எப்படியும் பார்த்துவிடுவான். தப்ப முடியாது. அடுத்த போஸ்ட் அருகே வந்து விட்டான்.

“என்னட்டீ மலையாளத்தா! சும்மா நின்னுகிட்டிருக்கியே!”

“ஆமா! நீதான் வாயேன்.”

“நீ கூப்ட்டா வரமாட்டேன்னு எவஞ்சொல்லுவான்? வாரேன். ஆனா இப்ப ட்யூட்டில இருக்கேன்.”

“ம்! ஏய்யா வயித்தெரிச்சலே கிளப்புறே. போய்த் தொலையேன்...”

“ஆமா ஏதாச்சும் கெடைக்குமா?”

“என்னாத்தெ கெடைக்க! ஏதாவுது ஆள் புடிச்சுக்குடு!”

“இன்னும் தெனாவுட்டு அடங்கலெ ஒனக்கு! என்னெயவே ஆள் புடிச்சா உடச் சொல்ற!” லாட்டியால் அவள் இடையில் ஒரு குத்துவிட்டான் அவன். நிஜமாகவே நொந்து வலித்தது. அதையும் சிரித்தே தாங்கி துப்பினாள் அகிலா.

“ஆள் புடிச்சி அனுப்பினா அவன் கிட்டேயும் பணம் உனக்குக் கிடைக்குமல்ல?”

“இப்ப உங்கிட்ட லூட்டி அடிக்க எனக்கு நேரமில்லெ. வந்து உன்னெ... கவனிக்கிறேன். எனக்கும்ல்ல ஆள் இல்லெ!” இருட்டில் மறைந்தான் அந்த போலீஸ். இருட்டு ஏது! அவனுக்கும் இன்று ஏது கேஸ்! ஒருத்தனும் அகப்படவில்லை.

★

மணி 12.30

விளக்குகள் வால்டேஜ் அதிகமாக உஷ்ணம் தகிக்க எரிந்து கொண்டிருந்தது.

தெருவில் கூட்டமில்லை. இன்னும் கொஞ்ச நேரம். சினிமாக்கள் விட்டு ஜனம் வரும். பார்க்கலாம்.

மணி ரெண்டுக்கு மேல் இருக்கும். இருக்காது; ஒன்று ஒன்றரைதான் இருக்கும்.

ஒரு சினிமாதான் விட்டிருக்கிறது.

இன்னும் அரைமணி நேரத்தில் ஆள் எல்லாம் போய் அடங்கிடும். அதற்கு அப்பால் அவளும் திண்ணைக்குப் போய் குப்புற விழ வேண்டியதுதான். இன்னைக்குப் பட்டினிதான்! பசி புதுசு இல்லெ.

ரோட்டின் மறுகரையில் ஒருவன் அவளையே பார்த்தபடி கடந்தான். கூப்பிடலாமா? மெதுவாய் அவனை நோக்கி நகர்ந்தாள் அகிலா. அவளை நோக்கித் திரும்பினான் அவன். அப்பா! சந்துக்குள் போக வேண்டியதுதான் பாக்கி. எங்கும் ஒரே வெளிச்சம். சந்துக்குள்ளும் பத்தடிக்கு ஆரஞ்சு ஒளி.

தூரத்தில் ஆரஞ்சுப்புகை வெளியில் ஒரு ஜீப் ரவுண்டானாவில் சுற்றி கீழவீதி கொண்டிராஜபாளையம் நோக்கித் திரும்புவது ஆரஞ்ச் லைட்டில் தெரிகிறது. பின்னாலேயே போலீஸ் வானும் ஆரஞ்ச்.

எதிரே வந்தவன் எதிர் சாமந்தான்குளம் ரோட்டுக்கு நேரே திரும்பி நடக்கிறது அகிலாவுக்கா புரியவில்லை?

அடப்பாவிகளா! முன்னாலேயே "போங்கடி"ன்னு விரட்டிவிடறது. பின்னாலியே ஜீப்ல வந்து வான்ல ஏத்துறது. கொண்டுபோய் அடச்சு 'அதே வேலை'யெ நீங்க பண்றது. 'அதே வேலை' பண்றவங்களெ சந்தேகக் கேஸ். உள்ள தள்ளு! ஒதை! அவங்ககிட்டயும் உங்களுக்கு வருமானம்.

அன்னைக்கி ரயில்வே ஸ்டேஷன் ப்ளாட்பாரத்தில் யாரோ ஒருத்தி புருஷனெ ரயில்ல பாக்க வந்தவளெ சுத்தி சுத்தி வந்தீங்களேடா! ஒரு மணிக்கி ராத்திரி ஜனதா! தெரியாம - ஜனம் ஜங்ஷன்ல நிறைய நிக்குமேன்னு தைரியத்துல வந்துட்டாளாம். ஒரு மணி வண்டிக்கி ஏம்மா பத்து மணிக்கி வந்துட்டேங்கிறான் ஒரு போலீஸ். ஒரு பக்கம் ஒண்ணுமே சொல்லாம சுத்தி வர்றான் ஒரு மீசெக்காரன்... நான் மட்டும் அன்னிக்கு இல்லேன்னா அந்தப் பொண்ணு 'சந்தேகக் கேஸ்' தான்.

"இப்டி வாங்கம்மா, இன்ஸ்பெக்டர் கூப்புட்றாரு. சந்தேகமா இருக்காம்!"

"என்னாய்யா சந்தேகம்"ன்னு நான் ஒரு அதட்டல் போட்டனே! தானே மெதுவா பின்னாலே போனானுக. பயந்து நடுங்குறா! பயம் தானே இதுல லாபமே. பயப்பட பயப்படத்தானே பயலுகளுக்குக் குறியே. எந்தப் பயலும் நிமிந்து நிக்கிறவகிட்ட ஒண்ணுமே பண்ண முடியாதே. ஆனா நிமிந்தா தேவுடியான்னுட்றான். என்னா டெக்னிக் இந்த ஆம்பளப் பயலுகளுக்கு!

"என்னாம்மா யாரு நீய்யி?" ஆரம்பிக்கும்போதே "என்னாடா பொட்டப்பயலே"ங்கணும். "ஆம்மா! இப்ப என்னா சொல்லிட்டேங்கிற?"ன்னு கீழ எறங்குவான். பாவம் இதுங்க. புருஷன்னா எல்லாம் புருஷன்னு நெனைக்கிதுங்க. புருஷன் மட்டும்தான் ஆம்பளை. மத்த புருஷன் எல்லாம் பொட்டைப் பயலுகன்னு இதுகளுக்கு யார் சொல்லிக் குடுக்குறாங்க?

வந்த சரக்கும் போயிடுச்சு. சினிமா டாக்கீஸ் பக்கம் போய்ப் பாப்பமா. ஏதாவது பயலுக வரமாட்டானா? எல்லாம் பேடிப்பயலுக. வெளிச்சத்துக்கு பயப்பட்டு ஓட்றானே... இவன்லாம் என்ன ஆளு... வெளக்குக்குக் கீழ நிக்கிறேனே! இவனுகளுக்கென்ன ஆச்சு?

இத்தனை நாளா இத்தனை வெளிச்சம் கிடையாது!

ஜீப்! சோடியம் விளக்கின் கீழே அகிலா! அஞ்சுமாடி கட்டிடத்தின் மௌனம்! தெருவே நிர்வாணமாய்க் கிடக்கிறது - யாருமேயில்லையா...?

ஜீப் அவளருகே வந்ததும் ஸ்லோ மோஷனில் மெதுவாய் நகர்கிறது. ஜீப்பிலிருந்து பலத்த சிரிப்பொலி.

"என்னடீ! தெனாவுட்டு ரோட்ல நின்னா இப்படித்தான்! பொறுக்கணும் இல்லேன்னா பொடைக்கணும்! ஒண்ணும் ஆப்டல்லியா? ஹெஹ்ஹெஹ்ஹே?" - கிண்டல்! சிரிப்பொலி! சாராயம்!

பின்னால் வந்த போலீஸ் வானும் நின்றது. 'கர்கர்கர்' என்றது கம்யூனிகேஷன் ரேடியோ ஸிஸ்டம் அதில் "காலிங் பீட் நெம்பர் ஃபோர் ஓவர்... கர்கர்கர்... வயர்லெஸ் மூலம் சமிக்ஞைகள்... ஓவர்... எஸ் ஓவர்...

கான்ஸ்டபிள் வயர்லஸ்ஸில் கொடகொடத்துக் கொண்டிருக்கும் போதே அகிலாவையும் ஒரு கண்ணிட்டுக் கொண்டிருந்தார்.

இன்ஸ்பெக்டர் முறைத்துக் கொண்டே சாய்ந்திருக்க கான்ஸ்டபிள்கள் சிரிக்கிறார்கள். சிரிப்பு! மெதுவாய் ஜீப் வடக்கு ராஜவீதியை நோக்கிப் போனது. பின்னால் வான் நகரச் சற்று நேரம் ஆகியது.

"சாவுகிராக்கிங்க தூ!"

ரோடு பொட்டலாகிக் கிடந்தது.

சினிமாக் கூட்டமெல்லாம் கரைந்தது. கொஞ்சம் கூட மனித வாடையில்லை.

ஆத்திரம் தாங்க முடியவில்லை அகிலாவுக்கு.

கீழே குனிந்தாள். நல்ல பெரிய கருங்கல் ஒன்று. மறு கையிலும் ஒரு கருங்கல் கப்பி. ரோடு போட வந்த கல் சோடியம் ஆவி விளக்கை நோக்கி 'விர்ர்' - கல் பறந்தது. 'ச்சில்லிங்ங்'! கம்பத்தின் உச்சியில் 'புஸ்ஸ்'ஸென்ற புகை... மறுகை வீசினாள் அகிலா. எதிர்க்கம்பம் 'ச்சில்லிங்ங்'! ஆச்சர்யம்! மூச்சு வாங்கியது அவளுக்கு. கண்ணாடித் தண்டுகள் ரோட்டில் சிதறியது. இப்போது சுற்றும் முற்றும் பார்த்தாள் அகிலா. எதிர்ப்புறம் இருந்த இன்னொரு கம்பத்து சோடியம் விளக்கும் நொறுங்கியது.

எதிரே இருந்த இரண்டு விளக்குகள் விர்ர் விர்ர் என்ற வீச்சில் சிவப்பு சுடர் ரத்தம் சிந்தியது. ரோடு முழுவதும் கண்ணாடிச் சிதறல்! பருக்கைக் கற்களாய்க் கண்ணாடி! இருட்டை நொறுக்கிய ஒளியை நொறுக்கிவிட்டாள் அகிலா.

கொண்டிராஜபாளையம் இருண்டது. நாலு சோடியம் விளக்குகள் புகைந்து கொண்டிருக்கிறது. வியர்வையைப்

புறங்கையால் துடைத்தபடி கீழே குனிந்து ரோட்டோரக் குப்பிக்கல் குவியலிலிருந்து பருமனான இரண்டு கற்களை எடுத்து மறுபடியும் "விர்ர்" என்று வீசி... அடுத்தது வீசுமுன் நொறுங்கி விழும் சப்தத்தோடு "மாட்டிக்கிட்டியா" என்ற குரல் கேட்டது. யாரோ அகிலாவைத் தாவிப் பிடித்தார்கள். திமிறினாள் அவள். இருட்டு, பலமான இருட்டு. வழக்கம்போல அவளால் திமிற முடியவில்லை.

"ஆள் புடிச்சி குடுக்கச் சொன்னீல்ல!" கழுத்திலே யாரோ அறைந்து தள்ளினார்கள் அவளை! "லைட்டயா ஒடக்கிறே! வாடி கண்ணு! ஸ்டேஷன்ல இருக்கு ஒனக்கு திம்ஸ்ஸு" -கத்தினான் அந்த கான்ஸ்டபிள்! இன்னும் இருட்டுக்குத் தள்ளிக் கொண்டு போனான் அவன். எங்கும் அவள் சிருஷ்டித்த இருள்!

★

ஸ்டேஷனில் படி ஏறியதும் நாற்காலியில் சாய்ந்து கிடந்த இன்ஸ்பெக்டர் அட்டகாசம்! "என்னாடா நீங்க இந்த மலையாளத்தாளையே இழுத்துகிட்டு வர்றீங்க? வேற ஒருத்தியுங் கெடைக்கலியா உங்களுக்கு? சீ! இவளோட ரோதனை! எப்பவும்!"

"இல்ல சார்! இது அந்த கேஸ் இல்ல. புதுசா போட்ட சோடியம் லைட் இருக்குல்ல சார். அதுகளெ கல்லெ உட்டேஞ்சு உட்டேஞ்சு வரிசையா ஒடச்சுத் தள்ளீட்டா சார் இவ!"

இடுப்பில் லாட்டியால் அகிலாவைக் குத்தி இன்ஸ்பெக்டர் முன் தள்ளினான் அவன்.

"அட! ரோட் லைட்டெயாடீ ஒடச்சே! ஒரு லைட்டு என்னா வெலை தெரியுமாடீ ஒனக்கு! எதுக்கு ஒடச்சாளாம் இவ?"

"பைத்தியம் புடிச்ச மாறி ஓடி ஓடி கருங்கல்லெ எடுத்துக்கிட்டு... என்னா வெறிங்கிறீங்க... லூசுமாதிரி எவ்வி எவ்வி பாஞ்சு பாஞ்சு ஓடி ஓடி அடிச்சு நொறுக்குறா சார். விடல்லெ நானு! ஓடிப்போயிப் பிடிச்சேன். இல்லாட்டினா இன்னும் நாலு ஒடச்சு தள்ளியிருப்பா! சந்து வழியா வந்து புடிச்சுட்டேன்!"

"பலேடா ராஜா! ஹெவியான கேஸ்தான். எழுது எழுது. ஏட்டெ வரச்சொல்லு."

அதே நேரத்தில் உள்ளே நுழைந்த இன்ஸ்பெக்டர் பாஸ்கர் "அட! இவ எங்க இங்க வந்து உக்காந்திருக்கா!" என்றபடியே அவள் கன்னத்தில் ஒரு தட்டு கொடுத்தார்.

"ஹோஹ்ஹோ ஹ்ஹோ" -சிரிப்பு, கிண்டல்.

கீழே உட்கார்ந்திருந்தாள் அகிலா, "ஏந்திரிடி."

“சொல்லு! ஏன் உடச்சே?”

“...” அவள் பழைய அகிலா அல்ல! மூலை இருட்டுக்கு இனி போகத் தயார்!

“சொல்லுட்டீ மலையாளத்தா! இல்லென்னா முதுகுத்தோலு உரிஞ்சுடும்! ஆமா!”

போலீஸ் ஸ்டேஷன் மங்கிய விளக்குகளின் இருட்டு அவளுக்கு ரொம்பப் பிடித்திருந்தது. நைட் ட்யூட்டி ஆள் அதிகமில்லை. ரெண்டு இன்ஸ்பெக்டர்கள்தான். தெருப் பொறுக்கியாய் மட்டும் இருந்திருந்தால் அவர்களும் இவ்வளவு யோசிக்க மாட்டார்கள். உதையோடு காரியம் முடிந்துவிடும்.

அகிலா அப்படியல்ல! இவள் உயர்மட்டம் வரை பாயும் குதிரை! கொட்டடியில் அடைத்தாயிற்று. முதலில் மோட்டிவ் என்ன என்று தெரியணும். சொல்ல மாட்டாளே! நொறுக்கி எடுக்கணும்!...

கோர்ட்! விசாரணையின் கடைசி கட்டம் - அலுப்பு! பத்து நாளாய் முடியாத விசாரணை! அகிலாவைக் கூட்டிக் கொண்டு வந்து கூண்டில் ஏற்றினார்கள்.

கலைந்து தொங்கும் கூந்தல். வெறி ஏறிய விழிகள்! சுற்றிலும் இலவ மரங்கள். இங்கிலீஷ்காரன் கட்டிய கோர்ட்டு கட்டிடம். மாலை நேரம்! கடைசி பொழுது! ஆற்றுக்கரை ஓரம். புதாறு பள்ளத்தில் ஓடினாலும் காற்று குளிர்ந்து வீசியது. நீரில் நனைந்த காற்று!

கூண்டில் சிலைபோல நிற்கும் அகிலா. யாரையும் லட்சியம் செய்யாத பார்வை! இருட்டுக்கு ஏங்கிய அவள் முகத்தில் டம்ளர் டம்ளராய் தண்ணீரை அடித்து வாங்கிய உண்மை ஒன்றுமில்லை. அவள் உடம்பிலும் ஒன்றுமில்லை!

லாட்டி விளையாடிய விளையாட்டு விரல்கள் எல்லாம் ரத்தம் கட்டியிருந்தது.

வக்கீலும் நீதிபதியும் ரொம்ப மிருதுவாக அந்தப் பெண்ணை விசாரித்தார்கள்.

“ஏம்மா இப்டி ஒடச்சே லைட்டெயெல்லாம்? பப்ளிக் மணியாச்சே! தப்புன்னு தெரியாது?”

தலைக்கு மேலே சூரியன் இருந்தால் சோடியம் ஆவி பறக்கிறது! மஞ்சள் நிற ஆரஞ்சுக் கலவை தலைமேல் விழுகிறது. ஆனால் வெளிச்சத்தில் இருக்க வேண்டிய உறவா அது! நீ கிடப்பாயா உன் மனைவியுடன்?

“இதுக்கு நீ பதில் சொல்லல்லேன்னா நீ தீவிரவாதின்னு ருஜு ஆகி, பத்து வருஷம் உள்ள போட்டுடுவாங்க! ஏதாவது சொல்லீடும்மா! இது ஆபத்து! பெண்ணாச்சேன்னு யோசிக்க வேண்டியிருக்கு...”

“எனக்கு இருட்டு வேணும்!...” அவள் உதடுகள் முணுமுணுத்தது. இருட்டு!

மாஜிஸ்ட்ரேட் கண்ணாடியைத் தலைமேல் தூக்கி விட்டுக் கொண்டார். வக்கீல்கள் அவர்களுக்குள் குசுகுசுத்தார்கள். குமாஸ்தா எழுதிக் கொண்டிருந்தான். அகிலா நின்று கொண்டிருந்தாள்.

ஜட்ஜ்மெண்ட் வாசித்தார்கள். அது அகிலாவுக்கு எதற்கு? மூன்று ஆண்டுகள் ஜெயில் இருள்!

நெட்டித் தள்ளிக் கொண்டு போய் வானில் ஏற்றினார்கள் அகிலாவை! வானும் வலையோடு இருண்டிருந்தது. மூன்று வருடம் தண்டனை! திருச்சியா - மதுரையா என்று தெரியாது.

இருட்டிவிட்டது. ரோடுகளில் சோடியம் விளக்குகள் எரிய ஆரம்பித்தன. ஆரஞ்சு ஒளி வெள்ளம். நிறைய குற்றவாளிகள்! விதவிதமான விபச்சாரிகள். எல்லாரையும் அதே வானில் ஏற்றினார்கள்.

எங்கும் ஒரே வெளிச்சம். சோடியம் ஆவி விளக்குளின் பிரகாசம்.

வான் புறப்பட்டது. கார்டுகளுடன் கோர்ட் ரோடு முழுவதும் சோடியம் விளக்குகள் பாய்ந்து பின்னோக்கி ஓடியதை வலைக்கம்பி வழியே பார்த்துக் கொண்டிருந்தாள் அகிலா. வண்டி கீழ வீதியில் திரும்பியது. கொண்டிராஜபாளையம் அஞ்சு மாடிக் கட்டிடத்தைத் தாண்டிப் போகிறது. அதோ அங்கே-

வரிசையாய் ஐந்தாறு சோடியம் விளக்குகள் எரியாமல் இருண்டு கிடக்கிறது - இன்னும்!

அகிலா எழுந்து நின்று கம்பி வலை வழியே திண்ணையைப் பார்க்க முயன்றாள்.

அஞ்சு மாடித் திண்ணை இருளில் ஆழ்ந்து கிடந்தது.

“மலையாளத்தா” இனி அங்கே இல்லை.

ஆ! வெளிச்சம் இனி அவளைக் காட்டிக் கொடுக்க முடியாது.

அந்த சோடியம் ஆவி விளக்குகளுக்கு அகிலாவைத் தொட முடியாது.

(குங்குமம், 1984)

மேபல்

மேபலுக்கு ரொம்ப பயம். அப்பான்னாலே பயம். அவளுக்கு அப்பா மட்டும்தான் மிச்சம். அம்மா மோனத்திலிருக்கிறாள். கர்த்தரின் மடியில் அம்மா இருக்கிறதை மேபல் பல தடவையும் கனவில் பார்த்திருக்கிறாள். அம்மா ரொம்ப அழகு, சிவப்பு வெள்ளைப் பட்டுடுத்தி சம்மனசு மாதிரி கர்த்தரோட மடியில் உட்கார்ந்திருக்கிறதை யாரும் நம்ப மாட்டார்கள்.

அப்பா கறுப்பு! முரடு. திமுசு மாதிரி, புளியமரத்து அடி மரம் மாதிரி கண்டு முண்டா இருக்கிற அப்பாவெ மேபல் குட்டிக்கு எப்படிப் பிடிக்குமாம்? கொஞ்சம்கூடச் சிரிக்காத மனுஷன் உண்டா? மேபலுக்குத் தெரியுமே அப்பா சிரித்துப் பார்த்ததேயில்லை. சர்ச்சுக்குப் போய் வரும்போது எல்லார் முகமும் திருப்தியாக இருக்கும். அப்பக்கூட அவள் அப்பாவை நிமிர்ந்து பார்க்க முடியாமல்தான் வருவாள். அப்பா அம்மாவை அடிப்பதைப் பார்த்திருக்கிறாள் மேபல். அண்ணனை, அக்காளை, பெரிய அத்தையைக் கூட அப்பா அடிப்பார். எல்லோருமே ரொம்பப் பயப்படுவார்கள். மேபல் கடைக்குட்டி. இயேசுநாதர் கையில் இருக்கும் ஆட்டுக்குட்டி மாதிரி. ஏதாவது தப்பு செய்துவிட்டால், அவளை அள்ளிக் கொண்டு மறைக்கும் அம்மா. திட்டு வாங்கிக் கொள்ள அப்பாவிடம் போகும் அண்ணன் ஃப்ரெடி, ஏதாவது தள்ளி உடைத்துவிட்டால் பாய்ந்து ஒளித்து வைத்து மேபலுக்குப் பதிலாக அப்பாவின் பலிபீடம் போகும் அக்கா நான்ஸினி. மேபலை இத்தனை பேரும் சேர்ந்து காப்பாற்றினாலும் அப்பாவின் அடி உதை நிச்சயம்.

ஞாயிற்றுக்கிழமை மேபலுக்கு நரகம். அப்பா ஆபிஸ் போகாத நாள். குடிப்பார். யாரும் சத்தம் போடக்கூடாது மூச்சு விடக்கூடாது. காலையிலேயே குளித்து ஸூட் போட்டு டைகட்டி கோவிலுக்குப் புறப்பட்டுவிடுவார். அம்மா ஜோரான ஆப்பம் சுடுகிறாள். மேபலுக்கு ஆப்பம்ன்னா ரொம்ப இஷ்டம். கள்நுரை

போல உப்பிய பஞ்சு பஞ்சாய் மெதுமெதுக்கும் ஆப்பம். அதையும் மேபல் ஒருநாளும் நிம்மதியாய்ச் சாப்பிட விடமாட்டார் அப்பா.

மேபலுக்கு அப்பா இஷ்டம் நிறைய. தஞ்சாவூர் மிஷன் மேட்டுத் தெருவில் வேறு யாருமே அப்பா மாதிரி ஆம்பிளை கிடையாது. பெண்கள் பார்த்தால் கண்களை எடுக்காமல் அப்பாவைப் பார்ப்பதை மேபல் வியப்பாகப் பார்த்திருக்கறாள். ரொம்ப நாளாய் ஆப்பம் சாப்பிட எல்லாருடன் டைனிங் டேபிளில் உட்காரமாட்டாள். மேபலுக்கு நாலு ஆப்பம் வேணும். நிறைய தேங்காய்ப் பால் வேண்டும். நாக்கைத் தட்டிச் சப்புக் கொட்டி ருசித்து நக்கிச் சாப்பிட வேணுமே. அப்பா கொலுவீற்றிருக்கும் சாப்பாட்டு மேஜையில் எல்லாருடன் உட்கார்ந்தால் அப்பா கத்துவார். நக்கக் கூடாது; நாக்கைத் தட்டக்கூடாது. அசிங்கம்! டேபிளில் சாப்பிட 'மானர்ஸ்' வேண்டும். மிருகம் மாதிரி நாக்கைச் சொடுக்கி லப் லப் என்று விழுங்கிச் சப்தம் எழுப்பக் கூடாதாம்! இதற்காக மேபல் குளிக்கிற அறையிலேயோ உடுத்துகிற சாக்கிலோ லெட்ரினிலோ நேரத்தைக் கடத்தி எல்லாருக்கும் பின்னால் லேட்டாக டேபிளுக்கு வருவாள். அப்பாவை ரொம்பப் பிடிக்கும். கட்டிப்பிடித்து அப்பாவை முத்தங்கொஞ்சி சிரிப்புத் தரவேண்டும் என்று மேபலுக்கு ஆசைதான். கூடாதாம் எச்சில் தப்பாம். கிறிஸ்தவர்கள் கிட்டதான் இந்த அசிங்கம் இருக்காம். வெள்ளைக்காரர்கள் வழியா இந்திய கிறிஸ்தவர்கள் படித்த கெட்ட வழக்கமாம்.

அப்பா அகராதி தனி. அவர் மட்டும் ராத்திரியில் பெட்ரூமுக்குப் போகும் போது எல்லாருக்கும் முன்னாலே கூட அம்மாவையும் அண்ணனையும் முத்தி விடுவது எதில் சேர்த்தி? அக்காவுக்கும் சின்னக்காவுக்கும் முத்தா தருவதில்லை! என்ன யோக்யதை இது. சர்ச் பக்கத்தில் இருந்ததால் இரண்டாம் மணி அடித்த பின்னர்தான் வீட்டை விட்டுக் கிளம்ப வேண்டும். எரிச்சலுடன் கத்திக்கொண்டேயிருப்பார். ஒன்று அம்மா, இல்லை மேபல், இல்லாவிட்டால் அண்ணன் ப்ஃரெடி சின்னக்கா எப்போதும் பதுங்கிக்கொண்டே பின்னால் வருவாள். ஆனி எப்போதும் திட்டு வாங்கி உதை வாங்குகிறதில் புலி மூத்தவள். நேர் எதிர் சின்னக்கா மாகி! பதுங்கல் புலி! மேபல் தூரத்தில் வருவாள். ஆப்பம் ருசித்துச் சாப்பிடும்போதே வாசலில் அப்பா கூப்பாடு "மூணாம் மணியடிச்சாச்சு! ஏ கழுதெ! சீக்கிரம் உடுத்திட்டு வாடீ! நாங்க முன்னாலே போறோம்!" அப்பாவின் விஸ்கி மூச்சு ரூமுக்குள் வீசுகிற மாதிரி இருக்கும் கோவிலில் "எல்லாம் ஏசுவே எனக்கெல்லாம் ஏசுவே" ஞானப்பாட்டின் கோரஸ் கொயர் பாடகர்களுடைய கூட்டமான குரலில் இங்கு கேட்கும்.

திண்ணைக்கு ஓடிவந்து பார்க்கும் போதே அப்பாவுடன் குடும்பமே புதுச்சலவை உடுத்தி கோவிலை நோக்கி போகும் காட்சி மேபலுக்கு இனந்தெரியாத இன்பமாய் இருக்கும். அம்மா பட்டுப்புடவையில்தான் என்ன அழகாயிருக்கிறார்கள். குரலே எழுப்பாமல் அப்பாவுடன் குடும்பம் நடத்தும் ஆச்சர்யம் மேபலுக்குப் புரியாது. ஃப்ரெடி அண்ணனின் வெள்ளை பாண்ட் ஸூட் எத்தனை அருமையாய் இருக்கிறது. அம்மா சாயல் சிவப்பு பிள்ளை அண்ணன். அக்கா ஆனிரோஸ் அம்மாவை உரித்தெடுத்த வடிவு. சின்னக்கா மாக்னஸ் கூட அம்மா பிள்ளைதான். அதெப்படி? அவர்கள் எல்லாரும் அழகாய் அம்மா மாதிரி-மேபல் குட்டி மட்டும் எப்படி அப்பாவும் அம்மாவும் சேர்ந்த மாதிரி மங்கலானாள்? மேபல் கறுப்பில்லை - அப்பா சிவப்பா? புது நிறம்! சிவப்பும் கறுப்புமல்லாத பொன்னிறம், கண்ணாடியில் பார்க்கும் போதெல்லாம் கறுப்பு மாதிரி இருக்கும் வருத்தமாக. அம்மா திட்டுவார்கள் எப்போதும் கண்ணாடி பாத்துக்கிட்டே இருக்கப்டாதாம். மேபலை வீட்டில் கருப்பு குட்டீன்னுதான் கூப்பிடுவார்கள். அப்பா மட்டும்தான் மேபல்.

அம்மா சாவு எதிர்பாராமல் நடந்தது. மேபலுக்குத் தெரியாது. தூங்கிப்போன நேரம். கண்விழித்துப் பார்த்த போது அம்மா தூங்குவதுபோல் சம்மனசாகியிருந்தார்கள். பயந்து பயந்து பயந்தே ஹார்ட் அட்டாக் வந்திருக்க வேணும். அப்போது மேபலுக்கு வயசு பதினைந்து.இப்போது பத்து வருஷம் ஆகிவிட்டது. அம்மா இல்லாத பத்து வருடங்கள். பெரியக்கா ஆனி ரோஸ் கல்யாணம் ஆகி டெல்லி போய்விட்டாள். சின்னக்கா மாக்னஸ் ஆலமரத் தெருவியிருந்த தாஸில்தார் மகன் ரூபனை லவ் பண்ணி விட்டாள். மேபலுக்குக் கூட ரூபனைப் பிடிக்காது. கோவிலில் ஜெபம் நடந்து கொண்டிருக்கும் போது புளிய மரத்தடியில் சின்னக்காவை நிறுத்தி பேசிக்கொண்டிருப்பான். அப்பாவுக்குத் தெரிந்தால் பயத்தில் உடல் நடுங்கும். ரூபனுக்கும் மாக்னஸூக்கும் நல்ல பொருத்தம். ஏனோ மேபலுக்கு அவனைப் பிடிக்கவில்லை. அப்பா மாதிரி ரூபன் காலிப் பயலாம். வேலை வெட்டியில்லாத ராஸ்கலாம். அப்பா சொல்வார். மேபலுக்கு அடிவயிற்றில் கலக்கும். சின்னக்கா மாக்னஸ் கொடி மாதிரி இருப்பாள். குளிக்கும் போதெல்லாம் மாக்னஸோட உடம்பு மேபலுக்கு ஆச்சர்யமாயிருக்கும்.

அம்மா! அப்படியே அம்மா மாதிரி. ஆனா வலுவா செழிப்பா எடுப்பா இருப்பா, மாக்னஸ் ரூபனோட பேசும்போது பூத்துப்போன மல்லிகை மரம் மாதிரி ஆச்சர்யமான அழகோட மாக்னஸைப்

பார்த்தாலே தேவதை மாதிரியிருப்பா. இந்த உடம்பை அப்பா துவைத்து எடுத்து ரத்தவிளாராக்கி வீட்டுக்குள் அடைத்தபோது இரவெல்லாம் முனகிக் கிடந்தது மாக்னஸ் மட்டுமில்லை, மேபலும்தான். மாக்னஸை அடித்துத் துவைத்துக் கொண்டிருந்த போது இடையில் மேபலையும் பிடித்து நாலு அறை வைத்தார் அப்பா. ரொம்ப திருப்தியாய் இருந்தது மேபலுக்கு.

ரூபன் தேடித் தேடி வந்தான். ஒருநாள் வீட்டு வாசலிலேயே லாவிப் பிடித்து விட்டார் அப்பா. ரூபன் ரொம்ப தைரியம். அவனையும் அப்பா அடித்து நொறுக்கியதைத் தெருவே வேடிக்கை பார்த்தது. யாரும் தடுக்கவில்லை. அவர்கள் வீட்டிலும் பெண்கள் இருந்தார்களாம். ரூபன் பொறுக்கியாம். மாக்னஸ் மயிரைப் பிடித்துச் சுழற்றி அடித்தது போலவே ரூபனின் சுருள் முடியைப் பிடித்து அடிக்க அப்பாவுக்குக் கூச்சமேயில்லை. அம்மா இல்லை இதெல்லாம் பார்க்க. மேபல் கன்றிச் சிவந்த அடிபட்ட கன்னத்துடன் புளித்த நாக்குடன் கண்ணாடியில் பார்த்தபோது உதடு கிழிந்திருந்தது தெரிந்தது. ரூபன் செய்த தப்பு அப்பா அடித்தபோது விடாமல் திருப்பியடித்ததுதான். அப்பாவின் உக்கிரப்பிடியில் என்ன செய்ய முடியும்? மேபல் கண்களை இறுக மூடிக் கொண்டாள். பளார் பளாரென்று அறை விழும் சப்தம். நெஞ்சு படபடவென்று அடித்துக் கொண்டது.

ஒரு மாதம் வீட்டுக்குள் யாரும் பேச முடியவில்லை. மாக்னஸ் ரூமிலிருந்து வெளியே வரவேமாட்டாள். அப்பா விஸ்கி பாட்டிலும் சோடாவுடனும் காமிரா அறையில் அல்லது ஹாலில் உட்கார்ந்திருப்பார். அண்ணன் பெரும்பாலும் வெளியில் சுத்திக் கொண்டிருக்கும். ராத்திரி பத்து மணிக்கு மேல்தான் வருகிறதே. விடிந்தால் எழுந்து எங்கோ போயாகிவிடும்.

சின்னத்தை மார்க்கெட் போய் காய்கறி வாங்கி வரும்போது வழியில் அண்ணனைப் பார்த்து அழுது... பேசி... "உங்கப்பன் தாயழி இப்ப ஊட்டையே ரெண்டு படுத்தீட்டான்டா பாவி. நீயாவது ஒழுங்கா வேலை கண்ணிக்கிப் போயி உருப்பட்டா நானு ஏண்டா இவங்கிட்ட கெடந்து நெக்கிழயிறேன்"னு ஆரம்பித்து அப்பாவை நேரில் திட்ட முடியாத கூப்பாட்டையெல்லாம் ரோட்டில் அண்ணன் ஃப்ரெடியிடம் கொட்டி அழுது மூக்கைச் சிந்தி எறிந்துவிட்டு வீட்டுக்கு வரும் சின்னத்தை. மேபலைப் பார்த்ததும் கேட்கும் முதல் கேள்வி "ங்கொப்பன் ஆபீஸ் போய்ட்டானா இருக்கானம்மா?" "போகல்லெத்தை. உள்ளதான் இருக்காங்க அப்பா!" என்று மேபல் சொன்னால் போதும். பதுங்கி வாசல் வழியாகப் போகாமல்

காம்பவுண்டைச் சுற்றிக் கொல்லைப்பக்கமாகப் போவாள் சின்னத்தை. மேபல் ரகசியமாய்க் கொல்லைக் கதவைத் திறந்துவிட வேண்டும்.

அக்கா ஆனிரோஸ் கல்யாணமும் ரகளையாத்தான் நடந்தது. சொன்ன டௌரிப்பணம் தரலை. இருபத்தையாயிரம். வாழைப்பழம் மட்டும் வெள்ளித் தாம்பாளத்தில் வைத்து இருபதாயிரம் ரூபாய் மட்டும் வைத்தார் அப்பா. மாப்பிள்ளை வீட்டுக்காரங்க. "ஜேவியரு, பேசினது இருவத்தஞ்சி. தட்ல இருக்கிறது இருவது, பொண்ணு ரெயிலேறனுமா ஊட்லியே வெச்சிக்கிறாயா பொட்டணம் கட்டி" கேவலமா பேசி, அப்பா கம்பை எடுத்துக்கிட்டு பாய பந்தல்லியே ஏக கலாட்டா.

அப்பவே ரூபன் அதே பந்தல்ல நின்னவன்தான். அப்பவே மாக்னஸ் குட்டியோட பேச்சு ஆரமிச்சாச்சு. மூணுமாசம் கல்யாணப்பொண்ணு ஆனிரோஸ் புருஷன் வீட்டுக்குப் போகலெ. மூணு மாசமும் அப்பாகிட்ட அப்பப்ப அந்த எரிச்சல் கூட அடிவாங்கினா. அத்தைதான் காப்பாத்துவாங்க. அப்பாலே எல்லாரும் திட்டுவாங்க நேர இல்ல பின்னால, நேர யாருமே பேச முடியாது. 'அவன் கெடக்கான் முசுறு, வாய் கொழுத்தவன்' அப்டீன்னு மிஷன் தெருவு பூராவும் சொல்வாங்க. ஆறுமாசம் ஆனப்புறம்தான் ஆனிரோஸெ ஹஸ்பெண்ட் வீட்டுக்கு அனுப்பி வெச்சார். செலவு பத்தாயிரம் சமாதானமெல்லாம் கெடையாது. ஐயாயிரம் குடுக்க வேண்டிய எடத்ல பத்தாயிரமா விட்டெறிஞ்சுட்டு "இவ இனிமே இஞ்ச வரப்படாது இதோட சரி" என்று கத்திவிட்டு வந்தார். கூடப்போன மேபலுக்குத்தான் நடுக்கம். எங்கே திரும்பியும் அக்கா 'வாழ' மாட்டாளோ என்று. ஆனிரோஸ் வரவேயில்லை. அக்கா பேருதான் மேபலுக்குப் பத்து வருஷம் ஞாபகம்.

மேபல் வளர்ந்தது யாருக்கும் தெரியாமல் போச்சு. கடக்குட்டியா பொறந்தாலே கஷ்டம். எல்லாருக்கும் ஏவல், எல்லாருக்கும் எளப்பம், ஏ குட்டி தண்ணி கொண்டா, காலெப்புடி, ஏய்... எல்லாருக்கும் ஏதாவது உபதேசம். நிறம் செத்த கொறச்சல்தான் இல்லன்னு சொல்ல முடியுமா? ஆளு உடம்பு அப்பன் மாதிரி கைகால் எல்லாம் அளவா வலுவா செதுக்கி எடுத்த மாதிரி கொஞ்சம் கொஞ்சமா பூசிப்பூசிப் பண்ணின மெழுகுப் பொம்மை மாதிரி. திடீர்னு எப்படி 'பளிச்சினு' ஆய்ப்போய்ட்டா? எல்லாருக்குமே அது ஞாபகமில்லே. அப்பாகூட இப்ப ஏதோ கூப்பிட்டு நிறுத்திப் பேசுறார். தெருவு பெரிய மனுஷங்க குட்டீன்னு கூப்புட்றதில்லெ. அப்பா அதிகமா

திட்ற வேலெ வெச்சுக்கிறதில்லை. ஆனா சின்னத்தை மட்டும் கெட்ட வார்த்தை சொல்லித் திட்றாங்க.

மேபலுக்கு உடம்பு பெரிய ஆச்சர்யமா இருக்கு. அண்ணன் பார்வெ கூடப் மாறிப் போயிருக்கு. மாசாமாசம் உடம்பே வற்றி, திரும்பியும் பூக்கிற மாதிரி வியர்வை கூட ஒரு நெடி. சுயமாவே மணக்கிற மாதிரி, ராத்திரியெல்லாம் உடம்புக்குள்ளே தேனீ ஒண்ணு குடைஞ்சு தேன் உறியிற மாதிரி உள்ளுக்குள்ளே அனல் படர்ற சுகம். யாருகிட்ட சொல்ல முடியும். புதுசு புதுசா பாவடை தாவணி எல்லாம் போயி பெரிசு பெரிசா பட்டு ஜரின், கோட்டா வாயில், விமல், அமெரிக்கன் டிஷ்யூ. ஜப்பான் என்று புதுப்புது சேலைகள் வந்து சுற்றிக் கொண்டன.

மேபல் கேட்காமலேயே அப்பாவின் நெருக்கம் ஜாஸ்தி. பணம் கொண்டு வந்து கொடுப்பதே அவள்கிட்டெதான். ஏதும் வேணுமா? அப்பாவுக்கு மேபல்தான் வேணும். காலையில எழுப்புறப்பக்கூட சின்னத்தை அப்பா கிட்ட வரப்படாது வீட்டுக்குள் நுழையும் போதே 'மேபல்' ங்கிற அப்பா அழைப்பு இனிக்கும். இதே மாதிரிதான் ஆனி அக்காவையும் மாக்னஸ் சின்னக்காவையும் இனிக் கடிச்சிருப்பரோ இந்த அப்பா. மேபலுக்கு இந்த இனிப்பும் பயமாய்த்தான் இருக்கும். சின்னக்குட்டியாய் இருந்தப்போ இந்த அப்பா நெருக்கம் பிடித்தால் கூட கிடைத்ததில்லை மேபலுக்கு வயசு பதினெட்டு ஆனப்போதான் அப்பா நெருக்கமும் அத்தையின் கெட்ட வார்த்தைகளும் கிடைக்க ஆரம்பித்தது. ஆச்சர்யம், "வாசல்லியே போயி ஏண்டி நிக்கிறே தேவுடியா? ஒன்னெ குளியில வக்ய. என்னடி பேசிட்டிருப்பெ இருட்லெ? உங்கப்பனாத்தான் இருக்கட்டுமேடி, ஆம்பளெல்லே அவன். ஏந் தம்பித்தான் பெருசாய்டெ, நெருப்புமாறி இருக்கணும்டீ, மாரெ நிமித்திகிட்டு நடக்காதே. ஆனிமுண்டெயும் அந்தத் தத்தாரி நாயி மாக்னஸூம் இப்படிதான் அலஞ்சு குட்டிச் செவுரு ஆனாவள்டீ! நீயும் அழிஞ்சு பேய்டாதே!" என்பாள் சின்னத்தே. அப்பா கூப்பிடும்போது அவர் ரூமுக்குள் போகும்போது விஸ்கி நெடி. ரொம்ப இன்பமாயிருக்கும். சின்னத்தெ கிட்ட சொல்ல முடியாது. திட்டுவாங்க! பொட்டெச்சிக்கி இது எல்லாம் சந்தோஷம் வரப்படாது டீ நாயெம்பாங்க. அப்பா கோல்ட் ஃப்ளேக் சிகரெட் குடிக்கும்போதும் ரம்யமான புகை மணம்.

ரூம் முழுசும் புஸ்தங்கள், அப்பா படிச்சது. சுவரில் தொங்கும் மான் தலைகள் கொம்போடு பயமா இருக்கும். கோட் ஸ்டாண்ட் ஒன்றில் கோட்டுகள் தொங்கும், நரையும் கறுப்புமாய் அளவில் கலந்த முரட்டு முடிச்சுருள்கள் பளபளக்க அற்புதமாய் இளமை

சொல்லும்: இதுவரைக்கும் அப்பனைப் பார்க்காத செருக்கி அப்பா அப்பான்னு கொழைறாளே என்பார்கள் சின்னத்தை. மேபலுக்கும் இப்போ அதே சந்தேகம் உண்டு. அண்ணன் உட்பட எல்லா ஆம்பளையும் தேவையில்லாமெ கொழையிறது ஏன்? “ஏம்பா குடிக்கறீங்க?”ன்னு கேக்கனும்ன்னு ஆசைதான். கேக்க முடியாது. “மேபல்குட்டி அந்த பீர் க்ளாஸ்ல பாதிக்கி கொஞ்சம் அதிகமா விஸ்க்கி ஊத்து”- “சோடாவும் வேணுமா?” - ஒரு ரவுண்ட் ஆனது - அப்பா ஆள் வேறயாகிக் கொண்டிருந்தார். பயம் அடிவயிற்றில், நகங்கள் பிறாண்ட புலி உலுக்கியது மேபலுக்கு.

அப்பா ஆம்பளைன்னு சொன்னாங்களே சின்னத்தை - ஆம்பளையா? மேபல் பயத்தில் நடுங்கினாள். வியர்த்து பளபளத்த பயில்வான் உடம்போட விஸ்கி நெடியோடே சிகரெட் வாசனை மீறி அப்பாவை அந்த மங்கல் வெளிச்சத்தில் பயந்தாள் மேபல். “உங்கண்ணன் வீட்டுக்கு வர்றானா? இல்லெ ராத்திரிலேயும் ஊர்தான் சுத்தீட்டிருக்கானா? ஏம்மா மேபல்? வந்தா நாம் பாக்கணும்ன்னு சொன்னேன்னு சொல்றியா?” அதே கரகரத்த குரல். குடியில் நெறிந்த மனசு! ஏன் இது? இவரையா ஆம்பளைன்னாங்க சின்னத்தை! ச்சீ! மேபலுக்கு இன்னும் புரியத்தான் இல்லை. அப்பா ஏன் இப்படி இருக்கணும்? ஆனாலும் அப்பாவெ ரொம்பப் பிடிக்கிறது. அவர் முரட்டுத்தனம் இப்ப இப்ப ஆச்சரியமா ஆனந்தமாயிருக்கு. இப்போவெல்லாம் அப்பா குளிச்சிட்டு வந்தா மேபல்தான் தலை துவட்டிவிடணும். பவுடர் கூட போட்டுவிடணும்! மெதுவா எட்டிப் பாக்கிற சின்னத்தையெ என்ன பண்ண முடியும்? அண்ணன் ஃப்ரெடி எம்மெஸ்ஸி முடிச்சாச்சு. கிளாஸ் வாங்காததுனால வேலெ கிடைக்க மாட்டேங்குது! பாவம். அப்பா எப்போதும் போலத் திட்டித் தீக்கணும்! மேபல் சொல்லலே! கலெக்டர் ஆபீஸ்ல ஒரு ஸெக்க்ஷன் ஆபீஸ் அப்பா! ஜீப் தனிய்யா உண்டு. கலெக்டரோடயே சுத்தி அலையிற வேலை. ராத்திரிதான் வருவார். வந்ததும் மேபல்தான் வேணும் சாப்பாடு பரிமாற! சங்கதி பேச!

இப்ப பயம் ஜாஸ்த்தி மேபலுக்கு! சின்னத்தையோட நோட்டம் ஜாஸ்த்தியாப் போச்சு! ரூபன் வந்து காம்பவுண்ட் அந்தப் பக்கம் நின்னு கூப்புட்றதும் ஜாஸ்த்தியாத்தான் போச்சு. ரூபன் பழக்கம் பதினைஞ்சு வருஷம். அப்பா அடிச்சு நொறுக்கி அள்ளினாரே பத்து வருஷம். அப்பா பத்து வருஷம் ஓடிப்போச்சு! அதுக்கப்புறம் மாக்னஸ்ஸெ வலுக்கட்டாயமா அமுக்கி நிறுத்தி ஸ்டேட்ஸ் மாப்பிளை, ஒரு அமெரிக்கன் கிராஜ்வெட் - ‘லாஸ்ஸரஸ் மாணிக்கம்’ சொந்தமா அமெரிக்காவுல எலக்ட்ரானிக்ஸ் பார்ட் கம்பனி இருக்கு!

பணம்! தடபுடலா கல்யாணமும் பண்ணி - ஊருக்குப் போகும்போது உள் அறையில் கதறி அழுதாளே அவள் மாக்னஸ் சின்னக்கா! நெனைச்சாலே பயமும் எரிச்சலும் இப்பக்கூட மேபலுக்குத் தொண்டையடைக்கும்.

ரூபன் கல்யாணத்ல வந்து கலாட்டா பண்ணுவான்னு மிஷன் தெருவே பேசியது. ரூபன் அடிபட்டு ஆஸ்பத்திரியில கிடந்த சங்கதி அப்பறம்தான் வெளிய தெரிஞ்சுது! அதுகூட அப்பா பண்ணின வேலைன்னுதான் சொன்னாங்க. மேபலுக்கும் கேட்கப் பயம். ரூபன் மேபலைச் சந்திக்க ஆரமிச்சது பீட்டர்ஸ் ஸ்கூல் க்ரவ்ண்டுல. காலை நேரம் இப்பவெல்லாம் மேபல் தினமும் சர்ச் போறா! அழ நல்ல இடம் அதானே! யாரும் கேட்க மாட்டாங்க! ஜீஸஸ்! இதெல்லாம் ஏன் நடக்குது? அப்பா ஏன் இப்படி கல்நெஞ்சா இருக்கணும்? எங்களுக்கு மோட்சமேயில்லையா? கதறி அழமுடியாது. ஆனா அழுது கொட்டலாம். கிறிஸ்த்தவப் பொண்ணுக்கு இது ஒரு வசதி. ஜெபம் பண்றேன்னு அழுது கொட்டினா யாரும் கண்டுக்கமாட்டாங்க. பெரிய்ய ப்ளே க்ரவுண்டே குறுக்க கடந்து சர்ச்சுக்கு போக முடியும். ஏழுமணி சர்வீசுக்கு யாரும் வரமாட்டாங்க! இப்போ சர்சுக்கே யாரும் அதிகமா வர்றதில்லே. வசதிதானே! மேபல்! அவளுக்கு இப்ப யார்? பயங்கரம்! அவளுக்கே புரியல, எப்படிப் புரியும், மாக்னஸ் சின்னக்காவுக்குப் புரிஞ்சுதா? பணிஞ்சு போயே குனிஞ்சு போன ஆனி அக்காவுக்குத் தெரிஞ்சிதா? வேலையில்லாமெத் திரிஞ்சு கஞ்சா நெடியோட ராத்திரித் திருடன் மாதிரி வர்றானே அண்ணன் ஃப்ரெட்ரிக்! அவனுக்குத்தான் புரியுமா? எல்லாருக்கும் அவங்கவங்களுக்கு ஏதாவது துணை இருக்கு.

அப்பா குடிக்கிறார். என்ன தப்பு? சின்னத்தைக்குத் தெரியுமா? சொந்தத் தம்பியெ கீழபோட்டு மிதிச்சு அவர் நிழல்ல இருந்துகிட்டு அவர் உசிரை வாங்குறாங்க!

மேபல் மட்டும் கோவில்ல அழுது தீக்குறது எதுக்கு? அவளுக்கே தெரியாதே! அதுக்குப் பேர்தான் ஜெபம்! அவளுக்குத் துணை ரூபன்! எப்போதும் இது சாத்தியமில்லேன்னு அவளுக்குத் தெரியும். ரூபன் அப்பாவுக்குப் பகைன்னு தெரியாதா? தெரியும். ஆனா ரூபன் யார்ன்னு மேபலுக்கு இப்பதான் தெரியும். ரூபன் அவளோட சின்னக்கா மாக்னஸ்ஸின் லவ்வர். ஆரம்பம் என்னமோ இதுதான். ஆனா... இப்ப மேபல் அவனோட லவ்! இதுதான் மேபலோட பயம்! ரூபன் மாக்னஸ் கல்யாணம் தடைப்பட்டதே, மேபல் ரூபன் கிட்ட விழுந்து போனதுக்கான காரணம்! காலை ஏழு மணி திருவிருந்து ஆராதனை நற்கருணையில் சேர்ந்து தினமும்

அழுது புலம்பி விட்டு வருவதற்குமே இதுதான் காரணம். மேபலுக்கு ஆல்ட்டரியில் முழங்கால் படியிட்டு, "யேசுவே! இந்தப் பாத்திரத்தை என்னிடமிருந்து நீக்கி என்னை உம்மிடம் ஏத்துக் கொள்ளும் கர்த்தாவே! ரூபனை என் கண்களிலிருந்து மறையும் தேவனே. நான் ரூபனிடமிருந்து தப்பவழி காட்டும் ஆண்டவரே!" என்று கதறி அழுது ஜெபம் செய்வாள் மேபல். டாண்டாண்டாண் என்ற மணியோசயுடன் தேவ சமூகத்து அப்பத்தை திருவிருந்தாய் அவள் கையில் இடுவார் பாதிரியார். ஏசுவின் ரத்தமாய் திராட்சை ரசமும் வெள்ளிக்கிண்ணத்தில் அவள் உதடுகளருகே பாதிரியார் கொண்டு வந்து வைக்க - கண்களில் நீர்வழிய அதனை அருந்தி சுத்தியும் சுகமும் ஆவாள் மேபல்.

கோவில் ஆராதனை முடிந்து அவள் வெளியே வரும் போது மைதானம் முழுவதும் பனியால் நனைந்திருக்கும். புல் நுனியெல்லாம் பனித்துளி காலை வெயிலில் மினுக்கும். மைதானத்தில் ஏறத்தாழ ஒரு பர்லாங்கு தூரம் தள்ளிக் குட்டைச் சுவர் ஒன்று. பழைய காலத்துக் கைப்பிடிச்சுவர். அதன் மேல் உட்கார்ந்திருப்பது யார்? ரூபன்! திரும்பிச் சுற்றிப் போகும் தார்ரோடு வழி நடக்கலாமா முடியாது. ரூபனுக்கு வயசு முப்பத்தேழு. ஒரு காலத்தில் நன்றாகப் படித்து ஓடியாடி விளையாடி அற்புதமான இளமை கொண்டிருந்தவன். மிஷன் தெருவிலேயே அவனைக் கண்டு மயங்காத பெண் யாரும் இல்லை. மாக்னஸ்ஸை அவளது சந்தோஷமாய் ரூபனைத் தரிசித்தவள் மேபல். துள்ளித்திரிந்தாள். அப்போதெல்லாம் மாக்னஸ் ரூபனைப் பார்க்க போவது எல்லாவற்றையும் அப்பாவிடம் காட்டிக் கொடுக்கிற வேலையைப் பதிமூணு வயதுக் குட்டி மேபல்தான் செய்வாள். அப்பாவின் பிடியில் மாக்னஸ் சிக்கியதே மேபலால்தான். நிஜமாகவே அக்காவை இந்தக் காலிப்பயல் கெடுத்து விடுவானாமே! ரூபன் வந்து கோவிலில் மாக்னஸ் சின்னக்காவுக்காக நின்றதும் உடனே மேபல் ஓடிப்போய் அப்பாவிடம் சொல்வாள். அக்காவையும் திட்டுவாள். சின்னத்தையிடமும் காட்டிக் கொடுப்பாள். ரூபனும் மாக்னஸும் அகப்படுவார்கள். மின்னல் வேகத்தில் ரூபன் தப்பி மறைவான்.

அப்படியிருந்தும் அப்பாவிடம் அடி வாங்கிச் சுருளும் மாக்னஸ் சின்னக்கா கண்ணீர் ததும்ப, "இல்லெப்பா இல்லே! அவனோட எனக்கென்ன பேச்சு! ஒண்ணுமில்லே. பேசவேயில்லெ. அவன்தான் டைம் கேட்டான். நான் ஒண்ணும் பேசவேயில்லெப்பா!" என்று புரண்டு அழுதாள். ஆனா அப்பா விடவில்லை. மாக்னஸ்குட்டி உன்னே இஷ்டம் போல விடமாட்டேன் என்று கத்தியது ஞாபகம்

இருக்கிறது. மாக்னஸ்ஸுக்கு அப்போதெல்லாம் என்ன நடந்தது, இந்தக் குடும்பத்துக்குள் என்ன நடந்து கொண்டிருந்தது என்பது அப்போது மேபலுக்குப் புரியாது. புரியமுடியாது.

இப்போது ரூபனை முழுதாகப் புரிந்தது. மாக்னஸ்குட்டி அக்காவுக்கு நேர்ந்த அதே கோளாறு அதே கோணல் அதே ரூபனுடன் இப்போது நேர்ந்திருப்பதை எப்படி யாரிடம் என்னவென்று சொல்வாள் மேபல்! அதோ கட்டைச் சுவரிலிருந்து குதித்து அருகே வருகிறான் ரூபன். மைதானத்தில் யாருமே இல்லை. ஒன்றிரண்டு கான்வென்ட் பெண்கள் சுமந்த புத்தகங்களோடு முன் தள்ளி நடந்து போய்க் கொண்டிருக்கிறார்கள்.

இவன் என்ன செய்யப் போகிறான்? படபடப்பும் பரிதவிப்பும் இன்னதென்று சொல்ல முடியாத ஒருவித விருப்பமும் மகிழ்ச்சியும், மேபலால் தாங்க முடியவில்லை. தொடப்போகிறான் ரூபன்! கசங்கல் சட்டை, பதினைந்து நாள் தாடி. அழுக்குப் பாண்ட், ஊத்தைப் பற்கள். கலைந்துபோய் காதோரம் நரையோடிய சுருண்ட முடி.

இவனை மாக்னஸ் சின்னக்காவுடன் பார்த்தபோது இப்படியா இருந்தான். நாளுக்கொரு ஜீன்ஸ்! வேளைக்கொரு பார்லல் பாண்ட்ஸ். கட்டம் கட்டம் போட்ட டெர்லீன் சட்டை, ஸூட் கோட்! தூரத்திலிருந்தே வீசும் இன்பமான பாரீஸ் ஸெண்ட்! அப்போதும் இவனைப் போக்கிரி என்றார்கள் மிஷன் தெரு கிறிஸ்தவர்கள்! இன்றும் ரௌடிப்பயல் என்கிறார்கள்! மாக்னெஸ் சின்னக்கா மயங்கினாள். ஆனால் பயம்! அப்பா பயம்!

கிட்டே வந்து நின்றான் ரூபன்! என்ன தைரியம்! அவள் கையைக் கோர்த்துப் பிடித்தான். என்ன வலு! மார்பில் வெறுமையாகச் சுருண்ட முடிகளிடையே கறுப்புக்கயிறு ஒன்று வெறுமையாய்க் கிடந்தது. கையை விடுவிக்கவில்லை மேபல்! அவன் ஸ்பரிசம் அவளுக்கு வேண்டும். அவன் வேர்வை மணம். அவன் குடித்திருந்த விஸ்க்கியின் மணம், காலைப் பனியிலும் அவளுக்கு வந்து நாசியை மலர்த்தியது. அப்பாவின் அதே விஸ்கி! சிகரெட்! ரூபன்!

“தப்பிச்சுகிட்டு போலாம்ன்னு பாத்தியா மேபல்! விடமாட்டேன்!”

“யாராவது பாத்தா அப்பாகிட்ட சொல்லீடுவாங்க. உயிரெ எடுக்காம விடமாட்டாங்க அப்பா! என்னே உட்டுடுங்க...”

“அடெ! உன்னெ நானா புடிச்சு வெச்சிருக்கேன்!”

“பின்னெல்லியா? தினமும் யாரு வீட்டுக்காம்பவுண்ட் கொல்லையில் வந்து நிக்கிறதாம்?”

“நின்னா? உனக்காக வாக்கும்?”

“இல்லியா பின்னே? சுத்திச்சுத்தி வர்றீங்களே எதுக்காகவாம்?”

“வராம இருந்துட்றேனே! உன்னக்காவெ நெனைச்சு...”

“என்னெச் சுத்தணுமாக்கும். “ச்சீ”, என்ன ச்சீ? ஏம்பொய் சொல்றீங்க! என்னெ தொரத்தினா அப்பா விட்டுடுவாங்களா?”

“உங்கப்பா ஒரு அய்யோக்கிய ராஸ்க்கல்.”

“உங்களை மாதிரியா?”

“என்ன சொன்னே?”

பளீரென்று அறை விழுந்தது எதிர்பாராத இடத்திலிருந்து. கன்னம் சிவந்தது. அப்படியே நின்றாள் மேபல். அவளும் பேசியது எல்லாம் பொய்தானே. அவனுடன் பேசும்போதெல்லாம் இப்படித் தர்க்கம்தான் வருகிறது. அவன் மேல் எப்போது ஆசை வந்தது என்று இனம் தெரியவில்லை. அவனும் ஒப்புக் கொள்வதில்லை. தினமும் மாலை மயங்கும் வேளையில் வீட்டுக்காம்பவுண்ட் கொல்லைப்புறம் வெளியே காத்திருப்பதும் மேபல் ஓடி ஒவ்வொரு நாளும்... அவன் என்ன செய்து விட்டான்?! வெறும் பேச்சு! அவள் மௌனமாய் கேட்டுக் கேட்டு... மேபலுக்கு ரூபன், அவன் விஸ்க்கி வாசனை, வியர்வை, முடி அடர்ந்த மார்பு, அவன் அடாவடித்தனம் அதே முரட்டுத்தனம்... எல்லாமே வேண்டியதாகி விட்டது. ரூபன்! பைத்தியமாய் அடித்தான். எப்படி என்றுதான் அவளுக்கே புரியவில்லை. புரியாததுதான் சந்தோஷமே.

அவள் அப்பாவை அவளுக்குள் இணைத்திருக்கும் அதே புதிர்! நிச்சயம் ரெண்டு புதிரும் விடுவிக்கப்படப் போவதில்லை. மேபலின் பயம் தொடர்ந்தது. அப்பாவிடம் பயந்தாள். ரூபனிடம் சிக்கினாள். பயப்படுத்திக் கொண்டேயிருக்கிறான் ரூபன். அக்காவைத் தொடர்ந்தது. அப்பா, மிஷன் தெரு பார்க்க அடித்து நொறுக்கியது. எல்லாம் கண் முன்னே பார்த்தும் எப்படி இந்த அபத்தம் தெரிந்தே எரியும் குப்பை! ஆ! இவனை அக்கா மாக்னஸ் நேசித்தாளா? இன்னுமா? மாக்னஸ் கல்யாணம் ஆனபோது லாரியில் அடிபடாமல் இருந்தால்... கல்யாணத்தில் கலாட்டா செய்து... கல்யாணம் நின்று... அப்பா அவமானப்பட்டு... ஜீஸஸ்! இந்தப் பாத்திரத்தை என்னிலிருந்து எடுத்துப் போடும் ஆண்டவரே... இவன் பாவம் ஸ்வாமி! அக்கா மாக்னஸோட ஆத்மாவைக்

காப்பாத்தியருளும் பிதாவே! என் உடம்பிலிருந்து வாலிபத்தின் முள்ளை எடுத்துப் போடும் ஜீவனுள்ள கர்த்தாவே!... உதடு முணுமுணுக்க அவன் முன்னிலையிலேயே மனசுக்குள் ஜெபம் செய்தாள் மேபல். கண்களில் கண்ணீர்.

அவன் கேலியாய்ச் சிரித்தான்.

"என்னடி ஜெபம் பண்றியா? நான் வேண்டாம்ன்னு? ராஸ்க்கல்!"

"எனக்கு இதெல்லாம் வாண்டாம் ரூபன்."

"உங்கக்கா என்னெ நடுத்தெருவுல அலையவெச்சா... நீ என்னெ கால்ல போட்டு மிதிக்கிறெ. உங்கப்பன் என்னெ கொண்ணு தீர்க்கலாம்னு அலையறான்... இதுல பேசீட்டுருக்கும் போதே ஜெபம் வேற ஜெபம். நேரா மோக்ஷத்துக்கு போறவள்கள்லெ?"

"ரூபன் டியர்! நான் நரகத்துக்குத்தாம் போவேன். அக்காவுக்கும் அப்பாவுக்கும் நான் செய்யிறது துரோகம் இல்லையா? சண்டாளி உங்களையா நானும் நேசிக்கணும்! ஆண்டவரே ஸ்வாமீ!"

"யேய்! அழுகையெ நிறுத்தடி பசப்பி! எனக்காக இதுவரைக்கும் என்ன பண்ணீருக்கே நீ! உங்கக்கா மாக்னஸ் மாதிரியே நீயும் இருக்கேன்னு என்னெ ஆட்டி வெக்யலாம்ன்னு பாக்றியா? உங்கக்கா அப்பா அப்பான்னு பயந்த மாதிரி நீயும் என்னெ ஏமாத்தி குழியில எறக்கலாம்ன்னு நெனைச்சே... படவா ராஸ்க்கல் தேவுடியா ஒன்னெ குத்திக் கொண்ணுட்டு உங்கொப்பனையும் என்னை மாறியே நடூ ரோட்ல திரிய உடாமெ நான் சாகமாட்டேன்டீ தெரிஞ்சுக்கோ!"

கண்களில் நீருடன் சிரித்தாள் மேபல்.

"இந்தத் திமிர் பேச்சு பேசியே என்னெ மயக்கீட்டிங்க!"

"உங்கப்பங்கிட்ட என்னடீ வெச்சிருக்கெ?"

"அப்பாவெ உங்களுக்குத் தெரியாது!"

"களிமண்ல என்ன தெரிஞ்சுக்கணும்! களிமண்தான்!"

"எங்கப்பாவெ கேவலமா பேசுனா எனக்கும் பிடிக்காது. மாக்னஸ் சின்னக்காவுக்கும் பிடிக்காது தெரியுமா?"

"சரி! எப்பதான் வருவெ?"

"எஞ்ச?"

"என்னோட!"

"அதான் எஞ்சன்னு கேட்டேன்!"

"எஞ்சியாவுது. உங்கப்பன் இல்லாத எடத்துக்கு!"

"எங்கப்பா இல்லென்னா நானும் வரமாட்டேன்! என்னெ உட்ருங்க!"

"யேய்! நிறுத்துடி உங்கொப்பம் புராணத்தெ!"

"எங்கப்பாவே உட்டுட்டு வர்றது இந்த ஜென்மத்ல இல்லே!"

"இப்டிப் பேசியேதாண்டி உங்கக்காவும் என்னெத் தெருவுல நிக்க வெச்சிட்டு அவ ஜாலியாப் போனா... நீயும்..."

"வாய மூடுங்க!"

அவள் நடந்தாள். அவன் பின்னிட்டு நின்றான். திரும்பித் திரும்பிப் பார்த்தபடி மைதானத்தில் குறுக்கே நடந்து ரோட்டில் இறங்கும்வரை இடுப்பில் கை வைத்துக் கால்களை அகட்டி பார்த்தபடியே மிஷன் மேட்டுத் தெருவில் நடந்தாள் மேபல்! யாரும் பார்க்கும் முன் கண்களைத் துடைத்துக் கொண்டு படியேறினாள்.

அப்பா கட்டிய வீடு. புதுசாக கட்டியது. அப்பா ப்ளான். எல்லாருக்கும் தனித் தனி ரூம். கல்யாணமாகிப்போன ஆனி ரோஸ்க்கும் தனி வீட்டெ இந்த வீட்டில் இணைச்ச மாதிரி! மாக்னஸ் திரும்பி வந்தா அவளுக்கும் ஒரு தனி வீடு. அத்தைக்கும், அண்ணனுக்கும், மேபலுக்கும் கூட தனித்தனி வீடு. எல்லாம் ஒரு நடுக்கூடம் ஒன்றில் இணைந்து அற்புதமாய் அபூர்வமாய்ச் செய்திருந்தார். ஆனால் யாரையும் அண்டவிடவில்லை. அண்ணன் ஃப்ரெடி யாரிடமும் அண்டுவதில்லை. வரத்தும் போக்கும் எங்கேயென்று மேபலுக்கு மட்டும்தான் தெரியும்.

அத்தை அப்பாவுடன் பேசுறதேயில்லை. மாக்னஸ் கல்யாணம் எல்லார் வாயையும் அடைச்சுப் போட்டுவிட்டுது. எல்லாருக்கும் மேபல் மட்டும் வேணும். கல்யாணம் ஆகிப்போன பத்து வருஷத்தில் பத்துத் தடவை மாக்னஸ் சின்னக்கா வந்து போயிருக்கா. அமெரிக்காவிலிருந்து வரணும்ன்னு யாரும் கூப்பிட்டதில்ல; அப்பா இந்த பத்து வருஷத்துல மாக்னஸ் புருஷன் லாசரஸ் அமெரிக்கன். பேச்சு அப்பா கிட்ட மட்டும். மேபல் கிட்ட சிரிக்கிறதோடெ சரி. மாக்னஸ் வரும்போதெல்லாம் ரூபன் வீட்டுக்குத் தனியாப் போயி பேசீட்டு வருவா. என்ன பேசுவாளோ... என்ன சொல்வாளோ? கொஞ்சம் எரிச்சலாயிருக்கும் மேபலுக்கு. ரெண்டு குழந்தையும் பெத்திருந்தா! ஒரு ஆண் ஒரு பெண். வெரி ஸ்வீட் சில்ரன். நடுக்கூடத்திலிருந்து நாலு ஐந்து வீட்டுப் போர்ஷனிலும் ஓடிக் கூச்சலிடும் குழந்தைகள் ரெண்டும். ஒருத்தன் ஸ்சடோன் லாஸரஸ், பெண் ஹனி! ஸ்டேட்ஸ் போகப் புறப்பட்டபோது உள் அறைக்கு மேபலை இழுத்துக் கொண்டு போய் மாக்னஸ் சொன்னாள். "த

பார் மேபல்குட்டி! அப்பாவெச் சுத்திகிட்டேயிருக்காதெ. உனக்குக் கல்யாணம் நடக்காது தெரியிதா? ரூபனோட புறப்பட்டு ஸ்டேட்ஸ் வந்துடுங்க. ரூபனுக்கு வேலை ஒண்ணு அவுங்கிட்டச் சொல்லி ஏற்பாடு பண்ணீடலாம். பணம் நான் அனுப்புறேன். உங்கப்பன் உனக்கு கல்லறயிலதான் கல்யாணம் வெப்பான்! இஞ்சியே இருந்தீன்னா அதான் நடக்கும்!"

"ஏங்கா அப்டீச் சொல்றே. அப்பா இப்ப ரொம்ப மாறீட்டாரு...!"

"ஆம்மா மாறீட்டான்! இந்த உத்யோகமும் பணமும் இல்லேன்னா இந்தக் குடிகாரனெ யாரு மதிப்பா."

"அப்பாவெ ஒண்ணும் சொல்லாதக்கா! அப்பா பாவம்!"

"பாவமா? அவம் பண்ண பாவத்துக்கு இன்னும் என்னன்ன பாடுபடப் போறாம் பாரு நீயே."

"இப்ப என்ன பாடு பட்றாருங்கிறே நீ?"

"என்னெ இந்த நரகத்ல தள்ளத்துக்கு... அவன்..." மாக்னஸ் அழ ஆரம்பித்தாள். குமுறல் பகை அவள் கண்களில் எரிந்தது. ஆத்திரம் கத்தலில் முடிந்தது...

"நீயும் இஞ்ச இருக்காதெ! அழிச்சு ஒழிச்சுடுவாம் பாவி!"

"நான் எஞ்சியும் வல்லக்கா!"

"அடிப்பாவீ! உனக்கு நல்லது தாண்டீ சொல்றேன்"

"இந்த நெனப்போட இஞ்ச வர்றதுன்னா நீ வரவே வாண்டாம்! அப்பாவெ உட்டுட்டு நான் எஞ்சியும் வல்லெ."

"அப்ப ரூபனே நீ லவ் பண்ணல்லியா?" கண்களைத் துடைத்துக் கொண்டு கேட்டாள்.

"சின்னக்கா நீயும் ரூபனெ எப்பமும் 'லவ்' பண்ணவேல்லெ...!"

"என்னெ சொன்னியாடீ பாவி நாயே! உனக்கு வந்து உதவி பண்ணனும்ன்னு நெனைச்ச என்னே!"

"கத்தாத சின்னக்கா! அப்பா காதுல உளுந்தா கொன்னுடுவாரு!"

"சின்னத்தெ சொன்னப்ப நான் நம்பல்லெ. இப்பல்லெ தெரியிது!"

"என்ன தெரியிது? எப்ப உனக்கு என்ன தெரிஞ்சுது. ரூபனே உட்டுட்டு லாஸரஸத்தானெ கல்யாணம் பண்ணிக் கிட்டப்ப இந்த ஞாயமல்லாம் தெரியாமெப் போச்சா?"

"என்ன பேச்சுடீ பேசுறே பட்டி நாயே? தேவுடியா!"

கூச்சல் அதிகமானபோது கெட்ட வார்த்தைகள் சுழன்று எழும்பின. சின்னத்தை எல்லாவற்றையும் கேட்டுக் கொண்டே வெங்காயம் உரித்துக் கொண்டிருந்தாள். இப்போதெல்லாம் யாரோடும் அவளும் பேச்சில் அழுத்தம்தான். அவள் வீடும் அந்த வீட்டுக்குள் தனியே கட்டியிருந்தார் அப்பா.

மறுநாளே புறப்பட்டு விட்டாள் மாக்னஸ் ஸ்டேட்ஸ்க்கு!

★

வீட்டைப் பெரிசாக்கிக் கட்ட ஆரம்பித்தபோது மேபல் வீட்டை ரிப்பேர் செய்யப் போவதாகத்தான் நினைத்தாள். அப்பா ஆபீஸிலிருந்து ஆட்கள் வந்து அளந்து சுற்றிலும் ஆறு வீடுகள். நடுவில் கூடம், வாசலில் போர்ட்டிக்கோ என்று சுற்றுக் கட்டாக் கட்டி வந்தபோது இத்தனை பெரிய வீடு எதுக்கு என்று மிஷன் தெருவில் எல்லாருக்கும் யோசனை தைர்யமாய் எவன்போய் இவங்கிட்ட கேக்கிறது! உனக்கென்னம்பான்! என்று தங்களுக்குள் பேசிக் கொண்டார்கள்.

வீட்டின் முன்போர்ஷன் மேபலுடையது. எட்டு ஜன்னல். அழகான சின்ன வீடு அது! பக்கத்து வீடு அப்பாவுக்கு.

மேபல் அப்பா போர்ஷனில் நுழைந்தாள். மேஜை மேல் ஏகப்பட்ட ஃபைல்கள். ஏதோ ஒரு பைலில் தலையை நட்டுக் கொண்டு எழுதிக் கொண்டிருக்கிறார். சுற்றிலும் சுவர்களில் மான் தலைகள் விழித்தன. தரையில் புலித்தோல். சுற்றிலும் கருங்காலி ஃபர்னிச்சர்கள், பீரோக்கள். தலையைத் தூக்கி “யாரது?” என்றார் அப்பா.

நரையோடிய சுருள் மீசையை நாக்கால் நக்கிவிட்டுக் கொண்டார். அவளைப் பார்த்தபடி “என்னம்மா” “அக்கா ஆனியே வரச்சொல்லி எழுதுங்கப்பா! ஞாபகப்படுத்தீட்டு போலாம்ன்னு வந்தேன்...!”

“அவ ஏம்மா இஞ்ச? வாண்டாம்!”

“எனக்குப் பாக்கணும் போல இருக்குப்பா.”

அப்பா ஒண்ணுமே சொல்லல்லெ. கொஞ்ச நேரம் கழிச்சு. “நீயே எழுதி வரச் சொல்லு மேபல்!” என்றார்.

“தாங்க்ஸ்ப்பா!” என்றாள் மேபல். அப்பா வசத்தில் இல்லை என்பது தெரிந்தது. எப்போதும் வசமில்லைதான்...!

“அந்த நாயி வரட்டும், ஆனால் ரெண்டு நாள்ள போயீறணும்! ஆமா!”

"பின்னே ஏம்பா ஒவ்வொருத்தருக்கும் ஒரு வீடுகட்டி எல்லாத்தையும் ஒரே வீடாக்கினீங்க?"

"அதெல்லாம் பன்னிக் கூட்டம்மா! என்னெ யாரும் மதிச்சதில்லே! உங்கம்மா உள்பட எல்லாரும் ஏங்கிட்ட பயந்தாங்கம்மா யாரு நேசிச்சதில்லை. பீ தின்றத்துக்கு வர்ற பன்னிக் குட்டி எல்லாம் தின்னட்டும். என் ப்ராயாசையோட பலனெ அனுபவிச்சாங்க. பயந்துகிட்டே இஷ்ட்டம்போல ஆடுனாங்க. இன்னும் எத்தனை நாளம்மா மேபல்? அன்பில்லாத வீடு, அட பெரிசாத்தான் இருக்கட்டுமே எனக்கென்ன? இன்னைக்கோ நாளையோ நான் ஏன் விஸ்க்கிலேயே ஊறிக்கிட்டு இருக்கேம்மா! நீ ஒருத்திதாண்டா என்னை மாதிரி! ஏங்கண்ணு உங்கம்மா பயந்துகிட்டேதான் ஏங்கிட்ட பெத்தா எல்லாத்தையும். எல்லாரும் ஏங்கிட்ட பயப்புட்றாங்களாம். நான் நம்பவேனா ராஸ்கல்ஸ்" உறுமினார்.

"நீங்க பேசுறது தப்புப்பா! எல்லாரும் உங்களை நேசிச்சாங்க. அம்மாவுக்கு உங்க மேல் உயிர்!"

"அட போடி கறுப்பி. உனக்கு யாரையும் தெரியாது. எல்லோருக்கும் பயம் அவ்வுளதான். என் ஆபிஸ்ல வேலக்காரங்க மாறி வீட்ல எம்பெண்டாட்டி புள்ளைங்க எல்லாருக்கும் பயம். நடுக்கம் பயம்போனா எல்லாருக்கும் நான் அல்ப்பம்! இல்லியா? உங்கம்மா கல்யாணம் ஆன மறுநாள் வாய மூடினவதான், சாகும்போது கூட வாயெத் தொறக்கில்லெ. நீ ஒர்த்திதான் என்னோட நின்னுகேட்டு எதுத்து சண்டை போட்டு என் பொண்ணா எனக்காக என்னோட நிக்கிறேம்மா."

இல்லப்பா எனக்கும் பயந்தான்! நடுக்கந்தான்.

எதிரேயிருந்த விஸ்க்கி பாட்டிலெத் திறந்து நுரைக்க அப்படியே சோடா கலக்காமல்... "என்னப்பா ஆச்சு? இன்னைக்கு இப்படிக் குடிக்கிறீங்க?"

"என்னம்மா புதுச்சு? எப்போதும்தான் இது வேண்டியிருக்கு உனக்கு ஏது புதுசு!"

"இல்லெ அப்படியே ராவா கடகடன்னு..."

"எனக்கு உங்கிட்ட பேசணும்மா! பயம்மாயிருக்கு எனக்குப் பேச்சு வழக்கமில்லெ."

"பயமா? உங்களுக்கா? என்னப்பாது?"

"என்னெ மொரடன்ங்கறாங்க? உங்கம்மாவும்கூட முசுடும்பா என்னெ! யாரு கிட்டியும் பேசறதில்லே! ஏந்தெரியுமா? நிஜமாவே

நான் முரடன். எல்லாரையும் அடிச்சு நொறுக்கி அசிங்கமான பேர் வாங்கிட்டேன். ஏன் தெரியுமா? யாராவது என்னெ நேசிக்கிறாங்களான்னு சந்தேகம்தான்!

"எல்லாரும் வெலகி வெலகிப் போய்ட்டாங்க உன்னெத் தவிர உங்கம்மாகூட பயந்துகிட்டே காலத்தெத் தள்ளீட்டுப் போய்ச் சேந்துட்டா. பாவம் ஏம்மா அவ என்னெ ஏங் கோபத்தெ எதுத்து என் மொரட்டுத்தனத்தெ எதுத்துப் போராடல்லெ? அது பொய்ம்மா பொய். நீ மட்டும்தான் என்னெ எதுத்துப் போராடிட்டிருக்கே. எனக்குத் தெரியும். அவங்களுக்கெல்லாம் நான் வாண்டாம். இந்த மொரட்டுத் தாயழி வாண்டாம். போய்ட்டாங்க. அவங்களுக் கெல்லாம் அவங்களே போதும். அப்பன் வாண்டாம். ஆனிமுண்டெயக் கூப்படணுமிங்கிறியே அவளுக்கே ஏன் வரணும்ன்னு இல்லெ?

"நானல்ல இருக்கேன்! இஞ்ச? வீடு கட்டினேன். அதனால்தான் யாரும் வரமாட்டாங்க. வரவேண்டாம் வரும்போது நான் இருக்க மாட்டேன். வீடு இருக்கும் ஆனா ஒரே வீடு ஆறு வீடானாலும் ஒரே வீடுதான். உடைக்கப் பிரிக்க முடியாது. உயில் அப்படி எழுதியிருக்கேன். இந்த கெழவன் சாகும்போது, குடிச்சு எரியும்போது நீ ஏம்பக்கம் இருப்பேடா கண்ணு. இருப்பே. ரூபன் வந்து கூப்பிட்டாலும் ஓடமாட்டேம்மா ராஜாத்தீ. தெரியும் எனக்கு உன்னே யாரும் வளைக்க முடியாது. வாண்டாம்ன்னாலும் இந்தக் கெழவன் காலடீலயே நீ கெடப்போம்மா.

இந்தச் சிலுவெயெச் சொமந்துட்டே கடைசீ வரைக்கும் நடந்துடுவோம்மா கண்ணுமணீ. இந்தக் கழுதே மாக்னஸ் ரூபனெ கட்டிக்கணும்ன்னு ஏங்கிட்ட எப்பவாவது வந்து ஒருநாள் வந்து கேட்டாளா? ரூபன் நாயாவது அவளே இழுத்துட்டுப் போயி கல்யாணம் பண்ணிக்கிற துணிச்சல் உண்டாயிருந்தானா? நான் சொன்னப்போ முடியாது லாஸரஸ கட்டிக்க மாட்டேன் ரூபன்த்தான் பண்ணிக்குவேன்னு சண்டைபோட்டு அப்பாவெச் சம்மதிக்க வெக்க அப்பம்மேலே பிரியம் இருந்துதா? இல்லியேம்மா. இல்லே அப்பங்கிட்ட பயமாம்! உன்னப்பங்கிட்ட சண்டைபோட, கேட்டு வாங்க எதுக்காவது வந்தியா? நீயும் லாஸரஸ்ஸெக் காட்டினதும் ஓடிப்போயி கட்டிக்கிட்டே. எனக்கென்ன உன் தலையெழுத்து. காசு! உத்தியோகம்! ஸ்டேட்ஸ்ல பெரிய வியாபாரம். அந்தஸ்து! ரூபன் வாண்டாம்! அப்பன்தானா காரணம்? ஏண்டி நாய்ங்களா? கேட்டு முட்டி மோதி வாங்கியிருக்க முடியாதா?"

"என்னப்பா நீங்க! இப்டி இருமி கக்கிகிட்டு பேசணுமா?"

“போதும் அப்புறம் நாளைக்குச் சொல்லுங்க.”

“மேபல்! கண்ணம்மா, நான் இனிமே பேச முடியாதும்மா. நான் காலமெல்லாம் பேசினவனுமில்லே, தஞ்சாவூர் பாரிஷ்ல என்னெ மதிச்சவனுமில்லெ. நான் மதிச்சவனுமில்லெ. உன்னெயும் நான் விட்டுட்டு ஒதுங்க முடியாது. என்னெ நீயும் பயந்து பயந்து ஒதுங்கிப் போயி கிட்டத்துல வந்து கட்டிப் பிடிச்சுகிட்டே. எங்கிட்ட எல்லாத்தையும் ஒடச்சு வெக்யிற. ரூபன் கிட்டக்க எனக்கு எந்தக் கோபமும் இல்லெம்மா! ரூபன் ஏம்மேல கோபிச்சுகிட்டு இருக்கான். பாவம்! அவனெ வந்து நேரா ஏங்கிட்ட பொண்ணு கேக்கச் சொல்லுடா! பாப்போம். நானா தூக்கி இந்தான்னு என் கண்ணுமணியெத் தர முடியுமா? ரூபன் கோழைப் பயல். அதுனாலதான் இன்னிக்கி வரைக்கும் உன்னையோ இதுக்கு முந்தி மாக்னஸையோ பொண்ணு கேக்க வர்லெ! இழுத்திட்டு ஓடலாம்ன்னு பாத்தா... விடுவேனா? இது என்ன எல்லாருமே பயப்படுறோம் பயப்படுறோம்னு தாறுமாறா நடக்க முடியும்? ஜேவியரு பொண்ணுன்னா சாதாரணமா? உனக்கு ஆசைன்னா நீ வேணும்ன்னா ரூபன் பயலோட ஓடு! ஆனா திருட்டுத்தனமா ஓடாதெ! அப்பா, நானு இவனோட போறேன்னு சொல்லீட்டு ஓடு! உங்கப்பன் வேட்டைக்காரம்மா! புலியையும் தெரியும் இந்த நரிகளையும் புரியும்...”

“என்னெ மன்னிச்சிருங்கப்பா! நான் ரூபனோட பேசித் திரியிறதெல்லாம் தப்புதாம்ப்பா!”

“தப்புன்னா என்னன்னே தெரியாதேடீம்மா மேபல் உனக்கு! ரூபன் பயலுக்கு மாக்னஸெ நான் ஏன் குடுக்கல? அவங்க ரெண்டு பேரும் ‘லவ்’ பண்ணலெ, ஏம் மேலே பழியப் போட்டா மாக்னஸ்! என்னெ யாரு வகை வெச்சான்ங்க? உண்மையிலேயே மாக்ன்ஸ் ரூபனெ நேசிச்சது நிஜம்னா அவ என்னோட போராடி சம்மதம் வாங்கி ஜெயிச்சிருக்கணும். உங்கம்மாவெ நாப்பது வருஷம் முந்தி நானும் லவ் பண்ணுனேம்மா மேபல். தெரியுமா உனக்கு? இந்த மாக்னஸ்குட்டி மாதிரியே உங்கம்மா அவ அப்பன் மெரட்னதும் ஊட்டுக்குள்ற நாய்க்குட்டி மாதிரி அவ்வூட்டுக்காரங்களுக்காகப் பயந்து வாலைச் சுழட்டிகிட்டுப் பதுங்கீட்டா! எனக்குத் தெரியும் அவ்வளவுதான்னு. உட்டேனா? பட்டப்பகல்ல அவ வூட்டுக்குள்ள போயி அவுங்கப்பனுக்கெதுரக்கவே உங்கம்மாவே இழுத்துக்கிட்டு வந்து பீட்டர்ஸ் சர்ச் ஆல்ட்டர்ல ஐயர் கூட இல்லாமெ நானே தாலியெ கட்டினேன். அப்றம்ல எல்லாருமா வந்து அழுது கெஞ்சி மொறையவும் திருப்பியும் அதே சர்ச்ல லாம்ப் ஐயர் தாலி குடுத்து

நான் வாங்கிக் கட்டினேன். கல்யாணம் ஆச்சி! நாந்தாம்மா உங்கம்மாவெ 'லவ்' பண்ணினேன். அவ பொண்டாட்டியா இருந்தா. புள்ள பெத்தா, வளத்தா! எல்லாம் சரி, ஏங்கிட்ட பயம் எப்போதும்! நான் அடிப்பேனாம் உதைப்பேனாம் கொடுரமானவனாம்! நான் கோலியாத் மாதிரி ராட்சசனாப் போனேன்..."

"அப்டீல்லாம் நீங்க இருந்தீங்கதானேப்பா! அது உண்மையில்லையா அடிச்சத் தொவைக்கலியா?"

"நாலஞ்சு புள்ளை பெத்தாளேம்மா உங்கம்மா! அதுமட்டும் ஐயமில்லாம எப்டி நடந்துதாம்? பயம் பயம்ங்கிறது அப்ப வல்லியா? ஏம் புருஷன் மொரடனங்கிறது ஒரு வசதி! யாரும் கிட்ட வராம ஒரு வழி. எங்கப்பா ஒரு கோலியாத் ராட்சசனங்கிறது ஒரு தெம்பு! பண்ற தப்பு தெரியாம மத்தவங்கட்ட தப்பிச்சு தலையில சுமத்த ஒரு லாபம்! இல்லியா? அப்பன் எதுக்கும் விடமாட்டான்! அடாவடி புடிச்சவன்னா யாருகிட்ட வந்து பேசுவான். ஜேவியர் ரொம்ப கண்டிப்புன்னு ஆபீஸ்ல எல்லாப்பயலும் பேசியே ஒதுக்கிட்டா... தப்பிகிட்டே ஒழுங்கீனம் பண்ணலாம்ல்ல! அதான் பெத்த பொண்ணுங்க கூட, ஏன் கட்டின பொண்டாட்டி கூட ஒதுங்கியே தூரத்ல இருந்தே போய்ட்டாங்க... பெத்த பய தெருப்பொறுக்கி மாதிரி சுத்துகிறான். அவனுக்கும் அப்பன் வாண்டாம்!"

"நான் மட்டும் என்னப்பா ஒஸத்தி? நானும்தான் ரூபனெத் தேடீட்டு போய்க்கிட்டு இருக்கேன்?"

மேஜையில் இருந்த இன்னொரு கிளாஸ் திரவமஞ்சளும் ஜேவியர் தொண்டையை எரித்து உள்ளே கடந்தது. நிதானமாக மகளை உற்றுப் பார்த்தார். உடல் முழுவதும் ஆறாத வியர்வை. நீண்ட நேரம் பேசியதால் வந்த பதை பதைப்பு, மகள் அருகில் கண்ணீர் ததும்ப நிற்பதைப் பார்த்தும் கலங்காது ஒரு கடுமை பறந்தது முகத்தில்...

"மேபல்! நீ உன்னெ மட்டும் நேசிக்கல்லெம்மா... நீ இல்லாவிட்டால் ப்ரெட்ரிக் இந்த ஊரே விட்டே எங்கியோ ஓடிப்போயிருப்பாம்மா. இஞ்ச நீதான் எனக்கும் அவனுக்கும் எடையில் இணைச்சுப் பிடிச்சுகிட்டு நிற்கிற. உங்கக்காமார் என்னெ புழுதியா நெனைச்சுப் போய்ட்டாலும், அவங்களோட அப்பனை ஞாபகம் பண்ணி அவங்கிகிட்ட எணைச்சிகிட்டு நிக்ககிறது யாரும்மா? நீதானே எனக்கு மகன், மகள் எல்லாம் இல்லாமல் போய்டாமெ ஆவியோட சேத்து அப்பனை அவங்ககிட்ட விடாமெ உயிர் குடுத்துகிட்டு நிக்கிறது யாரும்மா?

அட உங்க சின்னம்மா சின்னத்தை கூட யாரெ நெனச்சுகிட்டு இங்க வர்றாக டீ? பொண்ணே, எங்கக்கா என்னெ இன்னும் நெனச்சி இஞ்சயே நிக்கிறாளே உங்களோட இந்த வூட்ல, ஏன்? உன்னாலம்மா உன்னால், நீ இல்லென்னா நான் கட்டின இந்த வூட்டெ பிரிச்சு வேண்டியதை ஏம்ப் பரயாசையோட பலனெயெல்லாம் அள்ளிகிட்டு போய்டுவாங்க. இஞ்ச ஒரு ஈ காக்கா இருக்காது. என்னெப்போல யாரும் இருக்கக் கூடாது. எனக்கு யாரும் இல்லெ. தெரியும் எனக்கு நாம் பொறந்ததுல இருந்தே, நானே வளந்து. மேபல் இதுல இனிமே நானே எப்டி மாறி, நானே எப்டி மத்தவங்களோட ஆசைக்கேத்தபடி மாறி திரும்பியும் வாழபோறம்மா? முடியாது. எனனைக்காவது அவங்க எல்லாரும் திரும்பிவரும்போது நானும் இருக்க மாட்டேன். இருக்கவும் கூடாது. ஆனா இந்தப் பெரியவீடும் நீயும் இருப்பீங்க. ரூபன் உனக்கேத்தவனான்னு நான் சொல்ல முடியாது. ஆனா ரூபன் உன்னெத் தேடிவரணும். நீ படிச்சவ. எல்லா க்ளாஸ்ஸியும் காலேஜிலியும் என்னெப்போலவே அபாரமா மார்க் எடுத்து டிஸ்டிங்ஷன்ல பாசானவ. சொத்தும் உனக்காக நான் நிறைய சேத்து வெச்சிருக்கேன். உன்னெ அவனுக்கு இல்லெ, எவனுக்குமே குடுக்க ஏம்மனசு ஒப்பாதுதான். எனக்கு நீ மட்டும்தான் மிச்சம். என்னோட எல்லாமே மேபல் கண்ணுதான்.

ஆனா உனக்கு நான் ரூபனெ தரத்தயார். ஏன் தெரியுமா? எனக்கு நீ தந்திருக்கிறது உன்னையேல்ல. ஆனா ரூபனைப் போயி நீ கேக்கக்கூடாது? என்னெக் கல்யாணம் பண்ணிக்கிங்கன்னு நீ அழைக்கப்படாது! ரூபனைப் போயி நீ எங்கப்பாட்ட வந்து கேளுன்னு கூப்டக் கூடாது. நான் உங்கிட்ட சொன்ன எதையும் யாருகிட்டயும் - உங்க சின்னத்தைகிட்டக் கூட சொல்லக் கூடாது. உங்கப்பன் உங்கப்பன்தான்னு நீதான் நிரூபிக்கணும். ரூபனா வந்து பொண்ணு கேட்டு இந்த ஒலகமே எதுத்தாலும் என்னோட போராடி உன்னெ ஜெயிக்கணும்மா.

உங்கப்பனே இந்த உலகம் புரிஞ்சுக்காட்டி பரவால்லே. நீ புரிஞ்சுக்கணும். உன்னோட வாழ்க்கைக்கு மட்டுமில்ல உங்கம்மா, உங்கக்காமார், யாரோட வாழ்க்கைக்கும் உங்கப்பன் என்னைக்கும் தடையாயிருந்ததில்லே! அவங்களேதான் தடையாயிருந்தாங்க என்னோட வாழ்க்கைக்கும். “இருமல் ஆரம்பித்த ஜேவியரு தொடர்ந்து இருமினார். மேலும் குடித்தார். மேபல் அழுதாள். இரண்டு பேரும் தழுவிக் கொண்டார்கள். மேபலை உச்சி முகர்ந்து முத்தமிட்டார். மேபல் பொருமிப் பொருமி அழுதாள். உதடுகளில் அப்பனின் முத்தங்கள். அவரது விஸ்க்கியின் சீற்றமும்

அதிகப் பேச்சின் உக்ரமும் கொஞ்சமாய்த் தணிந்தன. அப்பாவின் அணைப்பில் இருந்து விடுவித்துக் கொண்டபோது மேபலுக்கு நெஞ்சுபூராவும் நிரம்பிருந்தது ரூபன் மட்டுமே. இதை ரூபன் தர வேணும். தருவானா? உலகம் தராவிட்டாலும் ரூபன் தரவேண்டும். அப்பா கேட்டதை அவன் அவளுக்கு தராவிட்டால்? பயங்கரமாய் இருந்தது. இது யாருக்கும் புரியப்போகிறதில்லை. அவள் இப்போது அப்பா சொத்தல்ல. ஆனாலும் ரூபனுக்கு அவள் வேண்டுமா வேண்டாமா? அவன் அவளை அப்பாவிடமிருந்து எடுத்துக் கொள்வானா?

காலம் முழுவதும் ரூபன் தேடியது, அப்பா தேடியது, அக்காமார், சின்னத்தை எல்லாம் தேடியதும் மேபல் வியந்து கண்ணீர் வடித்தாள். குழந்தைப் பருவமெல்லாம் அவள் ஏங்கியது கிடைத்துப் புரிந்துவிட்டது. இந்தப் புதையல் இத்தனை காலம் கண் முன்னேதான் இருந்தது. கனவாய் மயங்கியது. நிஜமாய்ச் சுட்டது. ரூபன் இது உனக்கு முடியுமா? அப்பா சொன்னதுபோல் மேபல் கேட்கமாட்டாள். உன்னிடம் மட்டுமில்லை எந்த ஆணிடமும் கேட்க மாட்டாள். மேபல் அப்பாவின் பெண். வாட்டசாட்டமாய் வளர்ந்து விட்டபெண். அவளது ஆகிருதி உயரம் எல்லாம் ஜேவியரதுதான். எம்.ஏ. பாஸ் செய்தாயிற்று. அப்பா தடுத்துக் கொண்டிருப்பதால் வேலைக்குப் போகவில்லை. மிஷன் சர்ச்சில் வேலை கிடைத்தும் தடுத்துவிட்டார். காரணம் பெரிய திட்டம்!

ஒரு முழு அலுவலகத்தைத் தாங்குகிற வேலை வருகிறதாம். பலத்த திட்டம் உட்பட அலுவலர்கள் குவார்ட்டஸ் எல்லாவற்றோடும் சீக்கிரமே வந்துவிடும். அப்பா ஏற்பாடு எல்லாம் சரி! ரூபன்? தினமும் காலை ஏழு மணிக்கெல்லாம் கோவில் மைதானத்தில் நிற்பான். நாட்கள் ஓட ஓட ரூபனும் திரைந்து கொண்டிருந்தான். பெரிய்ய வீட்டில் அத்தையுடன் சமையல் செய்த நேரம் போக அண்ணன் ஃப்ரெட்ரிக்கை எதிர்பார்ப்பதும் கடிந்து கொள்வதும் காசு கொடுப்பதும் தவிர மேபலுக்கு வீட்டில் வேலை? அப்பாவின் புத்தகங்கள்தாம் துணை.

காலை ஆறு மணிக்கே கோவிலுக்குப் போகிறதில் நற்கருணை ஆராதனையில் கலந்து கொள்வதில் தவறுவதேயில்லை. அப்பாவின் ஆபீஸ் ஜீப் வாசலில் வருகிற சப்தம் போர்ட்டிக்கோவில் ஜீப் வந்து நிற்கும் சப்தம் போதும். மேபல் வாசலுக்கு ஓடி வந்தால் அப்புறம் இரவு வெகு நேரம் வரை அப்பாவுடன்தான் நேரம் கழியும். அப்பாவுக்கு எது பிடிக்கும் அதுதான் சமையல். அப்பா வேட்டைக்குப் போனால் இப்போது மேபலும் கூடப் போகிறாள்.

தடுமாற்றமில்லாமல் இப்போதும் துப்பாக்கி பிடிக்கிறார் ஜேவியர். அவளும் சுடக் கற்றுக் கொண்டிருக்கிறாள். வேதாரண்யம் காட்டுக்குள் ஞாயிறுகள் கழியும். மூன்று ஜீப்புகள், அப்பாவின் ஆடர்லிகள் வேட்டைக் காரர்களுடனும் மேபலும் வியர்வையில் ஊறி ஆவி பறக்கத் திரிந்து தஞ்சாவூர் திரும்பும்போது ஜீப்பில் மான்கள் உயிரற்றுக் கிடக்கும். அப்பாவுடன் சீட்டு விளையாடுவது. அப்பாவுடன் குளிப்பது, காலையில் பனி மூட்டத்தில் வீட்டு மொட்டை மாடியில் எக்ஸர்ஸைஸ் செய்வது. வியர்த்து வடியவடிய டம்பல்ஸ், ஸ்கிப்பிங் பயிற்சி. பனியன் ஹாஃப் டிராயர்ஸ் வியர்வையில் ஊறிவிடும். பேய் மாதிரி கொட்டும் அருவிகளில் காட்டில் தலை கொடுத்து அப்பனின் எல்லா ஆட்ட பாட்டங்களுக்கும் துணை நிற்பது. இப்போதெல்லாம் மேபலுக்கு நேரமேயில்லை. கண்ணாடியில் பார்ரூமில் உடம்பைப் பார்க்க ஆச்சர்யமாயிருக்கும். இப்போதெல்லாம் ரூபனைப் பார்க்க மறப்பதேயில்லை. முன்பெல்லாம் அவனிடம் தப்பினால் போதும் என்றிருக்கும். அவன் தொடும்போதெல்லாம் பயமாய் இருக்கும். காலையில் அவனைத் தாண்டுவது ஒரு பிரச்சனை. இப்போதோ ரூபன் ஒரு சுகம். அவனை எங்கு பார்த்தாலும் கூப்பிட்டு நிறுத்திப் பேசுகிறாள் மேபல். பேச்சின் தோரணையே தனி!

"என்ன மிஸ்ட்டர் ரூபன்! எப்படியிருக்கீங்க. என்ன பண்ணிட்டிருக்கீங்க?"

"ம்! சும்மாதான் இருக்கேன்... வந்து..."

"சீக்கிரமா ஒரு கல்யாணம் பண்ணிக்குங்க!... இப்படியே திரிஞ்சிட்டிருந்தா எப்படி? உங்கம்மாவெக்கூட மானிங் ஸர்வீஸ்ல பாத்தேன். அழுதாங்க! சீக்கிரமா ஏதாவது வேலையில் சேந்தா சந்தோஷப்படுவாங்க!"

"அழட்டுண்டீ! உனக்கென்ன! உன் வேலையப் பாத்திட்டுப் போடீ"

"டீஸண்டாப் பேசக் கத்துக்குங்க ரூபன்"

"ஆமா! இனிமேத்தான்! உங்கிட்ட டீஸன்ஸி கத்துக்கப் போறேன்! அதுசரி நீ பெரிய வேலைக்கிப் போப்போறியாமே!"

"ஆமா! ஆமா!

"எப்போ கல்யாணம்?

"யாருக்கு?"

"ஏய் உனக்குத்தான் டீ!"

"ஏன் கேக்கிறீங்க?"

“ல்லெ... உனக்கெல்லாம் எதுக்குக் கல்யாணம்ன்னுதான் கேக்கிறேன்!”

“ஜீஸஸ்! அப்பா! ரொம்ப நல்லதாப் போச்சு. இனிமே ஏம்பின்னாடி சுத்தமாட்டீங்கள்ல?”

“ஏங் கொப்பனோட போட்ற ஆட்டம் போதலையா? தொலைச்சுடுவேன் ஆமா!”

“ச்சீ உங்க அசிங்கம் இவ்வளவுதானா இன்னும் இருக்கா?”

“மேபல் இனிமேயும் உன்னெச் சும்மா விடமாட்டேன் ஆமா உன்னெ... உன்னெ...”

காலை நேரத்தில் அந்த மைதானத்தில் ரூபன் மேபலை இழுத்துத் தடவி... வெட்ட வெளியில்... மேபல் பதட்டமேயில்லாமல் அவனை விலக்கித் துரத்துவாள். லேசாக வரும் கண்ணீரைப் புறங்கையால் துடைத்துக் கொண்டு ரூபனைப் பார்த்து “ரூபன் என்ன இது? சும்மாயிருக்கமாட்டீங்களா? யாராவது பாத்தா என்ன ஆகும்? இப்டி முரட்டுத்தனம் பண்ணினா என்ன ஆகும்? நீங்க என்ன ஆம்பளை? ஸ்பரிசம் பட்டதும் மயங்கி ஒங்க கைல விழ எனக்கு உங்க ஸ்பர்சமும் புதுசு இல்ல வயசும் பதினாறு இல்லெ. நான் அரைக்கிழவி நீங்க முக்காகெழவன். இனிமே உங்காளாலெ என்ன முடியும்? வேலையா ஒண்ணுமில்லெ. சம்பாத்யமும் இல்லெ. சுயமா ஒண்ணும் செய்ய முடியாது... ஒண்ணு பண்ணுவீங்க விட்டா... ஒரு புள்ளே பெத்துக்குவீங்க. இல்லெ? என்ன முறைப்பு இது? உங்க சிரிப்பப்பாத்து மயங்கிட்டிருந்த மாக்னஸ் இல்ல நான். மூஞ்சியெல்லாம் தாடி அழுக்குப் பாட்டமா ஜீன்ஸ்பாண்ட் தொள தொளன்னு வியர்வை நாத்தம் பிடிச்ச ஜிப்பா... பத்து பதினந்து வருஷமா என்னமும் மிச்சம் இருக்கா? அக்கால்லாம் போயாச்சு என்னெப் பிடிச்சீங்க இப்ப? தாடி கிருதா தலை முடி எல்லாம் வளந்து ஒண்ணாப்போச்சு. வெட்டிப் பேச்சு இன்டீஸண்டா பிஹேவ் பண்றது கெட்டவார்த்தை பேசறது, கஞ்சா அடிக்கிறது தெருச் சுத்திவர்றது, கேக்க ஆளு இல்லன்னா என்னெச் சுத்துறது. இதுக்குப் பேரு லவ்வா? மிஸ்டர் ரூபன் வேண்ணா சொல்லுங்க. அக்கா மாக்னஸ் உங்களெ லவ் பண்ணா நான் பண்ணலை.”

“ஒவ் அப்பனை லவ் பண்றியாக்கும்!”

“ஆம்மா! அப்பனை லவ் பண்ணத்தாம் பண்றேன். ஆனா உங்க மாக்னஸ்ஸெ பண்ணின மாதிரி லவ் இல்லெ. இது அப்பனை நேசிக்கிற லவ். உங்களுக்கெல்லாம் புரியிற லவ் இல்லெ!”

‘தேவுடியா!’

"உங்ககிட்டருந்து வேற எனக்கு என்ன பட்டம் கிடைச்சிடும்! நிஜமா இதுதான் சரி! உங்களுக்கெல்லாம் உங்க மேலதான் லவ்! நிச்சயம் எங்க மேல இல்ல!"

மேபல் நடந்தாள். எப்போதும் போல மோனத்தில் நிற்கும் செய்ன்பீட்டர்ஸ் சர்ச்! கோழி முட்டை வடிவ கோபுரம் காலை வெயிலில் கோணலான நிழலை விழுத்தியது. மெல்லென நடந்தாள், ரூபன் பின்னால் வெறியுடன் அவளைப் பார்த்து நின்றான். அப்பா சொல்வது நிஜம். இவர்கள் எல்லாம் தன்னையே நேசித்து தன்னையே வளர்க்கிற கூட்டம். அம்மான்னும் அண்ணனனும் அக்கா தங்கைன்னும் உறவு சொல்லி அதையே சொல்லி ஏமாத்தி காதல்ன்னும் பாசம்ன்னும் வார்த்தையவெச்சு வியாபாரம் பண்ற தன்னல கும்பல்! மைதானம் முழுவதும் இன்னும் பனி விலகல்லெ... எதிரே வர்றது யார்?

வெய்யலும் பனியும் கலந்து ஒரு மாதிரி சாம்பல் நீலப்புகை மாதிரி எங்கும் படர்ந்து... எதிரில் வந்தது அண்ணன் ஃப்ரெடிக். அட இவரும் காலையிலியே வர்ராறே என்ன கஷ்டமோ, வர்றதெல்லாம் பணம் வாங்கத்தானே?

"வாங்கண்ணே என்னது காலைல? கோயில் பக்கமா?... ஆச்சர்யமாயிருக்கே..."

"உன்னெப் பாக்கத்தான்... வந்த... இது கல்யாண விஷயம்... அதாவது?"

"கல்யாணமா? யாருக்குன்னே?"

"எனக்கும் ஒரு பொண்ணுக்கும்"

"யார் அந்தப் பொண்ணு?"

"நீதான் அப்பாட்டா சொல்லி... எனக்கு பயம்... நீயே சொல்லி... எப்டியாவுது..."

"நோ! நான் மாட்டேன்!... ஏண்ணே உங்களுக்கு இப்படி புத்திபோவுது? நீயே அப்பாட்ட கேளேன்."

"முடியாதும்மா பதினைஞ்சு வருஷமாவுது அவர்ட்டெ பேசியே. அவரு நெனைச்சிருந்தா எனக்கு வேலையும் வாங்கி வெச்சு எங்கியோ கொண்டு போய் வெச்சு எப்படியோ உசத்தியிருக்கலாம். தன்னலம்புடிச்ச மனுஷன் செய்ய மாட்டார் தெரியும். நான் வாழ்றதே புடிக்காத மனுஷன். நீ இல்லென்னா நான் இருந்த எடத்ல புல்லுல்ல மொளைச்சிருக்கும்? ஆங்காரம் புடிச்ச அயோக்யன்..."

“அப்பாவெ நீ என்னைக்கி அப்பாவா நெனச்சிருக்கே? நீதான் இருக்கியே அப்பா பொண்ணா நான் இல்லெங்கறியே நான் அப்பா பொண்ணுமட்டுமில்ல உனக்கும் தங்கச்சிதான். அதான் கேக்கிறேன் ஒரு கல்யாணம் பண்ணி வெய்யின்னு... ஏண்ணே இப்படி அப்பாவெ ஒதுக்கி வெக்கிறீங்க? உங்களுக்கெல்லாம் என்ன செய்யல்லெ அவரு? உங்களுக்கு எடையில நான் ஏண்ணே இப்டி அவதிப்படணும்? வீட்டுக்கே வரமாட்டெ.... பத்து வருஷமாச்சு... ஒனக்கு ஒரு வீடே கட்டி வெச்சிருக்காங்க அப்பா...”

-”ஏய் சும்மா அப்பனெப் பத்தி பேசாதே எனக்காக வீடு கட்டியிருக்கான் ராஸ்க்கல் உயிலெப்பாத்தேன். செத்தாக் கூட நான் எடுத்து விக்க முடியாது தெரியும்ல்ல?”

“நீ விக்யறதிலியும் சுட்டு எரிக்கிறதிலியுமே இரு... பதினைஞ்சு வருஷமா நீ எம்மெஸ்ஸி பாஸ் போனதிலிருந்தே நீ என்ன தாண்ணே பண்ணீட்டிருக்கியாம்? இந்த கஞ்சா அடிக்கறிதெத் தவிர தெனம் தெனம் ராத்ரி வந்து செலவுக்குப் பணம் வாங்கிட்டுப் போறியே அதெல்லாம் மட்டும் அப்பாவுக்குத் தெரியாதுன்னு நெனைக்கிறியா? இல்லெ ரொம்ப ஞாயம்ங்கிறியா?”

“அவனுக்குத் தெரிஞ்சா எனக்கென்ன தெரியாட்டி எனக்கென்னடீ. எனக்கு வேணும்ங்கும்போது வருவேன். இப்ப எனக்கும் ஒருத்தன் பொண்ணு தர்றேங்கிறான். பண்ணிவெக்யச் சொல்லு அவ்வளவுதான்.”

“முடியாது”

“ஏம் முடியாதுங்கிறே”

“என்னால முடியாது நீயே போயி கேளு”

“ஓஹா சின்னத்தெ சொன்னது சரிதான். உன்னெ வெச்சிட்டிருக்க வரைக்கும் நாங்க தெருவுலதான் நிக்கணும். வர்றேன் ஒரு நாளைக்கி உங்கப்பனெ கண்டமாவெட்டி...”

அவன் வாயிலிருந்து அசிங்கங்களாய் புறப்பட்டு வந்து கொண்டேயிருந்தது. வழக்கம்தான் இதுவும். மேபல் நடந்தாள். இவுங்க யாரும் மாறமாட்டங்க. ஏன் மாறணுமாம் இடையில நீ இருக்க வரைக்கும்... இடையில இருந்தது இருக்கிறது எல்லாம் அவள். மேபல்தானே... ஒருத்தன் அண்ணன்... ஒருத்தன் ஆசைப்பட்டவன்... ஒருத்தன்... அப்பன் ஜீஸஸ்... இது என்ன சிலுவை இது எனக்கு ஏன், கண்ணீர் வழிய மேட்டுத்தெருவில் திரும்பினாள் மேபல். அவளுக்கும் தெரியும் இதெல்லாம் இப்படியே... இப்படியே...

வாசலில் ஜீப் நின்றிருந்தது... ஆடர்லிகள் நின்று கொண்டிருந்தார்கள்... ரெண்டு வேலைக்காரர்கள் துப்பாக்கிகளைத் துடைத்து க்ளீன் பண்ணிக் கொண்டிருந்தார்கள். அடுப்பங்கரையிலிருந்து சின்னத்தை தாளிக்கும் மணம் வீடு முழுவதும் கமழ்ந்தது. சின்னத்தை இருக்கிற வரைக்கும்... எதுவும்... மாறாமல் எப்படியோ ரூபன் அவனும் அப்படியே. ப்ரெடி... அவனும் அப்படியே கொஞ்சம் கொஞ்சமா... வாம்மா வேட்டைக்கிப் பெறப்பட்டுகிட்டு இருக்கேன்! வர்றியா நீயும்...?

போலாம்ப்பா அதுதான் சரி... வேட்டை மனுஷனுக்கும் மிருகத்துக்கும் பேதமில்லாத காடு வேதாரண்யம்காடு... சிங்கம் புலியெல்லாம் கிடையாது. ஆடு மான் முயல் காட்டுப் பன்றி கடுவா எல்லாம் உண்டு... ஒண்ணை ஒண்ணு சாப்டும். ஆளு மனுஷனைக் கண்டா பதுங்கும். ஒளியும். பயம். பறவைக் கூட்டம் கொளம் குட்டை எல்லாம் உண்டு. மேடுகள் புகையிலைச் செடிகள் வளர்ந்து புதர்புதராய் சிட்டுக்கள் வலியன் குருவிகள் இடையில் கழுகுகள் செத்த மிருகங்களைத் தின்னும் நரிகள்.

ஜீப் பறந்து கொண்டிருக்கிறது. இருபுறங்களிலும் செம்மண் மேடுகள் கள்ளிக் குப்பல்கள். கண்களிலிருந்து கண்ணீர் பெருகி ஆறாய் நனைப்பது போலிருந்தது மேபலுக்கு. முகத்தைத் துடைத்துக் கொள்ள முயன்றபோது கண்ணீரேயில்லை. அழுவது நன்றாய்ப் புரிந்தது. அவளுக்கு விம்மவேயில்லை. குரலே எழும்பவில்லை. கண்களிலிருந்து எதுவும் வடியவில்லை. அழுகை இல்லை. கண்ணீரில்லை. பக்கத்தில் அப்பாதான் ஜீப் ஓட்டினார். வேட்டை ஒன்றுதான் குறி. கடம்பைமான்கள் நான்காவது சுட்டுத் தள்ள வேண்டும். விடமாட்டார். மேபலுக்கும் அதே பரபரப்பு. எங்காவது மானின் கண்கள் தெரிகிறதா. உச்சிவேளை கடந்தும் ஜீப் காட்டுக்குள் பாய்ந்து போய்க் கொண்டேயிருக்கிறது.

மேபல் கதறியழ முனைந்து பார்க்கிறாள். இனி அது முடியாது. கோவிலில் கூட முடியாதுதான். எப்போதும் இனி அப்பாவுடன் வேட்டைதான். இருட்டும் போது மிருகங்கள் வரும் எங்கும் பயம் பதிவிருக்கிறது. அப்பாவுடன் இருக்கும் வரை எந்த மிருகமும் வராது. முடியாது. மேபல் தப்ப முடியாது. அவள் இனி எங்கும் பறந்து போக முடியாது.

அப்பா இருக்கும் வரை மட்டுமல்ல அப்பாவுக்கு அப்புறமும், மேபலுக்கு மேபல் மட்டும் போதும்!

(கணையாழி, ஜனவரி, 1988)

வடிகால் வாரியம்

"தஞ்சாவூர்ல தண்ணிக் கஷ்டம்னா நம்ப முடியுதா? ஆமா! ஆனா நெஜமா தண்ணிக்கி கஷ்டம்தான்! ஆனா மத்த ஊருங்கள்ள உள்ள கஷ்டம் இல்லெ, இது வேற!" என்றாள் செம்பகா! குழாயடியில் உட்கார்ந்து கிடந்த குடங்கள் கேலி பேசின! வரிசையாய் கிடந்த குடங்கள் விடியற்காலை நாலு மணியிலிருந்து க்யூவில் நிற்கின்றன.

"குழாயடியில் நாலு மணிக்கே தண்ணி வருது! ராத்திரில்லாம் கொழாயடியிலேயே காத்துக் கெடக்காளே ராமுப் பாட்டி. அவளெ ஒழிக்கணும்டீ பொண்ணே. வர்ற தண்ணியெல்லாம் நெதேய்க்கும் அவ அள்ளிண்டு போய்ட்றாடீ! மிச்சம் இருக்கறதெ நீங்கல்லாம் புடிச்சுண்டு போய்ட்றேள். நாந்தான் இப்டி பேய் அலையுற மாதிரி தண்ணிக்கி கெஞ்சறேன்டி! ஒரு கொடம் விடுங்கோடி!" என்றாள் மைதிலி மாமி!

தெருவிலிருந்த சேற்றுத் தண்ணீரை வாரி வீசி எறிந்தபடி கடந்தது சென்னைக்குப் போகிற வீறாப்பில் ஸ்டேட் திருவள்ளுவர்!

"எஞ்ச மாமி தண்ணி வருது! தோ... நூல் ஒழுகுற மாறில்ல வடியிது! ஒரு கொடம் நெரம்புறதுக்கு ஒரு மணி நேரம் ஆவுது! அதுக்குள்ள தண்ணியெ நிறுத்திடுவாம் பாவி! என்னா பண்றதாம் சொல்லுங்க..." என்றாள் ரங்கு!

"ஆமா இந்த ராமுப் பாட்டியக் கூட பத்து நாளாக் காணும் தெரியுமோ" என்றாள் மங்கை. குழாயடிக்காரி அவள். குழாயில் சத்தம் வந்தா அவளைப் போய் எழுப்புகிற ராமுப் பாட்டியெக் காணும் என்பது அவளுக்கு வருத்தம்.

"காணுமா! சே! இஞ்சதான் எங்கியானும் சுத்திண்டிருக்கும். அசத்து! வயசு தொண்ணூறுக்கும் மேல ஆய்டுத்தோன்னோ. தாங்காது ரொம்ப நாளைக்கு! எஞ்சியானும் திண்ணேல கெடக்கும்! கொழாயெ உட்டுட்டு போக முடியுமா! அதொலெ!?" என்றாள் லல்லு.

வடிந்த தண்ணீர் சடக்கென நின்றது! "அடப்பாவீ!" என்று சபித்தார்கள் திண்ணையில் நின்று 'நாசமாப் போவான்' என்று கத்தினாள் மங்கை.

சொட்டு சொட்டாகி இறுத்து நின்றது குழாய்!

தஞ்சாவூர் எல்லையம்மன் கோவில் வாசல் இறக்கத்தில் - மங்கை வீட்டு வாசல் குறட்டில் ரோட்டோரமாய் நின்ற நகராட்சிக் குழாய் பாம்பு போல சீறியது ஒரு முறை! அவ்வளவுதான் கனவு போல் தண்ணீர் காற்றாச்சு!

செம்பகா வழித்துக் கொண்டு சிரித்தாள். "இன்னைக்கி அகுள் மோட்டுத் தண்ணிதான் தூக்கியாரணும் போல இருக்கு! பீத்தண்ணி செவங்கிக் கொளத்துலகூடல்ல தண்ணி வரண்டு கெடக்கு. இல்லென்னா லாரித் தண்ணிக்கி பணம் கட்டணும். யாருகிட்ட இருக்கு இருவத்தஞ்சு ரூவா!"

"அடீ! செம்பகா! ஒனக்குத் தெரியுமாடீ ராமுப் பாட்டி எங்க போனான்னுட்டு!"

"யாருக்குடி மங்கெ தெரியும்? ம்ஹ! அது பேய் மாதிரியில்ல திரியும். ராத்திரி பூரா இந்தக் கொழாயடிலெ கெடக்கும்! தண்ணி வர்ரதுக்கு மிந்தி உஷ்ஷ்ன்னு கொழாயி சத்தம் போட்டு கொட கொடன்னு தண்ணி கொட்ட ஒரு மணி நேரம் ஆவுமே! அப்ப ஏந்திரிச்சுதுன்னா யாருக்கும் தெரியாமெ தண்ணி புடிச்சுகிட்டே இருக்கும். தண்ணி கொடத்துல உளுவுற சத்தங் கேட்டு எவளாவுது எந்தரிச்சி வந்துடுவாளுவன்னுட்டு பெரிய நாண கொளாயி ஒண்ணெ சாச்சு வெச்சு கொடத்துக் குள்ள வுடுமே கெழவி! பனியில யாரும் வெளிய வாரதில்லல்ல! வெயில் காலத்துல புளுக்கத்துல அசந்து விடியப்புறந்தானே தூங்குறோம்! அப்பமும் கெளவி தண்ணி ஆறு மணி வரைக்கும் புடிச்சுப்புடும் எப்படியாவது! ஆனா அதுக்கு மிந்தியே சண்டை ஆரம்பிச்சிடும். ஒத்திய வுடாது! ஒனக்குத் தெரியாதா, ஏங்கிட்ட கேக்கிற! நல்லாருக்கு!" என்றாள் செம்பவம்.

"இல்லெ! பதனஞ்சு நாளாச்சி! நெதய்க்கும் ராமுப் பாட்டிதான் என்னெ எழுப்பி தண்ணி புடிக்கக் கூப்பிடும். இந்த பதினஞ்சு நாளா எங்களுக்கு குடிதண்ணி கெணத்து தண்ணிதான் தெரியுமா... அவரு திட்டுறாரு! காலையில ஏந்திரிக்க முடியல."

"அது செரி! நீ வேற! எங்கியாவுது போய்த் தொலைஞ்சிருக்கும். நாளை காலையிலேயே கொழாய் வழியா வந்துடும் பாரேன்!"

"இல்லெ சம்பகா! எனக்குப் பயமாயிருக்கு. இப்படி இருந்ததேயில்ல தெரியுமா? தொண்ணூறு வயசுக்கு மேல பத்து

ஊட்டுக்கு தண்ணி ஊத்துற பொம்பளை அது! நரம்புக் கெழவியா இருந்தாலும் கொழாயடியிலியே தானே தூங்கும், கேட்டா, 'போடி இங்கப் படுத்தாத்தான் தூக்கம் வருது. நாள் பூறா தண்ணி ஊறி காஞ்சு போயி வழுவழுன்னு தேக்கு கட்டில் மாதிரி குளுகுளுன்னு இருக்கு கருங்கல்லு' அப்படீங்கும் தெரியுமா?"

"ஆமா! அது சரி இப்ப நீயி ஏந்தான் இப்புடி ஏங்கிப் போறியாம். அது எஞ்சப் போய்ட்டுதாம்! இஞ்ச எஞ்சியாவுதுதான் போய்ருக்கும்! வந்துடும்."

"ஆமா அவ ஒனக்கு ஒறவா ஓப்புடியாளா? நீ ஏண்டி இப்படி இத்து இத்து எலயாப் பறக்குற! ஒம்புருஷன் வெளுத்து வாங்கி நாளாச்சில்ல!? அதான்!"

"இல்லடி சம்பகா, அவருகூட கேட்டாரு. ஒனக்கென்னடீ ஆச்சு? "காணாமயாப் போய்ட்டா கெழவீன்னு! அடிப்பாருன்னு அளுவையக்கூட அடக்கிகிட்டேன். போனப்புறம் அளுவு அளுவுன்னு அளுது கொட்டினேன்".

"ஆமா நானும்தான் கேக்குறேனே! அப்டி என்ன அந்த பாப்பாரக் கெழவி மேல ஒரு இது ஒனக்கு? உம் புருஷனுக்கும் புடிக்காது இதெல்லாம்!"

"என்னமோ செம்பகா எனக்கும் கூட அப்படித்தான். இவ என்ன கெழவி முண்டம்ன்னுதான் இருந்தேன்! எனக்கு காபி போட கத்து குடுத்ததே இந்த ராமுக்கெழவிதான்னா நம்புவியாடீ! ரெண்டு வருஷத்துக்கு மிந்தி ஏம் ஊட்டுக்காரரு ஊட்டுல காப்பி டீ ஏதும் குடிக்கவே மாட்டாரு. ராமுப் பாட்டி ஒரு நாளு தண்ணி புடிக்க கொழாய்க்குப் போனப்ப சொல்லுச்சு என்னடி பொண்ணு ஒன்னோட ஊட்டுக்காரன் ஊட்ல காப்பி குடிக்க மாட்டானான்னு - ஆமா பாட்டின்னேன் - ஏண்டீன்னுது ராமு! தண்ணியெக் கொதிக்க வெச்சு காப்பித் தூளெக் கொட்டி பால் ஊத்தி கலக்கி கல்யாணம் ஆனப்ப காப்பி ஆத்திக் குடுத்தேனா, அடி வுளுந்தது"

"அண்ணன் அடின்னா ஒனக்கு இப்ப சக்கரையால்ல இருக்கு?"

"அட கேளுடி செம்பகா. எம் ஊட்டுக்காரரு அடிக்க பூந்தாருன்னா என்ன ஆவும்ன்னு ஒனக்குத்தான் தெரியுமே! அழுதுகிட்டு ஒக்காந்திருந்தேனா, ராமுக் கெழவி வந்து என்னடீன்னுது - இது இப்படின்னேன் - அடிப்பாவீன்னுது! காப்பி போடவா நோக்கு தெரீலன்னுது. ஒனக்கு காப்பி கூடவா போடத் தெரியும்ன்னு கேட்டேன்! அட என்னெ என்னன்னு நெனச்சேடீ பொண்ணே!

இன்னிக்கு நான் காப்பி போடறேன் நாளைக்கு நீ போடலாம்! இன்னிக்கே பாத்துப் படிச்சுக்கோன்னுது ராமு!"

"அப்புறம்?"

"வீட்டுக்கு உள்ற வந்து இது நொட்டை அது நொள்ளைன்னு கதை படிச்சுட்டு அடுப்பப் பத்த வெச்சு ஒரு துணியில காப்பித்தூளை முடிஞ்சு எடுத்து கொதிக்கக் கொதிக்க வெந்நீர் போட்டு அந்த முடிச்சு மேல ஊத்தி மூடிவெச்சா! ஆச்சர்யமா இருந்துது. பால நல்லா காய்ச்சி எடுத்து பால்ல வெந்நீர் வுட்டு காப்பி டிக்காக்ஷன்ல கருக்கா கலந்து காப்பி கஷாயத்துல தண்ணி ஊத்தாம சக்கரையை லேசா கருக்கி மேல ஜீனி போட்டு ஆவி பறக்க ஆத்தி எடுத்தா பாருடீ ஆகா! அது மாதிரி நான் காப்பி குடிச்சதேயில்ல! என்னா வாசனை அந்த எழவு காப்பிக்கி! நல்லா வாழ்ந்தவளாம்ல்ல ராமுப் பாட்டி! மவனுக எஞ்சியோ கல்கத்தால இருக்காங்களாமே பாவிங்க! இது பத்து ஊட்டுக்கு தண்ணி தூக்கி பொழைக்கிது. காப்பியெ ஒரு டம்ளர்ல எடுத்து எனக்கு குடுத்துது. 'குடிச்சுட்டு சொல்றீ பொண்ணே!' கசப்புதான். ஆனா அப்டி ஒரு ஆனந்தமான கசப்பு நான் குடிச்சதேயில்லெ. அடுத்த நாளே அவருகிட்ட ஒரு டம்ளரு அதே மாதிரி காப்பியாத்தி நீட்டுனேன். ஒன்னெ யாருடீ காப்பி போடச் சொன்னதுன்னு பளீர்ன்னு வெச்சாரு பாரு ஒண்ணு. அழுதுகிட்டே ஒரு வாய் மட்டும் குடிக்க மாட்டீங்களான்னு கெஞ்சுனேன்! சரி சரி அளுகாத குடிச்சு எளவெடுக்குறேன்னுட்டு ஒருமொடக்கு குடிச்சாரா...ட்டேயப்பா சரவண பவன்ல வாங்கியாந்த காப்பியாடீ இது. ஓட்டல்லல்லாம் போயி காப்பியா வாங்குறென்னு ஓங்கி கிட்டு வந்தாரு அடிக்க! சீ! நா ஏன் ஹோட்டலுக்குப் போறேனாம். ராமுப் பாட்டிதான் காப்பி போடக் கத்துக் குடுத்துதுன்னேன். ஃபில்டர்ல போட்ட காப்பி மாதிரியே இருக்கேன்னு சொல்லி ஆகா ஆகான்னு ருசிச்சு சொட்டு சொட்டா குடிச்சாரு!"

"ராமு கெழம் என்னாண்ணுது!"

"அப்புறமும் தெனமும் வந்து காப்பி கொட்டெ வாங்குறது எப்படி? கொட்டை வறுக்கிறது எப்பிடி, எப்பிடி காப்பி கொட்டை வறுத்தப்புறம் இடிச்சி பொடி பண்றதுன்னு தெனமும் வந்து சொல்லிக் குடுக்கும்"

"லேசுபட்டதில்ல ராமுக்கெழவி தெரியும்ல்ல. அதுக்கு எல்லாம் தெரியும். ஆமா! யாருக்கும் பயப்படாது. எந்த நேரத்திலும் எங்கியும் போவும் வரும். பாவம்!"

"பாவம் என்னடி பாவம்?"

"பின்னே என்ன?! எல்லையம்மன் கோவில் தெருலயே பழய பொம்பளை அவ! எல்லாம் இருந்தும் எல்லாரும் இல்லெ!"

"அப்படீன்னா?"

"அதாவுது ராமு கெழவியே வெச்சுக்க யாரும் எப்பமும் தயாரா? இல்லெம்பாங்க எல்லாரும்!"

"புரியல்லியேடி செம்பகா?"

"புரியறதுக்கு என்ன இருக்கு?"

"என்ன இல்லெங்கிறியாம் நீயி? இந்த எல்லையம்மங் கோவில் தெருவுல பத்து வூட்டுக்கு தண்ணி தினேய்க்கும் எடுத்து ஊத்துற கெழவி! காணும்! காணும்ன்னு தேடக் கூட யாருமில்லெென்னா அதுக்கு என்னடி அர்த்தம்! அதுவும் பதினஞ்சு நாளா பேச்சுகூட இல்லென்னா? நாதியில்லென்னு அர்த்தம்டீ. போக்கில்லன்னு அர்த்தம்டீ. போக்கில்லன்னுதான் அர்த்தம்! ஆமா! அதான்!" சொல்லும் போதே மங்கைக்கு தொண்டை அழுந்த அடைத்துக் கொண்டு அழுகை பொங்கியது. ஆச்சர்யமாய் அவளைப் பார்த்தாள் செம்பகம். தொட்ட தொண்ணூறுக்கும் உதை வாங்கும் மங்கையின் புருஷங்காரன் வேலை பாக்கிறதும் அதே தண்ணி ஆபீஸ்லதான்! கெழவி தேவலை! தைரியமா எதுத்துகிட்டா! இதுக்கு மேல அமுக்கி வெக்கிறதில அர்த்தமில்லெ. செம்பகா சுத்து முத்தும் பாத்துகிட்டா! ராமுக் கெழவி நடந்து தண்ணிக் கொடத்தோட தள்ளாடித் தள்ளாடி போற மாதிரியே இருக்கு. செம்பவத்துக்கும் இப்ப தொண்டைய அடக்கிது. கண்ணுல தண்ணி முட்டுது! மூச்சு சீறுது. ரகசியம் நெறியிது. துள்ளப்பாக்குது வெளியில!"

"என்ன செம்பா?"

"கெழவி பெய்டுச்சிடி! மனசெ உட்டுறாதெ! எல்லாருக்கும் தெரியும்'!"

"என்னது? செத்துப் போச்சா எஞ்ச? எப்போ? எப்புடீ?"

"எல்லாரும் மூடி வெச்சு அடக்கீட்டாங்க. நாலஞ்சு நாளைக்கு மிந்தியே தெரியும்!"

"ஏம் மூடி வெச்சு என்ன பண்ண? ஏண்டீ?"

"கத்தாத மங்கெ! வெளிய தெரிஞ்சா போலீஸ் ஸ்டேஷனுக்கு நாம போ வேண்டியிருக்கும். ஒம் புருஷன் வரிஞ்சு கட்டி வெளுத்துப்புடும் தெரியும்ல்ல?"

"எல்லாரும் ஒளிச்சாங்க? ஏம் புருஷனும் நீயும் ஏங்கிட்ட ஏண்டீ ஒளிச்சீங்க?"

விக்கி நின்றது பதில். காலை நேரத்து வெயில் நீண்டு வெளுத்து உஷ்ணம் ஏறிக் கொண்டிருந்தது. எல்லையம்மன் கோவில் தெருவில் மங்கைப் பெண் பதறி நின்றாள். என்ன ஊரு! என்ன மனுஷா! என்ன புருஷன்! கல்யாணங்கட்டி தஞ்சாவூர் வந்த நாளா அவளுக்குப் பழக்கமான மூணு பேரு. புருசங்காரன் வேலு. துணையா நின்ன கெழவி ராமு, வாயாடி செம்பவம்! ஆனா நெசமா பக்கத்தொணையாரு? தனியாப் பொறந்து, ஒண்டியா வளந்து செல்லமா திரிஞ்சு வேலுவெப் பாத்து கட்டிக்கணும்ன்னு அடம் பண்ணி எல்லாம் சரி எஞ்சியோ ஓதய்க்கிதே? மங்கை பதைத்துதான் போனாள் புரியாமல் நின்றாள். ஒரு வேளை...

வேலு முறுக்கானவன்! கறுப்புதான். ஆனால் கடைந்து நிறுத்திய மருதை வீரன்தான். மாரில் புதைந்து போகும் அந்தச் சுகம்தான் எல்லா ஏமாத்துக்கும் காரணம். கல்யாணம் ஆகி மூணு வருஷமா இதே மயக்கம்தான் மங்கைக்கு. இந்தக் கெழவி போனதும் எல்லாம் வேஷம்ன்னு பளிச்சின்னு புரியுதே! எப்டி இது?! ஆ! பதினஞ்சு நாளா எல்லாருக்கும் தெரிஞ்சு தெருவே புரிஞ்சுகிட்ட விஷயம் தனக்கு மட்டும் தெரியவேயிலென்னா தான் எத்தனை முண்டமா இங்கேயே இருந்து படுத்து ஏந்திரிச்சு, தண்ணி தூக்கி, சமைச்சு, புருஷங்கூட படுத்து எந்திரிச்சுகிட்டு ஆ! அப்ப வேலுவும் வேஷமா?

“என்னடி பேச்சே காணும்?” என்று உலுப்பினாள் செம்பகா!

எல்லாரும் தன்னை மண்ணு போட்டு மூடுகிறார்கள்! எல்லாருக்கும் எல்லாமே தெரிஞ்சிருக்கு! தான் ஒரு புத்தியில்லாதவள்னு தெரியுது. எல்லாருகிட்டயும் எல்லாம் பேசாதே பேசாதேன்னு ஓதை பிச்சு எடுக்கிறானே வேலு. அதுகூட இவ மக்குப் பொண்ணுன்னுதானோ? வேலுகிட்ட ஓதை வாங்க காரணமே வாண்டாமே மங்கைக்கு! இதோ இந்த செம்பகாவுக்கும் இவ மட்டி முண்டென்னு தெரிஞ்சுதான் இருக்கு. அப்ப தனக்கு தானே கூட இதெல்லாம் தெரியலை மங்கைக்கு! மங்கையெ வேலு அடிக்கும் போது கூட சந்தோஷம் தாங்க முடியாது அவளுக்கு? புருஷன் அடிச்சதை யாருகிட்டயாவது சொல்லிக்கல் லென்னாக் கூட அடங்காது அவளுக்கு! அப்ப? கல்யாணமும், புருஷனும், தஞ்சாவூருக்கு வந்து வாழ்ந்த சொகமும் அப்புடி மயக்கிப் புட்டுதுல்லே...... ஆ! மூளையில்லாத முண்டமா இத்தனை வருஷமும்...... மூணு வருஷமா.

“ஏண்டி இப்டி விருமத்தி புடிச்சாப்ல உச்சி மோட்டே முழிச்சுப் பாத்துகிட்டு அழுவுறியாம்? கெழவி போனாப் போறா! தெருவுல

எல்லாம் பாக்குது பாரு. ஓம்புருசங்காரன் வரப் போற நேரம். இன்னம் இட்லி திங்கலீல்ல..."

திரும்பி செம்பகாவை வெட்டினாற்போல ஒரு பார்வை பார்த்தாள் மங்கை. பயந்து போனாள் செம்பகா. அதற்கு முன் வார்த்தைகள் அவளைச் சுட்டன!

"ஏம்புருஷனுக்கு நீ ஏண்டி பயப்புட்றியாம்? ஒனக்கென்ன வந்தது!"

"வந்தா ஒன்னையில்ல பிரி கட்டப்போகுது! போடி! போயி இட்லியெ அவி. தொவயலெ அற! ஏங்கிட்ட ஏண்டி பாயிற? கெழவி இருந்தா வெக்கங் கெட்டுப் போயி அவகிட்ட கேட்டுக் கேட்டு செஞ்சிகிட்டு இருந்தியே எல்லாத்தையும். இப்ப ஆளு போய்ட்டா! ஒரேயடியா முண்டுறிய? ஓம் மாமியாரா ஆத்தாளா?"

கோபத்தில் ஒரு கணத்தில் பூலோகம் திமிற செம்பகத்தைப் பார்த்து காறிப் துப்பினாள் மங்கை. இரு பொண்களிடையிலும் அவர்கள் ரகசியம் கிழிபட்டது!. வாயில் வந்ததெல்லாம் வார்த்தை என்று மங்கை மண்ணை அள்ளித் தூத்தினாள். வண்டை வண்டையாய் கெட்ட வார்த்தைகள் மாலை மாலையாய் வந்தன. "ஏம் புருசனே நீ வெச்சிருக்கிறது தெரியாதா?" என்கிற வார்த்தைகளை எத்தனை அசிங்கமாய் பிரயோகம் பண்ணலாம் என்று மங்கைக்கு அப்போதுதான் அவளுக்கே தெரியத் தெரிய அவள் வாய் வழியாக வந்தன! உண்மைதானே வேலுவுக்கும் இந்தக் கழுதைக்கும் இருக்கிற கேவலத்தை உயிரோடு இருந்த கிழவி ராமு ஒரு நாளும் சொன்னதே இல்லெ! செத்துப் போனதுக்கு அப்புறம் தெரிய வெச்சிட்டாளே!

வேலு நன்றாகத்தான் குடிப்பான் - அதுகூட இனிக்கும் மங்கைக்கு. தினமும் குடித்துவிட்டு வந்து அவளை சாத்துவான்! வள்ளூண்டாம் பட்டுக்கு ஒரு பைப்கனக்ஷன் குடுக்க வந்திருந்தான். பாவாடை தாவணியோட அவளை உத்து பாத்துகிட்டே நின்னான். ஆசெ வந்துருச்சி! வேலியோரமா அசிங்கமா கண்ணடிச்சான். பைப்புக்காக தெருவுல குழி தோண்டி பைப்பு நட்டான். தண்ணி கொண்டாந்த பைப் வழியா ஊருக்கு தண்ணி கொட்ட ஆரம்பிச்சுது. ஆஹா ராத்திரி பகலா பைப் போட்ட அசதி மங்கெ வூட்டுத் திண்ணையில் படுத்தப்ப யாரும் தடுக்க வாண்டாம்ன்னு உட்டுட்டாங்க. விடிய காலம்பற கொல்லைப்புறத்துக்கு எப்டி வந்து கூப்புட்டான்! எப்டி மண்டத்தியா இவளும் இருட்ல எந்திரிச்சு யாரும் தெரிஞ்சுக்காம ஏம் போனா? இப்ப கூட மங்கைக்கி கசப்பாத்தான் இனிக்கிது! பாவி! கொல்லைக் கெணத்தடியிலியே -

அத்தனை அவசரமா விடிய விடிய மங்கெ மயங்கித்தான் முட்டாளா போனா - பத்தே நாள்ள கல்யாணம்ன்னாங்க! தெரியத்தெரிய வெட்கப்பட்டா யாருக்குத்தான் புரியாது. வெக்கப்படுறப்பவே சந்தோஷம் தாங்கலெ மங்கைக்கு! புருஷன் தண்ணி டிப்பாட்மண்டு தண்ணி ஆபீஸுன்னாங்க. வேலுவும் ரொம்ப நல்லாத்தான் இருந்தான். அப்ப எஞ்ச தப்பு? எது தப்பு?"

அவளுக்கு இப்ப எல்லாமே தப்புன்னு தோணுதே எப்புடி? அதான் தெரியலை. மங்கையெ வேலு இஞ்ச எல்லயம்மன் கோவிலுக்கு கொண்டாந்தப்போ எல்லாமே நல்லதா - எல்லாருமே நல்ல மனுஷாளா தெரிஞ்சுதே அது எப்டியாம்? செம்பகா கொஞ்சுவா! கட்டித் தழுவிக்குவா. எல்லா வேலையும் இவளெச் செய்யவுடாம அவளே செஞ்சு குடுப்பா. அஞ்ச எல்லாரும் இவளெ புதுப்பெண்ணுன்னு கீழ உடாம தாங்குனாங்க! தப்பாட்டம் மங்கைக்கிப் புரியல்ல! வெள்ளையா எல்லாமே சந்தோஷமா இருந்தது. மயக்கினான் வேலு!

வேலு எப்பமும் எதுக்கும் அடிப்பான். அது ஒரு வீரம்ன்னு பேசுவான் - மங்கைக்கும் அது சரின்னுதான் அப்பல்லாம் தோணுச்சு! வீட்டுக்குள்ளயே இந்த செம்பகமும் வேலுவும் என்னன்னமோ பேசுவாங்க. மங்கையும் அஞ்சதான் இருப்பா. ஆனா தெரியாது! அண்ணே அண்ணேன்னு சொல்லிக்கிட்டு கொழஞ்சுதான் பேசுவா இந்த செம்பகம்! எப்டி அது? ஆனா, நெருக்கமா நின்னு கிட்டு பேசுறது யாருக்குமே தப்பா தெரியாது! வேலு முரடு! அதும் வேண்டியிருந்தது அப்ப! இதால மத்ததெல்லாம் கண்ணுக்கே தெரியலை! குப்புற எவ்வளவு நேரம் கிடந்து அழுதுகிட்டு இருந்தான்னு மங்கைக்கே தெரியாது. சின்ன வீடுதான். ஒரே அறை - சின்னக்கதவு. கதவெத் தள்ளிக்கிட்டு நிழல் வந்தப்பதான் செம்பகாவோட கூச்சல் எப்ப ஓஞ்சிது உள்ளாற வந்து குப்புற வுழுந்தோம்னு மங்கைக்கு தெரியுது! நிழல் கிட்ட வர்றது புரியிது காலை நேரத்துலியே! அவனுக்கு நேரம் எதுக்கு? மேலவுளுந்து பொறண்டா சரி! சீ!

வாரிச் சுருட்டிக் கொண்டு எழுந்தாள். நிச்சயம் அடிக்கப் போறான்.

"என்னடீ? ஒண்ணும் புரியிலியா? கட்டெ துளுத்துப் போச்சா காலையிலியே என்னடி செம்பகாகிட்ட வம்புக்கு போயி கை நீட்டியிருக்கே!"

செம்பகா மீது கை நீட்டியது, அடித்தது அவளுக்கே தெரியாமல் நடந்திருக்கிறதே! வேலுவை உற்றுப் பார்த்தாள். அளவு கடந்த வெறுப்பும் அலட்சியமும் பொங்கியது. மனுஷனாம் இவன்! ச்சீ! கத்தினாள்! ஆமாம் அலறல்தான்!

“எனக்கு ராமுப்பாட்டி வேணும்! இந்தத் தெருவுல இனிமே என்னால இருக்க முடியாது! ராமுப்பாட்டி எங்க? பயமா இருக்கு!”

வேலுவுக்கு எங்கோ கத்தி சொருகியது போல் அதிர்ந்து போயிற்று. இப்போதுதான் கான்ஸ்டபிள் 48 அவன் தண்ணி தொட்டிக்கு வந்து விசாரித்து விட்டு போலீஸ் ஸ்டேஷனுக்கு வரச் சொல்லிவிட்டு போனார். அவளை அடித்து நொறுக்க வேண்டும் என்று வேகம் விரைந்து வந்தது. ஆனாலும் பயம் உந்தியது. மறு பக்கம் பத்து பதினைந்து நாட்களுக்கு முந்தி அவன் பொறுப்பில் நகராட்சி விட்டிருந்த கீழ்நிலைத் தொட்டியில் பத்து லட்சம் லிட்டர் தண்ணீரில் மிதந்த ராமுக் கிழவியின் விரைத்த பிணத் தோற்றத்தில் ஆடியது! இவளுக்கு தெரிந்து விட்டதா? பயமில்லை தெரியட்டுமே! அவனா கொன்னான். ஒரு கிழவி தொண்ணூறு வயசு தொண்டுக் கிழம்! என்னா பேச்சுப் பேசும்! தண்ணி வேணுமாம் அவளுக்கு! இப்ப என்ன ஆச்சாம்!!

“நீ செய்யிறது த்ரோகம்டா வேலு! மங்கைக்கி ஒண்ணும் தெரியாதுடா பச்சை குழந்தையன்னா கொண்டு வந்துபோட்டு கொண்ணுகிட்டு இருக்கெ!” -இப்பமும் உயிரோட பேசற மாதிரியேல்ல இருக்கு - தன்னையே அமுக்கிக் கத்தினான்.

“ராமுக் கெழவி வரமாட்டாடீ! செத்துத் தொலைஞ்சிட்டா! கேக்காத இனிமே”

“ஏன் வரமாட்டா கொண்ணுட்டிங்களா ரெண்டு பேருமாச் சேந்து?”

‘என்னா தைர்யம் இந்த மங்கெ முண்டைக்கி! என்னா கேழ்வி கேக்குறா பாரேன்’. ஓங்கி அறைந்தான் வேலு! வாய் ஓரமாய் வழக்கம் போல கிழிந்து ரத்தம் கண்டது. அடித்து மிதிக்க வழக்கம் போல் கூச்சலிடும் மங்கையைக் காணும். இன்னைக்கு அடிக்க அடிக்க இடிச்ச புளியாய் நின்றாள்! குலை நடுங்கியது வேலுவுக்கு!

வழக்கமில்லா வழக்கமாய் எதிர்த்துக் கத்தினாள் குரல் பெரிசாய் எழுந்தது. “வெட்டி பொதச்சிட்டீங்களா? போலீஸ்ல போயிச் சொல்லப் போறேன்.”

“இல்லடீ அறிவுகெட்ட முண்டம். கெழம் அவளாவே போயி ரிஸர்வாயர்ல உளுந்துட்டா தெரியும்ல்ல - பத்து பதினைஞ்சு

நாளாச்சி நாயே. செத்து! போலீஸ் தான் வந்து எடுத்தாங்க"- அவனறியாமலே கத்தினான் இப்படி.

"இல்லே நான் நம்பமாட்டேன். ஓங்க ரெண்டுபேரு வண்டவாளத்தையும் தெருவுக்கு கொண்டு வராம நான் வுடமாட்டேன்! இன்னைக்கே ஊருக்குப் போயி எங்கண்ணன், அப்பா எல்லாரோடயும் திரும்பி வாறேன்"-

"போயேன்! போயி ஒங் கூட்டத்தோட வா! யாருக்கு பயம்? மடக்களுத! போலீசுக்குப் போங்க! அஞ்ச சொல்லுவாங்கல்லெ? புரியும்"

"கிழவியெ என்ன பண்ணீங்க?" திரும்பவும் அதே கேள்வி!

"யாரு என்னடீ பண்றதுக்கு என்னடீ முண்டம் இருக்கு! ரிஸர்வாயர் தொட்டிக்குள்ள உழுந்து செத்துப் போய்ட்டா! தற்கொலெ! அவளுக்கு யாரு இருக்காங்க?"

"ஆமா எனக்கு தெரியாதுன்னு நெனச்சிட்டு ஆட்டமா போடுறீங்க? தண்ணி கொழாயில வர்றதெப் புடிக்க கொழாயடியிலே கெடக்கும் அது! அது போயி தற்கொலதாம் பண்ணிகிச்சுன்னு ஒட்டு மொத்தமா எல்லாருமா புளுகித் தள்ளி போலீஸ்ல நம்ப வெச்சிங்களாக்கும்?" வெறியோடு கத்தினாள் மங்கை.

"ஒனக்கேண்டி பொத்துகிட்டு ஒழுகுதாம்?"

"ஆமா இந்த நாத்தக் கும்பீல, சாக்கடை கூட்டத்துல ஒரு மனுஷி இருந்தா எனக்கே இப்பத்தான் புரியிது. பெத்த கடமைக்கி எங்கப்பா அம்மா என்னெப்பாத்து ஆசைப்பட்டதுக்கு அப்டியே புடிச்சு தள்ளிவுட்டாங்க. நீயும் கட்டுன கடமை எழவுக்கு இளுத்தாந்து வெச்சிருக்கெ! அந்த செம்பகாச் செறுக்கிய வெச்சிட்டு என்னெ குதுரெ ஓட்டிகிட்டு காலம் தள்ளிகிட்டு இருக்கலாம்ன்னு பாத்தெ. கெழவி ராமு எல்லாத்தியும் சொல்லீட்டுத்தாம் போச்சா? ஓங்க ஹூட்டி ஒண்ணும் பாக்காமப் போய்டுச்சே! எனக்கு இன்னும் என்ன வேணும்?"

"செம்பகாவெ இதுல இளுக்காதடி முண்டெ! அவளுக்கு ஒண்ணும் தெரியாது!"

"ஏந்தெரியாது? நாந்தாய்யா தெரியாமயே முழு முண்டமா இருந்திருக்கேன். ஓங்க அக்ரமம் புரியாம என்னெ நீயி என்னா பண்ணி கிட்டு இருக்கென்னு கூட தெரியாமெ ராமுக் கெழவியையும் என்ன பண்ணினீங்கென்னு புரியாமெ இத்தினி நாளு இருந்திருக்கேம் பாரு! நா முண்டந்தான்... முண்டமே தாண்டா!"-

"என்ன சொன்னெ 'டா' வா! பேயி புடிச்சுட்டுதாடி ஒனக்கு!"

"ஆமாண்டா! இந்தத் தெரு ஜனம் எல்லாம் முச்சூடுமா ஒளிச்சாலும் எனக்குப் புரியாமப் போகாது. நீங்க எல்லாரும் சேந்து ராமுக் கெழவிய கொண்ணுட்டீங்க. ஆனா, எல்லாருமாச் சேந்து மூடிட்டீங்க! தெரியும்! யாரு வந்தாலும் கண்டுபுடிக்க முடியாது! செம்பகாவோட நீ பண்ற அசிங்கம் மட்டும் தெரியவா போகுது. அது மாதிரித்தான் இதெல்லாம் ஒனக்கு ஒண்ணுமேயில்லை! ஆனா நான் வுடமாட்டேன்!"-

"என்னடீ செய்வெ?" - ஆங்காரத்தோடு கத்தினான் வேலு. வாசலில் தெருக்கூட்டம் நின்றது. சண்டை சுவாரசியம்! வேலு அடித்துக் குமிக்கிறதைப் பார்க்கிற ஆசை தெருவில் எல்லாருக்கும் உண்டு. லல்லு மாமி, டெய்லர் ரெங்கன், சம்பகா, கோயில் அர்ச்சகர் பொண்ணு பத்மா, எதிர்கடை அவ்வா எல்லாரும் நின்றனர்.

"ராமுக் கெழவி மாதிரியே ரிசர்வாயர்லே வுளுந்து சாவேன்! ஆமா!"

வேலு விக்கித்து நின்றான். அவன் திமிர் எல்லாம் ஒடுங்கி ஒரே நிமிடத்தில் வண்டவாளம் தெருவில் இறங்கி எங்கும் நாறுகிறது. எல்லார் கண்களிலும் அதே பயம். சமூகம் முழுமையும் அதிர காறித் துப்பினாள் மங்கை!

"ராமு ஏண்டி செத்தா? தெரியுமா?" குசுகுசுத்தாள் லல்லு பக்கத்து ராஜி கிட்டெ! "தெரியாதே! என்னவாயிருக்கும்?" - ஜானம்மா குசுகுசுத்தாள்.

"தண்ணி வேணும்ன்னு தண்ணிக்கி அலஞ்சா!"

"அதான் செத்தா?"

"எப்டி?"

"தெரியாதோடீ நோக்கு? ராமுக் கெழவி தெருவுல இருந்து மங்கெக் குட்டி வூட்டுக்குள்ள பூந்துட்டா! கிராமத்துக் குட்டியோன்னோ அது! ரெண்டும் ஒட்டிண்டுடுத்து. ராமுக் கெழமும் திருவியாத்து பக்கத்துக்காரி. ராமுக் கெழவியோட யார் அண்டை குடுக்க முடியும்? சொந்த மகன் கூட அடிச்சுத் தொரத்திட்டானே!"

"அதான் இப்பொ தண்ணீல மொதந்து போயிட்டா"

"எப்டி?"

"அசடே! எப்டி எப்டீன்னுண்டு. தினமும் பத்து ஊட்டுக்குத் தண்ணி ஊத்தினாத்தான் சாப்பாடுன்னு விதி ராமுக் கெழத்துக்கு!

இல்லியா? மங்கெக்குட்டி இஞ்ச வந்ததுலருந்து சாப்பாடு போட்டு ஊட்டி விட்டாளோல்யோ?"

"அதுக்குத்தான் கெழவி செம்பகா கதையெச் சொல்லி மங்கெக் குட்டியெத் தூண்டி விட்டுட்டாளே"

"ஸ்ஸ்... அதல்லாம் பேசாதேடீ அசத்து!"

"பீமன் மாதிரி இருந்துண்டு இந்தப் பொண் மங்கெயெ இப்படிப் போட்டு உதச்சு கொண்ணு பேத்து எடுக்கறானே இந்தப் பாபி வேலுப்பயல்!"

"இவாளுக்கு இதெல்லாம் ஒண்ணும் புதிசு இல்லெடீ கோமு! ஆனா இந்தப் பொண் இவங்கிட்ட வந்து மாட்டித்து பார்! பகவானே!"

"எப்டி மாமி, ராமுப்பாட்டி காணாமெப் போனா சொல்லுங்கோளேன்!"

"எவளுக்குடீ தெரியும்! தினமும் கொழாயடியிலே கிடப்பா! மூணுமணி இருட்ல கொழாய்ல சத்தம் வரும் புஸ்ஸ்ஸ்ன்னுட்டு! அப்பயே கொடத்தோட காத்துண்டிருப்பா ராமு! யாரும் அவளண்ட போட்டிபோட முடியாது. போன வருஷம் தெருவுல விழுந்து கால் பெசகிண்டுடுத்து ராமுவுக்கு. அதுக்கப்புறம் மின்ன மாதிரி தண்ணி சேந்திண்டு ஓட ராமுப் பாட்டியாலெ முடியலை! ராமாம்ருதம்ன்னு பேரு! யாரோடயும் ஒட்டமாட்டா. நான் கல்யாணம் பண்ணிண்டு முப்பத்தஞ்சு வருஷத்திக்கு மிந்தி வந்தப்பயே ராமு தொண்டு கெழவி! நரம்பு நரம்பா இருப்பா! இப்ப எனக்கே அறுபது தாண்டிருத்து. ராமுவுக்கு வயசு நூறுக்கு மேலதான் இருக்கும். ஆனா யாரு கேட்டாலும் தொண்ணூறுன்னு டூப்பு வுடுவா! பயம் செத்துருவோம்ன்னு. அவளுக்கே ஆச்சர்யம்!"

"அது சரி மாமீ! எப்டி செத்தா?"

"தண்ணி கேட்டு வம்பு பண்ணினா ராமு! தூக்கிப் போட்டு மிதிச்சுட்டான்."

"எல்லாருக்குமே தெரியற சாதாரண சங்கதிடீ இது எவன் கேழ்க்கறதாம்? கேட்டு என்ன பண்றதுடீ பொண்களா! தண்ணி வேணும்ன்னு கேட்டா ராமு. குடுக்க மாட்டேன்னான் வேலு! பத்து ஊட்டுக்கு தண்ணீ ஊத்தக் கூட தண்ணி இல்லன்னான்... அஞ்சு பக்கமும் தண்ணி எப்பவும் ஓட்ற தஞ்சாவூர்ல தண்ணி ஏண்டா இல்லென்னு சண்டைக்கிப் போனா ராமுப் பாட்டி. ரிஸர்வாயர்ல மொதந்தப்புறந்தான் தண்ணி ஏன் வுடமாட்டேங்கிறான்னு தெரிஞ்சிண்டா பாட்டி ராமு!"

"காலம்பற நாலு மணிலருந்து ஏழரை மணி வரைக்கும் தானே தண்ணி வரது. ஏன்? கூட ரெண்டு மணிநேரம் தண்ணிவுட்டா என்னவாம். ராமுப்பாட்டி ஆபீஸ் ஆபீஸா ஏறி எறங்கினா! ஆபீஸர்லாம் சிரிச்சா! கெழத்துக்கு வீர்யம். கமிஷ்னர்ண்ட கூட போய்டுத்து, எல்லாருக்குமே இது பெரிய விஷயமில்லை."

"அட தண்ணிவிட்டா என்னவாம்!"

"போடி! தண்ணியெத்தான் விக்கறாளே! பெரிய பெரிய மனுஷன் வீட்டுக்கு கணக்கில்லெ... ஹோட்டல்கள், வியாபார ஸ்தலங்கள், எல்லாரும் தனிய்யா பணம் தர்றா! கணக்கு வழக்கில்லாம தண்ணிபுடிச்சு தொட்டீல ரொப்பிக்கறா? நம்ம மாதிரி அன்னாடங்காச்சிகளுக்கெல்லாம் தண்ணி ஏதுக்குடி? போ!"

"ராமுப்பாட்டி விடலெ! வட்டம் ஆலவட்டம்! சதுர தலைவர் வரைக்கும் போனா. கெழவி தானே? வயித்துப் பாட்டுக்கு கேக்கறாளேன்னுட்டு கமிஷனர் ஏதோ கொஞ்சம் மிந்தி தண்ணிவிடச் சொல்றேன்னுட்டு போம்மா நாம் பாத்துக்கறேன்னிருக்கார்! கவுன்ஸிலர் கிட்டெல்லாம் போயிருக்கா! எல்லையம்மங் கோயில் வீதிக்கி ரெண்டு மணி நேரந்தாம்மா தண்ணிவுட முடியும்ன்னுருக்கான் அந்தப் பயல்க! ராமுப் பாட்டியெத்தான் தெரியுமே வாழத்தண்டு மாதிரி உரிக்க உரிக்க வந்துண்டேயிருந்தா! ஜனங்களுக்குத்தானே நல்லது பண்றோம்ன்னு ஒரு வெறி! ஏன் ரெண்டுமணி - காலையில நாலு மணிக்கே விட்றதாச் சொல்றேளே அஞ்சு மணிவரை கொழாய்ல சத்தம்தான் வருது. அப்பறம் ஒன்றரை மணி நேரம்தான் தண்ணி வர ஆரம்பிக்குது அப்பறம் நிறுத்திடறாளே! எம்பொழப்பே தண்ணி புடிச்சு ஊத்தறதுதான்னு யோசிக்கப் படாதான்னு ராமு கெழவி கதறியிருக்கா!"

"அது சரி மாமீ அதுக்காக கொன்னா போடணும் அவளெ. இவா வீட்டுச் சொத்தா என்ன? இல்லடி போடி கெழ முண்டம்ன்னு வெரட்டியடிச்சிருக்கக் கூடாதா?"

"அதானெ முடியலெ! கெழவி தோண்டிண்டே பூமிக்குள்ள கங்காஜலத்தைத் தேடிண்டு கௌம்பீட்டா!"

"அப்டீன்னா?"-

"நமக்கு விடாத ஜலம் எல்லாம் எங்கதான் போறதுன்னு கொழாய் வழியாதானே பூந்து பாத்து கண்டு பிடிச்சுட்றதுன்னு ஒரு வெறி வந்துடுத்து கெழவிக்கு!"

"கூத்தான்னா இருக்கு! பேசாம வரவேண்டியதுதானே? இப்ப நாம் இல்லியா என்ன?"

"ஒனக்கென்னடி கெணறு இருக்கு! தஞ்சாவூர் நாலு ராஜ வீதிலயும் ஒவ்வொரு வீட்லயும் கெணறு நூத்தம்பது வருஷமாவே இருக்கு! சிவகங்கைத் தண்ணி ஊர்றது! பைப்புத் தண்ணி குடிக்கத்தானே! அதுகூட ஒரு கொடம் கெடைக்காமயா போறது?"

"தண்ணிய என்ன மாமி செய்வான் இந்தப் பயல்கள்ளாம்!"

"சத்தப் படுத்தாதெ! கொலன்னா விழுந்திருக்கு! எல்லாம் நோண்டிண்டிருக்கா. போலீஸ் ஸ்டேஷன் போயி நிக்கப் போறையா. ஒங்காத்துக்காரன் வக்கீல் குமாஸ்த்தான்னு தைர்யமா? கொலடீ பொண்ணே கொல! இது!" ஜானம்மா பொரிந்து தள்ளினாள். இன்னும் மங்கை வீட்டில் கோலாகலமாய் சண்டை நடந்துதான் கொண்டிருந்தது. வேலு புரட்டிப் போட்டு மங்கையை வெளுத்துக் கொண்டிருந்தான். முகவாய்க் கட்டையில் கை கொடுத்தபடி பெண்கள் சுற்றிலும் நின்றனர். கூட்டத்தைப் பற்றி வேலு கவலைப்படவேயில்லை. சைக்கிளை எடுத்துக் கொண்டு வேகமாய் சாராயக் கடைக்குப் போனான் - ஆறவில்லை! பெண்கள் மங்கைக்கு உயிர் இருக்கிறதா என்று உள்ளே போய்ப் பார்த்துக் கொண்டிருந்தனர். விடிந்து வெயில் வட்டம் மேலேறிவிட்டிருந்தது.

கோவில் படிக்கட்டில் ஜானம்மா உட்கார்ந்து கொண்டாள். கண்களில் கண்ணீர் அடர்ந்தது. சுற்றிலும் பெண்கள் நின்று ஊமையாய் எல்லாம் தெரிந்தும் வாய்திறக்க வழியில்லாமல் பெரு மூச்சும் சிறுமூச்சுமானார்கள்.

"தண்ணியில ஏது மாமி காசு? தண்ணியெ என்ன பண்ணுவா?"

"தண்ணி மட்டுமில்லெடீ பொண்ணே இன்னுங் கொஞ்ச நாள் பொறுத்துக்கோ காத்துக்கூட இல்லாமப் பண்ணிடுவா பாரேன்! எல்லாம் காசாகும்டீ காசாகும்! ஆகாயத்தையும் துண்டு பண்ணி அடச்சு வித்துடுவான்!"

"வேலுவா?"

"பேரு சொல்லாதெடி! தண்ணியடிச்சட்டு வந்து மங்கெக்குட்டியெ பொறட்டிப் போட்டு மிதிக்க இப்ப வந்துடப் போறான் காதுல உளுவும்"

"வேலுவா?"

"எவனா இருந்தா நோக்கென்னடி? ஊர்ல ஒவ்வொரு மெடிகல் யூனிட்டுக்கும் எவ்வளவு தண்ணி வேணும் தெரியுமா? ஒரு லட்சம் லிட்டராம்! பெரிய ஹோட்டல்ல எல்லாம் குடிக்க காவிரி ஜலம்தான்

வேணும்! ஏராளமா வேணும்! அதுக்கெல்லாம் ப்ளாக் மார்க்கட்ல தண்ணி வாங்கறாளாம்! நீ மூச்சுவிடாத".

"இதெல்லாம் நடக்குமா மாமீ! தண்ணியெப் போயி இப்டி விப்பாளோ?"

"ஒனக்கு ஒரு கொடம் போறும். பஸ்டாண்டு பூரா பெரிய ஹோட்டல் பத்து இருபது இருக்கு. ஒவ்வொரு ஹோட்டலுக்கும் நிதய்க்கும் ரெண்டு கெணத்து அளவுக்கு தண்ணி வேணும்! சுலபமா கெடைக்கறது! வாங்கிக்கிறா!"

"அதுக்கு என்னவாம்! அதோட சேத்து ராமுப் பாட்டிக்கும் ரெண்டு குடம் ஜலம் விட்டா என்னவாம்! தேஞ்சா பெய்டுவா?"

"வேலு குழாய் ஆய்வாளர் தெரியுமோ? சர்வசதா காலம் சாராயம்தான். மீனு கறி எறா சொறான்னு தின்னுட்டு மங்கெகுட்டிய சாத்து சாத்துன்னு சாத்தறான் எதுக்காக? எங்கிருந்து வருது? அரசுங்கறா! நம்ம ஆட்சிங்கறா! வேலு மாதிரி இன்னும் தஞ்சாவூர்ல இருபது குழாய் ஆய்வாளன்கள் இருக்காளாம். இதெல்லாம் உங்க மாமாவுக்கு அத்துபடி! அவர்தான் சொல்வார்! ஒரே வருஷத்துல சின்ன வூடு வெச்சிட்டான்! சொந்தவூடும் கட்டிட்டான். ஒன்றரை லகரம் செலவுங்கறா. மங்கை கழுத்து காதெல்லாம் மினுங்கறது பாத்தியா? ஒரு ஹோட்டல்லயும் மாச சம்பளம் மாதிரி மொதல் தேதியன்னிக்குப் போய் நின்னான்னா உலுப்பை மாதிரி சுளையா ஐநூறு ரூபாய் வந்து விழுந்துடுமாம்! ஒவ்வொரு மெடிகல் யூனிட்லயும் ஏராளம், தாராளம் தெரியுமோ. நீயானா தண்ணிய விக்க முடியுமா மாமீங்கறே!'

வேலுவைக் காணும்! வெய்யில் ஏறிக் கொண்டிருந்தது. நெருங்கி உக்காந்து குசுகுசுன்னு மாமிகள் கதைத்துக் கொண்டிருந்தது. சுப்பா கேட்டாள், "எல்லாருக்கும் இதெல்லாம் தெரியுமோ மாமி"

"தெரியாமையா? தெரிஞ்சு என்னடீ பொண்ணே பண்ணுவா? பணம்ன்னா வேலை பண்றது? யாரு பூனைக்கி மணி கட்றது. பூனை வால்ல நெருப்புன்னா பணமா எரியறது? பூனையும் தகனம்தான் அப்புறம்" என்றாள் ஜானம்மா.

"காவேரி, புதாறு, வெண்ணாறு, வெட்டாறு எல்லாம் போறாதா மாமி?"

"எல்லா ஆறும் வத்தீடுத்துடி! தஞ்சாவூர்க்குள்ள டவுன்ல புதாறு மட்டும்தானே ஓட்றது? பத்தலை. மாசத்துல பத்து நா ஓடினா ஆச்சர்யம். மைசூர்காரப் பாவி வேற தண்ணிய புடிங்கிண்டானா -

ஆத்துல இனிமே ஏதுடி ஜலம். இருந்தாலும் இந்த கொலைக்காரப் பாவிகளும் ஒண்ணும் கொறஞ்சவன் இல்லெ"

"அப்ப என்னதாம் மாமி பண்றதாம்?"

"தஞ்சாவூர் மேட்டுப் பகுதியெல்லாம் ரெண்டு மூணு மணிதான் இப்பக்கி தண்ணீன்னு விட்றா. யாரும் கேழ்கறதேயில்லை! வெண்ணாத்துலயிருந்துதான் தண்ணி தொட்டிக்கு தண்ணி கொண்டாறா! இதெல்லாம் ஒண்ணும் பண்ண முடியாதாம்... எங்க ஆத்துக்காரர் உங்க மாமா 'பவித்ரமா' சொல்லுவார்! தண்ணி திடீர்னு சுத்தமா வராதெ நின்னு பெய்டுமாம். அப்பதான் ஊரில் உள்ளவா திக்கித் தெணறப் போறாம்பார். நாந்தான் சொல்லுவேன் கெணறெல்லாம் அடஞ்சா பெய்டும்? தஞ்சாவூரைச் சுத்தி அகிழ்மேடு ஏறிக் கெடக்கு! பள்ளத்துல கும்பித்தண்ணி மழையில சேரச் சேர வந்துண்டே இருக்கு. கெணத்துல ஓயாம தெக்கலங்கல்லாம் நூறு வருஷமா தண்ணி ஊறிண்டேயிருக்கு யாருக்கு! சுத்தமா வேற பில்ட்டர் ஆகி வராதுன்னு சொல்வேன்."

"இத்தனை மேல்நிலைத் தொட்டி கீழ்நிலைத் தொட்டி யெல்லாம் கட்டியிருக்காளே மாமி? அப்பமும் தண்ணி தஞ்சாவூருக்குப் பத்தலை?"

"யாருக்குடீ தெரியும்? காவிரியே போய்டுத்து! தண்ணி இனிமே பிரச்னைத்தான். கூறு போட்டு விக்கறான் வேலு! யார் கேக்க முடியும்ங்கற? ராமுப் பாட்டி கேட்டா... ரிசர்வாயர்ல மெதக்க உட்டான்! யாரு கண்டுபிடிக்க முடியும்?"

"வேலு கொண்ணு போட்டதா?"

"ச்சீ வாயை மூடு. அப்படியா நான் சொன்னேன்? என்னை வந்து இழுத்துட்டுப் போகப் போறா பாரேன்! நமக்கெதுக்குடி இதெல்லாம். நாம் போறேன்டிம்மா!" ஜானம்மா குசுகுசுத்து விட்டு மூஞ்சியை அழுத்தித் துடைத்துக் கொண்டாள். சொன்னபடி போகவில்லை. ஜானம்மாவின் கண்களில் பரவசம்! எல்லாரும் அவள் வாயிலிருந்து வரப்போகும் ரகசியத்துக்கு மௌனமாய் அஞ்சலி செலுத்திபடி சூழ்ந்து உட்கார்ந்திருந்தார்கள். இனி ரகசியம் ஏதுமில்லை. எல்லாருக்கும் தெரியாதது என்ன அங்கே?

"பத்து பதினஞ்சு நாளாச்சே? இன்னுமா கண்டுபுடிக்கல்லை?"

"தெரியாட்டிதான்டி கண்டுபுடிக்கணும்? ராமுப் பாட்டிக்கு ஆரிருக்காளாம்? தேடப் போறாளா, தோண்டப் போறாளா?"

"வெறும் தண்ணிக்கா இந்தப் பாடு?"

“தெண்டைக் குழி வத்தினாத்தாண்டி உங்களுக்கு புரியும்! இப்ப புரியாது!”

“அதுக்கு ராமு கெழவியத் தீப்பானேன்?”என்றான் லல்லுமாமி.

“யாரு தீத்தாளாம்? அவளாவே எனக்குத் தண்ணி வேணும்ன்னு கேட்டுண்டே போயி ரிஸர்வாயர்ல விழுந்து செத்தா யாரு என்ன பண்ண முடியுமாம்!”

“என்ன மாமி பேச்சு இது? நீங்களே ரெண்டும் சொல்றேளே?”

“மூணும் சொல்வேண்டி லல்லு. சொன்னதையும் இல்லெம்பென் தெரியுமோ? விஷயம் பெரிய விஷயம்! நானும் போயி ராமுக்கிழவி மாதிரி தண்ணீல மெதக்கவா? இப்பல்லாம் மிந்தி மாதிரியா இருக்கு? ஒரு மட்டு மரியாதை எல்லாம் போய்டுத்து! என்னான்னா என்னடீங்கறான் நேத்தி பயல்லாம்! ஏதோ ஆச்சு. ராமு வாய வெச்சிண்டு சும்மா இல்லாம ஆடினா! போய்ட்டா. இஞ்சே இருந்துதான் என்ன பண்ண போறா? இப்பமேங்குட்டி துமூரறா அதே மாதிரி துள்றா! என்ன பண்ணப் போறான் வேலு!”

“பண்றதுக்கென்ன? மங்கையும் உண்டாயிருக்கா. அவம்மாத்துல கொண்டு போயி தள்ளிட்டு வந்துடுவான் வேலு தெரியாதா?”

“இருக்கிற தண்ணி நெறய்யவே இருந்தாலும் எப்படிப் பத்தாமப் போறது மாமீ! உங்காத்துக்காரர் எலக்ட்ரிக் மாமாதானே ஆபீஸ்ல சொல்லி ஏற்பாடு பண்ண முடியாதா?”என்றாள் சுப்பாளு!

“தண்ணி இருக்கு! இன்னும் ஆயிரம் வருஷத்துக்கு தஞ்சாவூர்ல தண்ணியா இல்லெ. ஆனா வெள்ளைக்காரன் நூத்தம்பது வருஷத்துக்கு மிந்தி போட்ட பம்பிங் ஸ்டேஷன் பைப் லைன் எல்லாம் உடஞ்சு நாசமா கெடக்கு. தண்ணி கெடைக்காமப் போனதுக்கு இந்த வாட்டர் ஸிஸ்டம் மாத்தாம கெடக்கறதுதான் காரணம்ன்னு மாமாவே சொல்வார்டி. ஆனா காலெல்லாம் வெளுத்து குச்சியா புளுத்துப் போயும் கூட ராமுக் கெழவி தண்ணி தூக்கிப் பொழச்சிண்டிருந்தாளே. அவ வாயில மண்ணு போட்டானே அதான் நேக்குத் தாங்காமே இதெல்லாம் பேத்தீட்டேன்!”

“யாருமே சரி பண்ண மாட்டாளா மாமீ இதெல்லாம்?”

“சரி பண்ணினா பணம் வரது நின்னுடும்டீ! தண்ணி அடஞ்சு போயிருக்கிறதுனாலதான் விக்க முடியறது. ராமுபாட்டி கமிஷ்னரண்டை போனாளாமே?”

“ஐம்பது வருஷமா இப்படித்தான் இருக்கும்மா! ஸிஸ்டத்தையே மாத்தினாத்தான் சரியா தண்ணி வரும். ஒண்ணும் பண்ண முடியாது!

ரிப்பேர்ல்லாம் தாங்காது! சரி பண்ற வரைக்கும் இப்படி ரெண்டு மூணு மணி நேரந்தான் தண்ணிவிட முடியும் பொறுத்துண்டு போங்கோன்னானாம். அந்த ப்ராம்ண்ணனும் குழாய் ஆய்வாளர் வேலுவண்டை வந்து சொல்லீருக்கா இப்படி இன்னதுன்னு. 'இந்த ஸிஸ்டத்தை யாருடி கெழவி மாத்த முடியும்? தெருவுக்கு தெரு உடஞ்சு புதஞ்சு கிடக்கு ஒனக்கென்னடி போச்சு'ன்னானாம் மஹானுபவான். 'கடங்காரத்தாயழீ! என் வயத்துல அடிக்றயேடா'ன்னு கத்தினாளாம் ராமுப்பாட்டி?"

"அந்தக் கெழவிக்குத்தான் எத்தனை ஆகாத்யம் பாத்தாயோ? விடல்லியா அப்புறமும்?"

"ஒரு வீட்டுக்கு ஆறு ரூபா கொடுக்கறா. பத்து வீடாவது ஊத்தணும். தண்ணி பிடிக்கச்சையே சண்டை அடிதடி! மல்லுகட்றது எல்லாம் உண்டு. ஒரு குடம் விட்டா மறு குடம் விட ஒரு மணி ஆறது! தண்ணியோ வரத்து நின்னுருத்து! மாசம் அறுபது ரூபாய்ல குடலெக் கழுவக் கூட தண்ணியில்லென்னா என்ன பண்ணுவா கெழவி?"

"அதான் சண்டைக்கிப் போய்ட்டா நேர" - என்றாள் சுப்பாளு.

"மங்கெக்குட்டிதான் விடாமே சோறு குடுத்துண்டிருக்கா! வீடா வாசலா கெழத்துக்கு? கொழாயடியே கதீன்னு மொதக்கொடம் எங்கொடம்ன்னுட்டு அஞ்சியே சுருண்டு கெடக்கும் அடிச்சு மொதக்க உட்டுட்டான்?"

"இவளால என்ன இடைஞ்சல்! ஏன் கொல்லணுமாம்?"

"ஸ்... வாய தொறக்கப்படாது! வெளியே தெரிஞ்சா ஸிஸ்டமே பாழாய்டும்டீன்னு மாமா வாய மூடி மெரட்டிண்டேருக்கார் தெரியுமோ?"

"கொல்லணும்ன்னா கொல்றா? எல்லாருமே சேந்துதானே ஆயிருக்கு?"

"போடி கெழம் வெளியன்னு வெளியே புடிச்சு தள்ளியிருக்கான்! போய்டுத்து என்ன பண்ணுவான்! தூக்கி கீழ் நிலைத் தொட்டீல போட்டுட்டான்?"

"ஆமாடீ! நீ தான் பக்கத்துல இருந்து நேர்க்க பாத்தெ! போயி சொல்லு போ.

போ!"

"யாரு பாத்தா?பாத்தாத்தான் என்னவாம்? சொல்லணுமாக்கும்? போங்கோடீ."

“யாரு என்னவானா யாருக்கென்னடி? பேத்தப்படாது சும்மா தெரியுமோ.”

“ஐயய்யோ!” என்ற குரல் கூக்குரலாய் குழாய் ஆய்வாளர் வேலுவின் வீட்டிலிருந்து கிளம்பிய போது கோவில் திண்ணையில் எதிரில் கூடி குசுகுசுத்த பெண்கள் எல்லாரும் திடுக்கிட்டு எழுந்து திரும்பி நின்றார்கள். சிலர் ஓடினார்கள். திரும்பத் திரும்பப் பெண்களின் கூக்குரல் எழும்பிக் கொண்டிருந்தது. அங்கிருந்து பெண்கள் ஆண்கள் என்று பேதமில்லாது அந்தச் சிறிய வீட்டுக்குள்ளிருந்து உள்ளும் வெளியிலுமாய் புகுந்து புகுந்து வெளியே பாய்ந்து கொண்டிருந்தார்கள். கூச்சல் ஓயவில்லை. அழுகை புரண்டு எழும்பியது.

“என்னது? என்னவாம்?”என்று நிமிர்ந்து கேட்டாள் ஜானம்மா.

“கோவிச்சுண்டு மங்கெ எலிப்பாஷாணத்தைச் சாப்பிடுட்டாளாம்டீ? ஆட்டுள்ள பூந்து கதவைச் சாத்தி தின்னுட்டாளாம்” என்று கத்தினாள் நாகுமாமி. திங்கு திங்கு என்று தெருவில் சுத்தி எங்கோ ஓடினாள். கூட்டமும் சிதறிச் சுழன்றது. ஜானம்மாளும் லல்லுமாமியும் கூட்டத்துக்குள் புகுந்து மறைந்தார்கள். ஆண்களும், பெண்களுமாய் காலை நேரத் தெருவில் கூடிக் கரைந்தார்கள். எல்லாரும் கேள்வி மேல் கேள்வி போட்டு குடைந்தார்கள். ‘அந்த பொண்ணா?’ ஏஞ் செத்துச்சாம்?”

பெண்களின் பிலாக்கணம் கதறலாய், நீண்ட சிரிப்பாய் எழுந்தது. உள்ளிருந்து அழுகையாகக் கிளம்பிய அது சிரிப்பாக விட்டு விட்டு கதறலாய் கேட்டது. சிரிப்பு அல்ல என்றாலும் சிரிப்பாய் எதிரொலித்தது போலிருந்தது அழுகை.

வேறு ஒன்றுமில்லை. அந்தச் சிரிப்பு தெருக் குழாயிலிருந்து வந்து கொண்டிருந்தது. ‘கொஷ்... ஷ்... ஷ்...’என்று தண்ணீர் விடாத காற்று விட்டு விட்டு சிரித்த சிரிப்புதான் அந்தச் சப்தம். ஆவி படர்ந்து குழாய் மூக்கிலிருந்து ‘புஸ்ஸ்ஸ்ஸ்’என்ற எக்களிப்பு கேட்டுக் கொண்டேயிருந்தது. பகல் ஏறிய போதும் அடுத்த நாள் காலை நாலு மணி வரைக்கும் எப்போதும் போல வந்து கொண்டே யிருக்கும் வெறும் காற்றுச் சப்தம்தான் அது! அது சிரிக்காமல் என்ன செய்யும்?

(சுபமங்களா, ஏப்ரல், 1992)

பற்றி எரிந்த தென்னைமரம்

இரவு மணி மூன்றிருக்கும்போது லோச்சனாவுக்குத் தன்னையறியாமல் விழிப்பு வந்து விட்டது. நிச்சயமாக அப்பொழுது மூன்று மணிதான் என்று அவளால் அடித்துச் சொல்ல முடியும். கடந்த பத்து நாளாக இந்த மூன்று மணி அவளைத் துரத்திக் கொண்டேயிருக்கிறது. இரவு வெகு நேரமாகியும் அந்தத் தீவில் அவன் வராத கஷ்டம் கூட அவளுக்குப் பெரிதாக தோன்றுவதில்லை. இந்த மூன்று மணி விழிப்பு தினமும் நேருகிறதே - அதுதான் தாங்க முடியவில்லை. இந்த கிராமத்தில் அவளைக் கொண்டு வந்து விட்டு விட்டு அவன் போனது கூட ஏதோ கனவில் நேர்ந்தது போல இருக்கிறதே தவிர நடந்ததாகத் தோன்றவில்லை.

கண்ணுக்கெட்டிய தூரம் வரை மூங்கில் கொத்துகள், புளிய மரங்கள் இருபுறமும் வழிந்தோடும் காவிரி. இந்தக் கிராமத்தை அவன் ஏன் தேர்ந்தெடுத்தான். இந்த மூன்று மணிக்கு விழித்துக் கொண்டு எப்பொழுது விடியும் எப்பொழுது விடியும் என்று கொட்ட கொட்ட விழித்திருக்கத்தானா? தினமும் அவன் வருவான் என்று எதிர்ப்பார்ப்பதில் நாள் முழுவதும் கழிந்து விடுகிறது. இரவு ஒரு மணிவரை வழிமேல் விழி வைப்பது அடர்ந்த தூக்கத்திற்கு காரணமாகிவிடுகிறது. ஆனாலும் கத்தியால் குத்தி எழுப்பியது போல விடியற்காலை மூன்று மணி அவள் விசாரங்களுக்காகவே திறந்து கொள்கிறது. ஆற்றை பார்த்துக் கொண்டேயிருப்பதில் சலிக்கிறதேயில்லை. அவன் வருவானா? இந்த ஆற்றுக்கும் இந்த நீருக்கும் வேறு வேலையே இல்லை என்பதுபோல.

லோச்சனாவுக்கு அவனை எட்டு வயதிலிருந்தே பழக்கம். இந்த பழக்கம் பிரிந்ததே இல்லை. எட்டு வயதிலேயே தெரியும் இவனைத்தான் கட்டிக் கொள்ளப் போகிறோம் என்று. கலியாணம் தள்ளிக்கொண்டே போனது. யாரும் கவலைப்படவில்லை. கவலைப்பட என்ன இருக்கிறது. அவன் அவளைத் திரும்பி தேடித் தேடி அவளைச் சுற்றிச் சுற்றி வந்தபோது யாராவது தடுத்தார்களா? அப்பா அம்மா, மாமா மாமி, யாராவது தப்பு

என்று சொன்னார்களா? பள்ளிக்கூடத்தில் படிக்கிற காலத்திலேயே அவள் கன்னத்தைப் பிடித்து நிமிண்டுவான். வாத்தியார்கள் கூட தடுத்ததில்லை. தெருவுக்கே தெரியும் இது ரெண்டும்தான் ‘இது’ஆகப் போகிறது என்று. ஊருக்கும் தெரியும் லோச்சனா யார் என்று! உலகத்துக்கே தெரியும் அவன் எப்படி என்று! எல்லாமே மங்களகரமாய் எப்போதும் போலதான் நடந்தது.

கல்லூரியில் படிக்கும்போது கூட தஞ்சாவூருக்கு ரெட்டை மாட்டு வண்டியில் மோளை மாடுகள் குதிரைகளாய் பாய அவள் கல்லூரி கேட்டைத் தாண்டும்போது ராகவன் என்று மாணவர்கள் அவளுக்காகவே போடுகிற கூச்சல் வண்டிக்குள் அலையடிக்கும். பித்தளை கொப்பிகள் மினுங்க ரதம் போல் அவள் வண்டி வரும்போது காலேஜ் ஓரமாக கார் பார்க்கிங் செட்டில் நிற்கும். ராகவனின் நீல நிற அம்பாஸிடர் அவளைப் பார்த்து விழிக்கும். அவளுக்கு எத்தனை சுகமான நாட்கள். அது எதையும் அவள் விரும்பியதே இல்லை. காரணம் அவளுக்கு எதுவும் வேண்டாம். அதனாலேயே அவள் எதையும் யாரிடமும் கேட்டதே இல்லை.

ராணிக்கு யார் எதைத் தர முடியும்? அவள் எதை விரும்பவேண்டும்? லோச்சனாவுக்கு என்ன இல்லை? அவளைப் பார்த்து பெருமூச்சு விடத்தான் சுற்றிலும் பெண்கள் இருந்தார்கள். புதிதாக பார்க்கிற பெண்கள் அடேயப்பா? என்று கண்களை அகல விரித்து வாய் மூடிக் கொள்வதைத்தான் அவள் பார்த்திருக்கிறாள். லோச்சனாவுக்கு ஆரம்பத்தில் இது புரியாது. ஏன் இப்படி எல்லோரும் தன்னைக் கண்டு ஆச்சர்யப்பட்டு காலில் விழுந்து விழாத குறையாக வணங்கி புரண்டு விழுகிறார்கள் என்பதும் லோச்சனாவுக்குப் புரிவதேயில்லை. வெள்ளைத் தோலும், சிவப்பு சர்மமும் மஞ்சள் கூடிக் கிடந்த பால் போன்ற நிறமும், உடலின் மேடு பள்ளங்கள் துள்ளியமாய் தெரியும் பட்டுப் புடவையின் சலசலப்பும் மெல்லிய மிருதுவான மணம் வீசும் பூக்களும், மிதமான சுடர் வீசும் வைர நகைகளும், கடல்போன்ற அவளது விழிகளும் யாரையும் அயர வைப்பது அவளுக்குப் பழக்கமாகி செரித்துப்போன விஷயம்.

காவிரியாற்றில் கொள்ளிடத்திற்கு மேற்கே வெகு தூரத்தில் ஒரு கண் திறந்ததுபோல ஒரு பசுமையான தீவுக் கிராமம்தான் இப்போது அவளுக்கு உறவு. அந்த கிராமம் அஞ்சினி கிராமத்திலிருந்து காலில் புரண்டு நிக்காது. நகை பூட்டிக் கேட்காது. அவனைப் போல விட்டுவிட்டு போய்விடாது. போனாலும் வராது. வந்தாலும் போனதுபோல் இருக்காது. அவளும் இவற்றை எல்லாம் ஒத்துக் கொண்டுதானே இங்கு வந்தாள்? இருபுறமும் மணல்மேடுகள். மணல்

மேடுகளில் அவளை நோக்கியே பார்த்துக் கொண்டிருக்கும் பெரிய பெரிய புளிய மரங்கள், திரும்பிப் பார்த்தால் தூரத்தில் தெரியும் புள்ளியாகத் தெரியும் அஞ்சினி கிராமம் - புள்ளி புள்ளியாகத் தெரியும் நெட்டிலிங்க மரங்கள், இரவில் கோடிக்கணக்கில் கோடி கோடியாய் ஒளி கொட்டும் மின்மினிப்பூச்சிகள் - அவளைத் தவிர அந்தக் காவிரித் தீவில் வேறு யாருமே இல்லையோ என்று எண்ண வைக்கும். அவள் காலையிலிருந்து என்னதான் செய்கிறாள்? என்னதான் செய்ய வேண்டும்? அந்த சின்னஞ்சிறு வீடு சுற்றிலும் பசுமையான கிளுவை வேலி. வேலியில் படர்ந்து கிடக்கும் தூதுவளைக் கொடிகள். அவைகளைப் பின்னிக் கொண்டு கோவைக் கொடிகள். ஒரு பசுமையான சுவரையே உருவாக்கியிருந்த கொடி ரோஜா என்று அவளது உழைப்பை வாங்கிக் கொண்டு, சுற்றிலும் தோட்டம் மண்டிக் கிடந்தது.

கொடிகள் காய்களைத் தொங்கவிட்டிருந்தன. மாமரங்களில் மாங்கனிகள் மரத்திலேயே பழுத்து கனத்தன. வேர்ப்பலா சட்டி சட்டியாய் மலைமலையாய் காய்த்துக் கிடந்தது. அந்த வீட்டிற்கு அவளே வெள்ளையடித்தாள். திருவையாற்றுச் சந்தையில் வாங்கி வந்த இதமான டிஸ்டம்பர் கலர்களில் அவளே அந்த வீட்டுச் சுவர்களுக்கு வண்ணம் தீட்டினாள். ஆற்றைப் பார்த்துக் கொண்டிருக்கும் ஜன்னல்களுக்கு எல்லாம் அவளே வர்ணங்கள் பூசினாள். துணைக்கு கூட அவள் யாரையும் கூப்பிட்டுக் கொள்ளவில்லை.

ஒரு முறை ‘அவன்’ வந்தான். ‘இன்னும் எவ்வளவு நாள் நான் இஞ்சயே இருக்கணும்?’ என்று கேட்டாள் லோச்சனா. அவன் ஒன்றுமே சொல்லாமல் சிரித்தான். பிறகு “உன்னப் பாத்தா எல்லாருக்கும் பயமாருக்கு! எல்லாரும் வாண்டாம் வாண்டாங்கிறாங்க! இப்படியே மூணு வருஷம் ஆகிப்போச்சு. எனக்குத் தெரியாது லோச்சனா? நீ வேற பெரிய ஆர்ட்டிஸ்ட் அப்டீன்னு சொல்லிகிட்டு உடம்பெல்லாம் வர்ணத்தெ மாறி மாறிப் பூசிக்கிறெ! உங்கம்மாவே சொல்றா அவளுக்கு காலு, மொகம் எல்லாம் தாமரைப் பூவாவும், எலையாவும், காயாவும் இப்படி வரைஞ்சு வச்சுக்குமா ஒரு பொண்ணா? அப்படிங்கிறா. நீ என்னடான்னா அவா சொல்ற மாதிரி இருக்கவும் மாட்டங்கிறே? ஒனக்குப் பிடிச்சிருந்தது போயிடுத்துன்னு எல்லாரும் நம்பினோம். அதுக்கு நாஞ் சொல்றபடியாவது நீ கேட்கணும். இந்தப் படம் வரையிற சனியனெ விட்டொழின்னு ஆயிரம் தடவை சொல்லியாச்சு. அஞ்சினியில குடியானத் தெருவிலிருந்து அக்ரஹாரம் வரைக்கும் எல்லாரும் ஒனக்கு பைத்தியம்ங்கிறா. யாராவது இப்டி ஊருக்கு

வெளியே மூங்கித் தோப்புக்குள்ளே சுடுகாட்டுப் பக்கத்துல தனியாய்ப் போய் ஒரு பொண்ணு தானே வீடு கட்டிண்டு இருப்பாளோ? அப்படின்னு பேசாதவளேயில்லை. எல்லாரும் என்னத்தான் பேசறா. நீயாதான் லெப்ரசி ஆஸ்பத்திரிலிருந்து வந்து அஞ்சு வருஷமா இதேமாதிரிதான் இருக்கே. உனக்கு எல்லாரு மாதிரியும் இருக்கணும்ன்னு ஆசையே கிடையாதுன்னு நல்லாவே தெரியும். ஏதோ பெரிய தியாகின்னு ஒனக்கு நெனப்பு! என்னையானும் நினைச்சுப் பாக்குறியா? நீ ஓங்குழந்தையை என்னிக்கானும் பாக்கணும்னு எங்கிட்ட கேட்டுயிருக்கியா? நானா அழைச்சுண்டு வந்தாக்கூட யாரோ அன்னியப் பெண்ணப் பார்க்கற மாதிரி பாக்கற..." என்றெல்லாம் ராகவன் தொடர்ந்து பேசினான்.

அவன் பேசுகிற ப்ராமணத் தமிழ்கூட அவளுக்குக் கசந்தது. அவன் முகத்தைப் பார்த்துக் காறித் துப்பினால் என்ன? என்று கூடத் தோன்றியது. எட்டு வருடங்களுக்கு முன்னால் இருந்ததைப் போலத்தான் இப்பவும் ராஜா மாதிரி இருக்கிறான் ராகவன். கை நிறைய சம்பாதிக்கிறான். ஜாக்கிரதையாய் சேமிக்கிறான். ஊர் மெச்ச, உலகம் மெச்ச, குழந்தை வளர்க்கிறான். குழந்தை! அவள் பெற்றெடுத்த குழந்தையா அது? பிறந்ததுமே அவளுக்குத் தோலெல்லாம் ஒரு நமைச்சலை உருவாக்கியது அந்தக் குழந்தைதான். அந்த அரிப்பு அவளைத் தொட்டபோதே அவளுக்கு இருந்ததுதான். குழந்தை காய்ச்சல் அனல் பறந்தபோது டாக்டர்கள் குழந்தைக்குப் பால் கொடுக்க வேண்டாமென்று சொன்னார்கள். முதல் நாளிலேயே அவளுக்கும், அவள் குழந்தைக்கும் அரிப்பும், நமைச்சலும் உடம்பெல்லாம் பூரித்து விட்டது. சிவப்பு சிவப்பாய் தடிப்புகள் உடலெங்கும் பூரி இருந்தது. கோடு கோடாக வெட்டு விழுந்தது போல் தடிப்புகள், சினைப்புகள். தஞ்சை, மதராஸ், டெல்லி எல்லா டாக்டர்களும் ஒரே வார்த்தைதான் சொன்னார்கள். 'மதர் அலர்ஜி' என்றார்கள். அது தாய்க்கும், குழந்தைக்கும் இடையே முதல் திரையாக விழுந்தது.

லோச்சனா அழவில்லை. எட்டு வயதிலிருந்து ராணி மாதிரி அவள் விரும்பியதுதான் அவள் எடுத்துக் கொண்டாள். ராகவனும் அப்படித்தானே! ராகவனைப் பிடிக்கிறதா என்று யாரும் கேட்கவில்லை. ராகவனைப் பண்ணிக் கொள்கிறாயா? என்றுதான் கேட்டார்கள். அவள் அப்போதும் ராணி மாதிரிதான் கேட்டாள். "இன்னிக்கு நேத்தா? கேட்கிறேன்? எட்டு வயசுலருந்தே பாவம் எல்லாருமா சேர்ந்து கேட்டு கேட்டு அவனுக்கு பண்ணி வைக்க பாக்குறேளா? நடக்காது. (நானா) அவளுக்கு 'மதர்

அலர்ஜி' என்று கேள்விப்பட்ட போது எல்லோரும் வியப்பால் ஆச்சரியப்பட்டுப் போனார்கள்! குழந்தைக்கு பேரு என்ன வைக்கிறதுன்னு கேட்டப்போ அவ சொன்னா 'மைத்ரேயி'. ஆனால் பேரு யாருக்கும் புடிக்கல. அவா எல்லாரும் சுசீலான்னு கூப்பிட்டா, ராகவன் மஹாலெட்சுமின்னு கூப்பிட்டான். ஸ்கூல்ல அவளுக்கு பேரு அஞ்சனா. ஸ்கூல்ல உம் பேரு என்னன்னு கேட்டப்போ அவள் சொல்லிண்ட பேருதான் அஞ்சனா. எப்பவும் அம்மாகிட்ட வரமாட்டா. வரக்கூடாது. அம்மாவுக்கு உடம்பெல்லாம் தடிச்சு தடிச்சு போய்டும். புள்ளிப் புள்ளியா சினைப்பு தட்டிடும். ஆனாலும் குழந்தை அம்மான்னு கத்திண்டே ஓடிவந்து கட்டிக்காதோ? மைத்ரேயின்னு வாய் நிறைய கூப்டணும்ன்னு லோச்சனாவுக்கு முன்னல்லாம் தவிக்கும் தப்பித் தவறி மேல பட்டுட்டா" என்னத் தொடாதடீ 'மா நேக்கு மதர் அலர்ஜி'அப்றம் செறுமி செறுமிண்டு னேக்கு மூச்சு வாங்கும் அப்டிண்டும் குழந்தை.

ராகவன் என்ன ப்ராடெக்ட்ன்னு லோச்சனாவுக்கு எப்பவும் தெரிந்ததேயில்லை. எப்பப் பார்த்தாலும் கட்டில்ல போட்டு படுக்க வச்சு வியாதி, வியாதின்னு மூலையில உக்காத்தி வச்சப்போதான் ராணிக்குதான் ராணி இல்லைன்னு புரிஞ்சுது. பால் முத்தி மாரெல்லாம் கனத்து பாலையெல்லாம் கொல்லைப்புறத்து மாட்டுக் கொட்டகையில் இடிந்த சுவர் செங்கலில் மாரைப் பிழிந்துவிடும் போதெல்லாம் நெஞ்சுக்குள்ளிருந்து பயம் வெளியே போய்க் கொண்டிருந்தது. மல்லிகைப் பூவை வாங்கி வைத்துக் கட்டி பாலை முறித்தபோது அவளுக்கு உயிரே போனது போல் ஆயிற்று. கொல்லைப்புறத்து இடிந்த சுவர் செங்கல்லைப் பார்க்கும் போதெல்லாம் அது கதறுவது கேட்டது. லோச்சனாவுக்கு மிச்சமிருந்தது வெட்கம் ஒன்றுதான்.

ராகவன் ஒரு நாள் கேட்டான் "உனக்கு எதுக்கடி கொழந்தை? மஹாலட்சுமியை சரியா வளத்தா போறாதோ? இன்னும் எதுக்கு?"பேச முடியவில்லை அவளால். எப்போதும் சுவற்றோரமாகத் திரும்பி படுத்துக்கிடப்பாள். எவ்வளவு நேரம் தூங்க முடியும் "யாரும் அவளை வேலை செய்ய விடுவதில்லை. சுவற்றை நகத்தால் கீறி சுவற்றுக் காரையை உதிர்த்துக் கொண்டிருந்தாள். லோச்சனா, காரை உதிர்ந்த இடம் ராகவனைப் பயமுறுத்தியது.

"என்னடீது? செவுத்துலருந்து ரெண்டு கண்ணு வரைஞ்சு வச்சுருக்கிறே? எப்படி முழிக்குதுன்னு பாரேன்!"என்றான். அப்போதுதான் லோச்சனா தான் பண்ணிக் கொண்டிருந்த வேலை என்னவென்று பார்த்தாள். உண்மைதான்! சுவற்றிலிருந்து இரண்டு

காளியின் கண்கள் அவளையே நோக்கி இமைச்சுடர் இரத்தம் சிந்த மூடி மூடி விழித்தன. அவளா இதை சுவற்றில் கீறினாள்! ஆச்சர்யம்! வர்ணங்கள் யார் பூசியது! அந்த இரண்டு விழிகளும் கண்ணீரில் நனைந்திருந்தன. இப்போது அந்த விழிகள் அவளையேப் பார்த்து மூடி மூடி விழித்தன. அந்தக் கண்களுக்குள் வந்த உயிர் லோச்சனாவுக்கு வியப்பாய் இருந்தது.

அன்றைக்குத்தான் லோச்சனத்துக்கு உயிர் வந்தது. படுக்கையை விட்டு எழுந்து கொண்டாள். உடலெங்கும் தடிப்பு தடிப்பாய் வரும் அலர்ஜி. வெள்ளையாய் திட்டுத்திட்டாய் ரோஸ் நிறத்தில் முன்னறிவிப்பு எதுவும் இல்லாமல் தீவு தீவாக, படலம் படலமாக கைகளிலும் கால்களிலும் தொழுநோய் அவளைச் சீராட்டத் தொடங்கியது. திருவையாற்றுக்குப் போய் குப்பி குப்பியாக கலர்கள் வாங்கி வந்தாள். உடல் முழுவதும் ஃபிரஷை வர்ணத்தில் தோய்த்து கைகளிலும், கால்களிலும் இலைகளும், கனிகளுமாய் வரைந்து தள்ளினாள். நகங்களின் விளிம்புகளில்லாம் பொன் வர்ணங்கள் தீட்டி மறைத்தாள். விரல்கள் நகங்களோடு சுருங்கத் தொடங்கின. அக்ரஹாரத்திலும், வெளியிலும் பரவத் தொடங்கியது. கையிலும், கால்களிலும் மட்டுமில்லாமல் நெற்றியிலும், தலைமுடிக்குள்ளும் வெள்ளையாக சிவந்த நிறத்தில் ‘குஷ்ட்டம்’பரவியபோது. எல்லோரும் அருவெருப்பில் முகம் சுளித்தார்கள்.

ஊரும் உலகமும் அவளைத் தள்ளி வைக்கத் தொடங்கியது. மாமியாரும். மருமக்களும், நாத்தனாரும், மதனிகளும் வேறு வேறு வீடுகளைத் தேடி ஒதுங்கி ஓடிப்போனார்கள். அப்பாவும், அம்மாவும் அருவறுத்து எட்டி நின்றார்கள். ராகவன்கிட்டே வராதது மட்டுமல்ல; எட்டிக்கூட நிற்க மறுத்தான். சாப்பாட்டுக்கு அலுமினிய தட்டாயிற்று. குடிக்க இரும்புக் குவளை வந்தது. படுக்க பிரப்பம் பாயுமாயிற்று. கொல்லைக்கு வெளியே குடிசையுமாயிற்று. இதெல்லாம்கூட ராணி ஏற்பாடுதான்.

யாரும் அவளைத் தூர போகச் சொல்லவில்லை. அவர்கள்தான் தூரப் போனார்கள். ராணி அவர்களை விரட்டிக் கொண்டுதான் இருந்தாள். மைத்ரேயி மட்டும், “எப்போம்மா ஒனக்கு சரியாவும்” என்று எப்போதாவது கேட்கும். அவளுக்கு இருந்தது கித்தான் துணி மட்டும்தான். மீதமாக, கொல்லைப்புறம் கிடந்த சாக்குகள் கித்தான்களாக மாறின. கித்தான்களில் வெள்ளைக் கருப்பு நீலம் வர்ணங்களில் விபரீதமான காளியின் உருவங்களை லோச்சனத்திற்கு யாரும் வரையச் சொல்லித் தரவில்லை. டாக்டர்கள் ‘குஷ்ட்டரோகம்’ தொற்றுநோய் அல்ல என்றார்கள். கர்ம வியாதி இல்லை என்றார்கள்.

ஊசிகள் போட்டார்கள். தொடர்ந்து ராஜவைத்தியம். ஆனாலும் லோச்சனம் தன் கை கால்களில் வரைந்து கொண்டு, இலைகளும், பூக்களும், கனிகளுமாய் திரிவதை நிறுத்தவே இல்லை. அவள் கும்பகோணம் முத்துப்பிள்ளை மண்டபம் ஆஸ்பத்திரிக்குள் போய் வந்து கொண்டிருந்தாள். தொடர்ந்து ராகவனோ, வேறு யாருமோ துணையில்லாமல் அவள் மட்டும் தனியே போய் வர ஆரம்பித்தாள். இனம் காண முடியாத சுமையைத் தாங்கி அவள் கித்தான்களில் அவன் கற்பனைகளின் கசங்கலையும் ஒன்றாக இறக்கி வைத்தாள். உடலின் வண்ணங்கள், மினுமினுப்புகள். வீக்கங்கள், யாவும் படிப்படியாய் வடியத் தொடங்கின.

அந்த ஆஸ்பத்திரியின் 'மதர்ஸ் சுப்பீரியர்' கேட்டார். இன்னும் ஏம்மா ஒடம்பெல்லாம் வர்ணத்தைப் பூசிக்கிறே? *Don't hide yourself behind the colours its only an illusion* ஒனக்கு நீ செய்யறது புரியல்லியா? "புரியல்லம்மா"...என்றாள் லோச்சனா. அவளது ஓவியங்கள் இரண்டைப் பார்த்த அந்த அம்மாள் அசந்து போனார்கள். "*Oh! Now I understand you don't hide yourself... behind yourself. Come out and enjoy.* உனக்கு நேர்ந்திருக்கிறது அந்தி இல்லையம்மா, உன்னுடைய *Society* தான் உன்னை ஒதுக்கி இருக்கு. நீ தான் அதை ஒதுக்கிட்டியே" என்றார்கள். அன்றிலிருந்து அவள் கித்தான்கள் அவளோடு பேசத் தொடங்கின. லோச்சனாவின் காளிகள் கலகலவென்று சிரித்து அவளுடன் கைகோர்த்து விளையாடிக் கழித்தன. அவளது பிறக்காத குழந்தைகள் அவள் கர்ப்பப் பையை அறுத்துக் கொண்டு, அவளை ஓடி வந்து தழுவிக் கொண்டு, அவள் மார்புகளில் ரத்தத்தைப் பாய்ச்சின. நரம்புகளில் உயிரைப் பெய்தன.

லோச்சனா தன்னந்தனியே புறப்பட்டாள்! ராகவன் அம்மா, மாமியார், அப்பா, மன்னி, குழந்தை மச்சினர்கள் எல்லாம் தடுத்துக் கூட புறப்பட்டுவிட்டாள். வானம் கனவுபோல் சிரித்து கர்ஜித்த ஒரு மாலை வேளையில் அஞ்சினி எனும் பூர்வீக அக்ரஹாரத்துக்கு காவிரியாற்றுக்கப்பாலிருந்து அந்தத் தீவுப் பிரதேசத்துக்குப் புறப்பட்டுவிட்டார்கள். ராகவன் அவளைத் தடுக்க முயன்றபோதும் சிரித்தாள் ராணி!

தவளைகள் சப்தம் அலை அலையாய் கிளம்பிய அஞ்சினியின் காவிரியை அந்த ராத்திரி வேளையில் பரிசலில் தாண்டி போக மூட்டையோடு அவள் இறங்கியபோது "அய்யிரு வூட்டுப் பொண்ணு இப்படி தனியா வந்திருக்குப் பாருங்கடா" ன்னு குசுகுசுத்து விட்டு நின்னானுவ பரிசல்காரப் பயலுவோ!

"அஞ்சினிக்குப் போவணும்மா"

"ஆத்துல இழுப்பு சாய்ஸ்த்தியா இருக்குங்க! தண்ணிவேற ஏறுது"

'அக்கரைக்கி அக்ரஹாரத்துக்குப் போவனும் எத்தனையானாலும் தாரேன்!"

"காசுக்கென்னம்மா? வெள்ளைய்யர் வூட்டுப் பொண்ணுதானாம்மா நீங்க. தண்ணி சாஸ்த்தியா போய்கிட்டு இருக்கு. கொறையட்டும்!" ராத்திரியெல்லாம் கோரையாத்து பரிசல் தொறையிலியே கொட்டு கொட்டுன்னு முழிச்சிட்டு ஒக்காந்திருந்ததுல நேரம் போனது தெரியவேல்லயா? கெழக்க செவப்பா பூதம் ஏந்திரிச்சிது! வெள்ளையா, ஆறு, கடல், மலையா உருண்டு உருண்டு வருது. அஞ்சினி புளிய மரமெல்லாம் தண்ணீல நிக்கிதுவ. பரிசக்காரனுவ பரிசலை கமுத்தி போட்டு மேட்டுல உக்காந்திருக்கானுவோ! காலை வெய்யில்ல ஆத்து வெள்ளத்துலெ எங்கிருந்தோ குடிசை கூரையெல்லாம் பிச்சுக்கிட்டு மிதந்துகிட்டு வருது. சாமான்களையெல்லாம் தலையில தூக்கிட்டு எதையும் லெட்சியம் பண்ணாமே அஞ்சினியை நோக்கி எறங்கப்போன அவளை பரிசக்காரனுவோ கூப்பாடு போட்டு தடுத்தானுவோ!

"வெள்ளான அய்யரு வூட்டுப் பொண்ணு எங்கேடான்னு நாளைக்கு அய்யர் கேட்டா நாங்க என்னா வதிலு சொல்றது?"ன்னு கத்திக்கிட்டே அவ கூடவே வந்து குதிச்சானுவ. ராணிகிட்டப் பேச முடியுமா? லோச்சனா நெனைச்சா நெனைச்சதுதான்! ராகவன் சொன்னான் "உன்னை பார்த்து எல்லாரும் பயப்படுறா"ன்னு - பொறப்புட்டுட்டாள் சுலோச்சனா! அம்மா அப்பா எல்லாரும் போகாதடி போகாதடீன்னு பின்னாலயே ஓடி வந்தார்கள். "மெட்ராசுக்குப் போய் Specilist கிட்ட போயி ஒசத்தி வைத்தியம் பாத்துக்கலாம். அஞ்சினிக்கல்லாம் போக வேண்டாம். என்ன இருக்குன்னு அங்க போறே? யார் இருக்கா ஒன்னெ அங்க பாத்துக்க? தன்னந் தனியா பேய் மாதிரி அஞ்ச புளியமரத்துல ஏற வேண்டியதுதான். சொல்றத கேளு"ன்னு அப்பாக்கூட சொன்னார்.

சொல்லச் சொல்ல மூர்க்கம்தான் ஏறித்து. அவளுக்கு மனசிலேதான் வியாதி. சொல்லப்போனால் எந்த வியாதியும் மனசுலதான் தொடங்குது. உடம்புலதான் முடியிறது. உடம்பு லோச்சனாகிட்ட பேசும்போது அவளால் என்ன பண்ண முடியும்? அவள் நெஞ்செல்லாம் நோயாக நிரம்பியிருந்தவள் அவள் மகள் மைத்ரேயி. உள்ளுக்குள் மட்டுமில்லாமல் அவள் உடம்பெல்லாம் சிவப்பும் வெள்ளையுமாய் பரவியிருந்தாள்! அது

நோய் இல்லையென்று யாருக்குப் புரியப் போவுது. தன்னந்தனியே லோச்சனா மைத்ரேயியுடன்தான் போராடிக் கொண்டிருக்கிறாள்! இரண்டு கரிய பரிசல்காரர்களிடையே தலையில, தோள்களில் மூட்டைகளுடன் நீந்துவது ஒரு சிரமமாகத்தான் இருந்தது.

சென்னையிலோ டெல்லியிலோ ஏதோ ஒரு சானிடேரியத்திலோ, லெப்பரசி கேர் ஹோமிலோ தனிப்பட்ட டாக்டர்களிடமோ வசதியாக சிகிச்சை பெற முடியும். 'மைத்ரேயி?' மனதெல்லாம் ஒரு ஆங்காரம் மூலையிலெல்லாம் ஏதோ ஒரு கனல். உடலெல்லாம் ஏதோ ஒரு தேவை. இதை மருந்து கொடுத்தோ சிகிச்சை செய்தோ ஒடுக்க முடியாது. தன்னந்தனியே அவள் தன்னுடனேயே போராடினாள். ராகவன் அவளைப் புறக்கணிக்கவில்லை. அவளைவிட்டு ஓடித்தான் போனான். அதனால்தான் ராணி எல்லோரையும் புறக்கணித்து விட்டு அஞ்சினிக்குப் புறப்பட்டுவிட்டாள்.

கண்ணுக்கெட்டிய தூரம் வரை வெள்ளம்தான் கரைபுரண்டு ஓடிக் கொண்டிருந்தது. "ஏம்மோவ்? சுழி வருது சுழி! ஜாக்கிரதை! அடிச்சு நின்னுங்க! காலை ஒதச்சு நின்னுங்க. அய்யிரு வூட்டு ஆயி! இழுப்பு சொளட்டும்! அடிச்சு நின்னுங்க?' என்று கத்தினான் சாம்பனும், கலியனும், சலப் சலப்பென்று இரண்டு ஆணைவாய்ச் சுழிகள் போய் வேகத்துடன் லோச்சனாவின் குறுக்கில் கடந்தபோது அவள் தலைக்கு மேல் இருந்த மூட்டைகள் பற்சக்கரத்தில் சிக்கியது போல் சுழண்டு சிதறின. "அய்யோ!" என்ற அலறல் சாம்பனிடம் இருந்து கிளம்பியது. கலியனைக் காணோம். எங்க பார்த்தாலும் வெள்ளக்காடு மாலை வரை அஞ்சினிக் கரையோரம் எல்லாம் ஜனங்கள் நின்று வெள்ளத்தை வேடிக்கை பார்த்துக் கொண்டிருந்தார்கள். ஆத்தில் கோபுரம் கோபுரமாக நுரைகள் மிதந்தன. வீடுகளின் தகரக் கூரைகள், சப்பு சவுருகள், மனித சடலங்கள், செத்த நாய்கள், குப்பைக் கூளங்கள், வேருடன் மரங்கள் எல்லாம் மிதந்தன. ஆ எல்லாம் மிதந்தே ஒழிந்தன!

அஞ்சினி கிராமத்து ஜனங்கள் லோச்சனாவை நெருங்கவே பயப்பட்டார்கள். தொழுநோயின் வர்ணம் தெரியாமல் உடம்பெல்லாம் வர்ணம் பூசிக் கொண்டு நிற்கும் அவளை யாரும் தங்களுடன் சேர்த்துக் கொள்ள மறுத்துவிட்டார்கள். அவர்களுக்கெல்லாம் ரொம்ப பழக்கமான வெள்ளானை அய்யர் வூட்டுப் பொண்ணாச்சே அவள்! அதற்காகவே அவர்கள் அவள் செய்த எதையும் தடுக்கவில்லை... "தன்னந்தனியாக மூங்கித் தோப்புக்குள்ள ஒரு பொண்ணு இருக்காவாவுது? ஏழுவாளு முனி இருக்கு. அடிச்சுடாது?" என்றெல்லாம் சொல்லிப் பார்த்தார்கள். ஊர்ப் பெண்கள், "இதென்ன

எளவு! ஒடம்பெல்லாம் பச்சையும் செவப்புமாக படமெல்லாம் வரைஞ்சுக்குது" என்று. ஒரு நாளாய், ரெண்டு நாளாய் இருந்தால் பரவாயில்லை. வருஷங்கள் கழிய ஆரம்பித்ததும் ஜனங்களுக்கு லோச்சனா புரிந்து போனாள். ஆளண்டாத மூங்கில் தோப்புக்குள்ளே லோச்சனாவுக்காக பால்காரியும், தயிர்காரியும் போனார்கள். கீரைகளைப் புடுங்கிக் கொண்டு போகிற சாலியத் தெரு பெண்கள் அவளுக்கும் நாலு கீரைக் கட்டு கொண்டு போய் கொடுத்தார்கள். ஏகாலிகள் குடி பொண்ணுங்களும், குரும்பனும் வேலி அடைக்கிற முதலிகளும் அவளுக்காகவே போய் பேசிவிட்டுப் போனார்கள். அவளே மண்ணைக் குழைத்து சுவர் வைத்தபோது ஆசாரிகளும். கொல்லத்துக்காரர்களும் "அய்யரு வூட்டுப் பொண்ணுக்கு வந்த கெதியப் பாத்திங்களா? எல்லா எளவையும் இழுத்துப் போட்டுகிட்டு, இப்டி அல்லாடுது. இதுக்கென்ன விதி வந்துடுச்சு? இந்த மாதிரி ஆள் அண்டாத எடத்துலெ வந்து உக்காந்துறதுக்கு!" என்றார்கள்.

ராகவன் மிகவும் நல்லவன். எட்டு வருடங்களாக அவளை அண்டுவதே இல்லே! வியாதியாம்! அவளது அடங்காத் தனத்தைப் பொறுத்துக் கொள்கிறானாம். ஜனங்களும், அவன் தியாகம் செய்கிறானென்று டாக்டர்களை அழைத்துக் கொண்டு கார்களில் வந்து இறங்கி, அந்த மூங்கில் தோப்புக்குள் வந்து அவளைச் சிகிச்சைக்கு அழைக்கும் போதெல்லம் அவள் கணவனுக்கு அடங்கிய அமெரிக்கையானப் பெண்ணாக இருக்கும்போது, யாருக்கும் ஆச்சரியமாய் இருக்கும். இவளையா? பைத்தியம், தொழுநோயாளி என்றெல்லாம் சொல்கிறார்களே? என்று விபரீதமாய் இருக்கும்.

மெல்லிய கலர்களில் அவள் உடுத்தும் புடவைகள் ராகவனுக்குப் பிடிக்காது. அவளது ஓவியங்கள் அவனுக்குப் பயமுறுத்தல்களாக இருக்கும். இரண்டு பேரும் தனியாக இருந்தால் பேசுவதேயில்லை. ராகவனை ராணி ஏறெடுத்துப் பார்ப்பதுடன் சரி. ஒவ்வொன்றாய் ஐந்து வருடங்கள் கழிந்தபோது ராகவனின் தியாகம் அவளுக்கும் புரியிற மாதிரிதான் இருந்தது. இன்னொரு பெண்ணை கல்யாணம் செய்து கொள்ளாமல் இருக்கிற தியாகம் அந்தக் கிராமத்துக்கே ஆச்சரியமாகத்தான் இருந்தது போல அவளுக்குப் பயமாக இருந்தது. ராணி பயப்படுவாளா? பயம் இப்படித்தான் ஆரம்பித்தது. பயத்தைப் போக்கிக் கொள்ளத்தான் கும்பகோணத்துக்குப் போனாள்.

முத்துப் பிள்ளை மண்டபம் ஆஸ்பத்திரிக்கு அவள் சிகிச்சைக்காக போவதாக அம்மா, அப்பா, மன்னிகள் எல்லோரும் பேசி கொண்டார்கள். ராகவனைப் பார்த்து எல்லோரும் பரிதாப்பட்டார்கள். அவன் வயதில் அவன் செல்வத்துக்கு, அவன் அழகுக்கு. அவன்

உத்யோகத்திற்கு அவன் செல்வாக்குக்கு அவன் இப்படியெல்லாம் ஏகாங்கியாய் இருக்க வேண்டியதில்லை. ஆனால் அவனது ரகசியம் முழுவதும் லோச்சனா மட்டுமே அறிவாள். ஆனால் லோச்சனா சொல்ல மாட்டாள். கைநீட்டி வாங்கமாட்டாள். கெஞ்சி நிற்கமாட்டாள். எதையும் யாரிடமும் கேட்டு வாங்கவே மாட்டாளே!

தன்னந்தனியே வினோதமான உருவத்துடன் அந்தக் கிராமத்தின் மூலை முடுக்குகளிலெல்லாம் சுற்றிக் கொண்டிருந்த அந்தப் பொண்ணுக்கு யாரும் வேண்டாம். அவள் ஒரு தாய் இல்லை. யாருக்கும் அவள் தமக்கையில்லை. தங்கை இல்லை. மனைவி இல்லை. அவள் வெறும் மனுஷி! ஐந்தாறு வருடங்களாக அந்த மண்ணில் உழலும், சாதாரணமான மனிதர்களோடும். மனுஷிகளோடும் அவளும் ஒருத்தி. அவளே கல் அறுத்து பெரிய பெரிய செங்கற்கல்லாய்ச் சுட்டு அவளே வினோதமாய் கட்டிய அந்த வினோதமான வீடும் லோச்சனாவைப் போலவே, முரட்டுத்தனமாய் கவலையற்று இயற்கையின் சீற்றங்களை எதிர்த்து நின்றது.

வீட்டைச் சுற்றிலும் திருகு கள்ளிச் செடிகளை வைத்து வளர்த்திருந்தாள் லோச்சனம். மணல் மேடுகளில் உருண்டைக் கள்ளி பயிரினங்களை வளர்த்திருந்தாள். வினோதமான கேக்டஸ் இனங்கள் சிவப்பு நீலம் பூக்களை முள்ளுக்குள்ளிருந்து புஷ்பங்களை புஷ்பித்து வளர்த்திருந்தன. வீடுகளின் வாசல்கள் எட்டுப்புறமும் திறந்து கிடந்தன. வாசல்களுக்கு கதவுகள் இல்லை. சுவர்களில்லை ஆலய வாசல்கள் போல் சிற்பச் சாதுரியமாய் அவள் கையாலயே கட்டிய வாசல்களாய் இருந்தன. வாசலுக்கு நேர் எதிரே அவளும் அந்தப் பக்கத்து பறையர்களும் பள்ளர்களும் சேர்ந்து வெட்டிய குளம் ஒன்று நீல நிற தடாகமாய் காட்சி அளித்தது.

இதெல்லாம் யாருக்குப் பிடிக்கும்? யாருக்குப் பிடிக்க வேண்டும்? ஆனால் அந்தப் பக்கத்து மீன் பிடிக்கும் வலையர்களுக்கும் ஆடு வளர்க்கும் கிதாரிகளுக்கும் லோச்சனாவை ரொம்பப் பிடித்தது. அவள் தரும் காரமான டீயும் உப்புச் சுவை மிகுந்த எலுமிச்சை பழச்சாறும், பல காய்கறிகள், கீரைகள் மிதக்கும் சாம்பாரும், சோறும் அவர்கள் எங்கும் ருசித்ததேயில்லை. அந்தத் தொழுநோயாளிப் பெண்ணின் நோய் அவர்களுக்குத் தெரியவேயில்லை. ஏகாலிப் பெண்கள் கொண்டுவந்து கொடுக்கும் ஒவ்வொரு வெள்ளைத் துணியிலும் அவள் மெழுகால் வரைந்து கொடுத்த Batic (பேத்திக்) டிசைன்கள் அபாரமாய் இருந்தன. அந்த வீட்டுச் சுவர்கள் எங்கும் அவள் வரைந்த காளியின் உருவங்கள் சாந்தமாகிச் சிரித்தன.

ஒரு தடவை அப்பா வந்தார். "என்னடீது பொண்ணு இது?! இந்த நல்ல எடத்தெக் குட்டிச்சுவர் ஆக்கி வச்சிருக்கே? சப்பாத்திக் கள்ளி, குண்டுகள்ளி, திருகு கள்ளி, குச்சுக் கள்ளின்னு ஊருல இருக்கிற எல்லா முள்ளுச் செடியும் கொண்டு வந்து நட்டு வச்சு, என்ன எழவு இதெல்லாம்? ராகவன் ஒன்றுமே சொல்றது இல்லையா? ஒன் இஷ்டத்துக்கு விட்றான் பார். he is great. அவனை மாதிரி ஒரு புருஷன் கிடைச்சதுக்கு நீ புண்ணியம் செஞ்சிருக்கணும். ஒனக்கு ஒண்ணும் மனக்குறையில்லாம வச்சிருக்கானே? இத்தனை வியாதியிலும்..." என்றார்!

"யாருக்குப்பா வியாதி?" ராணி தலை நிமிர்ந்து சீறினாள். "ஒனக்குத்தான் வேற யாருக்கு?"

"எனக்கு வியாதியில்ல, உங்களுக்கும் உங்க மருமகனுக்கும்தான் வியாதி. எனக்கு இரண்டு வருடத்திற்கு முந்தியே சொஸ்த்தமாயிருந்தது."

"இந்த ரோஸ் பேட்ச்செல்லாம் அப்படிதானே இருக்கு. குணமாயிருந்துங்கிறயே?" "நான் சொல்லலையப்பா டாக்டர்ஸ் சொல்றா எனக்கெல்லாம் சரியாப் போயிடுத்தாம். இனிமே, நான் எல்லாரு மாதிரிதான் அப்டிங்கிறா."

"இதையேதான் எல்லாரும் சொல்றா ஆனா யாரு நம்பறா! ராகவன் கூடச் சொல்றானே? ஆனா ஓம் மூஞ்சிலே இன்னும் நீ எலை, பூ, கொடியெல்லாம் வரைஞ்சுக்கிறியே? அதெல்லாம் எதுக்காம்? மறைக்கிறதுக்கா? மூடுறதுக்கா?"

"நான் எதையும் மூடலைப்பா, நீங்களும் ஒங்க மருமகனும்தான் மறைக்கிறேள். மூடிக்கிறேள். பொதுவா உலகமே பூராவும் மறைச்சுக்கிறது மூடிக்கிறது. அப்டிங்கிறதுதான் உண்மையாருக்கு. எல்லாப் பொண்ணும்இ எல்லா மாடும். எல்லா மிருகங்களும், ஒங்களுக்கு ஒண்ணாயிருக்கணும். ஒழுங்கா தீனி தின்னணும். குட்டி போடணும், வேற மாதிரி இருக்கக்கூடாது இல்லையா? எனக்கு நோய் குணமாயிட்டாக்கூட நீங்க ஒத்துக்க மாட்டேள். எட்டு வருசமா வேற ஒருத்தியா இருந்தா - இவ இருந்த இடத்தில - இப்போ புல்லு மொளச்சிருக்கும். ஒங்களுக்கெல்லாம் ஒரு குடும்பம், வீடு, வாசல், உறவு எல்லாம் நீங்க விரும்புற மாதிரி இருக்கு, ஆனா எட்டு வருசமா நான் தனிய்யா இல்ல. எனக்குன்னு ஒரு முழு உலகத்தையே உருவாக்கி கிட்டதால நான் இடிஞ்சி போயிடல. என்னுடைய வேலையெல்லாம் இன்னும் ஓர் முழு ஆயிசுக்குப்

பாக்கியிருக்கு. நான் குமுஞ்சு போய் மூலையில் உட்கார்ந்திருந்தா என்ன ஆகியிருந்திருக்கும்"

"என்னமோ நீதான் சொல்றே? மனுஷா இல்லாமல் யாரையும் தண்டாம இப்படி ஒரு வாழ்க்கையா? இதைவிட டாக்டர்கிட்ட நர்ஸிங் ஹோம்லேயே நீ இருக்கலாம்..."

"ஆமாமா மூலையில போட்டு மூடி வைக்கிறதுக்கு நல்ல இடம் அதுதான்..."

"ஆமா லோச்சனம் நீ ஏண்டி இப்டி இருக்கே? எல்லாரு மாதிரியும் இருக்கப்படாதோ?..."

"இருக்கக்கூடாதுன்னு தானேப்பா இஞ்சப்போட்டு வச்சுருக்கேள்!"

வானம் இருண்டு வந்தது. மலை மலையாக மேகங்கள் அடர்ந்து வந்தன. அவள் ராகவனிடம் போவது அவளுக்கு மறந்து வந்தது. அவன் வரும் போதெல்லாம் தொடமாட்டானா? என்று மனம் தவிக்கும். ராணியா வாய்தெறந்து தொடு என்றா கேட்பாள்? அவளால் முடியாது. எப்போதாவது ஒரு முறையாவது அவள் கைகளைப் பிடித்து வைத்து லோச்சனத்தின் சின்ன, ஆனால் தடித்த உதடுகளைக் கவ்வ மாட்டானா? என்றிருக்கும். ஆனால் ராகவன் நிச்சலனமாய், கருணை வடிவாய் அவளைப் பார்த்துக் கொண்டு உட்கார்ந்திருப்பான். லோச்சனத்தைப் பாக்க வரும் அம்மா பொருமிப் பொருமி அழுவா. தங்கைகள் தூரத்திலிருந்து பரிதாப பார்வை பார்ப்பார்கள். மச்சினர்கள், மரியாதையோடு பழங்களைக் கொண்டு வந்து தருவார்கள்.

ஆஹா! உலகம்தான்! எத்தனை ஒழுக்கமாகவும், ஞாயமாகவும் நடந்து கொள்கிறது. அடடா! எங்கு பார்த்தாலும் கருணை வடிவங்கள். எட்டு வருடத்து தனிமையையும் அப்படியே கொஞ்சம் கொஞ்சமாய் அமுதத்திலிருந்து விஷத்தை சாப்பிட்டது போல் லோச்சனம் சாப்பிட்டிருந்தாள். லோச்சனா இந்தா ஒரே ரோஜாப்பூ கண்ணு? இந்தா ஒனக்கொரு ஜிலேபி. மகளே இந்தா ஒனக்கொரு வர்ணப்பெட்டி. டியர் மதர் இதோ உனக்கொரு கிஸ். லோச்சனா ஒனக்கு குணமாயிடுத்தாடா? அவள் கால்களில் சொட்டும் இரு துளி கண்ணீர் இந்தப் பரிசுகளை யாராவது அவளுக்கு கொடுத்ததுண்டா? இது பரிசுகள் என்று அவர்களுக்காவது. யாருக்காவது தெரியுமா? அவர்களெல்லாம் தியாகிகள், ஞாயவான்கள் இந்த உலகத்தைக் காப்பாற்ற வந்தவர்கள்.

மழை பெய்யத் தொடங்கியது. மழையில் நனைந்து கொண்டே கள்ளியும், முள்ளும் படர்ந்து கிடந்த அந்த தோட்டத்தில் மண் வெட்டியுடன் சேற்றில் நின்று ஒவ்வொரு செடியாக சுற்றிலும் மண் அணைத்துக் கொண்டிருந்தாள். மழையில் கள்ளிச் செடிகள் அசையாது நின்றன. கண்ணுக்கெட்டிய தூரம் வரை ராகவனைக் காணவில்லை. அது என்னவோ ராணியானாலும் ராஜாவைத்தான் மனது தேடுகிறது. ராகவன் இல்லாவிட்டால் என்ன? இந்த எட்டு வருடங்களும் நோயில் படுத்து. போராடி அலையுண்ட காலமெல்லாம் எல்லாரும் தூரத்திலிருந்தே கருணையைப் பொழிந்தார்கள். பெற்ற தாயிலிருந்து ஜாக்ரதையாக விலகிக் கொண்ட அசிங்கம் அவர்களுக்குப் புரியுமா? தினமும் அவளுடன் கஞ்சி குடிக்கும் கீதாரிகள் மறுபடி வரமாட்டார்கள். ஆற்றோரமாக மீன் பிடிக்கப் போகும் குறவர்கள், வலைவீசி விறால் பிடிக்கும் வலையர்கள், யாரும் அவளைக் கண்டு விலகியதும் இல்லை. நெருங்கியதும் இல்லை! தொழுநோயை வர்ணங்களால் பூசி மறைத்த போதும் அவர்கள் அவளுடன் அட்டகாசமாக பேசி சிரித்துக் கொண்டிருந்தார்கள். அவள் ஊற்றும் கஞ்சியில் அவர்கள் எப்போதும் தொழுநோயின் அருவருப்பைக் காட்டவில்லை. எப்போதும் திறந்து கிடந்த அவளது வீட்டில் அவர்கள் எந்த நேரத்திலும் ஏதாவது தின்னக் கேட்டார்கள். அவள் குடிக்கக் கொடுத்தாள். ஒரு நாள் ஒரு கீதாரி கேட்டான்.

“ஒன் ஒடம்பெல்லாம் இருக்கே இது குஷ்ட்டம் தானே?” அவள் சொன்னாள் “ஆமா”. அவன் முகம் வேறுபடவில்லை.

“ஆமா... ரொம்ப வலிக்குமோ?”

“ஏன் கேக்குறே?”

“இல்ல என்னோட பொண்டாட்டிக்கு கூட கைவிரலெல்லாம் தேஞ்சு சுண்டிப் போச்சு. ஒனக்கும் அப்டி ஆயிடுமா?”

“இப்போ ஓம் பொன்சாதி எங்கேயிருக்கா?”

“எனக்குத் தெரியாது.”

“பொஞ்சாதின்னு சொல்றே எங்கேன்னு தெரியாதா?”

“நாங்க கீதாரிங்க. ஆடுங்கதான் எங்களுக்கு எல்லாம். ஏங்கெடையெ ஓட்டிக்கிட்டு நான் இங்க வந்திருக்கேன். அவகெடைய ஒட்டிக்கிட்டு அவ எங்கயோ தெக்க திரிஞ்சுகிட்டிருக்கா. வருஷத்துல ஒம்பது மாசம் இப்டி பச்சையெ தேடிக்கிட்டு ஆடுங்களுக்காக ஊர் ஊரா திரிஞ்சுகிட்டே இருக்க வேண்டியதுதான்.”

அவள் அசந்து போனாள். லோச்சனத்துக்கு சுதந்திரக் காற்றின் வேகம் மூச்சை முட்டியது. பவிஷ்ட்டமான அந்த கீதாரி ஆண் மகனைப் பார்த்தாள். கருகருவென்று கருங்காலியில் செய்த சிலை போல.

“அவளுக்கு வியாதிங்கிறியே...? அத குணமாக்கலாம் தெரியுமா? ஆஸ்பத்திரிக்கு அவளெக் கூட்டிகிட்டுப் போ ஓம் பொண்சாதிதானே?”

“இப்போ அவளெ வேறொரு கீதாரி வெச்சுக்கிட்டான்”என்றான். அவள் தந்த காரமான டீயை உறிஞ்சியபடியே “டீ நல்லாருக்கு...” என்றான்.

“அவளுக்கு குஷ்ட்டம்ன்னு அவளுக்கே தெரியாதா? ஏன்னா அவன் அவள் பிரியமா வச்சுக்குவானா?”என்றாள் லோச்சனம். “பிரியமான்னா என்னங்க? புடிச்சுதானே வச்சுக்கிட்டான்.”

இடி இடித்தது. மழைக்குள்ளிலிருந்து மின்னல்கள் வெட்டி வாங்கின.

ஜோ... வென்ற மழையில் எதிரே தெரிந்த காவிரி ஆறு. பின்னால் தெரிந்த கோரை ஆறு யாவும் மழை திரையால் மூடுண்டன. இருட்டிக் கொண்டு வந்த ஓலத்தில் இடிகள் குலுங்கின. பெருமழையின் காற்றில் அங்கு வளர்ந்து கிடந்த குத்துக் கள்ளிகள் அசைவுற்றன. சுற்றிலும் தெப்பமாய் நெனைந்து போன லோச்சனா வாசலை நோக்கி ராகவனை எதிர்பார்த்தாள் இன்னும் பைத்தியமாய், இனியும் முட்டாளாய் நின்று கொண்டிருந்தாள். அவளுக்கே அவளது உடலின் கேவலம். மனதின் அசிங்கம். தெரியத்தான் செய்தது. அவளது வாழ்வில் இனி செய்ய வேண்டியது என்ன என்று சொல்லக் கூட அவளுக்கே தேவைப்பட்ட பலவீனம் ஆச்சர்யமாய் இருந்தது! மழையில் அவள் மேனியில் வரைந்திருந்த ஓவியங்கள் யாவும் சுத்தமாய் கலைந்து ஓடியிருந்தன. சுத்தமாக அவள் விரல்கள் முகம் யாவும் குளிர்ந்து மலர்ந்திருந்தன. அவளது உடல் முழுவதும் ஆரோக்கியத்தின் தாதுக்கள் முண்டி எழுந்து கொண்டிருந்தன. அவள் இனி தொழுநோயாளி இல்லை. மனதிற்குள் இருந்து அவள் சுதந்திரக் காற்றை மீண்டும் சுவாசித்தாள்! இனி அவளால் அஞ்சினியில் இருக்க முடியாது. மனதிலே ஒரு பேரொளி எழும்பி வானத்தை ரெண்டாக கிழித்தது. ஒரு இடி மின்னல். ஆற்றின் எதிர்க்கரையில் நின்ற ஒரு தென்னை மரத்தின் மீது அந்த இடி இறங்கியிருக்க வேண்டும்.

அந்தக் கொட்டும் மழையிலும் அந்தத் தென்னை மரம் இடி இறங்கியதால் தீப்பற்றி சடசடவென்று கொழுந்துவிட்டு எரிந்தது. பிசாசு போல் சடை விரித்து, நெருப்புக் கங்குள் சிதறி தென்னை

மரத்தின் இளநீர்க் காய்கள் நாலு புறமும் வேட்டுகள் போட்டுச் சிதறின.

இனி லோச்சம் தனி மனுஷி இல்லை. அவள் மனதிலிருந்து அந்த தென்னைமரம் திகுதிகுவென பற்றி எரிந்து அடங்கியது. இனி அங்கு புயலோ, மழையோ. சூறாவளியோ எதுவுமில்லை. காற்று அடங்கிவிட்டது வழி திறந்து விட்டது.

கட்டிய ஈரச் சேலையுடன் கையில் எதையும் எடுக்காமல் தான் கட்டிய அந்த வீட்டின் வாசலில் இருந்து இறங்கினாள் லோச்சனம். ஆற்றங்கரையை நோக்கி திடமாய் முடிவுக்குள் வந்தவளாய் வேகமாய் நடந்தாள். ஆற்றுத் துறையில் பரிசல்காரர்களைக் காணோம். ஆற்றில் வேகமாய்ப் பாய்ந்து கொண்டிருந்த பெருவெள்ளத்தில் சற்றும் அஞ்சாமல் தொபீர் என்று குதித்து எதிர்க் கரையை நோக்கி நீந்திலானாள். சுழல் நீர் யானைகள் வாய் பிளந்து அவள் இருபுறமும் கழன்றன. சுழல்களைக் கால்களால் உதைத்து இரு கைகளையும் வீசி நீந்தினாள் லோச்சனா! ஆற்றின் மேற்பரப்பு மழை முத்துக்களை வாரி இறைத்தன. சற்றும் குறையாத மழையில் ஏறத்தாழ முக்கால் மணி நேரத்துக்கு பின்னர் வெகுதூரம் எதிர்க்கரையில் அஞ்சினிக்கு மேற்கே கரையேறினாள் லோச்சனா.

இனி அவள் தன்னந்தனியவள் அல்ல. இந்த உலகில் வாழப்போராடிக் கொண்டிருக்கும் கோடிக்கணக்கான பிஞ்சுகளில் அவளும் ஒருத்தி. அண்டம் குலுங்கினாலும், அவள் குலுங்காமல் தொடர்ந்து சுதந்திரக் காற்றை சுவாசித்தபடி அவள் தன்னந்தனியளாய் இந்த உலகமாகி விடுவாள். மழை தன் வலிமையெல்லாம் சேர்த்து அவளை அடித்துத் துரத்தியது. அவள் லோச்சனா எல்லாவற்றையும் விட்டுவிட்டு எல்லாமாகிப் போனாள்.

(சுபமங்களா, ஜனவரி, 1993)

கடைசிக்கட்டி மாம்பழம்

துவைக்கல்லில் உட்கார்ந்திருந்த தர்மம், தன் முழங்கால்களைக் கட்டிக் கொண்டு, தன் முழங்கால்களுக்கிடையே முகத்தைப் புதைத்துக் கொண்டு, பட்டுப்பாவாடைக்கு வெளியே தெரிந்த கால்களின் பெருவிரல்களையும் கிளியின் அலகுபோல் இருந்த நகங்களையும் விரல்களால் பரிசோதித்தபடி சுகமாக அழுது கொண்டிருந்தாள். அழுவது தர்முவுக்கு ரொம்பப் பிடிக்கும். முணுக்கென்றால் அழ ஆரம்பித்து விடுவாள். யாரும் அவளைத் தடுக்க முடியாது. கிணற்றடிதான் அவளுக்கு அழுது கொட்ட ஏற்ற இடம். அம்மா உள்ளே பொரிந்து தள்ளிக் கொண்டிருந்தாள். சமையல் அறையின் பின் ஜன்னல் வழியாக அம்மாவின் பொருமலும் அடுப்புப் புகையும் ஒன்றாகவே வெளியேறிக் கொண்டிருந்தன.

“இப்ப முடியாதுங்கிறானாமே! முடியாதமில்ல? ஏன் முடியாதுங்குறான்? நம்ப பொண்ணு இருக்குற இருப்புல இருந்திருந்தா இப்டியெல்லாம் அவன் பேசுவானா? உம்முன்னா போதும் கையில் ஒரு பாவாடையைத் தூக்கிக்கிட்டு கொல்லக் கிணற்றடிக்குப் போய்டுவா. அப்றம் திரும்பி உள்ள கூப்ட்றதுக்குள்ள ப்ராணம் போய் ப்ராணம் வரும். நம்ப புள்ளைக்குத் துப்பு இல்லெ! நமக்கோ பொழைக்கத் துப்பு இல்லெ!

ஆம்பளை இல்லாத வூட்ல எல்லாத்தையும் தலையில் ஏத்துக்கிட்டு பத்து வருஷமா இருந்து வடிக்கிறான். வாயைத் தொறந்து ஒண்ணும் கேட்க வேண்டியதில்லே. எல்லாம் தானா நறுவுசா நடத்திப்புடுவான். அருமை அருமையா தாங்கி, தாயா புள்ளையா கூடவே காவலுக்கு நிப்பான். என் ஆயுசுக்கும் இப்டி ஒரு புள்ளையெப் பாத்ததுல்லெ. ஆம்பளையுள்ள இப்டி ஒரு பயலெ எவளுக்காவது கெடைக்குமா? நம்ப வூட்ல இருக்குற முண்டம் அதுக்கு நைச்சியமாய்ப் பேசத் தெரியிதா? பன்னண்டு வயசுலருந்து பழகறா, இன்னும்கூட வளைச்சுப்போடத் தெரியலே. நான் என்ன இழுத்துக்கிட்டு ஓடுடீன்னா சொல்றேன்? கல்யாணம் பண்ணிக்கத்தானே சொல்றேன்?”பெரும்பாலும் அவனும் இங்கேதான்

சாப்டுவான். அவனுக்கு வீடு நெல்லுமண்டிக்காரத் தெருவுல இருக்கு. பதினஞ்சு, பதினாறு வருஷத்துக்கு முந்தி மதுரம்பாள் புருஷன் வடிவேலு பட்டாளத்துல உயிர் விட்டப்போ குடும்பம் தெருவுக்கு வந்தது. பங்காளி யாரும் அண்டி வந்து பாக்கலெ. ஏன்னா? புள்ளமார் வீட்டுப் பொம்பளைய இழுத்து வச்சுக்கிட்டவன் வடிவேலு. கட்டிக்கிட்ட தாலியக் கூட சாதிசனம் எதுவும் மதிக்கலெ. நாப்பது வருஷத்துக்கு முந்தி பட்டாளத்துக்குப் போயி, பட்டாளத்தோடயே ஜீரணிச்சுப் போனாரு வடிவேலு. ஒவ்வொரு முறை லீவுக்கு வரும் போதும். ஒவ்வொரு புள்ளையா பெத்துடுவா மதுரம்பா. புள்ளைங்க யாரும் அப்பாவோட நிரந்தரமா வாழ்ந்ததே இல்லெ. வரிசையா புள்ளக்குட்டி நிறைந்த வீட்ல மூத்தது பொம்பளப் புள்ளையா பொறக்கவே கூடாது. எல்லாத்துக்கும் தொக்காப் போய்டும். நாலஞ்சு தங்கச்சியோட தர்மு முதல் பொண்ணா படிச்சு கரையேறி பி.ஏ. பாஸ் பண்ணி, டைப். ஷார்ட்ஹாண்ட், புக்கீப்பிங் பாஸ் பண்ணி யுனிவர்சிட்டி அக்கவுண்ட்ஸ் செக்ஷனல்லெ பைனான்ஸ் ஆபீஸரா வேலைக்கு சேர்ந்து... அப்புறம் இடுப்பு ஒடிஞ்சு குடும்பம் ஏந்திரிக்க ஆரம்பிச்சுடுச்சு.

இரண்டாவது குட்டி லலிதா க்ராஃப்ட்ஸ்ல வேலையா இருக்குறா. ரூ.1500 சம்பளம். அடுத்தது நாகலக்ஷ்மி போலீஸ் டிபார்ட்மெண்ட்டுல போலீஸா சேர்ந்து இருக்குறா. அதற்கடுத்த பொண்ணு ஜோதி மெட்ராஸுல ஏதோ ஒரு புத்தகக் கம்பெனியில வேலெ பாக்குது.

ராஜலெக்ஷ்மி டெல்லி போயாச்சு. என்.எஸ்.ஐ சில டைரக்டர். அதுக்குக் கீழ் இன்னும் நாலு இருக்கு. ஒரே ஒரு ஆம்பளப் புள்ளெ பத்தாங்கிளாஸுல படிக்கிறான். அதுக்கும் முன்னால் இன்னும் மூணு பொண்ணு இருக்கு. எல்லாம் பள்ளிக்கூடத்துல, காலேஜுலன்னு படிக்கிதுவ.

குடும்பம் என்னவோ இன்னைக்கு வாழைத் தோப்பு மாதிரி பச்சுப் பச்சுன்னு பசுமையா வளர்ந்து எல்லார் கண்ணையும் கரிக்குது. மாசம் பொறுந்தா ரூ.4,000 மணியார்டர் மட்டும் வருது. மணியார்டருக்கு இனாம் மட்டும் பத்து ரூபாய கொடுக்கிற வீடு மதுரம்பா வீடு மட்டும்தான். இதுவும்கூட தெருவு பூராவுக்கும் வயித்தெரிச்சல்தான். நாதன் இல்லாத குடும்பம்! 20 வருஷத்துக்கு முந்தி தெருவில நின்ன குடும்பம். வடிவேலு பட்டாளத்துல மண்டையெப் போட்டப்போ பங்காளி எல்லாம் கமுக்கமா சிரித்ததுவ. “இவளக் கட்டிக்கிட்டு வந்தானே?! தஞ்சாவூர்ல

பொண்ணு இல்லேன்னா? எல்லாம் கள்ளச்சிவ பொண்ணு எவளும் இல்லையா?"அப்டின்னு மண்ணவாரித் தூத்துனதுவ.

நாளு கெழமைன்னு யாரு வூட்டுக்குப் போனாலும் முதுகு பின்னால் 'ஹம்'ன்னு ஒரு கேலிச்சிரிப்பு! 'ஹல்'ன்னு ஒரு நக்கல்! கெழவிக கூட இவ கழுத்தையும், காதையும் உத்து உத்துப் பாக்கறது!

இப்டி எல்லாம் எவ்வளவு சகிச்சிருக்கா மதுரம்பா? அடேயப்பா! உலைவாயை மூடலாம்!

கலியராஜன் இந்த வூட்டுக்குள்ளப் பூந்தப்பக்கூட எவ்வளவு கேலி, எவ்வளவு கிண்டலு. கலியராஜனை மதுரம்பா 'வெச்சுருக்கா'அப்டின்னு பல ஊடுவள்ல எச பேசலெ? எவ மண்ணவாரித் தூத்தல?

கலியராஜன்கிட்டே "நீ இந்த வூட்டுக்குள்ள வராதப்பா! ஆம்பளை இல்லாத வூடு, நாலு பேரு நாலும் பேசுவான். நாக்கில நரம்புல்லாதவளுவ எது வேணுன்னாலும் பேசுவாளுவ. இனிமே என் பொண்ணுவல்லாம் கரையேறணும். அதுவரைக்கும் எங்கவூட்டுக்கு வராதே! ஓங்கிட்டே கையை நீட்டி எவ்வளவோ காசு வாங்கி இந்தக் குடும்பத்துக்குன்னு. அட நீ கொஞ்சமா செஞ்சிருக்கே? ஆனா இனிமேல் வேண்டாம். படிக்கிறதுக்குன்னு. பள்ளிக் கூடத்துக்குன்னு எவ்வளவு காசு யாருக்கும் தெரியாம கொண்டு வந்து கொடுத்திருக்கே? உங்கவோ, திங்கவோ மட்டுமா ஒறவு? வேண்டாம் தம்பி நீ எதையோ நெனச்சுக்கிட்டு இந்த வீடே கதின்னு அலையிறது நல்லதுல்லெப்பா, பத்துப் பொண்ணு பெத்தவ சொல்றேன். இந்தக் குடும்பம் பூராத்தையும் நீ தாங்கி சொமக்க முடியாதுப்பா! இனிமே இங்க வராதே? எனக்கே சகிக்கல!"என்று கலியராஜனைப் பதினஞ்சு வருஷத்துக்கு முன்னாலேயே விரட்டு விரட்டுன்னு விரட்டினவதான் மதுரம்பாள். ஆனால் முடியல்லே இப்ப?!

கலியராஜன் ஒரு முரட்டுப் பயல். பள்ளிக்கூடத்துல படிக்கிற காலத்துலேயே கலியராஜன் இந்த வீட்டுக்குள் வந்து நொழைஞ்சப்பவே அவனோட ஒறவு கொண்டாடுறதுல அந்த வீட்டுக் குட்டிகள் எல்லாத்துக்கும் ஒரே வேகம்தான். ஒரு பேங்க் ட்ராஃப்ட் மாத்துறப்போ தர்மு அவனே அவங்க அப்பா வடிவேலுக்கு சொந்தம்ன்னு கண்டுபுடிச்சா. பதினாறு, ஊரு ஒற மொறையில் ஒறவு எங்கயாவது ஒட்டிக்கிட்டுத்தான் இருக்கும். கருகருவென்று சுருண்ட முடியும். பளிச்சென்ற பெரிய விழிகளும், அகன்ற புருவங்களும், பெரிய மாரும் முதுகுமாய் முறுக்கிய

மீசையுடன் 'சொட்ட வாழக்குட்டி' என்பார்களே அது மாதிரி ஆள் கருக்கா இருப்பான். தர்மு அவனைக் காரணமில்லாமலே வீட்டுக்குக் கூப்பிட்டாள்.

"ஒரு தடவை அப்டியே வீட்டுக்கு வந்துட்டுப் போங்களேன்" என்றாள். வீட்டுக்கு வந்ததும் இவன் ஏன் வந்தான் சும்மாதானே கூப்பிட்டோம். கூப்ட்ட ஒடனே வந்துட்டானே. அம்மா என்ன நெனைக்கும் தங்கச்சிவ எல்லோரும் என்ன பேசுவாங்க. அக்கம் பக்கத்துப் பொண்டுவ அப்டியே நட்டுக்கிட்டுப் பாக்குங்களே! என்றெல்லாம் பயப்பட்டாலும், அவன் கண்களைப் பார்த்து அடங்கிப் போனாள்.

"எதுக்கு வந்திருக்கான்?" என எண்ணமிட்டபடியே "வாங்க உள்ள வாங்க ஏன் அங்கேயே நிக்கறீங்க?' என்றாள்.

"யாருடி இது?" என்று கேட்டபடியே அடுத்தடுத்து தங்கைகளும் உள்ளேயிருந்து வந்து, நிலையைப் பிடித்துக் கொண்டு, அவனை முற்றுகை இட்டார்கள்.

"இவங்கள்லாம் ஒங்க தங்கச்சிங்களா?"எனக் கேட்கும்போதே. "யாரும்மா வந்திருக்கிறது?"எனக் கேட்டுக் கொண்டே உள்ளேயிருந்து வந்த மதுரம்பாள். கலியராஜனைப் பார்த்து அசந்து போனாள். தினமும் சிங்கப்பெருமாள் குளத்தில் குளிக்கும்போது அவனைப் பார்க்கிறவள்தான் இவள். ஒரு பார்வையிலேயே பெண்கள் ஆம்பளைகளைக் கண்டுபிடித்து விடுவார்கள். கலியராஜனை மிக நன்றாகப் புரிந்தது மதுரம்பாளுக்குத்தான். அவனுடைய தோற்றமே வித்தியாசமாக இருந்தது அவளுக்கு. மதுரத்துக்கும் அவனுக்கும் 20 வயது வித்தியாசமிருந்தாலும், ஒரு ஆம்பளைய இன்னும் திரும்பிப் பாக்க அவளுக்கு இருந்த திமிரைப் பற்றி அவளே வருத்தப்பட்டு, எட்டு நாள் விரதம் இருந்து, தண்ணீரோட அம்பாளுக்கு வேண்டுதல் செய்து விரதத்தை முடிச்சது இன்னும் ஞாபகமிருக்கு. கலியராஜன் யார்? என்ன செய்கிறான்?

ஏன் இங்கே வர்றான்? அப்டின்னல்லாம் கவலைப்பட வைத்து விட்டான். ஆனா கலியராஜன் வர்றதெ நிறுத்தவே இல்லெ. தஞ்சாவூர் பர்மனன்ட் பேங்க்ல கேஷியரா வேலை பாக்குறான். கை நிறைய சம்பளம் வாங்குறான். பி.ஏ.பி.எல். பாஸ் பண்ணியிருக்கான். ஏழெட்டு கம்பெனிக்கு அக்கவுண்டண்டாவும் லீகல் அட்வைசராகவும் இருக்கான்.

போதாது? ஒரு தாய்க்கு ஒரே புள்ளை. அக்குத்தொக்கு கிடையாது. அவங்க அப்பா நூறு வேலி ஜமீன்தாரா மன்னார்குடிக்குப்

பக்கத்துல அரண்மனைக்காரன் தளம்தான் அவங்க ஊரு. என்னமோ தர்மு கிட்ட சொக்கிப் போய்ட்டானோ என்னமோ கலியராஜன். தூங்குறது மட்டும்தான் அவங்க வீட்ல. அப்றம் நாள் முச்சூடும் பேங்குக்கு வேலைக்குன்னு கழிஞ்சாலும் மீதி நேரம்லாம் இஞ்ச மதுரம்பா வீட்லதான்.

ஆரம்பத்துல யாரும் ஒட்டலைன்னாலும் தினமும் மூணு வேளையும் வந்து வீட்டுப் பொறுப்பை எல்லாம் தாந்தலையில எடுத்துப் போட்டுக்கிட்டு மாங்கு மாங்குன்னு எல்லா வேலையும் செய்ய ஆரம்பிச்சப்போ, மதுரம்பாளுக்கு மட்டுமில்ல. வீட்டுக்குள்ளற வரிசையா உக்காந்து. அடுக்கா கோபுரத்து பொம்மை மாதிரி சுருட்டைத் தலைமுடியோட தலைபின்னிக் கிட்டிருந்த ஒம்பது பொண்ணுங்களுக்கும்கூட வெட்கமாகவும், அருவருப்பாகவும் கூட இருந்தது. “போ போ” ன்னு சொல்லாதவைங்க அந்த வீட்ல யாரும் இல்லெ. மதுரம்பா வெளியே வர்றதையே நிறுத்திட்டா. ஆனாலும் கலியராஜன் வண்டியெ ஓட்ட ஆரம்பிச்சிட்டான்....

முன்னறையில் எப்பவும் கலியராஜன் உக்காந்து அந்த வீட்டுக்கு வேண்டிய ஏதாவது ஒரு காரியம் பத்தி நாகலட்சுமி கிட்டயோ, ஜோதிகிட்டயோ பேசிக்கிட்டு நிக்கிறதை அந்த வீட்டுக்குள்ளறயே கூட யாராலயும் தடுத்திட முடியலே. தர்மு விலகி விலகி ஒதுங்கிப்போனா. ஆனா கலியராஜன் ராத்திரி 10 மணி வரைக்கும் பத்து வயசுக்குட்டி விஜயவோட விளையாடிக் கொண்டே தூக்கிக் கொஞ்சிக்கிட்டு இருக்கிறதைத் தடுக்க முடியல்லெ. அவனுடைய இருப்ப மாத்தி அவனை விரட்டி அடிக்கணும்ன்னு அந்தத் தெருவுல உள்ள ஒவ்வொரு ஆணும், பொண்ணும் ஆத்திரமா திட்டினாங்க. கோள் குண்டுமணி பேசுனதுவ எல்லா பொம்பளையும்.

பொம்பளைங்க வேலிக் காட்டாமணி ஓரமா நின்னு ‘குசு குசு’ன்னு விஷயமா பேசினாங்க. ஆனா கலியராஜன் வரும்போது எல்லாரும் சடக்குன்னு மரியாதையா சிரிச்சாங்க. கலியராஜனும் அந்தத் தெருவிலிருக்கிற ஊட்டுக்கல்லாம் சாதாரணமாப் போய் நின்னு. “என்னத்தை? எப்படி இருக்கீங்க? மாமா எப்டி இருக்காங்க? என்னா கொழம்பு வச்சிருக்கீங்க? சாப்ட வரலாமா? ஒங்க கலருக்கு நீலப்பொடவை நல்லாயில்ல. மல்லியப்பூ வக்யாதீங்க. கதம்பமும். ரோஜாப்பூவும்தான் ஒங்களுக்கு லாயக்கு” என்றெல்லாம் பேசும்போது அந்தப் பெண்கள் அவனுடைய களங்கம் இல்லாத விழிகளில் கலந்து போனார்கள்.

“வாப்பா! ஏதோ ஏழைக்கேத்த எள்ளுருண்டை இருக்கு! சாப்புடேன்?” அப்டீம்பாங்க.

தர்முவெக் கேட்கமாலேயே அவளுக்கு காலேஜ் ஃபீஸ் கட்டினான் கலியராஜன். அவள் ஆத்திரமாக, கோபமாகக் கத்தியபோதெல்லாம் கோபப்படாமல் அவளுக்கு வேண்டிய துணையாக நின்றான். கூடவே போய் லஞ்சம் கொடுத்தான். வேலை வாங்கித் தந்தான்.

ராஜலெட்சுமியை வேலையில் சேர்த்துவிட்டதும் அவன்தான். மதுராம்பாள் திட்டத்திட்ட அரிசி மூட்டைகளையும், உளுந்து, மிளகாய் பாரங்களையும் கொண்டு வந்து இறக்கினான். ஊரார் கண்களை எண்ணி லலிதா அழுதபோது. அவளைக் கொண்டு போய் பெரிய உத்யோகம் செய்வித்தான். கொல்லைப் பக்கம் இருந்த வேலியையெல்லாம் பிடுங்கி எறிந்துவிட்டு யாரைப் பற்றியும் கவலைப்படாமல் சிமெண்டில் சுத்து மதில் சுவர் வைத்து கோட்டைபோல் மூடினான். கிணறு தூறு எடுத்து அதில் ஒரு மோட்டார் ஃபிட்டப் பண்ணியபோது மதுரம்பாள் நடுங்கிப் போனாள்.

“என்ன எளவுக்குடா இது? பகவானே ஊரு வாயி எல்லாம் பூந்து பொறப்புட வைக்கிறானே! இந்தப் பய? நாசமத்துப் போவ! கேட்கிறவளுங்களுக்கெல்லாம் பதில் சொல்லி மாளலையே! என்னத்துக்கு இதெல்லாம் செய்யிறான்? எப்படி திருப்பிக் குடுக்க? கடன்காரியாவே சாவணுமா? யாரு கூப்ட்டா இவன? ஏன் வந்து தாலியறுக்கிறான்?”என்று சமையல்கட்டுக்குள் துமுறடியா பொலம்பிக்கிட்டே இருக்கும் மதுரம்பா!

மதுரம்பா ஒரு பக்கம் கத்திக்கிட்டு இருக்கும்போது. இன்னொரு பக்கம் தர்மாம்பா அமைதியா தனியா கலியராஜன்கிட்ட கேப்பா:

“ஏங்க ஒங்களுக்கு இந்தத் தும்பம்? என்னத்துக்கு எங்களக் கட்டிக்கிட்டு இப்டி அழுவுணும்? நல்லாப் படிச்சிருக்கீங்க. நிறைய சொத்துக்கு ஒரே புள்ள நீங்க. என்னத்துக்கு எங்கள கடனாளி யாக்குறீங்க? நீங்க ஒதவி செய்றீங்க, நாங்க வாங்கிக்கிறோம். மானம் போற மாதிரி அம்மா பேசுது. அக்கம் பக்கம்ல்லாம் ஏற்கனவே என்னென்ன அசிங்கமெல்லாம் பேச முடியுமோ பேசுறாங்க. அவ அவ வூட்டுல ஆயிரம் கோளாறு இருந்தாலும் வெளிய எல்லாம் ஒரே சுத்தபத்தமா பேச்சு மட்டும் நறுக்கா, கருக்கா கெளம்பும். வேண்டாங்க அன்னைக்கி இந்தக் கார வூட்டுக்காரரு நான்

போகும்போதே. "என்னம்மா எப்ப கல்யாணம் பண்ணிக்கப்போறே? கலியராஜன் என்ன சொல்றான்?" அப்படிங்கிறாரு."

"இதெல்லாம் நடக்கிற காரியமா?' அப்டின்னு நானும் சிரிச்சுக்கிட்டே வந்துட்டேன். பத்து வருஷமா இதே கதையாதான் இருக்கு. ராத்திரில அம்மா சொல்லிக்கிட்டு அழுவுது. "அவனெ திட்டித் தொரத்தனும்ன்னுதாண்டீ ஒவ்வொரு நாளும் நெனைக்கிறேன். ஆனா காலையிலேயே காய்கறி சாக்கு ஒண்ணத் தூக்கிக்கிட்டு அழையாத வீட்டுல நொழையிற விருந்தாளியா வந்து படியேறும்போது உள்ள வராதடான்னு எப்டிச் சொல்றது? ஓங்கப்பன் போற போக்குல இவன்ட்ட மாட்டிவுட்டுப் போய்ட்டான்"ங்குறாங்க. எனக்கும் ஓங்களப் பாக்குறப்பல்லாம் மனசுக்குள் என்னமோ முணுமுணுங்கும். இப்பகூட இதெல்லாம் உங்கிட்ட பேசுறதுல அர்த்தம் இல்லைன்னுதான் தோணுது. ஆனால் என்னமோ பயமாயிருக்கு! ஓங்களுக்கு தெரியுமோ தெரியாதோ! ஓங்க பேரைக் கேட்கும் போதெல்லாம் என்னமோ ஒரு திகில்! பெரிய வூட்டுப்புள்ள நீங்க! எது செஞ்சாலும் சரியாத்தான் இருக்கும். நாளைக்கு நீங்க எப்டி இருந்தாலும் எல்லாரும் நீங்க செய்யிறது எல்லாம் சரிம்பாங்க. ஆனா இந்தப் பதனஞ்சு வருஷமா எல்லா கெட்ட பேரையும் நாங்க வாங்கிக்கிட்டாக் கூட உங்கள் கெடுத்துப்புட்டோம்ன்ற ஒரே ஒரு கெட்ட பேரை மட்டும் நாங்க யாருகிட்டேயிருந்தும் வாங்கக் கூடாது" என்று சொல்லிக் கொண்டிருக்கும்போதே தர்முவின் மார்புகள் விம்மி அடங்கின. கண்கள் சிவந்து பொலபொல என்று கண்ணீரைக் கொட்டின. மூக்கு நுனி சிவந்து புருவக்கொடிகள் பாம்புகளாய் நெருங்கின. வாயைத் திறந்து விம்மியபோது, நெஞ்சின் சூடு ஆவியில் பொரிந்தது.

அவளையே ஏறிட்டுப் பார்த்தபடி கலியராஜன் உட்கார்ந்திருந்ததைப் பார்த்தபடி அந்தப் பேச்சையெல்லாம் கேட்காதது போல ஒரு முகபாவத்துடன் அவர்கள் இருவரையும் கடந்துபோன சுநந்தாவின் கண்களும் சிவந்து கண்ணீர் கரை கட்டியிருந்தது.

"என்ன தர்மூ நீட்டமா லெக்சர் அடிக்கிறே? ஓங்க வீட்ல எது பேசணும்ன்னாலும் யாராவது ஒருத்திகிட்ட பேசுனா போதுமே. சின்னக் குட்டி விஜயாகிட்ட பத்து வருஷத்துக்கு முன்னாடியே இதுக்கெல்லாம் பதில் சொல்லியிருக்கேனே? நான் விஜயா வெத்தான்டீ கட்டிக்குவேன் போதாதா?" உள்ளேயிருந்து அதற்கு பதில் வந்தது. விஜயாதான் பதில் சொன்னாள் கணீரென்று.

"அதையாவது சீக்கிரம் செஞ்சு தொலைங்களேன் மாமா. நானும் கெஞ்சிக்கிட்டேதானே இருக்கேன்" அப்போது-

"நிச்சயமா பண்ணிக்கிறேன்டீ! இன்னொரு பத்து வருஷம் ஆகட்டுமே? எல்லாரும் கரையேறிட்டா நீயும் நானும் ராமேஸ்வரம் போயிறலாம் பாரு! அங்கேயிருந்து காசிக்குப் போனா ஒரேயடியா தலை முழுகிறலாம்!" என்று சொல்லி கலகலவென்று சிரித்தான் கலியராஜன்.

சட்டையை அவிழ்த்து கொடியில் போட்டுவிட்டு, முற்றத்தில இறங்கி வழக்கம்போல் குழாயைத் திறந்துவிட்டு இடுப்புத் துண்டோடு குளிக்க ஆரம்பிச்சான். பைப்பிலிருந்து அருவி மாதிரி தண்ணீர் கொட்டியது. தண்ணீரில் ஒரு சின்ன கோயில்சிலை அபிஷேகம் ஆவது போல் இருந்தது சுநந்தாவுக்கு. உள்ளேயிருந்தது அவன் கேட்குமுன்னே சோப்புப் பெட்டியைக் கொண்டு வந்து நீட்டினாள் சுநந்தா. அதை வாங்கிக் கொண்டு நுரையில் புகுந்தான் கலியராஜன். சுற்றிலும் சுநந்தாவோடு ராஜலக்ஷ்மி எல்லாரும்!

தர்மாம்பாவுக்கு ஆத்திரமாக வந்தது. "என்ன சுவாதீனம் இந்த தடியன் கலியராஜனுக்கு? யாருக்கும் அடங்காத திமிரு? நான் என்னடீ கேக்குறது அப்டீன்னு ஆம்பளை இல்லாத வீட்ல ரொம்ப நாளைக்கு முன்னாடி பூந்து. அதிலேயே லயிச்சுப் போய்ட்டான். பேங்கு நேரம் போக மத்த நேரம்ல்லாம் இங்கயேதான் இருப்பான். ஒரு ஆம்பளைன்னா வேற வேலையா இருக்காதா? திடீர்ன்னு முத்தத்துல கட்டிலெ இழுத்துப் போட்டுப் படுத்துக்கிட்டு தூங்கிக் கிட்டு இருப்பான்!

எப்பவாச்சும் சுத்தமா சட்டை வேட்டி எல்லாத்தையும் கழட்டி எறிஞ்சுட்டு நெய் பூசின சிலை மாதிரி ஒடம்பு பூரா எண்ணெயைப் பூசிக்கிட்டு வெய்யில்லெ என்னமோ அவுங்க வூட்டுல உக்காந்துருங்க மாதிரி சுத்தமா. சுவாதீனமா அங்கேயே உக்காந்துக்கிட்டு காய்வான். ஆபீஸ் லெட்ஜரை எல்லாம் அடுக்கி வெச்சுக்கிட்டுப் பார்க்குறதும். சின்னக்குட்டிவளுக்குப் பாடம் சொல்லிக் கொடுக்குறுதும், பொம்பளப் புள்ளைங்களக் கூப்ட்டு சுத்தி உக்கார வெச்சுகிட்டுப் பாட்டு சொல்லிக் கொடுக்குறதும், வெக்கங்கெட்டுப் போயி இந்தக் குட்டிங்களும் அவனையே சுத்திச் சுத்தி வர்றதும், அவன் கழுத்தைக் கட்டிக்கிட்டுத் தொங்கறதும் "அட:-சின்னதுங்களுக்கதான் ஒண்ணுந் தெரியாதுன்னா இந்த பெரிய முண்டைகளுக்குமா? என்னத்தெ சொல்றது? அவன் வந்தாலே போதும் மூஞ்சியெல்லாம் மலர்ந்து போவுது. ஒருத்தி ஏந்திருச்சுப்

போயி காப்பி போடுறதும், ஒருத்தி அவனுக்குக் குளிக்க தண்ணி வளாவி வைக்கிறதும், ஒருத்தி ஓடிப்போய் துண்டு எடுத்து வந்து கொடுக்குறதும், அட சவரப்பெட்டியும், கிண்ணமும் கூட எடுத்து வைக்கிறாளுவ. இப்டிக் கூடவா வெக்கங்கெட்டுப் போவும்" அவன் தலை மறையிறவரைக்கும் பொருமிக்கிட்டே இருப்பா மதுரம்பா, வெளியே வர்றதே கெடையாது! ஆமா!

"சுநந்தா இருக்குதே அதுக்கு கெப்புறு ஜாஸ்தி! அடங்காது. பதிமூணு வயசுல பதினெட்டு வயசு மாதிரி, கோங்கு மரத்துல கடைசல் பிடிச்ச சிலை மாதிரி இருக்கா. கலியராஜனுக்கு முதுகு தேய்க்கிறதுக்கு வெக்கமே இல்லெ அவளுக்கு. பொண்டாட்டியா அவ?"

அவன் தலைமறையிற வரைக்கும் பொருமிக்கிட்டு இருந்துட்டு மதுரம்பா எத்தனையோ வாட்டி சுநந்தா குட்டியெ வுட்டுக்கிட்டு வெளக்கமாத்தாலேயே லாத்திருக்கா. என்ன அடிச்சாலும் கலியராஜன் வந்த உடனே தாய்ப்பசுவைப் பார்த்த கன்றுக்குட்டி களாட்டம் இதுக எல்லாம் பாச்சலாப் பாயுதுவ. அதுவதான் என்ன செய்யும்?

அப்பன் உண்டா? அண்ணன் உண்டா? ஆம்பள ஒறவுன்னு என்ன தெரியும் அவளுவளுக்கு? கலியராஜனெ அடிச்சத் தொறத்துறதுக்கு அவன் எந்த வழியுமே விட்டு வைக்கெல பாவி!

மதுரம்பாளும் அவன் இந்தக் குட்டிகளோட ஓதுங்கி உக்காந்து லூட்டி அடிக்கிறப்பல்லாம் ஒதுங்கி ஒளிஞ்சு என்ன செய்றான்? ஏதாவது ஏடாகூடமா பண்றானா? தொட்டு அடிச்சுப் புடிச்சு விளையாடும் போதும் அதுக்குள்ற ஏதாவது வம்பு வெனை வெக்கிறானா? அந்தி சந்தி மயங்கல்ல இந்தக் குட்டிகளோட அக்கண்ணு இக்கண்ணுல தப்புத் தண்டா பண்ணிப்புட்றானா? அப்படின்னு பதினஞ்சு, பதினேழு வருஷமா ஒளிஞ்சுக்கிட்டு உத்து உத்துத்தான் பாக்குறா.

அந்த 'எடம்' தான் ஒண்ணும் பண்ண முடியாத 'எடமா' இருக்கு! பொம்பளையா பிறந்திருக்க வேண்டிய பய இல்லென்னா ஆம்பளையா பொழைக்கத் தெரியாத பய. கண்ணும், புருவமும் கையும் காலும் அப்டியே அள்ளிக் கட்டிக்கணும் போலத் தோணும். இத்தனைக்கும் அவன் தெருவுல நடந்து வந்தான்னா யாருக்கும் வெறுப்பே வர்றதில்லெ... அப்டி ஒரு இது!

மதுரம்பாளுக்கு மட்டும் அவனை நெனைச்சாலே வெறுப்பும், வெட்கமும், அருவருப்புமா இருக்கு. அந்தக் குட்டி லலிதா வேலைக்கு சேர்ந்த ஆறாவது மாசம் மொத சம்பளத்தெ

மதுரம்பாளுக்கு அனுப்பலெ. நேரா கலியராஜனுக்குத்தான் அனுப்பினா. அடப்பயலே!

லலிதா லீவுக்கு ஊருக்கு வந்தப்போ "மொத சம்பளத்தெ பெத்த தாய்க்கு அனுப்பாம அந்த பயலுக்குத்தான் அனுப்பணுமாடீ?... அத்தனைக்குத் துப்பு கெட்ட செறுக்கியா நான்? அந்த நாய் இங்கே வரட்டும். நாக்கப் புடிங்கிக்கிறமாதிரி நாலு கேக்கிறேன்? பெத்த பொண்ணுவளேயே எதிரியாக்கிப் புட்டியாடா பாவி அப்டின்னு நாலு கேள்வி கேட்கிறேன். நாறப் பயலே?...' ஆனால் அவன் வந்த போது?...

"யம்மோவ் கலியராஜன் மாமென் வந்துருக்கு என்னமோ கேக்குறேன் கேக்குறேன்னு பாடுனீயே வந்து கேளு? இப்ப வா..."

இப்டி கத்துனது ஜோதிதான். வெக்கங்கெட்ட கழுதெ... மதுரம்பா அடுப்பங்கரையில் புகுந்தவதான் சாயங்காலம் வரை வெளியே வரவில்லை.

கதவிடுக்கு வழியாக வூட்டுக்குள் நடக்கிற அக்ரமத்தை அப்போதும் பார்த்துக் கொண்டுதான் இருந்தா மதுரம்பா. எல்லாக் குட்டிகளும் அவனோடு உராசிக்கொண்டு முத்தத்துப் பட்டகசாலையில் லலிதா அவன் காலில் விழுந்து நமஸ்காரம் எல்லாம் பண்ணினாள். இந்த வயணம்மெல்லாம் கூட இந்தக் கழுதையளுக்கு யார் சொல்லிக் கொடுத்தது?

அதுக்கும் முன்னாடியே அவன் கையிலிருந்து எவர்சில்வர் வாளியிலிருந்து பூந்தி முட்டாய்களை அவன் எடுத்து எல்லோருக்கும் கொடுத்துக் கொண்டிருந்தான். கடைசியாக ஜோதி பொண்ணு மிச்சம் இருந்த பூந்தியோட வாளியை சமையல் உள்ளே வந்து அவள் காலடியில் போட்டுவிட்டுப் போனாள். மதுரம்பா அழ ஆரம்பித்தாள். வாளி லேசாய்த் திறந்திருந்தது. பெரிய பெரிய அங்கூர் பூந்தி; நெய் வாசனை. சிவப்பு, ஆரஞ்சு, பச்சை, வெள்ளை நிறங்களில் சிறிய நெல்லிக்காய் அளவுக்கு பருத்த ரசம் உள்ள பூந்திகள்.

பூந்தியைப் பார்த்து அழுது கொண்டிருந்த அவள் மடியில் வந்து விழுந்து புரியாமல் தானும் அழ ஆரம்பித்தான் தம்பிராஜு பயல். ஒரு பூந்தி உருண்டையை எடுத்து மதுரம்பாள் வாயில் திணித்துவிட முயற்சித்துக் கொண்டு. அம்மாவின் அழுகை நிற்காததால் அவனும் அழ ஆரம்பித்தான். அவனும் சிறிய குழந்தை அல்ல; பெரியவன்தான் என்றாலும், சின்னக் குழந்தை மாதிரிதான் வளர்ந்திருக்கிறான். லலிதா உள்ளே வந்து எட்டிப் பார்த்துவிட்டு எதுவுமே பேசாமல் போனாள். அப்படியே கீழே சுருண்டு படுத்துக் கொண்டு அங்கிருந்தபடியே

முன்னே பார்த்துக் கொண்டு அயர்ந்து போய் வசதியாய் அழுது கொண்டிருந்தாள் மதுரம்பா.

லலிதாவுக்கு வேலை வாங்குவதும் அப்படி ஒன்றும் லேசாய் இருக்கவில்லை. எல்லாப் பொண்களையும் நன்றாகவே படிக்க வைத்திருந்தான். குடும்பம் அவனை நம்பி இருக்கவில்லை. மதுரம்பாளைத்தான் நம்பி இருந்தது அவன் வீட்டுக்குள் வந்து நுழையாமல் இருந்திருந்தால்... என்று நினைத்துப் பாராமல் இருக்க முடியவில்லை மதுரம்பாளுக்கு. ஆனால் அதை நினைத்த உடனேயே பயங்கரமாகவும் இருந்தது. வீட்டையே அடியோடு இடித்துக் கட்டியிருந்தான் கலியராஜன். எல்லாம் நிமிந்து வாழை மரமாயிடுச்சே!

பத்து பொண்ணுவளும் அவனுக்குள் அடக்கம். ஒரு காரியத்தையும் அவன் நினைப்பு இல்லாமல் செய்ய முடியாது. கோபம் வந்தால் உதைக்கவும், அடிக்கவும் அவன் தயங்கவேயில்லை. பொம்பளப் புள்ளைகளாச்சே என்று மதுரம்பாள்தான் பதறிப்போவாள். நிறைய அடி வாங்குவது விஜயாவும். ஜோதியும்தான். கன்னம், முதுகு என்று வரிசையாகக் கைநீட்டி விடுவான் கலியராஜன். மதுரம்பாளுக்குப் பதறிக் கொண்டு ரத்தம் துடிக்கும்.

'ஏண்டா பயலே இது மாதிரி செய்யிறே? நீ உருப்பிடுப்பியாடா?' என்று வாய் பொருமுவாளே தவிர வேற ஒன்றும் செய்ய மாட்டாள். போய் தடுத்தாலும் அந்த அடி தயங்காமல் தன் மேல் விழுந்து விடும் என்று நிச்சயமாக அவளுக்குத் தெரியும். முரடன் மட்டுமல்ல; பயம் அற்ற பிறவி அவன்.

ஜோதி ஒரு நாள் டான்ஸ் கிளாஸுக்குப் போய்ட்டுக் கொஞ்சம் லேட்டா வந்தாள். என்ன நடந்தது அன்னைக்கி! அடித்த அடியில் அவள் சில்லு மூக்கு உடைந்து ரத்தம் கொட்டியது. எப்பவும் கொஞ்சிக்கிட்டு இருக்கிற கலியராஜனா அவன்? ஏன் அப்டி அறையிறான்?

'ஆண் பிள்ளையை அடிச்சு வளக்கணும், பெண் பிள்ளையை ஒடிச்சு வளக்கணும் அப்படின்னு சொல்லுவாங்க. இவன் அடிச்சு கொன்னே போட்டுடுவான் போலருக்கே?' என்று பதறியபடி பட்டகசாலைக்கு ஓடி வந்தாள் மதுரம்பா. ஆனால்.

"நீ போம்மா! மாமா அடிச்சதுல தப்பு ஒண்ணுமில்லே," என்று அழுது கொண்டே சொன்ன ஜோதியை வியந்து பதறியபடி பார்த்தாள் மதுரம்பா.

“அந்த வக்கீல் வீட்டு அக்காவோட, அவங்க தம்பியோட சொல்லாம நானு சினிமாவுக்குப் போனது மாமங்கிட்ட தப்புதான். போனதுக்குத்தானே அடிக்கிது?”என்று கதறிய தன் பொண்ணைப் பார்த்து சொல்லாம அசந்து போனாள் மதுரம்பா. இது போலவே சுநந்தாவும் செம்மையாக மாட்டிக் கொள்வாள் கலியராஜன்கிட்ட.

உள்ளதுவல்லயே கொஞ்சம் வெடிச்ச குட்டி சுநந்தா! யாருகிட்டயும் கொஞ்சம் மயக்குவா. கண்ணு கிண்ணல்லாம் கொஞ்சம் எடுப்பா மை தடவி இருக்கும். கொஞ்சம் நிறம் கூடுதல் அம்மா மாதிரி. பயலுவோ கொஞ்சம் அதியமாவேதான் சுத்தி வந்தானுவ! கொஞ்சம் கருக்கான குட்டி; காலேஜுல வேற மோதல்! அப்படீன்னு நூறு குட்டிகளுக்கு நடுப்புற நின்னான்னா கொஞ்சம் நிமிந்தே நிப்பா சுநந்தா.

சுநந்தாவோட போக்கே பெத்ததாயி மதுரம்பாளுக்குக் கூட புரியாது. ஆனா கலியராஜக்கு மட்டும் தெளிவாகப் புரியும்! ஏன்னா சுநந்தாங்கிற பொண்ணே பொண்ணா வளத்துருக்குறதே கலியராஜன்தான். பேருக்கு வீட்டுக்குள் கலியராஜன் வந்தப்போ ஏழு வயசுக்குட்டி இப்ப பத்து வயசுக்கு மேல் அதிகம் ஆகிப்போச்சு. பத்து வருஷம் அவன் பார்வையிலேயே வளந்த பொண்ணு! எதுவுமே அவன் சொன்னாத்தான் அவளுக்கு சரி. எது கேக்கணும்ன்னாலும் மாமஞ் சொல்லணும்.

பள்ளிக்கூடத்துல சேக்கணுமா? பல்லு வலிக்கிது டாக்டரெப் பாக்கணுமா? இன்னைக்கி என்ன கலர் கட்டுனா நல்லது? நல்ல நாளு. பெரிய நாளுன்னு யார் வீட்டுக்காவது போவணுமா? காலேஜ் போற வழியில நாலு பசங்க சைட்டு அடிச்சு, குபார் வுட்ரானுங்களா? எல்லாத்துக்கும் அவளுக்கு மாமன்தான் வேணும். கலியராஜனைத் தேடிக்கிட்டு வர்ற ஆபீஸ் ப்ரண்ட்ஸ்களுக்குக் கூட மதுரம்பா வீடுதான் கலியராஜன் வீடு. கலியராஜனோட அம்மா உயிரோட இருந்தா கலியராஜன் மாமா இங்கயெல்லாம் வருமா? நல்ல வேளை அம்மாகாரி இல்லே. அதுக்குன்னு ஒரேடியா...

“ஏம் மாமா இங்கேயே கெடக்குறே? அங்க யாரு எல்லாத்தையும் பாத்துக்குவா? நீயி இப்டி தர்முவையே சுத்திக்கிட்டு இருக்கியே எப்பத்தான் கட்டிக்கப் போறியாம்?”என்று எகத்தாளமாகக் கழுத்தைக் கட்டிக் கொண்டு கேட்பாள் சுநந்தா.

“ஒனக்கு வயசாச்சுடா சுநி. இப்டியெல்லாம் கழுத்தெக் கட்டிக்கிட்டுத் தொங்கப்படாது. ஒங்க அம்மா பாத்ததுன்னா எனக்கு ஒன்னையே கட்டி வெச்சிடும். அப்றம் தர்மு பாத்தான்னா

அவளுக்குப் பதில் சொல் என்னாலாகாது. அதோட இந்தக் கறி, மீனு இதெல்லாம் திங்கிறதெ நீ கொஞ்சம் கொறச்சுக்கிறது நல்லது. இது' என்னோட சின்ன அட்வைஸ்" என்று கலியன் அவளை அப்படியே தூக்கி நாற்காலியில் உட்கார வைத்துவிட்டு, தன்னை விடுவித்துக் கொண்டதை சமையலறைக் கதவிடுக்கு வழியே குப்புறப்படுத்தப்படியே பதைபதைக்க அவதானித்துக் கொண்டிருந்த மதுரம்பாளுக்கு சிரிப்புத் தாங்க முடியவில்லை. அதே சமயத்தில் வருத்தமாகவும் இருந்தது. எப்பேர்கொத்த ஆம்பளை அவன். ஒன்டிக் கொண்டியா நின்னாக்கூட பத்துப்பேரைப் புரட்டிப் போடுற தெணறு உள்ளவன். அவன் சாப்டும்போதெல்லாம் இந்த குட்டிகளெல்லாம் நான் நீன்னு போட்டி போட்டுக்கிட்டு அவனுக்குப் பரிமாறும்.

ஆன்னு வாயெத் தெறந்துகிட்டு தாவணி போறதுகூட தெரியாம அவன்கிட்ட மொதக் கட்டி மாம்பழம் வாங்குறதுக்கு லலிதா நிக்கும். பத்து உருண்டை உருட்டியாவும்; அப்றம்தான் அவனை சாப்ட விடும் எல்லா வெக்கங்கெட்ட நாயும்! அப்புறமும் கூட கடேசிக்கட்டி மாம்பழம் சுநந்தாவுக்கு.

"எங்கடீ அவ?"

'ஜீ' என்று சத்தம் போட்டுக் கொண்டே ஏதோ பிளேன் ரன்வேயில் வருகிறது போல் வந்து லபக்கென்று லபக்கென்று கடைசி உருண்டை சாதத்தையும் கட்டி மாம்பழத்தைத் தட்டிக் கொண்டு போகிற ருசியுடன் அவன் முன்னால் மண்டியிட்டு வாயை 'ஆ' வென்று திறந்து காட்டி ரசிக்கிறபோது அதற்கு ஏகப்போட்டி இருக்கும்.

சில சமயம் சாதம் சிதறிப் போகுறதும் உண்டு. எல்லாத்துக்கும் கொஞ்சம்கூட பதட்டம் இல்லாமல் அந்தக் குட்டிகள் மனம் கோணாமல் எல்லாத்தையும் சுலபமாகவே முளையில் கட்டி விடுவான். மேய்ச்சலுக்குப் போய் வந்த பசுக்கள் மாதிரி எல்லாம் ஒழுங்காய் நிற்கும்!

மதுரம்பாளுக்கும் நம்பவேதான் முடியவில்லை. கலியராஜனுக்கு யார் மேல கண்ணு? பத்துக்குட்டிகளுமே கட்டிக்கும். சொன்னாப்போதும் எல்லாம் ரெடிதான்! சுநந்தாவைக் கேட்டுப்பாரு. "எனக்குதான் மாமேன். வேற யாரும் மூச்சு விடப்படாது" அப்டீன்னு தைரியமாவே சொல்லிடுவா.

மதுரம்பாளும் பொம்பளதானே? இத்தனை நாளுக்கு அப்றம் கூட அவனுக்கு யாருதான் வேணும்ன்னு மதுரம்பாளுக்கு கூடத் தெரியலையே! ஒரு நாள் கூட அவன் வராமல் நின்னதில்லே.

இந்த வூட்டுப் பொறுப்பு எதையும் யாருக்கும் வுட்டுக்கொடுத்தது இல்லெ. அதைவிட வேடிக்கெ என்னன்னா யாரும் கூப்ட்டு அவன் இந்த வீட்டுக்குள்ள வர்லெ. இந்தப் பதனஞ்சு இருபதஞ்சு வருஷத்துல மதுரம்பாளுக்குன்னே ஒரு அழுத்தமான கோட்டையா பாதுகாப்பா, மரியாதையா, மிகமையா, ஆம்பளையா அவன் இருந்துக்கிட்டு இருக்கான். இனிமே அவன் இல்லாமெ இங்க எதுவுமே இல்லெ. காலையில தம்பிராசு ஓடியாந்து பள்ளிக்கூடத்து ப்ராக்ராஸ் நோட்டுல அவங்கிட்ட கையெழுத்து வாங்கி வைக்கச் சொல்லீட்டுல்ல போறான்? பத்து வருஷமா கையெழுத்துப் போட்டவ மதுராம்பாதான்.

மொளச்ச மூணு எலெ விடலே அது சொல்லுது "நீ இனிமே கையெழுத்துப் போட வேணாம்! மாமென்தான் போடும்!" அப்டிங்கிறானே என்ன எளவு இது?

"நீ யாருகிட்ட வேணும்மானாலும் கையெழுத்து வாங்கிக்கப்பா. நான் இந்த வீட்டு மூலத் தொடப்பக்கட்டே அவ்வளவுதானே? ஒப்பன் ஒங்கள ஏங்கையிலே வுட்டுப்டுப் போனான். மூணாந்தாரத்துக்கு முப்பத்திரண்டு புள்ளெம்பாங்க. அந்த லெக்குல பதனஞ்சு வயசுல கலியாணம் பண்ணி ஒப்பனுக்குப் பத்துப்புள்ளெ பெத்து நடுத்தெருவுல நின்னேன். "ஏஞ்சாதிசனமும், ஒப்பன் வூட்டுக் கும்பலும் அண்டவுடாமெ மண்ண வாரித் தூத்துனதுவ; ஒரு கண்ணாலம். கருமாதிக்குப் போயிருப்பேனா? அன்னைக்கும் வூடே கதி. அடுப்பங்கரையே தர்பாருன்னு இந்த மன்னார்குடியில கொட்டடியில் கொண்டாந்து அடச்சுப்புட்டு, பட்டாளத்துக்குப் போய்த் தொலைஞ்சாருங் கொப்பன்! தாலிக்கொடியைப் பிரிச்சு மூணாம் மாச சோறே, குண்டு, மணி எல்லாம் கோத்து மாட்டிப்புட்டு போனதிலிருந்துங்கோப்பன் பதினஞ்சு திருப்பம் இந்த வீட்டுக் குத்துச் செங்கல்ல மிதிச்சு உள்ள வந்திருக்காரு!

அதுக்கும் மேல ஓங்கொப்பனப் பத்தி என்ன தெரியும்?

இன்னைக்கு வந்து நீ கையெழுத்துப் போடாதே; மாமென் கையெழுத்துப் போடணும்ங்கிறியேடா? யார்டா அந்த மாமென்? எங்கயிருந்து வந்தான்? துப்புக்கெட்டப் பயலே? பெரிய பவுரு காட்டிக்கிட்டு இஞ்ச வந்து, இஞ்ச படுத்து, இஞ்ச தூங்கி, இங்கே திண்ண இங்கேயே கொட்டம் போட்டுக்கிட்டு என்னையே மேக்கிறிச்சுக்கிட்டுத் திரியிறான் கலியராஜு அவன்தான் ஒங்களுக்கு எல்லாம். இல்லே? நான் பீத்தொடச்ச கல்லு!" என்று முழுப்பாட்டாகப் பாடித் தீர்த்தாலும் அன்று மாலை முழுசும்

மதுரம்பாளுக்கு நெஞ்சுவலி. சமீப காலமாக மதுரம்பாளுக்கு இந்த நெஞ்சுவலிதான் ஆறுதல்.

அது வலி மாதிரியே இருக்காது. நெஞ்சில் ஒரு தாங்க முடியாத பாரம் தூக்கி வைத்த மாதிரி இன்பமாய் இருக்கும். கலியராஜன் வந்து, "என்னத்தை நெஞ்சுவலியா? வழக்கம் மாதிரி" எனக் கேட்க வேண்டும். சமையல் அறை உள்ளே அவன் வரவே மாட்டான். இந்தப் புறத்திண்ணையில் மதுரம்பாள் இருந்தால் அந்தப் புறத்திண்ணையைத் தாண்டி வீட்டை சுற்றிக் கொண்டு அந்தப் பக்கமாகப் போறவன் அவன். ஆனால் அவன் வர வேண்டும். இந்த வீட்டில் இருபது வருஷமான சிரிப்பு சத்தம் இல்லாது ஒரு ஜீவன் நசுங்கி கொண்டிருப்பது அவளுக்குத் தெரியும்தானே? வேற ஒண்ணும் செய்ய வேண்டாம்.

"அத்தை என்று கூப்பிட்டடும் கூப்பிடமாட்டான்! நெஞ்சு வலிக்குதா டாக்டர்கிட்டே போவோமா? ஏன் அத்தை. இந்த அலீப்ஃமெண்ட் மாத்திரையை போட்டுக்கக் கூடாதா? ஏந்தை ஒடம்பெ கவனிச்சுக்கக் கூடாதா? இப்டியே ஏன் இருக்கீங்க?"மதுரம்பா நசுங்கி போவா: ஏம் மனசுல இருந்தா இந்த நோக்கம்? இந்த எண்ணம்? கூடாது. கூடவே கூடாது. ஐய்யோ-குமுறிக் கொண்டு வரும் அழுகையை நோக்கி, அப்றம் மூன்றாம்நாள் அன்ன ஆகாரமில்லாமல் அப்டியே கிடப்பாள் மதுரம்பா. அவள் மார்புத்துடிப்பு அவளுக்குள்ளே தமீ. தமீர் தமீர்... என்று தமீர் போடும். மூன்று நாள் பத்துப் பொண்டுவளும் வந்து சுத்தி உட்கார்ந்து.

"ஏம்மா சாப்ட மாட்டேங்கிறே?"

ஒவ்வொரு நாளும் வீடு சாவு வீடு போல் அவலத்தில் ஆழ்ந்து போய்விடும். அப்போதும் கலியராஜன் அங்கே வரமாட்டான். அவன் வரவேண்டும் என்று அவள் நினைக்கா விட்டாலும், நெஞ்சுவலி ஏறிக்கொண்டே போவும். அவளை எட்டிக்கூடப் பார்க்க மாட்டான். மதுரம்பாளுக்கு அவமானமும், கஷ்டமும் வேதனையும் வெட்கமும். நெஞ்சில் அறையும்!

பேய்த்தனமான ஆசையும், மிருகத்தனமான நேர்மையும் எந்திரம் போன்ற உழைப்பும் பத்துப் பெண்களின் தாய்மையும் ஒன்றாகச் சேர்ந்து நெஞ்சம் பாறையாய்க் கட்டிக் கொள்ளும். அன்னம், தண்ணி, ஆகாரம் ஏதுமில்லாமல் அவள் கட்டிய சேலையுடன் இருட்டில் ஏன் கிடக்கிறாள் என்று பொண்டுவள் யாருக்கும் தெரியாது.

முப்பது வருஷத்துக்கு முன்னால் வடிவேலுவோட ஓடி வந்தப்பக்கூட ஒரு துணை இருந்தது. ஒரு தைரியம் இருந்தது. வாழ ஒரு காரணம் இருந்தது. இப்ப எதுவுமே இல்லெ. வடிவேலு எப்டி செத்தாரு? அப்டின்னு கடேசியா மூஞ்சியெக்கூட பட்டாளத்தானுவ காட்டலே. ஆயிரம் மைலுக்கு அப்பால இமயமலை பனிச்சரிவுல எஞ்சியோ வடிவேலு போன விமானம் தொலஞ்சு போச்சு! இந்த நெஞ்சுவலி மிச்சம்தான் மதுரம்பாளே இன்னமும் ஞாபகம் வச்சிக்கிட்டு இருக்கு. தொரத்தித் தெரத்திக்கிட்டே போறா. ஆத்திரம் தாங்க முடியாமெத்தான் தர்முகிட்டெ அன்னைக்கு சொன்னா:

"எப்பக் கல்யாணம் வச்சுக்கலாம்? அப்டின்னு அம்மா கேக்குறாங்க அப்டின்னு கேளுடீ! இதுவரைக்கும் இருந்த யோக்யதை போதும்! இனிமெ ஊர் வாயெ மூட முடியாது. யாரையாவது கட்டிக்கிட்டுத்தான் ஆவணுமாம். எல்லா பயலும் இந்தக் குடும்பத்துத் தலையில கல்ல அள்ளிப்போடலாம். மண் அள்ளிப் போடலாம்ன்னு காத்துக்கிட்டு இருக்கான். இனி மேலயும் இதே மாதிரி ஒன்னெ விடுறதுக்கில்லே! அப்டின்னு ரெண்டுல ஒண்ணு கேட்டுச் சொல்லுடீ"ன்னு ஆத்திரத்தோட மதுரம்பா தர்முகிட்ட கத்துனா.

சமையலையிலிருந்து தர்முவும், தாயும் பேசுகிற மாதிரி இல்லே. ஏதோ சினேகிதிகள் பேசிக்கிற மாதிரிதான் இருந்தது. தர்முவுக்கு அப்டியே மதுரம்பா வடிவு! சந்தனத்தில் கடைசல் பிடித்த செம்மையான உருவம்மாதிரி இருப்பாங்க ரெண்டு பேரும். ரெண்டு பேரையும் பக்கத்துல நிறுத்தினால் அக்கா, தங்கச்சி மாதிரி இருக்கும். இதுக்காகவே மதுரம்பா வெளியே போறது நின்னு போச்சு. எப்படியாவது கலியாராஜனே தர்முவுக்குக் கட்டி வெச்சுட்டா எல்லா பழியும் ஓஞ்சு போவும். யாரும் எதுவும் சொல்ல முடியாது. நெஞ்சுக்குள்ளே துரத்தி வர்ற வலி அப்போதே 'நானும் இருக்கிறேன்' என்று சுள்ள் ளென்று வலித்துக் காட்டியது. தலையைத் தூக்கவிடாமல் அடித்த அந்த வலியால் மதுரம்பா நெஞ்சில் கனல் ஏற்றியது.

"நான் என்னம்மா செய்யிறது? நானா போயி தாலி கட்ட முடியும்! மாமன்ல்ல கட்டணும்! சுநந்தாவுக்கும் வேணும். இந்தக் கடேசிக்குட்டி கூட கட்டிக்கன்னா கட்டிக்குவா. நானும், லலிதாவும் எப்பவாச்சும் லீவுக்குத்தான் இனிமே வரப்போறோம். ராஜலெட்சுமியும், ஜோதியும் திரும்பி ஆயிரம் மைலுக்கு அப்பால போயிடப் போறாங்க! மாமனுக்கு நோட்டம் யாரு மேல. அப்படின்னு நீயும் பத்து, பதனஞ்சு வருஷத்துல சல்லடபோட்டு

அரிச்சுதான் கேட்டுப் பாக்குறே. மாமென் கெட்டி உருண்டை உருட்டி வச்சாப்ல இருக்கு. யாரு திங்கப் போறா! நீதான் கெடந்து அல்லாடுறே" என்றாள் தர்மு!

"அடீ தர்முக்குட்டி யாரோட பேசிகிட்டு இருக்கே? ஒரு டம்ளர் வென்னில ஒரு துண்டு சுக்கு தட்டிப்போட்டு பனங்கல்கண்டு இருக்கா? அதுல ரெண்டு அள்ளிப்போட்டுக் கொண்டா! பேங்க்ல இன்னைக்கு பென்ஷன் தரங்கலெ. அப்படியெ வயக்காட்டுக்குப் போய்ட்டு, வீட்டுக்கும் போய்ட்டு ஒரே முட்டா அலைச்சல், காலையில சாப்ட்டது நெஞ்சுக் கரிச்சுக்கிட்டு வருது."

உள்முற்றத்தில் இருந்து கலியராஜன்தான் கத்தினான். ரெண்டு பெண்களும் மின்சாரம் பாய்ந்தது போல ஆனார்கள். பேச்சு அடங்கிவிட்டது. வாரி சுருட்டிக் கொண்டு எழுந்த மதுரம்பா, அஞ்சு நிமிசத்தில் சுக்குக் கசாயத்தைத் தேனூற்றிக் கலக்கி தர்மு கையில் கொடுத்து.

"பித்தம் எறங்குனும்ல தலை கொழுத்து ஆடுறான். இப்டி இருந்தீன்னா புருஷனா பாக்க முடியாது! பனங் கல்கண்டு இல்லியாம் தேனுதான் ஊத்திருக்கன்னு சொல்லிக் கையில் கொடு. வளச்சு மயக்கி போடு!"

"ஏம்மா மாமன்கிட்ட போயி இதெல்லாம் பண்ணச் சொல்றே? நீயே போயி கொடுத்திரு!"

"நான் என்னைக்கீடீ அவன் முன்னால போயி நின்னேன்! பீமனாட்டம் எருமக்கடா மாதிரி நின்னுக்கிட்டு இருப்பான் எனக்கென்ன, இன்னுங் கொஞ்ச நேரத்ல கத்தப்போறான். அப்படியே நீயே எடுத்துட்டுப் போ... போய் அது என்னடி அது அவன் என்மேல போயி ஒராசிறீங்க? இடுப்புல கட்டிக்கிட்டு ஒருத்தி. கழுத்தைக் கட்டிக்கிட்டு ஒருத்தின்னு தொங்குறீங்க. வயசுப் பொண்ணுவ இதெல்லாம் ஆவாதுடீன்னு நான் கத்தக்கத்த பூவும், பொட்டும். பொடவையுமா அவன் முன்னால் போயி மாரெ நிமித்திக்கிட்டு நின்னு. 'நல்லாருக்கா மாமா'ன்னு கேக்குறீங்க? அப்பல்லாம் வராத வெக்கம் - என்னக் கட்டிக்கிறியாடா? இல்லையா அப்படின்னு கேட்கும்போது வந்து ஒங்க வாயெ அடச்சுறதே? என்னாடி அக்குறும்பு இது? எங்க போயி சொல்றது? சொன்னாலும் நம்புறது யாரு?'

"ஏட்டீ தர்மு, மண்டையெப் பொளக்குது வலி! சொல்லி அரை மணி நேரமாச்சுல்லெ.எல்லா நாய்களையும் ஒதச்சுப் பிரி கட்டணும். அப்பதான் சரி வரும். ந்தா... அஞ்ச... சமையக்கட்டுல

யாரு? சொல்றது காதுல விழலெ!" என்று மறுபடியும் கூப்பாடு போட்டான் கலியராஜன்!

"ஏம் மாமா கத்துறீங்க? அம்மாதான் சமையக்கட்டுல இருக்காங்களே!" என்று பாய்ந்து பட்டக சாலை வழியாக ஓடினாள் ஜோதி.

ஃபைல் கட்டுகளின் முன்னால் உட்கார்ந்து கொண்டு தலையை இறுகப் பிடித்துக் கொண்ட கலியராஜனுக்கு. லேசாகத் தலைசுற்றுவது போல் இருந்தது. மாலை நேரம் வாசலில் தண்ணீர் தெளித்து, வாசல், திண்ணை, முன்கட்டு, சந்து எல்லாவற்றிலும் கோலம் போட்டுக் கொண்டிருந்த சுநந்தாவுக்கு அப்படியே கோலப்பிறையை வைத்துவிட்டு உள்ளே வந்து, இன்னும் கொஞ்ச நேரத்தில் நடக்கப்போகும் அமளியில் கலந்து கொள்ள வேண்டும் போல் தோன்றியது. அவளுக்குத் தெரியும், கலியராஜன் ஒன்றையும் முடிவுக்குக் கொண்டு வரவிடமாட்டான்.

பட்டகசாலையிலிருந்து கஷாயத்துடன் வந்த தர்முவும். மாடிப்படியிலிருந்து இறங்கியபடி நிற்கும் ராஜலெட்சுமி மற்றும் சிறுசு பெருக எல்லாம் அமளிக்கு ரெடியாகத்தான் இருந்தார்கள். மாமனெ யார் கட்டிக்கிறது? சுவாரஸ்யமான கேள்விதான்! பதிலும் எல்லோருக்கும் தெரியும்! பெரிய முழியெ உருட்டி எல்லாரையும் ஒரு தடவெ கோவமா பாக்க வேண்டியதுதான்! எல்லாக் குட்டிகளும் அதது பிரிஞ்சு, மறைஞ்சு போயிடும்! மதுரம்பா வாயெத் தொறக்கமாட்டா. அவ்வளவுதான்!

ஆறுமாசத்துக்கு ஒரு தடவை இல்லேன்னா பத்து மாசத்துக்கு ஒரு தடவை சொல்லி வச்சாப்ல இது மாதிரி அமளி துமளி படும். ஆனா, கடேசில யாராவது ஒருத்தி கலியராஜங்கிட்ட அடி வாங்கிட்டு அழுவுறதோட கதெ முடியும்! காரியம் ஒண்ணும் நடக்காது. கல்யாணமும் அப்டித்தான்!

ஆனா அந்த நியாயங்களை எல்லாம் ஒவ்வாரு குட்டியா தகிரியமா பேசுறதுக்கும், அதுகளுக்கு முழு உரிமை கொடுத்து அதுகளைப் பேசவும் வுட்ருக்கான் கலியராஜன். எல்லா பொண்டுவளுக்கும் கலியராஜன்னா உசுருதான்.

அப்றம் ஏன் ஒண்ணுஞ் சொல்லமாட்டேங்கிறான்? அத்தே மாதிரி ஏமாத்திக்கிட்டும், இல்லெ இல்லென்னு ஒதுக்கிக்கிட்டும்; கிட்ட வந்தா எட்டிப் போறதும், எட்டிப் போனா கிட்ட வர்றதுமா இப்டி ஒரு வெளையாட்டு ரொம்ப நாளா எல்லோர்க்கும் புடிச்சுப் போயிருந்துச்சு.

கலியராஜன் கஷாயத்தைக் கையில வாங்கிக் குடிக்கும்போது.

"ஒண்ணும் இல்லெ மாமா, ஒனக்கும் எனக்கும் கல்யாணம் பண்ணப் போறாங்களாம்? அம்மா கத்துறாங்க! காலையிலிருந்து நீங்க எப்ப வருவீங்கன்னு எல்லாரும் ஒங்களையேதான் எதிர்பார்த்துக்கிட்டு இருக்காங்க!"

"சுநந்தா"...என்று கத்தினான் கலியராஜன்.

"ஒன்னே எங்க போகச் சொன்னேன்; இங்கே வந்து நீ நின்னுக்கிட்டு இருக்கே. நாஞ் சொன்ன வேலையெல்லாம் முடிச்சியா? ஒன்னுடைய அப்ளிகேஷன் காப்பீஸ் எல்லாம் போஸ்ட் பண்ணியாச்சா? எல்லாம் டைப் பண்ணி, அட்டெஸ்ட் பண்ணி, ரிஜிஸ்டர் பண்ணி அனுப்பச் சொன்னேனா? அனுப்பிச்சிட்டியா?

எங்க ராஜலெட்சுமி? ஊருக்குப் போறேன்னா பணம் வேணுன்னா; பணத்தெ வாங்கிட்டு வந்து வச்சிருக்கேன் ஆளே காணும்? இங்கே வந்து மூணு மாசமாச்சு லீவு லீவுன்னு. ஊருக்குப் போறதா இல்லியான்னு நெனப்பு இருக்கா? அவளுக்கு என்னன்னு தெரியலை. இன்னும் பத்துநாள் கழிஞ்சாச்சுன்னா லாஸ் ஆஃப்பே. பெரிசுகளைப் பாத்து சின்னதுகளும் குட்டிச்சுவராகுதுங்க. பணத்தெ ஒழுங்கா அம்மாக்காரிக்கு அனுப்பித் தொலைங்க. இல்லேன்னா அது என்னெ சமையக்கட்ல இருந்துகிட்டே வண்டை வண்டையா திட்டி மொண மொணத்துக்கிட்டே காலம்பூரா நிக்கும். நாகலட்சுமிகிட்ட சொல்லி ஸ்டேஷன்ல்ல வெச்சு எல்லாத்தையும் ஒரு நாளைக்கு வாங்கு வாங்குன்னு வாங்கினாதான் தெரியும்."

"ஸ்டேஷன்ல தப்பு செஞ்சவங்கள தண்டிப்பாங்களா மாமா?" என்றாள் விஜயா!

"ஆமா பின்னே என்னவாம்? ஒங்க எல்லாரையும் ஏதாவது ஒரு செக்ஷன்ல உள்ள தள்ளணும்!"

"அப்ப ஒங்களத்தான் மாமா மொதல்ல உள்ள தள்ளணும்!"

"என்னாத்துக்காங் நான் என்ன தப்பு பண்ணேன்?"

"நீங்க எல்லாரையும் கட்டிக்குறேன் கட்டிக்குறேன்னு ஏமாத்திட்டே இருக்கீங்களே? யாரைக் கட்டிக்கப் போறீங்க? அத சொல்லலைன்னா. இஞ்ச எல்லாருக்கும் மண்ட வெடிச்சுப் போயிடும்" என்று சொல்லிவிட்டு 'கொல்' லென்று சிரித்தாள் சுநந்தா!

நீளமான அவள் விழிகள் எனக்கு எனக்கு என்பதுபோல் இருந்தது. சட்டையைக் கழற்றி ஆணியில் மாட்டி விட்டு,

பனியனையும் உருவி முற்றத்தில் இருந்த துவைக்கல்லில் எறிந்தான் கலியராஜன். எதையுமே கண்டு கொள்ளாமல் ஜோதிப் பெண் உடனே துவைக்கல்லில் இருந்த கலியராஜனின் பனியனை எடுத்தது. சுவரோமாக இருந்த வாஷிங்மிஷினில் போட்டு சுவரில் இருந்த பச்சை விளக்கு எரிய சுவிட்டசைத் தட்டிவிட்டாள்.

"இருடீ இந்த சட்டையும், வேட்டியும் அப்றம் யார் போடுறது?"என்று சொல்லியபடி விஜயா ஆணியில் மாட்டிய சட்டையை எடுத்து அதில் இருந்த பையிலிருந்து பணம், சாவிக்கொத்து, சில்லரை, ரசீதுகள் இவைகளை எடுத்து அலமாரியில் வைத்துவிட்டு அந்த சட்டையை மார்புடன் அணைத்துக் கொண்டு,

"வேஷ்டியைக் கழட்டித் தர்றீங்களா மாமா?" என்றாள் விஜயா.

லலிதா தன் பெட்டியிலிருந்து எடுத்துக் கொண்டு வந்த சிங்கப்பூர் கைலியை வாங்கி, அதில் நுழைந்து கொண்டு வேஷ்டியை உருவி லலிதா மேல் எறிந்தான் கலியராஜன். வெறும் கைலியில் வெற்றுடம்புடன் ஒரு சின்ன சிவ மூர்த்தி சிலை மாதிரி விரிந்து கொண்டு முற்றத்தில் இறங்கிக் காசித்துண்டை கட்டிக் கொண்டு வளைந்த ஷவர் பைப் முன் நின்று அதன் சக்கர வட்டத்தை பிடித்து சுழற்றி விட்டான். ஷவரிலிருந்து தண்ணீர் மகிழ்ச்சியாக சீறிக் கொண்டு அவன் உடலெங்கும் வழிந்தது. நீளமான முற்றம். அவனே பிளான் போட்டு பழைய வீடு மாதிரியே ஆனால் புதிதாகக் கட்டிய முற்றம். முற்றம் முழுவதும் மொஸைக் கருங்கற்கள் ஒரு அங்குலக் கற்களாக பளபளவென்று மின்னுகிறது!

"என்ன மாமா நான் கேட்டதற்குப் பதிலே காணும்? அம்மா ரொம்ப கோவமா இருக்காங்க. யெஸ் ஆர் நோ ரெண்டுல ஒண்ணு தெரிஞ்சாகணுமாம். இனிமேலும் இப்டியே நீண்டுகிட்டே போகவுடமாட்டோம்" என்று சொல்லும்போதே அவள் கண்கள் இருண்டன! தொண்டையில் பந்து ஒன்று உருண்டது. ஒரு கணத்தில் அடைத்துக் கொண்டது. ஒரு கணத்தில் அவள் குரல் தழுதழுத்தது. நாக்கு மேல்லண்ணத்தில் ஒட்டிக் கொள்ள அங்கிருந்தபடியே சமையல் கட்டை நோக்கித் திரும்பி நின்று கொண்டாள்.

ஒரு விஷயம் கலந்த அமைதி அங்கு எல்லோரையும் தீண்டியது. ஆனால் இதைப்பற்றியெல்லாம் எப்பொழுதும் போல் கவலைப்படாமல் தண்ணீரின் குளுமையை அனுபவித்து வாரி இறைத்துக் குளித்தான் கலியராஜன்!

"டாங்குல தண்ணீ இருக்கா பாருடீ" என்று கத்தினான்.

ஜோதி படியேறி ஓடினாள். அவன் குளிக்கிற லாவகத்தில் ஈடுபட்டபடியே மேலேறி ஓடினார்கள் மற்ற மூவரும்!

கூடத்தில் இருந்த சுநந்தா வழக்கம்போல்

"முதுகு தேய்க்கட்டா மாமா?" என்றாள் சற்றே தயக்கத்துடன்.

"இன்னைக்கி நான் தேப்பேன்" என்று முன்னமே ஓடி வந்த விஜயா கையிலிருந்த சோப்பை யார் தட்டிப் பறித்தார்கள்? எல்லோரும் தேய்க்கு முன் போலீஸ் உடுப்பிட்ட கை ஒன்று "இன்னைக்கி என் டூட்டி!" என்ற குரலுடன் இறங்கி நின்ற நாகலட்சுமி அவளாகவே அந்த சோப்புடன் கொஞ்சம் மல்லுக்கு நின்றாள்.

"இதுல ஒண்ணும் கொறச்சல்லெ" என்று காறித் துப்புகிற சத்தம் சமையற்கட்டிலிருந்து கொஞ்சம் கனமாகவே எழுந்தது!

குட்டித் தங்கைகள் ரெண்டு பேரும் வெளியிலிருந்து உள்ளே ஓடி வந்தார்கள். கூடத்தின் நடுவில் செங்குத்தாக நின்று கொண்டிருந்த தர்மா அப்போதும் திரும்பவில்லை.

"அக்கா" என்று கத்திக் கொண்டு தர்மாவைக் கட்டிக் கொண்ட அந்த ரெண்டு குழந்தைகளும் திரும்பவும்,

"ஏங்க்கா அழுவுறே?" என்று தொடர்ந்து முறையிட்டனர். எதிரே தூணில் சாய்ந்து கொண்டு எதிலுமே சம்பந்தப்படாதது போல் நின்றிருந்த ராஜலெட்சுமியும் கண் கலங்கி கண்களைத் துடைத்துக் கொண்டு ரகசியமாய் ஒளிந்து தூணிலேயே ஒண்டினாள். நாகலஷ்மி வந்ததும், நேரடியாக அவனிடம் போய்விட்ட வேகம் எல்லோருக்கும் உறைத்தது. கீழே வந்த ஜோதி முற்றத்தில் இருந்த மோட்டார் சுவிட்சைத் தொட்டு, மோட்டார் சுவிட்சைத் தட்டிவிட்டு, "தண்ணி இருக்கான்னு கேட்டுட்டு குளிக்கப் போயிருக்கலாமல்லெ? தொட்டில இவ்வேளாண்டு தண்ணிதான் கெடக்கு!"

"இருக்கட்டும் சோப்பு தேய்ச்சவுட இன்னும் நேரமாகும்" என்றாள் நாகலட்சுமி.

"என்ன பெருமாளையா குளிப்பாட்டுறீங்க? போங்கடீ; நாங் குளிச்சுக்கிறேன். ஒன்னோட போலீஸ் யூனிபார்மல்லாம் சோப்பு இளிப்பிக்கிட்டு நெனைஞ்சு போயிருச்சுப்பாரு! 'போதும்போ' என்று தடுத்து அவள் கைகளைப் பிடித்துக் கொண்டான் கலியராஜன்! நாகலஷ்மி காரணமே இல்லாமல் தன் பிடியை இறுக்கவும் கலியராஜன் மறுத்து ஒதுக்கவுமாய் ஒரு சின்ன உராய்தல் அங்கே நேர்ந்தது. அவள் கன்னங்கள் ரத்தம் ஏறச் சிவந்தன. தாங்க முடியாத

வெட்கத்துக்கு ஆளாகி அவள் காது மடல்கள் இரண்டும் அனல் கொண்டு நின்ற தர்முவைப் பார்த்து கண்களால் ஏதோ உணர்ந்து போன நாகலட்சுமி நிதானத்திற்கு வந்தபோது கலியராஜனும் நிதானத்துக்கு வந்திருந்தான்.

எல்லாமே எதிர்பார்த்ததைப்போல் அந்த வீட்டில் சுறுசுறுப்பாக நடக்கும்! யாரும் யாரையும் விட்டுக் கொடுக்க மாட்டார்கள். குளியல் நடக்கும்போதே. சுருண்டு கிடந்த மதுரம்பா தானாகவே ஏந்திரிச்சு அடுப்பில் தோசைக்கல்லைப் போட்டு முறுகலாக நெய்யூற்றி தோசை சுட ஆரம்பித்துவிட்டாள்.

அந்த மணம் கூடத்துக்கும் வந்தது. அவன் துண்டால் தலையைத் துவட்டும்போது நாகலட்சுமி படியேறி ஓடினாள். பட்டகசாலை விளக்குகளை விஜயா போட்டுவிட தடுக்கு ஒன்றை சின்னக்குட்டிப் பெண் ஒருத்தி அங்கேயே கொண்டு வந்து போடவும், வெள்ளித்தட்டு ஒன்றை சுநந்தா பரபரப்புடன் கொண்டு வந்து வைத்து சுடச்சுடத் தக்காளி சட்டினியும். தேங்காய்த் துவையலுமாய் ராஜலெஷ்மி வரவும், அவன் கண்ணாடி பீரோவின் நீண்ட பெரிய கண்ணாடியில் இடுப்பு ஈரத்துணியோடு தலை சீவிக்கொள்ளும் அலங்காரத்துக்கும் ஒருத்தி பக்கத்தில் நின்று சீப்புக் கொடுத்து வாங்கவும் ராஜோபசாரம் சரியாகத்தான் நடந்து கொண்டிருந்தது. அப்போதும் நனைந்த கண்களோடு தர்மு அவன் எதிரே தான் சேர்ந்து போய் நாற்காலியில் உட்கார்ந்து கொண்டாள். வழக்கம் போலவே அவளைப் பார்த்து, "கல்யாணம் விஷயம் அப்றம் பாத்துக்கலாம்! மொதல்ல என்னோட வந்து உக்காந்து சாப்டு! என்னா பொண்ணு நீ! ஒனக்கு ஒண்ணும் புரியாது. ஒங்கம்மா ஏதாவது குத்தி குத்திவுடும். நீ இஷ்டத்துக்கு ஆடலாம்ன்னு பாக்குறே; நடக்காது; நான் இருக்குற வரைக்கும் எதுவும் நடக்காது. கெடக்கு சாப்டவா" என்று சொல்லிக் கொண்டே தட்டின் முன்னே போய் உக்காந்து கொண்டான் கலியராஜன்!

"விஜயா என்னோட பேக்கை எடுத்துட்டு வா" என்று கட்டளையிட்டுவிட்டு தனக்கு முன்னால் அருமையான குருத்து வாழை இலையில் நெய் மினுமினுப்போடு வட்டம் வட்டமாக உளுந்தின் சுகமான வாசனையுடன் வெந்த தோசை இரண்டின் சுவையை நுகர்ந்தான் கலியராஜன்! குனிந்து அவன் முகத்தைப் பார்த்தபடியே "இன்னும் கொஞ்சம் "என்று தேங்காய்த் துவையல் பத்தை கொஞ்சம் நீளமாவே தோசையின் மேல் தடவி விட்டாள் சுநந்தா!

“கொஞ்சமாக வை” என்று அவன் சொல்லாமல் இருக்க வேண்டுமே என்று பயந்து கொண்டுதான் துவையல் உருண்டையை சுநந்தா தோசையின் மீது நீளமாக இளுப்பிவிட்டாள்!

மாடியிலிருந்து கண்களைப் பறிக்கிற மாதிரி அமெரிக்க ஜார்ஜெட் ஃப்ளோரெசண்ட் ஆரஞ்சு, பச்சை, நீலம் போன்ற பூக்கள் அடர்ந்த ஸாரியும் அதே நிறங்களில் ஒன்றில் எடுப்பாக ஜாக்கெட்டும் அதன்பின் கழுத்து வெட்டுமாக கீழே வந்தாள் நாகலட்சுமி. அவளும் வந்து கலியராஜன் பக்கத்தில் தானே ஒரு வாழை இலையைப் போட்டுக் கொண்டு உட்கார்ந்து கொண்டாள். அவ்வளவுதான்! பட்டாளம் முழுக்கவும் கலியராஜனைச் சுற்றிலும் உட்கார்ந்து கொண்டார்கள்! சாப்பாடு துவங்கியது.

ராஜலட்சுமி தோசை அடுக்கோடு வந்து பரிமாறிக்கிட்டு இருக்கும்போது பையிலிருந்து நாலைந்து போட்டோக்களை எடுத்து தர்முவின் முன்னால் போட்டான் கலியராஜன்!

“மொதல்லெ இருக்க பையன் கண்டியர் வூட்டுப் பையன். ஸ்டேட்பாங் ஆஃப் இந்தியாவுல மூவாயிரம் ரூபா சம்பளம். இவன் தர்முவுக்கு முடிச்சாச்சு. அடுத்தது கோட்டு போட்ருக்கான்ல்லெ அந்தப் பையன் முருகையன். டாப்லெவல்லெ மினிஸ்ட்ரில இருக்கான் டெல்லியில. இங்கே ஒண்ணு டெல்லி இருக்குல்லெ ராஜலெட்சுமி அதுக்குதான்.

அடுத்த படத்துல இருக்கானெ கொஞ்சம் கச்சலா, அந்தப் பையன் ரெங்கராஜு போலீஸ் ஆபீஸ்ல பி.ஏ.டு. சூப்பரின்டென்டெண்ட் ஆஃப் போலீஸ். இவன் யாருக்கு தெரியும்ல்லெ? நம்ப வூட்டு போலீஸ்காரிக்கு.

அடுத்தது ரெண்டு படம் இருக்கே? அது ரெண்டும் அண்ணன் தம்பிய; மேக்குடியாரு பட்டப் பெயரு. நல்ல வலுத்த சொத்து இருக்கு. ரெண்டு பயலுவளும் நல்ல செவப்பா இருப்பானுவ. ஆனா கிராமம். நம்ம சுநந்தாவும், ஜோதியும் கொஞ்சம் அடக்க ஒடுக்கமா போய் இருக்கணும். அதுதான் இருக்கமாட்டாளுவ. ரெண்டும் தலே தெறிக்க ஆடும். அவனுவப்பட்டைய கௌப்புனாதான் ஒழுங்கு வரும்.

பாக்கி ரெண்டு போட்டோவும் ஏர்லைன்ஸ்ல வேலெ பாக்குற பயலுவோ. எல்லாம் பேசி முடிச்சாச்சு. எவளாவுது மூச்சு கீச்சு பறிஞ்சியோ அங்கேயே கிளிச்சி மாட்டிப்புடுவேன் மாட்டி!”

“ஹய்யா! அப்ப நாந்தான் மிச்சமா? ரொம்ப ஜோர்! நான் மாமாவுக்கு! மாமா போட்டோவை நான் மொதல்லெயே எடுத்து பெட்டியில வச்சுருக்கேனே” என்று குந்தினான் விஜயா.

அப்பறம் அங்கே நடந்தது ஒரு சின்ன கூச்சல்தான். சந்தைக்கடை எரைச்சல்தான்! போட்டோக்கள் கைமாறுவதும், பெண்களின் கண்களில் வயிரம் ஜொலிப்பதுமாய் ஒரே அழுகையும், எரிச்சலும், மொரலலும், கூச்சலும் வீடே திமிலோகப்பட்டது.

எப்பவுமே கலியராஜன் கொஞ்சம் அமத்தலான ஆள். எல்லாப் பெண்களுமே அழுவதற்குக் காரணம் அவன் சொன்னதைச் செய்வான்! சொல்லவே மாட்டான், சொன்னால் மீறவே முடியாது! அப்டித்தான் பதினெட்டு, இருபது வருஷமாய் முதலை மாதிரி கொண்டது விடாமல் அந்த வீட்டையே வளைத்துப் பிடித்து இருந்தான். பிடிவாதம், ஆங்காரம், முரடு எல்லாவற்றுக்கும் பேர்போன பெண்கள் மதுரம்பாளின் பெண்கள்!

ஆனால், எவளானாலும் சரி, கலியராஜன் குரல் கேட்டால் போதும் எல்லாம் ஓடி பாடப் புத்தகத்தை எடுத்து வைத்துக் கொள்ளும். இத்தனைக்கும் அவன் ஒன்றும் கேட்க மாட்டான்!

“என்ன படிக்கிறே? என்ன மார்க்?”எதுவும் கேட்டதில்லை.

“ஏன் விளையாடுறே? ஏன் தூங்கலெ? ஏன் படிக்கலெ?’ஆனா திடீர்ன்னு ஒரு நாளு “ராஜலெஷ்மி இங்கே வா. ரொம்ப நாளாச்சே ஒன்னெக் கேட்டு என்ன பண்ணிட்டு இருக்கே? ஒழுங்கா படிக்கிறியா? ஒன் இங்கிலீஷ் புக்கை எடுத்துக்கிட்டு வா ரூம்க்கு!”

மாடி ரூம்க்குள்ள போயி ராஜலெஷ்மி வெளியே வர ரொம்ப நேரமாகும். எல்லாக் குட்டிகளும் அந்த ரூம் வாசல்லெயே காத்துக் கெடப்பாங்க. ரிசல்ட் வாங்குற மாதிரிதான்! அழுது மூஞ்சி வீங்கி ராஜலெஷ்மி வெளிய வரும்! கீழ வந்து உடனே மதுரம்பா கேக்கும் “வெக்கங்கெட்டுப் போயி அவங்கிட்ட அடி வாங்கிக்கிட்டு வர்றியேடீ எம் பொண்ணா நீ. மானம் வெக்கம் இருக்கா, நீ வடிவேலு மொவ்ளா? இப்டி ஓதத் தின்னுட்டு வர்றீயே? ஒடம்புல திங்கற சோறு ஒட்டுதா ஒனக்கு? ஏண்டா எம் புள்ளைங்கள அடிக்கிறேன்னு கேக்கறதுக்கு எனக்கு வகை வைக்கிறீங்களா? அதுக்கும் நாதியில்லாமெ விட்டுவிட்டு பொய்ட்டான் அந்த ஆளு!

ஏண்டீ! படிக்கிறதைத் தவிர என்னாடி ஒனக்கு வேலை? எங்க அடிச்சான் இங்கே வா பாக்கலாம்? கன்னிக்கின்னி போயிருக்கா?”என்று உடம்பை பரிசோதிப்பாள் மதுரம்பா. ராஜலெஷ்மி பதிலே சொல்லாமல் அழுது கொண்டேயிருப்பாள்!

அந்த மாடி அறை கோர்ட்ல கலியராஜன் கூப்ட்டு விசாரிக்கிறதோட சரி! யாரு மேலேயும் கை வக்ய மாட்டேன்; கை வச்சதே இல்லெ! ஆனா சாப்டலேன்னா அடிப்பான்! தூங்கலேன்னா அடிப்பான்! சொன்னதை கேட்கலேன்னா அடி. சொல்லப்போனா கண்டிப்புக்காக அடிப்பான்! இதுவும் எல்லாக் குட்டிவளுக்கும் தெரியும்! மதுரம்பாளுக்கும் தெரியும்!

ஆனாலும் அந்த ரூமுக்குள்ளே கொண்டு போயி என்னதான் கண்டிப்பானோ? என்னதான் சொல்லுவானோ யாருக்கும் தெரியாது! ஒருத்திக்கு ஒருத்தி சொல்லிக்கக் கூட மாட்டாளுவோ! அடுத்த திருப்பு பரீட்சையில் யாரும் சொல்லவே வேண்டியதில்லெ. தானா மந்திரம் செஞ்ச மாதிரி எல்லாப் பாடத்துலயும் மொதல் மொதல்னு குட்டிகள் வரும்! மதுரம்பா சமையலறையை விட்டு வராது! ஆனா மார்க் ஷீட்டைப் பார்த்த ஒடனேயே கண்ணுலருந்து குபுகுபுன்னு தண்ணி அருவியில வர்றது மாதிரி கொட்டும்! அவன் எதிர்கால வந்து நிக்கிற மாதிரி மதுரம்பா உடம்பெல்லாம் நடுங்கும்! புள்ளைய பெத்துப்போட்டா ஆச்சா?!

"ஏண்டீ மதுரம்பா பதினாறு மொழ சுத்துப் பொடவெ கட்டிக்கிட்டு அடுப்படியிலேயே ராஜ்யபாரம் பண்ணிக் கிட்டிருக்கிறதா நெனப்பா? மிதிச்சன்னா தெரியுமா? பத்துப் பொண்ணையும் மனுசியாக்கி உட்ருக்கேன் பாத்துக்க, ஒண்ணு ஒண்ணும் எட்டு ஊரெக் கட்டியாளும் தெரியும்ல்லெ!"

"ஆனா நீ ஏமாத்திட்டு போலாம்ன்னு மாத்திரம் நெனைக்காதே! நான் ஒங்க யாருக்கும் புடிக்காதவனா இருக்கலாம். துமுறுன்னா வீச்சருவாளெ எடுத்தா ஒரே போடுதான்!" அவன் குமுறி கர்ஜிப்பதுபோல் சமையல் உள்ளுக்குள் அவன் காலடியில் நெடுஞ்சாண் கிடையாக விழுவது போல் கதறிக் கொண்டு கீழே விழுந்து புரளுவாள் மதுரம்பா!

ஒரு ஒருத்தி கையில ஒரு ஒரு போட்டோ; மனது பூரா ஊத்தி நெரப்பி பாலா வழிய விட்டுட்டான் கலியராஜன்! இப்படி செய்வான்னு யாருமே நெனைக்கலெ! தர்முவும் சுநந்தாவும் மாடியில அவன் அறையில் இன்னும் அழுது கொண்டு குப்புறக் கிடந்தார்கள். ஏனென்றுதான் தெரியவில்லை. வீடு பூராவும் ஒரே அமைதி! லலிதா முழங்காலைக் கட்டிக் கொண்டு சமையல் உள்ளில் அம்மாவுடன் உட்கார்ந்து ஒருவரையொருவர் கட்டிப் பிடித்து மூச்சுப் பேச்சில்லாத அமைதியில் ஆழ்ந்து கிடந்தார்கள்.

வாசலில் அலமேலு, ராணி, காமாட்சி, தம்பி ராஜு நாலு குழந்தைகளும் கோடை கால விடுமுறையை வீணாக்காமல் கொதிக்கிற புழுதியில் பிள்ளையார் பந்து விளையாடிக் கொண்டிருந்தார்கள்! ஏகக் கூச்சல்! தெருவே ரெண்டுபடும் போல் இருந்தது. சாதாரண நாளாய் இருந்தால் எல்லாம் அடங்கி வீட்டுக்குள் இருக்கும்! கலியராஜன் இனிமேல் சாயங்காலம்தான் வருவான்.

வீட்டில் இருக்கிற அக்காமார்கள் எல்லாம் கல்யாணச் சந்தையில் விலையாகிப் போய்விட்டது அந்தக் குழந்தைகளுக்குக் கூட நன்றாய்த் தெரிந்திருந்தது! அதனால் கூச்சல் ஜாஸ்தியாகவே இருந்தது!

தர்மு கல்யாணத்தை மட்டும்தான் அந்தக் குழந்தைகள் எதிர்பார்த்திருந்தன! ஒரே நேரத்தில் ஆறு கல்யாணம் என்றால் எவ்ளோ பலகாரம்! எவ்வளவு சொந்தக்காரங்க. உறவுக்காரங்க விளையாட்டு! சந்தோஷம்! கும்மாளம்! அடேயப்பா! என்று குழந்தைகள் மாய்ந்து போனார்கள்!

“இருந்திருந்து கடேசில மாமென் இப்டி காலை விரிக்கும் அப்டின்னு தெரியாமெப் போச்சே!” என்றாள் சுநந்தா தர்முவின் காதுகளில்.

“அப்டியெல்லாம் சொல்லாதே; மாமனெ மாதிரி ஒரு ஆளு எங்குமே இருக்காது! எது செஞ்சாலும் அது நமக்கு நல்லதுதான் செய்யும்! நாங்கூட ஏமாந்துதான் போய்ட்டேன். எல்லாருக்கும் ஆசை இருக்கு தாசில் பண்ண? அதிஷ்ட்டம் இருக்கு கழுதெ மேய்க்க! அது செய்ய வேண்டிய வேலையெல்லாம் செய்யாமெ எப்போதும் பின் வாங்காது தெரியும்லெ!”என்று சொல்லிய தர்முவின் கண்களிலும் கண்ணீர்!

“எனக்கு இந்த மாப்ளெயெப் பிடிக்கலேன்னா என்ன பண்ணிபுடுமாம் இந்த மாமென்?” என்று ஆக்ரோஷத்துடன் விழி சிவந்தாள் சுநந்தா. அலுப்புடன் சிரித்துக் கொண்டே “இந்த ஆளெப் பிடிக்கலேன்னா உடனே வேறோருவனே புடிச்சுக் கொண்டாந்து மாமங் கட்டி வெச்சுடும். அதுக்காகவெ ஒன்னெவுட்டு வச்சுடும்ன்னு நெனைக்காதே! ஏண்டி ஒம் மாப்பிள்ளைக்கு என்ன கொறையாம்? பாக்க கண்ணுக்கு லட்சணமாயிருக்கான்! நெறைய சொத்து இருக்கு! ஒரே வூட்டுக்கு நம்ம, வூட்டு புள்ளைவ ரெண்டு மருமவளா போறீங்க. இன்னும் என்னடீ வேணுங்குறே?

“மாமென் வேணும்!” என்று சொல்லிக் கொண்டு அவள் தோள்களில் புரண்டு கொண்டாள் சுநந்தா! கண்களிலிருந்து கண்ணீர் தர்முவின் ஜாக்கெட் பூராவும் பரவியது.

அதே நேரத்தில் அவளுடைய விம்மலைக் கேட்டு சுநந்தாவும் அதிகமாகவே அழலானாள்.

"அப்ப கலியராஜன் யாரெத்தென் கலியாணம் பண்ணிக்குவான்?" என்ற கேள்வி மட்டும் வெளிய சொல்லி கொள்ளவோ வெளிய கேட்டு கொள்ளவோ இல்லை. இந்த வீம்பு எல்லாருக்கும் இருந்தது. அது வடிவேலு வீட்டு சீதனம். பணியிறது. வளையிறது எல்லாம் ஒருத்தனுக்குதான்! ஆனா எனக்கு வேணும்ன்னு யாரும் அங்க கேக்க மாட்டாங்க! கேட்டதில்லே!

கீழ வீடு முழுவதும் இதே வீம்பில் அடிமையாகி யாரும் வாய் தொறக்கவேயில்லை என்றாலும், மதுரம்பாளுக்கு மட்டும் நெஞ்சு வெடித்து விடும்போல் இருந்தது!

ராத்திரி நேரம் பண்ணண்டு, ஒன்று, இரண்டு என்று கூடத்து வால்கிளாக் மணி அடித்துக் கொண்டிருந்ததெல்லம் மதுரம்பாளுக்குத் தெரியும்! ஒரு வாரத்துக்குள்ளாகவே எல்லாப் பொண்டுவளுக்கும் பரிசம் போடப் போறன் கலியராஜன் கத்திப்புட்டு போனான்! ஒரு மரியாதைக்கு கூட அவகிட்ட வந்து சொல்லலே! மதுரம்பா குப்புறப் படுத்து அழுது கொட்டினாள்! தலையணை இப்போது கலியராஜன் வெறுத்துப் போனான். அவர்கள் எல்லோரையும் ஒரே வழியாய் கலியராஜன் மறுத்துப்புட்டான்!

லலிதாவும் தூங்கவில்லை என்பது அவள் புரண்டு புரண்டு படுப்பதிலிருந்து தெரிகிறது. கலியராஜன் எல்லாப் பொறுப்பையும் ஏற்றுக் கொண்டதனால் இந்தக் குடும்பம் பதினஞ்சு வருஷத்துக்கு முன்னாலேயே தெளிந்துவிட்டது. வறுமை, சுருக்கமும் இல்லாமைக் கஷ்டமும் ஒரு மூணு வருஷம் இருந்தது என்னவோ உண்மை!

"இந்த ரெண்டு வண்டி நெல்லை அரைச்சுட்டு வர முடியுமா? தம்பி" என்ற கேள்வியிலிருந்து அப்படியே அந்த வீட்டுப் பொறுப்பு எல்லாத்தையும் வரவு செலவு உட்பட யாரோட அனுமதியும் இல்லாமலேயே சவுக்கையும் எடுத்துட்டான். இப்ப ஐயோன்னா ஆவுமா? அம்மான்னா ஆவுமா? யாரோ கதவெத் தட்டுற சத்தம் கேட்டு திடுக்குன்னு ஏந்திரிச்சா மதுரம்பா! திக்குன்னுச்சு. இந்த நேரத்ல யாரு? ஆம்பளை இல்லாத வீடு! இதுக்குத் தான் ஆம்பளை வேணும்கிங்கிறது? என்னா செய்யிறதுன்னு தெரியமெ லலிதாவைத் திரும்பிப் பார்த்தா. அவளோ கொடி துவண்டு கெடக்குற மாதிரி கெடக்குறா! வெச்ச கண்ணெ எடுக்க முடியல்லெ!

இவளுக்கு வேண்டாம்ல்லெ! அப்படியே வாழைத் தண்டு வளைஞ்சு கெடக்குற மாதிரி பொரண்டு கெடக்குறாளே... மறுபடியும் கதவெத் தட்டுற சத்தம்!

மெதுவா எழுந்து பட்டகசாலை வழியாக மங்குன இருட்டு வெளிச்சத்துலெ விழ வெளக்கு எரிஞ்சுட்டு இருக்குற கண்ணாடியப் பாத்துக்கிட்டே வாசலுக்குப் போறா மதுரம்பா!

யாராயிருக்கும்? இந்த அகால வேளையில் போற போக்குல பீரோவை பார்த்தா ஒரே ஒரு கணம்தான். அப்படியே லலிதாக்குட்டி மாதிரியே இருக்கு! எங்கேயும் ஒடம்புல ஒரு துளி சதை கூட இல்லே! அசிங்கமோ விகாரமோ இல்லெ! முப்பது வருஷத்துக்கு முந்தி இருந்த மாதிரியே இருக்கா மதுரம்பா! திக்குன்னுது மறுபடியும். வாசல் கதவுக்கு ரெண்டு பக்கத்துலயும் ஜன்னல்! ஒரு ஜன்னல் நாதாங்கியத் தள்ளி லேசா கதவெ ஒருக்களிச்சு.

“யாரு?”

“நாந்தான் கலியராஜன்! கதவெத்தெறே?”

“புள்ளைங்கள்லாம் தூங்கிட்டாங்களே?”

“நான் உள்ள வர்லெ! நீ வெளியே வா அத்தை பயப்புட வேண்டாம்! கொஞ்சம் பேசணும். இப்டி இருட்டுல திண்ணையில உக்காந்து கேட்டாப் போதும்!”

அப்படியே தொண்டைக்கு மேல் பேச்சே வரவில்லை அவளுக்கு! வாசலடியில் நின்றான் கலியராஜன்! எப்போது கதவைத் திறந்தாள் என்று அவளுக்குத் தெரியாது.

“என்னத்துக்கு வந்துருக்கான் இவன்? இந்த நேரத்துலெ?”என்றாள். அவன் பக்கத்திலிருந்து புளித்த பலாப் பழத்தின் வாசனை!

அப்ப! எதுக்கு குடிச்சிட்டு இங்க வந்திருக்கான்? உங்க வீடு வெளிச்சத்தில் கலியராஜனின் கண்கள் சிவந்து முன் தள்ளி உருண்டன! அவளுக்கு நடுக்கம் ஜாஸ்த்தியாயிடுச்சு. கலியராஜன் குடிப்பது முன்பே அவளுக்குத் தெரியும்! எப்போதும் குடிக்கிறவன் அல்ல. ஆனால் நன்றாகவே குடிக்கிறவன்! குடித்தாலும் ரொம்ப நெருங்கிப் பார்த்தால்தான் தெரியும்.

அத்தைன்னு கூப்ட்டதே இல்லே! ராத்திரில வந்ததே இல்லே! இப்பக் குடிச்சுப்புட்டு அத்தையாமே! அத்தை! ஒருத்தியெக் கட்டிக்கிட்டு அத்தைன்னு கூப்டக் கூடாதா? அதான் இல்லெென்னு போச்சே. அதற்குள் தப்புதான் அவங்கிட்ட இப்டி பேசுறது தப்புதான்!

"எல்லாரும் சேந்து என்னை ஏமுத்தீட்டிங்களேடீ? பாவிங்களா? சுத்தி வளைக்கிறதுல என்ன இருக்கு! ஒருத்தியாவது புரிஞ்சுக்கிட்டீங்களா? ஒங்களுக்கெல்லாம் நான் ஒரு ஆம்பளை அவ்வளவுதான்! ஜாக்ரதையா பழகுவீங்க. ஒழுங்கா இருப்பீங்க, கெப்புறு விடாம அப்படியே ஜாக்ரதையா, சுத்தமா. நேர்மையா ஒவ்வொருத்தியும் இருப்பீங்க. நான் ஒங்களுக்கு ஒரு காவல்காரன்! பாதுகாவல்! அவ்வளவுதான் என்னைக்காவது ஒரு நாள் கொஞ்சம் ஒரு மாதிரியா இருந்திருந்தேன்னா அப்ப தெரிஞ்சுருக்கும் நீங்கள்ளாம் யாருன்னு!"

"என்னப் பேச்சு பேசுறப்பா தம்பீ! இப்பக்கூட என்ன கெட்டுப் போச்சு! ஏம் பொண்ணுல யார் வேணுன்னாலும் நீ கட்டிக்க! ஆசெப்பட்டா ஒவ்வொருத்தியும் தயாராதான் இருக்கா!"

கொஞ்சம் சத்தம் போட்டே சிரித்தான் அவள் சொன்னதற்கு. மதுரம்பா திகைத்தாள்.

'என்ன சொல்றான் இவன்?' ஒடம்பு ரத்தம் முழுசும் அப்படியே நெஞ்சுக்குள் பாய்வதுபோல் இருந்தது. தெரு பூராவும் வெறிச்சோடிக் கிடந்தது! நாக்கு மேலே ஒட்டிக் கொண்டது. உடம்பு முழுதும் அனல் பறந்தது. நெஞ்சு வலி ஆரம்பித்து குத்து ஆரம்பித்தது.

"எங்க வீட்லயும் எனக்கு யாருமில்லேன்னாலும் இந்த வீட்லயும் எனக்கு யாருமில்லே. நான் ஏன் இந்த வீட்டுக்குள்ள வந்து நொழைஞ்சு ஒரு எடுபிடி ஆளா ஆண்டெ ஆண்டென்னு கையேந்திக்கிட்டு நிக்கிறேன் எனக்கே தெரியிலே!"

"ஐய்யோ அப்படியெல்லாம் சொல்லாதீங்க தம்பீ! நீங்க இல்லேன்னா இந்த வீடே முச்சந்திக்கு வந்திருக்கும்."

"அதெல்லாம் பேசாதே! ஒங்க நன்றி, விசுவாசம், அன்பு, பக்தி, பாசம், நேசம் எல்லாத்தையும் நான் பிச்சை கேட்க வர்லெ! ஒங்களுக்கும் எனக்கும் என்னடீ சம்பந்தம்? ஏய்... ஒன்னெத் தான்டீ கேக்குறேன்?"

"தம்பி அண்ட அசல்லெ எல்லாம் ஆள் தூங்குது; நம்ம திண்ணையிலிலேயே ஆளுவ தூங்குறானுவோ? எல்லாரும் காதுல வுளுந்து ஏந்திரிச்சானுவன்னா குண்டக்க மண்டக்க ஆயிடும்! நீங்க குடிச்சிருக்கீங்க; வேண்டாத பேச்சுப் பேச வாண்டாம். காலையில வாங்க" என்று பொடவையை இழுத்து சொருவிக் கொண்டு உள்ளே போக எத்தனித்தாள்.

"ஏய்..ய்...ய் நில்லுடீ! ரொம்ப ஒழுங்கு மாதிரி உள்ற போயிக் கதவெ சாத்திக்கலாம்ன்னு பாக்குறியா? ஒனக்குத் தெரியாதா?

நான் ஒங்காலெ சுத்திக்கிட்டு இருக்கேன்னு. பொய் சொல்லாமெ சொல்லு: ஒன் நெஞ்சுல கை வெச்சு சொல்லு; நான் ஏன் இந்த வீட்டெ சுத்திக் சுத்தி நாய் மாதிரி வர்றேன்னு ஒனக்குத் தெரியாதா? இருவது வருஷமா ஏம் மூஞ்சியெக்கூட நீ வந்து பார்த்தது இல்லே! நான் அதுக்குத்தான் அலையிறேன்னு ஒனக்கு நல்லாத் தெரியும்!'

திகிலோடு சுற்றுமுற்றும் பார்த்தாள் மதுரம்பா! ஓடிப்போய் அவன் காலடியில் விழ வேண்டும் என்று 'உடம்பு பறந்தது அவளுக்கு!' "என்ன மன்னிச்சுருங்க மன்னிச்சுருங்க" ன்னு அலறணும்ன்னு நெஞ்சுக்குள்ள ரத்தம் அலையடிக்கிது! பயம்! பயம்! பயம்! பூதம் பயம்! இருவது வருஷமா இருந்த பயம், பத்துப் பொண்ணுவளே பெத்த பயம்!

ஒவ்வொரு வருஷமும் வர்ற புது ஆம்பளையா வடிவேலுவப் பாத்த பயம்! பட்டாளத்துலருந்து ஒரு மாச லீவுல வந்து வருஷம் ஒரு பொண்ணா பெத்த பயம்! ஆம்பளையா அவளுக்கு ஒறவு பத்துநாள்தான்! அந்த பயம்! மொரட்டுப் பிசாசா அவளெ பய முறுத்திக்கிட்டே இருந்த கலியராஜன்மேல் பயம்! அப்படியே அவன் கால்களில் விழுந்தாள் மதுரம்பா.

"ஏங்குடும்பத்தெ அழிச்சுடாதெய்யா! பட்டினி கெடந்து பட்டினி கெடந்து அழிச்சுத் தரையோட தேய்ச்சது இப்ப வெட்ட வெட்ட வளருது! வானதறுதிக்கு மொளச்சலிங்கமா ஏந்திரிச்சு நிக்கிது! என்ன வுட்டுடு! ஏஞ்சாமி என்னெ வுட்டுடு! ஏம் பொண்ணுவளெக் காப்பாத்து! நானு ஒனக்கு அருகதையில்லே! காடுவா வாங்குது! எம் பொண்ணுவ ஒருத்திக்குத் தெரிஞ்சாக்கூட போதும், எல்லாம் நாண்டுக்கிட்டு சாவும்! இந்தக் குடும்பத்தை சுடுகாடாக்கிப் புடாதெ!" அவன் கால்களைக் கட்டிப் பயந்து பயந்து சுத்திமுத்திப் பார்த்துக் கொண்டே அழுதாள்.

"ஏய்...ய்... யாருகிட்டடீ கெதெவுடுறே! ஒன்னோடய அழுவே,பொருமலு, ஒழுங்கு முத்துன வாழைக்காத்தனம் எல்லாம் ஏங்கிட்டெ நடக்காது? ஒரு வருஷமா? இரண்டு வருஷமா? இருவது வருஷம்டீ இருவது வருஷம். ஒரு நாளு நான் பாக்க நல்ல துணி கட்டியிருப்பாயா? நாயே! ஒரு நாளு ஏம் மொகத்தெ நிமுந்து பாத்துருப்பியா? நான் இருந்தா முத்தத்துக்கே வர்றதில்லெ! அடேயப்பா! நளாயினி, சாவித்திரி கறுப்பு, நெஞ்சுல ஆசெய வச்சுக்கிட்டு தானடீ வூட்டுக்குள்ள ஒளிஞ்சுக்கிட்டிருந்தே! ஒன்ன எனக்கும், என்னெ ஒனக்கும் இந்த வூட்டுக்குள் பூந்துக்கிறதுக்கு முன்னாடியே தெரியும்! ராஸ்கோல்! ராஸ்கோல்! எனக்கு ஊருல

பொண்ணா இல்லே? அத்தெ மொவ இல்லையா? மாமென்மொவ இல்லையா? முண்டச்சின்னு ஒன்னெத் தெரியாதா எனக்கு? முண்டச்சின்னு தெரியாமயா பின்னால வந்தேன்? ஏய்....... ஒன்னெ சும்மா வுட்ருவேன்னு மட்டும் நினைக்காதே! நான் என்ன பொருக்கியப் பயலா? போக்கனங்கெட்டப் பயலா! அவுசப் பயலா? வூட்டுக்குள்ள படுத்துருக்கிறது அத்தனையும் ஏம் பொண்ணு வடீ! ஏம் பொண்ணுவ! பெத்தாதானா? நீ பூ வச்சுக்காம, பொட்டு வச்சுக்காமெ வேஷம் கட்டுனா கொளத்தாங்கரையிலேயும், ஆத்தங்கரையிலேயும் நீ சிரிச்ச சிரிப்பெ எவன்டி வந்து தெரிஞ்சுக்கப் போறான்! நீ குடும்புடுற சாமியும், நாங் கும்புடுற சாமியும் ஒண்ணுன்னு ஒனக்கும், எனக்கும் மட்டுந்தான்டீ தெரியும்!

நீ போடுற தாலியறுத்த வேஷம் ஊருக்கும், ஒலகத்துக்கும் ஒம் பொண்ணுவளுக்குத்தான்! என்னெ வாசல்லெ பாத்தா கொல்லப்பக்கம் போயிடுறது; கொல்லப்பக்கத்துல பாத்தா வாசலுக்குப் பாஞ்சிறது. நட்ட நடு வூட்ல பாத்தா அடுப்பாங்கரைப் பொந்துக்குள்ளப் பூந்துகிறது. அத்தனைக்கி "நான் இளிச்சவா பய இல்லையாடி"... படார்...படா...ர் என்று மார்பில் அறைந்து கொண்டான்!

"நான் ஒரு போக்கனங்கெட்டன்; ஒங்கிட்ட வந்து இதெல்லாம் சொல்றேன்! பாரு திருட்டு முண்டெ! 'சுவற்றில் போய்' மடேர் மடேர்' என்று மோதிக் கொண்டான் கலியராஜன்!"

"அய்யோ வாண்டாம்; வாண்டாம் யாராவது வரப்போறாங்களே? யாராவது கேக்கப் போறாங்களே! யாராவது கேக்கப்போறாங்களே!" என்று கதறினாள் மதுரம்பா.

"ஏய்... இனிமே நடிச்சே இதே எடத்துல கொன்னுபுடுவேன். நானே பயலுவள எழுப்பி வுட்டு செருப்பால் அடிக்கச் சொல்லுவேன். இருவது வருஷமாச்சு. இனிமே ஆக்ட் கொடுத்தே... ஒன்னே இதே எடத்துல" என்று கூறியபடியே அவளைப் பொடவையோடு சேர்த்துப் பிடித்து நெருக்கி வீட்டுக்குள்ளே ஒரு துணி மூட்டையை எறிவது போல் ஆத்திரத்தோடு விட்டெறிந்தான் கலியராஜன். கூடத்துக் கருங்கல் தூணில் மோதி வெட்டிய மரம்போல் விழுந்தாள் மதுரம்பா!

கைகளை ஓங்கிக் கொண்டு வாசலிலேயே நின்றான். ஒரு கணம் பாய்ந்து அவளை எட்டி மிதித்தே கொன்றுவிடுவது என்பது போன்ற நிலையில் காலை மேலே உயர்த்தித் தூக்கியபடி...

"உண்மையைச் சொல்லுடீ என்னெ நீ மனசுக்குள்ள வச்சே ஏமாத்ததிலே? வேஷம் போடலெ! என்னெ நினைக்கவே

இல்லையா? நெஜமா சொல்லு" என்று அவன் அலறியபோது. வாசலில் குறட்டில் படுத்திருந்தவர்களில் பாதிப்பேர் எழுந்து ஓடி வந்து,

"அய்யோ ஆண்டெ! வேண்டா ஆண்டெ வந்துருங்க! விட்ருங்க!" என்று பதறியபடியே அவனை இடுப்பிலும், கைகளிலும் பிடித்துப் பின்னுக்கிழுக்க...

"இந்த அழுவெ செறுக்கி ஒங்களுக்கு வாண்டாம் வாண்டாம்!" என்று முற்றத்தில் விழுந்து கதறியபடியே.

"என்னே மன்னிச்சுருங்க! என்னெ மன்னிச்சுருங்க! நான் பாவி! நான் பாவி! நீங்க சொன்னதெல்லாம் உண்மைதான்! இந்தப் போக்கத்த செறுக்கி ஒங்களுக்கு வாண்டாம்! இந்த நாதியத்த நாயி ஏங்கொல தெய்வத்துக்கு வாண்டாம்!" என்று கதறியபடியே முற்றத்து மண்ணில் புரண்டு அழுதாள் மதுரம்பா. தூங்கிக் கொண்டிருந்த குழந்தைகள், பெண்கள் எல்லாம் குய்யோ முறையோ என்று கதறிக் கொண்டு. மதுரம்பாளைக் கட்டிக் கொண்டு கதறின! என்ன விஷயமென்று தெரியாமலேயே ராஜலெட்சுமி, ஜோதி, தர்மு, எல்லோரும் தாயின் கால்களைக் கட்டிக் கொண்டு கதறும்போது ஓரளவுக்கு விஷயம் தெரிந்தே லலிதா, சுநந்தா, நாகலட்சுமி ஆகிய மூன்று பெண்களும் தாயின் முதுகையும், இடுப்பையும் கட்டிக் கொண்டு கலங்கினார்கள்! புரியாவிட்டால்தான் என்ன? கண்ணீர் போதாதா?...

(புதிய பார்வை, அக்டோபர், 1993)

எரித்தும் புதைத்தும்

கடைசியாக அவன் கையில் கொடுக்கப்பட்ட விஸிட்டிங் கார்டை உற்றுப்பார்த் தான் லயனல்.

வெளேரென்று வெட்ட வெளியாக இருந்தது அந்த வெள்ளைகார்டு, மணியை அடித்தான். ப்யூன் ராஜர் வந்து நின்றான். விசிட்டிங்கார்டை அவனி டம் நீட்டினான் லயனல். பவ்யமாய் தலைகுவிந்தபடி ப்யூன் ராஜர் கேட்டான் "ஏன் ஸார் நேரமாய்டுச்சா இந்த ஆளை நாளைக்கு வரச் சொல்லிடட்டுமா?"

"விஸிட்டிங் கார்ட்ல என்னடா இருக்கு?"

"இருக்குங்களே என்னமோ எஸ் ஏ ஏவியு ன்னு போட்ருக்கே என்ன சாவ இது? ஏங்கிட்ட குடுக்குறிங்களே போயி!"

"Saavu சாவு, சாவா? அப்படி ஒரு பேரா? கீழ என்ன என்ன போட்டுருக்கு? அதையும் இப்படியே படியேன்!"

"கீழ நிறைய போட்ருக்கு ஸார் நீங்களே படிங்க நான் படிக்கத் தெரியாதவன்! வேணும்ன்னா லக்ஷ்மி இன்னும் கீழதான் இருக்காங்க பெறப்படலை. போயி அனுப்புறேன் சார்!'

"இந்த ஆள் எப்படி இருக்கான்?"

"நல்ல வாட்ட சாட்டமா இருக்காரு ஸார்! நாலு மணிக்கே வந்துட்டாரு!"

சரி நீ போயி லக்ஷ்மியை மட்டும்.... மத்த டைப்பிஸ்ட் யாரும் கூட வராமல்.... தனியா வரச் சொல்லிட்டு நீ போ! கீழ டெஸ்பாட்சிங்ல ஐயர் இருந்தா நான் கீழ வந்தப்புறம் போகலாம்ன்னு சொல்லீட்டு நீ போகலாம் வீட்டுக்கு. வாட்ச்மேன் நாதமுனிகிட்டை இன்பர்மேசன் குடுத்துடு இன்னைக்கு நீ சீக்கிரம் போறேன்னு!'

"அந்த மனுஷன் சாவு?"

"மறந்தே போச்சு! லக்ஷ்மி கிட்ட செல்லி அவமேல வரும் போது உள்ள வரச் சொல்லிடு"

ராஜர் கீழே போய் விட்டான். விஸிட்டிங்கார்டை மறுபடியும் பார்த்தான் லயனல். அது வெள்ளையாக இருந்தது. சுத்தமான வெள்ளை சுற்றிலும் பார்த்தான் சுகமான லைட் அரக்கு கலரில் டிஸ்டம்பர் பூசிய அருமையான ஆபீஸ் ரூம் ஏர்கண்டிசன் மிருதுவாய் சத்தமிட்டுக் கொண்டிருக்கிறது. மேலே ஓடாத விசிறி நாலு புறமும் ஜன்னல் கண்ணாடி வழியே வெளியே தெரியும் ஆகாயம், கட்டிடத்தின் மேல் தளங்கள் உச்சிகள், அவைகளில் ஒரு கோவில் கோபுரமும் தெரிகிறது.

மணி ஒலித்தது....'மே ஐ கம் இன் பாஸ்?' -லக்ஷ்மி கேட்டுக் கொண்டே உள்ளே வந்தாள். லயனல் கண்கள் ததும்பின. லக்ஷ்மி ஒரு அநுபோக பொருள். சொல்லப் போனால் அவன் விலை தந்து முடிந்து வைத்திருக்கும் ஒரு அழகியல் சாதனம். அவனுடைய விலை உயர்ந்த கார்! ஜப்பானிலிருந்து வந்த அபூர்வ கேமரா! அமெரிக்காவிலிருந்து வந்த அவனது நவீன ஸீட்கோட்!.... ஆபிஸில் எல்லாருடைய நம்பிக்கையும் இதுவே! ஆனால் லக்ஷ்மி ஒரு சாதனம் மட்டுமல்ல; மிக தைரியமான துணை.

"ப்ளீஸ் ஸீ திஸ் விசிட்டிங்கார்ட்...வேர்ஸ் ஹீ?"

"ஆமா ராஜர் சொன்னான், வெளியே யாரையும் காணுமே ஸார்" 'வாட்? யாரையும் காணுமா?' - லயனல் வியர்வை பொங்குவதை உணர்ந்தான். ஒரு வேளை லேட்டாச்சுன்னு போய்ட்டிருப்பாரோ? லெக்ஷ்மி கார்டை பார்த்துப் படித்தால் பி.சுப்ரமணியன்.

ஏஜெண்ட், ஜாக்ஸன் அண் ஜாக்ஸன் கம்பனி

பங்கு மார்க்கட் வீதி, தைனியப்பன் வீதி,

மெட்றாஸ்.

"ஹூஇஸ் திஸ் பி சுப்ரமணியன் பாஸ்ட்டர்ட்? ராஜர் என்னமோ? ஔறி கொட்டினான். நீ பி. சுப்ரமணியன்ங்கறே?"

"ரொம்ப சூடா இருக்கேள் போல இருக்கே? ம் ஹீம் இருங்க" ஃப்ரிட்ஜ் ஜத் திறக்கப் போனாள் லக்ஷ்மி. அவள் பின்னால் நின்றது ஃப்ரிட்ஜ்! லயனல் எழுந்து ஜன்னல் ஓரமாய் போய் நின்றான். கீழே மௌண்ட் ரோட்டில் இருட்டுக்கான கவி பாட ஆரம்பித்தது ஒரு பக்கமாய் வானத்தில் ஒதுங்கிக் கொண்டிருக்கும் வெளிச்சத்தால் தெரிந்தது. இருட்டு ஒரு கவிதை!

ஒரு கப் நிறைய ஜில்லென்ற பீர் நுரையுடன் எதிரே அவள். லக்ஷ்மி விபூதி அணிந்திருந்தாள். சந்தன நிறம் இரத்த நிறத்தில் ஜாக்கெட்; மிக மிக ஆழமாக வெட்டப்பட்ட கழுத்தை ஆங்காங்கே

வட்டம் வட்டமாய் துளையிட்டுத் தைத்த ‘அப்ளிக்’முறை இலைக் கொடிகள் அதில்! வெள்ளி இலைகள் பூக்கள். கழுத்தில் ஒரு வட்ட கம்பி மட்டும் தங்கம் சரியான வட்டம். வேறு எதுவும் இல்லாமலேயே ஒரு வெட்டு மின்னியது டாலர் இல்லை.

அலுப்பே இல்லாமல் லயனல் பார்த்துக் கொண்டே இருந்தான் அவளை. அவள் புருவங்கள் அவனுக்கு மிகவும் பிடிக்கும் பிறை வால் இமைகள்! பளிச் சென்ற வெள்ளை கருப்பு விழிகள் பெரியவை; யாருடன் நின்றாலும் தனித்து எடுத்துப் பேசுகின்ற விழிகள்! கூர்மை! கூர்மை! சுருக்! மை!

கையில் பீருடனேயே அவளை நுகர்ந்து முத்தமிட்டான் லயனல் வழக்கம் போல அவனுக்கு வெறி தருகின்ற அந்த துடைக் கிள்ளும் திமிறி அவன் கிஸ் ஸீக்கு ‘ஒதுங்கி’க் காட்டுகின்ற போலியான ‘யு நாட்டி’யும் அவளிடமிருந்து கிடைக்கவில்லை. பீரை உறிஞ்சாமல் மேஜையில் வைத்தான்.

கதவு தட்டுகின்ற ஓசை! மே ஐ கமன் ஐயர்!

‘கம் இன்’ - என்றாள் லக்ஷ்மி. வந்தது ஐயர். முப்பது வருட ஸர்வீஸ். லக்ஷ்மிக்கும் அவருக்கும் ஆகாது. ஐயர் வைதீகம். லக்ஷ்மியை திருத்தமுடியாது என்பவர். லயனல் மீது நிறையப்பிரியம் சம்பளம் மட்டும் அல்ல அவர் வேலை பார்ப்பதற்குக் காரணம்!

“பாஸ் எங்கேடி?”

“ஸ்...’டி ங்காதேங்கோ! அதோ அங்க ஜன்னலண்ட நிக்கறார் பாருங்கோ.”

“தீர்தம் ரொம்ப நேரமா ஊத்திக்கறா? தெளிவு இருக்குமா?”

“ஸ்டுப்பிட்.....! போய் பேசுங்கோ!”

“ஆமடி! நீயெல்லாம் ஸ்டுப்பிட் சொல்ற அளவுக்கு வெச்சுருக்கான் லயனல்!...குட் ஈவ்னிங் ஸார்...கீழ சுப்ரமணியன்னு ஒருத்தர் காத்துண்டு இருக்கார். ஜாக்ஸன் கம்பனிலருந்து வந்து ரொம்ப நேரமாச்சாம். மேல வந்தாராம். நீங்க ஆம்படல்லியாம்... இருக்கார். வரச்சொல்லட்டுமா. இல்லே நாளைக்கி வாடான்னு அனுப்பிச்சுடவா. டயம் வேற ஆறே முக்காலறது... நீங்க போனும்ன்னா போங்கோ.”

“வந்து.....சுப்ரமணியன்னு ஆளு புதுசா இருக்கு.”

பின்னாலிருந்து லக்ஷ்மி சொன்னாள் “கீழ இருக்கட்டும். பாஸ் கீழ வருவார் பாப்பார். இருக்கச் சொல்லுங்கோ!” ஐயர் லயனல்

முகத்தை பார்த்தார். “ம்! கீழ இருக்கச் சொல்லுங்க” என்று தலையாட்டினான் லயனல். பீரை எடுத்து உறிஞ்சினான்.

ஐயர் அமைதியாக போகப் புறப்பட்ட போது மெதுவாக லஷ்மியிடம் “டீ பொண்ணே சீக்கிரமா கீழ வாங்கோ. ஆத்துக்குப் போயி தொலைக்கணும்” என்ற படியே கதவை இழுத்து விட்டு வெளியே போக அவர் போய் சில செகண்டுகள் வரை கதவு மெதுவாக இடைவெளியை குறைத்துக் கொண்டே வந்து கடைசியில் ‘பஸ்’ என்ற ஸ்பிரிங் ஓசையுடன் அழுத்த மூடிக்கொண்டு வெளி உலகத்தை துண்டு பண்ணி சேர்த்து அறைக்குள் அழுத்தியது.

மறுபடியும் இறுகத்தழுவி நெருடி அவளை முகத்திலேயே கோபித்துக் காட்டி மறுகையால் விலக்கி தடுமாற வைத்தான் லயனல்.

தடுமாறி நிலைக்கு வந்தாள் லக்ஷ்மி. கொஞ்சம் களைத்து விட்டாள். அவனையே உற்றுப்பார்த்தாள் சாதாரணமாய் நின்றாள் கண நேரம்.

‘கெட் அவ்ட்’ - லயனல் கத்தினான் குபீரென்று. அவன் ரத்தம் சூடேறி மண்டையில் குவிந்து பாய்ந்தது. அவள் அசையவில்லை. அவள் அவன் நிலையை தடுமாற்றமில்லாமல் கவனித்தாள். அவனுக்கு இறைத்தது. அவளை விடக் கூடாது பீரை உறிஞ்சினான்.

“என்ன ஆச்சு உங்களுக்கு? ஹும் பீர் தானே! தாங்குமே! என்ன ஆச்சு?”

“இந்த பத்தினித்தனமெல்லாம் வேணாம் ஆமா!”

“நான் பத்தினின்னு ஓங்ககிட்ட சொல்லிண்டா ஓங்க ஆபிஸ்ல சேர்ந்தேன்?”

“ஏய்! பேசாதே!” உறுமினான்.

“சரி வாங்க போகலாம் கீழ அந்த சுப்ரமணியன் வேற!”

“ஏமாத்திட்டு போலான்னு பாக்குறியா?”

“புரியல்லியே! என்ன ஏமாத்தறது! நானா? ஏன் ஏமாத்தணும்? உங்க மூட் சரியில்லை! வாங்க என் ராஜா கண்ணுல்ல....”

“ஒன் ஊட்டு கொஞ்சல்லாம் வேணாம். இ..ங்கே வா...”

அடுத்தகணம் லக்ஷ்மி, லயனலுக்குள் - இம்முறை ரத்தம் புள்ளியிட்டது. இந்த தடவையும் பெரிய ஏமாற்றம். ‘கிக்’ இல்லாத கிஸ்! அவனுக்கு லக்ஷ்மி யும் அலுத்துப் போகிற நேரங்கள். அவள் இந்த ஆபீஸில் சேர்ந்த மறு மாதமே லக்ஷ்மியை விரட்டியடித்து விடுவான் என்று கூட ஸ்டெனோ குட்டிகள் பேசிக்கொண்டன

ரகசியமாய். மற்ற ஸ்டெனோக்களை அஞ்சு பேர் இருந்தும் கூப்பிடுவதில்லை அவன்! போகப் பொருளாய் பெண்ணை வெற்றிகரமாய் உப யோகிக்க எவனாலும் எப்போதும் முடியாது என்பான் - உபயோகிக்க என்னாலும்.... 'நோ' என்பான். ஆபீஸில் அசிங்கம்! என்பான். காதலாவது கத்தரிக் காயாவது என்பான். பெண் உறவு எல்லாமே அந்த நேரத்தோடு பைசலாக உடனே ஓடி வந்து விடுவதே அவன் வழக்கம். மனைவியும் தேவடியாளும் ரெண்டுமே ஒரு சாயல் கொண்ட ரெண்டு சதானங்கள்தான்! வேறு வேறு!

மெட்ராஸிலும் பாம்பேலும் பெரிய அளவில் வியாபார விஸ்தகர்கள் கொண்ட பெரிய கம்பெனியின் மிக இளம் டயரக்டர்களில் ஒருவன் லயனல். ஒரு மனைவி - ரெண்டு குழந்தைகள் - பெரிய பங்களா. ஆஸ்தி பூஸ்தி - நாலு ரஷ்யன் நாய்கள் - பல்வேறு கம்பெனிகளில் பங்குகள் - பெயருடன் நாலைந்து எழுத்துக்கள் டிகிரிகள், கௌரவங்கள்.

லக்ஷ்மிதான் அவனை முளை அடித்துக்கட்டிய ஒரே ஒரு ஸ்டெனோ. மிகவும் தைர்யம் லயனலின் ஆட்டத்துக்கும் மூர்க்கத்துக்கும் அடி உதைகளுக்கும் சரியாக தாக்குப்பிடிக்கிற மெலிந்த நுண்மையான பலவீனமான ப்ராம்மணப் பெண். ஒரு சாதாரண இன்டர்வ்யூவில் வெளி வராண்டாவில் சந்திப்பு. துல்லியமான வெள்ளை பட்டுப்புடவை. புருவ இனைப்பில் சிறு திரு நீற்றுக்கோடு குங்குமம் கிடையாது. பளிச்சென்ற பதில். உடன் செயல் அழைக்கும் திறமை. இவ்வளவும் உடனே புரிகின்ற தோற்றம் அவளுடையது. அவனைக் கண்டு மரியாதை தோன்றும் ஆபீஸ் சூழலை உடைத்து அவளது பலவீனமான ஜாதியபத்தி மற்றும் நம்பிக்கைகளை நசுக்க மூலப்பெண்ணை வெளியில் கொண்டு வந்தது. அவளுடைய வறுமையும் பசியும் குடும்பமும்.

லயனல் அவளை அப்போதே தன் ஆபீஸீக்கு அப்பாயின்மென்ட் கொடுத்ததும் ஆச்சரியத்தில் ஆழ்ந்து போனாள் லக்ஷ்மி. லயனல் நல்ல உயரம். கருப்பு நிறம் தாட்டியான ஆனால் தோற்றத்தில் கட்டுவிடாத வயசுக்கும் மீறிய இளமையும் வயசுக்கு ஒவ்வாத முரட்டுத்தனமும் தெரியும். பெண்கள் விரும்புகின்ற மென்மை தோற்றம் மென்மையற்ற பழக்கம் இரண்டும் இல்லை அவனிடம். லேசில் பெண்கள் தேவைப்படுவதும் இல்லை அவனுக்கு.

இன்டர்காம் ஜிர்ரிட்டது. ஐயர் பேசினார். லக்ஷ்மி பேசினாள் லயனலுக்காக. இருவரும் சோபாவில் இருந்தனர். பேசி வந்த பின்-

"ஐயர் நேரமாச்சுங்கறார் போகலாமா வீட்டுக்கு?"

"உங்க ஊட்டுக்கு நானும் வரவா?"

"எதுக்கு?"- மறுபடியும் மறுபடியும் அவள் முளைத்தாள். "இதுக்குத்தான்!" - ஜில்லென்று இருந்தாள்- பிணம் மாதிரி!!!

இன்டர்காம் அலறியது. அவள் எழுந்து போகமுடியாத அளவு அவன், அவளை ஆக்ரமித்து சூழ்ந்திருந்தான். அவனே எழுந்து போய் பேசினான்.- உதடுகளில் காக்ஸ்டன் புகைந்தது.

"எஸ்"

"அந்த ஆளை வரச் சொல்லு - நீங்க கீழ வரேன்னேளே? மணி ஏழரையாச்சே!"

லயன்ல ஸ்விட்சை ஆப் செய்து குரலை கட் செய்தான்.

போதும்! கொஞ்ச நேரம் லக்ஷ்மி எழுந்து கோடியில் பாத்ரூம் போனாள். கதவு தட்டப்பட்டது.

ஐயர் மட்டும் வந்து ஒரு விசிட்டிங்கார்டை கொடுத்து விட்டு சிரித்தபடி "வரச்சொல்லவா? வெளியே இருக்கார்" என்றார்.

"வரச்சொல்லுங்கோ" என்று சொல்லியபடி குனிந்து விஸிட்டிங்கார்டைப் பார்த்தான் லயனல்.

அது வெள்ளை வெளேரென்று எழுத்தே இல்லாமல் வெறும் கார்டாக பூரணமாக வெறும் சதுர அட்டையாக காலியாக இருந்தது.

"ஐயம் சுப்ரமண்யன் ப்ரம் ஜாக்ஸன்ஸ்!"

"எஸ் ஐயம் லயனஸ்! உங்களுக்கு நான் என்ன செய்யணும்."

"ஐவாண்ட லக்ஷ்மி! கன் யூ?" - என்றான் சுப்ரமணியன். மின்னல் வெட்டியதுபோல இருந்தது. நெடிய உருவம்.

வலுவான மனிதன்! "வாட் டு யூ மீன்?"

"ஆமா! அய் வாண்ட் லக்ஷ்மி ல்லே...ஒன்னை கொன்னுடுவேன். அப்படியே கழுத்தைப் பிடிச்சு நெக்கி மிதிச்சு. துவைச்சு...." ஹிஸ்ட்டீரிக்காக சுப்ரமணியன் சிரித்தான்.

யார் இவன்? ஓ! இவன்தான் அந்தப் பயலா? எப்போ பார்த்தாலும் தன்னையே சுத்திக்கிட்டு கலாட்டா பண்ணிக் கிட்டிருக்கதா லக்ஷ்மி சொல்வாளே அந்த ரோமியோ இவன் தானா? அவனேதான்!

"மிஸ்டர் இது ஆபீஸ்! பிஹேவ் யுவர் ஸெல்ப்ஃ!" -என்றான் லயனல்.

"அய்! ஏமாத்தலாம்ன்னு நினைக்காதே! போனை எடுக்காதே ரூம்ல உன் ஆபீஸாண்ட நுழையும்போதே வெளியிலேயே

இண்டர்காம் வயரை கட் பண்ணிட்டேன். இது மூன்றாவது மாடி! கீழ வாட்ச்மேன் நாதமுனி வர இன்னும் ரண்டு மணி நேரம் ஆகும். ப்யூன் ராஜர் அவ்ட்! ஐயர் இன்னும் இருக்கார். மேலவர மாட்டார். நீயும் நானும் தான். ஏதாவது எக்குத்தப்பா பண்ணலாம்ன்னு பாத்தே சொருகி எடுத்துடுவேன் சொருகி ஜாக்கிரதை!"

ஒன்றரை அடி நீளத்தில் அவன் கையில் பளபளவென மின்னிய அந்த இம்போர்ட்ட பர்ஷன் கத்தி குரூரமாய் வளைந்து நுனியில் அகன்று கூராகி யிருந்தது. எந்த அசைவிலும் செருகப்படும் பயங்கரம்.

"நான் என்ன செய்யனும்னா கேக்கற?"

"லக்ஷ்மியெ உட்டுடு! லக்ஷ்மியை உட்டுடு! உட்டுடு!"

பதறினான் அவன். கத்தி சரியாய் கழுத்தை நோக்கியிருந்தது. லயனல் பாத் ரூம் கதவை ஒரு முறை பார்த்தான் எந்த நிமிடமும்...

"மிஸ்டர் சுப்ரமணியம் ஐயம் நாட் லவிஸ் மிஸ் லக்ஷ்மி யுநோ! நீங்க அவளை அப்ரோச் பண்றதுக்கு நான் என்ன செய்யணும்? இதென்ன பயமுறுத்தல்?"

"அய்! யாருகிட்ட கதை விடறே? காலேஜ்ல படிச்ச காலத்லருந்து அவளெச் சுத்திகிட்டு இருக்கறவன் நான்! ஐநோ ஐயம் யூஸ்லெஸ்! ஆனா நீ அவளே கசக் கிப் பிழிஞ்சு எடுத்துக் கிட்டு இருக்கிற அயோக்கியன்."

"அவ பூ மாதிரி! கல்யாணம் பண்ணிக்குங்கன்னு கேட்டாளாமே! வைப்பாட்டியா வெச்சுக்குங்கன்னு சொன்னாளாமே! நான் அவெளச் சுத்திச் சுத்தி ஓஞ்சாச்சு கடைசியா என்னெ கல்யாணம் பண்ணிக்கன்னு கேட்டப்ப அவ அழுதா!. ஒரு ஸ்டெனோ வாத்தான் நீ இருக்கணும்ன்னு சொன்னியாமேடா! இதோ பார் கல்யாணமும் பண்ணிக்க மாட்டே காண்குபைனாவும் வெச்சுக்க மாட்டே லவ்வும் வேண்டாம். ஜஸ்ட் ஒன் க்ளாஸ் அப் பீர்தான் அவளை இல்லையா? ஐ டோண்ட் அலவ் யுடு லிவ்! இன்னைக்கு நீ சாகப்போறே! லக்ஷ்மி! இதோ இன் னியோட உன்னெப் பிடிச்ச பீடை ஒழிஞ்சான். ஒழிஞ்சான்...."

கீச்சுக்குரலாய் ஹிஸ்ட்டிரிக்கான அவன் பேச்சில் அசந்து அதை விட்டு விலகாமல் நின்றான் லயனல்! உண்மைதான் வந்திருப்பவன் மிக அபாயகரமானவன். எதையும் செய்யத் தயங்காதவன். தீவிர மனோநிலையில் இருக்கும் வெறியே அவன் ஆனாலும் அமைதியாய்ப் பேசினான்.

“மிஸ்டர் சுப்ரமணியம் அவசரப்படாதீங்க. நான் சொல்றதைக் கேளுங்க எனக்கு என் நம்பிக்கை இன்னும் வீண்போகலை” பாத்ரூமை பார்த்துக் கொண்டே கவனமில்லாமல் நகர்ந்தான் லயனல் - அவ்வளவுதான் ‘விஷ்!’ மின்னல் குறுக்கில் வீசயது. ‘ஏய்!’ லயனல் கத்தினான். தோள்பட்டையில் ஆரம்பித்து புஜத்தில் முடிகிற மாதிரி ஒரு கோடு - சற்று நேரத்தில் மாங்காய் பிளந்த இடத்தில் நனைந்து பரவியது புது ரத்தம். “ஆ!” கையைப் பிடித்துக் கொண்டு சோபாவில் விழுந்தான் லயனல்.

“இது ஸாம்ப்பிள்தான்! ஏதாவது செய்தே நேரே உடனே மேல போக சொருகிடுவேன் - லக்ஷ்மியெ உட்டுடு!”

“ஏய்! என்ன முட்டாள்தனமா பேசுறே நீ! அவளெ நீ என்ன வேணும்னாலும் செஞ்சுக்கோ- நான் என்ன பண்ண- நான் யார் இதுல!”

“ஏங்கிட்ட அவ எல்லாம் சொல்லியாச்சு இன்னும் நீ அலட்டிக்கிறே பாரு அதான் பரிதாபமா இருக்கு - பூமாதிரி இருந்தவளே இழுத்து கிட்டுப்போயி மூணு அபார்ஷன் பண்ணி கொஞ்சம் கொஞ்சமா கொண்ணு எடுத்துட்டு இப்ப என்ன வேணும்னாலும் பண்ணுன்னா!! ஏய்! உன்னெ எனக்கு நல்லாத் தெரியுண்டா லக்ஷ்மியெ இழுத்துகிட்டு எத்தனை சினிமா எத்தனை ரெஸ்டாரண்ட், எத்தனை டாக்ஸி, எத்தனை தடவை ஹோட்டல் ரூம், எத்தனை தடவை இங்கே ஆபீஸ்ல! பின்னாலேயே தாண்டா இருந்தேன். சும்மாத்தான் அவளுக்கு இடைஞ்சல் இல்லாம இருக்கணுமே. அவ சுகம்தான் எனக்கு வேண்டியது. இப்ப அவ எங்க இருக்கா தெரியுமாடா இட்டியட்! டேஞ்சர் லிஸ்ட்ல!”

லயனல் பாத்ரூமைப் பார்த்தான். கதவின் கீழ் இடுக்கைப் பார்த்தான் “ஒரு நாள் கேட்டேன் லக்ஷ்மி நீ அவனை கல்யாணம் பண்ணிகிட்டு நல்லாயிருக்கக் கூடாதான்னு. அவ சொன்னா டேய் சுப்ரமணி அவருக்கு பிரியம் இருந்தாத் தான் பண்ணிப்பேன் - பின்னே அவனோட ஏன் இப்படி எழயணும்? விட்டுத் தொலையேன்னதுக்கு அவர் கல்யாணம் வேண்டாம்னா ஓ! நான் உட்டுடுணுமா? நான் அவரெ உட்டு போறதான இனிமே உயிரோட முடியாது! பட் அயம் நாட் கோயிங்கு சூயிஸைட்! அப்டீனா லயனல் உங்களுக்கு என்ன குறைச்சல்? அவனை நீங்க மாரி பண்ணிண்டா என்ன? அப்டின்னு நான் கேக்கலை. ஏன்னா அவளை நீ லவ் பண்ணலை. என்னையும் பண்ண உடலை - உன்னை நானும் விடப் போறதில்லை”

பையிலிருந்து ஒரு டாக்யுமெண்ட் கத்தையை உருவினான் அவன். "இது உன் சொத்தில் முக்கால் பாகம் எல்லாம் சுத்தமவா வக்கிலெல்லாம் கன்ஸல்ட் பண்ணி எழுதியிருக்கு. கால் பங்கு சொத்து உன் மனைவிக்கும் குழந்தைகளுக்கும். மீதி லக்ஷ்மிக்கு! கையெழுத்து எல்லாத்தையும் வரிசையாப் போட்டு குடுத்துடு. லக்ஷ்மியே இனிமேல் விட்டுடு!"

லயனலுக்கு இன்னும் அவன் கேட்பது பூராவும் புரியவில்லை. ஆனாலும் ஆபத்தின் விளிம்பில் இருப்பது புரிந்தது. பாத்ரூம் கதவு மூடியே இருந்தது. தோள் பட்டை எரிந்தது. ரத்தம் வடிவது நிற்கவில்லை. எதிரே ஸ்டாம்ப் பேப்பர கத்தை கையெழுத்துகளுக்காக காத்துக் கிடந்தன.

வாழ்நாளிலேயே இவ்வளவு முட்டாள்தனம் செய்ததேயில்லை.

"ம்! கையெழுத்து போடு! இல்லே, கைரெண்டும் அடுத்த வீச்சு!" உருமி னான் அவன் வெறி கொலைவெறி. நிச்சயம் வீசுவான்!

லக்ஷ்மிக்கும் லயனலுக்கும் உள்ள உறவும் முறயும்தான் என்ன? ஒரு கல் தான்! அவனுடைய அந்தப்புரம்! அதில் அவன் சாட்டை நுனியில் பஞ்சனையில் காலடியில் அவள்! அந்த அவள்தான் லக்ஷ்மி! மிதித்து துவைத்திருக்கிறான். சிரித்துக்கொண்டே இருந்திருக்கிறாள் அவள்! இப்போது என்ன செய்வது விலை! விலை கேட்கிறார்கள் இல்லையேல் உயிர் உயிர்!

முதல் கையெழுத்தைப் போட்டான் கை நடுங்கியது. அவனா வந்துவிட்டால்?... அடுத்த பக்கம் கீழே அடுத்த கையெழுத்து தொடர்ந்து. கையெழுத்துகளைப் போட்டான்.

க்ளாரா அவன் மனைவி. இரண்டு குழந்தைகள் ஜென்னி, நான்ஸி! அவனுக்குப்பின் அவர்கள் என்ன ஆவார்கள்? அவன் சொத்து, கம்பனி ஆதிக்கம் ஆள் அம்பு எல்லாம் எல்லாம்..... அவன் பிள்ளைகள் தெருவில்? எல்லாம் க்ளோஸ்!

லக்ஷ்மியிடம் புரண்டு கிடந்த எந்த வேளையிலாவது இது பற்றி யோசனை இருந்ததுண்டா? லக்ஷ்மியாவது கேட்டதுண்டா. அது கொடு அது வேணும் இதுதான் வேணும் ஓ! நீ என்ன பெண் லக்ஷ்மி; ஒரு கணம் நெஞ்சில் ஏதோ பிளந்தது போலிருந்தது. வயிற்றுப்பாட்டுக்கும் சம்பளத்துக்கும் அவன் இழுத்த இழுப்புக்கு அவள் வந்து படிந்து போனது உண்மை. அதையும் மீறி ஏதோ! எதையும் பாராது எதற்கும் வணங்கி எதையும் ஏற்க அவள் தயாராய் சிரித்துக் கொண்டே இன்றுவரை இருக்க வேறு அவளுக்கு என்ன வேண்டும்?

கத்தி நுனியில் இந்த யோசனை லயனலை அயரவைத்தது. க்ளாரா அவன் மனைவி! ரொக்கம் அவ்வளவே அவள்! பணம்! பணக்காரி! ஒரு புருஷன்! வேண்டிய கௌரவம்! அது லயனல் 'நெஞ்சை வலிக்கிதா? ரொம்ப ட்ரிங்க்ஸ் வேணாங்க!' இப்படி ஒரு நாள் க்ளாரா கேட்டதுண்டா? கண்ணீர் கண்டதுண்டா? ஆனால் லக்ஷ்மி இதையே இப்படி கேட்பாள் படுக்கையில்தான் இதோ - 'ட்ரிங்க்ஸ் இப்ப ஓவர்! போதும் உங்க பெண்டாட்டி பிள்ளை என்னவாகும் யோசிக்கங்களா டூஃபாஸ்ட் டியர்!'

க்ளாராவின் பார்வையின் வெறுமை - அணைப்பின் வெறுமை - அவள் வயிற்றில் அவன் தந்த பிள்ளைகளின் வெறுமை - பிள்ளைகள் வளர்ந்த வெறுமை - அப்பா என்று கூப்பிடாத வெறுமை - லயனல் அவர்களை அணைக்காத குழந்தைகளை கொஞ்சாத வெறுமை - எல்லாம் நினைவில் வந்து அவன் கையெழுத்துகளை உலுக்கின! இப்போதும் கத்தியை அவன் கழுத்தின் நேரே நீட்டியிருந்தான் சுப்ரமணியன். இவன் எவ்வளவு அதிருஷ்டசாலி அவளை அவளுக்காகவே காதலித்து அவளையே சுழன்று இதோ அவளுக்காவே..... சொத்துகளை லக்ஷ்மி கேட்கமாட்டாள்!! நிச்சயம்! ஆனால் இவன் தருகிறான். கையெழுத்து லயனலை உறுதிப்படுத்துகிறது. ஆனாலும் அந்த வெள்ளை விஸிட்டிங் கார்டு இன்னும் ஞாபகத்தில்தான் இருக்கிறது! அது என்ன?

லக்ஷ்மி பாத்ரூமில் இருக்கிறாள். இவனுக்கு இன்னும் சில நிமிடங்களில் அது தெரியும். அதற்கு முன் இந்தக் கத்தி சொல்லி விட்டால்! கையெழுத்து முழுமையானதும் சுப்ரமண்யன் மறு கையால் டாக்யுமெண்ட் பேப்பர்களை கத்தையாய் உருவி எடுத்துக் கொண்டான்.

மேஜையில் இருந்த விஸிட்டிங் கார்டு சுப்ரமணியனுடையது. அதை மறுபடியும் கையில் எடுத்தான் லயனல். இப்போதும் - அது வெறுமையாக வெள் ளையாய் இருந்தது.

சுப்ரமண்யனை அதில் தேடினான் லயனல்! அது காலியாய்த்தானிருந்தது.

பாத்ரூம் கதவு திறக்கவில்லை இன்னும் முன் கதவு தட்டப்பட்டது - வந்தது ஐயர்!

பக்கவாட்டில் கத்தியோடு லயனனோடு ஒட்டி ஐயருக்கு கத்தியை மறைத்து ஆனால் பின்புறம் இடுப்பில் கத்தியை ஊன்றி எச்சரிக்கையாய் நின்றான். சுப்ரமணியன் அவன் ஐயரையும் எதிர்பார்த்துத்தானிருந்தான்.

“டைம் ஆய்டுத்து ஸார்! வீட்டிலிருந்து உங்க காரெ அனுப்பிச்சிருக்கா”

“நீங்க போங்க வர்றேம்!”

“லக்ஷ்மியெ எங்க ஸார் காணும்? கீழயும் வல்லியே!”

“பாத்ரூம் போய்ருக்கா!”

“பாத்ரூமா? லக்ஷ்மியா?” என்றான் சுப்ரமணியன்.

“உங்களுக்கு..... லக்ஷ்மியை முன்னாடியே தெரியு மா” என்றார் ஐயர். அதற்குள் மறுபடியும் லயனல் சொன்னான் படபடப்புடன் “கீழ போங்க! லக்ஷ்மி வந்ததும் வந்திடுவோம் நீங்க போங்க!” ஐயர் போனார் - கதவு மூடியது.

லக்ஷ்மி! என்று அழைத்தபடி பாத்ரூம் கதவைத் தட்டினான் லயனல். அவன் முதுகில் கத்தியை அழுத்தி ஊன்றியபடி “யாரே ஏமாத்தப் பாக்கறே! லக்ஷ்மி இங்கே இல்லை!” என்றான் சுப்ரமணியன்.

“உனக்கெப்படித் தெரியும் அவ இங்கதான் இப்ப இருந்தா. இருக்கா”

“நிச்சயம் அவ இருக்கான்னு என்னை ஏமாத்தி தப்பலாம்ன்னு பாக்கறே நீ!” ‘நோ!’ கத்தியபடியே பாத்ரூம் கதவை பலமாய் உதைத்தான். திறந்து கொண் டது. அங்கே யாரும் இல்லை. பாத்ரூம் காலி.

“யூ ப்ஃபூல்! அவ இங்கே இல்லைடா!”

“பின்னே?”

“ஜெனரல் ஹாஸ்பிட்டல் ஜைனக்ஸைடில யூட்ரஸ் ஆப்ரேஷன் ஆகி மூணு நாளா டேஞ்சர் லிஸ்ட்ல இருக்குடா அவபேரு!”

“ஆப்ரேஷன்! லக்ஷ்மியா? அப்ப இங்கே இருந்தது யாரு?”

குப்பென்ற ஒடிக்கலான் நெடி எங்கும் பரவியது. லயனலின் நெற்றிப் பொட்டு வியர்த்து வடிந்தது. நெஞ்சு படபடத்தது.

நகர்ந்து மேஜையில் இருந்த ரிஜிஸ்டரை சுப்ரமணியன் முன்னால் திறந்து போட்டான். அட்டனஸ் ரிஜிஸ்டரில் லக்ஷ்மி காலை 8.57க்கு கையெழுத்துப் போட்டிருந்தாள். கத்தியை அவன் கழுத்தில் ஊன்றியபடி சுப்ரமணியனும் பார்த்தான் - பிறகு தொடர்ந்து “இது அவ கையெழுத்துதான்!” முணுமுணுத்தான்.

லயனல் காலின் கீழே பூமி உருவி எடுக்கப்படுவது போலிருந்தது. காலையில் லக்ஷ்மியுடன்! அந்த மூன்று முத்தங்கள்! சப்பென்று!

வெள்ளை விஸிட்டிங் கார்டு! அதில் சுப்ரமணியன்!

கலகலவென்று சிரிப்பொலி. ஐயரும் லக்ஷ்மியும் சிரித்தபடி அறையின் கதவைத் திறந்து கொண்டு அதே நேரத்தில் உள்ளே நுழைந்தார்கள்.

"அடே! நீயா! எப்போ டிஸ்சார்ஜ் ஆனே லக்ஷ்மி!"

"இங்க ஏன் வந்தே?" என்கிறாள் லக்ஷ்மி. உடனே ஐயரைப் பார்த்து "மிஸ்டர் ஐயர்! இந்த லூஸ் பையனை கீழே கொண்டு போங்க சுப்ரமணீ கீழே போ!" அந்தக்குரலில் மயிர் கூச்சிட்டது சுப்ரமணியனுக்கு. இன்று பூரணமாய் மூடாமல் நகர்ந்து கொண்டிருந்த அந்த ஸ்பிரிங் கதவு வழியே பாய்ந்தான் லயனல். ஆனால் அதற்கு முன்பாகவே கதவு ஐயரையும் சுப்ரமணியனையும் வெளியில் ஒரு கணத்தில் தள்ளி மிருக வேகத்துடன் அடைத்துக் கொண்டதும் கதவில் மோதி லயனல் கீழே விழுந்ததும் ஒரே நேரத்தில் ஓரத்தில் நிகழ்ந்தது.

அமைதி! கதவு இறுகியிருந்தது. எழுந்தான்! ஓடிகலான் மணந்தது. அந்த அறையில் அவர்கள் இருவர் மட்டும் லயனல் வியர்வைக்குளமானான். அவளை ஏறெடுத்தும் பார்க்கவில்லை. அவள் மட்டும் சிரித்தபடி அவனையே பார்த்துக் கொண்டு நின்றாள். திடீரென்று ஏர்கண்டிஷனர் தானாகவே நின்றது. ஓடாமல் நின்றிருந்த மின் விசிறி தானாகவே சுழன்றது.

லக்ஷ்மி மெதுவாக தீர்மானமாக நடந்து மேஜையில் இருந்த விஸிட்டிங் கார்டை எடுத்துக் கொண்டு வந்து அவனிடம் நீட்டினாள்.

லயனல் ஓடினான். கதவின் கைப்பிடியைத் திருகினான். மறுபடி மறுபடி மறுபடியும்... கதவு இறுகியிருந்தது. லக்ஷ்மி அவனை நெருங்கி வந்தாள். பதறி ஓடினான். அவனிடம் வந்து அமைதியாய் அந்த விஸிட்டிங் கார்டை நீட்டினாள். நடுக்கத்துடன் அதை கையில் வாங்கிக் கொண்டான் லயனல்!

சதுரமான அந்தக் கார்டில் இருந்த ஆறு ஆங்கில எழுத்துக்கள் முதலில் பார்த்த மாதரி துலாம்பாரமாய்த் தெரிந்தன.

Saavu சாவு! அந்தக் கார்டு முழுவதும் விரிந்து ஆறு எழுத்துக்களும் அடைந்தன. லயனலின் நடு முதுகுத்தண்டு விறைத்துச் சிலிர்த்தது. லக்ஷ்மி சிரித்தாள். நடந்து அவன் அருகே நெருங்கினாள். இனிப் பின்னால் நகர முடியாது. ஃபிரிட்ஜ் இடித்து அவன் முதுகில் அழுத்த உடலோடு நெருக்கி அவனைத் தழுவி லயனலின் சிவந்த உதடுகளைத் தன் உதடுகளால் தாக்கி முத்தமிட்டு உறிஞ்சினாள்.

......மின் விசிறி ஆடியாடிச் சுழன்றது. ஆவேசத்தோடு சுழன்றது... தனியே யாரும் இல்லாத அந்த மூன்றாவது மாடியில் ஆபீஸ் அறையில் அந்த மேஜை ஓரமாய்...... பிரிட்ஜின் முன் கிடந்த லயனலின் பிணத்தின் மேலே சுழன்று கொண்டிருந்த மின் விசிறி நிற்காமல் தொடர்ந்து சுழன்று கொண்டே இருந்தது. பின் ஒரு கணத்தில் நின்றது.

ஏர் கண்டிஷனர் மீண்டும் மிருதுவாய் இயங்கத் தொடங்கியது.

அதே நேரத்தில் - ஜெனரல் ஆஸ்பத்திரியில் வார்டு நம்.8ல் ஒரு ப்ராம்மணக் குடும்பம் ஒரு படுக்கை அருகில் 'ஐயோ போய்ட்டாடி' எனப் புலம்பிக் கூச்சலிட வார்டர்கள் விலக்க நர்ஸ்கள் இங்கும் அங்குமாய் போய்வர ஆணைகள் தர ஸ்ட்ரச்சர் ஒன்றில் ஒரு பெண்ணின் பிணம் வெளியே கொண்டு வந்து போடப்பட்டது. பெரிய குடும்பம் நாலு தங்கைகள் ரெண்டு தம்பிகள் இன்னும் குஞ்சு குளுவான்கள். வயதான அப்பா, பாட்டி... பெண்கள் புலம்பியது ஓயவில்லை.

கேஸ் ஷீட்டை கழட்டிப் போன நர்ஸ் திரும்ப வராண்டாவுக்கு வந்து - "லட்சுமி - பாடிய எடுத்துட்டுப் போறவங்க வந்து இதுல கையெழுத்துப் போடுங்க. ப்ராணனை வாங்காதீங்க! சீக்கரம்" என்றாள்.

தலைவிரி கோலமாய் சுப்ரமண்யன் வந்தபோது லட்சுமி அங்கு இல்லை.

ஆஸ்பத்திரி லஸ்கர் ஒருத்தி சொன்னாள் -

"வீட்டுக்கு பாடியெ ராத்திரியே கொண்டுக்கினு போய்ட்டாங்களே. அவள் கள்ள ராத்திரியோட கொளுத்தி எரிச்சிருப்பாங்களே" என்றாள் இன்னொருத்தி.

எல்லாமா எரிந்தும் புதைந்தும் போகும்?

(சுந்தரசுகன், அக்டோபர், 1993)

அங்குசம்

அவள் மீண்டும் சலித்து நின்றாள்.

பின்னே என்ன அவர்கள் இருவருக்கும் இருந்த பிரச்சனை சுதந்திரம்தான்! அது இல்லாமல் இருந்தால் அவனும், அவளும் இந்நேரம் ஒன்று சேர்ந்து குடும்பமாகி குழந்தைகள் பெற்று வாழ்க்கையின் அர்த்தத்தைப் புரிந்து கொண்டிருப்பார்கள். இரண்டு பேருமே அதில் சளைத்தவர்களில்லை. வாழ்க்கையின் பொருள் சுதந்திரம்தான் என்று சாதித்தார்கள். அதுதான் சுதந்திரமற்றுப் போனார்கள்.

அந்த பஸ் ஸ்டாண்டில்தான் எத்தனை நேரம் நிற்பாள்? போகிறவன் வருகிறவன் எல்லோருக்கும் அவள் பார்வையானாள். பளிச்சென்று இருந்தால் பார்ப்பவர்கள் மீது என்ன குற்றம்? மின்னி, சிலை மாதிரி இருப்பாள். பார்க்காமல் தப்ப முடியாது. அவனுக்கு இது புரியாது. அந்த ஊர் அவளுக்குப் புதிது. அந்த ஊரார் அவளுக்குப் புதியவர்கள். மனிதர்கள் புதியவர்கள். ஆனால் அவளை அங்கே எல்லோருக்குமே தெரிந்து போன ஒரு பழைய விஷயம் ஆகி பிரபலமும் ஆகிவிட்டாள். அதுவும் கசந்தது அவளுக்கு.

பஸ்களில் பயணம் செய்து அந்த ஊருக்கு அங்கிருந்த ஒரு அரசு அலுவலகத்தில் வேலை செய்தாக வேண்டும். கௌரவமான லைட் கலர்களில் புடவை. நுணுக்கமான அழகான அலங்காரம். திகட்டாத மென்மையான நடையுடை பாவனைகளை யார்தான் விரும்பமாட்டார்கள். மெல்லிய குடை பிடித்து ஒசிந்து நடந்து அவள் பஸ் ஸ்டாண்டில் வந்து சேர்வதை எல்லோருமே எதிர்பார்த்தது போலவே இருப்பார்கள். கண்டக்டர்கள் புன்னகைப்பார்கள். தேவையில்லாமலேயே போர்ட்டார்கள் உதவிக்கு வருவார்கள். மெல்லிய சிரிப்பைத் தந்து விட்டு வழக்கமாக ஏறும் அடுத்த பஸ்ஸில் ப்ளாட்ஃபாரத்தில் போய்நிற்கும் போதும் பின்னாலிருந்து பத்திரிகை கடைக்காரன் இவளுக்காக சொல்வான். “பஸ் இப்பதாம்மா போவுது.”

அவள் அந்த பஸ்ஸையும், அதற்கடுத்த பஸ்ஸையும் கூட தவறவிடவே காத்திருப்பதும் அவர்களுக்குப் புரியும். "கார் இன்னும் வல்லீங்களாம்மா?" பூக்கடைக்காரர் வழக்கமாக நீட்டும் ஒரு முழம் ஜாதி மல்லிகையை நீட்டயபடியே கேட்டார். அவருக்குத் தெரியும் அவன் இப்போது வரமாட்டான் என்று. அவர்கள் எல்லோருக்குமே தெரிந்த விஷயத்தை தெரியாத மாதிரி பேசி அவளை ஏதோ செய்து விடுகிறார்களே. உண்மையில் பெரிய அவமானமாகத் தானிருந்த அந்த விஷயம் ஏன் அவளுக்கு இன்பமாகவும், வெட்கமாகவும், சிரிக்கவும், நாணவும், கோணவும் உதவியாக அவர்களுடன் உறவு கொள்ளவும் காரணமாயிருந்தது!

வானம் கறுத்து வந்தது. மின்னி ஒதுங்கி நின்றாள். சூல்கொண்ட மேகம் நடு வானத்தில் கருக்கும்மென கூடிக்குவிந்து சூரிய வெளிச்சத்தை உடைத்து விசிறியதால் பூமி பளிச்சென்று ஒரு வித ஊமை வெளிச்சத்தால் அதிகப்பட்டது. அவனைக் காணோம். சந்து முனையில் வந்து காத்திருக்கும் அண்ணா முகத்தைப் பார்க்க பயமாய் இருக்கும். நாராயணனுக்கும் 'இது' எல்லாம் தெரியும். முதலில் பதினெட்டாம் வயதில் மின்னி அவனிடம் உதை வாங்கியபோது அஞ்சாமல் சொன்ன அதே பெயர்தான் ரத்தனராஜ்!

"இப்படிக்கூட பேர் வைப்பாளோ? ரத்தனராஜாமே! வெள்ளிராஜ்ன்னு வெச்சினுடறது தானே!" என்று கத்தினான் நாராயணன். நாராயணனிடம் அடி வாங்குவதும் மின்னிக்குப் புதிதல்ல. கண்டதற்கும் உதைப்பான். பெரிய பெண்ணான பிறகும் கூட அவனிடம் அறைவாங்கி அழுது கொண்டிருப்பது அவள் வீட்டு வழக்கம்தான். அப்பா ரிட்டையரராயாச்சு. அவள் எட்டு வயசாகும் போதே! வீட்டில் எப்போதும் சும்மா உக்காந்திருந்து அம்மாவுக்கு கறிகாய் நறுக்கிக் கொடுத்து, வீட்டு வேலைகளை எல்லாம் செய்து, ஜபம் சொல்லிக் கொடுத்து வந்த அப்பாவைத்தான் அவளுக்குத் தெரியும். நாராயணன்தான் வீட்டு ஹெட் ஆஃப் டிப்பார்மெண்ட்! அடுத்தவன் சுப்ரமணியன், ரெயில்வே கிளர்க்! வீட்டில் மொத்தம் பத்து உருப்படி. மின்னிதான் ஐந்தாவது பெண். மூன்று பேர் உலகில் வாழாமல் மேலோகம் போய் விட்டார்கள். பெண்களில் நாலுபேரையும் கரை ஏத்தியவன் நாராயணன்தான். பாவம் தலை நரைத்து நாற்பத்தைந்து வயது தாண்டி முக்கால் கிழவனாய் அந்த வீட்டை முதுகு கொடுத்துத் தாங்கியே கூன் விழுந்து விட்டான். நேரத்தில் கல்யாணம் பண்ணியிருந்தால் நாலு பிள்ளை பெற்று பேரனும் எடுத்திருப்பான். காலம் அவனை உடைத்ததேயொழிய மறுபடி வார்க்க முடியவில்லை. மின்னி குழந்தையாயிருந்த

போதிலிருந்தே அவனிடம் உதை வாங்கி வளர்ந்தவள். ரத்தன்ராஜ் பற்றி அவளிடம் நாராயணன் கேள்விப்பட்டதும் கன்னத்தில் அறைந்தான். உலகம் ஒரு கணம் இருண்டது அவளுக்கு. உதடு கனிந்தது. அதே பெயரை மறுபடி நாராயணனுக்கு ரத்தம் உதடுகளில் கசியச் சொன்னாள் மின்னி. "ரத்தன்ராஜ்" - "அம்மா" வயிற்றில் பிடித்துக் கொண்டு அழுதாள்.

"யாருடீ அவன்? சொல்லுடி! வேறு சாதிப் பயகிட்டே ஆசப்பட்டேங்கிறேயேடீ! வெட்கமில்லாம பேரே வேற சொல்றேயேடீ தேவடியாமுண்டெ! கட்டால போறவளே!"

அப்பா நிச்சலமாய் தூணில் சாய்ந்து நின்று ஒற்றைக் காலால் உந்திக் கொண்டு மேலே பார்த்துக் கொண்டு நின்றாரே ஒழிய வேறொன்றும் பேச வில்லை.

"அவன் என்ன ஜாதிடீ! எந்த ஜாதி?"

சமுதாயத்தில் இப்போது ஜாதியினை மீறுவது ஒரு பெரிய சீர்திருத்தமாகிப் போய்விட்டது. மின்னியை இன்று ஆதரிக்காதவர்களே இல்லை. அவள் கல்லூரியில் அடிவைத்த போது, அம்மா அவளுடனே காவலாய் காலேஜ்வரை வருவாள். நாராயணன் பஸ் ஏற்றி விடுவான். தனியே எங்கும் விடமாட்டார்கள் அவளை! காவல்தான்! வீட்டுக்குள் வந்ததும் ஆத்திரம் தீர அடிப்பது நாராயணனுக்கு வழக்கம்.

பளிச், பளிச்சென்று அறை விழும்போது சமையல் உள்ளில் அம்மா கதறுவாள். அடி வயிற்றில் தீப்பற்றும் மின்னிக்கு! தெரு திரும்பும் போது எங்கிருந்தோ ரத்தன் உடனே சைக்கிளில் தோன்றுவான். நாராயணன் எரித்து விடுகிற மாதிரி பார்த்தபடி மின்னியின் கையைப் பிடித்து வேகமாய் வீட்டுக்கு இழுத்து வந்து மயிரைப் பற்றி பலமாக சுவற்றில் ஒரு மோது மோதிவிட்டு பேயறையாய் ஓர் அறை வைப்பான். மூச்சு முட்டும் மின்னிக்கு, அடி வலிக்காது! சொல்லப்போனால் அடி வாங்குவதுதான் சுகம்!

வீட்டு வேலைகளை, தோட்டத்துக்கு தண்ணீர் இறைப்பதை தினசரி பழக்கமாய் வைத்திருந்ததால், நாராயணன் உடம்பு கண்டு கண்டாய் இருக்கும். ஓயாமல் உழைக்கிறவன், நன்றாக சாப்பிடுகிறவன். நரை கண்டவன். தப்பு ஏதும் புரியாதவன், அடி ஒவ்வொன்றும் இடி மாதிரி இருக்கும். "அவன் பார்க்கறான்னா நீ ஏண்டி பார்க்கறே? தேவடியா நாயே! தலையை குனிஞ்சுண்டே வான்னா, அந்த தாயழியப் பாக்க அலையறியேடீ! வெங்கங்கெட்ட கம்மநாட்டீ!" எட்டி வயிற்றில் உதைப்பான்! அம்மா, தலையில்

அடித்துக் கொண்டு அழுவதை விசித்திரமாகப் பார்த்துக் கொண்டு நிற்பார்கள் மற்றப் பெண்கள் மைதிலியும், சாந்தாவும்! எல்லோரும் குலைநடுங்கி நிற்பார்கள். அப்பா வழக்கம்போல தூணை உதைத்துக் கொண்டு சாய்ந்து ஒற்றைக் காலில் நிற்பார்.

அப்பாவுக்குப் பேச்சு நின்னு இருபது வருஷமாச்சாம். ஊனம் கிடையாது! பேசமாட்டார். என்ன விரதமோ! ஒருநாள் ராத்திரி பயங்கரமாக சண்டை நடந்ததாம் அம்மாவுக்கும், அப்பாவுக்கும். மைதிலிதான் மின்னிக்கு சொன்னது. "இனிமே உள்ளேயே வர்றதில்லெடீ. இனிமே பாரு! அஞ்ச வந்தா ஏண்டா மானங்கெட்டவன்னு கேளு!" என்று கத்திவிட்டு வெளியே போனாராம் நடு ராத்திரியில்! அதற்குப் பின் அப்பா நடுமுற்றத்தில்தான் நிற்பார். வீட்டுரேழி தாண்டி உள் கூடம் வந்து மின்னி பார்த்ததேயில்லை.

தனியாய், என்றைக்காவது வீட்டுக்கு காலேஜியிலிருந்து வந்ததும், நாராயணன் கேட்பதும் ஒன்றாக நிகழும். மின்னி பயந்து ஒதுங்கினாலும் விட மாட்டான். அப்பா தூணில் உதைத்துக்கொண்டு பாராத பார்வையாய் இருப்பார். அம்மா ஒன்றும் கேட்க மாட்டாள். கல் மாதிரி நிற்பாள் மின்னி. மைதிலியும், சாந்தாவும் அழுவார்கள்.

"மாப்பிள்ளை சந்து முனையில் நின்று கொண்டிருந்தானே! பாத்தாச்சா? பேசியாச்சா?"

"......"

"கொன்னுடுவேண்டி வாயத்தெற! சித்த முன்னாடி பாத்துட்டுத்தான் வந்தேன்! சொல்லு!"

"......"

"மொளைச்சு மூணெல விடல்லே உனக்கு! அதுக்குள்ள ஆம்படையான் வேணுமாமில்லே?"

......அடி விழப்போவது தெரிந்தும் அமைதியாகிப் போகும் மின்னியைத் தாங்க முடியாது நாராயணனுக்கு! வெறி பிடித்து விடும். அடித்து நொறுக்குவான். இரண்டு கால்களுக்கு இடையில் அவளைத் துவைத்து எடுப்பான் - அந்த வீட்டில் யாரும் தடுப்பதில்லை. "சாதிகெட்ட பயலெத் தேடிண்டு போவியா?" என்று சாத்தும்போதும் ஆத்திரம் அடங்காது அவனுக்கு. ரத்தம் கசிய ஊமைக்காயங்களுடன் இரவு மிகச் சுதந்திரமான சுகம் மின்னிக்கு அனுபவமாவது நாராயணனுக்குப் புரியாத தனியுலகம்! சூத்திரன் ரத்தன்ராஜ்! ஆம் அவனிடம்! எப்படி இது? இன்னும் புரியாத இன்பம் அது! ரத்தன்ராஜிடம் சிக்கும் போதும் நாராயணனிடம் சிக்கும்போதும்

சிதைந்து போவது மின்னியின் சுகம். ரத்தன்ராஜின் அவசரம், ஆத்திரம், வேகம் இவைகளில் சிக்கி அலைப்புறும்போதெல்லாம் நாராயணனின் உடம்புதான் மின்னிக்கு ஞாபகம் வரும். தூண் மாதிரி இரண்டு கால்களிடையே அவளைப் போட்டு கைகளால் அறைந்து இனிமே போவியோ? செய்வியோ, இனிமே பண்ணுவியோ? போவியோ அவனோட?" என்று நாராயணனின் கரங்களின் வலிமையை ஒரு பெண்ணாய் அறிவதில் வேதனை மட்டுமல்ல. அதைத் தாண்டிய ஏதோ ஒரு ஆண்மை அனுபவப்பட்டுக் கொண்டேயிருந்தது. ரத்தன் ராஜைப் போலவே நாராயணன்!

ரத்தன்ராஜும் அவளை நாராயணனைப் போலவேதான் அணைத்தான். பகலில் பலருக்கு மத்தியில், பஸ்களில், ரயில்களில். இரவில், பாதை ஓரங்களில், வீட்டு வேலிக்கருகில், சில வேளைகளில் உயிரே போய்விட்டால் தேவலை என்றிருக்கும். ரயில்களில் போகும் வேளைகளில் பலருக்கும் மத்தியில், பகல் இரவு என்று அறியாத பேதமில்லாத அணைப்பு! யாரும் வித்தியாசம் காணமுடியாது. சாதாரணமாய் பக்கம் பக்கமாய் இருந்தே உரசி தீ கனன்று நசுங்கும் அந்த வேளைகளின் இரக்கமற்ற வெறும் கசங்கல் பயங்கரமாய் நாராயணனையே நினைவூட்டி பயங்கரம் தரும். வெட்கமும், அவமானமும் தாங்க முடியாது. சாவு நினைவு வரும்போது உடம்பு உடம்புடன் தவிக்கும். மின்னி கிறங்கிக் கிடப்பாள். ரத்தன்ராஜின் தோள்களின் மீது வெட்கமற்றுச் சாய்ந்து கிடப்பாள். யாரும் தப்பு கண்டுபிடித்து விடமுடியாது. இக்கொடும் உறவில் சாவு மட்டும் வாராது இனிக்கும்!

ரத்தன்ராஜுக்காக காத்திருக்கும் நேரம் எல்லாம் பயமும், சந்தோஷமும், ஆச்சரியமும்! சந்திக்கும்போதோ துடிப்பும், தவிப்பும், வேதனையும். சந்தித்த பின்போ ஆக்ரமிப்புதான்! சண்டை, அழுகை, ஆத்திரம் எல்லாம் அதன் பின்தான்! வெட்கம் கெட்ட ஆசை! பல இரவுகள் அவளைத் தின்னும் தனிமை கொடுமை!

"நேத்து ஏண்டீ வல்லே?"

"அண்ணாகூடவே வந்தான்?"

"அண்ணாவெயா கட்டிக்கப் போறே?"

"ச்சீ! இது மாதிரி பேசாதீங்கன்னு எத்தனை தடவை சொல்லியாச்சு உங்களுக்கு?"

"பின்னே அண்ணா அண்ணாங்கிறியே அவனையா கட்டிக்கப் போறே? தப்பா?"

"அசிங்கமாப் போசாதீங்க! நிறுத்துங்க!"

“நாலு மணிக்கே வந்து ஏழு மணி வரைக்கும், இந்த பஸ் ஸ்டாண்டுல காத்துக்கிட்டு உனக்காக ராத்திரி...”

“என்ன ராத்திரி?”

“உன்னெய... சொன்னா பேசப்படாதும்பெ... வாண்டாம்.”

“இதுதான் பேசவேளா எப்பவும்!”

“நீ என்னிக்கு அதுக்கு ரெடி?”

“எதுக்கு?”

“என்னோட வர!”

“ஐயோடீ! என்னாலெ முடியாது!”

“இப்படியே இரு. கெழவியானப்புறம்தான் நாராயணன் விடுவான்!”

“ச்சீ. அசிங்கமா பேசாதீங்க”

“இதுல என்னடீ அசிங்கம்? அவன் உன்னை விடப் போறதில்லை!”

“எங்க வீட்ல நான் கடைசி! என்னை இஷ்டம் போல விட்டுடுவாளா?”

“அப்ப ஊறுகா போட்டு வெய்யேன்!”

“அசிங்கமா பேசாதேங்கன்னு சொல்றேன்னோல்யோ?”

...நீண்ட மௌனம் தொடரும். அவர்கள் வரவேண்டிய பஸ் வந்து நிற்கும். உடனே ஏறுவார்கள் இருவரும். முன்னால் அவர்களை யாரும் பார்க்க முடியாது. கடைசி சீட்டின் மூலையில் அவளை ஜன்னல் ஓரம் உட்கார்த்தி விட்டு பக்கத்தில் ஒட்டி உரசி உட்கார்ந்து கொள்வான் ரத்தன்ராஜ்! ஆசை மடைதிறக்கும். உதவாக்கரையான வெறும் பேச்சு! அலப்பும் உதடுகள், கனவுகளை மறைத்து - வாழ்வைத் திட்டம் போடும் அவன் உதடுகள். இருவரின் பேச்சுக்களிலும் இருவரும் இல்லாத இருட்டு. இருவருக்குள்ளும்! பஸ் எப்போது புறப்பட்டது? இருவருக்கும் எப்போதும் தெரியாது. கூட்டம்! மாலைப் பள்ளிகள், கல்லூரிகள் முடிந்து பக்கத்து ஊர்களுக்குப் போகும் மாணவ, மாணவியரின் கூட்டம். பஸ் முழுவதும் வியர்வை மணமும், கசங்கல் மல்லிகையின் நெடியும்.

காலையில் அணிந்த பள்ளி யூனிஃபார்ம் கசங்கும். காற்று மின்னியின் முடியைச் சுருளவிட்டு உலைக்கும். அவன் உடலின் சூடு அவளில் பரவும். யார் இதை இன்பம் இல்லை என்றார்கள்?

பயத்தில் உடல் நடுங்கும். பேச்சு நிற்காது - ஒன்றரை மணி நேரம் வாழ்வின் மிக முக்கியமான பயணம் - உடல்கள் பேசும் நொடிகள் - பஸ்ஸின் இரைச்சல் - ஜனங்களுக்கு மத்தியில், ஊருக்கும் உலகுக்கும் மத்தியில், அவன் விரல்களுக்குள், முதலில் தடுத்துத் தடுத்து, முண்டி, அவள் தோல்வியடைந்து போனாள். வெட்கம் கெட்டு வெளிச்சத்தில் பஸ் பாயும் அந்த வேளைகளில் பல நாட்களிலும் அவள் அந்த உடலுக்குள்ளே புதைந்தாள். மானமற்ற, வெட்கமற்ற அந்தத் தழுவல்களில் ஆரம்பங்களில் அவளது தவிப்பு அவனது ஆக்கிரமிப்பில் அழுந்திப் போகும். கண்ணீர் மடையுடைய குனிந்து கொண்டு கண்ணீரைத் துடைக்கவும் நேரமற்றுக் கசங்குவாள் மின்னி. அவனும் வெட்கித்தான் தவிப்பான். அதையும் உணர்ந்தும் அவனை எதிர்க்க முடியாது. சரிவாள். பஸ்ஸின் பாய்ச்சலும், கூட்டமும் கண்களை இருட்டும். இரு கரங்களில் அவள் சுருண்டு போவாள். இவைகளைக் கண்ணால் காணவும் யாராலும் முடியாதது ஆச்சரியம் சாதாரணம்.

தஞ்சாவூரில் பஸ் இறங்கும் போது, இருவரும் எதிரிகளைப் போல் எரிச்சலில் இருப்பார்கள். அவள் தவிப்பாள்!

"வீட்டு வரைக்கும் வரவேண்டாம்" என்பாள் பயத்துடன்.

"நான் வர்றேன்னா அலையிறேன்?" என்பான் ரத்தன்!

"அசிங்கம்ன்னு தெரிஞ்சும் விடாமே பண்றளே! யாரேனும் பாத்தா? சீ! அவமானம்! சாகலாம்போல வர்றது நேக்கு!"

"என்ன பண்ணிபுட்டோம் அப்டி?"

"இனிமே என்ன பண்ணணும்? போறாதாக்கும்? ச்சேய்! என்ன வேண்டியிருக்கு இதெல்லாம்?"

"ஆமா உரசிக்கிட்டு வந்ததெத் தவிர என்ன பண்ணிட்டேனாம் நானு?"

"வேற என்ன பண்ணணுங்கறேள்? யாரானும் பாத்திருந்தா அடியம்மா அங்கியே சாகணும்!"

"என்னெத்தான் சாகடிக்கிறயே? ராத்திரியெல்லாம் சாவுறேன்டீ!"

"அனாவசியமா என்ன பேச்சு? யாரானும் கேக்கப்போறா. ஊர் வந்தாச்சு தெரியறதோ?"

"எவன் என்ன சொல்றது! நாலா வகுந்துடுவேன்!"

"ஆமா கிழிப்பேள். அசிங்கமா ஏதாவது பண்றது! கேட்டா வகுந்துடுவேங்கறது. வஸ்தாத்துதான்!"

“ஆமாண்டி! வஸ்தாதுதான். ஒருநாள் உங்கண்ணனைத்தான் நாலா வகுந்து தள்ளப்போறேன்!”

“அண்ணா என்ன பண்ணினான் உங்களை? இந்த மாதிரி பேசாதேங்கோ!” இருட்டில் பிரியும்போது இரண்டு ஓரங்களில் நடந்து போய் திரும்பும் போது, அவள் வீட்டுச் சந்து முனையில் - நாராயணன் காத்து நிற்பதை - இருவரும் பார்க்க - வேறு முனையில் திரும்புவான் ரத்தன். நாராயணனைத் தெரியாதா? வீரன்! காலை நாலு மணி இருளில் எத்தனை நாள்!! காத்துக்கிடக்கும் பஸ் ஸ்டாண்டுகள் எத்தனை! பனியில், இருளில் அவள் வந்ததும் கிளம்பும் முதல் பஸ்ஸில் மூலையில் ரத்தனுடன் மின்னி! எத்தனை வருஷங்கள்!

அவள் எல்லா பரீட்சைகள் எழுதும்போதும், ஒவ்வொரு தேர்வுகள் ரிசல்ட் வரும்போதும், வீட்டில் ஒவ்வொரு அக்காவின் கல்யாணம் நிச்சயம் ஆகும் போதும், ஒவ்வொரு விசேஷம் நேரும் போதும், போகும் ஒவ்வொரு அக்காவின் பிள்ளைப் பேற்றுக்கும் பொறந்த வீட்டுக்கு - புக்ககத்துக்கு வரும்போது, போகும்போதும் - ரத்தனைத் தேடி வரும் மின்னி! அவள் வித்யாசமான பொண்ணுதான் ரத்தன்ராஜுக்கு, அவனிடம் சொல்லாமல், அவன் சம்மதம் இல்லாமல், அவன் புன்சிரிப்பை வாங்காமல், அவளால் ஒன்றும் செய்வதற்கில்லை. அவளால் அவனில்லாமல் முடியாது.

ஆனாலும் - அவளை அவன் கல்யாணம் செய்ய இப்போது முடியாது! ரத்தன்ராஜ் இப்போது ‘கல்யாணம்’ கேட்பதில்லை அவளை. இரண்டு பேருமே வருடங்களாய் ‘அது’ பேசுகிறதேயில்லை. மைதிலி கல்யாண அழைப்பிதழை அவனிடம் கொடுக்க அவனைத் தேடி வந்தாள். ரத்தன்ராஜ் வீட்டு வராந்தாவில் நின்றாள். “வாயேன்” என்றான். “இருக்கட்டும்” - என்றபடி படி ஏறினாள் மின்னி.

ரத்தன் கையில் அழைப்பிதழைக் கொடுத்து “அவசியம் வரணும்” என்றாள். அவன் கையை நெருடினான். அவள் கைகள்! எப்படி சிக்கின அவை? அதென்னமோ அவளும் அப்படித்தான்!

“இத்தானே வேண்டாங்கிறது!”

“பின்னே எது வேணும்?”

“ஏதும் வேண்டாம்”

“உனக்கு வாண்டாம் சரி. எனக்கு வேணுமே” கை நசுங்கியது.

“அப்பப்பா - சீ விடுங்கோ!”

“நாளைக்கு பார்க்கலாமா?”

"எதுக்கு? வாண்டாமே! உங்க தொல்லையே பெரிய தொல்லையா போய்டுத்து!"

"அது சரி! நாராயணன் விடுவானா?"

"தோ பாருங்கோ. அசிங்கப் பேச்சு வாண்டாம்."

"சர்த்தாம் போடீ"

"நானா? நீங்களா? ச்சீ..."

விடுவிடுவென்று இறங்கிப் போய் தெருவில் கலந்து போனாள் மின்னி.

அவன் சொன்னதில் என்ன தப்பு? நாராயணன் விடமாட்டான். அவன் உருமல் விடாது. பத்து வருஷமாச்சே! ரயில்களில், பஸ்களில், இன்னும் வேலியோரத்தில், கோயில் சந்நிதிகளில் - ரத்தன்ராஜ் கால்கடுக்க நின்று கொண்டிருக்கிறான். நீண்ட பயணிகளுடன் பயணம். ஏதாவது ஒரு பஸ் ஸ்டாண்டில் இறங்கி காரணமேயில்லாமல் எதிர்புறமாய் நடக்கிறார்கள். ஆரம்பங்களில் ஜாதி குறுக்கில் பயமாய் இருந்தது உண்மை. வருடம் எத்தனை இதிலேயே கழிந்து போயிற்று! பதின்மூன்று வயதுள்ள பெண்ணாய் இருந்த காலத்திலிருந்து ஓயா தொடர் பயணம். இப்போது முப்பது வயது அவளுக்கே தாண்டியாயிற்றே?

ஏதாவது ஒரு பஸ் ஸ்டாப்பில் அவன் இறங்குவான்.

அவள் இறங்க மாட்டாள் - பஸ் போய்விடும். இதுவும் ஒரு விளையாட்டு! தொடர்ந்து பத்து நாள் - ஒரு மாதம் சந்திக்க வரமாட்டாள் மின்னி. ரத்தன்ராஜு வரமாட்டான். இதுவும் ஒரு போட்டிதான்!

சலிப்பு தீரும் வரை. ஏதாவது ஒரு நண்பர் கல்யாணத்தில் மின்னியைப் பார்ப்பான். அகஸ்மாத்தான சந்திப்பு.

நண்பர்களுக்கெல்லாம் தெரியும். ஒரு மாதிரியான பிணக்கு. ஊடல், உருகல் அப்புறம் ஒரு வெறுப்பு - ஆனால் பார்த்ததும் வெடிப்பான்.

"என்னடி இங்கே?" - என்பான் ரத்தன்.

"வரப்படாதா?"

"பெரிய்ய இது பண்ணிக்கிட்டுப் போனியே, இப்ப என்ன?"

"வெக்கங்கெட்டுப் போய் பேச்சென்ன வேண்டியிருக்கு?"

"அறஞ்சன்னா பல்லு முப்பத்ரெண்டும் பல்லாங்குழி ஆடப்போய்டும் தெரியும்ல?"

“நீங்க பொம்மனாட்டியா?’

“என்ன?”

“பின்னே பல்லாங்குழி ஆடடறேங்கறேளே?”

“வாயே மூடு களுதே”

ரத்தன்ராஜ் என்ன பிறவி. மின்னிக்கு எப்போதும் சந்தேகம்தான். வெட்கம் கெட்டவன். திரும்பித் திரும்பி அவளையே சுற்றிச் சுழற்றுகிறானே.

அவனை அவள் அடியோடு ஒதுக்கி எத்தனை வருடம்? அடேயப்பா! இப்போது அவளால் எதுவும் செய்ய முடியாது! பெண்டாட்டி ஆகவில்லை! அவ்வளவுதான். இன்னும் ஒன்றாய்ப் படுத்து பிள்ளை பெறவில்லை! அதுவும் பஸ்ஸிலேயோ, ரயில் கம்பார்ட்மெண்ட் ஒன்றிலேயோ என்றாவது ‘சாந்தி முகூர்த்தம்’ ஆகிவிடுமோ என்ற பயம் எப்போதும் மின்னிக்கு உண்டு! ‘ராக்ஷஸன்’ என்று அவனுக்கு ரகஸியமாய் நாமகரணம் செய்திருந்தாள்.

‘அதை’ நாராயணனுக்கு ஒவ்வொரு தடவையும் சோதனை செய்து அவள் ‘இல்லை’ என்று நிரூபித்தாக வேண்டும். சாதாரண வேலைகளைக் கூட நாராயணன் விட்டு வைக்க மாட்டான். பெருமூச்சு விட்டால் நாராயணன் குரல் துரத்தும் மின்னியை.

“என்னடீ மாப்பிள்ளையை விடமாட்டே போலேயிருக்கே?”

“என்னடீ மீனாட்சி! இன்னுமா குளிச்சாறது! உள்ளாற மாப்பிள்ளை வந்து உக்காண்டுருக்கானா, என்ன?”

“ஏண்டா உயிரெ வாங்கறே? தோ ஆச்சு. தோட்டிண்டு வந்துடறேன்”

“மாப்பிள்ளையெ இன்னிக்கு காத்தாலே பாத்தேனே மார்க்கெட்லெ? ராஸ்கல் - கறிகாய்காரியோட கொஞ்சிண்டு நிக்கறார், பாவம், நீ பார்த்தியானா மூணு நாள் சாதம் உனக்கு எறங்காது. தெரியுமோன்னோ?”

“......”

“வெளில வா! மூஞ்சியப் பாப்போம்!”

“......”

அமைதி பொறுக்காது அவனுக்கு. வெளியில் வந்து பதில் சொன்னால் நிச்சயம் அடிப்பான். இப்போதெல்லாம் அடி வாங்க தெம்பு இல்லை உடம்பில் பயம்! வலி! அப்பாவா? அம்மாவா? ரெண்டு பேரும் ஒரு விதமான ஊமைகள்.

நாராயணனை மீறி ஓடிப்போக மின்னியால் முடியாது. இதுவரை பிரச்சனை இல்லை. ரத்தன்ராஜை நாராயணன் போய் அவன் வீட்டிலேயே சந்தித்து பதினைந்து வருடம் ஆகவில்லையா என்ன? ரெண்டு பேரும் அலட்சியமாய் எச்சரிக்கையாய் சந்தித்துக் கொண்டார்களாம். ரெண்டுபேருமே அவளை விடத் தயாராய் இல்லை. ரெண்டுபேரும் சண்டை போடவும் தயாராயில்லை. ரெண்டு பேருமே பதுங்கினார்கள். விடத் தயாராயில்லை. ஒரு இரண்டு மணி நேரத்துக்குப் பின் சந்தோஷமாகவே பிரிந்தார்கள். மேம்போக்காய்! ரத்தன்ராஜைப் பற்றி நாராயணன் வந்து சொன்ன அபிப்பிராயம் - "லேசுப்பட்டவனில்லை அவன்!"

அவளிடம் நாராயணனைப் பற்றி ரத்தன் ராஜ் சொன்னது - "ம்ஹூம்! தேறாது! அவனும் தேறமாட்டான்!"

வாழ்க்கை மின்னியிடம் இப்படித்தான் விளையாடியது!

பஸ்கள் எப்போதும் போல பல மைல்கள் தூரம் ஓடின.

மாலை இருள் வேளைகளில் கொல்லைப்புறம் மின்னியின் வீட்டுத் தோட்டத்து வேலியோரங்களில் மீண்டும் மீண்டும் ரத்தன்ராஜ் நின்று பேசினான். அவளை நோக்கி இருளில் நீண்ட அவனது கைகளை ஒதுக்க முடியாமல் அவற்றில் சிக்கினாள். இரவுகளில் தூக்கம் அண்டாது புரண்டு புரண்டு அவனை நினைத்துப் பதறும் போது நாராயணனின் அடிகள், உதைகள் அறைகள் தந்த நீலம் உடம்பில் பரவி விஷமாகி கன்னிப் போன வலிகள் ஒன்றினை ஒன்று தின்று தீர்த்து மகிழ்ந்தன. கனவுகளில் கூட நாராயணனே வருவது விசித்திரம் அவளால் வெளியே சொல்ல முடியாது.

பஸ் ஸ்டாண்டில் நிற்கவே வந்திருப்பது போல் வந்து சேர்வான் ரத்தன்ராஜ். பெரும்பாலும் மாலை வேளைகளில் ஏதாவது ஒரு பஸ்ஸுக்கு ரத்தனும் மின்னியும்!

"எப்போ வந்தேள்? ரொம்ப நேரமாய்டுத்தா? இன்னிக்கு ஆஃபீஸ்ல வேலை ஜாஸ்தி"

"என்ன வேலை? ரொம்ப வேலை இருக்குமே! ஓ! சரி சரி!"

"ஆரம்பிச்சிட்டேளா அசிங்கப் பேச்சே!"

"இதிலென்னடி அசிங்கம்? உள்ளதுதானே?"

"நான் சொல்லாமெ உங்களுக்கு தெரிஞ்சுட்றதோ?"

அவள் பல கதைகள் சொல்வதுண்டு! மின்னிக்கு பொய் வாராது. கஷ்டமே அங்கேதான் ஆரம்பம். மின்னி பைத்தியம்தான்! அப்பா கேட்பார்: "யாரோடடீ சுத்திண்டிருக்கியாம்?"

“ரத்தன்ராஜ்ன்னு ஒருத்தர்”

“தர் - என்னடி ‘தர்’யாரவன்?”

“அதான் சொல்றேனே அவனோட சுத்தறேன்னு...கல்யாணம் பண்ணிண்டா அவனெத்தான் பண்ணிப்பேன்!”

“அடிப்பாவி”

அம்மா கேட்பாள் - “ஏண்டி மீனாட்சி! அவனெத்தாம் பண்ணிப்பேன்னு எப்படி சொல்றடீ பொண்ணே! பயில்வான் மாறி ஆளும் உடம்புமா இத்த பெரிசா இருக்கான். பயமாக்கூட இல்லையோடீ நோக்கு?”

“பயம் என்னம்மா?”

“என்ன தைரியமா சொல்றேடீ. அவனெத்தாம் பண்ணிப்பேன்னு! அடியம்மா.....நேக்கு இப்படி ஒரு பெண்ணா?”

“என்னா! அவ கொழந்தை! நீங்க யாரானும் புத்தி சொல்லப்படாதா?” எதிராத்து கோமதிமாமி திட்டுவாள்....

“ஏண்டீ! அந்த பயலெனா கல்யாணம் பண்ணிப்பேன்னு அடம் பண்றியாம்?”

“ஆமா மாமி!”

“அடிப்பாவிப் பெண்ணே! புத்தி கெட்டுப் போய்டுத்தா நோக்கு?”

“அவன் கிருஸ்துவப் பையன்னா?”

“அதனாலென்ன மாமி! ஏசு கூட சாமிதானே?”

“அவர் ஸ்வாமிதான்! இவன் ஸ்வாமியில்லையேடீ?”

“எனக்கு இவர் ஸ்வாமிதான் மாமி.”

வாயடைத்து நிற்பாள் கோமதி மாமி. இந்தப் பொண்ணு ஐயோ! புத்தி கெட்டுப்போச்சு!

ரத்தன்ராஜ் கேட்பான் அவளிடம் “என்னடியது? தெருவுல எல்லாரும் கேக்கறாங்க. என்னத்தான் கேக்றாங்க. என்னத்தான் கட்டிக்கப் போறேங்கறியாமே?”

“ஆமாம்!”

“அப்ப - எத்தனை வருஷமா சொல்லிக்கிட்டே இருக்கேன்! வாடீன்னு!”

“ஆமா சொல்றேள்: நானும் சொல்லியாச்சு - என்னால ஓடி வர முடியாது. நீங்க யாரையானும் கல்யாணம் செய்துக்கங்க நீங்க சௌக்யமா இருக்கேன் னுட்டு, எனக்கு இது போறும்.”

“எது போறும்? எது போறும்?”

“இதுதான்!”

பளீரென்று விழும் அறை! - வேலியோரத்தில் நின்றபடி இது நடக்கும் போது முற்றத்திலிருந்து....

....அம்மா கூப்பாடு கேட்கும்- “அந்தக் கடங்காரப் பயலண்டை அடிவாங்கறாளே! நாராயணா!”

“போய்ப் பாரேண்டா! அடிப்பாவி! கட்டால போறவளே!”

நாராயணன் வேலியோரம் வருவான்.

அவள் எதிர்கொண்டு போவாள். நாராயணனைக் கடுத்தபடி! “யாரது அவன்தானா?”

“ஆமாண்டா!'

“என்ன திமிர் உனக்கு!”

அவள் எதிர்பார்த்தபடி அறை விழும். கையை முறுக்கி கண்மண் தெரியாமல் உதைப்பான். முதுகில் மிதி விழும். போய்க் கொண்டிருக்கும் வன்னியர் சொல்வார். “அட விடு நாராயணா! தெரிஞ்சு போச்சு. இனிமே என்ன பண்ண?”

அவளுக்குப் பதவி உயர்வு வந்தது! கண்ணாடிப் பிள்ளையார் கோவிலுக்குப் போனாள். அவனை இப்போதெல்லாம் பார்க்க வேண்டும் என்றால் கண்ணாடிப் பிள்ளையார் கோவிலுக்குத்தான் போக வேணும். இல்லை என்றால் ரத் தன்ராஜின் காரஜிக்குப் போக வேணும்.

காருக்கடியில் படுத்துக் கொண்டு ஸ்பானர்களாலும், சுத்தியலாலும் கார்களையும், ட்ரக்குகளையும் தட்டித் தட்டி, முறுக்கி எண்ணை ஊற்றி க்ரீஸ் அடித்துக் கொண்டிருப்பான். அவன் ஒரு இரும்பு வேலை செய்கிற முதலாளி. மெக்கானிக். அவன் அப்பா கொடுத்த தொழில்! சொத்து எல்லாம் அதுதான்.

அங்கே வரக்கூடாது என்பது அவன் உத்தரவு

போகாமல் முடியாது என்று மின்னி அங்கேயும் போய் நிற்பாள்.

சட்டையில்லாமல் உடம்பு முழுவதும் க்ரீஸ்ஸும், ஆயிலும் கறுப்பு மண்டி, மையும் தீற்றியிருக்கும் அவளைப் பார்த்ததும் அப்படி எழுந்து விடுவான்.

“எங்கேடீ வந்தே”

“பார்க்கணும்தான்! வரப்படாதா?”

“பார்த்தாச்சில்ல! போயேன்!”

-வினோதமாய் சிரித்துக் கொண்டு நிற்பாள் மின்னி.

"மீனாட்சின்னு கூப்ட மாட்டேளா?"

"என்னத்துக்கு?"

"சாந்தாவுக்கும் கல்யாணம் நிச்சயமாய்டுத்து?"

"ஓஹோ! அப்புறமா உனக்காக்கும்? கல்யாணம்!"

"என்ன கிண்டலாயிருக்கா? வாண்டாம்பேள் போலிருக்கே!"

"அடப்போடி! நீயும் உங்கல்யாணமும்!"

"அதில்லே - கண்ணாடிப்பிள்ளையார் கோவிலுக்கு வாரேளா?"

"என்ன விசேஷம்?"

"கையை விடுங்கோன்னா?"

"இது வாண்டாமாக்கும்"

"எழவாப்பேச்சு! அட"

"பின்னே ஏண்டி வர்றியாம்?"

"எனக்கு... எனக்கு ப்ரமோஷன் ஆயிருக்கு வந்து...."

"கண்ணாடி பிள்ளையாரண்டை வேண்டியிருக்கேன்....."

"புள்ள வரம் கேட்டிருக்கியாக்கும்?"

விக்கித்துப் போய் விடுவாள் மீனாட்சி. அவளையே பார்த்து நிற்பான் அவனும்! அவன் மாதிரி குழந்தை! அவனைப் போலவே பிரம்மாண்டமான சக்தி மிக்க பெரிய குழந்தை! அட அவன் அவள் கேட்டு வந்த பிரார்த்தனை அது தான். ரத்தன்ராஜிடம் பலதடவை சொன்ன ஆசைதான்! அது! ஆமாமா! அவளுக்கு ஒரு குழந்தை வேண்டும். கொழு கொழுவென்று சிவப்பாய், அழகாய், ரத்தன்ராஜ் போல வலிமையாய், ராட்சசதனமாய், அவளைக் காப்பாற்ற ஒரு குழந்தை! ஒரே ஒன்றுதான். தாங்க முடியாது அம்மா மாதிரி! நிறைய!

நாராயணன் அவளுக்கு மாப்பிள்ளை தேடிக் கொண்டுதான் இருந்தான். அவளுக்கு இப்போது வயது முப்பத்தைந்து. அவள் சிநேகிதிகள் எல்லாம் பிள்ளை பெற்று எடுத்து விட்டார்கள். நாராயணன் அதைவிட நல்ல வரன் தேடினான். இன்னும் நல்லது! வந்த வரன்களைத் தள்ளினாள். அம்மா அழுதுகொண்டே இருந்தாள். அப்பா! மௌனமாய் பார்த்துக் கொண்டேயிருந்தார். ரத்தன்ராஜின் பஸ்கள் எப்போதும் குறுக்கு நெடுக்குமாய் ஓடிக் கொண்டிருந்தன. சிநேகிதிகள் இப்போதெல்லாம் அவளைக் கேலி செய்வதுகூட இல்லை. அவள் தலையில் இரண்டு முடி நரை கண்டபோது அம்மா பின்னி விடும்போது பிடுங்கி கையில் எடுத்தாள்.

சுமுகமாய் இருந்த வேளை ஒன்றில் தைர்யமாய் நாராயணனிடம் சொன்னாள் மின்னி இப்படி, இப்படி -

"தங்கக் கட்டி மாதிரி எனக்கு ஒரு கொழந்தை பெத்துக்கணும்டா"

"உன் மாப்பிள்ளை கிட்ட வாங்கினுட முடியாதுடீ மீனாட்சி! யார் ஆம்படையானா வரானோ அவனண்டை கேளு!"

"ஏன் மாப்பிள்ளை கிட்டே கெடைக்காதுங்கறே? எனக்கு ரத்தன் மாதிரி கொழந்தைதான் வேணும்!"

அவளறியாமல் வந்துவிட்ட வார்த்தைகள் அது. வேணும் என்று சொன்னதில்லை.

பளிச் பளிச் சென்று விழும் அறைகள் நாராயணனை இனம் காட்டும். தூண்கள் மாதிரி இரண்டு கால்களிடையே கிடந்தாள் மின்னி. கழுத்தை நெறிக்கும் இரண்டு கைகள், குப்புறத் தள்ளி முதுகில் நிமிர்த்திப் போட்டு மாரில் அறையும் இரண்டு பலிஷ்ட்டமான கைகள்.

இப்படி (நீண்ட காலம்) இந்த அடி உதைகளில் நாராயணனும், மின்னியும் பத்து நிமிடங்களில் திருப்தியாவார்கள். கசங்கிக் கிடப்பாள் மீனாட்சி.

நாராயணனிடம் மின்னிக்கு எந்த வருத்தமும் எப்போதும் இல்லை. முப்பத்தைந்து வயதாகியும் இன்னும் பிரியாத இருப்பும், உடல்வாகும். இன்னும் எதற்காக காலையில் ஸ்தோத்திரங்கள் முணுமுணுத்து இருள் பிரியுமுன் கிணற்று ஜலத்தின் வெது வெதுப்பில் குளித்த ஈரத்தோடு காக்கும் நோன்புகளும், பட்டினிகளும் விரதங்களும், இரவில் வெகு நேரம் தனியே படுக்கையில் உட்கார்ந்து சொல்லும் கவசங்களும், ஜெபங்களும், புரியாவிட்டாலும் ஓயாமல் முனகும் ஸம்ஸ்க்ருத கரமஞ்சரிகளும், ஸ்துதிகளும், யாருக்காக...!? நாராயணனுக்கும்தான்! பிறக்காத தன் ரத்தினக் குட்டிக்கும்தான். முரட்டுத்தனமான கசங்கலில் பஸ்களில் இரைச்சலில் நசுங்கி ரத்தனிடம் சிக்கி, நசுங்குவது எதற்காக? உடம்புதினவு அடங்கவா? அவள் பெருமூச்சு அவளைச் சுடும். "என்னடி இப்படி நீயா மூச்சு விட்டுக்கிட்டு வர்றே?" என்பான் ரத்தனராஜ். அவள் தியானத்தை சொல்லி முனகிக் கொண்டேதான் வருவாள். 'ஸுப்ரமண்யம் அரம்சாந்தம் கௌமாரம் கருணாலயம் க்ரீடஹாரகேயூர மணிகுண்டல பண்டிதம் ஷண்முகம் யுகட் பாகஹீம் ஸ்லாத்யாயுதகர்ணம் ஸ்மிவத்ரத்ன ப்ரஸந்நாபம் ஸ்துயமானம்...'

ரயில் தஞ்சையை நோக்கி போய்க் கொண்டிருக்கும்.

வழக்கமாய் அவள் அலப்புகிற அலப்பலைக் கேட்டுக் கொண்டிருப்பான் ரத்தன்ராஜ். அவள் பேச்சு மழலை, மனசும்!

“இன்னும் என்ன பண்ணப் போறேள்? போதும் சீக்கிரம் யாரையானும் கல்யாணம் பண்ணிடுங்கோ” ரத்தன்ராஜ் சிரிப்பான். “சும்மா இருக்க மாட்டியாடீ!” என்பான். ரயிலில் இருவரும் அசைவின் ஸ்பர்சத்தில் ஆழ்ந்திருப்பார்கள். ரத்தன்ராஜ் பலதடவை இதையே திருப்பிச் சொல்லியும் இருக்கிறான். இருவருமே ரொம்பவும் தன்னிச்சையானவர்கள்! ரத்தன் எப்போதவாது குடிக்கிறதுண்டு. நன்றாகவே மூச்சுமுட்ட குடித்து தகராறில் கிடப்பான். ரத்தன்ராஜுக்கு ஒரு குடும்பமும் மண்ணும் இல்லை. இனியும் இல்லை என்பான். தனியாகவே குழந்தையிலிருந்து காராஜிலே வளர்ந்தவன். அப்பா பதினைந்து வயதிலேயே போயாச்சு. யாரும் உறவு தேடி வர, கூடி நிற்க எதுவுமில்லை. எப்போதாவது விஸ்கி இருந்தது. மீனாட்சியும் இருந்தாள்.

முதலில் அவளைச் சந்தித்தபோது அவளுக்குப் பதிமூன்று வயது. பைத்தியம் பிடித்தது. இப்போது அவனுக்குப் பாதி மனிதன் ஆயுசு நெருங்கியாயிற்று. பதிமூன்று வயதில் அவளைப் பார்த்த முதல் நாள் ஞாபகம் அப்படியே அச்சாலாய் விழுந்து விட்டது மனசில்! வாழ்க்கையின் பொருள் புரியாத அந்த அவதியிலும் அவளது முதல் ஸ்பர்சத்தை மறக்க முடியவில்லை. மாலைநேரம் தெரு முனையில் ஒரு அரசியல் கூட்டத்தில், கல்லெறி கலாட்டா போலீஸ் தடியடி! ரோட்டில் ஜனங்கள் பயந்து சிதறி தேங்காய் சிதறுவது போல் பதறி நாலா புறங்களிலும் ஓட. போலீஸ் கண்ணீர் புகை வீச்சு எங்கும் செவிடுபட வெடிக்கிறது. புகை எங்கும், ஜனங்களில் நடுவே மீனாட்சியும் சிநேகிதிகளோடு ஓடி வருகிறாள்.

கீழ வீதியில் தனது காராஜின் வெளியே நின்று கொண்டிருந்த ரத்தன்ராஜ் மீது வந்து ஓடிவந்து புரண்டு விழுந்தாள் மீனாட்சி. இன்னும் இரண்டு பெண்கள் தடுமாறி விழாமல் கேட்டைப் பிடித்துக் கொண்டு நின்றான் ரத்தன். கீழே விழுந்து பதைத்துக் கொண்டிருந்த பெண்ணைத் தூக்கி விட்டான். கூட்டம் மேலும் ரோடு முழுவதும் ஓடிக் கொண்டிருந்தார்கள். தூக்கிவிட்ட பின்னும் இன்னும் ஒருத்தி கீழே கிடந்தாள். கால்கள் பின்னக் கிடந்தாள். அவன், அவளை கீழே குனிந்து கைகளைத் தோள்களைப் பிடித்துத் தூக்கிவிட்டான். அவள்தான்.

அழுது கொண்டிருந்தாள் மின்னி. தலை எல்லாம் மண். கைக்குட்டையால் தட்டிவிட்டு அழாதே என்று ஆறுதலாய் பேச முயன்றான். அதுதான் அவளை முதலில் பார்த்தது. பின் அந்தப் பக்கம் போகும்போதெல்லாம் அவன் கூப்பிட்டு நிறுத்திவிடுகிறான். ஏனென்று தெரியாமலே நின்றாள் மின்னி. பேசும் போது வெட்கமாய்

இருந்தது. பேசாமல் அவனைத் தாண்டிப் போக முடியவில்லை. அவளைப் பார்த்ததும் நின்று போவாள். அவன் அவளை காராஜிக்கு வராதே என்று சொன்னான். அவள் வராமல் இருந்ததில்லை. அவனிடம் என்ன இருந்தது என்று அவள் யோசித்தேயில்லை. அவளைத் தேடி அவன் வந்தான். ரத்தன்ராஜ் என்றாள். சுருட்டிக் கொண்டான். மீள அவள் தயாராயில்லை. அவள் அவனிடம் அழுந்திப் போனாள். அவனும்!

யானை ஒன்று நின்றது தெருவில். ரத்தன்ராஜைப் பார்க்க வேகமாய் போய்க் கொண்டிருந்தாள் மின்னி. எல்லோரிடமும் தும்பிக்கை நீட்டி வாங்கித் தின்றது யானை. யானை எப்போதும் பயம், மின்னிக்கு. சிறு குழந்தையிலிருந்து யானையைப் பார்த்து பயந்து ஜுரம் வந்து சுகமாகவே அவளுக்கு பத்து நாளாயிற்றாம். அம்மா சொல்வாள். ரத்தன்ராஜை முதலில் பார்த்தபோது அவளுக்கு யானையைப் பார்த்து பயந்த கதையாயிற்று. குப்புற விழுந்து கால் பெரு விரலில் காயத்துடன் எழுந்து நின்றபோது பயந்துதான் ஓடினாள். பின்னரும் அந்தப் பக்கம் போகப் பயந்தாள்தான். யானை வந்தது. தும்பிக்கை நீட்டி அவளைத் தூக்கித் தலையில் வைத்துக் கொண்டது. பின்னர் இறங்கவே முடியவில்லை. இப்படி ஒரு கனவு எப்போதும். ரத்தன்ராஜ் முதலில் அழைத்தபோதும். முதலில் கொண்டுபோனபோதும், கூட அவள் உதறி விலகாத காரணம் என்னவாம்?

யானைக்கு அங்குசம் இல்லை!

இப்போது அங்குசம் வேண்டாம்!

ரத்தன்ராஜும் அவளும் இப்போது கல்யாணம் செய்து கொள்வதை யாரும் தடுத்துவிடமுடியாது. எல்லோருக்கும் தெரியும். நாராயணனும் கூடவேண்டாம் என்று சொல்ல முடியாது. அம்மா எல்லா பெண்களையும் கரையேற்றிவிட்டாள். மின்னிக்கு வர்ற மாப்பிள்ளையெல்லாம் தட்டிக் கிட்டுப்போய் கொண்டே இருப்பதைத்தான் எல்லோருக்கும் விரும்புகிறமாதிரி இருந்தது. யாரும் எந்த முடிவையும் விரும்புகிற மாதிரி இல்லை. இப்படியே இருக்கட்டுமே அவள்!

ரத்தன்ராஜ் இழுத்துக் கொண்டு ஓடமாட்டான்.

மின்னியும் போகமாட்டாள். போய் என்ன செய்ய?

அப்படியெல்லாம் ஓடுகிற வயசும் தாண்டிவிட்டது அல்லவா?

நண்பரோ, உறவோ யாரும் இந்த கல்யாணத்துக்குத் தடையும் இல்லை சம்மதமும் இல்லை. யானை திடீரென்று மிரண்டது.

தெருவில் கடைகள் நொறுங்கின. பாத்திரக்கடைகள் தூளாகின. மிதியுண்டு செத்தவர் பதிமூன்று பேர்! பாகனுக்கு இடுப்பு முறிந்தது. அல்லோலகல்லோலம். கொஞ்சநேரத்தில் அந்த தெரு மைதானமாகி, மயானமாகியது. யானைக்கு மதம். மீனாட்சி ஓடினாள்.

அவள் ஓடிப்போய் நுழைந்த இடம் ரத்தன்ராஜின் காராஜ். நிறைய முன்னால் உடைசல் கார்கள், லாரிகள். ரத்தன்ராஜின் உதவியாட்கள் இஞ்சின்களை மூடிக் கொண்டும் ஓடவிட்டுக்கொண்டும். தண்ணீர்ப் பீய்ச்சி கழுவிக் கொண்டும் இருந்தனர். எல்லோரும் யானை மிரண்டதும் வாசலுக்கு ஓடி கதவைச் சாத்தியபோது அவள் மட்டும் உள்ளே ஓடி வந்தாள். வியர்த்து விறுவிறுத்தபடி கேட்டாள்.

“ஐயா இருக்கிறாரா?”

“உள்ளே இருக்கிறார் போங்கம்மா!”

அவளுக்குச் சலிப்பாக இருந்தது. அவனைப் பார்க்க, பேச... ஆனாலும்... ஆசை! அண்ணா நாராயணனுக்குக் கல்யாணம் நிச்சயமாகி இருந்தது. சொல்லத்தான் அங்கே போனது! ஏகப்பட்ட கருநிறம் பூசிக் கொண்டு, ஒரு லாரியின் அடியிலிருந்து வெளியே வந்தான் ரத்தன்ராஜ். கைகளை அழுக்கு வேஷ்டி துணிக்கூளத்தால் துடைத்துக் கொண்டே அவள் அருகில் வரும் அவனைப் பார்த்தபோது பெருமிதமாய் இருந்தது அவளுக்கு! பார்க்கும்போதே இந்த சந்தோஷம் எப்படி வருகிறது? எங்கிருந்து வருகிறது? இதன் அர்த்தம் புரிந்தால், அவளுக்கு அங்குசம் கிடைத்துவிடும், யானைமேல் அம்பாரிதான்!

சுற்றிலும் பார்த்தபடியே அங்கு நின்ற லாரி மறைவில் போய் நின்றார்கள் இருவரும். அவள் கையைப் பிடித்தான். தொடாமல் அவனால் பேச முடியாது. விலக்கியபடியே விலகினாள் மின்னி. விலகவிடாமல் நெருங்கிக் கொண்டான் சூழ்ந்து.

“நாராயணனுக்கு கல்யாணம் நிச்சயம் ஆகியிருக்கு! உங்களண்டை சொல்ல வந்தேன்!” என்றாள்.

“என்ன சொன்னே? நாராயணனுக்கு கல்யாணமா?”

“ஆமா, ஏன் அப்படி முழிக்கிறீங்க?” சிரித்தாள் மீனாட்சி.

“வயது ஐம்பத்தஞ்சுக்கு மேலே இருக்காது? உங்க வீடலே மூத்தவன்தானே அவன்?”

“அதனால் என்னா ஆயிடுத்து? பொண்ணு எங்கூடத்தான் வேலை செய்றா... அவளுக்கு இருபது வயசுதான்”

“அடுத்தது உன்னோட கல்யாணமா? யாரு மாப்பிள்ளை?”

"இந்தப் பேச்சு என்னத்துக்கு பண்ணிப்பேளா யாரையாவது?"

"பின்னே உன்னையா பண்ணிக்கப்போறேன்?"

"அப்பாடா! கஷ்டம் தீர்ந்ததுடா பகவானே! பொண்ணு பார்த்தாச்சா?"

"நாராயணனுக்கு பார்த்தமாதிரி எனக்கும் ஒண்ணு பார்த்துடச் சொல்லேன்."

"வேற வேலை இல்ல பாருங்க! உங்களுக்குப் பொண்ணு பார்க்க வேண்டியதுதான்."

எத்தனை பேச்சு, எத்தனை காலம் இப்படியே போயிற்று தெரியாது. கடைசியில் ஒருநாள்...

பஸ் ஒன்றில் வந்து இறங்கி ஏழு மணியளவில் காத்திருந்த அவள் அவளைப் பார்த்ததும் எழுந்து கொண்டாள். "கொஞ்சம் லேட்டாச்சு. ரொம்ப நேரம் காத்துக்கிட்டு நிக்கிறியா? ஆறு மணியாகியும் நான் வர்லேன்னா நீ பாட்டுக்கு தஞ்சாவூர் பஸ் ஏற வேண்டியதுதானே?" என்று கேட்டான் ரத்தன்ராஜ்.

ரொம்ப அழகாய் நாலுமுடி நரைசுருண்டு காற்றில் பறந்தது அவளுக்கு. அவனுக்கு ஒரு நரை இல்லை. முரட்டுச் சுருட்டை எல்லாம்.

"நீங்க எப்ப புறப்பட்டேளாம் தஞ்சாவூர்"

"அஞ்சே முக்கால்."

"வந்திருக்கவே வேண்டாம். வேஸ்ட். இப்ப மணி என்ன தெரியுமா? ஏழரை! வந்து புடிச்சிட்டேனே!"

"வந்துதான் புடிக்கப் போறேளாக்கும் இனிமே!" வானம் கறுத்துக்கூடிக் கொண்டிருந்தது. மழைத்துளிகள் பெரிசு பெரிசாய் விழுந்தன. அடர்த்தியாய்ப் பெய்ய இன்னும் பத்து நிமிடமாகும். தஞ்சாவூர் பஸ் ஒன்று கிளம்பியது.

"மழை வர்றது! இதுல ஏறிடலாமா?" சாவதானமாய் சலிப்புடன் கேட்டாள் மீனாட்சி.

"ஓ! போகலாமே" அவனும் சலித்தான்!

"அடுத்த பஸ்ல போனா என்ன?"

"அதுவும் சரிதான். ஆனா சந்துமுக்குல நாராயணன் காத்துக்கிட்டு நிப்பானே! உதை விழுமே!"

"நாராயணன் இப்போ உதைக்கிறதில்லே. பொண்டாட்டிகூட சண்டை போடவே நேரம் போறலே!"

"அவ ஓதக்கிறாளோ என்னமோ?"மின்னல் வெட்டியது. பஸ் ஸ்டாண்டில் லைட்டுகள் போய் ஒரே வினாடியில் பஸ் ஸ்டாண்ட் இருண்டது. "ஹோ" வென்று பேரிரைச்சலுடன் மழை கொட்டியது.

மௌனம்! அவனாலும் தாங்க முடியவில்லை. வருத்தம் தோயப் பேசினான்.

"மின்னி இனிமே என்ன? என்னோட அலையறது: எனக்காக காத்திருக்கிறது எல்லாம் வாண்டாம்! போதும்! இன்னைக்கு கூட வர்றதாவேயில்லை. நான் வராம, வராமலே காத்துக்கிட்டேயிருந்துட்டீன்னா, என்ன பண்ணறதுன்னு நான் நேரமானாலும் பரவால்லேன்னு தான் இங்கே ஏழு மணிக்கு மேலதான் ஏறுவேன்னு தெரிஞ்சும் கூட வந்து சேர்ந்தேன். இனிமே காத்திருக்காதே நா வரலை! நீயும் வராதே போ!"

"ஏன் சலிச்சுப் போச்சா?"

"யார் சொன்னா அப்படியெல்லாம்?"

"பின்னே வராதேங்கறேளே? நான் இனிமே யாரண்ட போவேன்?"

"எதுக்கு யார்க்கிட்டே போகணும்கிறே நீ?"

"எதுக்கும்தான்!"

"என்ன வேணும் இப்ப உனக்கு?"

"கல்யாணம் வேண்டாம்!"

"பின்?"

"உங்களை மாதிரி..."

"மாதிரி?"

"ஒரு குழந்தை!"

பயமாயிருந்தது மீனாட்சிக்கு. ஆனாலும் சொல்லியாச்சு. அறை விழப் போகிற மாதிரி. அவனும் ஒரு நாராயணன்தான். நாராயணன் மட்டும் இதை கேட்டுக் கொண்டாயிருந்தான். அடித்து நொறுக்கி அள்ளினான்! ரத்தன்ராஜும் அதயே...

"யாராவது கல்யாணம் பண்ணிண்டு நேக்கு ஒரு குழந்தை உங்களை மாதிரியே அச்சாவாய் பெத்துக் கொடுக்கணும். இனிமே அவளைக் கல்யாணம் பண்ணிண்டு. சகிச்சுண்டு இருக்க முடியுமா? நான் உங்க கழுத்தை கட்டிண்டு தொங்க மாட்டேன்."

"பைத்தியம் மாதிரி பேசாதே" நடக்கிற காரியமா இது? - குழந்தை வேண்டுமாம். கல்யாணம் வேண்டாமாம்.

(சுந்தரசுகன், அக்டோபர், 1994)

பூகோஸ்

அசையாமல் உட்கார்ந்திருந்த மீராவைக் கிட்டே வந்து அவள் அடி வயிற்றைத் தொட்டு, இடையில் கை கொடுத்து மறுகையால் தோளைப் பிடித்து வளைத்து 'இப்படி'என்று இருக்கச் சொல்லிக் கொடுத்துவிட்டு மகேச்வரின் தவக்கோல சிலையின் அருகே போய் நின்று, மீராவையே பார்த்தார் வித்யாசாகர். கிறங்கிப்போன மீரா ஒரு முரட்டுத்தனம் காட்டினாள். உடலை வளைக்கச் சொல்லித் தரலாம் இந்த முரட்டு விரைப்பின் பாவனையை எப்படிக் குறைப்பது? கொஞ்ச நாளாகவே மீரா இப்படி விரைத்து முறுக்கிக் கொள்வதும் சகஜபாவம் வர ரொம்பவே சிரமப்படுவதும் வழக்கமாகி விட்டது. மீரா என்ன செய்வாள் மராட்டிப் பெண். அவள் எட்டு வயசிலிருந்தே கல்யாணத்துக்குத் தயாரானவள். பத்து வயசு முடிந்து பதினொன்றில் கால் வைத்த போதோ 'பெரிசாகி'விட்டவள். அவள் அம்மா ஜம்னாபாய்க்குப் பத்து வயசில் கல்யாணம் பதின்மூன்று பதினாலு வயசான போது மீராவைப் பெற்றெடுத்தவள். பத்து பெண்கள். ஒவ்வொரு மாதத்திலும் ஒவ்வொரு பெண் வீதம் பெற்றெடுத்தா மகராசி! மீராவை ஏகாப்ஜனா என்கிற கோலாப்பூர்காரனுக்கு கட்டி வைத்தபின் நாலு வருடங்களிலும் - மீராவின் அம்மா ஜம்னா பாய் நாலு பெண்களைப் பெற்றுக் கொண்டேதான் இருந்தாள்.

அதனால்தான் ஏகாப்ஜனா தனிக்குடித்தனம் என்று கூப்பிட்டதும் ஓடிப் போய் ஐயங்கடைத் தெருவில் புகுந்து கொண்டாள் மீரா! ஆடி ஓடி விளையாடிய அவளை மூலையில் போட்டு மராட்டிய 'கும்டா'போட்டு மூடினான் ஏகாப் ஜனா. எங்கிருந்தோ வந்தார் வித்யாசாகர்! ஒரே பார்வையில் புரிந்து கொண்ட முதல் மனிதன் வித்யாசாகரன்! தோள்களில் புரளும் தலைமுடி ஆனாலும் உச்சியும் முன் தலையும் பின்னும் வழுக்கைத் தலை! சிவந்த நிறம். நெற்றியில் நெற்றிப் பிறை. நடுவில் நெற்றிக் கண்ணாய் குங்குமம் சுடர்ந்தது. அலையலையாய் மார்பில் நீண்டு படரும் வெண்மையும் கருப்புமான சுருள் முடிகளோடு தாடி! ஆ-அடித்து உதைத்து பிழிந்து இரவில் நக்கி நக்கி முத்துகிற, கணவனை அவர் முதலில் இணங்கி சம்மதிக்க

வைத்ததே ஆச்சர்யம். தடுத்து அவளை அடிக்காமல் காப்பாற்றி மறுத்தார் என்பதற்காகவே அவரைத் தூக்கி எறிந்தா ஏகாப்ஜனா! மெதுவாய் புழுதியை தட்டிவிட்டு எழுந்து வந்து 'பொம்பளையெ அடிக்கிற பேடிப்பயலா நீ? மல்க்கம்பம் பைல்வான் பரம்பரை இல்லியா நீ?' என்று கேட்டபோது வியந்து போனான் ஏகாப்ஜனா. அவன் தோளில் கை போட்டபடியே "நான் ஒரு ஆர்ட்டிஸ்ட். இந்த சாமி, பூதம் செலையெல்லாம் செய்கிற ஆசாரி. இப்ப எனக்கு ஒன் பொண்டாட்டியோட மாதிரி வேணும். அதாம்ப்பா மாடல். நான் செல செய்யிறதுக்கு நின்னு, ஒரு நாலுமணி நேரம் காட்டுனா போதும். தினம் நாலுமணி நேரம்தான் வாரத்துக்கு ஐநூறு அறுநூறு ரூபாய் தருவேன் - நீயும் வந்து கூடவே இருக்கலாம். பயமில்லெ. நானு ஒங்க மராட்டி அரமணைலதான் ராஜாவூட்டுக்கு பக்கத்ல தான் தங்கியிருக்கேன் இந்தா'என்று ஆயிரம் ரூபாய் நோட்டுச் சுருள்கள் (நூறு ரூபாய் தாள்கள்) ஏகாப்ஜனா கையில் கொடுத்ததிலிருந்து ஏகாப்ஜனா மடங்கிப் போனான். அடங்கியும் போனான்.

மீராவுக்கு வியர்த்து வடிந்தது. பழசெல்லாம் மறந்தது. வித்யாசாகர் அறுபது வயதுக்காரரர் என்பதை ஒத்துக் கொள்ள முடியாது. என்ன பார்வை! அப்பப்பா! அவர் கண்களைப் பார்க்கவே மாட்டாள். ரெண்டு வாரமாய் அவள் பாடுபட்டு வெட்கத்தில் சிவந்து வெறுத்துப் போவாள். ஒடுங்கிய மருந்துக் கடைச் சந்துக்கு வெகுநேரம் கழித்து பின்னிரவில் திரும்பும்போது மராட்டிய மொழியில் ஏகாப்ஜனாவிடம் தன்னால் இனிமேல் ஓவிய சிற்பத்துக்கு மாடலாய் உட்கார முடியாது என்பாள். ஏகாப்ஜனா நன்றாய் சாராய வெடுப்பில் இருப்பான். ஏன் வித்யாசாகரிடம் போக மாட்டாள் என்று கேட்பான் ஏகாப் ஜனா: "ஆமா! அவருகிட்ட ஒக்கார முடியாது" என்பாள் மீரா! "ஏன் என்ன செய்கிறான் அந்தக் கிழவன்?"என்பான் ஏகாப்ஜனா. "ஒன்னும் செய்யல்லெ ஆனா என்னமோ அந்தாளுக்கு முன்னாலெ ஒக்கார முடியல - மானம்போவுது" - என்பாள் கண்ணீருடன். ஏகாப்ஜனா ஆத்திரம் பொங்க "ஏதாவது செஞ்சான்னு சொல்லு? நீய்யி குளிச்சியா" என்று கத்துவான். "ஐயோ பாவம்! அவரு மேலே தப்பே இல்லெ!" என்பாள் பரிதாபமாய். மருந்துக் கடை குறுக்கத்தில் பைப்படியைத் தாண்டும்போது ஓங்கி மீராவின் முதுகில் ஓர் அறை வைத்து கதவுப் பூட்டைத் திறந்து அவளை உதைத்து உள்ளே தள்ளி கதவைச் சாத்துவான். 'ச்சீ! நீ ஒரு மனுஷனாட்டம்'என்று சீறியபடியே உள்ளே போய் விழுவாள் மீரா! மீராவின் இந்த வலம் எல்லாம் எப்படியோ தெரிந்து கொண்டு அவளை அந்த சோக மூர்ச்சனைகளை எல்லாம்

ஓவியங்களாய் வரைந்து வரும் வித்யாசாகரை அவளால் ஒதுக்க முடியவில்லை. விரலால் கூட தொடாத அவளது உள் உறுப்பு அங்கங்கள் யாவும் உறிஞ்சி வரைந்தெடுத்து விடுகிறார் வித்தியாசாகர்.

ஆரம்ப நாட்களில் ஏறத்தாழ அவர் முன்னால் நிர்வாணப்படுவதுபோல் சொல்லொண்ணா கஷ்ட்டம் தோன்றியது. தினமும் அவள் இல்லாத வேளைகளில் இரவு முழுவதும்கூட விழித்திருந்து புதிய கோணத்தில் அவளை தினமும் ஒரு ஓவியம் தீட்டி எடுத்திருப்பார் வித்தியாசாகர். தினமும் காலை ஏழுரை மணிக்கெல்லாம் மீரா அங்கே போயாக வேண்டும் என ஆயிற்று. கணவனுடன் வந்தாலும் அவன் அருகில் இருக்கமாட்டான், வெளி வராந்தாவிலோ சாராயக் கடைக்கோ போய் உழண்டு சுழண்டு வருவான். வித்தியாசாகர் அரண்மனை ஆதரவில் இருந்ததால் அந்தப் பழைய கட்டிடத்தை அவருக்கு விட்டிருந்தார்கள். அதிகம் பேசமாட்டான் பாவி! கண்கள் அவளை அப்படியே அள்ளி விழுங்கும் உணர்ச்சி மயமான கண்கள். காலைப் பனிமூட்டம் விலகும் முன்பே ஏகாப்ஜனாவும் மீராவும் புறப்படுவார்கள். முதலில் பயமாய்த்தான் இருந்தது. படிப்படியாய் பயம் போய் இனம் புரியாத கலவரம் மீண்டும் நெஞ்சில் உருண்டது.

உள்ளே கொண்டு வந்துவிடும் ஏகாப்ஜனா உடனேயே புறப்பட்டுப் போகத் தொடங்கும்போதெல்லாம் "இஞ்சயே இருங்க பாவா. போக வேண்டாம் போகாதீங்க!"என்று மராத்தியில் கெஞ்சுவாள். மராத்தியிலேயே அசிங்கமான கெட்ட வார்த்தைகளைக் கொட்டி திட்டுவான் ஏகாப்ஜனா. "வாரத்துக்கு எழுநூறு ரூபாயில்ல குடுக்றான் கெழவன். சும்மா இருடி ஒண்ணும் தூக்கி முழுங்கிட மாட்டான். ஒண்ணும் முடியாது அவனால!" என்று கூச்சல் போட்ட படியே படியிறங்கிப் போய்விடுவான் ஏகாப்ஜனா.

படபடப்போடு கண்ணீரோடு வழியில்லாது அப்படியே நிற்கும் அவள் காதருகே குனிந்து வித்தியாசாகர் அவளை நெருங்கி

"ஏன் மீரா! என்னெப் பார்த்தா பயம்மா இருக்கா? ம்? தோ இந்த வானத்தை பாரு! இன்னைக்கு மழ ஜோவுன்னு கொட்டப் போவுது. பறவையெல்லாம் திசைமாறி கொக்கு எல்லாம் வேகவேகமாக காலையிலியே திரும்பி பறந்துகிட்டு இருக்குல்ல! பாத்தியா?" என்று கூறியபடியே அவளது முக்காட்டுக் கும்டாவை உருவி எடுக்கும் அவரது தைர்யத்தை அவரது துணிச்சலை மறுக்காது பயத்திலிருந்து எழும்பியதல்ல அது என்பது புரியுமுன் அவளது மேலாடையையும் அவரே லேசாக விலக்கி நிஜமாக்கும் வித்தை ஆச்சர்யமாய்

இருக்கும். போதும்! போதும் என்று அவள் அரற்றுவதைப் பற்றி கவலைப்படாவிட்டாலும் பாதம் வரை தொட்டு அவர் விரும்புகிற நிலையில் உட்கார வைத்து லேசான அலங்காரமும் கவலைப்படாமல் செய்யும்போது கண்களில் நீர் முட்டும்.

கைக்குட்டையால் கண்களை அவரே துடைத்து ஒற்றியபடி "ச்சீ! அழக்கூடாது நீ பரமேச்வரி! அம்மன் அழுவுமா? நான் என்ன செஞ்சுடுவேனாம்?! உன்னோட பரிசுத்தம் தான் என்னோட சிலையும் கலையுமாக போவுது! உன்னெ என்னமோ பண்ணிப்புடுவேன்னு பயப்படாதே! பயம் ஒண்ணுமேயில்லெ. உன்னோட ஒடம்புதான் பெரிய்ய கலை! அழகு! ஆச்சர்யம். இந்த அழகெ யாருமே பார்க்க மாட்டாங்க! ஆனா நான்தான் இதை கண்டுபிடிச்சேன். உன்னோட இந்த சுகமான தூய்மைதான் இந்த அழகு, கலை, ஆச்சரியம். இதையும் யாருக்கும் புடிக்காது. இதுல இருந்து என்ன புழிஞ்சு எடுக்க முடியும்? இதெ வித்தா என்ன வெலைக்கி வாங்கலாம்னு என்னையும் ஒன்னையும் கசக்கி எடுக்கத்துக்குத்தான் எல்லோரும் அலைவாங்க. இதெல்லாம் உன்னைத் தாண்டாது நீ அப்படியே இரு. உன்னை உனக்கே தருவேன்? புரியாது! புரிய வெய்கவும் முடியாது! உன்னெ வெறும் பொண்ணா ஏகாப்ஜனா கட்டிகிட்டான். எல்லோரும் உன்னெ கும்புட்டு வுழப் போறாங்க பாரேன்!"

இன்னது என்று சொல்லத் தெரியாத பரவசம் மீராவின் உடம்பில் பரவியது. அவள் கண்களில் தெரிந்தபோது அவளது உள் ஆடை இறுக்கத்தை ரவிக்கை முடிச்சுகளை அவரே அவிழ்த்து தளர்த்தியபோது வெட்கத்தால் வெகுண்டு போனாளேயொழிய விலக்கவோ விலகவோ தெரியாது அவரையே பார்த்தாள். தழுதழுத்த குரலில் முதன் முறையாக வித்யாசாகரின் முன் துணிந்து அவர் கால்களைக் கட்டிக் கொண்டு "வேண்டாங்க! வாண்டாங்க! வாண்டாங்க!" என்றாள். அவள் துடைகளைப் பிடித்து நகர்த்தி கால்களை அழகாக தூக்கி ஒரு மனைமேல் வைத்தபடி, 'என்னமா மீரா? எது வாண்டாம்?! இப்போ நான் ஒன்னை என்ன செஞ்சேனாம்? எதுக்கு இப்படி நடுங்கி நீய்யி? உன்னோட ஒடம்பு ஒன்னோடது தான். இல்லென்னா ஏகாப்ஜனாவோடதுதான். நான் அது தெரிஞ்சுதான் இப்டி ஏற்பாடு பண்ணியிருக்கேன். இது நீ சொல்றது தான் விரசம்! நம்ப பொண்ணுகளே இப்டி முட்டாள்தனமாத்தான் ஏமாந்து போகுது! ஒன்னெ ஒன்னோட விருப்பம் இல்லாமெ எவனும் என்னவும் பண்ணிட முடியாது! ஒன்னோட புருஷன் ஏகாப்ஜனா கூட! ஆம்மா அப்டி நீ சுதந்திரமா இருக்கணும். இது என்ன வெறும் சதை! பிடிச்சு தொங்கலாம். உனக்கு சந்தோஷம்

வருமா? நீ யாரு கூடயும் அசிங்கம் பண்ணிக்குவியா? மாட்டெ! அப்ப ஏன் பயம்? நான் ஒரு சிற்பாசாரி! ஒன்னோட அற்புதமான ஆச்சர்யமான அழகெ அநுபவிச்சு ரசிச்சவன்! ஆமா ஒன்னோட ஒடம்பெ படைச்சவனைப் போல... ஒங்க அம்மா பெத்தப்ப பட்ட வலியெல்லாம் நானும் பட்டு உன்னெ ரஸிச்சு அநுபவிச்சு படைச்சுகிட்டு இருக்கவம்மா! பயப்புடாதெ! கேவலம் ஒடம்பு ஒடம்போட ஓராசி ஓராசி சந்தோஷப்பட்ற ஸெக்ஸ்க்கே மனசு காரணமா இருக்குன்னா மனஸும் மனஸும் ஒட்டித்தட்டி உடைச்சு கலக்காமெ உன்னெ நான் எடுத்துக்க முடியுமா? புரியுதா ஒனக்கு! உன்னெ கசக்கி ஏறி மிருகம் பண்ணமாட்டே பா!...”

‘பாவீ! அப்ப ஏன் துணியெல்லாம் எடுத்துட்டு இப்டி அரை முண்டமா ஆக்கிப் பாக்கிறீங்க?’ –

“உன்னோட ஆச்சர்யமான மனசு உனக்கும் தெரியல்லே உன் புருஷன்காரனுக்குமே தெரியலை!”

“அந்நியன் தொட்டாலே சம்மதிக்காத ஒன்னோட அற்புதமான மனசு அவனுக்கு கொடுத்தும் கூட அவனுக்கு தெரியல்லே. நான் தொட்டாலே அவதிப்படுற ஒன்னோட மனசு பயப்புடுது! ஏகாப்ஜனா உன்னெ தெரிஞ்சுக்காத மாதிரி நீயும் உன்னெ தெரிஞ்சுக்கல்லெ!” என்று சிரித்தார் வித்யாசாகர்.

பேச்சிடையில் தன்னை மறந்து அவர் போட்ட பாதையில் நடந்து கொண்டிருந்தாள் மீரா! அவர் பேசும் ஒவ்வொரு வார்த்தையும் முதல் வகுப்புகூடப் போகாத மாணவி பட்டப்படிப்புப் பாடங்களும் புரிந்து போவதான அதிசயம் போல அவருடன் இணங்கி மனசு மகிழ்ச்சியில் ஆழ்ந்து தவித்தது. நாணம் படரப்படர அவள் அவர் கால்களைக் கட்டிக் கொண்டாள். “எனக்கு உங்க முன்னால இப்படி இருக்க முடியாது. என்னெ படமெல்லாம் வரையாதீங்க! வேணும்ன்னா வேற என்னமும் பண்ணுங்க. என்ன படம் வரயாதீங்க!” என்று கண்ணீர் உகுத்தாள். அப்படியே அவளை விட்டு விட்டு “இப்படியே இரு மீரா! ரெண்டு ஸ்கெச் எடுத்துடுவேன்” என்றபடி கரித்துண்டு கூர் முனையால கெட்டிக் காகிதத்தில் நீளநீளமான கோடுகளால் அவளை கீறக்கீற அவர் உடல் சிலிர்த்தது அவளுக்கு ஆச்சர்யமாய்ப் புரிந்தது. சிவப்பு சிமிட்டிப் பால் ஊற்றி சலவைக்கல் போல் பளபளப்பாகத் தேய்த்தக் கண்ணாடி போல் வழவழத்த அந்தத் தரையில் சுருண்டு அமர்ந்திருந்த அந்தப் பேரழகு! அப்படியே, பலப்பல ஸ்கெட்சுகளாய் வித்யாசாகர் கீறிக்கீறித் தள்ளினார். அவர்

விரல்கள் ஸ்கெட்ச்சை வரையும் போதெல்லாம் சுரதம் கனிந்தது அவளுக்கு. மீரா தன்னை இழக்க ஆரம்பித்தாள்.

"...ஆமா! ஏகாப்ஜனா ஒன்னை டாக்டர்கிட்ட எப்பவாவுது கூட்டிகிட்டுப் போயிருக்கானா?" என்று கேட்டபோது, மீண்டும் வெட்கமுற்றாள் மீரா. தினமும் அந்த மருந்துக் கடைச் சந்தின் மூலையில் ஈரநைப்பான அந்த இருண்ட மராட்டியப் பழம் வீட்டின் உள்ளறைக்குள் அவளைத் தினமும் ஏகாப்ஜனா மல்க்கம்பத்தில் ஏற்றும் கோரம் நினைவு வந்து இம்சித்தது. முகம் வாடியது அவளுக்கு.

"ஏம்மா? என்ன ஆச்சு? முகம், வாடுதே இப்டி?! ம்? ஏகாப்ஜனா சந்தோஷமா வெச்சுக்கிறானா?"

"முகத்தைக் கவிழ்த்துக் கொண்ட அவளது அந்த நிலையும் விடாமல் ஸ்கெட்ச் செய்து கொண்டார் வித்யாசாகர். அவள் பயமும் வெட்கமும் கூட பதிவாகிறது. "ஏகாப்ஜனா உன்னை வுடமாட்டான்! நீ கவலைப்பட வேண்டியதேயில்லை. அத்தனை ஆசை அவனுக்கு!" என்றார் வித்யாசாகர். தங்கச்சிலை போல் அவளும் பரமேச்வரியான மீராவும் ஒன்றிய காட்சி அவளுக்கு மட்டும் புரிந்தது. மறுபடியும் வந்து அவளைத் திசைமாற்றி நிறுத்தியபோது அவள் திரை அறுந்துபோனது அவளுக்கே தெரிந்தது.

"மீரா மல்கம்பம் பாத்திருக்கியா?! விளக்கெண்ணையும் கெட்டியாள வழு வழுப்பான கிரீஸும் பூசி வெச்ச தூண் வானம் முட்ட ஒயரமான வழுப்பான சலவைக் கல் மாதிரி நிக்குமே?!"

மீரா நிமிந்து அவரைப் பார்க்கவில்லை. குனிந்தபடியே மெல்லிய குரலில் சொன்னாள் "இனிமே என்னால இங்கே வரமுடியாது வரமாட்டேன்!"

"மல்க்கம்பத்தெப் பத்தில பேசினீங்கபோல இருக்கு. எங்க மல்கம்பம் எப்ப மல்க்கம்பம்?"

யாருடைய பதில் பற்றியும் கவலைப்படாமல் உள்ளே வந்தான் ஏகாப்ஜனா?! அவன் பேசியது இருவருக்குமே புரிய ஞாயமில்லை. ஏகாப்ஜனா அவளையே பார்த்துக் கொண்டு நின்றான். நன்றாக குடித்துவிட்டு வந்திருந்தான். அவள் அருகே போய் "போலாமாடீ!" என்று கேட்ட போதுதான் மீரா மண்ணுலகம் வந்தாள். ஒரு கணம் அவன் வராமல் ஒரு கணம் கடந்திருந்தால் வித்யாசாகருடைய மார்பில் இறுகத் தழுவிக் கொண்டு கதறியிருப்பாள். இப்போது உள்ளே அடக்கவும் மூடவும் மறைக்கவுமாய் பாடுபட்டாள்.

வித்யாசாகர் ஏகாப்ஜனாவைப் பார்த்து "மீரா அற்புதமான பொண்ணு - பொண்ணே இல்லெ! அத்தனை அம்சமும் உள்ள தெய்வம்! இந்த மண்ணுல் கிடைக்காத அம்மன்! பராசத்தி!" என்றார் பரவசத்தோடு.

'ஹெஹ் ஹெஹ் ஹெஹ் ஹேய்ன்னானாம்!' மட்டக்குதிரை மாதிரி கனைத்தான் ஏகாப். கவலைப் படவேயில்லை. வித்யாசாகர் "சிரிக்காதே, உனக்கு அவ பொண்டாட்டி. அவளே உனக்கு தெரியாது அவ்வளவுதான். வேற யாருக்கும் கூட புரியாது. தெய்வம்ன்னா என்னாங்கற? மனுஷிதான் தெய்வம்! மனுஷியிலயே ஒஸ்தியான மனுஷியதான் தெய்வம்! தெய்வம்ன்னாதான் என்ன? ஒஸ்த்தியான தெய்வம்தான் மனுஷனா மனுஷியா வர முடியும்! உங்களுக்கு புரியாதுடா. ஆனா மீராவ பத்திரமா வெச்சுக்கோ! வுட்டுடாதே! பசிக்கும் பட்டினிக்குமா பறக்கவுடாதே! தெருவுல கட்டி இழுக்காதெ! ஜாக்கரதை! உன்னெ சும்மா வுடமாட்டேன்!"

"ஏஞ்சார் பணந்தாரேன், படம் வரயணும். உம் பொண்டாட்டிய மாதிரியா வெச்சுதாம் படம் எழுத முடியும்ன்னிங்க. இப்ப என்னாமோ சொல்றீங்க!? இவளே நான் வெச்சு வடிக்கிறதுக்கே இவப் பூ போட்டுக் கும்புடணு! ஐநூறு ரூபா வாங்கிட்டுதான் கட்டிக்கிட்டேன். இவள அடிப்பேன் மிதிப்பேன் உதைப்பேன். எவனாவது தடுத்தா அவனையும் மிதிப்பேன்! ஹெ! நீங்க பாவம்! ஒண்ணும் தெரியாது. பொம்பளே நம்பளுக்கு சொந்தன்னு பூப்போட்டுக் கும்பிட முடியுமாங்க! இவளே இன்னும் ஒரு வாரம்! படத்தெ வரஞ்சு முடிச்சு நீங்க சொன்னமாதிரி செலயும் செதுக்கி எடுத்திட்டீங்கன்னா எனக்கு ஒரு நாலாயிரம் ரூபா கிடைக்கும். இவளுக்கு இத்தனை ரூபா கிடைக்கும்?! இவளை எனக்கு வுட முடியாது! கோலாப்பூர்ல போய் ஒரு மிட்டாய் கடைபோட்டா யாபாரம் நல்ல நடக்கும். கும்புட்டு வுளுந்தா காரியம் ஆவுமா?! வேண்ணா இவளெ வச்சுக்குங்க! பணந்தானே?! இவளுக்கு வேற எவன் பணம் தருவான்? இவுங்க அப்பனே தள்ளிவுட்றதுக்குத்தான் வரதட்சணைன்னு ஐநூறு ரூபாய் கொடுத்தான்! வேற என்ன? கும்புடவெல்லாம் முடியாது!' என்று கேலியாய்ச் சிரித்தான்.

மீரா மெல்ல எழுந்து மூடிக் கொண்டு முட்டாக்கு துணியால் மூடியபோது சிரித்தான் ஏகாப்ஜனா. மணி நிறையத்தான் ஆகியிருந்தது. இனி, இவனுடன் முக்க முக்க முழுக வேண்டும். வித்யாசாகரை ஏறிட்டுப் பார்த்தாள். அவள் இனியும் வித்தியாசாகரைக் காத்து எதிர்பார்த்தாள் என்பது அவருக்குத் தெரிந்தது. ஏகாப்ஜனாவுக்குத் தெரியவில்லை அது என்றாலும் "வர்றேங்க நாளை காலையில

ஏழு மணிக்கே கொண்ணாந்து வுட்டுருவேன்!" என்றபடியே மீரா வின் முன் கையில் பற்றி இழுத்துக் கொண்டு போனான். வாயில் வரைக்கும் இழுபட போகும் அவளைப் பச்சாதாபத்துடன் பார்த்த வித்யாசாகருக்கும் அவளை விடுதலை செய்ய வேண்டுமென்று தோன்றத்தான் இல்லை. யாருக்கு யார் யார் விடுதலை தரக்கூடும்? சுதந்திரம் 'விடுதலை'போன்ற வார்த்தைகளை நம்புகிறவர் வித்தியாசாகர் அல்ல! மீரா மட்டுமா அடிமைச்சுகத்தில் இருக்கிறாள்? அவளை மீட்டெடுக்க முடியுமா? தன்னை மீட்டெடுக்கவே தவித்துக் கொண்டிருப்பவர் வித்யாசாகர். அவளை விடமாட்டான் ஏகாப்ஜனா?! அவன் உறிஞ்சி எறியத்தான் அவள். அவன் தானும் மீதியாகி என்னவாகி எஞ்சப் போகிறான்!?

அதன் பின்பு வினோதம். ஏழு மணி விடியலில் ஏகாப்ஜனா அவளைக் கொண்டு வந்து சேர்த்தான். அறுந்து விழுந்த திரைகளின் பின்னிருந்து பாய்ந்து வந்த மான்போல் தாவினாள் மீரா! கண்கள் அவருக்காகவே விரிந்தன. ஓவியங்களைப் பார்த்துப் பார்த்து மாய்ந்து போனாள் மீரா. ஏகாப்ஜனா அவளை விட்டு விலகியதும் தாவிப் பாயும் மானை தாங்கத்தான் விலகி விலகி வடித்தார் வித்தியாசாகர். சிற்பத்துக்கான தயார் எடுப்பில் அவளைக் காத்து காத்து நின்று முன்பு ஒத்துழைக்காது கண்ணீரும் கம்பலையுமாய் நின்றவளா இந்த மீரா? திரைகள் அறுந்து விழவிழ நெய்போல வந்து வித்யாசாகரின் மார்பில் படிந்த இந்த பெண் மீரா அல்ல-புயல்!

தனிமை கொண்டதும் வித்யாசாகர் அவளை எழுப்பினார்.

"வாண்டாம்மா பொண்ணே! நான் கிழவன் இதெல்லாம் உதவாது. நான் செய்யிற வேலை கெட்டுக் குட்டிச் சுவராகிப் போவும். ஏகாப்ஜனா செத்துப் போவான். அவன் திரும்பி கோலாப்பூர் போகும்போது உன்னே கொண்டு போகாம வுடுவானா? வாண்டாம். ரெண்டு நாள்ள அலுத்துப் போவும். ஸெக்ஸ்ங்கிறது இனிமேயா? பொண்ணுங்கிறது எனக்கு ராசியே இல்லெ வாண்டாம்."

"நாம் போக மாட்டேங்க! ஆமா"

"ஏன்னது போக மாட்டியா? என்ன எழவு இது? ஏகாப் வுடுவானா? கொன்னுடுவான்."

"கொல்லட்டும், அந்த மிருகத்தோட புரள இனிமே முடியாது மாட்டேன்."

"மாட்டியா? அப்ப என்ன ஆவும் பாரு மீரா. உன்னெ வெச்சுகிட்டு நானு என்ன பண்ண? பாவம் ஏகாப் அவ்வளவுதானா?"

லேசாக சிரித்தபடி அவரையே பார்த்த பார்வை அவரை நுழைத்து அறுத்தது! பார்ப்பவள் மீரா அல்ல! லோகத்தின் ஈச்வரி! சாயாத பொற்குடங்களும், மேடான தொப்புள் வட்டமும் நித சுடரச் சிற்றிடையும் சீரான துடைகளும் இருண்ட முக்கோணமுமாகிச் சிரிக்கும் தலைவி?! லோகேச்வரி! குருடாக்கும் ஒளியைப் பார்ப்பது போல மூர்த்தி சிறிதாகிப் போனார் வித்யாசாகர்.

இருண்ட வானத்தில் இருவரும் ஆவிபறந்து விடிந்தனர். மூலை முக்கோணத்தில் ஈஸ்வரியின் ஆழத்தை சுட்டும் சுடர் அவருக்குள் எழுந்தது. அதற்கு முன்பாகவே அவரைக் கட்டிக் கொண்டு இறுகினாள் மீரா. முரட்டுத்தனமான நட்சத்திரங்கள் அவர் கண்களுக்குள் வெடித்தன. வித்யாசாகரின் ஒளி அகண்டு அவளை அள்ளிக் கொண்டது. ஒளி வெள்ளத்தில் சிதைந்து அவருடன் பிணைந்த அந்தப் பெண் ஈச்வரி அல்லாமல் வேறு யார்! நரைத்த மார்பின் முடிகளுக்குள் முலைகள் இரண்டு புதைந்து இறுகிச் சிதைந்து போனது. வித்யாசாகரின் கரங்களில் தேவி! ஈச்வரியின் முழுச்சிற்பமும் மீண்டும் மீண்டும் செதுக்குண்டு ஆழ்ந்து அனல் சூளையில் வெந்து மலர்ந்தது. வித்யாசாகரின் வேதனை அவளே எட்டவேயில்லை.

பெரியதொரு பூ அவரை அவளது அல்குல்லுக்குள் புகவிடாது மோதி எதிர்த்தது. இரண்டாம் முறையும் பூ எதிர்த்து மறைத்தது. ரத்த நாளங்கள் விம்மி விம்மி புடைத்தன. உடலை வாட்டி இறுக்கி நியமங்களை அலட்சியப்படுத்தி இஷ்டம்போல் அநுபவித்த உடல் அல்லவா வித்யாசாகரின் உடல்! ஆயினும் சதை சதையாய்ப் பிளந்து மீராவின் உள்ளே குறியாகிப் புகுந்து மோதினார். அவள் அண்ட சராசரங்களும் உதிரக் கசங்கி வியர்த்து அழலானாள் மீரா. காட்டு மான்போல் அவர் மீதேறி பாய்ந்த அவள் சுகத்தை வாரி வாரி வழங்கியும் அவளது ஆழ்ந்த மலருக்குள் அவரால் கலந்து நுழைய முடியவில்லை என்பது கோரமாய் எதிர் கொண்டது.

வித்யாசாகருக்கு ஒன்று புரிந்தது. இது இவ்வளவுதான் என்பதுதான். ‘அது’ தொடர்ந்து விடாமல் முனைந்து முனைந்து பார்த்தார். அவருக்கு தடை முதுமையில்லை. ஆயினும் ஏதோ குறுக்கில் வளர்ந்திருக்கிறது என்பது நிச்சயமாய் தெரிந்தது. அதுவும் சதையாய் எதிர்த்தது மோதலுக்கு விரிவதாய் தெரியவில்லை. மீராவின் துணிச்சலும் அவள் உடம்பின் முழு வலுவும் வெளிப்பட்ட நேரம் இது! ஆனாலும் கூட அவரது மனம் எங்கோ வாலடித்துப் பறந்தது.

மீரா விடவேயில்லை. அவரைத் தழுவி இயக்கினாள். அவருக்கு தெரியாத வித்தைகளையெல்லாம் வித்யாசாகருக்குச் சொல்லிக் கொடுத்து வழங்கிய விசித்திரம் அவருக்கே நம்ப முடியவில்லை. அவளது உயர் நிலைக்குறிக்குள் பூத்த அந்த பூவை வித்தியாசகரின் ராட்சதக் கலவியில்தான் உணர்ந்தாள். அவர் வழுவிப் பிரிய முயன்றபோது மீரா வித்யாசாகரை முறுக்கித் தழுவி தழுவி பாய்ந்து... வியர்வை ரத்தமாய் வடிய வடியப் பாய்ந்து மோதி மோதி...

வித்யாசாகர் வெகு நேரம் அவளை மிருகம்போல் இணக்கி மடக்கி முழுவதுமாய் வீழ்த்த வெகு பாடுபட்டார். இப்போது கோஸ் பூ மிருதுவாகி உணர்ச்சியில் ஆழ்ந்து மிருதுவாகியது என்பது அவருக்குப் புரிந்தது. மறுபடியும் முனைந்தபோது கண்ணீர் மீரா ஈச்வரியாய் உலகின் கொடுமுடிகளில் மேலே பறந்தாள். திகிலான சந்தோஷமும் அதிர்ச்சியான பயமும் கொடூரமான திருப்தியும் ஏற்பட்டது. ரத்தம் கசிவதும் புரிந்தது அவளுக்கு. மறுபடியும் மறுபடியும் அவர் மேல் புரண்டு கசங்கித்தான் எட்டினாள் மீரா! வித்யாசாகரின் மூச்சு முட்டியது. வியர்வை ஆறாக புரண்டது. ரத்தமாக!

அதே இரவில் - அன்று அவனுக்கு மறுத்து மறுத்து வித்யாசாகருக்குத் தந்த இது கோஸ் பூவாய் முன் தள்ளி வருவதன் விபரீதம் அவளுக்குத் தெரியாமலேதான் பிளந்தது. கால்களின் நடுவில் அல்குலின் ஆழத்தில் ஏதோ நெருடுவது புரிந்தது. ஏகாப்ஜனா நன்றாக குடித்து வெறித்திருந்தான். மீராவுக்குப் பயமும் கலவரமும் இன்னதென்றறியாத அசிங்கமான கோரமான கடந்த காலம் எல்லாம் எட்டாத ஒரு இருண்ட துக்கத்துக்குத் தயாராக நின்றாள். அவளது மென்மையும் தெய்வீக நுணுக்கமான பேரழகும் அர்த்தமற்றுப் போய்விட்டது.

ஏகாப்ஜனா அவளை நிர்வாணமாக ஆக்கியபோது அவள் சங்கிலியில் கட்டுண்டு பொருந்தினான். அவளது மார்பகங்களின் வளைந்த எட்டாத பேரழகு ஏகாப்ஜானாவின் முரட்டு புனையலில் விரசமாகி விழுந்தது 'மாட்டேன்' என்று மறுத்து உதறியும் ஏகாப்ஜனா விடவில்லை கோஸ்பூ எதிர்த்தது. ஏகாப்ஜனா விபரீதமான ஏமாற்றத்துடன் முறுக்கி வெறியுடன் மீராவின் அல்குலின் ஆழத்தில் புதைக்க பதிந்து பொருகினாள்.

வெகுநேரம் மிருகங்கள் முரண்டு பொருகின. இவனது அருவெறுப்பும் அவளின் அருவெறுப்பும் கோரமாய் மோதின. அவனைவிட பலம் மிக்க இளமை அவளுடையது. முண்டி முண்டிப்

பார்த்தும் கோஸ் பூ வழி மறித்தது. கையாலாகாத வெறுமையில் எழுந்து அவளைப்போய் அறைய ஆரம்பித்தான். ஏன் அடிக்கிறோம் என்று தெரியாமல் அவளை அடித்து நொறுக்கினான். வித்யாசாகரின் நினைவோடு மிதிகளையும் அடிகளையும் கடுமையாக வாங்கிக் கொண்டு கிடந்தாள் மீரா. அவள் பழகியது அப்படித்தான். கோஸ் பூவின் ஸ்பர்ஸத்தை விரல்களால் தடவியபடியே விரல்களை மீண்டும் மீண்டும் உட்செலுத்திப் பார்த்தாள். நாலே நாட்களில் கோஸ்பூ முட்டிக் கொண்டு வந்து அடைத்துவிட்டது என்பதே அவளுக்கே விபரீத கோரமாய் புரிந்தது. ஏகாப்ஜனா அவள் சொன்னதையும் கேட்காமல் காலை விரித்துப் பார்த்தபோது அவனுக்கும் புரியத்தானில்லை. உள்ளே ஆழத்தில் கை விரல்களோடு விரிந்து வரும் பூ கோஸ் போன்ற ஏதோ ஒரு சதை வெண்படலம் அங்கு முழுமையுடன் வியாபிக்கிற வெறியோடு முளைத்திருந்தது. மறுபடி மறுபடி விலக்கிப் பார்த்துவிட்டு அவளை நோக்கி, "என்னடியிது? ஹ!? நேத்து முந்தாநாள் எல்லாம் ஒண்ணுமில்லெ இப்பமட்டும் எப்படியிது? ஹ?" என்று மராத்தியில் கத்தியபடியே காலைத் தூக்கி கோஸ் பூவை மிதித்தான்.

ஆ வென்று அலறினாள் மீரா. மீண்டும் மீண்டுமாய் மயிரைப் பிடித்து நாலைந்து அறைகளை அறைந்து வாயில் ரத்தம் வடிய விட்டு உருட்டிவிட்டு ஏகாப்ஜனா கதவைத் திறந்து கொண்டு சாராயக் கடைக்கு நடந்தான்.

அடுத்த மூன்று நாட்களும் உடம்பின் எல்லா உபாதைகளையும் அநுபவிக்க வேண்டி வந்தது மீராவுக்கு. இருண்ட பாதையில் ஓடிக் கொண்டே இருக்க முடியுமா?

விடியற்காலை எழுந்து தனியாகவே வித்யாசாகரைப் பார்க்கப் போனாள் மீரா. காலையில் நீண்ட ஜிப்பாவுடன் கையில் நியூஸ் பேப்பருடன் அரண்மனை சிவகங்கை தோட்டத்தின் வெளியே நின்ற அவரைப் பார்த்ததும் தாங்க முடியவில்லை. சுற்றிலும் மறந்து மறைத்தது. யாரைப் பற்றியும் கவலைப்படாது கண்ணீர் சிதற ஓடிப்போய் வெட்கம் இழந்து அங்கேயே வித்யாசாகரை கட்டித் தழுவி கொண்டு தொங்கினாள். அவரது கரங்களும் மூன்று நாட்களும் இதற்காகவே காத்திருந்த பசித் தீயுடன் அணைத்து இறுகத் தழுவிக் கொண்டன. சுற்றும் முற்றும் இருவரும் பார்த்து பார்த்தபடியே முத்தம் உறிஞ்சினார்கள். அவளது தாபம் தணியவேயில்லை. வித்யாசாகருடன் வெறியுடன் கழுத்தை சுற்றி இறுகிக் கொண்டாள். முலைகள் இரண்டும்கூட இடைஞ்சலாய் எதிர்த்தன. அவைகளின் தீ அவரது கைகளுள் பொதிந்து கொண்டது. உடம்பு வழியே

அவர் மனசுக்குள் சித்தம் ஏறுகின்ற விந்தை அவளுக்கும் நேர்ந்தது. பிதுங்கிய அவளைப் பரிவுடனும் உடம்பு கொள்ளா அன்புடனும் முத்தமிட்டு, "என்ன ஆச்சு? என்ன ஆச்சுடி மீரா?" என்று அவளது காதுக்குள் முணகியபடி நின்றார். மனசின் முண்டல்களும் மோதல்களும் இன்னொரு மனசின் இணக்கத்தில் தாங்கி தாங்கி கலப்பது புரிந்தது. பெருமூச்சுகளுடன் ரெண்டு பேரும் சுற்றும் முற்றும் பார்த்தார்கள். ஆளரவற்ற மௌனம் இன்னும் அவளை அவரை விட்டு பிரிக்கவில்லை. பிடுங்கித்தான் பிரிக்க வேண்டி வந்தது வித்யாசாகருக்கு. அப்படியே அழலானாள் மீரா...

பெரிய ஆலமரங்கள்! கிளிகளின் கீச்சொலிகளின் துரத்தல்கள் விரசமான இந்த அணைப்பும் முணகலும் அவர்கள் இருவருக்குமே போதுவதாய் இல்லை. ஆனால் வித்யாசாகர் கேட்டார் பறவைகளின் கூச்சலும் உறைத்தன. 'ஆமா! என்ன ஆச்சு?! டாக்டர் வீட்டுக்கு கூட்டிகிட்டு போனானா ஏகாப்ஜனா.'

"நான் அந்தாளோட எஞ்சயும் போகமாட்டேன்!"

"உங்கம்மா அப்பாகிட்டயாவது போயேன். இவன் கொல்றதுக்கு மிந்தி!"

"கொல்லட்டுங்க! கொல்லட்டும் உங்க காலடில்ல சாவேன்ல? ஆமா!"

"ச்சீ! நான் இனிமே இங்க இருக்கப் போறிதில்லை! சிலை கண் திறந்து வுட்டுட்டா வேலை தீர்ந்தது! எங்கிட்ட இருக்க பணமெல்லாம் ஓங்க ரெண்டு பேருக்குத்தான். பம்பாய்க்கு போய் பொழைச்சுக்குங்க. முரடன்தான் ஆனா ஏகாப்ஜனா நல்ல ஆம்பளை! உனக்கு புடிக்காத வாழ்க்கைதான். என் வாழ்க்கை எனக்கும் தான் பிடிக்கவில்லை. யாருடைய வாழ்க்கைதான் திருப்தியா எல்லோருக்குமே புடிச்ச வாழ்க்கையா இருக்கு? நானும் என்னோட வீடு வாசல் குடும்பம் மனைவி பொண்டாட்டி எல்லாத்தியும் வாரித் தூத்திபுட்டு மண்ணுல எறங்கி நடந்தவன்தான். டாக்டர்கிட்ட போயி புள்ளெ இல்லியே 'இது' ஏன் இப்படி இருக்கு!? அப்படின்னு ஒடம்பெக் காட்டி சரி பண்ணிகிட்டீன்னா போதும். நானு இப்புடி தெருவோரமா திரிஞ்சிகிட்டே போயிடுவேன். இன்னும் ரொம்ப நாளு இல்லடி மீரா! ஒன்னெ மறக்க மாட்டேன் போய் சேந்துடுவேன்! கெழவன் வுட்டுட்டு போயிதொலை! இதெல்லாம் அசிங்கம்!"

"அசிங்கமா?" என்று கண்ண அகட்டி அவரையே உற்றுப் பார்த்தாள். "நீங்கோ என்னா சாமியாரா இல்லே பகவானா? நீங்கோ சொல்றதல்லாம் கேக்கறதுக்கு! இனிமே ஒங்களெவுட்டு

நானு போறதா இல்லே! அசிங்கமா இருந்தா இருக்கட்டும். மூணு நாளா அவன் என்னெப் போட்டுப் போட்டு துவச்சி எடுக்கிறான். இன்னக்கி டாக்டர் அம்மா கிட்ட போயி காட்டுனோங்கோ!"

"அப்புறம்?"

"எனக்கு புத்துநோயாம்! ஆப்ரேஷன் ஒண்ணும் பண்ண முடியாதாம்ல்லெ! உதடு கிழிஞ்சாப்ல ரெண்டு பக்கமும் பெரிசா பூ கோஸ் மாதிரி வளர்ந்திருக்கு. வலி உயிர் போவுது. புருஷங்காரரு இன்னும் போட்டு மிதிக்கிறான். அதுலியே மிதிக்கிறான்!"

"........"

"என்ன? ஒண்ணும் பேச மாட்டீங்கிறீங்கோ!"

"........"

"என்ன பேசச் சொல்றே மீரா? பேசறதுக்கு என்ன இருக்குங்கறே? ஒன்னால எனக்கோ அல்லது என்னால ஒனக்கோ எந்தவிதமான நன்மையும் கிடையாது. எதுக்கு துடிச்சமோ அதுவும் ஆய்ட்டுது. இந்த உடம்ப பத்திரமா நானு யாருக்கும் குடுக்க வேண்டியதில்லெ! ஏகாப்ஜனா தராத, எதையும் நான் ஒனக்கு புதுசா தந்திறல. ஏதோ நான் பெரிய 'இவன்'னு நெனச்சிகிடற. ஒனக்கு கேன்சர். ஆதரவில்லாமெ ஒன்னை என்னோட அழச்சுகிட்டு ஒன்னையும் சீரழிக்க நான் தயாரா இல்லே. எந்த ஆம்பளையும் தரக்கூடியதுதான் இது. வாங் கிக்கிறதுக்குத்தான் நமக்கு தைர்யமில்லை! ஏகாப்ஜனா என்னைவிட ரொம்ப நாள் உனக்கு உபயோகம் ஆவான். இந்த ஒலகம் நம்ப ரெண்டு பேரையும் சம்மதிக்காது. சம்மதிக்காட்டி கூட பரவாயில்லே. வாழவுடாது. நம்மளை பழி வாங்கிவிடும்."

"நல்லா பழி வாங்கட்டும்... நா விட்றதால்லெ. அவனோட கோலாப்பூர் போவமாட்டேன். ஒங்களோட வாழ்ந்துதான் சாவேன்! டாக்டர் அம்மா சொல்லிடுச்சு. இன்னும் ஒரு வருஷமோ ஒன்னர வருஷமோ உயிரோட இருக்கப் போற. ஒரு வேளை மூணே நாள்ள கூட கோஸ் பூ குலை தள்ளிடுச்சுன்னா அநேகமா அப்பவே சாவும் இருக்கும். நீங்க எனக்கு காட்டின ஆசையும் ஒடம்பையும்விட நீங்க காட்ன இந்த ஆகாயம், இந்த சூரியன், யாராலியும் அடக்க முடியாத அடங்க அவசியமில்லாத காத்து, தண்ணி, இன்னும் ராத்திரி முழு இருட்டான வெட்ட வெளியான ராத்திரி. யாருடைய இம்சையும் இல்லாமெ தன்னந்தனியா உயிரோட நானே - எனக்கே எனக்க வாழக் கத்து தந்த நீங்க இதெல்லாம் எவ்வளவு பெரிசுன்னு உங்களுக்கு தெரியாதுங்க! படுத்து - ஒருத்தர் மேலே ஒருத்தர் ஏறி, கடிச்சு, நக்கி, ஒருத்தர ஒருத்தர் மிதிக்கிறதா சந்தோஷம்?

வாழ்க்கை!? கடவுள்!? நீங்க என்ன காப்பாத்திட்டீங்க! ஆனா, நீங்க சொல்ற மனுஷன், கடவுள், என்னை வாழவுட மாட்டாங்க" என்று மிருதுவான குரலில் சொல்லிக் கொண்டே போனாள். மேலே அவள் பேசியது எதுவும் காதில் விழவில்லை. அவர் எதை வேண்டாமென்று சொல்லிக் கொடுத்தாரோ அதையே தெரிந்து கொண்டு அவளை அகன்ற கண்களோடு பார்த்துக் கொண்டிருந்தார். அவர் கண்களில் இருந்தும் கண்ணீர் வடிந்தது.

தெரு முனையில் சிவகங்கை பூங்காவின் வாசலில் ஆளரவமற்ற விடியற் காலை ஏழுமணி. பனியில் விதியை நாலு சுக்காக கிழித்து அந்த கோஸ் பூவை வெட்கம் ஏதுமின்றி இறுகக் கட்டி அணைத்து அந்த பூவின் உள்ளே நுகர்ந்தார். அவருக்கு மட்டும்தான் அந்த கோஸ் பூ தேன் வடிக்கும். அந்தப் பூ மட்டும் தான் வித்யாசாகருக்கு ரத்தப் பூவாய் வழி திறந்து கொடுத்தது. அந்த பூ அவரை மட்டுமே ஏற்றுக் கொண்டது. அது அந்த பூவுக்கும் அவருக்குமே அதிர்ச்சி. காதல் நோயாகலாம். நோய் காதலாகக் கூடாதா? தூரத்தில் லோகேஸ்வரி மீராவின் அழைப்பு பூவாய் மலர்ந்து கொண்டிருந்தது. வானளாவ விரியும் அந்தப் புற்றுநோய் மலர் கடைசி வரை அவருக்கு மட்டுமே மணக்கும், ருசிக்கும், ரத்தம் சிந்தும்.

(குயுக்தம், 1994)

க்யாமத் எனும் இறுதித் தீர்ப்பின் நாள்

துரத்தி வந்தவர்களைத் திரும்பிப் பார்த்தான் ரெங்கராஜன். ஓடி வந்தவர்கள் தலைதெறிக்க, துரத்தி வந்து கொண்டிருந்தார்கள். கால்களில் இறக்கை முளைத்திருந்தது. காற்று வெகு வேகமாக காதோரங்களில் கிழித்துக் கொண்டு பறந்தது. அடுத்து தெரிந்த துலுக்கத் தெருவுக்குள் மின்னல் வேகத்தில் திரும்பினான் ரெங்கராஜன். கதவுகள் படபடவென்று சாத்திக் கொண்டன. ஜன்னல்கள் படீர் படீர் என்று அறைந்து மூடிக் கொண்டன.

தெருவில் முனிசிபல் விளக்குகளைத் தவிர வேறு எந்த வெளிச்சமும் இல்லை. இரவு பதினோரு மணியும் இருக்கலாம். ஒரு மணியும் இருக்கலாம். நேரம் கடந்த நேரம். இருட்டு ரெங்கராஜனுடன் பேசியது. பின்னால் ஓடி வருபவர்களின் கைகளில் எல்லாம் பிச்சுவாக்கத்தி, கோடரி, வீச்சருவாள், கொன்னருவாள், உளி, மண்வெட்டி போன்ற பல ஆயுதங்கள். திரும்பிப் பார்க்காமலேயே அவன் கண்களுக்குப் புரிந்தது. அவன் கையில் ஆயுதம் ஏதுமில்லை.

இரண்டுபுறமும் நீண்ட நீண்ட திண்ணைகள். சிங்கப்பூர் போய் வந்து கட்டிய கோட்டை கோட்டையான வீடுகள். ஒவ்வொரு வீட்டு வாசலிலும் பச்சை பச்சையா ஜண்டா தொங்கியது. வீடுகளில் மனிதர்கள் ஆழ்ந்த உறக்கத்தில் கிடந்தனர். ரெங்கராஜனுக்கு எப்போதும் வசதி, வழக்கமாக அவன் தப்பிக்கிற இடம் துலுக்கத் தெரு முக்குதான்.

எல்லாம் ரெங்கராஜன் ஓடி ஆடிப் பழகின பழைய துலுக்கத்தைக்கால் மேடு. அங்கே பாய்ந்து கொண்டிருக்கிற ஜியேகேனால் வாய்க்கால் மடுவில் இறங்கி நீந்தியபோது தடதடவென்று 20, 30 பேர் தண்ணீரில் அவனை ஆயுதங்களுடன் வளைத்துக் கொள்வது இருட்டிலும் புரிந்தது. இருட்டும்கூட ஒரு வெளிச்சமென்பது அவன் மட்டுமே அறிந்த ரகசியம்.

மண் உளிப்பாம்பு மாதிரி துடித்து மண்ணுக்குள் புகுந்துவிட்டால், அவனை யாரும் ஒன்றும் செய்ய முடியாது. சுற்றி வந்த ஆயுதங்கள் அவன் உடம்பைப் பதம் பார்க்க இருட்டில் நெருங்கி

நெருங்கி வந்தபோது ரெங்கராஜன் தண்ணீருக்குள் படிப்படியாய் இருட்டுக்குள் ஆழ்ந்து போனது யாருக்கும் தெரியாமல் போயிற்று. 'திடீர் திடீர்'என்று வீச்சருவாள்கள் சுழன்றதும். 'தொபக்கடீர் தொபக்கடீர்'என்று 'திடீர் திடீர்'என்று தண்ணீரில் யார் யாரோ புரண்டதும், பிச்சுவாக்கள் கண்ட இடத்தில் சொருகியதுமாய் வாய்க்கால் தண்ணீரில் ஒரு 'த்வம்சமே'நடந்தது. ஆயுதங்கள் ரத்தம் கக்கின. ஆனால் ரெங்கராஜனைக் காணோம். அரைமணி நேரம் பிடித்து இழுத்த பறியலுக்கும் இழுபறிக்கும் பின்னர் எல்லோரும் பெரும் கூச்சலுடன் திரும்பவும் இருட்டில் நாலுபுறமும் 'பிடி பிடி' என்று கூச்சலிட்டுக் கொண்டே திமுதிமுவென்று ஓடி திசைக்கொருவராய் மறைந்தது மாயம் போல் இருந்தது ரெங்கராஜனுக்கு.

நீண்ட நேர அமைதிக்குப் பின்னால், மெல்லத் தலையெ நீட்டி வெளியேறி எல்லோரும் ஓடி விட்டார்களா? என்ற அச்சத்தோடு எதிர்புறமாய் பதுங்கிப் பதுங்கி தண்ணீர் சப்தமே எழும்பாமல் தண்ணீர் மேலேயே படிந்து எதிர்கரை ஏறி புதர் புதராய் பதுங்கி ஓடினான் ரெங்கராஜன். முதுகில் அருவாள் வெட்டு ரத்தம் கனிந்தது. இடுப்பில் துடைகளில், கால்களில் ஈட்டிக் குத்து, உதடு கிழிந்திருந்தது. எங்கும் எரிச்சல், எதிரில் தெரிந்த தெருவுக்குள் புகுந்து மீண்டும் ஓடினான்.

ரெங்கராஜன் பதட்டமே இல்லாமல் தெருவில் நடந்தான். பின்னால் துரத்திய கூட்டம் திரும்பி ஓடி வந்து கொண்டிருந்தது. ரத்தம் ஆறாக வடிந்து கொண்டிருந்தது. அவனால் நிற்க முடியவில்லை. ரத்த வாடைக்காக மோப்பம் பிடித்துக் கொண்டு எதிரே ஓடி வருபவர்களிடமிருந்து பக்கத்து திண்ணை ஒன்றில் காலை நீட்டி உட்கார்ந்திருந்த கிழவி ஹய்யத் பீவி அவனையே உற்றுப் பார்த்தபோதும் கூட அஞ்சாமல் பக்கத்து மூத்திரச் சந்தில் பாய்ந்தான். மூத்திரச் சந்தில் சின்னஞ்சிறிய இடுக்கு ஒன்றின் வழியே அவன் அடுத்த தெருவுக்குப் பாய்ந்தான்.

திமுதிமுவென்று ஓடி வந்தவர்கள் கண்களில் கிழவி பட்டாளே தவிர ரெங்கராஜனைக் காணோம். வந்தவர்கள் ஏதும் பேசாமல் சந்துக்குள் திரும்பாமல் இயல்பாகவே எதிரே ஓடி மறைந்தார்கள். கிழவி ஹய்யத் பீவி பொக்கை வாயைத் திறந்து இருட்டுக்குள் சிரித்தது சந்துக்குள் பாய்ந்துபோன ரெங்கராஜனுக்குத் தெரியாவிட்டாலும் திண்ணை ஓரமாக இருந்த ஜன்னல் ஓரமாக உள்ளே குப்புறப் படுத்திருந்த நூரிப் பெண்ணுக்கு தெரிந்தது. ஜன்னல் கதவை ஒருக்களித்து திறந்து ஜன்னல் வழியாகவே வளைந்த

அந்த சிங்கப்பூர் பித்தளைக் கம்பிகளின் வளைவுகளின் வழியே உள்ளிருந்தபடியே மூத்திரச் சந்துக்குள் பார்க்க அவளால் முடிந்தது.

அந்த ஜன்னலிலிருந்து அடுத்த ஜன்னலுக்கு வீட்டுக்குள்ளேயே பாய்ந்து ஓசைப்படுத்தாமல் திறந்து எட்டிப் பார்த்து பதைத்தாள் நூரி. அப்புறம் அந்தக் கூடத்திலிருந்த 13 ஜன்னல்களை ஒவ்வொன்றாக திறந்து கொண்டே வந்து வீட்டுக்குள்ளேயே நடந்து கூடம், ஹஜான் உக்கிராணம் ஹாடிகானா பக்கம், தோட்டம் என்று நீண்டு போகும் அந்த தெருவின் பெரியதான அந்த வீடு ஒரு ஏக்கர் பரப்பில் அடுத்த தெருவை பின்புறமாகத் தாண்டி வீட்டுச் சுவர் நீண்டபோது, அதே சுவரில் இருந்த பல ஜன்னல்களை நூரி பதுங்கிப் பதுங்கி தாண்டி முன் கட்டுக்கு வந்ததும், அதிலிருந்த பதினெட்டாவது ஜன்னலை மெல்லத் திறந்ததும் அவளுக்கு வியர்வையில் பயமும், பயத்தில் திடுக்கமும், திடுக்கத்தில் ஆச்சரியமுமாய் பயம்! பயம்! பயம்! அவ்வளவுதான்.

அந்த ஜன்னலைப் பயம் மட்டும் அவளைத் தாக்க அசந்து போய் ஜன்னலுக்கு வெளியே என்ன நடக்கிறதோ? அதைக் காண கதவை ஒருக்களித்து ஆளுயர ஜன்னலில் அவள் நிற்பது தெரியாமல் ஜன்னலிலேயே ஒளிந்து கொண்டு. வெளியே பயங்கர கூச்சலுடன் பத்து, இருபத்தைந்து பேருக்கு மத்தியில் ரத்த விளாரான உடம்புடன் ஒரு நீண்ட சிமெண்டு தடி ஒன்றை வைத்து கொண்டு, ஆயுதங்களுடன் மோதிக் கொண்டிருந்த ரெங்கராஜனைப் பார்த்தபோது தன்னையறியாமலேயே ஜன்னல் கதவை மூடி அதன்மேலேயே சாய்ந்து கொண்டாள் நூரி. மறுபடியும் மறுபடியும் ஜன்னலைத் திறந்து கண்களை மட்டும் வெளியே நீட்டியபோது இப்போது காட்சி மாறியிருந்தது.

ரெங்கராஜன் ஆளுகளைப் பந்து பந்தா சுருட்டி அடிக்கிறதப் பாத்தா பயமா இருந்தது. அது என்ன கையா? இரும்பா? கதவை மீண்டும் அழுத்தமாய் பிடித்துக் கொண்டு நின்றாள் நூரி. இப்போது ரெங்கராஜனை நன்றாகப் பார்த்தாள். அப்பா! எல்லோருடைய குடல்களையும் மாலையாக கழுத்தில் மாட்டிக் கொண்டாற் போல யாரோ ஒரு ஜின் நிற்கிற மாதிரி இருந்தது. யார் இவன்? என்ன சண்டை? என்ன ஜாதி? என்ன மதம்? என்ன இனம்? எதுவும் தெரியாது. இருட்டில் எத்தனை பேர் என்றும் புரியாது. இது, அவள் பகலிலும் சகஜமாய் பார்க்கிறதுதான். திடுதிடு என்று ஓடி வருவதும், ஒருத்தரை ஒருத்தர் வெட்டிக் கொல்றதும் இப்புடி பர்தா முக்காட்டுக்குள்ளிருந்து அவள் பார்க்கிறதுதான்.

திடீரென்று ஓட்டமாய் ஓடி வந்து ஆட்கள் சுற்றிலும் மறித்துக் கொள்கிற ரெங்கராஜனை அவள் இப்படி கோரமாய் பார்த்தில்லை. அடிக்கிறதும், உதைக்கிறதும் அவள் பார்த்துதான் தெரிந்து கொண்டிருக்கிறாள். அவளுக்குப் பின்னால் யாரோ நானிமா கூப்பிடுகிறது மாதிரி இருந்தது. வாப்பா பார்த்தால் கொன்னே போட்டுவிடுவார். எல்லோரும் தூங்குகிறார்கள். அவளுக்குத் தூக்கமே இல்லெ. தூக்கம் வராமல் போய் 4,5 வருசங்கள் ஆகிறது. அவளைப் போல திரண்ட பெண்கள் ரொம்ப கொஞ்சம். 'நிக்கா' வருது வருதுன்னாங்க. ஆனா கொமராவே வெச்சிருக்காங்க. வாப்பாவுக்குப் போன மாசம் கூட ஒரு நிக்கா நடந்தது. இது எட்டாவது நிக்கா. சிவப்பா தமிழ் தெரியாத 18 வயது பொண்ணான பல்கீஸ் ஜன்னத் என்கிற அந்த அரபி பெண்ணை 'உம்மா' என்று கூட அழைக்கச் சொல்லி பெரிய உம்மா, நடு உம்மா, எல்லாம் அவளைத் திட்டினார்கள். ஜன்னத்தைவிட 5 வயசு மூத்தவள் இந்த நூரி என்று ஏன் யாருக்கும் ஞாபகம் இல்லை. ஜன்னத்துக்கும் ஒரு ஆதம் பெறந்துட்டான். நூரிக்கி அடி வயிறு நொந்தது.

கிழவி ஹய்யத் எப்போதும் பொக்க வாயைத் திருப்பிக்கிட்டு சிரிக்கும் "ஓங்க வாப்பாக்கு இன்னும் நூத்தம்பது நிக்கா இருக்குடி பாக்கி. அப்பக்கூட நிக்கா ஒனக்கு இராது. ஊடு பூரா காசு பாசி புடிச்சி போயி கெடக்கு. செலவு பண்ணி கையிதான் பத்தலெ. ஓங்க வாப்பாவுக்கு குட்டி போடுறதுக்கே நேரம் பத்தலெ.' என்ற ஹய்யத் கிழவி உடனே பயந்து கொண்டே "நாஞ்சொன்னேன்னு சொல்லிடாதே. என்னைத் தூக்கி ரோட்ல எறிஞ்சிடுவான் ஓங்க வாப்பா. அப்றம் ஒரு போகிணி ப்ருனிக் கஞ்சிக்குகூட வழியில்லாம போய்டும்" என்ற பேச்சுகளெல்லாம் அவள் காதுகளில் எப்போதும் ஒலிக்க மீண்டும் ஜன்னல் கதவை ஒரு கையால் ஒருக்களித்து காரணமில்லாமலேயே திறந்து பார்த்தாள் நூரி.

தெருவில் இப்போதும் யாரையும் காணோம். எதிர் திண்ணையில் குப்புறக் கிடந்த ரெங்கராஜனின் உடம்பின் முதுகுப் பாகம் அவளைப் பயமுறுத்தியது. முதுகு ரெங்கராஜனுடையதுதான் என்று அவளுக்கு நன்றாகத் தெரிந்தது. மற்றவர்களை எல்லாம் காணோம். எல்லாரும் ஓடிக்கிட்டு இருந்தார்கள். மற்றவர்கள் எங்கே? மற்றவர்கள் யாரும் திரும்பி வர மாட்டார்களா? அந்த பெரிய கை கால்கள் நீண்டு நீண்ட விரல்கள், வியர்த்து பளபளத்த அந்த முதுகு. பெரிய பாதங்கள், பருத்த துடைகள், தூண் போன்ற கால்கள், எல்லாமே அவளுக்குப் பல நாட்களாய் அடையாளம் தெரியும். பெயர்தான் தெரியாது.

அந்த ஜன்னல் கம்பிகள் அவள் மார்பைத் தாங்கி மகிழ்ந்தன. கம்பி இற்று விழுந்துவிடுமோ ரெங்கராஜனுக்குத் தெரியாது. எல்லோரையும் அடித்து துரத்தி விட்டுதான் அந்த தேகம் விழுந்தது என்றால், அவளும்தானே நம்ப மாட்டாள். ஆனால், போலீஸ் ஸ்டேஷன் ரெக்கார்டுகளில் அவன் திறமைகளை ரெங்கராஜன் அடி, ரெங்கராஜன் பிடி, ரெங்கராஜன் இடி, என்று பல கேஸுகளில் சரித்திரப் புகழ் பெற்றிருக்கிறது. அடிக்கிறதும், உதைக்கிறதும் அப்டி ஒரு தனி மாதிரியாய் இருக்குமோ?! போலீஸ் ஸ்டேஷன் எப்போதும் ரெங்கராஜனுக்குத் திறந்தே இருக்கும்!

நூரி கதறி அழுதாள். பயத்துல தெரு மொகனையில பத்து பன்னண்டு பேரு திமுதிமுன்னு அடிச்சுக்குவானுவ. குத்தியீட்டி கம்பு, சுருளி, வீச்சருவாள், குந்தம், மடு, கட்டாரி எல்லாத்தையும் தூக்கிகிட்டு வந்து குத்திகிட்டு அந்த தெருவே திமிலோகப்படும். ஒத்தைக்கு ஒத்தையா நின்னு பாய்வான் ரெங்கராஜன்.

பத்து நிமிஷத்துல ஒவ்வொருத்தனையா சுழட்டி சுழட்டி தரையில மோதி ஒருத்தன் ஒருத்தனா புடிச்சு காலுக்கு கீழ வச்சு முழங்காலாலெயே அவன் பிடரி எலும்பை ஒடிக்கிறது ரெங்கராஜன் புடின்னு சொல்லிக்குவானுங்க. தூள் பறக்கும். பத்தே நிமிஷம் ரெங்கராஜன் வெளீல வந்துருவான். கூட்டம் சிதறி ஓடும். கழுத்தெலும்பு ஒடிஞ்சு ரத்த விளாரா நாலஞ்சு பேரு ரோட்ல மல்லாந்து கெடப்பானுவ.

'அட! இஞ்ச நின்ன ஜனமெல்லாம் எங்கே போச்சு?" திடீர்ன்னு பூமிக்குள்ற போய்ட்டானுவளா? யாருக்கும் தெரியாது. ஒரு ஈ காக்கா அஞ்ச இருக்காது. போலீஸ் வரும்போது சாட்சிக்கு ஆள் கிடைக்காது. கேசுல புக் பண்றதுக்கு கூட அஞ்ச ஒருத்தன் சிக்க மாட்டான்.

ஜன்னல் வழியா ரெங்கராஜன் ஆளுங்களைப் பந்தா சுருட்டி அடிக்கிறதப் பாத்துப் பாத்தே அவனோட பேச ஆரம்பிச்சா நூரி, நூரியைப் பார்த்ததும் அவன் பேசீடுறவன் ஒண்ணுமில்லெ. முஸ்லீம் பொண்ணுல்ல? பர்தா முக்காட்டுக்குள்ள இருக்குற அவளெ அவன் பார்க்க முடியுமா? முடியும்!

ஒதுங்கின சந்து ஜன்னல் கதவு வழியாகத்தான் எல்லாமே நடந்தது! "அவ மட்டும் பாக்கலாமாக்கும்?!" பர்தாவுக்குள்ளயே உள் அவளுக்கு உலகம்!! ஆனா சந்துக்குள்ளதான் அவள் உலகம்! ஜன்னல் வழியாக அவள் உலகத்தையே வாங்கிக் கொண்டு விட்டாள்.

தெரு வீதிச் சண்டை முழுசும் வீதியில் இருக்கும் கூட்டம் பார்த்துக்கிட்டே நிக்கும்போது ஜன்னல் விளம்பில் ரெண்டு 'புறாக் குஞ்சு' உட்கார்ந்திருந்தது. பார்தாவுக்குள், சிங்கப்பூர் சில்க் முட்டாய்க் கலர் ஜரிகைப் பின்னல் ஜாக்கெட். ஜாக்கெட் முழுதும் பொட்டுப் பொட்டாக கண்ணாடி, குஜிலி பொட்டு ஒட்டி தைத்திருந்தது. அடங்காத சுருண்ட கருப்புக்கூந்தல் பட்டு ஜரிகை, லேஞ்சி வைத்து பின்னின தலைமுடி, அடுக்கடுக்கா குண்டு மல்லிகை பந்து பந்தா ஓவியம் மாதிரி, கோடு கோடா வைரம் கழுத்தில்.

இத்தனை சின்ன ஜன்னல் பிளவுக்குள் இத்தனையும் காட்டுவாளா? பார்க்க முடியுமா?

ரெங்கராஜன் ஏதாவது ஒரு சந்து வழியா தப்பி ஓடிடுவான். ரெண்டு நாளா அப்றம் போலீஸ்காரன்களோட நடமாட்டம்தான் இங்கே திமிலோகப்படும். விசாரணையெல்லாம் தெருவில தடபுடல்படும். யாராவது ஒருத்தர் வீட்லருந்து மேசை, நாற்காலி, இன்னொருத்தர் வீட்லருந்து சாப்பாடு, இன்னொருத்தர் வீட்லருந்து பாய் தலைவாணி, மற்றொருவர் வீட்டுத் திண்ணையில் படுக்கை பாய் தலைவாணி போட்டு வெச்சுக்கிட்டு அங்கேயே போலீஸ் ஸ்டேஷனே இஞ்ச வந்துட்டுது. நாலு நாளைக்கு ரெங்கராஜனை எங்கையுமே காண முடியாது. அந்தப் பக்கம் பாக்க முடியாது. ஜன்னல் கம்பிகளுக்கு நூரியோட உடம்பு சூடு புரியும். கம்பிகளுக்கிடையில் நூரியோட கன்னம் அழுந்தி செவப்பு செவப்பா அவள் ஆசை பலியாகும்.

கம்பி வழியா யாரும் பாக்காமெ ஒருக்களிச்ச கதவுக்கு அப்பால் நூரி கண்கலங்க பயத்தோட பாத்துக்கிட்டே இருப்பா. ஆனா அவளெ யாரும் பாக்கவே முடியாது!

“ரெங்கராஜன் ஒரு அடியாள்!”

“நூரி ஒரு முஸ்லீம் பெண்குட்டி!”

“அதனாலென்ன?”

ஜன்னல் ஓரம் உள்ள திண்ணையில் பத்து பசங்க எப்போதும் உட்கார்ந்து அரட்டை அடிச்சிக்கிட்டு இருப்பானுவ. தெருப்பெரிய மனுஷனுங்க கண்டுக்க மாட்டானுங்க! எதுக்கு வம்பு? கையெ நீட்டுவான் மரியாதையோட போயிடுறது நல்லது. திடீர்ன்னு எல்லாம் அடிச்சுக்குவானுவ. தகராறு எதுக்குன்னு மரியாதையோட போயிடுறது நல்லது. யாருக்கும் தெரியாது.

தெருவுல உக்காந்து குத்தாபந்து விளையாட்டு வெளையாடிகிட்டு இருப்பானுவ. எவனாவது பெரிய மனுஷனுங்க ஹூட்ல கடையில இருந்து கூப்பிட்டு கோடன்லயிருந்து கூப்ட்டு ஆள் வரும். நூரிக்கி எல்லாரையும் தெரியும். பர்தா போட்ருந்தா என்ன? எல்லா விஷயமும் அதுக்குள்ள அடக்கம். வாழ்க்கையை மூட எவனால முடியும்? மூடுறதே கூட தெறக்கத்தானே? பெரிய பெரிய கண்கள் நூரிக்கு! ஏகப்பட்ட கர்மாமை எழுதி மைலாஞ்சி பூசி அரபி ஒடம்பெத் தமிழ் ஒடம்பா மாத்தி எழுதி சித்திரமா வளத்திருக்கா உம்மா மைமுனாபீவி. மைமுனா பீவிய வாப்பா அரபி மண்ல நிக்கா பண்ணிகிட்டு யாபாரத்தெ லாபமா முடிச்சுகிட்டு இந்தியா வந்து பத்து பசங்களப் பெத்து அப்பறமா கடைக்குட்டியா நூரியெப் பெத்தெடுத்துப் போட்டப்போ தஞ்சாவூரே மூக்குல வெரல போட்டுது.

மைமுனாபீபிக்கே அறுவது வயசுக்கு மேலேன்னா வாப்பாக்கு என்ன வயசு?! நெய்யப்பம், கலகலா முட்டை ஹல்வா, திக்டின்னு நெய்யும் இனிப்புமா சாப்புட்டு வளந்தவ நூரிப் பொண்ணு! நூரி படிக்கல எழுதல்லெ ஆனா ரெங்கராஜனை நெனைச்சாலே வெரல் எழுதும். தன் உடம்புல தானே வரைஞ்சு தள்ளும். தன் உடம்பெத்தானே தடவி விட்டுக்கணும்ன்னு அவளுக்கே தோணும். நூரி மேல யார் கண்ணுதான் விழாது. துள்ளிக் குதிச்சு ஜலங்கை எட்டு வீட்டுக்குக் கேக்கும். அப்பப்ப சந்து மொகனைக்கு ஒரு ஓட்டம். சந்து மொகனை கடைல ஒரு மிட்டாய்! ரெண்டு கறிவேப்பிலை ஆர்க்கு குழம்புக்கு வேணுமா? பின் கதவு வழியா ஒரு ஓட்டம்! ஒரே ஒரு முட்டை வாங்கிகிட்டு ஓட்டமாய் ஓடி வந்து தானே தீ எரிச்சு முட்டை தைலம் எடுக்குறது. ஒரு ஓட்டம்!

மொகனை கடைல கலர் நூல் வாங்க முட்டை தைலம் எடுத்த ஒடனே எதுர் வீட்டுத் திண்ணைக்கி ஒரு பாச்சல். எதுர் ஊட்டுப்பாட்டி (நானிதிக்கு) சாலா முட்டைத் தைலம் தேச்சு உருட்டி விட்றது! ஹய்யத் கிழவிக்கு நூறு வயசு. நூரிக்கு உசிர் அவ! ஹய்யத் கெழவிக்கு ஒண்ணும் நூறு வயசு இல்லெம்பாங்க தெருல! நிஜமா நூறு தாண்டினவ! (நானிம்மா) திண்ணையிலேயே அது கெடக்கும். தெருவுல திரியும், எல்லாருக்கும் சொந்தம். நூரி இந்தப் பாம்பாட்டித் தெருவுக்கு முத்தலிப் போட வந்ததும் முஸ்லீம் தெரு மறந்தாலும் நானிம்மாவை மறக்க முடியாது. முஸ்லீம் தெருலயிருந்து நூரியெ இழுத்துகிட்டு வந்து நாஜ்மாவோட குடிசையில ஒளிச்சு வெச்சு நிக்கா பண்ணி, அஞ்சியே மறைச்சு வெச்சப்போ கூட ஹய்யத் பாட்டியெ மட்டும்தான் இன்னமும் இப்பமும் மறக்க முடியல்லே.

பேரீச்சம் பழம் மாதிரி உடம்பு பூராவும் சுருக்கம். பல்லில்லாத பொக்கை வாயில் எப்போதும் எச்சில் வடியும். நெத்தியில ஆயிரம் கோடு, குறுக்கு சாரியாவே நூறு ரேகை. எப்போதும் நானிம்மாவுடன் தான் நூரி இருப்பா! "திங்கு திங்குன்னு கொமருப் பொண்ணுங்க ஓடப்படாதுடீ நூரி!"

"அப்டியே ஓட வேண்டி ஆயிப்போவுண்டீ பொண்ணே இஞ்ச வா!" நூரி வந்து ஹையத் கெழவி பக்கமா ஒக்காருவா. ஹையத் நூரியோட தலை முடியை அவுத்து சாட்டை அடிக்கிற மாதிரி அடிச்சு கோதி உதறிப் பின்னி விடும் கிழவிக்கு இப்பவும் தலைமுடின்னா ரொம்ப உசிர்! நூரிக்கு ஆச்சர்யமா இருக்கும். நூத்துக் கெழவிக்கு கூந்தல் இல்லேன்னு யார் அழுதாங்க!? ஹையத் கெழவிக்கு ஆரும் இல்லெ. வீட்டுத் திண்ணையில இருந்து கிட்டே கார்வார்! எல்லாருக்கும் ஹையத் கெழவி வேணும். ஹையத்துக்குத் தெரியாம அஞ்ச ஒண்ணும் நடக்காது.

"ஏண்டீ நூரி! காபிர் பசங்களோட ஒனக்கென்னடி பேச்சு? நாயெ!"

"ஆரு சொன்னாங் நானிம்மா! அவரு ஒண்ணும் காபிர் இல்லெ!"

"நானின்னு என்னெக் கூப்புடாதெடீ... ஒப்பனுக்குத் தெரிஞ்சா... அல்லாஹு!"

"என்ன சொல்றே நானிம்மா?"

"அந்த பயல் ரெங்கராஜுகிட்ட சந்துக்குள்ள நின்னு ஒனக்கென்னடீ பேச்சு?" நூறு வயசு கிழவிக்குப் பார்வையெப் பாரேன்! எப்டித் தெரிஞ்சிது? நிஜம்தான்.

"அவருதான வந்து பேசுறாரு நாம் பேசல்லெ!"

"தெருவே இருண்டு கெடக்கு அவங்கிட்ட பேசிட்டு நிக்கிறயே. மைமு பொண்ணாடீ நீ? வெக்கங்கெட்டவளே! மைமுனா உசிரோட இருந்தா இப்டி உடுவாளா?"- கிழவிக்குக் கண்களில் கண்ணீர் உதடுகளில் நடுக்கம். உடம்பில் ஒன்றுமில்லை. பேரீச்சம் பழக் குலைகள் நடுங்கின. ஹையத் பீபிக்கு (நானிம்மா) இரண்டு நிக்கா ஆகித் தலாக்கும் ஆகிவிட்டிருந்ததாம். தெருவுல சொல்லுவாங்க. நானிம்மா மேல நூரிக்கு எப்பமும் இப்பமும் உசிர்தான். அன்பா அது? அது அவர்களுக்கு இன்னது என்று தெரியாது. உம்மா போனதிலிருந்து நானிம்மாதான் மீதி.

பள்ளிவாசல் வழியே நானிம்மாவின் பிணம் கபரிஸ்தானுக்குப் போனபோது நூரி அந்தத் தெருவுலயே இல்லெ. முத்தலிப்போட

ஓடிப் போய்ட்ட'வளா'கிப் போனா. ராஜ்மாதான் வந்து சொன்னா உன்னோட நானிம்மா கஃபருக்குப் போயாச்சுன்னு.

"அல்லா!"

ரங்கராஜனுக்குப் பயமாயிருந்தது நூரி கதறியது. அவளுக்கிருந்த ஒரே 'அத்து' நானிம்மா. இனிமே நானியெப் பாக்க முடியுமா?

சாய்ந்த நிழலில் இருட்டில் யாருக்கும் தெரியாமல் நூரியைத் தொட்டபோது முஸ்லீம் இளைஞர் பலருக்கும் வீரம் வந்தது. ரெங்கராஜன் பத்து வயதில தெருவில் இறங்கியவன் என்று சொல்வார்கள். தெருப் பயலாகத்தான் அவன் பிறந்ததே. அவன் ஜாதி இன்னது என்று சொல்லித் தந்ததே அவன் அம்மா அல்ல. ஏன்? அவளுக்கே அது தெரியாது. பழக்காரியாக அவள் திரிந்தாள். பழம் விற்றாள். கனியாக நாளாகவில்லை. பழுத்தபோது உதிர்ந்தாள். யார் இட்ட விதை? தெரியாது! அவளுக்கே தெரியாமல் உதித்தான். உதிரத்துள் வளர்ந்தான். அழுதான். சிரித்தான். குழந்தைப் பேறு இரண்டு.

கவர்ன்மெண்ட்டு ஆஸ்பத்திரியில் ரத்தம் சுனையாய்ப் பீச்சியடிக்க அதிலேயே நனைந்து குளிர்ந்து போனாள் ஒரு குழந்தையுடன். மீதி ரெங்கராஜன். ரெங்கராஜனைக் கையேந்தி வாங்கிக் கொண்டது நர்ஸ் ராஜம். ரெங்கராஜன் என பெயரும் அவள் வைத்ததுதான். படிக்க வைத்தாள். படித்தான். பள்ளிக் கூடத்திலேயே காங்க் லீடர் என்று பட்டம்!

அடி உதைகளில் குட்டு உடைக்கிற மோதல்களில் அபார ப்ரீதி. ராஜம் கல்யாணமில்லாதவள்!? பிள்ளையில்லாதவள். (பதினாறு வயதுக்கு முன் கல்யாணம் செய்து பதினேழாவது வயதில் தாலியறுத்து மூலையில் முடங்கிய ப்ராம்மணப் பெண்)- படிக்கக் கிளம்பி பிழைப்புக்காக நர்ஸாகி காலம் கடந்து முதிர்ந்த தடித்துக் கொழுத்து - வாழ்க்கை வசதிகளை அனுபவித்து தனியே ஒதுங்கிய பின் - ஒரு மகன் இருந்தால் தேவலை என்று தோன்றியபோது ரெங்கராஜனை ரத்தத்திலிருந்து எடுத்து கழுவி எடுத்துக் கொண்டாள். அம்மா என்று சொல்லிக் கொடுத்தாள். அவன் சொல்ல மறுத்தான். வற்புறுத்தினாள். "அம்மா! அம்மா! அம்மா சொல்லு! அம்மான்னு அழைடா கண்ணு! அம்மம்ம்மா! அம்மம்ம்மா!" - சொல்லிச் சொல்லி வாய் வலிச்சதுதான் மிச்சம்.

ரெங்கராஜன் அம்மாவை அம்மா என்று மட்டுமல்ல; வேறு எந்த முறையிலும் அழைக்கவேயில்லை. "அம்மா எங்கேடா?" என்று கேட்டால் ''அது'ஆஸ்பத்திரிக்குப் போயிருக்கு" என்பான். நாலு

வயசுப் பிள்ளையாய் இருக்கும் போதே ராஜத்தை ஆஸ்பத்திரிக்குக் கூட்டிப்போக ஜட்கா வண்டி வந்து காத்திருக்கும். ரெங்கராஜனைக் கொஞ்சி விட்டு ஜட்கா ஏறக் காத்திருப்பாள் ராஜம்.

புழுதியில் புரண்டு சண்டை போட்டு தெருப் பொறுக்கிகளுடன் உருண்டு புரண்டு கொண்டிருக்கும் சிறுவர்களின் நடுவே வித்யாசமாய் பணக்களையுடன் காணப்படும் ரெங்கராஜனை வியப்புடன் பார்ப்பார்கள் சுற்றிலும் நிற்பவர்கள்! "அம்மா கூப்புட்றாங்க வாடா!" என்று யாராவது இழுத்துக் கொண்டு வரும்போது இவனை ஏன் வளர்க்கிறோம்? என்று புரியாது திகைப்பது ராஜத்தின் சாவுப் படுக்கையிலும் கூட நேர்ந்தது.

கல்லூரியிலும் மேல் படிப்பிலும் கூட ரெங்கராஜன் அடியாள்களுடன் ரௌடிகளுடனும்தான் புரண்டு திரிந்தவனாய்தான் எப்போதும் ராஜத்துக்கு நன்றாகத் தெரியும். இன்னும் பெரிய ஆச்சர்யம். அவனே அதை அவளிடம் சொன்னது.

நூரி கேட்பாள் – "மாமு! எல்லாத்துக்கும் ஒத்துகிட்டு என்னெக் கட்டிகிட்டீங்களே ரப்பே! தெருச் சண்டையெ மட்டும் உடாமெ என்னெக் கொல நடுங்க உடுறீங்களே! எத்தினி படிச்சிரிக்கிறீங்க? ஒரு நல்ல வேலைக்கிப் போயி நல்லா அழகா இரிங்களேன். ஒழுங்காப் பொளைக்கக்கூடாதா?"

"எனக்கு அதெல்லாம் புடிக்கல்லெடீ குட்டீ!"-

"குட்டிங்காதிங் மாமு! பொறுக்கித்தனமா இருக்கு!"

"எனக்கு அதாம் புடிக்கிது!"

ரெங்கராஜனை அப்பப் பாத்தா வினோதமாயிருக்கும். என்ன மனுஷன் என்றும் இவனும் மனுஷனா என்றும் தோன்றும். நிதமும் ராத்திரியெப் பகலாக்கிகிட்டுத் திரியிற பொழைப்பு நூரிக்கு ஓங்கரிச்சு வரும். - ரத்தக் கறையோட அவன் கழட்டிப் போடுற சட்டை வேட்டி யெல்லாம் துவைச்சு அலசும்போது - கண்ணுல தண்ணி முட்டிக்கிட்டு வடியும். நூரி - ரெங்கராஜன் கல்யாணம் நிக்காவா ஆனதே கூட ரெங்கராஜனால இல்லெ.

ரெங்கராஜன் முத்தலப்ஃபு ஆனதும் நூரி இஷ்டம்தான்! ரெங்கராஜன் முஸ்லீமா ஆனதும் - அவளோட இருக்குறதும் எல்லாம் நூரியோட கட்டாயம். நூரியோட ஆசை - நூரியோட தீர்மானம். நூரி கட்டிவிட்ட வேஷம் நிஜம்! பசி! அவளோட வாழ்வு! ராத்திரி வரும் போதுதான் ரெங்கராஜனா முத்தலிஃப்பான்னு தெரியும்! எப்டி இந்த மாதிரி இருக்க முடியும்ன்னு அடிக்கடி தோணும். ரெங்கராஜனுக்கு எந்த கெட்ட வழக்கமும் கெடையாது. எல்லா

கெட்ட சகவாசமும் உண்டு. இருந்தாலும் எல்லாரும் ஒரே மாதிரி "முத்தலிஃப்பா? அவனா? மொரடன்! திமிறு புடிச்சவன். ஊமை. ஆளே அடிச்சி கீள உழ வைக்க முடியாது. நல்லவனாச்சே!" எல்லா மொதலாளிங்களுக்கும் அடியாளுன்ன ஒடனே யாவகம் வர்றது முத்தலிஃப்புதான்! எல்லா மொதலாளிகளுக்கும் ரெங்கராஜன் வாண்டாம் அடியாளு முத்தலீப்பு வேணும்! ஆளுலயும் ஆளு எல்லா மொதலாளிகளுக்கும் தீத்துக் கட்ற வேலைக்கெல்லாம் சுமக்க ஆளுவாண்டாமா?

"முத்தலிப்பு!"

ஜன்னல் ஓரமா அழைப்பு கேட்டுது.

திரும்பி நூரியெப் பாத்தான் ரெங்கராஜன். அப்பப்பா! சின்ன இடைவெளி அதுல முழுசா நூரி. தலைக்குள்ள சந்தேகம் சுருக்குன்னு குத்துது. பெரிய எடத்துப் பொண்ணு இவ! போட்டா மார்க் பீடி செய்துள்ளா மொதலாளி ஊட்டுப் பொண்ணு. ஏதுக்குக் கூப்புட்றா? வெஷம் இருக்கு. கண்ணுல தெரியிதே! அடேயப்பா கண்ணு, காது, மூக்கு எல்லாம் நகை வைரம் பளபளன்னு கயிலெ கூட அடுக்கடுக்கா செம்மஞ்சுளா அரபித் தங்கம். மூக்குல வைரம்! முஸ்லீம் பொண்ணு. பாக்கப்படாது மூடிக்குவாங்க! இவ ஏன் இப்டிப் பாக்கணும்? இப்ப மூடல்லெ! மூடமாட்டா! இவளே மூட முடியுமா எவனாலியாவுது? மூட முடிஞ்சதெத்தான் மூடலாம்?!

அவ தெருவுல ஓடித் துள்ளி வரும்போதெல்லாம் ரெங்கராஜன் பார்த்திருக்கிறானே!

இது வேற! 'வேற பார்வே'-வேற பொண்ணு-இப்ப! அவனோட பாயப் போற மான்! பளிச்சின்னு புரிஞ்சிது! அவளுக்கு இவன் வேணும்! நம்ப முடியல்லே! பொண்ணாச்சே! ஜன்னல் ஓரமா நின்னான் ரெங்கராஜன். ஜன்னல் உள்ற இருந்து இனிமையா...

"அய்யங்கடையில் நகைக்கடை சந்துல செதம்பரஞ் செட்டியார் கடையில நகை செய்யக் குடுத்திருக்கு... ஆளு இல்ல வூட்ல வாங்கியாற- வாங்கியாந்து தருவீங்களா?"

மெல்லிசான குரல் மூக்கு நுனி வியர்த்து கன்னம் சிவந்து அட! குனிஞ்சு அவ மூச்சு அவன் மேல வீச அவள் தொட்டு ஜன்னல் பிளவு வழியாக என்னன்னமோ கொடுத்தாள் எதை எதை எல்லாமோ... ரசீது ஒண்ணும் முக்கிய மில்லே ஏன் நகையே கூட அவசியமில்லே அவன் வேணும்... தினமும்....ஏதாவது கொடுத்து ஏதாவது வாங்கி அவனை கெவுரு பண்ணி "அல்லா!" - அவள் மூச்சின் ஏக்கம் புரிந்தது அவனுக்கும்.

அப்புறமா தனிய்யா கண்ணீரோட ஒக்காந்திருக்க நூரியெ நாஜ்மாதான் வெரட்ட ஆரம்பிச்சா. நாஜ்மா ஊட்டுக்குப் போயி குடிசைக்குள்ள கொல்லைப் பக்கமா வர்ற ரெங்கராஜனுக்காக காத்திருப்பா நூரி. ரெங்கராஜனோட பேச முடியாது பேசுற ஆள் அவனில்லெ. பேசத் தவிப்பா நூரி. நூரியெப்பாத்ததும் பாஞ்சு வருவான் ரெங்கராஜன். சீறுவா நூரி! ஏனோ ஒரு பயம்! ஒரு எரிச்சல் இன்னதுன்னு புரியாமெ தூர விலகி... பாஞ்சு பிடிச்சும், ஹூம் முடியாது! நூரி மின்னல்! கையால் புடிக்க முடியுமா? ஆனா ரெங்கராஜன் மேகமாச்சே! வசப்பட மாட்டானே அப்பறம்?

நூரி இருட்டுல அவன் கையில வழுவுண்டு தப்பிச்சா - அவன் எரிச்சலோட போய்டுவான். ஒரு வாரம் பதனஞ்சு நாள் நூரி காத்துக் கிடந்தே அழணும். நாஜ்மா எச்சரிக்கை பண்ணிகிட்டேயிருப்பா:

“டீ நூரி! மச்சான் ஒரு மாதிரி ஆளுடீ? துனியால வேற பொண்ணுங்க நெறைய்ய இருக்கு! ஆமா! சீக்கிரமா வளைச்சுப் போட்டுடு! இல்ல எவளாவது காஃபிர் ரங்கராஜ மச்சானே தட்டிகிட்டு போய்டுவா!” நாஜ்மா விடாமல் தனியே ரெங்கராஜனிடமும் இதையே வேற மாதிரி உரு ஏத்தினாள் இப்படி.

“மச்சான்! நூரிக்குட்டி முஸ்ஸல்மானிப் பொண்ணு பட்டாணி! என்னெ மாறின்னு நெனைச்சுப்புடாதீங்க. இழுத்தா இழுத்தபடி வர்றதுக்கு! புடிச்சு கசக்கீறலாம்ன்னு நெனைக்காதீங்க! பெரிய பணக்காரி வேற, ஆசெ வச்சிட்டீங்க! அவளே இப்ப நீங்க உட்டுட்டீங்கன்னா அப்டியே - கொடி - வேற செடியிலே படர்ந்து பூத்துடும்! அப்றமா அல்லான்னாலும் ஆவாது அவ தத்கீர் அப்டி! பாத்துப் போங்க தெருக்காடு சுத்தி மல்லடிக்கிறதெ உட்டுட்டு ஆவுற காரியம் பாருங்க மச்சான்! உட்றாதீங்க!” நூரிக்கு லத்தீஃப் மொறை மாப்பிள்ளை.

அவனும் தெருவுலதான் திரிஞ்சு கிட்டிருந்தான். முஸ்லீம் வேற இந்து வேறன்னு இல்லாமெ நெருக்கமா குடிகுடியா குடிக்குள்ள குடியா இருக்கிற இடம் பாம்பாட்டித் தெரு! கீழ வாசல்! அங்க இருந்து ஆட்டு மந்தைத் தெருவுல தொடங்கி பத்து தெரு - ஆடக்காரத் தெரு கடைசி வரைக்கும் பெரிய பெரிய முஸ்ஸல்மான் குடிங்கதான் பெரிசு பெரிசா ஊடுகட்டி அடச்ச எடம். தனியா தெரியும். ஏராளமான சந்து. ராத்திரி சந்துக்குள்ள பூந்தாச்சின்னா கண்டுபிடிக்கிறது ரொம்ப கஷ்டம். பசங்க வெரட்டிகிட்டு வருவானுவ திமுதிமுன்னு! ரெங்கராஜனுக்கு எல்லா எடமும் தெரியும். எல்லா வியாபாரி மொதலாளி இண்டு இடுக்கும் புரியும்.

"ரவ்வூப் மொலாளி கூப்பிட்டது!"

"வாப்பா ரெங்கராஜூ!"

"சொல்லுங்க மொலாளி!"

"அரிசிக்காரத் தெருவு காந்திப் பய ரொம்ப அல்ட்டிக்கிட்டுத் திரியிறானாம். ஒரு புடி புடிச்சு உட்டீன்னா போதும் - திமுறுனான்னா கோழியடிச்சிடு! குபாராப் போய்டாம வெளிய உடாம அளுத்திடு!"

"ராவு காலக்காளி கோயிலு வழியாத்தான் வருவான் போட்டுத் தள்ளீட்றேம் மொலாளீ!" - "புடி இதெ!" - அடுக்காய் நோட்டுக்கள் கைமாறும். நூறு இருநூறு ஆயிரம் ரெண்டாயிரம்... ஒரு டம்ளர் பால் உள்ளேயிருந்து வரும்! 'மொதலாளி' முன்னால ரெங்கராஜன் அதெக் குடிக்கணும். பால் குடிச்சாப் பாதகம் நெனைக்க மாட்டாங்களாமே! பால் குடுத்தே... பல குடி டியெ அழிச்சவனாச்சே ரஃவ்வூப் மொலாளி!

நடு ராத்திரி ஜன்னல் தெறக்கும் - எதுர் திண்ணையில யாரும் இருக்க மாட்டாங்க. நானி கூட எங்கியாவுது போய்ருக்கும். கீழ வாசல் ப்ராந்தியமே மங்கிப் போயிருக்கும். இருட்டு - மங்கல் வெளிச்சம். குத்பு சந்துல நெழல் கட்டுது. எதிர நானிம்மா நடந்து வரும்போது இருட்ல நிக்கிற ரெங்கராஜனெ அது அடையாளங்கண்டுகிட்டதும்... ஆ! எதுரெ! பின் கதவு வழியே திறந்து நிக்கிற நூரி! இருட்ல கூட பால்ல குளிச்சு வர்ற மாதிரி நூரி அழகு! தூரத்திலிருந்து நடந்து வந்து கொண்டிருக்கிற பலி ஆடு காந்தி! அதோ இருட்டு- இருட்டு - பாய்ந்து ஓடிய நூரியின் அணைப்பில் ரெங்கராஜன் மயிரிழையில்!

இருட்டுக் கொட்டிலில் - நூரி விழுந்தாள். ரெங்கராஜனோடுதான். ரெங்கராஜன் அவளுடன் முழுகினான். காந்தி? தப்பினான். அதுவும் மயிரிழை? ரெங்கராஜனிடம் காந்தி தப்பிய அன்றே நூரி ரெங்கராஜனுக்கு கொடுத்து வைத்தாள். நானிம்மா மூச்சு வாங்கப் படி ஏறித் திண்ணையில் ஆயாசத்தோட விழுந்ததும் அன்னைக்கித்தான்! விடிஞ்சதும் "நூரி ஓடிப் பொய்ட்டா" என்றார்கள் தெருப்பெண்டுகள்.

"காஃபிர் பயலோடல்ல ஓடிருக்கா!" என்று இளைஞர்கள் துடித்தார்கள்.

விடிந்தபோதே!...

ஹையத்பி என்ற நானிக் கிழவி திண்ணையிலிருந்து வாயிலோடு நீரோட 'மௌத்' ஆகிக் கிடந்தாள். வாயில் எறும்புக் கூட்டம்! கண்ணில் ஈ சுழன்று அமர்ந்தது.

நூரி வீட்டில் - ஒரு சத்தமில்லை. மொதலாளி சத்தமில்லாமல் முட்டை சேமியா சாப்பிட்டுக் கொண்டிருந்தார்கள். பலர் நம்பவேயில்லை. நூரி சந்தனமாச்சே சேறுல விழுந்தாச்சே! என்றார்கள். நாலாபுறமும் ஆட்கள் தேடிப் பறந்தார்கள்.

பாகு ஊற்றி நிறம் மணக்கச் செய்த திக்டி பாகு முட்டைச் சேமியாவை பீங்கான் குழிக் கரண்டியில் பாலை ஊற்றி சாப்பிட்டுக் கொண்டிருந்த செய்துள்ளா மொதலாளி ஒண்ணும் அலட்டிக்கல்லெ. பெரிய்ய உருவம் கண்சிவந்திருந்தது. மூசுமூசு என்று மூச்சு விட்டபோது சாப்பிட்டது கூடத் தாங்காமல் வேர்த்து ஊறிக் கிடந்த அவரது தொந்தி, மேலேறி மேடு தட்டி கீழிறங்கிக் குழிவிட்டது.

“தேத்தண்ணி கொண்டாடீ!” கத்தினார்.

வெள்ளைப் பீங்கான் கிண்ணம், அதில் கொழுப்பு மிதக்கும் டீ! அழுதழுது சிவந்த கண்ணோட மொதலாளியோட நாலாவது பெண்டாட்டி மெகர் கையிலேந்தி வந்தபோதும் மொலாளி அசையவேயில்லெ. மெகர் போதும் இப்போதைக்கு பகலும் போதும். சிவப்பான தேத்தண்ணி ரோசாக்கலராகி பாலோடு குழம்பி மெகர் மாதிரியிருந்தது. ச்சீ!

“ஓடுகாலி நாயி ஓடிப்புட்டா ஏம்ளா அழுவுறீங்க? அல்லாவுக்குத் தெரியாது! ஓடீட்டாளாம்! இதுவ அழுகுது! சை! கையில ஆம்படட்டும்! ஷைத்தான்!” பொருமினார். நூரி அகப்படவேயில்லை.

லத்தீஃப் அலைந்து திரிந்தபோது ஒரு நாள் பகலில் மணிக்கூண்டுப் பக்கம் ரெங்கராஜனைப் பார்த்ததும் பாய்ந்தான். பக்கத்தில் மௌல்வி சாஹிப்! “ஏய்! நிறுத்துங்கய்யா! அவரு முஸ்ஸல்மானாய்ட்டாரு. இனிமே அதெல்லாம் வாண்டாம். அல்லாஹுத் ஆலா கருணைனால அவரு நம்படவங்க ஆயிப்புட்டாரு! நம்பள்ள அவரும் ஒரு விசுவாசி! லத்தீஃப்பு! அவரும் நம்ம ஆளு! நாமதான் பாதுகாப்பு! நம்ப கொமரு! நம்ப சகோதரி!”

சொல்லிக் கொண்டேயிருக்கும் போதே லத்தீஃபு முஷ்டியை மடக்கி ரெங்கராஜன் முகத்தில் ஒரு குத்து!” ஹம்மக்!”என்று கத்தியபடியே எட்டி ரெங்கராஜன் வயிற்றில் சுழட்டி ஒரு மிதி! “ஹா” என்று ஒரு அலறல்! வரும் என்று எதிர்பார்த்த மௌல்விக்கு ஆச்சரியம்.

திடீரென்று மரம் மாதிரிச் சாய்ந்து உருண்டான் லத்தீஃப்பு. இல்லை! தூக்கியடித்தது ரெங்கராஜன்! தூக்கி எறிந்ததை யாரும் பார்க்க முடியாது. “பளிச்!” அவ்வளவுதான். நாலு பேர் தடுத்து நிறுத்து முன் லத்தீஃப்பு வாய் கிழிந்து ரத்தம் ஒழுகியது.

ரெங்கராஜனைப் பத்துப்பேர் தள்ளிப் பிரிக்க முயன்று கொண்டிருந்தார்கள். லத்தீஃப்பு எகிறிக் குதித்துக் கொண்டிருந்தான். உதடுலேந்து ரத்தம் புளியாய் வாயுள்ளும் வெளியுமாய் வழிந்தது ரெங்கராஜனுக்கு. கூட்டம் கூடியும் முக்கலும் முனகலும் கூட்டம் ஞாயம் பேசியது. எல்லோரும் பிரித்துவிட்ட பின்னும் பிசிபிசுத்தது ஆத்திர வேகம்.

நூரி வரவேயில்லை. அன்னைக்குப் போனவள் போனவள்தான்.

முத்தலிஃப்பாக ஆக்கினாள் ரெங்கராஜனை. பள்ளி வாசலுக்குப் போகச் சொன்னாள். துணி துவைத்துப் போட்டாள். கொஞ்சமாய்க் கறி வாங்கி வந்து மணக்கச் சமைத்து ரெங்கராஜனை உட்கார்த்தி பரிமாறி ஊட்டிக் காட்டினாள். பிர்னிக் கஞ்சி அவனுக்கு ரொம்ப இஷ்டம்.

ரெங்கராஜனை எல்லாரிடமும் முத்தலீஃப்பாகச் சொன்னாள். நகைகளை விற்று, அவனுக்கு டெட்ராக்ஸ் ஸ்லாக் ஷர்ட், வேட்டி எல்லாம் சிங்கப்பூர் சாமானாக வாங்கிப் போட்டு விட்டாள். வீடு சமைந்தாள், பசியாறிப் பசியாற்றி மலர்ந்தாள். முதலில் எதிர்த்த முஸ்லீம்கள் வீடு வீடாகப் போட்டி போட்டு நூரியையும் முத்தலீப்ஃபையும் அழைத்து விருந்து ஊட்டினார்கள். அல்லாஹுத் ஆலாவின் கருணை!

ரெங்கராஜனை மடியில் போட்டு கொண்டு அவன் முஸ்லிமாக ஆக வேண்டிய அவசியத்தைச் சொன்னாள். நபிகள் குரைஷிக் கூட்டத்திடம் பட்ட அவதிகளைக் கதைகதையாகச் சொன்னாள். ரொம்ப நேரம் அவனிடம் பேசிக் கொண்டிருக்க முடியாது. கல்லில் செதுக்கிய அவன் மார்பு, கெட்ட பழக்கங்கள் ஏதுமில்லாத அவன் ரத்தத்தின் அனல் அவளைச் சும்மா விடாது. நாஜ்மாவின் குடிசையில் ஒளிந்து கிடந்தபோது காடு புகுந்த மதங்கொண்ட யானையால் கடலைக் கலக்கிய ரெங்கராஜனை அவள் தடுத்ததில்லை! மூன்று மாதம் பகலிரவு தெரியாது. சூடு குளிர் புரியாது. வலி தெரியாது. வேறெதுவும் கண்ணீல் படாது! லட்டு மிட்டாய்தான் அவன்!

பகல் முழுவதும் பேயாய் அலைவான். இரவு மிருகம் போல் வந்து விழுவான். நூரியும் அவன் போக்கிற்கு ஏதும் மறுத்தேயில்லை. காரணம் அவன் என்பதே அதுதான். திடீரென்று வெளியேயிருந்து ஒரு விஸில் சத்தம் “உய்...ய்..ய்ய்...ய்” நூரியையே புரட்டித் தள்ளி உருவி எழுந்து மந்திரம் பாய்ந்ததுபோல் நிற்பான் முத்தலிஃப்பு, உடம்பு முழுவதும் பொட்டுப் பொட்டான வியர்வை பொடிய முன்னிரவில் அவன் மனத்துள் சூழ்ந்து போயிருந்த நூரி துடித்துப்

போய் கிடப்பாள். அலட்சியமாய் கைலியை மடித்துக் கட்டியபடி அவளைத் திரும்பிப் பாராமல் மெல்லக் கதவைத் திறந்து கொண்டு வெளியே போவான் முத்தலீஃப்பு.

முத்தலீப்ஃ என்கிற ரெங்கராஜன் அப்போது அதே நாலு மணி இருட்டில்...ஆடக்காரத் தெரு முனையில் நாகுச் செட்டியாருக்காக மோட்டார் ஸ்ப்ரே பெயிண்ட் கம்பெனி ஒன்றின் மெக்கானிக் சுந்தரம் என்கிற நாயுடு பையன் ஒருவனை செமத்தியாக விட்டு வாங்கிக் கொண்டிருந்தான்...முன்பே செய்த ஏற்பாடு! சுந்தரத்தின் பொண்டாட்டி ஒரு பிராம்மணப் பெண் குய்யோ முறையோ என்று கூச்சலிட்டு ஆட்களைக் கூப்பிட்டுக் கொண்டிருந்தாள். யாரும் வரவில்லை. வீடுகள் கதவுகளையும் ஜன்னல்களும் திறந்து கொண்டு பார்த்தன.

உள்ளேயும் இருட்டு, பின்பு உடனே தானே அவைகள் சத்தப்படாமல் பூட்டிக் கொண்டன. சுந்தரம் ரத்தம் கக்க ஆரம்பித்தபோது அவனோடு ஓடி வந்துவிட்ட அந்த பிராம்மணப் பெண்ணை நாகு மொதலாளியுடைய ஆட்கள் தூக்கிக் கொண்டு போனபோதும் யாரும் வரவேயில்லை. நாகு மொதலாளியுடைய ஷெட்டுக்குப் போனபோது விடிந்தது...

முச்சந்தியில் பிராம்மணப் பெண்!

"என்னா முத்தலீஃப்பு?! கொடுத்ததை வாங்கிக்கிறே? புது மாப்ளே இல்லியா நீயி?!"

"புது மாப்ளைன்னா என்ன?"

"அடப் போப்பா அந்தக் குட்டியை ஷெட்டுக்குக் கொண்ணாந்தாச்சா"

"உங்க ஆளுங்க கொண்டாந்தாங்களே!"

"சரி இந்தா இன்னும் ஆயிரத்து நூறு!"... விடிந்தே போய்விட்டது... முத்தத்தில் - ரத்தத்தில் நனைந்து சட்டையை அலசிப் பிழிந்து கொண்டிருந்த முத்தலீஃப்பை பார்த்தபோது நூரி வயிறு எரிந்தது. ஆத்திரம் வேறு.

என்ன மனுஷன் இவன்? ச்சே! நிக்கா செய்து கொண்டபோது இவனை மனுஷனாக்கி விடவேணும் என்ற துடிப்பும் தைரியமும் இருந்தது.

ராத்திரியில் பல நாட்கள் எங்கே போவான் என்று கண்டுபிடிக்க முடியாது. எப்போதும் அவனைத் தேடி பணக்காரர்களின் ஆட்கள், பெரிய முஸ்லிம் வியாபாரிகள், அரபி ஷேக்குகள் கூட எப்போதும்

பையில் வழியும் பணக்கற்றைகள், வெளிநாட்டுச் சாமான்கள். அவனோ ரெங்கராஜனாகவேயிருந்தான். முத்தலீப்ஃஃபு என்று யாரும் கூப்பிட யோசிக்கிறார்கள்.

பகல் நேரம் முழுவதும் ஒளிந்து ஒளிந்து வருவதைப் பார்த்தாலே நூரிக்கு அடி வயிற்றைக் கலக்கும். கண்ணாடிப் ப்ளேட்டில் ஆவி பறக்கச் சோறிட்டு மீன் குழம்பை மீனுடன் ஊற்றியிருந்தாள். நல்ல விறால் மீன் துண்டங்கள் லேசில் சாகாத மீன். முத்தலீப்புக்கு ரொம்ப பிடிக்கும். எதிரே உட்கார்ந்திருப்பான். திறந்து கிடக்கும் சட்டை வழியே மார்பைப் பார்ப்பாள் நூரி. மார்பில நீல நிறமாக ரத்தம் கன்றியிருக்கும். அடியா?

"என்ன மாமு இது?"

"ஒண்ணுமில்லெ!"

"என்ன ஒண்ணுமில்லேங்கிறீங்களாம்? கண்ணிக் கெடக்கு அப்படியே..." மூடி சட்டையை இழுத்துவிட்டு பட்டன் போடுவான். மறைப்பான். நூரி கண்கலங்கி சிலை மாதிரி நிற்பாள். சொட்டு சொட்டாக ரத்தம் கால்களில் அவன் பெருவிரல் நசுங்கி ரத்தம் கட்டியிருக்கும். ஒன்றும் பேச முடியாது. ரத்தம் அவனுக்குத் தண்ணீர் மாதிரி ருசிக்கும் ரத்தம்.

"பாப்பூ! உம்மா!" - கதறி அழுவாள் நூரி.

கொஞ்சமும் அசர மாட்டான் முத்தலீஃப்பு. அமைதியாய், பரபரப்பில்லாமல் பார்த்துக் கொண்டே நிற்பான். மெதுவாகக் கதவு திறக்கும் சத்தங் கேட்டு அழுதபடி தலை நிமிர்த்திப் பார்ப்பாள் நூரி.

"இப்டிகூட ஒர ஆம்பளை உண்டா?"என்பாள் நாஜ்மா. நாஜ்மாவெ நாலாவதாட்டியா கெட்டிகிட்டான் ஒரு டீக்கடைக்காரன். நிக்காவுக்கு நூரியும் போய் விருந்து சாப்பிட்டு விட்டு வந்தா. நாஜ்மா மீன் கடையில் பொறுக்கித் திரிந்ததெல்லாம் தெரியும். அத்தனை கஷ்டம். இப்போ அவள் போடுற ஆட்டத்துக்கு அவ வூட்டு ஆம்பளை கூடவே திரியிறான். சினிமாவுக்கு நாஜ்மாவோட போறது திருவிழா மாதிரிதான். மூணே மாசம்! கர்ப்பம் ஒண்ணு கலஞ்சு போயும்கூட 'குழிப்பிள்ளை மடியிலே'ன்னு ஒண்ணு ஒன்பது மாசத்துலியே பெத்தெடுத்துட்டா... நூரியும் பாத்துகிட்டேதான் இருக்குறா. ம்ஹூம். பொசு பொசுன்னு பூனெக் குட்டி மாதிரி நாஜ்மாவும் குளுகுளுன்னு கறுப்பானாலும் மூடிகிட்டே திரியிற சொகுசுப் பொண்ணு இல்லெ. மீன் மார்கட்டுல மீன் விக்கிறவ. ஆனா எப்டிப் பொளைக்கிறா?! புருஷனோட ஒண்ணா?

...நூரி ஓடியாந்தது அல்லா! இதுக்குத்தானா அல்லாஹு 'ரப்பே!' ராத்திரி மட்டும் ஒதுங்காது! ஓயாது தினம் மூணு வேளை! அதுவும் மூணு வேளை! பின்னேர ராத்திரிக்காக அவன் உடம்பின் தேன் மணந்து சொட்டும் வேளைகளுக்காக... நூரிக்கு அவன் முரட்டுப் பிடிகள் சாதாரணம். அவன் பலம் அவளுக்கு அத்துபடி! பெரிய வஸ்தாத் உஸ்தாத்களை எல்லாம் தூக்கிப் போடும் அவன் உடம்பின் திமிர் அவளுடையது! நூரி படிக்காத பெண்! ஆனால் தினமும் ரெண்டு வேளை குரான் ஓதுகிற பெண். மதரஸா பள்ளிக்கூடம் போய்ப் படித்தவளில்லை. வீட்டிலேயே அராபியும் உருதும் படித்தாள்.

தினமும் இருட்டில் சந்து முனையில் யாருக்கும் தெரியாமல் அவளைக் கண்டுபிடித்து அமுக்கிக் கொண்டது ரெங்கராஜனுக்கு மட்டும்தான் புரியும். இப்போது ராத்திரி அகால வேளையில் அக்பர் லாலா சந்து கல்லுக் கம்பத்தின் அருகில் இருட்டுக்குள் எப்போது வருவான் என்று காத்துக் காத்து பல வேளைகள். விடிந்தும் அவள் நிற்பதை தெருப் பெண்கள் கலக்கத்தோடு பார்ப்பார்கள்.

எல்லாருமே பர்தா போட்டுக் கொண்ட பெண்கள் அல்ல. பாதி பேருக்கு பர்தா போட்டுக் கொள்ளும் தக்கீர் கிடையாது. விதியும் பணமும் வாழ்வும் மோதும் சூது. ஏழ்மை முக்காடு என்று - யாராவது ஆம்பளை அந்தப் பக்கம் வந்தால் சேலையைச் சுழற்றிப் போடுவார்கள். அது பாவனை மட்டும்தான். பாம்பாட்டித் தெருவுக்கு வந்தும், குடிசைக்கு வந்து விழுந்தும், பர்தா போடுகிறவளாகவே இருப்பவள் அங்கே நூரி மட்டும்தான்.

முத்தலீஃப்பு நிறையத்தான் சம்பாதித்தான். திடீரென்று பதினைந்து நாள் காணாமலே போய்விடுவான்... அப்போதெல்லாம் நூரி ஒற்றை விளக்கேற்றி குர்ஆன் ஓதிக் கொண்டேயிருப்பாள். நூரிக்கு கனவுகள் ஏதும் கிடையாது. ரெங்கராஜன்தான் கனவு!

யாரையாவது... யாருக்காவது... வெட்டித் தள்ளிவிட்டு வந்திருப்பான். முத்தலீஃபின் உலகம் அவளுக்கு நன்றாகவே தெரியும். அங்கே எந்த தர்மத்துக்கும் ஒரே பதில். அடிக்கு அடி, கண்ணுக்குக் கண்; பல்லுக்குப் பல்; உயிருக்கு உயிர்: குலை நடுக்கமும்... பயமும்... இல்லாத நாளும் கிடையாது. ஆனால் முத்தலீஃப் இரவுகளில் அரசன். ராணியிடம் வந்து சேர்ந்துவிட்டால்... அவன் பூந்தி நெய் லட்டுதான்! அத்தனை இனிப்பு! மயக்கம்! புதையல். அவன் போய் நூரி தனியே நிற்கும்போது வீடே வெறிச்சிட்டுக்

கிடக்கும் பகல்கள் அகண்டு போகும். வராத நாட்கள் பெருகும்போது வீடு முழுசும் அப்படியே போட்டு வைத்திருப்பாள் நூரி.

பெட்டியில் ஏராளமாய் பணம் கிடக்கும்! எடுக்க மாட்டாள்! ஏன்? தெரியாது. அவன் வந்ததும் கத்தை கத்தையாக பெட்டியில் போட்டுவிட்டு அவளிடம் சொல்வான்.. "மூவ்வாயிரத்தி எளனூறு போட்டேன்" அவள் திரும்பி பார்க்கமாட்டாள்! மடியில் கண்ணைப் பறிக்கும் வெளிநாட்டு ஜார்ஜெட் சேலை வந்து விழும். உடுத்த மாட்டாள்! அவன் கேட்க மாட்டான்.

"ஏண்டி கட்டிகிட்டா என்ன?" என்றாள் நாஜ்மா. அப்டியே தூக்கி அவகிட்ட குடுத்து அனுப்பீடுவா. தாஜ்மா அந்தச் சீலையெத் கட்டிகிட்டு வாரதையும் போறதையும் முத்தலீஃபு பார்ப்பான். ஒண்ணுஞ் சொல்ல மாட்டான். நூரிக்கு முத்தலீஃப் போதும். ரெங்கராஜனும் வேணும்!

அவன் அந்தி சந்தியில் பள்ளி வாசல் போறது ஒண்ணுந் தப்பாது. தொழுகெ முடிச்சு வர்றதைப் பாக்க எப்பவாவுது காத்து நிப்பா நூரி! ரொம்ப சந்தோஷமா சிரிச்சுக்குவாங்க. ரெண்டு பேரும் பெரிய பெரிய வெள்ளைக் கிண்ணங்களில் கோழிக் கறி பொரிச்சுச் சின்னச் சின்னக் கிண்ணங்களில் குர்மா நெய் சாதம் போட்டுச் சமோசா வெச்சு ஏந்தலான பூப்போட்ட பீங்கான் தட்டு மலேயா கிண்ணத்துல வெள்ளை வெளேர்ன்னு சாதம் படைச்சு முத்தலீஃபெ பசியாற அழைக்கிற நூரி 'ஆச்சர்யம் தர்ர பொண்ணுதான்.'

முத்தலீஃப் ராஜம்மாவெ நெனைச்சுக்குவான். அவளும் ஊட்டி ஊட்டி வளத்தவள்தானே! சாப்பிட்டுகிட்டு இருக்கும்போதே எடுத்து எடுத்து ஊட்டுற வேலை நூரியால மட்டுந்தான் முடியும். கோழிக்கறியெ அதக்கி எலும்பெக் கழட்டி சிவப்புச் சாந்தோட பொறிச்ச கறிப் பத்தையெ நெய்யோட ஒழுக அவன் வாயிலெ எடுத்து வெச்சா வாய் தொறக்காதா என்ன? நெய் சாதம் வியர்வையெக் கௌப்பும். முத்து முத்தா வியர்வை சொட்டச் சொட்ட காரமாய் நாக்குத் தட்டி அவன் சாப்பிடுகிறதைப் பார்த்தே பசியாறீடுவா நூரி! அப்றமா அவளால் அப்டியொண்ணும் ருசிச்சுச் சாப்ட்டுட முடியாது. அவனோடையே எழுந்திரிச்சி படுக்கை போட்டுடுவா. வெறும் பெண்ணா இருந்தா நூரி என்னைக்கோ வாப்பா ஊட்டெத் தேடீட்டுப் போயிருப்பா திரும்பியும்! அவ இப்போது முத்தலீஃபுவின் மனைவியாச்சே. அவளை அவன் உயிராக மதிக்கையில் எப்படிப் போவது?

ஆனால் கல்யாணம் - நிக்கா எல்லாம் இவனை ஒண்ணும் பண்ணலை. கட்டுப்பட்டு வாழற ஆளுமில்ல முத்தலீஃபு. எவனுக்கும் பயப்படற ஆளு இல்லெ. மாசம் மூணு தடவெ போலீஸ் ஸ்டேஷன்லெ கையெழுத்துப் போட்டுக் காட்டி 'இங்கதான் - ஒழுங்கா - இருக்கேன்'னு டம்மியடிச்சுக் காட்ட வேண்டிய புள்ளி. அவன்னா... எவதான் வந்து இவனோட வாழ வருவாளுவ!?

நூரி மாதிரி எவளாவது இருக்கிறதானா அதுக்கு இதெல்லாம் காரணமில்லே. நூரி முத்தலீஃப்பெ தேடிகிட்டும் எஞ்சியும் போக மாட்டா. அது வேற! மொதலாளி ஊட்டுப் பொண்ணாச்சே அது வேற! ராத்திரீல மட்டும் தெருச்சந்து மொகனையில் வந்து நிக்கிறாளே நூரி? அது மட்டும். அது வேற!

அன்னைக்கும் ராத்திரி மூணு மணி தெருச் சந்து கல்லுகிட்ட நிக்கிறா நூரி! பத்து நாளா முத்தலீஃப்பு இல்லெ. வீடு பூரா தூசி படிஞ்சி கெடக்கு. நூரி கூட்டல்லெ. கழுவல. சமைக்கல்லெ. வாசக தெளிக்கல்லெ. தெருவு பெருக்கல்லெ. அவனெ நெனைச்சாப் போதும் மனசு பெருசாகிப் போகுதே ஏன்? செத்துப் போன நானிம்மா சொல்லுமே ரெங்கராஜு உடாதடீ குட்டி. அவன் பாக்கத்தான் பூனே! உன்கிட்ட பாலு குடிச்சாப் புலியாய்டுவான்னு எத்தனை மாசமா... அவன் இப்டியே... பொறுக்கித் திரிஞ்சு... இதுலியே அழுந்திப் போய்... நாஜ்மா மீன் மார்க்கட்ல எப்டிப் பொறுக்கீட்டு ஏந்தப் பொளைச்சி அலைஞ்சவ? எவன் அவள் கட்றேன்னான்? ஒரே புடியா இருந்து. எதுக்கும் வளைஞ்சு குடுத்துடாமெ. எல்லாரும் என்ன சொல்கிறாங்கன்னு கவலைப்படாமெ. நாலாவதாப் போறமே ஒரு கொமருன்னு யோசிக்காமெ... தீர்மானம் பண்ணி டீக்கடை சாச்சாவெக் கெட்டி புள்ளையும் கெழங்கு மாதிரி பெத்தெடுத்துட்டாளே குட்டீ! "நூரீ! அவளெப் பாத்து ஏங்கற கதையாச்சேடீ பொண்ணே! நானிம்மா!"

எவ எவ தாலியறுத்து...எவ எவ பொழப்புல மண்ணள்ளிப் போட்டு... அல்லாஹு! முத்தலீஃப்பு இப்டி ராத்தங்காமெ அலஞ்சு... என்னா பொறவியிது? என்னா ஆம்பளை இவன்? இஸ்லாம்ன்னா சமாதானம்! இவனெக் கட்டிக்கணும்ங்கிறதுக்காக இவனெ இஸ்லாத்துல சேத்து முஸ்லீமாக்கி...

இந்தப் பத்து நாளா ஒரு வேளைதான் சாப்பாடு நூரிக்கு. வாசலுக்கும் கொல்லைக்குமா அலைஞ்சு கால் கடுத்துப் போகும். ராத்திரீல தூக்கம் அண்டாது. லேசா பலாமரத்து எல உதுந்தாக்கூட 'பொட்'டுன்னு சத்தம் எழுப்பி விட்டுடும். விடியும் போது தெருல

போற நெல்லு வண்டி 'கட்டக் டட்டக்'சக்கரம் குடுக்குற சத்தம் முழிக்க வெச்சுடும். முழிக்கணுமா? அவ தூங்குனாத்தானே?!

"என்னப் படச்ச அல்லாவே...!"

எழுந்து உட்கார்ந்து கொள்வாள் நூரி. "பாப்பூ! உம்மா! நானு தனிய்யா இருக்கேன். ஆரும் இல்லெ. அல்லா இருக்கான். தோ குரான் இருக்கு. புழுதிபடிஞ்ச ஊடு இருக்கு. திசையெல்லாம் பரவுது சூர்ய வெளிச்சம் என்று சொல்லிக் கொண்டு இருக்கும்போதே பதைத்து நின்றாள் நூரி. தெருமுனையில் நீண்ட நெடிய நிழல்! நிழலுக்குத்தான் எத்தனை சக்தி! பாய்ந்து ஓடினாள் நூரி. தெருவில் யாருமில்லை. இருட்டு அமிர்தமயமாய் சந்துக்குள் பாய்ந்திருந்தது. வலிமை வாய்ந்த அவன் கரங்களில் சிறையாகிப் புதைந்து நெஞ்சுக்காட்டுக்குள் எங்கோ அழுந்திப் போனாள் நூரி! முத்தலீஃப் வாரி அள்ளி அவளை எடுத்துக் கொண்டு வீடு வரை நடந்தான். எப்படி இவனால் இப்படி இனிக்க முடியும்? எப்படி இவன் வரிந்து சுற்றி உள்ளிழுத்துக் கொள்ள முடிகிறது? அவனைக் காணோமே!

வீட்டுக்குள் நுழைந்ததும் அந்த வீடு முழுவதும் செயலிழந்தது. சோலை ஒன்று விரிந்து அருவி ஒன்று பாறையைப் பிளந்து கொண்டு பாய்ந்தது. நிலவு ஒன்று உருகி சூரியன் ஒன்று பாளம் பாளமாய்ப் பொடிந்து - பூ ஒன்றில் மகரந்தமாய் நுணுங்கிப் போனது நூரிக்கு மட்டும் உணர முடியும். முத்தலீஃப்பு நூரியைத் தலைகீழாய்ப் புரட்டிப் போட்டான். அப்போதுதான் நூரி கண் விழித்துப் பார்த்தாள் உலகத்துள்ளே! ரெண்டு பேரும் ஒருவரை ஒருவர் பார்த்தே மௌனமாகிக் கிடந்தார்கள். இரவு இன்னும் அவர்களை உறக்கிவிடக் காத்திருந்தது.

நூரியின் கண்கள் உஷ்ணத்தால் கதகதத்துக் கரித்தது. பேச்சில்லை. இவன் இப்படித்தான் இதில்தான் நாசமே! வந்ததும் வீழ்த்திவிடும் வசம். இன்னும் அவளை ஆழத்தில் புதைக்கும் சதி! இவனை மீற இவள்- இவளையே மீறியாக வேண்டும். பசிக்க பரிதவிக்க அடித்து - சாகவிருக்கும் கணத்திலேயே அமிர்தவர்ஷத்தால் மூழ்கடித்து மூச்சுவிடக்கூட நேரம் தராத இவன்! இவனை அழித்தாலன்றித் தப்பவே முடியாது... நூரியின் மூச்சு முட்டியது. அத்தனை இன்பம். உதடுகள் புதைத்து உதடுகளில் நைந்தன.

அவன் எழுந்து நின்றான்! பேசவில்லை. பேசுகிற ஜாதியல்லே. மிருகம்! ஆ! அவளை அள்ளி எடுத்து அப்படியே உரத்து...

இப்போது லட்டு மிட்டாய் நெய் வாசமில்லை. ஆசையில்லை. ருசியில்லை. இவன் 'அவனி'ல்லை! இருட்டில் நின்ற நூரிக்குப்

பயம் செத்தது. இனி அவளுக்குப் பயம் இல்லை. திமிறி உதறினாள். முத்தலீஃப்பை கரணை கரணையாய் அவன் பாறையான மார்பில் அழுந்தினாள். மறுபடி திமிறி உதைத்தாள். கைகளால் போராடினாள். அவன் வலிமை ஆச்சர்யமானது. பத்து பேரை ஓரடியில் வீழ்த்தும் ரத்தத் திமிர் அவனது! அடியற்ற ஆழத்தில் அவனைப் புதைத்து மீண்டும் கவிந்து அவள்மேல் பரப்பி கால்களாலும் அவளைக் கவ்வி உறிஞ்சினான் முத்தலீஃப்

அவன் முடிச்சில் நூரிச் சிக்கிச் சுருண்டாள். மேலழுந்தி உள் வாங்கிய அவன் வளைத்து அவளைச் சுற்றி இறுகினான். பாய்ந்த அமுதத்தில் நீந்தினாள். இருட்டு! கண் விழித்துப் பார்த்தபோதும் இருட்டு! அமுதப் பரப்பில் நீந்தி வருகுது ஒரு குழந்தை! நரம்புகள் பால் சொரியத் தயாராகிக் குழல்கள் பாலால் நிரம்பின. இருட்டு! விழித்துப் பார்த்ததும் அழுந்தியது இருட்டு! இரண்டு வினாடிகளில் அமுதத்தில் பாய்ந்து அவள் வயிற்றில் பாய்ந்து வந்த குழந்தை! ஆ! ரெங்கராஜனா இதுவும்!

சின்ன முத்தலீஃபா?...யா அல்லா!...

இப்போது பாய்ந்து நெக்கி அவள் உதடுகளைக் கவ்வியிழுத்து முத்திக் கொண்டிருப்பது யார்? இருட்டு! அவன்தான் பாவி! அவனேதான். முத்தலீஃப்புதான். மறுபடி எப்படி இழந்தாள்? மூன்றாம் முறையாக உயிரைப் பிடித்துக் கொண்டு உயிர் நிலையில் மிதித்தாள். இப்போது அவன் விட்டான். பிடி நழுவி அவள் வாரிச் சுருட்டிக் கொண்டு எழுந்தாள். எத்தனை நாள் இப்படி இந்த நாசம்! என்ன தக்கீர் இது? வினையா? அவனைப் போல ஒரு குழந்தை! தாயைத் தனிக் குழியில் புதைக்க வரும் குழந்தையா? அப்பனைப் போல் தெருவில் அலையும் அடியாளாக அதுவும் - இன்னொரு தாயைக் காலடியில் மிதிக்குமா? அதற்கும் திமிரும் ஆண்மையும் அழுத்தும் பாரமும் இனிக்கும் உடம்பும் இருக்குமா? அதுவும் எவளையாவது இழுத்துக் கொண்டு போய்த்தள்ளி உடம்பால் உடம்பை அடித்துத் தள்ளி, உடம்பால் உயிரைக் காவு கேட்குமா? அதுவும் குழந்தை முத்தலீஃபா...

இருட்டு...! மழை மேகம் நெருக்கி கயிறு போல் சுருட்டிக் கொண்ட முறுக்கிய இரவு!

முத்தலீஃப் அப்போதும் அயர்ந்து அவள் மேல் கிடந்தான். மீண்டும் நூரிக்கு உணர்வு திரும்பியபோது அவள் மேல் கவிந்து கிடக்கும் அவன் கரங்களில் மீண்டும் மீண்டும்... வியர்வையில் பளபளத்த அவள் உடலின் இனிப்பு இப்போதும் தகித்தது. அவன்

விடமாட்டான். கட்டிலில் கட்டியடித்த மிருகமாய் இனியும்... இனியும்.... இன்று அவள் வயிற்றில் புகுந்த அவன் குழந்தை! அவளுக்கு நன்றாகத் தெரிந்தது. அது அவனேதானே...! அவள் தப்பவே முடியாது என்ற குபீர்ப் புரட்டல் அடி வயிற்றிலிருந்து எவ்வி உச்சந்தலையில் மோதியது.

அவன் அவளை இப்போது முத்தமிட்டுக் கொண்டிருக்கிறான். அடுத்த புயல் தலைக்குமேல் சுழன்றது. விடிந்து நாலு மணியிருக்குமா? குடிசையின் கூரைகளில் கோடை வானத்தின் அவசர வட்டங்கள் சுழல்வது புரிந்தது. விடிய விடிய அவன் விரல்களில் பிதுங்கிய அவளது நெஞ்சு சுழண்டது போல் வலித்தன. அமுக்கி ஒரு பிடிபிடித்து கவ்வினான். 'ஹம்மா!... இப்போது அவன் இனிப்பதெங்கே? வியர்வை மட்டுமீறி வடிந்தது. இடம் தராமல் பிடி விடாமல் சொடுங்கிச் சுருண்டு அவனிடம் யாசித்தாள் நூரி...! "வாண்டாம் மாமூ! நெருப்பாய் எரியிது! போதும்!"

"என்னட்டீ போதும்! சாத்தான் வா!" என்று முழங்கினான்.

அவன் எதிர்பாராமல் அறையின் ஒரு பக்கமாய்ப் போய் விழுந்தான். தூக்கி எறியப்பட்டதும் வலியுடன் உயிர்நிலையில் அவள் மிதித்த மிதியும் சொடுக்கி வலித்தது... நூரிக்கு ரகஸ்யம் அவனோடு புரிந்தது. சண்டையில் அவன் பலம் புரியும் முன் எதிரியின் பலம் பார்த்தாக வேண்டும்? அவளால் இனி மிருகம் போல் மிருகத்தோடு பலப்பரீட்சை செய்ய முடியாது. விழுந்த வேகத்தோடு அவன் இப்போது வரப்போகிறான்... பாய்ந்து கசக்கி மீண்டும் குழியில் தள்ளி மீண்டும் அவளை உறிஞ்சி இல்லாமல் செய்ய இதோ... இருட்டுக்குள் அவளை அடைத்து... எங்கோ போய்விடப் போகிற முத்தலீஃப்பு இதோ... வரப் போகிறான்.

நினைக்கு முன் கருமலையொன்று அவள் மேல் இடி போல் சரிந்தது. இருட்டு! முத்தலீஃப்புக்கு மட்டுமா சொந்தம்? வயிற்றுக்குள்ளிருந்து குழந்தை கூப்பிட்டது! "எழுந்திரும்மா! உம்மா! எழுந்திரி!" கருமலை சரியுமுன் எழுந்து மின்னல் போல் இருட்டில் பாய்ந்த அவள் நூரியா? 'அவள் நூரியா? அல்ல! விலங்கில் பூட்டப்பட்ட அடியுண்ட மிருகம்! எட்டிப் பார்த்து, மிதித்தது நூரிதான்.

கீழே விழுந்த மிருகத்தின் கழுத்தில் ஏறித் திருகி விழுந்ததும் நூரிதான். இருட்டுக்குள் மிருகங்கள் இப்போது முட்டி மோதின. இனி அவளுக்கு இருந்த ஒரே புகல் அதுதான். நீண்டு கேட்ட அலறல் பக்கத்துக் குடிசைகளையும் வீடுகளையும் உலுக்கியது. அலறல்

கதறலாகி நீண்டு ஒலித்தது. கதறல் ஒப்பாரியாக நேரமாகவில்லை. பக்கத்துக் குடிசைகளிலிருந்து ஜனம் பெண்டுகள் பிள்ளைகள் கூடி ஒப்பாரியாகி நீண்டு ஒலித்தபோது, ஆட்கள் பறந்தனர். முதலாளிமார்கள் வீடுகளுக்கும் பள்ளிவாசலுக்கும் செய்திகள் பறந்தன. முதலாளிகளுக்கும் சந்தோஷம்தான். "தொலைஞ்சானா?"

விடிந்து ஒளி நீண்டு எட்டிப் பார்த்தபோதோ....

வீட்டுக்குள் நூரி வெளுத்துப் போன முகத்துடன் உட்கார்ந்திருந்தாள். நாஜ்மா "என்னட்டீ நடந்தது?" என்று முட்டி மோதியும் பயனில்லை.

"அடியாள் முத்தலீஃபெ யாரோ அவன் வூட்டு வாசல்லியே அடிச்சுக் கொண்ணு போட்டுருக்காங்க" - என்ற பேச்சு எங்கும்!

முழங்கால்களைக் கட்டிக் கொண்டு உள்ளே உக்காந்திருந்த நூரியெ போலீஸ்க்காரங்ககூட ஒண்ணும் கேக்கவேயில்லை.

"யாராயிருக்கும் கொண்ணது?"

"காஃபிர் பயலே செஞ்சுகிட்டாளே நிக்கா? வேணும் நல்லா!"

"கொண்ணது ரவ்வூப்ஃ மொதலாளிதான்! தெரியும்?"

"ல்லெடா! செய்துல்லாதான் செஞ்சிருப்பான். அவன் மவதானேடா நூரி!"

கண்ணீர் மல்க நூரியே கட்டிக் கொண்டு பெருமூச்சு விட்ட நாஜ்மா சொல்வா "ரெங்கராஜும் மச்சாம் மாதரி ஆம்பளே யாரு இருக்கா துனியாவுல? பத்து ஆளே உட்டு அடிச்சாக்கூட கீழ உழாது. ஒரு கைக்கி பத்து ஆளெத் தூக்கியடிக்குமே நூரி! அல்லாஹு படச்சவனே! ஆரு கொண்ணாங்களோ! நீதான் கேக்கணும். அடுத்த பொறெ கெளம்புறதுக்குள்ள மச்சானெக் கொண்ணவங்களே நீயே கேளு!"

தலைதூக்கிப் பார்த்தாள் நூரி. அழக்கூடாது. அழ முடியாது. அழ வேண்டாம்.

போஸ்ட்மார்ட்டம் முடிந்து வைக்கோல் திணித்த முத்தலீஃப்பை கொண்டு வந்து உள்ளே போட்டிருந்தார்கள். திரை போட்டு மூடியிருந்தது.

தாவுத் நடந்து கொண்டிருந்தது. நெய்ச்சோறு குர்மா, முத்தலீஃப்பு என்கிற ரெங்கராஜன் இப்போது யார்?

தெரு முழுசும் வந்து சாப்பிட்டுக் கொண்டிருந்தார்கள். தெரு முனையில் அடிதடி! கூச்சல் யார் யாரோ... புழுதி கிளம்புகிறது. யார் யாரோ தெருவில் போய் நிற்கிறார்கள்.

அங்கே முத்தலீஃப் இல்லை.

திரைக்கப்பால் ரெங்கராஜன் வெள்ளைப் பாதங்கள் தெரிந்தபோது யாருக்கும் தெரியாமல் மௌனமாய்க் கதறி வாய் பொத்திக் கண்மூடி அழுதாள் நூரி, வயிற்றுக்குள்ளே குழந்தை உதைத்தபோது அழுகை நின்றது நூரிக்கு.

திகில் மீண்டும் இருட்டு சுழன்றது.

நூரியின் தலைக்கு மேல் மேகம் மூண்டு 'இடி'த்தது.

வயிற்றுக்குள் குழந்தையா? நிஜம்தானா.

நிஜம்தான்!

(புதிய பார்வை, மார்ச், 1995)

திண்டி

காவேரி கரையோரமா திண்டி நடந்து போயிட்டிருந்தான். நல்ல திடகாத்திரமான ஆளு திண்டி! திண்டின்னா என்ன? திங்கிறது! நல்லா திங்கிறவனுக்குப் பேரு திண்டி. ஜனங்களுக்கு திங்கிறவங்களை அதிலயும் நெறையா 'திண்டி' திங்கிறவங்களைப் புடிக்காது. ஆனா இந்த திண்டி மேல ஜனங்களுக்கு ரொம்ப பிரியம் வந்திரிச்சு. கல்யாணத்துல திண்டிக்குச் சோறு போடுறதுக்கு அந்த ஊர்ல எல்லாரு நா முந்தி, நீ முந்தின்னு நிறைய பேர் சோத்தக் கொண்டாந்து அவனோட இலையில கொட்டுவாங்க! அவனும் சாத்துக்குடி பழம் சைஸுக்கு ஒரு ஒரு உருண்டையா உருட்டி, உருட்டி உள்ள தள்றது. பாக்க அழகாயிருக்கும். ஆனா, ஜனங்க கேலியா சிரிக்கும். திண்டிப் பயல் பொடியனா இருந்தப்பவே அவனை ஊர் பொதுவுல உட்டுட்டு செத்துப் போய்ட்டா அந்த ஆயி. அவ கள்ளப் பொம்புள அதனாலதான். இந்த ஊர்ல திண்டி சோறு திண்ணு திண்டியா வளர முடிஞ்சுது. "அய்யோ பாவம் கள்ளப்புள்ள. ஆயி போய்ட்டா. யாராவுது ஏங்கனு கள்ள ஊட்டு புள்ளயா? - ச்சே!" அப்படின்னு கள்ளப் பொம்பளயெல்லாம் ஆளுக்கொரு உருண்டையா போக வர திண்டிப் பயலுக்கு ஊட்டி விட்டு, அவனும் கஷ்டம் தெரியாம திமுதிமுன்னு வளந்துட்டான்.

எட்டு வயசுல இருபது வயசு உடம்பு வந்துட்டுது அவனுக்கு! திண்டி நிமிந்துட்டான். என்ன செய்யிறது? திடீர்னு அவனுக்குப் போட்ற சோத்த எல்லாரும் நிறுத்திரு வாங்கன்னு திண்டி மட்டுமுல்ல, ஊர்ல யாருமே எதிர்பார்க்கல. திண்டி சும்மா சாப்டல. ஒவ்வொரு வீட்டிலயும் காட்டு மாடு மாதிரி வேலய இழுத்து செஞ்சுப்புட்டுத்தான் சோறு திம்பான். எல்லாரப் பத்தியும் அவளோட, இவளோட தொடுப்பு அப்படின்னு ஒவ்வொருத்தரப் பத்தியும் புரளி உண்டு. ஆனா, திண்டிப் பயலப் பொறுத்தவரைக்கும் எல்லாப் பொண்டுவளுக்கும் மோகம் கொள்ள வைக்கிற தோற்றம். அவன் பதினாறு வயதில் பெரிய ஆம்பளையாகியிருந்தான். அவனப் பாத்ததும் எந்த வீட்டு கதவாயிருந்தாலும் திறந்துக்கும், எந்த

வீட்டுல வேணும்னாலும் அவன் போயி அவன் இஷ்டத்துக்கு சாப்பிட முடிஞ்சிது. அதானலேயே திண்டின்னு பேர் கிடைச்சது. திடீர்னு ராயர் ஊட்ல கொல்லையிலிருந்த மண் சுவர் விழுந்துட்டுது. திண்டி கூப்பிட்டா அரை நாள்ள மதிச்சுவர் வைச்சிருவான். அப்டின்னு ராயர் மாமிக்குத் தெரியும். ஊர்ல எந்த பெரிய வேலையும் கூலியில்லாம செய்யிற ஒரே ஆள் திண்டிதான். எல்லாம் திண்டிக்குப் பதினெட்டாவது வயது வர்ற வரைக்குந்தான். திண்டிப் பயலுக்குச் சம்பளம் வேற கொடுக்கணுமா? சோறு போட்டா போறாதா? அப்டின்னு ஊர் பொம்பளைங்க சோத்தப் போட்டு சொல்லாம வேலை வாங்கிக்குவாளுங்க. ஆனா திண்டி யாருக்கும் தேவையில்லை.

திடீர்னு ஊர் முச்சூடும் திண்டிக்குச் சோறு போட்றதே அதிகம் அப்டின்னு நினைக்க ஆரம்பிச்சுட்டாங்க. திண்டிக்குச் சோறு போட்டு யாரும் வளக்கல. ஆனா அதே சமயத்துல எல்லாரு சோத்தையும் சாப்புட்டுதான் திண்டி வளந்தான். ஆனா, சோத்த தவிர அவனுக்கு வேற எதையும் ஜனங்க சொல்லித் தரல. அதுக்காக அவன் கவலப்படவும் இல்ல. கொஞ்சம் கொஞ்சமா அவன் ஒடம்பு வளந்தப்ப அவனுடைய புத்தியும் வளந்தது யாருக்கும் தெரியுல. திண்டி திண்ணு திண்ணு மட்டிப் பயலா போனான். அப்படின்னுதான் எல்லாரும் நினைச்சுக்கிட்டு இருந்தாங்க.

ஊர்ல புள்ளயுவோ ஏதாவது படிக்கலன்னா, சொன்னத கேக்கலன்னா, திண்டிக்கிட்ட புடிச்சு கொடுத்துருவேன் பாரு அப்படின்னு சொல்லி மிரட்டுவாங்க. ஆனா திண்டி அப்டி பயப்பட்ற மாதிரி ஆளுயில்ல. திண்டி எடுத்துட்டுப் போயிருவான்; திண்டிக்கிட்டே குடுத்துருவேன்; திண்டியவுட்டு உதைக்கச் சொல்வேன்; பாரேன் திண்டிப் பய திங்கற மாதிரி திங்கிறான். திண்டிப் பய மாதிரி உருப்புடாம போறத்துக்குத்தான் நீ இருக்கே; நீ திண்டிப் பயல கட்டிக்கிறதுக்குத்தான் லாயக்கு - அப்படின்னு ஊர் பூரா ஒட்டு மொத்தமா அவன் சுத்தமா ஒண்ணுக்கும் லாயக்கு இல்லாதவனா ஆக்கிடுச்சு. தீடீர்னு சொல்லி வச்சாப்புல திண்டிக்குச் சோறு போட்றத நிறுத்திட்டாங்க. ஏன்னா, திண்டி இன்னும் ஜாஸ்தியா திங்க ஆரம்பிச்சிட்டான். அவன் எப்போதும் போல எல்லா இடத்திலும் சாப்பிடப் போனான். ‘இனிமே இங்கே வராதடா திண்டி! இனிமே சோறு போட முடியாது’ அப்டின்னு எல்லா வீட்டிலயும் சொன்னப்பக்கூட திண்டிக்கு கஷ்டமோ, வருத்தமோ. அவமானமோ தோணல. ஏன்னா, அவன எல்லோருமே அவமானம் பண்ணுவாங்க. அவமானத்துக்கு என்ன அர்த்தமுன்னு அவனுக்குத்

தெரியும். ரோசம், மானம் எல்லாம் காசு உள்ளவங்களுக்குதான் அப்டிங்கிறது திண்டிக்கு நல்லாவே தெரியும். அதுனால பத்து வீடு கேட்டு பத்தாவது வூட்லதான் சரி தொலையிதுன்னு சோறு போடுவாங்க.

சின்னப் புள்ளயா இருந்த காலத்துல எல்லாருமே போட்டாங்க. காலம் ஆக ஆக தேஞ்சுகிட்டே வந்து, இப்ப நிரந்தரமா இல்லன்னு ஆயிரிச்சு. திண்டி தெணற ஆரம்பிச்சான். சாப்பிட்ட வயிறு திடீர்னு சாப்பிடாமல் முழுப் பட்டினியா இருப்பது என்றால், அது என்ன என்று திண்டிக்குத் தெரியாது. ஆகப் பசி தெரிய ஆரம்பிச்சுது. இதுவரைக்கும் ருசி தெரிஞ்சதுல்ல. யார் எதப் போட்டாலும் எவ்ளவு போட்றாங்க அப்டிங்கிறதுதான் திண்டிக்கு முக்கியம். இப்ப போடறவங்களே இல்லைன்னு ஆயிபோச்சு. ஊர் பஞ்சாயத்து. ஆலமரம், குளத்தாங்கரை, மூங்கி குத்து. கோயில் மரத்தடி... இப்டி கண்ட கண்ட இடத்துல பட்டினியாய் சுருண்டு கிடந்தான்.

சோறு இல்லாததுனால வேலயும் இல்ல. திண்டிக்கு எதுனால் அப்டின்னு ரொம்பநாள் முந்தியே தெரியும். பத்து நாளா அவனுக்கு யாரும் வேல சொல்லல! பத்து நாள் இருபது நாளாச்சு. வாள் கத்தியாரு வீட்டு தென்னந்தோப்புல ஐம்பது எளனிய ஒரே நேரத்தில வெட்டிக்குடிச்சான். அங்கிருந்து போற வழியிலே அண்ணாமலை ரெட்டியாரு வாழைக்கொல்லையிலிருந்து முப்பது தார் வாழக்காய வெட்டிக்கிட்டுப் போய் சந்தையில வித்துப்புட்டான். படுகையில இறங்கி வெத்தலக் கொல்லையிலிருந்து ஐம்பது கவுளி வெத்தல, கர்ணக் கிழங்கு வெட்டி குமுச்சு கிடந்ததிலிருந்து இரண்டு வண்டி கிழங்கு காணும், அறுபது கிலோ வெண்டைக்காய், இன்னும் கண்ணுக்கெட்டுன தூரத்திலிருந்து மாங்காய், தேங்காய்ன்னு இப்டி ஏகப்பட்ட அழிமானம் செய்தான் திண்டி!

ஊர் கிடுகிடுத்துப் போய்ட்டு! யார் இதையெல்லாம் செய்தார்கள் என்று யாருக்கும் தெரியாது. அடுத்தநாளே செட்டியார் வீட்டு மாந்தோப்புல இரண்டு லாரி மாங்காய் காணும். 'ஒரு மனுசன் செய்யிற வேலையா இல்லே இதெல்லாம்' என்று ஊர் பூரா இதே பேச்சா இருந்தது. பகல்லயே நாயக்கர் வீட்டு அம்மா, கொல்லையில இருந்த பத்து சுரக்காயும் கொல்லையில கட்டிக் கிடந்த கன்னுக்குட்டியையும், தாய் பசுவையும் காணுமாம். ஊரே அல்லோல கல்லோலப்பட்டுக்கிட்டு இருந்தது. யார் செஞ்சிருப்பாங்கன்னு ஒருத்தருக்கும் புரியல. அழிமானம் ஏகதாறா ஆயிட்டதுனா, துப்பு தொலக்குறவங்க ராமைய்யா, சோமய்யா இரண்டு பேரயிந்தான் கூப்பிடுவாங்க. இரண்டு பேரும் விண்ணாதி

விண்ணவை! துப்பு தொலைக்குறதுல சுத்துப்பட்டு நத்தம் நீச்சு நாப்பது, அம்பது கிராமங்கள்ள எது காணாமப் போனாலும் என்னா அழிமானம் நடந்தாலும் சோமய்யா, ராமைய்யாவத்தான் துப்பு தொலக்கக் கூப்புடுவாங்க. சோமய்யா மேல்வாரதுப்பும், ராமைய்யா அடிவாரத்துப்பும் கண்டுபிடிப்பாங்க. காலடி அடையாளம் இது மாதிரி கண்டு பிடிக்கிறது மேல்வார துப்பு. காணாமப்போன பொருளுடைய நிறம், உருவம், பருவம், பாத்தவங்க கண்குறி, கேள்விகுறி இதையெல்லாம் வச்சு கண்டு பிடிக்கிறது அடிவார துப்பு!

அன்னைக்கு ராத்திரியே சோமய்யா வூட்டு இலுப்ப தோப்புல இலுப்ப எண்ணெய் ஆட்டுவதற்காக வச்சிருந்த இலுப்பங்கொட்ட அம்பது அறுபது மூட்டை வயல்வூட்ல இருந்த அரிசி மூட்டை எல்லாம் ஒரே முட்டா காணாமப் போச்சு. சோமய்யாவும், ராமையாவும் வய்த்துலயும், வாயிலயும் அடிச்சிக்கிட்டாங்க. துப்பு பாக்க போக முடியல. ஏன்னா அநியாயமா இருக்கு. ஊர்ல ஒரு ஊடு பாக்கியில்ல. ஒரு நாளக்கி ரெண்டு ஊடுன்ற கணக்கில நெதேய்க்கும் அழிமானம் தொடர்ந்து நடந்துகிட்டேதான் இருந்தது. சோமய்யா, ராமய்யாவால துப்பு சொல்லவே முடியலே. ஏன்னா துப்பு சொன்னா? அன்னைக்கே ராமைய்யா ஊட்டுக்கு ஒரு ஆயிரம் ரூபாய்க்கு ஒரு 'அக்குறும்பு' நடக்கும். அம்பது, அறுபது வயசுல இப்டி ஒரு நீக்குப் போக்கான ஒரு திருடன சோமய்யா பாத்ததே இல்லே. கேட்டதும் இல்லெ- அப்டின்னு சொன்னான்.

வெளியூர் கிராமத்திலிருந்து புதுசா துப்பு தொலக்குறவங்க வேவு பாக்கிறவங்க நாலு பேர் வந்தாங்க. ஒண்ணும் பாச்சா பலிக்கலே! திருடன் வந்த வழியெல்லாம் வேவு பாக்கிறவங்க குறி பாத்துக்கிட்டு இருக்கும்போது வேவு பாக்கிறவனுடைய சொந்த ஊர்ல இருந்து ஆள் வரும்! "அய்யா, ஒங்க ஊட்டு கொல்லயில பத்து பலா மரத்திலயெல்லாம் இருந்த அறுபது, எழுபது பலாப் பழமும் 'அவுட்டு,' ஊரே 'குபாரா' கிடக்கு. வாங்க! ஓடியாங்க... இப்டி. அய்டியாக்கார திருட்டுத்தாயழிய, நான் எங்கயும் பாக்கலங்க!' என்று வந்த வெளியூர்காரனுவ சொன்னானுவ. என்னா பண்றதாம்.

திண்டி மேஞ்சேரி சரோஜா வூட்டு பூக்கொல்லையிலிருந்து ஓடிப்போனதா ஆட்டுக்கார வெங்குடு சுப்பன் தகவல் கொண்டாந்து கொடுத்தான். மேல வூட்டு ராயர், அய்வேலி வாள் சுத்தியார், அண்ணாமலை ரெட்டியார். ஓந்திரியார். கண்டபுள்ள, தங்கராயர், மாதண்டார் எல்லா தலக்கட்டு ஆளுவளும் ஒண்ணாக்கூடி பஞ்சாயத்து வைச்சு பேசினாங்க, பஞ்சாயத்துக்கு திண்டியும் வந்து உட்கார்ந்து இருக்கான். ஆள் இப்ப விசிறாப்பா இருக்கான். கர்ல கர்லயா

முந்தி மாறியே சத வச்சுடுச்சு. 'பஞ்சாயத்துல அவன கூப்ட்டு விசாரிக்கப் போறாங்'க அப்டின்னு ஒரே பேச்சாயிருந்தது. ஆனா எல்லாரும் கூடுனவுடனே எல்லாருமே ஆங்காரமாய் கத்திக்கிட்டு இருந்தாங்க. ஆனா யாருக்கும் அவனைக் குத்தம் சொல்ல முடியலெ. எந்தத் துப்பும் இல்லெ. எந்த ஆதாரமும் இல்லாம அவன எப்டி கிட்டில போட முடியும்? எப்படியாவது அவன மாட்டிப்புடணும்னு எல்லாருக்கும் இருக்கு. எல்லார் ஊட்டு கொல்லயிலயும், எல்லார் ஊட்டுக்குள்ளேயும், உள்ளாரெயெல்லாம் பூந்துவர்ற ஒரே ஆளு நம்ப திண்டிதான்! அவன்தான் எல்லா அழிமானத்துக்கும் திருட்டுக்கும் எத்துவாளித்தனத்துக்கும் காரணம். இந்த "பாவி விளங்குவானா. நாசமத்து போவ, பேதில போவ" என்று ஊர் பெண்களெல்லாம் கும்பல் கும்பலாய் நின்னு திண்டிப்பயலயே பாத்துட்டு இருந்தாங்க.

கடைசில வாள் சுத்தியார்தான் வயித்தெரிச்ச தாங்கம கத்த ஆரம்பிச்சாரு. "யாராவது என்னோட வாங்க போலீஸ் ஸ்டேஷனுக்குப் போவணும். இனிமே பஞ்சாயத்துல பிரயோஜனம் இல்லை. எல்லாரும் ராத்திரி பகலா காவல் கூட இருந்து பாத்தாச்சு. எல்லாரப் பத்தியும் நல்லா தெரிஞ்ச ஏதோ ஒரு திருட்டு நாய்தான் இந்த அழிமானம் பண்ணுது. எங்க ஊட்டு அடுப்பாங்கரை வரைக்கும் வந்து உங்கிறதிலேயிருந்து, திங்கிறதிலேயிருந்து நக நட்டு வரைக்கும் எல்லா திருட்டும் செஞ்சவன இனிமேலும் கோயில் காளை மாறி விட்றதுக்கு நான் ஒண்ணும் இளிச்சவாயன் இல்ல. பஞ்சாயத்து சும்மா பேசி தீக்கதான். வேற ஒண்ணும் பிரயோஜனம் இருக்காது. அதனால நான் போலீஸ் ஸ்டேஷனுக்கு போறேன். நீங்கள்லாம் வந்தாலும் சரி, வல்லன்னாலும் சரி; யார் கேட்டாலும் சரி; நம்ம ஊட்டு சோத்த தின்னப் பய அவன எல்லாருக்கும் தெரியும். ஆனா அடையாளம் காட்ட முடியாது. ஏன்னா துப்பு இல்லை. துப்பு கெட்டவங்கதானே நம்ப எல்லாரும்" என்றார். அதுக்குள்ள அண்ணாமலை ரெட்டியார் எந்திரிச்சு "வாள் சுத்தியாரே! போதும் நிறுத்துங்க. உள்ளூர்ல அடங்காத மாடு வெளியூர்ல அடங்காமலா போயிடும். போலீஸ் வந்து ஊட்டு ஊட்டுக்குமா ஏறி பொண்டுவ புள்ளைய விசாரிச்சானுவோன்னா எல்லாத்தையும் கக்கிருவாளுவ! அவளுவ சரியா இருந்தா துப்பு கிடைக்காமலா போவும்?"என்று கன்னபின்னா என்று கத்தினார் ராயர் எந்திரிச்சு. கூட்டத்துக்கு வெளியில இருந்து பஞ்சாயத்துக்கு வெளியில இருந்து யாரோ கத்தினாங்க. முத்துப் பண்டிதர் வூட்டு வாழத்தார. 'சப்ஜாடா'யாரோ வெட்டி எடுத்துட்டு போயிருக்காங்க. ஆனா திண்டிப்பய இங்கதான் இருக்கான்.

பஞ்சாயத்து கூட்டத்துல பஞ்சாயத்து முழுவதும் கொல்லுன்னு ஆயிடிச்சி. திமுதிமுன்னு கூட்டத்துக்குள்ளேயிருந்து முத்து பண்டிதர் எந்திரிச்சி ஓடியாந்து "நீ நல்லா இருப்பியா, நீ விளங்குவியா அயோக்கிய பயலெ! ஒன்ன என்னா பண்றது. இந்த தெய்வந்தாண்டா ஒன்ன கேக்கும்" என்று கதறி கதறியபடியே அவன் மேல் பாய்ந்தார். ஒரே விசிறலில் தூரப் போய் விழுந்தார் முத்துப் பண்டிதர். கூட்டத்தின் நடுவே எல்லோரையும் பார்த்து நிமிர்ந்து நின்றபடி திண்டி." ஆள் பாத்திங்களா, திருடன்னு சொல்றதுக்கு ஆதாரம் ஏதாவுது இருக்கா? நீங்க எல்லாருமா சேர்ந்து என்னைத் திருடனாக்க முடியாது. போலீஸ் வந்தாலும் சரி நான்தான் திருடங்கிறதுக்கு ஆதாரம் ஒங்ககிட்ட கிடையாது. ஆனா நீங்கயெல்லாம் என்னதான் திருடன் திண்டிப்பயன்னு அவங்க கிட்டயும் சொல்லுவீங்க. ஆனா யார் வந்தாலும் சரி எனக்கு அக்கறை இல்லெ. ஆனா என்னப் புடுச்சுபுடலாம்ன்னு மாத்திரம் நெனக்காதீங்க" என்று கத்தினான் திண்டி.

செத்த நேரத்துல பஞ்சாயத்து கூடாமலேயே கலைந்தது. ஆனா அன்னக்கி ராத்திரியே துப்பாக்கி வேட்டுப் போட்ற ஆளுங்க நாலு பேரெ கொண்டாந்துட்டாரு அண்ணாமலை ரெட்டியார். இலை அசஞ்சா போதும் டமீர்! டமீர்ன்னு! ராத்திரி துப்பாக்கியால சுட்டாங்க. எங்க பாத்தாலும் வெடி மருந்து வாசனை புகை! சின்னப் புள்ளயெல்லாம் பொண்டுவளோட போய் அடங்கீடுச்சுவோ, தெருவெல்லாம் வெறிச்சோடிக் கிடக்கு. ஆனாலும் அன்னைக்கு கூட திருட்டு நடக்காம இல்லெ. திண்டி சவுக்கண்ட்லதான் படுத்திருந்தான். பத்துபேர் திண்டிக்கு காவல் இருந்தாங்க. ஆனா உச்சி உரும் வேளையில எப்படி உஷ்ணம் தாங்குமோ, உச்சி உருமத்துல எப்படி வேத்துக் கொட்டுமோ அது மாதிரி இது கோடை ராத்திரியாச்சே புழுக்கம் தாங்குமோ? எல்லாரும் சவக்கண்டி மேடையிலயிருந்து குளத்தங்கரை ஓரமா காத்தாட மணல்ல போய் கிடந்தாங்க. அந்த நேரம் பாத்து ரொம்ப நாள் சிங்கப்பூர்ல் இருந்துட்டு வந்த வாள்சுத்தியார் மருமகன் வூட்ல ஒரு மின்னல் அடிச்சுது அவ்வளவுதான். குளிக்கிற முத்தத்துல இருந்து அடுப்பாங்கரை வரைக்கும் இருந்த வெள்ளி சாமான், வெள்ளி அரிவாள்மனை வரைக்கும் எல்லாம் காணாமல் போச்சு. உடனே அதே மின்னல், வேறொரு வீரன்னத் தேவர் வூட்டு முன்னாலயிருந்த சந்தன மர ஊஞ்சல் திடீர்ன்னு காணாமல் போச்சு. அதே மாதிரி விடிய விடிய ஏழெட்டு பத்து முக்கியமான ஊர் பெரிய மனுசாங் வீட்டுலல்லாம் அதே மின்னல் இடியோட திண்டி! அங்கே தோன்றி மறஞ்சாலும்

காய், கறி, பண்டம், பாத்திரம், பழம், பழைய இரும்பு இப்படி எதுவாயிருந்தாலும் அப்படியே மறஞ்சு போயிட்டேயிருந்தது. விடிஞ்சிதான் எல்லாருக்கும் திருட்டு அது அப்படின்னு தெரிஞ்சுது. எப்படி எடுத்துக்கிட்டுப் போறான்? ஆள் அம்பு உதவியில்லாம எல்லா சாமானையும் எப்படி செலவுல்லாம விக்கிறான். அப்படின்னு யாராலயும் கண்டுபிடிக்க முடியலெ. சொல்வது மாதிரியே வாள் சுத்தியார் போலீஸையும் கொண்டு வந்துட்டாரு.

போலீஸ்காரங்களும், இன்ஸ்பெக்டரும் கிராமத்த சல்லடை போட்டுச் சலிச்சாங்க. கேள்வி மேல் கேள்வி கேட்டாங்க திண்டிய! கொண்டு போய் குறுக்கும் மறுக்குமா விசாரணை பண்ணினாங்க. ஒன்றும் தேறல! ஆனா ஊர்க்கு வெளியேயிருந்த முசாரி பங்களாவுல நிறுத்தி வச்சிருந்த இன்ஸ்பெக்டரோட ஜீப் கார் மின்னல் வெட்டிய நேரத்துல காணும். திண்டிக்கி எப்படி ஜீப் கார் ஓட்ட தெரிஞ்சுது? காவலுக்கு அங்க நின்ன நாலு போலீஸ்காரங்களையும் கண்ணில மண்ண தூவிட்டு எப்படி ஜீப்ப அவனால் கொண்டு போக முடிஞ்சுது? போலீஸ்காரங்களுக்கும் திண்டியப் பாக்க பயம்மா இருந்தது; ஏன்னா கையும் மையுமா அவனைப் புடிக்க முடியலே. முடியாது அப்படிங்கிறதும் அவனப் பார்த்ததுமே தெரிஞ்சிக்கிட்டாங்க.

சாதாரணமா பெருந்தீனி திங்கிறவங்களுக்குப் பொதுவா சுறுசுறுப்பு இருக்காது. கூர்மையான அறிவு இருக்காது. சமயோசிதமா எந்தக் காரியமும் செய்ய மாட்டாங்க. ஆனா இங்க திண்டி அதுக்கு நேர் எதிர்மாறா இருக்கிறத இன்ஸ்பெக்டர் பாத்தார். திண்டி ஏராளமா திங்கிறத்தான் பாக்க முடிஞ்சதே தவிர அவன் திருடுறதெ பாக்கவே முடியலெ! கன்னா பின்னான்னு திங்கிறவங்க கிட்ட இருக்கிற மந்த புத்தி திண்டிகிட்ட இல்ல. மின்னல்தான். மின்னல் வெட்ற நேரத்துல யாரும் கண்டு பிடிக்க முடியாம எல்லாரும் திகைச்சு நின்னுருக்கும்போது ஒரு ஊரையே கூட திண்டியால தூக்கிக்கிட்டு போயி ஒளிச்சு வச்சு வித்துட முடியும்.

போலீஸ்காரங்க அந்த ஊர் பொம்புளயள கூப்பிட்டு விசாரிச்சப்ப எல்லாம் ஒரே முட்டா ‘திண்டி இல்லங்க இதுக்கெல்லாம் காரணம்! அவன் நம்பூட்டு புள்ள’ அப்படின்னு சொல்லிட்டாங்க. போலீஸ்காரங்களுக்கு இப்படி தண்ணி காட்டினதோட அவங்க ஜீப்பயே அபேஸ் பண்ணி அமுக்கிப்புட்டான் திண்டிப்பய! அவங்களால ஒண்ணும் பண்ண முடியலெ. அதே மாதிரி அவனைப் புடிக்கவும் முடியலெ. புடிக்கச் சாட்சியும் இல்லெ. போலீசும் கிராமத்தவிட்டு போய் சேர்ந்திரிச்சு. திண்டி வழக்கம்போல இன்னும் வேகமா அழிமானத்த தொடங்கிவிட்டான். மறுபடியும்

ஆக்ரோஷமா எல்லாருமா பஞ்சாயத்துக் கூடுனாங்க. திண்டிய விசாரிச்சாங்க! மறுபடி, மறுபடி திண்டி வந்து பஞ்சாயத்துல உக்காந்தான். பொண்டுவோள்ளாம் சிரிச்சதுவோ! திரும்பத் திரும்பத் திருட்டு போயிட்டேதான் இருந்தது.

அப்போ ஒரு நாளு வாள் சுத்தியாரு வூட்டு நந்தவனத்தில் உள்ள கிணத்துல இஷ்டம்போல நொளைஞ்சு குளிச்சிக்கிட்டுயிருந்தான் திண்டி. மேல கிணத்து விளிம்பில அண்ணாமலை ரெட்டியார் தலை தெரிஞ்சுது. “மேல வாப்பா ஒங்கிட்ட ஒரு விஷயம் பேசணும்.” அப்படின்னு கிணத்துக்குள்ள எட்டிப் பாத்து ரெட்டியார் கூப்பிட்டார். மேலேறி நிதானமா திண்டி வந்தான். “இப்படியே காலத்த கழிச்சரல்லாம்னு நெனக்கிறிய? அது முடியுமா திண்டி! என்னமோ பெருமாள் வுட்ட வழி. உனக்கும் கையும் காலும் கர்ண கர்ணமா பெருமாள் கொடுத்திருக்கிறாரு. இனிமே இப்படியே இருந்திடலாம்ன்னு நெனைக்காதே! கொடுத்த பெருமாள் பறிச்சுக்கவும் செய்யும். ஊர் உலகத்துல ஒன்னப்போல திண்டு முண்டனா இருந்தவங்க ரொம்ப பேர பாத்திருக்கேன். ஏதோ ரெத்த திமிர்ல இப்ப தொடையைத் தட்டிக்கிட்டு மனம்போன போக்கெல்லாம் போகப்புடாதுடா அய்யா! இந்த உடம்பு உனக்கு எப்ப சரியுமுன்னு ஒனக்கே தெரியாது. நான் ஒனக்கொரு நல்ல ஏற்பாடு பண்றேன். இப்படியே நீ இருந்தா வீணாப்போகும். அதுனால நான் சொல்றத கேளு. ஒங்கையில இப்ப நிறைய காசு இருக்கணும். இருக்கு. அது எந்த வழியில வந்ததா இருந்தாலும் சரி காப்பாத்திக்க. இந்த ஊர் கள்ளப் பயலுவ எல்லாரையும் சரிக்கட்டி ஒரு கள்ளகட்டிய ஒனக்கு கட்டி வைக்க வேண்டிய வேல என்னது” என்று சொல்லிவிட்டு திண்டியின் பதிலை எதிர்பாராமல் பேச விட்டால் மாறி விடுவானோ என்று பயந்து கொண்டே வேக வேகமாக ஓடுவது போல் நடந்தார் அண்ணாமலை ரெட்டியார். திண்டிக்கு என்னா பதில் சொல்றதுன்னே தெரியலே. அங்கிருந்து ரெட்டியார் நேராக வாள் சுத்தியார் வூட்டுக்கு போய் திண்ணையில ஏறி உள்ளே நுழைந்தார்.

“இன்னிக்கி நம்ம வூட்ல கை வச்சுருக்கான் திண்டிப்பய. கீரக்கொல்லையைக் கூட உடல. அழிமானம் திரும்பியும் ஆரம்பிச்சுட்டான்.”

“அடா உடுங்க புள்ள. பயல அமுக்கிப் போடறதுக்கு ஒரு வழியோட வந்திருக்கேன். ஊருக்கு அடங்காத திண்டு முண்டு பசங்கள அடக்குறதுக்கு ஒரே ஒரு வழிதான் இருக்கு. எங்க தாத்தா கூட இப்படித்தான் இருந்தாராம். அப்புறமா ஒரு சரியான பொண்ண

பாத்து கட்டி வச்சாங்களாம். தாத்தா சர்வநாடியும் அடங்கிப் போய் சாதாரணமான ஆளா போய்ட்டாராம். திண்டிப் பயலும் அதே மாதிரி சுத்தமா அடங்கி நமக்கு அடக்கமாயிடுவான் பாருங்களேன்'' என்றார் அண்ணாமலை ரெட்டியார்.

"அட இவனுக்கு பொண்ணு கொடுத்து இவன அடக்குறதுக்கு யார் கிட்ட பொண்ணு இருக்கு?''

"அடா நீ வேற! ஊர்ல பொண்ணா இல்ல, ஒம் பொண்ணையும், எம் பொண்ணையுமா கொடுக்கப் போறோம்? இல்லை நமக்கு பொண்ணுதான் இல்லயா? பயல அடக்கிறதுக்கு சரியான பொண்ணா வேணும். சுப்பிரமணிய ஆதிரியார் வூட்டுப் பொண்ண பார்த்திருங்கீங்களா. நல்லா திமுதிமுன்னு கோயில் காளையாட்டம், அராபிரேஸ் குதிரையாட்டம். இழுத்துக் கட்டின கோயில் கொடி யேத்த கம்பம் மாதிரி எடுப்பா இருப்பா. பாத்ததில்லே?''

"என்னமோ செய்யி! நானும் ஆமான்னு சொல்லிட்டுப் போறேன். எனக்கென்ன எப்படியாவுது திண்டிப் பயல ஒடுக்கினா போதும்.''

"இப்ப சரின்னுட்டு அப்புறம் இல்ல அது இதுன்னு ஊர் மத்தில வந்து ஒளற ஆரம்பிச்சன்னா நம்ப மானம்தான் போவும். ஆமா சொல்லிப்புட்டேன். ஏன்னா பய லேசுபட்டவன் இல்லெ. எதுக்கும் துணிஞ்சவன். ஊர்ல பாதி அவம்பக்கம் இருக்குதுவோ. இதுவள கோட்டவுட்டா அப்பறம் அதோ கதிதான்'' என்றார் ரெட்டியார். நடக்கிறத யாரும் தடுக்கல. சமஞ்சு பதினஞ்சு வருசமா அந்த ஆதிரியாரு வூட்டுப் பொண்ணு கமலம்பாள். யாரும் பொண்ணு கேட்டு வரல. பொண்ணு நல்ல அழகு. கருகருன்னு சுருட்டை சுருட்டையா தலைமுடி பின்னங்கால் வரை நீளும். ஆனா பார்க்கிறவங்களுக்கு பறிச்சு திங்கிற மாறி அழகா இருந்தாலும் கமலம்பாள கட்டிக்கிறதுக்கு யாரும் தயாராய் இல்லெ. காரணம் ஆதிரியார் சொத்தையெல்லாம் உட்டுப்புட்டு ஏறத்தாழ. தெருவுல நிக்கிறார். கமலம்பாளோட இன்னும் நாலு குட்டிங்க கல்யாணத்துக்கு பெரிசாவணும்ன்னு காத்திருக்கு. ஊருக்கே தெரியும். இப்ப திண்டிக்கி கிடைக்கப்போறது கமலம்பா திண்டிதான்!

பொண்ணு பாக்கிறதுக்கு திண்டிப்பயல ஆள்வுட்டு கூப்பிட்டாங்க. இடிஞ்ச கோவில்ல பெருமாளோட மேல விதானத்திலதான் திண்டி எப்பவும் படுக்கிறது. தூங்கிறது, எல்லாம். மேல எப்பவும் இருக்கிற மாதிரியே இருக்கும் அவன தேடி ஆள் போனப்ப அங்க அவன காணும். ஆனா அதே நேரத்தில் சிங்கப்பூரார்

ஆட்டு கரும்பு தோட்டத்துல அழிமானம் பண்ணிக்கிட்டு இருந்தாரு நம்ப 'திண்டியாரு! அதுவும் எப்படியோ பராபரியா காத்தில வாள் சுத்தியார் காதுக்கும், அண்ணாமலையார் காதுக்கும் வந்து விழுந்தது. எல்லா ஆள் அம்போட அங்க போய் சேர்ந்தாங்க. கமலம்பாளும்; பொண்ணுவளோட போனா. பொண்ணுவளுக்கெல்லாம் ஏதோ 'கிருஷ்ணன் லீலை' மாதிரி ஒரே சந்தோஷம்! திண்டிப் பயல் எது செஞ்சாலும் அதுவளுக்கு சரிதான். ஏன்னா தெருவுல போறவனே "ஏ திண்டி! இந்த கொடி ரோஜா உச்சில பூத்திருக்குப் பாரு. அத பறிச்சுக் குடுத்துட்டுப்போ" அப்படின்னு தைரியமா கூப்பிடுவாளுவ. அடுத்த நிமிஷம் கை நிறைய கொடி ரோஜா பூவுங்களையெல்லாம் பறிச்சுக் கொடுத்துட்டுத்தான் அடுத்த வேல பாப்பான். அங்க வேலி ஓரமா இருந்த வேப்பம் மரத்துல உக்காந்துட்டு ஒரு பல் குச்சியால பல்லு தேச்சுக்கிட்டே இவங்கள எல்லாம் பாத்து திண்டிப் பய-

"என்னா மாமூ எல்லாரும் ஒரு முட்டா வந்திருக்கிய, என்னா சங்கதி" என்று கேட்டான். "என்னா ஆச்சு? ஏ இப்படி எல்லாரும் பேந்தப் பேந்த முழிக்கிறீங்க. கரும்பெல்லாம் காணா போச்சுன்னா. அதெல்லாம் எங்கயும் போயிடாது இங்கதான் இருக்கும். நீங்க நடந்துகிற நடப்புல இருக்கு அது கிடைக்கிறது" என்று உறுதியாக சிரித்தான் திண்டி! 'இன்னும் என்னென்ன ஆக்கினைக்கெல்லாம் உட்படணுமோ யாருக்குத் தெரியும்?' அப்படின்னு ரெட்டியாரும், வாள் சுத்தியாரும் பயந்துகிட்டு "ஒண்ணுமில்லைப்பா! நாங்கதா உனக்கு கண்ணாலம் பேசிக்கிட்டு இருக்கோம். நீ என்னடான்னா கருப்பங் கொல்லையில வந்து நிக்கிற. நல்லதுக்கோ கெட்டதுக்கோ உனக்கு ஏதோ! அதா இந்த கமலம்பாள் ஒனக்கு புடிச்சிருக்கா? ஒனக்கு பொண்ணு புடிக்குதா..."

"ரெட்டியாரே நீங்க சொன்னா சரி! எடோய்! கரும்பு எடுங்கடா. ரெட்டியாருக்கு கரும்பு வேணுமாம்" என்று கத்தினான் திண்டி! அப்படியே ரெட்டியார் பக்கம் திரும்பி "என்னா ரெட்டியாரே பயமுறுத்திரிங்களா! நீங்க சொன்னீங்களேன்னுதான் எல்லாத்தக்கும் ஒத்துக்கிட்டு வாறேன். ஒரு துண்டு கரும்பு கூட முண்டியடிச்சு வாங்க முடியாது! நானா குடுத்தாதான் உண்டு! நானா கட்னாதான் உண்டு! நீங்க கட்டி கொடுக்க முடியாது!" என்றான் திண்டி!

திடீரென்று புழுதி மண்ணை கிளப்பிக்கிட்டு புழுதிக்குள்ளே இருந்து மண்ண கிளைச்சுக்கிட்டு கரும்பு கட்டுகளைத் தூக்கிட்டு பத்து ஆளு மேல வந்தாங்க! வரப்பு எல்லாம் ஆச்சரியம் தாங்க முடியாலே. திண்டிப் பயல ரொம்ப சாதாரணமா நினச்சுப்புட்டம்ன்னு ரொம்ப பேருக்கு அன்னக்கி பயமே வந்தது. ஏதோ நாடகத்துல நடக்கிற

மாறி இருந்தது. திபுதிபுன்னு கரும்புகட்டு உளுந்தப்ப எந்திரிச்சு புழுதியில கட்டுவள தூக்கிக்கிட்டு பூமியிலேயிருந்து வெளிய வந்தவங்க - மறைஞ்சு போயிட்டாங்க! வாள் சுத்தியார் வூட்ல இருந்து ஆள் ஓடியாந்து 'வூட்டுப் பின்னால இருந்து அஞ்சி எருமைய யாரோ ஓட்டிக்கிட்டுப் போயிட்டாங்க" அப்படின்னு தகவல் சொன்னாங்க. திண்டி லேசா சிரிச்சுக்கிட்டான். கமலம்பாளுக்கு இதையெல்லாம் பாக்க திகிலும், சந்தோஷமுமா இருந்தது. நம்ப முடியலெ! மெல்லத் திரும்பி திண்டியைப் பார்த்தாள். கூட்டத்தில் கரும்புக் கட்டுகளை ஆளுவ தூக்கி அடுக்குனானுவோ பெரிய பெரிய கட்டுகளாய் பத்து இருபது கட்டுகள். இரண்டு ஆளுவலாலும் ஒரு கட்ட தூக்க முடியாது. அவ்வளவு கனம். இதற்கிடையில் அங்கே நின்ற திண்டியும் காணும். ஜனங்கள் அல்லோல கல்லோகத்திலும் அவன் காணாமல் போனதையும் எல்லாரும் புரிந்து கொண்டார்கள்.

கூட்டம் பிரிந்தபோது எல்லோரிடமும் ஒரே கேள்வி, ஒரே பதில்: அப்ப யார் திருடுனது? கரும்பு கட்ட யார் ஒளிச்சது? நிச்சயமா எப்படி பூமிக்குள்ளேயிருந்து கரும்புக் கட்டு மேல வந்தது? யாருக்குத் தெரியும்! பெரிய ரகசியம்தான் அது! ஆனா திண்டி, பெரிய ஆள்தான்னு ஒரே நேரத்துல எல்லாரும் புரிஞ்சுக்கிட்டாங்க.

சொன்னமாதிரியே கல்யாணம் கூடுச்சு. ஒரு வூட்ல இருந்து அரிசி, ஒரு வூட்லயிருந்து பாத்திரம், ஒரு வூட்டுலயிருந்து புளி, ஒரு வூட்லயிருந்து வூட்டுச்சாமான், பித்தளபாத்திரம், அப்படின்னு ஊரே பயந்துக்கிட்டு ஓடி வந்து பண்ற கல்யாணம்! அண்ணாமலை ரெட்டியாரும், வாள் சுத்தியாரும் முன்ன நின்னு நடத்துற கல்யாணம் கேக்கணுமா! எல்லாருக்கும் ஒரே சந்தோஷம்! ஏன்னா புலிவாய கட்ற மாதிரி வேலயல்லவா இது! கமலம்பாள் புலி வாயக் கட்டிருவாள். இனிமே இந்த பய திண்டி வாலாட்டவே முடியாது. இனிமே நம்ப, நம்ப சொத்துக்கு ஆபத்து இல்ல! அப்படின்னு எல்லாரும் ஒரு முட்டா சந்தோஷப்பட்டாங்க. ஆனா கல்யாணப் பொண்ணு மட்டும் விருமித்தி புடிச்ச மாறி உக்காந்திருந்தாள். கல்யாணம் நெருங்க நெருங்க எல்லா வேலையும் தானா நடந்தது. தாலி கூட தானா கட்டிக்குமோ என்னமோன்னு குசுகுசுன்னு எல்லாரும் பேசி சிரிச்சாங்க. ஆச்சு. டம டமன்னு மேளம் கொட்டி தாலிய கட்டி கமலம்பாள் வூட்டுக்குள்ள கூட்டிக்கிட்டு வந்தான் திண்டி! கல்யாணத் தன்னைக்கே அவன் பக்கத்தில உட்கார்ந்து அவன் சோறு திங்கிற வயணத்தைப் பாத்தே மயக்கம் அடிச்சு உழுந்தாளாம் கமலாம்பாப் பொண்ணு. ஒவ்வொரு சோத்து உருண்டையும் தேங்காய் தண்டி

பெரிசு! ஒரு மனுசன் இவ்வளவு அகலமா வாய பொளப்பானான்னு பயமாயிருந்ததாம் அவளுக்கு!

திண்டி புத்திசாலியா, தந்திரசாலியா? பலவானா? ஒண்ணும் தெரியல! கல்யாணம் ஆன இரண்டாம் நாளிலயிருந்து எல்லாரு மாதிரியும் புது மாப்பிள்ளை கருக்கு கலையாமல் சரிகைத் துப்பட்டா ஒன்றை தோளைச் சுற்றி வீசியபடி வாய் நிறைய வெற்றிலையும், சிவப்புமாய் அலங்காரமாய் ஊரைச் சுற்றி வளைய வந்தான். ரெண்டு மூன்று நாளாய் யார் வீட்டிலயும் திருட்டு இல்லை. ஒரு வயலிலும் அழிமானம் இல்லை. தோட்டம், துறவு வயல். வாய்க்கால், எங்கும் ஒரு சேதாரமும் இல்லை. எல்லாருக்கும் பரம நிம்மதி! கமலம்பாள் நன்றாகவே கட்டிப் போட்டு விட்டாள். இனிமே பயலால ஒன்னும் பண்ண முடியாது. ஆப்பு சொருகிவிட்டாள். பய இன்னமே நிண்ட முடியாது. வெளிய முடியாது! என்று சந்தோஷமாக தெருவில் ஜனங்கள் பேசி புழங்கினார்கள். ராத்திரியில் பயம் இல்லாமல் தாயக்கட்டை விளையாடினார்கள். எங்கு வேண்டுமானாலும் இஷ்டம்போல் படுத்துத் தூங்கினார்கள்.

அவ்வளவுதான்! அடுத்த நாள் இரவில் நெடுங்கரை அய்யர் சேனைக்கிழங்கு கொல்லையில் விளைந்து இருந்த நூற்று ஐம்பது மணு கருணைக்கிழங்கு திடீரென்று மாயமாய் மறையலுற்றது. அதே நேரத்தில் அண்ணாமலை ரெட்டியாரின் மாந்தோப்பில் லாரியில் ஏற்ற, குவித்து வைத்திருந்த பத்து மூட்டு மாம்பழங்கள் திடீரென்று மின்னல் என மறைந்து போயின. ராயர் வீட்டு வாழைக் கொல்லையில் இருந்த தேறிய வாழைக்குலைகள் முன்னூறும் கேட்பாரற்று காணாமல் போய்விட்டன. அடுத்த நாள் ஊரே அல்லோல கல்லோலப்பட்டது. எல்லோருக்கும் திருடனுக்கு தேள் கொட்டியது போல் இருந்தது. ஆனால் இங்க ஊர் பூராவும் திருடனாக முழித்தார்கள். திண்டி! அவர்களுக்கு மத்தியில் கனவான் போல் உலவினான். இப்போது அவனுடன் கூடச் சிரிக்க கமலம்பாளும் இருந்தாள். வீட்டுக்குள் உக்காந்து இருவருமாய் நன்றாய் சிரித்தார்கள். கமலம்பாள் இப்போது புருஷன் பக்கம் இல்லையா? ஊர் கூடி சண்டையிட வந்தாலும், தேர் ஏறிச் சண்டையிட தயாராக இருந்தாள். இப்பொழுது அவளுக்கு அவன் திருட்டெல்லாம் திருட்டாகவே படவில்லை. "அதெல்லாம் அவர் சமார்த்தியம், தெம்பும், திராணியும் இருக்கிறவங்க மடக்கிப் புடிக்க வேண்டியதுதானே? யார் வேண்டான்னாங்க?" என்பாள். ஊர் ஜனங்க மறுபடியும் திண்டாட ஆரம்பிச்சாங்க.

திடீர்ன்னு ஊர் பஞ்சாயத்து கூடுவதற்கு தண்டோரப் போட்டாங்க. பத்து பேர் திண்டிமேல பிராது கொடுத்தாங்க. பத்து பேர் திண்டிய பின்கட்டா கையக்கட்டி, காலக்கட்டி ஊர் சவுக்கண்டி முன்னால இழுத்துக்கிட்டு வந்து நிறுத்துனாங்க. எல்லாம் வாள் சுத்தியாரு வேலைதான். கொஞ்சம் கூட கவலைப்படாம சிரிச்சு கிட்டே எல்லாருக்கும் மத்தியிலயும் எகத்தாளமா நின்னான் திண்டி! சவுக்கண்டி மேடையில மராட்டி ராயர் நீதிபதியா உக்காந்தார். இரண்டு பக்கமும் ஊர் பெரிய பணக்காரங்க வரிசையா உக்காந்தாங்க.

சவுக்கண்டி முன்னால பிராது கொடுத்தவனுங்க பத்து பேர் நின்னு குய்யோ முறையோன்னு கூச்சப் போட்டானுவோ. ஊர் ஜனமே அப்படியே திண்டிக்கு நேரா கைய நீட்டி குடியே முழுகுன மாதிரி சத்தம் போட்டாங்க "கொல்லணும் கொல்லணும்" ன்னு கத்தினாங்க. கடைசில தீர்ப்பு வாள் சுத்தியார் ராயர் காதக் கடிச்சாரு. ராயர் தீர்ப்புச் சொன்னார். "ஊருக்கே வெஷமா போன இவன மாறுகால் மாறுகை வாங்கி ஊருக்கு மத்தியில சூலத்திலே குத்தி ஊர்க்கு வெளியே நட்டு வைக்கணும்" என்று சொன்னதும் கூட்டத்தில் இருந்த கமலம்பாள் "கோ!' என்று கத்தி தலையில் அடித்துக் கொண்டு "நீங்க விளங்குவீங்களா! இந்த ஊர் உருப்படுமா?" என்று கதறியபடியே மண்ணை வாரித் தூற்றி கீழே விழுந்து புரண்டாள். ஆனா திண்டி சிரிச்சுக்கிட்டே நின்னான். 'ஓ மேல ஆன சாட்டுதலுக்கெல்லாம் எல திண்டி! என்னடா பதில் வயனம் வச்சியிருக்கே? தப்பிச்சிறலாம்ன்னு மட்டும் ரோசிச்சிட்டாத!" என்றார் அண்ணாமலை ரெட்டியார். கையில காசு உள்ளதுவள்ளாம் என்னா செய்யுமுன்னு திண்டிக்கி தெரியாதா? கலகலன்னு சிரிச்சான். அப்புறமா "வயனம் சொல்றேங்க" என்று இப்படி ஆரம்பிச்சான் நீட்டமா!

"நான் எப்பவுமே ரொம்ப பேசுறவன் இல்லீங்க. தப்புன்னா யார் செஞ்சாலும் தப்புதான். நான் செஞ்சன்னு ஆனா ஒத்துக்க கூடாதுங்க! ஏன்னா ஒத்துக்கிட்டா ஊர் உலகத்தில இருக்கிற முக்காவாசி பேர் நாங்களும் திருடங்கதாங்க! அப்படின்னு ஒத்துக்கவேண்டி வரும். ஏன் மேல பத்துபேர் பிராது கொடுத்து இருக்கிறான். ஆனா அத நிரூபிக்கணுமில்லீங்க? அத இந்த ஊர்ல இருக்கிற ஆளுங்க மட்டுமல்ல எவன் வந்தாலும் முடியாது! இதோ வாள் சுத்தியார் மாமா இருக்கார். பத்து ரூபாய்க்கு வேலை வாங்கிட்டு பரம்பரையா எம் பண்ணைக்காரன் எம் பண்ணைக்காரன்னு சொல்லி ஒன்னார் ரூவா கூலி கொடுக்கிறாரு. அது திருட்டு இல்லையா? கேட்டாக்கா அதாண்டா வழக்கங்கிறீங்க! அண்ணாமலை ரெட்டியார் ஊர்ல

உள்ள அத்தனை கோயிலுக்கும் தர்மகர்த்தா. அதப்பத்தியெல்லாம் நீங்க யார்ரா பேசிறது? அப்படிம்பீங்க. என்ன பத்தியும் யாரும் பேசாதீங்க! சாமி காசு, சாமி காசுன்னு வாங்கின காசுல்லாம் தர்ம காசா நெனைச்சிக்கிட்டு அவர் ஊட்டு பெட்டிக்குள்ள கொண்டு வச்சிக்கிடார்ல்ல? பணத்தையெல்லாம் யார் போய் திருடிக்கிட்டு வாறது? நான் திருடுறேன் நான் திருடுறேன்னு சொல்றியே? ஊர்ல எவந்தான் திருடல. நான் எல்லோரோட திருட்டயும் பாத்துக்கிட்டே இருக்கிறவன். ஆனா எந்திருட்ட நான் திருடுவேன்னு உங்களால நிரூபிக்க முடியாது.

"இவ்வளவு நாள் ஒங்களோட ஒரு விளையாட்டுதான் விளையாடிப் பார்த்தேன். அறுபது கட்டு கரும்பு பூமிக்குள்ளேயிருந்து வெளிய வந்ததே பார்த்தீங்களே; இப்ப விலங்குச் சங்கிலி திராவகத்துல உருகி அறுந்து உளுவப் போறத பாருங்க" என்று கத்தியபடியே கையிலிருந்த விலங்கை கழத்தி கீழே எறிந்தான். விலங்கு திராவகத்தில் நனைந்து உருகி திகுதிகு என்று எரிந்தது. பஞ்சாயத்துக்கு உட்கார்ந்திருந்த ஜனங்கெல்லாம் வேகமாக பீதியுடன் ஒரு மட்டாக எழுந்து குறுக்கும் மறுக்குமா ஓடினார்கள். பாவம் விலங்கு பற்றி எரிவதை அவர்கள் பார்த்ததே இல்லை. அவர்கள் மட்டுமல்லாமல் மந்திரம் போட்டதுபோல் பஞ்சாயத்தில் உட்கார்ந்திருந்த அத்தனை பேரும் திடுக்கிட்டு எழுந்து வெட வெடத்துப் போனார்கள்.

இரும்பு எரியுமா? அதைவிட திண்டி சொன்ன வார்த்தைகள் நெருப்பாய் எல்லாரையும் சுட்டுக் கொண்டு இருந்தன. கையில் மறைத்து வைத்திருந்த சிறிய திராவக குப்பி ஒன்றிலிருந்து திராவகத்தை கால்களிலிருந்த சங்கிலியின் மீது காலில் படாமல் ஊற்றினான் திண்டி! திகுதிகு என்று இரும்புச் சங்கிலி உருகி எரிந்து கொப்பளித்து உருகி அறுந்துபோய் விழுந்து விலகி உடனே கூட்டத்தின் அமளியில் திண்டி கலைந்து போய்விடுவான் என்று எண்ணிய நாலு முண்டர்களும் அவனை வளைத்துப் பிடிக்க முயல்வார்கள் என்று முன்னமே யூகித்த திண்டி பாய்ந்து பஞ்சாய்த்து சவுக்கண்டியின் மேடை மேல் ஏறினான். கூட்டம் இங்கும் அங்குமாக பரவி தள்ளாடியது. ஏன் என்றே தெரியவில்லை. கூட்டத்திற்கு ஆவேசம் வந்து விட்டது. குறிப்பாக பெண்கள் பகுதியில் அவனுக்கு பிரிந்து வழி விட்டார்கள். அண்ணாமலை ரெட்டியாரும் வாள் சுத்தியாரும், வேகமாக தடியுடன் ஆட்களை அழைத்து வந்தார்கள். கூட்டத்து இடையே பெண்கள் பிளந்து கொடுத்த பாதையில் பாய்ந்தான் திண்டி! சொல்லி வைத்தாற்போல்

திண்டியை அப்படியே மூடி விட்டார்கள். அவர்களுக்குச் சொல்லித் தர வேண்டுமா என்ன? அவர்கள் வளர்த்த பிள்ளை அவன்? அவனைக் காப்பாற்றுவது என்பது சொல்லாமலே நடக்கும் காரியம். குண்டர்களால் பெண்களுக்குள்ளே புகுந்து போக முடியவில்லை. கும்பலாக கூடியிருந்த கூட்டத்தில் நுழைந்து செல்ல தடிகளை பிரயோகப் படுத்தியபோது பெண்கள் சிதறி ஓடினார்கள். கும்பலாக திரண்ட பெண்களுக்குள்ளே மறைந்து போன திண்டியைக் காணவே முடியவில்லை. பெண்களின் சேலைக்குள்ளே மறைந்து போய்விட்டான். பத்து, பத்து பேர்களாக ஒவ்வொரு தடியனையும் மயிரைப் பிடித்து இழுத்து கீழே போட்டார்கள். சிலர் மிதித்தார்கள். சிலர் துவைத்தார்கள். இதெல்லாம் சொல்லாமலே நடந்தது! ஆண்கள் பகுதியிலிருந்து திமுதிமு என்று ஆண்களும் ஓட்டத்தில் கலந்து கொண்டார்கள். யாருக்கும் எதுவும் புரியவில்லை. ஊர் பெரிய பணக்காரர்கள் திட்டங்கள் எல்லாம் குப்புற மண்ணில் விழுந்து சிதறின. திரும்பவும் திண்டியைப் பிடிப்பது என்பது லேசான காரியம் அல்ல என்று எல்லோருக்குமே தோன்றியது.

திண்டி ஒரு மின்னல் மின்னி மீண்டும் மறைந்து போனான். அதற்குப்பின் கொஞ்ச நாளில் திண்டியை ஊர்க்காரர்கள் முனைந்தபோது திண்டி இப்போது கிராமம் கிராமமாக அதே காரியத்தை ஆரம்பித்து விட்டான். எங்கு பார்த்தாலும் திண்டியின் சாமார்த்தியங்கள் வெளித்தெரிய ஆரம்பித்தன. அந்த ஊரிலிருந்து ஒரு பொட்டு தேங்காய் கூட அவன் திருடுவதில்லை. சுத்துப்பட்டி கிராமங்களில் நூறு நூற்று ஐம்பது ஊர்களில் திண்டி திடீரென்று பிரபலமாகிப் போனான். ஊர்க்காரர்களுக்குப் பரம திருப்தி. ஒரு மாடு கன்னு காணாம போறதில்ல. ஒரு கட்டு கரும்பு கூட மின்னலா மறையிறது இல்ல. யார் வீட்டு கொல்லையிலயும் வாழைத்தாரெல்லாம் பழுத்து தொங்கினது கூட காணாப் போறது இல்லெ. குமியல் குமியலா காய்கறி லாரியில் ஏறினாக்கூட எதுவும் ஒன்றும் ஆகிறது இல்லெ, பத்திரமாயிருக்கு. ஊர்க்காரங்கள்ள அண்ணாமலை ரெட்டியாருக்கும், வாள் சுத்தியாருக்கும் ரொம்ப பெருமை, மூக்கு மேல பெருமை. நம்ப ஊர் பய என்ன 'விளையாட்டு' காட்ரான் பாத்தியா? ஒரு பயலாலயும் புடிக்க முடியல! பாத்தியா எல்லாருக்கும் தண்ணி காட்றானே நம்ப திண்டி! எவ்வளவு ரூபா எவ்வளவு காசு நம்ப ஊருக்குள்ள கட்டுமானமா அவன் வச்சிருக்கம்ணுட்டு வயித்தெரிச்சல்ங்கிற? என்னா கெப்புறு என்னா துமுறு? என்னா கெப்புறு என்னா துமுறு? அவன் பொண்டாட்டி கமலம்பாள புடிச்சுக் குடுங்கடான்னு கேக்கிறானுவோ! நம்ப

புடிச்சுக் கொடுக்க முடியுமா? நம்ம ஊரு ராக்காசி அம்மனுக்கு நகை மட்டும் எண்ணூறு பவுனுக்கு சாத்தியிருக்கான் திண்டி! சும்மாவா? ஊர் பொதுவான பணத்துக்கு நிறைய கொடுத்துருக்கான். ஆனால் எப்ப வர்றான்? எப்ப போறான்னு மட்டும் தெரியலே! ராஸ்கோல்!" அவன் பொண்டாட்டிக்காரி கமலம்பாள பாத்தா இப்ப வாள் சுத்தியாரு இப்படித்தான் கேக்கிறாராம்.

"என்ன கமலம்பா ஊர் பொதுக்காரியம், புருஷன பாக்க வரணும்; எப்ப பாக்கலாம்! கொஞ்சம் பணத் தேவை இருக்கு ஒரு பத்து, ஐம்பது ஆயிரம் வேணும். ராக்காசி அம்மன் கோயில் திருவிழாக் காரியம். தம்பிதான் வேணும். ராக்காட்சி அம்மன் கோயில் திருவிழாக் காரியம். தம்பிதான் வரணுமா? இல்லெ ஒங்கிட்டயே வாங்கிக்கலாமா?" அதுக்கு "என்ன மாமா, ஒங்க பணம் வேறயா எங்க பணம் வேறயா?" என்றாள் கமலம்பாள்.

(சுபமங்களா, அக்டோபர், 1995)

ஆலமண்டபம்

ரொம்பக் காலத்துக்கும் மிந்தி ஒரு மண்டபம்! ஆயிரக்கால் மண்டபமாம் அது. ஆனா பல ஆயிரம் தூண் கொண்ட மரமாம் அது. அபாரமான ஒரு மரம் பல ஆயிரம் கெளைவுட்டு நெடுக வளர்ந்து ஒசந்துபோன ஆலமரம். நீள நீளமா கெளைவுட்டு கெளையில விழுது விழுதா பரப்பி கிளையும் விழுதும் போட்டி போட்டு கிளை நீள, விழுது ஊண விழுது ஊண கிளை நீளன்னு வளர்ந்து கல் தட்டிப் போயி ஒவ்வொரு விழுதும் ஆனைக்கால் ஆனைக்காலா பூமில ஊணி ஒரு மலை போத்துன எலைக்கூடமா நெறிய வளந்துது அந்த மரம். காலகாலமா நிக்கிது. ராஜா காலத்து மரம். எத்தனை ராஜாவோ? பாத்து விழுந்து போன ராஜாவெல்லாம் திரும்பிப் பாத்தப்ப பல நூறு ஆயிரம் வருஷம் ஓடிப் பெய்டுச்சாம்.

மரம் கல்லிச்சு கட்டிதட்டி முண்டு முண்டா பருத்து உருண்டு கவுத்துன கொடை மாதிரி இருந்து எலை எலையா பழுத்து விழுது விழுதா நின்ன கெளை எல்லாம் அப்படியே வளைஞ்சு பூமில கலந்து மண்டபமா பெரிய கொகை மாதிரி ஆயிப் பெய்டுச்சாம். ரெண்டாயிரம் மூவாயிரம் வருஷத்து மரம் இப்ப மரம் மாரியா நிக்கும்? கல்லுக் கொகை மாரி ஆயிப் பெய்டுச்சாம். இப்புடி கல்லு மண்டபம் எஞ்சாவுது இருக்கா ட்டேயப்பான்னானாம். போ! பெரிய மண்டபம் ஆயிரம் பதினாயிரம் தூணு! ரெண்டாயிரம் வருஷத்து விழுது எல்லாம் தூண் தான்னாக்கூட மண்டபத்தெத்தாங்கி நிக்கிற வயிரம் பாஞ்ச விழுது எல்லாம் ஆனைக்காலு ஆனைக்காலா நிக்கிதுவ! ஒவ்வொரு விழுதும் முட்டி முண்டி வளந்து பூமியெப் பொளந்து முண்டு தட்டி வளந்து தாங்குது. இப்ப அதுதான் ஆலமரம்ன்னு சொன்னாக்கூட யாரும் நம்ப மாட்டானுவ போ! ஏன்னா ராஜாவெல்லாம் விழுதுவுட்ட எடத்துல தாங்குகோல் தாய்க்கோல் நிறுத்தி கட்டுமானம் பண்ணியிருக்கானுவளா? ஆமா காலம் போவப்போவ எப்பேர்ப்பட்ட மரமாயிருந்தாலும் உளுத்துப் பொயி உசிரு உடவேண்டியதுதானா? லல்லியாங்க? விளுது வுட்டு கொடிக்கால் பரப்பி கெளை வீசி வளந்த இந்த ஆலமரத்துக்கும்

உயிரு சுருங்க ஆரமிச்சப்பவிச்ச ராஜாக்களெல்லாம் உளுத்துப்போன விழுதுல எல்லாம் தாய்க்கோல் சாய்க்கோல் எல்லாம் ஊணி தாங்கு வேலை பந்தல் மாதிரி நிறுத்திக் காப்பாத்துனானுவ மாயம் மாதிரி இருக்கு.

செலப்பதிகாரம், மணிமேகலைன்னு ஒவ்வொரு தூணு. தொல்காப்பியம், அகத்தியம், பெரு நாரை, பெருங்குருகு, வளையாபதி, குண்டலகேசி, சீவக சிந்தாமணின்னு எத்தனை தூணு. ஆகா! கல்லுல மாணிக்கத்துலன்னு கடைஞ்செடுத்த வயிரத்தூணுக எல்லாம் ஒச்சம் இருந்தாலும் ரொம்ப மெச்சமானதாய்க் கோலுகளா இருந்தது எல்லாம்! காலம் கரஞ்சு கட்டியாப் போய்டிச்சி பாருங்க - விழுதுகளும் வுழுவுது. அப்புறமும் பெரிய பெரிய ராஜாக்கள்ளாம் விழுதல்லாம் நீக்காமெ பக்கத்துலியே சாய்க்கோலும் ஊணாமெ, மறுபடியும் தங்கத்தூணும் வைரத் தூணுமா நிறுத்துனாவளாம். என்னா பண்றதுங்க? மரம் இப்ப மண்டபமாகி, மண்டபத்து காலெல்லாம் தூணாகி, கோலாகி, அப்புறம் கல் மண்டபமா ஆயிருச்சி.

இருபதாயிரம் வருஷம் கழிஞ்சு பெய்டுச்சாமே! அதுக்கும் அடுச்சிக்கிருவாளே? மண்டபம் தங்கம்ங்கிறான் ஒருத்தன்! இல்லெ வெள்ளீங்குறான் மருதுபய! அதெல்லாம் கெடையாது இது மரமல்ல, இது கொகைங்கிறான் இனிமே ஒரு பய! மண்டபமும் கெடையாது மரமும் இருந்தது கெடையாது. போற போக்குல பரதேசி கூடி மடம் கட்டிருக்கானுவ, இதுல ஒண்ணுமில்லெங்கிறான் இன்னொரு தப்புலிப் பய! மண்டபம் என்னமோ பெருசிதான். ரொம்ப அழகு தான். யாரும் பண்ணுனதுமில்லெ தான். தானா உண்டானதுதான். ஆனா இதுக்கு உசுரு இல்லங்க. அட...

பத்தாயிரம் வருஷமா எந்த மரம் நிக்குமாம்? பயலுவளுக்கு அதான் பெரிய்ய கொண்டாட்டமாய் போச்சு. கல்லும் மண்ணும் தோணாத காலத்துலயே கட்டுனதுன்னு எவனோ சொல்லி வைக்ய, அவனவனுக்கும் மயக்கம் தாங்கல மண்டபம் இப்பமும் மரம் மாதிரியும் கோயில் மாதிரியும் அரண்மனை மாதிரியும் காச்சிகுடுக்குது. அஞ்ச அஞ்ச ஜனங்க பூந்து குடும்பம் நடத்துதுவொ. ஒரு ஊரு ஜனம்ல்லெ பல ஊரு பலசாதி கூட்டம். எடையனுவ தொடையனுவ கடையவனுவ பாப்பானுவ கூட்டம் திமிறி கிட்டு பிரிஞ்சு மண்டபத்துக்குள்ள பொழைக்கிதுவல்லெ?

எத்தினு பொசலு, எத்தினி சூறக்காத்து சொழலு, வெள்ளம், தீன்னு எத்தினி விக்கினம் வெள்ளத்துல புடுங்கீட்டு அரிச்சி ஓடிப் பள்ளமாப் போனப்பவும் ஆலமண்டபம் அப்புடியே நிக்கிதே!

எத்தனை பேரு வெறகு தறிச்சி, எத்தனை பேரு கெளை வெட்டி, உத்திரம் பண்ணி, ஊடு கட்டி, அடிமரத்தெக் கூறு போட்டு தேருக்கும், சாமி ரதத்துக்கும், ஊஞ்சலுக்கும் எத்தனை விழுதெ வெட்டிக் கொண்டு போனானுவ? ராஜான்னு வந்தவன் தெரியுமா? ஆனா! மரம் சரியும். ஆனா வுழாது. வேர் அறுப்புண்டு போகும். சாவாது. நாப்பது தலமொறை பாத்தாச்சு. அப்புறம் மரம் சாகலெ, மரம் எல்லாத்தியும் எதுத்து நிண்ணுது! கல்லா, இது மரமான்னு தெரியாத இருண்ட காலம் வந்தது.

ஒரு காலத்துல ராஜாவும் ஆயிரம் அக்குரோணி சேனைகளும் இந்த ஆலமண்டபத்துக்குள்ற நின்னு எளைப்பாருனாங்களாம். வந்த வந்த ராஜாவெல்லாம் மரத்துக்கு நெழலா புதுசா புதுசா பச்சுபச்சுன்னு வுழுது விட்டானுவ தெரியுமா? ஆதி சிவனே இந்த நெழல்ல நின்னவன்தானாம். செவனுக்கு மிந்தியும் மரம் இருந்துதாமே! பயலுவ மெய் மறந்து பொலம்புறானுவளே! இருக்காதா பின்னே?

மரம் கல்மண்டபமா ஆக முந்தி மரத்துல நிண்ண வயிரச் சிற்பம், தங்க வேலைப்பாடு. நவரத்ன, நவபாஷாண, நவமூலிகை, கலைச் செதுக்கு எல்லாத்தையும் அவனவன் இஷ்டத்துக்கு மாத்தி, திருகி வெச்சானுவளாம். அப்புறம் திருடிக் கொண்டு போனவனுவளை எவனும் கேக்கவேயில்லயாம். ரத்தினத்தையும் பொன்னையும் வெள்ளியையும் வெட்டி மண்டபத்து உருவத்தையே இடிச்சி, அள்ளிக்கொண்டு போனவனுவளையும் யாரும் ஒண்ணும் தடுக்கவேயில்லியாம். ஆலமண்டபமாச்சே.

ஆலமண்டபம்! புழுதித்தோட்டம். அப்படியே நிக்கிதாம் தூணுங்கூட இடிஞ்சி நிக்கிது.

அப்பப்ப ஆழ்வானுவ நாயன்மாருங்கன்னு மண்டபத்துக்குள்ள விதானத்தை தாங்குறாப்ல நெறைய தேக்கந்தூணுகளெக் கொண்டாந்து நட்டாலும் தூணு நிக்கலியே! மண்டபம் சாஞ்சு கோணலா அஞ்சஞ்சா பொளந்து கிட்டு நிக்கிது அப்படீங்கிறதெ யாரும் ஒண்ணும் பண்ணலை. சமணனுவ புத்தனுவ சோனகன்க கிரேக்க யவன, ரோமனுங்க, சீனமிலேச்சனுவன்னு எத்தினியோ பயலுவ வந்து மண்டபத்துலதான் போனானுவ! ஆனா மரத்து உசிரு பெய்கிட்டேதானே இருக்கு? மரம் உசிர விடும்னு தோணுறப்ப எல்லாம் எவனாவது கவிஞனா வந்து மண்டபமே நில்ன்னு பாடி வெச்சுட்டுப் பெய்கிட்டே இருந்தானுவளா? கவிவாக்குல மண்டபத்துல உக்காந்து வெச்ச கண்ணு வாங்காம மண்டபத்துப்

பாத்து அசந்து விதானம் எல்லாம் முறுக்கிகிட்டு புதுவிதானமா இறுதிக்கும் கெளை எல்லாம் முறுக்கி எலை எல்லாம் பந்தல்போல இருந்த மேல்விதானத்து கெளை எல்லாம் வயிரம் பாஞ்சு இறுகிப் போயிருந்ததெப்பாத்து ஆச்சர்யப்படாத ஆளு யாரு? ராஜா யாரு? அட ஆராய்ச்சி பண்ணி முடியிற விஞ்ஞானமில்லே அது! இப்ப மண்டபமா மரமாயிருந்து மரம் மண்டபமா இறுகி அது மேல கல்லும் வெள்ளியும் கட்டியும் உலோகமுமா வந்தவன் போனவன் எல்லாம் வரிவரியா ஏத்தி எழுதி ஆகா ஓஹோன்னு சங்கம் சங்கமா பொளந்து கல்லு, காரை, தகரம், தங்கம்ன்னு பேதமில்லாமெ, வெச்சுப் பூசிக்கட்டி இறுக்கி வெச்சானுவ! ஆசை யாரெவிட்டுது? அது மரமா மண்டபமா?

அட இதென்ன மண்டபம் இப்புடியாச்சேன்னு யாரும் யோசிக்கவேயில்லை. துலுக்னுவ வந்தானுவ மண்டபத்துமேல ஏறி கிட்டானுவ! துராணிய ஜனம் வந்துது. பட்டாணியனுவ வந்து பாத்ததுல கடக்கால் போட்டு நோண்டி குழிக்குள்ளே ஒளிஞ்சுக் கிட்டானுவ. அப்புறம் பல ஜாதி மிலேச்சனுவ வெள்ளக்காரனுவ வந்தானுவ. பாருங்க. அவனவனும் வாசல் வெச்சான். அவனவனும் கதவு போட்டான். கோயிலா இருந்த மண்டபம் வீதியா ஆச்சு. ஜனம் புதுசு புதுசா ஆசையோட மண்டபத்துமேல ஏறி ஆரக்கட்டுச்சு கொடி ஊனுச்சு! மேல் கட்டு கட்டி அதுமேல மாடியும் கட்டி மண்டபம் மேல கோட்டை கட்டி வெள்ளைக்காரன், டச்சுக்காரன் எல்லாம் துப்பாக்கி பீரங்கி எல்லாம் வெக்ய ஓட்டை வெச்சு பிளவு கட்டி கொத்தளம் ஆக்கினாலும் மண்டபம் கவிதையால நின்னுது!

காலவித்யாசம் இப்ப மண்டபம் இடிஞ்சு ஒரு கல்லு சிக்கி நாலு கல்லு மாட்டி ஒண்ணெ ஒண்ணு தொடுத்துகிட்டு நிக்கிது. எப்புடி இன்னும் இது விழலெ! ஏன் விழாமெ எப்படி நிக்க முடியும்ன்னு ஸ்தபதிலருந்து கட்டிட மேஸ்த்திரில ஆரமிச்சு சிற்பி வரைக்கும் ஆச்சர்யப்பட்டு நிக்கிறாங்க.

இன்னும் மண்டபம் நிக்கிது. இனிமேயும் மண்டபம் நிக்கணும்னு ரொம்ப பேருக்கு ஆசை! பாரதி, புதுமைப்பித்தன்னு ரெண்டு அசடு. ஓட்டை ஒடசல் மேல் அபாரமா துணிச்சலா புதுவூடே கட்டிப்புட்டாங்க. இடிசல் குழியில புது அஸ்திவாரம் போட்டான் பாப்பான்! சுதந்திரம் வேணும்னு கர்ஜிச்சான். அட பாப்பானே! வெள்ளைக்காரன் லேசா அசந்து போனான். ஜெர்மன்காரன். போர்ச்சுகீஸ்காரன்னு வந்தவன் எல்லாம் அசந்து போனான். ஆலமண்டபத்து மேல இருந்து சரிஞ்சுது! ஆனா இப்பமும் விழுதே மரமா புதுசா புது ஆலம்விதை உள்ளருந்து முளைச்சு பழைய

மண்டபத்து மேலயே வேரு சொழட்டிகிட்டு இப்ப ஓடியிருக்கு. புதுவேரு கம்பி கம்பியா கட்டடத்தெ இறுக்கிப் புடிச்சுகிட்டு மேலேயே புதுமரம் விழுதுவுடுது. இப்ப வேரெல்லாம் விழுதா ஊணி புதுசா பரப்புவுடுது. ஜனம் புதுசுபுதுசு வம்சாவளிவுட்டுக் கௌம்புது. ஆனாலும் ஆலமண்டபம் ஒருநாள் வுழும். யாராவது ஒரு கல் எடுத்தா வுழும். வுழுவாத மரம் மண்டபம்ன்னு ஏதாவது இருக்கா என்ன?

வழிப்போக்கனுங்க வந்து வந்து ஆலமண்டபத்தை பாத்து விழுது எது? வேரு எதுன்னு தெரியாம கட்டடம் ஏது? கல் கோயில் எது? மூலக்கவிதைச் சாரம் எதுன்னு புரியாமெ கலந்து கட்டி எடுத்து ஆடி இன்னுமும் ஒரே கூச்சல்தான் வாழ்க! ஒழிக! ஒழிக! கூப்பாடுதான். ஒர்த்ததென ஒர்த்தன் வெட்டிச் சாப்பிட இப்பமும் எவ்விக் குதிச்சுத்தான் பாக்குறான்.

ஏனோ மண்டபம் குப்புற விழல்லெ! பாதை நீண்டு கெடக்கு. மன்னனுவ ராஜாதி ராஜனுவ மனுஷங்களா வந்து மண்டபத்துல இன்னமும் சேர்றாங்க. பிச்சமூர்த்தி, ரசிகமணி, நகுலன், மணி, க.நா.சு., கு.ப.ரா.ன்னு ஏராளம் பைத்தியங்கள் மழையில ஒதுங்குது. மண்டபத்துல நூறு நூறு வருஷமா கழிஞ்ச குப்பை மக்கள் மேல சின்னச் சின்னப் பூச்செடி சூரியன் சூரியனா பூ மலருது. மேல மேல காலம் கழியிது. இன்னும் புதுப் புது திராட்சை பழங்களா கனியிது மண்டபம். இன்னும் இன்னும் சரியுது! மண்டபத்து மேல இனியும் கொடி கொடியா புதுக்கொடிகள் முறுக்கிட்டு மேல் படருது! நூறு நூறு வருஷமா கொடியோடு படர்ந்த பூங்குலை கனம் கனமா தொங்குது. ஆரஞ்சு பெருசு திராட்சைப் பழங்கள் குலைகுலையா தள்ளுது.

மண்டபத்துக்குள்ள இடிசல் தரைப்பரப்புல ஜனங்க நட்ட நாடோடிக்கிழங்குகள் சூரியன் பழய மண்டபத்துக்குள் வந்து கையெ நீட்டி கிழங்கு சர்க்கரை வள்ளிக் கவிதைக் கொடிகளை எட்டித் தொடும்போது பக்கத்தில் சுண்ணாம்புத் தரையில் வளர்ந்து ஓங்கிக் கிடக்கும் நாட்டுச் சுண்டைச் செடிகளைப் பார்த்து ஆச்சர்யம்தான்! விட்டத்தில் படர்ந்திருக்கும் புடலங்கொடி கதைகள் தன் பாம்பு போன்ற நீண்ட சிறுகதைகளை நீட்டித் தொங்க விட்டிருக்கும் சந்தோஷம் பார்த்தால்தான் புரியும்.

சிறுகதைகளும் நூற்றாண்டுப் பாம்புகளாய் மண்டபத்தில் தொங்கும் கனவுகளாய் மாதுளஞ் செடிகள் மண்டபத்தின் கற்களை அணைத்துக் காத்திடும் விந்தை இலக்கண ரம்பப் பற்களை ராவுகிற

கட்டிடத் தச்சர்களுக்குப் புரியாது. கனவுகளைக் கழுதைகளாய் மேய்க்கும் இலக்கணக் கொல்லர்களும், மேதாவிக் கொம்பர்களும் கட்டிடத்தை இடித்து மண்டபத்தை உடைத்து புதுசாய்க் கட்டத் துடிக்கும் பேச்சு வெற்றோசையாய், ஒலித்து முகடேறும்.

ஆனால் - அவர்களுக்கு தங்களுக்கு முன்பே இந்த மண்டபம் வெறும் மண்ணில் உயிர்த்த ஆலமரம் என்பது தெரியவேயில்லை. நூற்றாண்டுகளாய் மண்டபம் ஊசி நுனியில் நிற்குது என்று சொன்ன கவிஞர்களின் ரத்தம் மண்டபத்தின் செங்கல்களில் ஊறிக்காய்ந்து சுண்ணாம்பாகிச் சுவர்ந்து விட்டதும் தெரிவதேயில்லை. மண்டபம் கூடக் கனவு காணும் என்று தெரியாத மனுஷியர்களின் கூட்டம் தெருப் பொறுக்கிகள், விபசாரிகள், குருவிக்காரர்கள் கனவுகளைச் சுருளில் சுருட்டும் கவிகள் கூச்சலிட்டுப் பாடும் - வெங்கப் பயல்கள் என்று மண்டப ஆலமரத்தில் கூட்டம் எப்போதும் திமிற திமிற மண்டபம் குண்டும் குழியுமாய் நூற்றாண்டு மழையில் ஓயாமல் நனைந்து குதிர்ந்து கொண்டேயிருந்தது.

நூற்றாண்டுகள் செத்த அந்த ஆலமண்டபம் இப்போது ஊறி நைந்து உதிரக் காத்திருந்தும் கூட உயிருள்ள விழுதுகள் கட்டியணைத்திறுக்கிப் பிடித்திருப்பதாலும் உயிருள்ள கவிதை தூண்களாலும் சிறுகதைமான்களாலும், பூக்குலைகள் சரிய கனிக்குலைகள் தொங்கப் புதிய வண்டல் படிய, புதிய கலை மண்டபமாய் எழுந்து நின்றாலும் மண்டபம் பழசுதான். புதுசானாலும் புதுசுபோலவும் இல்லாத புதுசு பழசு மேல புதுசாய்ப் பெய்ட்டு.

ஒரு நாளு வளைஞ்சு போற பாதையில ஒரு கொழந்தெ எஞ்சருந்தோ வெளியாடிகிட்டே இஞ்ச வந்துரிச்சாம். ஆலமண்டபம் புழுதி சரிய பழசெல்லாம் உதுர வார்த்தையெல்லாம் கொட்ட மண்டபம் இருந்தது கொழைந்தைக்கி ஆச்சரியமா பொங்குது. ஆனா அது மணல்ல கட்டுற பொந்து வூடு மாதிரி, கிளிக்கூடு மாதிரியே இருக்கு. அட பெய்களான்னு அது நெனச்சிகிச்சாம். ஒரே கும்மாள குதியாட்டமா இருக்கு. தூணு தூணா எறங்கி இப்பவும் பச்சை எண்ணை பூசின ஆலம் இலைகளோட மண்டபம். ஆ! அதுக்கு கொஞ்சி விளையாடலாம் போல இருக்கு.

கொழந்தையக் காணும்ன்னு கொழந்தையோட அப்பா அம்மா எல்லாரும் வந்து அஞ்ச இஞ்ச தேடி அலையிறாங்க. ஆல மண்டபம் வானத்துக்கும், பூமிக்குமா மாறிக்கிது உள்ள ஏகப்பட்ட கலைத்தூண்கள். பூஞ்சோலை மாதிரி பந்தல் கணக்கா வுழுது வுட்டு வளைவுவளைவா ஆரங்கட்டி தொங்கவுட்டு தேர் மாதிரி இருக்கு.

உள்ள ஏராளமான இடிசல் வழியா சூரியன்! ஜனங்க ஜீவிக்கிறதால பொகை கொளம்புது. கொழந்தையெக் காணும்! பேரு சொல்லிக் கூப்புட்டுகிட்டே போறாங்க அப்பா வெளிய போயி தேடிகிட்டே பெய்ட்டாரு.

"அம்மா! நா... இங்கருக்கேன்" - குழந்தைக் கூப்புடுது.

"இடிசல் தேர்வானம் பாத்த மண்டபத்ல எஞ்ச போயி ஒளிஞ்சிகிட்டா?"

"பாழடஞ்ச மண்டபம் ஜாக்கிரதையா போங்க."

"இருட்டு, வெளிச்சம், உயிரு, சாவுன்னு எல்லாம் இஞ்ச சர்வ சாதாரணம். கொழந்தை எஞ்சயும் பெய்ட மாட்டா தேடு"

"அம்மா! நான் இஞ்சருக்கேம்மா! வா! வா!"

தேடுறாங்க! தேடுறாங்க. கொழந்தையக் காணவே காணுமாம். தேடுதேடுன்னு தேடுறாங்க. எஞ்சயாவுது தண்டினாப் போச்சு. மண்டபம் இடிஞ்சு அப்படியே கொட்டிப் பெய்டும்.

"அம்மா நான் இஞ்சருக்கேம்மா வாவா!"

"கொழந்தை கூப்புட்றாளே ஆனா காணுமே!"

பலாயிரம் வருஷமா நிக்கிற மண்டபம் ஆல மண்டபம்; கொழந்தை காணாமப் பெய்ட்டு! கதறி அழுறா அம்மா! நாமளும் தேடுவமே! எதுனாச்சும் அம்புடாமயா பெய்டும்? எத்தன குயக்கம் எத்தன தத்துவம். எத்தன கவிதெ. எத்தனை இதிகாசம், சங்கப்பாட்டு, எத்தினி சிறுகதை, எத்தினி கலைஞன், எத்தினி கலையும் கடவுளும். இஞ்ச தாய்க்கோலா தூணா பெய்ட்டாங்க? இதுக்கு கொழந்தையுமா வேணும்? தெனம் கொழந்தையோட அம்மா வந்து ஆலமண்டபத்து வாசல்ல ஒக்காந்து கிட்டு ஒப்பாரி வச்சு அழும்.

"தங்கமுன்னு சொல்லி ஓன்ன
தட்டாம வளத்தேனே தாயீ!
தமிழுன்னு சொல்லி – ஓன்ன
தூக்காம தூக்குனேனே – ஆயீ
போனேன்னு சொல்லி – ஓன்ன
வாயேன்னு அழக்யலியே மாயீ!"

"அம்மா நா... இஞ்சருக்கேனே!"

கொழந்த கூப்புட்டுகிட்டே இருந்தது. ஆனா யாரும் பாக்கவே முடியலியாம். ஆல மண்டபத்துல கொழந்தையோட கொரல் மட்டும் நூற்றாண்டுகளுக்கு அந்தப் பக்கத்துலருந்து கேக்குதாம். ஆயிகாரி தேடிகிட்டே இருந்தாளாம்.

அந்த மாதிரி இருக்கையில ஒரு நாளு அந்த பக்கமா ஒரு பரதேசி வந்தப்ப, அந்த அம்மா அழுதுகிட்டு ஒப்பாரி வெச்சுகிட்டு இருந்ததெப் பாத்தானாம். ஏம்மான்னு கேட்டானாம்.

“கொழந்தெயத் தின்னுடுச்சய்யா இந்த ஆலமண்டபம்” ன்னு பொலம்புனாளாம் அந்தம்மா.

அந்தம்மா மொகத்தெப் பாத்து “என்னமா நீயி! இதோ இருக்கே ஒங்கொழந்தை. பாக்கலியா இதுகூட தெரியல்லியா” ன்னானாம் பரதேசி.

திரும்பிப் பாத்தாளாம் ஆயிகாரி!

கொழந்தை தன்னோட ரெண்டு கையையும் விட்டத்துல குடுத்து விதானத்தெத் தாங்கிகிட்டு ஆலமண்டபத்தோட இன்னொரு விழுதா... நிக்கிதாம்! அப்படியே வாரி அணைச்சுகிட்டு ஆனந்தக் கண்ணீர் உட்டாளாம் ஆயிகாரி. “அம்மா நீயுமா வந்துட்டே” ன்னு தாம் கொழந்தை! ஆயும், தாயும் தூணா நிக்கிறாங்களாம்.

தூணு தூணா, விழுது விழுதா, உயிர் உயிரா நிக்கிதாம். ரகசியம் ரகசியமா ஆலமண்டபம் உதுந்துகிட்டே நிக்கிதாம்.

(கணையாழி, ஜனவரி, 1996)

பேய்க்கவிதை

'ரகஸ்யமாய் கனவு போல் சிரித்தது காற்று!' என்று படித்தான் புண்டரீகன். இந்தப் புராதனப்பெயர் அவனுக்கு ரொம்பப் பிடித்தது. போன வருடம்தான் பி.எஸ்ஸி பாஸ் செய்திருந்தான். ரகஸ்யமாய் கனவு போல் அவனுக்குக் காற்று சிரிக்காது! முதலில் காற்று என்பதே போதுமான அளவில் நிரூபணமாகவில்லை. புண்டரீகன் ஓர் சையன்ஸ் க்ர்ஜீவெட் என்பது அதற்கு தெரியப் போகிற வழியில்லை. காற்று கனவாகி ரகஸ்யமாய் சிரிப்பது என்பது சுத்த கயவாளித்தனம் என்றே தோன்றியது.

புண்டரீகன் ஐயங்கார் பையன் ஓஹ்! ஜாதிதான் பேசக்கூடாதே- இங்கே அது ஏது?

அவனுக்குக் கவிதை பிடிக்காது. தெரியாது. புரியாது ஓ! அப்படி ஒன்று இருக்கிற மடத்தனம் வராது. உலகை மாற்ற வேண்டும் என்கிற தீவிரக் கனவு எப்போதும் புண்டரீகனை அலைத்தது. ரகஸ்யமாய் காற்று சிரிக்கிற விவகாரங்கள் அவன் தங்கையினது!

அவன் தங்கையானாலும் இப்போது அவள் உடல் தெரிந்தது! அவள் பெயர் பெருந்திரு! அப்பாவுக்கு புராதனம், புராணம், பலிதம், ஜோஸ்யம் இவைகளில் அபார நம்பிக்கை. புண்டரீகன் என்று யாராவது இந்தக் காலத்திலே பேர் வைத்திருப்பார்களா? பெருந்திரு. பெண்டாட்டியைக்கூட தாயாரே என்றழைப்பார்! பயங்கரமாய் இருக்கும். அப்பாவின் பெயர் மட்டும் ராமசாமி! சாதாரணம்தான்!

பெருந்திரு ரொம்ப அழகாயிருப்பாள். ஐயங்கார் கட்டு மடிப்புடவைக்கே தனி அழகும் இறுக்கமும் வளைந்து காட்டும் பேரழகு உண்டு. பெருந்திரு எப்போதும் சிரித்துக் கொண்டேயிருப்பாள். அம்மா திட்டிக் கொண்டேயிருப்பாள் "என்னடீது!? எப்பப் பார்த்தாலும் இளிச்சுப்புளிச்சிண்டு! சீ! பொண் இப்படிச் சிரிச்சிண்டேயிருந்தா சிரிப்பாய்ச் சிரிச்சுப் போகும்!"

புண்டரீகன் இப்போது தன் பெயர் ரொம்ப நன்றாய் இருப்பதாய் உணர்ந்தான். பெருந்திருவை இப்போதெல்லாம்

பார்க்க முடிவதில்லை. இப்போது அவனுக்கும், அவளுக்கும் 'உடல்' இல்லை!

பகல், இருட்டு இல்லை. வெளிச்சத்துக்கு அர்த்தமேயில்லை. இருட்டும் ஒளியாய் இருக்கிறது. வெளிச்சம் அலுமினியம் பூசிக் கொண்டதுபோல் இருட்டு வெளிச்சத்துடன் குழைந்து சாம்பல் வெண்மை கலந்து கொண்டது. புண்டரீகன் பெருந்திருவைத் தேடுவதில்லை இப்போதெல்லாம். எங்கு பார்த்தாலும் புண்டரீகனைப் போன்ற சவங்கள். உடலில்லாத சவங்கள் அல்லது ஜடமில்லாத உயிர்கள் வடிவமற்ற நுண்ணுணர்வின் வடிவங்கள் வந்ததிலிருந்து, புண்டரீகன் ஆய்ந்து கொண்டேதான் இருக்கிறான். ஐம்பது வருடங்கள் இருக்குமா? - காலத்தைத் தாங்கிய அறிவு இன்னும் அகன்றது. பூமியில் இருந்தபோது காலம் புரிந்தது. இடம், திதி, நட்சத்திரங்கள், ஐயங்கார், திருகண்ணமுது. தாயார் சந்நிதி, தங்கை பெருந்திருவின் முலை! ஆ! இப்போதும் எப்படி ஸெக்ஸ் இருக்க முடியும்!? எல்லாமே காலத்தை நொறுக்கியது! புண்டரீகன் இன்னும் தேடுகிறான் தேடுகிறான். அல்ல தேடுகிறது தேடும்! ஆ! அது!!

புண்டரீகன் தன் ரசாயன உடலை உடைத்துத் தரையில் விழுந்தபோது அதே உடலின் ரத்தம் சிந்தியதுபோக தண்ணீராகவும் சீரமாகவும் பிரிந்தபோதும் உடம்பின் உட்புறத்திலருந்து வெள்ளி நூல் ஒன்று நீண்டு வெளியேறுவது புரிந்தது. பேரழகு படைத்ததன் உடல் வழுவுண்டு சுருண்டு நாறுவதும் போஸ்ட்மார்ட்டம் செய்யப்படுவதும் ஆச்சர்யமாய் இருந்தது. கவிதை இன்னும் இத்தனைக்கும் பிறகும் புரிவதாய் இல்லை. பெருந்திரு வந்தாள். அவளது முகம் மட்டும் வெள்ளிச் சுருணையாய் ஒளியாய் வந்தது. தன் முகத்தைப் பார்த்துக் கொள்ள விரும்பியது புண்டரீகனின் முகம். எதிரே பந்தாய் உருண்டு கண்டது. பெருந்திரு மகிழ்வே வடிவாய் 'அண்ணா!' என்று புளகித்தாள். அவளுக்கே பூமியில் வாழ்ந்த நினைவே இல்லை மாதிரி தோன்றியது. அதைப் பற்றி அவள் பேசவேயில்லை. அவளது அற்புதமான உடலை நினைவு கொண்டான் புண்டரீகன். அது கண்ணெதிரே தோன்றவில்லை. 'ஜெர் செக்ஸ்' தோன்றினார். நீண்ட உருவம்! முழு உருவம் ஒளிவடிவம். நீல நுண் ஒளி பாஸ்பரஸ் எரிவது போன்ற ஒளி வட்டம். அவன் உடலைத் தடவினார். சூக்கும உடல் ஒன்று இருப்பது அப்போது தென்பட்டது புண்டரீகத்துக்கு. புண்டரீகம் சிரித்தது. ஜெர்செக்ஸ் பெரிய்ய மன்னர்! பாரசீகத்தில் படை நடத்தி கிரேக்கப்

போர் வீரரைத் துரத்தியடித்த பெரும் தளபதி. இரண்டாயிரம் வருடங்களுக்கு முன்னே வாழ்ந்தவை.

புண்டரீகம் அவரைக் கேட்டது. ஜெர்ஸெக்ஸீம் சிரித்தது. கேள்வியிதுதான்: எனக்கு இன்னும் பெருந்தேவி வேணும் என்றும் உள்ளே நுழைய வேண்டும் என்றும்; நுழைக்க வேண்டும் என்றும் உளைக்கிறதே துளைத்து! என்ன இது? செத்த பின்னும் கூடவா உடம்பு? உடம்பு இழந்தும் கூடவா உடம்புக்கு தன் உள்ளிந்தரியம் ஊற்ற உழைச்சல்? 'பிழை' தப்போ? உளைச்சல்!!

பளிச்சென்று பெருந்தேவி வந்தாள். உடனே! அண்ணா பாரேன்- கண்ணெதிரே பெருந்திரு பெருந்தேவியாய் தங்க நிறத்தில் அவள் உடல் நிர்வாணமாய் விளங்கியது! அழகுதான் ஆனால் தழுவ வேண்டும் மேலே உருள வேண்டும் என்று தோன்றவில்லை. மனசு என்ற ஒன்றும் காணோம். யோசிக்கிற அறிவும் இல்லை. ஏதோ பூர்வம் மட்டும் அங்கங்கே திட்டு திட்டாய் புண்டரீகமாய் நிற்க ஜெர்செக்ஸும் சிரித்தது.

போதுமா? என்றது மீண்டும். ஆம் உடம்பு! தான் விரும்பிய தங்கை! யாருக்கும் தரத்தயாராய் இல்லாத தன் தங்கை! சின்னஞ்சிறு வயதில் அம்மாவைத்தான் அப்படி உயிராய் உருக்கியது புண்டரீகம். தங்கைப் பாப்பா பிறந்த போது ஆச்சர்யம் புண்டரீகனுக்கு. தங்க பொம்மை குங்குமம் பூசிக் கொண்ட அபூர்வமான குழந்தை. கை கால்களை அசைத்த போதே கலந்துவிட்டது ஆசை. ஆசையா அது?!

அம்மாவின் மேலிருந்த வெறி பெருந்திருவின் மீது சரிந்து கொட்டியது. புண்டரீகன் அவளைக் கீழே இறங்க விடமாட்டான். எப்போதும் தங்கையின் கதகதப்பு வேண்டும். "கீழ விடுடா எப்போப் பாத்தாலும் என்னது தூக்கித் தூக்கி வெச்சிண்டு!" அம்மா கத்துவாள். விடமாட்டான். பத்து வயதில் கூட பெருந்திரு அவன் இடுப்பிலேயேதான் உட்கார்ந்திருப்பாள். அம்மா கத்திக் கொண்டேயிருப்பாள். அப்பா அடிப்பார். பெருந்திரு அழுவாள். அவன் தான் வேணும்! அவன்தான் குளிப்பாட்டி விட வேண்டும். சோறு ஊட்ட வேண்டும். "பன்னிரண்டு வயசாச்சு இன்னும் ஒரு சுலோகம் சொல்லத் தெரீலை! ஒரு கேரதா ஸ்துதி சொல்ல வரலை! அள்ளித் திங்கத் தெரியிலேயோடி நோக்கு சனியனே!" அம்மாவின் சரணம் இது. புண்டரீகன்தான் ஊட்டிவிட வேண்டும் "இன்னும் இரண்டு வருஷத்திலே ஆமடையானோட ஆத்துக்குப் போணும்... இப்படியே எழஞ்சுண்டு இருந்தா குத்தி குழியில அள்ளி வெக்ய

வேண்டியதுதான். போ!" என்று வைவாள் அம்மா! கண்ணையும் துடைச்சுக்குவாள்.

பெருந்திரு பொறக்கும்போதே அம்மாவை சாப்பிட்டவா என்றார்கள் டாக்டர்கள். சிஸேரியன் ஆபரேஷன் பண்ணி வெளியே எடுத்தார்கள் அவளை. குழந்தை ரொம்பச் சின்னது. ஒரு கைக்குள்ளாகவே அடங்கி போயிடும். அத்தனைக்குச் சின்னது. பதிமூனு வயசு ஆனப்போதான் பெருந்திரு வேற பெண்ணாகிப் போனாள். புண்டரீகனுக்கு அது புரியலை! ம்ம் சொல்லிண்டேயிருந்தாள்! "ரொம்ப தாங்காது இந்த வாரமே! அம்மா சொல்லிண்டேயிருந்தாள்!"- ஆனால் அடுத்த வருஷம்தான் பெருந்திரு பெருசாகிப் பூத்தாள். அது இன்னது என்று புண்டரீகனுக்கும் புரியவில்லை. ஏதோ ரத்த சம்பந்தப்பட்டது என்று தோன்றியது. அன்றிலிருந்தே - பெருசாவதற்கு முன் ஒரு வருஷத்துக்கு முன்னிருந்தே புஷ்பிப்பதற்கு முன்பே மகரந்தம் வீச ஆரம்பித்தது மட்டும் புண்டரீகனுக்குப் புரிந்தது. விளையாடிக் கொண்டிருக்கும்போதே பள்ளிக் கூடத்திலிருந்து திரும்பும் போதே ஊஞ்சலில் பெருந்திருவோட ஆடிக் கீழே விழுந்து தவறிப் போய் எப்போதாவது உடம்போடு உடம்பு உரசிவிடும்போது பெருந்திருவின் உடம்பிலிருந்து படர்ந்து வரும் ஒருவித மணம் ஆச்சர்யம்! அது அதற்கென்றே உண்டான நாற்றம். ஆரோக்கியமான வியர்வை மீண்டும் மணமும் அதனுடன் கலந்து வீசியபடி அத்துடன் அவள் உபயோகிக்கிற பட்டணத்து மஞ்சள், கஸ்தூரி அப்புறம் ஸ்நானப்பொடி மணங்கள். அதற்குமேலே அவள் உபயோகிக்கிற வினோலியா யு.எஸ்.ஏ சோப். ஃபாரின் வாசனை. இத்தனையும் அந்த உடலின் நாற்றம் தேன் மணம்போல் தனி மணம் ஊட்டிய அதன் தனி மணம். தனிச்சுவை. இதன் ஆச்சரிய அர்த்தம் புண்டரீகனுக்கும் அப்போது புரியவே இல்லை. ஆணையும் பெண்ணையும் தனித்தனியே பிரித்து விடுகிற நம் சமூகத்தின் தனித்துவம் அப்போது புரியவேயில்லை. தனித்துவம் புரிய இன்னும் எத்தனையோ ஆண்டுகள் தேவைப்படும் என்பது ஆச்சரியமான உண்மையில்லாமல் வேறு என்ன? அவனைக் கிட்ட வர ஒட்டாமல் அடித்தாள். பெருந்திரு மடியில் படுக்க மறுத்தாள். சிரித்துப்பேசக் கூசினாள். அவனுடன் தனியே இருக்க வெறுத்தாள். இத்தனைக்கும் அவள் பெருசாகாத பெண்தான்!

பெருந்திரு அவனது ஸ்னேகிதை! தங்கை மட்டும் அல்ல. புண்டரீகன் ஏங்கினான். தொட்டுப் பழகிய கட்டிக் கனியான அவள் எட்டிப் போனது மட்டுமல்ல. அவள் பெண் என்றும்,

அவன் ஆண்தான் என்றும் கொடுமை காட்டினாள். துவைத்த துணிகளைக் கூட பிரித்து அடுக்கிய பெருந்திரு அவன் துணி வேறு விலக்கிக் காட்டிய அவள் அவன் தங்கைதானா? என்று பயம் உலுக்கியது அவனை. மணிக்கணக்கில் அவளோடு ஒட்டி உரசி உட்கார்ந்து மொட்டை மாடியில் கதைகள் பேசிய பழம் சம்பவங்கள் பொய்யாப் போயின. சாப்பிட அம்மா கூப்பாடு போட்டு கூப்பிட வேண்டியிருக்கும். புழக்கடை கேணிப் படிச் சுவற்றில் கேணியின் உட்புறம் தண்ணீருக்கு மேலேயுள்ள கடைசி மூன்றாம் படியில் இருவரும் உட்கார்ந்து அப்பாவையும், அம்மாவையும் பார்த்த, இரவு ரகஸியங்களைப் பரிமாறிக் கொண்ட காலம் இனி தனியாய் வரப்போவதில்லை. அம்மா தேடிக் கொண்டு வந்து கிணற்றின் சுற்றுச் சுவரில் எட்டிப் பார்த்துக் கத்துவாளே! "எட்டீ! சனியனே! கேணிக்குள்ள என்னடீ பண்றேள்? அப்படியே விழுந்து தொலைங்கோ, சனியல்லாம் ஒழிஞ்சதுன்னு ஒரு நாள் அழுது தொலைச்சுப்புட்டு அப்புறம் நிம்மதியா இருப்போம். கடங்காரி! ஒன்னால ஒரு நிம்மதியும் இல்லெடீ! சீச்சீச்சீ!"

அவளது பதினாலாவது வயதில் பெருந்திரு எட்டி மட்டும் போகவில்லை. அவள் என்கிற ஜென்மமே அடியோடு வேறு என்பதைக் காட்டியபோது வெட்டுண்டான் புண்டரீகன், மைசூர் சந்தன சோப்பும் வினோலியாவும் போட்டுக் குளித்துக் கொண்டு நின்றாள் பெருந்திரு. பொளக்கடைப்பக்கம் போயிருந்தாள் அம்மா. குளிப்பதும் பெருந்திருவுடன்தான் புண்டரீகன் ஸ்நானம்! இப்போதெல்லாம் அவள் வருவதும் இல்லை. எண்ணெய் தேய்க்கக்கூட அவள் வருவதில்லை. அம்மாதான் வருகிறாள். வாழை மரங்களுக்கிடையில் அவள் கிணற்றடியில் குளிப்பது ஏதோ ஆயில் பெயிண்டிங் மாதிரி அற்புதமாய் இருந்தது. ஒளிந்து பார்க்க வேண்டியதாகிவிட்டது. நெஞ்சு கனத்தது. எத்தனை அழகு! மூடிக்கட்டித்தான் குளித்தாள் பெருந்திரு! பெருந்திருதான் அவள். கண்ணை இமைக்க முடியவில்லை. பார்த்தவை புதியதல்ல. இனந்தெரியாத ஏதோ ஒரு மூர்க்கம் உடல் முழுவதும் மனசு முழுவதுமாய்ப் படர்ந்து எரிந்தது. பூரணமாய் புரிந்து கொள்ளுமுன்னம் மூடிவிட்டது போல் அடுப்பு அடங்கியது. சேலையைக் களைந்த போதுதான் அவள் எத்தனை பெரிய பெண்ணாகி விட்டிருந்தாள் என்பது பருமனாகியது அவனுக்குள்!

"அடப்பாவி! கட்டால போறவளே! தங்கையெயாடா இப்படி ஒளிஞ்சு நின்னு பாத்துண்டிருப்பெ? "

"அம்மா! என்ன? நானு! ஒளிஞ்சு நின்னு பாக்கல்லம்ம வந்து..."

பெருந்திரு திரும்பிப் பார்த்தாள். உடனே சுற்றி இறுகிக் கொண்டாள். கடுகடுத்த முகம் இன்னும் மூடிக்கொண்டது. அம்மா ஏதும் பேசு முன் வெளியேயிருந்து உள்ளே பாய்ந்துவிட்டான் புண்டரீகன்.

பதினாலு வயதில் அவள் சிறுமியல்ல என்பது புரிந்தபோதுதான் அவனுக்கு விஞ்ஞானம் ஞாபகம் வந்தது. அவன் புரிந்து கொண்டு படித்த எந்த விஞ்ஞான மனோத்தத்துவமும் இங்கே ஜீரணமாகாத சமூகம் என்று அவனை வெட்டிச் சாய்க்கக் காத்திருந்தது அந்த விஞ்ஞானிகளுக்குப் புரியுமா? உடம்பு என்பது பற்றி அவர்கள் எழுதி வைத்து மனசைப் பற்றியும் ஏராளமான புதிர்களையும் எழுதி வைத்திருந்தது அவனுக்கு சுமையாய்த்தான் இருந்தது.

அம்மாவை மீண்டும் நிமிர்ந்து பார்க்க முடியவில்லை. வீட்டின் உள்ளே பல வேலிகள் குறுக்கும் நெடுக்குமாய் விழுந்து கொண்டிருந்தன. தனியே பெருந்திருவுடன் பேசக் கூட முடியவில்லை. முற்றிலும் ஒதுக்கினாள் அவனை. திண்ணையில் உட்கார்ந்திருப்பாள். அவன் வீட்டு குத்துச் செங்கல் ஏறியதும் எழுந்து உள்ளே போய் விடுவாள். ஊஞ்சலில் மோகினி போல் உந்திக் கொண்டிருப்பாள். அவன் வருவான் ஊஞ்சல் நின்று போகும் எழுந்து உள்ளே போய் விடுவாள். ஒன்றரை ரெண்டு வருடங்களாய் குறுக்கில் புகுந்து கொண்ட மௌனம் கூட இப்போது கிடைப்பதில்லை. இப்போது கிடைப்பது மௌனமல்ல. அம்மா "தட்டிக் கொண்டிருப்பதோடு சரி என்னடீ பொண்ணே! அவங்கிட்ட பேசக்கூட மாட்டேங்கிறியாம்? என்ன ஆச்சு உங்களுக்குள்ளே?" என்பாள், "ஒண்ணும் இல்லம்மா!" என்பாள் பெருந்திரு. வீட்டுக்குள் முளைத்த சுவர்கள் கூட புண்டரீகனைப் பயமுறுத்தவில்லை.

பூனை சீறுவது போல் பார்வையாலே அவனை மறுத்தலிக்கிற கேவலம்தான் தாங்க முடியவில்லை. கல்யாணங்களுக்குப் போகும்போது கோவிலில் சாமி கும்பிடும்போது உள் காமிரா உள்ளில் பெருந்திரு உடுத்திக் கொண்டிருக்கும்போது கைகள் இரண்டையும் ஆகாயத்தே உயர்த்தி கொடி மல்லிகைப் பந்தலில் புழக்கடையில் பூப்பறிக்கும்போது கோவில் பிரகாரத்தை நின்று கர்ப்பக்கிரகத்திலிருந்து வரும் தாயார் சந்நிதி முன் கை நீட்டும் அர்ச்சகருக்கு அவள் நிவேதனத் தட்டை நீட்டும்போது-

அவன் திருடனாகிப் பெருந்திருவைப் பார்க்கும்போது, அவள் காட்டும் உதாசீனம்...த்தூ! ஹேர்ட்ஸ் என்ற பாதாள லோகத்திலிருந்து வந்து அக்கில்லீஸ்- புண்டரீகனைப் பார்த்துச் சிரித்தான். பெண்களைப்

பற்றிய எந்த நினைவும் இல்லாமல் வாழ முடியும் என்றான் அவன். கண்களில் படரும் தெய்வீகமான சுடருடன் அக்கில்லீஸைப் பார்க்கும் போது அது உண்மைதான்! என்று தோன்றும் புண்டரீகனுக்கு... பாதாளலோகத்தைக் காண அக்கில்லீசுடன் புறப்பட எப்போதும் தயாராய் இருந்தான் புண்டரீகன். தங்கைகளை மணக்கிற கணவர்கள் ஹோர்ட்ஸ் பாதாள லோகத்தில் கூட இல்லை என்றான் அக்கில்லீஸ். எங்களுக்கு தங்கைகளும் பெண்ணே பெண்களே! என்று பதில் சொல்ல புண்டரீகன் முயன்றும் முடியவில்லை. மீண்டும் பழசுக்குள் புகுந்தான் புண்டரீகன்...

எத்தனையோ முயற்சித்தும் பெருந்திரு நெருங்கவேயில்லை. ராப்பட்டினியாய் படுத்துக் கொள்வது வழக்கமாகி விட்டது. முன்னெல்லாம் இலையிட்டுப் பரிமாறி அண்ணா அண்ணா என்று குழைந்தவளா அறைக்குள்ளே புகுந்து கொள்ளும் இந்தப் பெருந்திரு? கனவு போலிருந்தாலும் அதன் நீ எரித்தது. கவிதை புரியாமற் போனதும் இதனால் தானா? பெருந்திரு கவிதை எழுதுகிறவள். எட்டாவது வயதிலேயே அவள் சொன்ன கவிதையை அவள் அப்பா நாளெல்லாம் பாடிக் கொண்டு பெருந்திருவைத் தூக்கித் தூக்கிக் கொஞ்சினார் அப்பா!

“பூவே புளியம் பூ!
காயே காயாம் பூ!
பழமே பழம் பூ!
தாயேந் தாழம் பூ!
மனமே மனசுப் பூ!”

இதில் என்ன இருந்தது ஆ! ஊ! அற்புதம் என்று கொண்டாட அம்மா பாடுகிற தாலாட்டு மாதிரி வரட்டுத் தனமாய் ‘கண்ணே மணியே கற்பூரப் பூவே தாயே தவமே கவியே கனியே’ என்று இருந்தது! வேறு என்ன? ஆனால் குட்டி வளர வளர கவிதை எழுதுகிற பழக்கமும் வளர்ந்தது. செதப்பின கவிதை மாதிரி நிறைய நிறைய எழுதினாள் பெருந்திரு! ஒன்று ஞாபகம்!

கையால் தாங்கி
மலரைக் கசக்கவா?
என்னால் அளைந்து
என்னைப் பெருக்கவா
ஊடே புகுந்து
உயிரை
பிரிக்க

வா?!-
என்றும் நோயைத் தந்து
நோயைப் பெருக்கி
நெஞ்சைப் பிரித்து
நெஞ்சைத் தந்து
நீயும் நானும்
இற்று இற்று
இரண்டாகவா?

- என்றும் அவள் குழம்பும் வரிகள் பயமுறுத்தும் புண்டரீகனை. காலம் முழுவதும் ஓயாது ஏதேனும் இப்படிப் புரியாதவரிகளிடையே அவளை மட்டும் எப்படி அவனுக்குப் புரிகிறது என்று அவனுக்கே தெரிவதில்லை. கனவுகளுக்கு அர்த்தம் தெரிந்த வயதில் அவனை விட்டு விலகிவிட்ட அவளை இனி அதனைத் தரும்படி கேட்க அவனுக்கும் வெட்கம்தான்.

யாரோ ஒருவன்! வருவதாய் அம்மா சொன்னாள்! ஆம். பெருந்திருவைப் பார்க்க மாப்பிள்ளை வீட்டிலிருந்து வரப் போகிறார்கள். அவளை அள்ளி எடுத்துக் கொண்டு போய் விடுவான். பெருந்திரு பிராட்டியின் சிலை போலிருந்தாள். நடுக்கூடத்தில் ஆளுயர பாவை எரிந்தது. ஊஞ்சல் முழுவதும் பூவால் அலங்கரித்தார்கள். வீடு முழுவதும் பெண்கள். அப்பாவும் நண்பர்களும் குழுமினார்கள். நெய் மணமும் பாயசமும் அமளிப்பட்டது. சாமி உள்ளில் பெருந்திரு விழுந்து வணங்கி எழுந்த அலங்காரம் புண்டரீகனை அயர அடித்தது. அவளது கவிதை நோட்டை வைத்துப் புரட்டிக் கொண்டு நின்றான். ஒன்றுமே புரியவில்லை. பயமாய் இருந்தது. ஸ்டூல் ஒன்றில் காமிரா உள்ளில் அவளை அலங்காரம் செய்து உட்கார்த்தியிருந்தார்கள். யாரும் இல்லை. உள்ளே போய் பாய்ந்து அவளை கட்டித் தழுவிக் கொண்டான். அவள் ச்சீ! ச்சீ! என்று பதறி உதறிப் பதைபதைத்தாள். கனவு போலிருந்தது. கனவாகவே இருந்திருக்கக்கூடாதா?

"நான் என்ன செஞ்சேன்?"- பதறினான் அவன்.

"விடுடா! சீ! விடு!" திமிறி எழும்பி உதைத்து விடுவித்துக் கொள்ள முயன்றாள் பெருந்திரு. இழந்த அவளை விட அவன் தயாராய் இல்லை. இன்னொருவனுக்கு விடத் தயாராய் இல்லை. பயம் பரவும் கால்களால் உதைத்து கால்களாலேயே அவளைப் பின்னிக் கொண்டு தடுமாறி விழுந்தான் புண்டரீகன்.

அந்த அறையின்! தூப மணம் சாமியின் ஊதுவர்த்திச் சுருள் மறைக்கும் படங்கள்! நைவேத்யத் தட்டுகள் பித்தளைப்

பளபளப்பில் சூடம் அடங்கி எரிந்து கொண்டிருந்தது. இருவரும் தழுவியிருந்தார்கள். இருவரும் இணைந்திருந்தார்கள். இருவரும் ஒன்றாக முயன்றார்கள். அவ்வளவுதான். பல நாளாய் பட்டினியும் தாகமும் போட்டழைத்த அவதியின் தேகம் இரண்டும் ஒன்றை ஒன்று மருவி மருவி குமிழ் விட்டுக் கொந்தளித்தன. இரண்டே நாழிகை அந்த மௌனத்தில் யாருமற்ற அசலில் ஆழ்ந்து மூழ்கின. இரண்டு தேகங்கள் அவளை அவனிடமிருந்து யாராலும் பிரித்துவிட முடியாது. குனிந்து அவளைப் பார்த்த போது சின்னஞ்சிறு அம்மனாய் புண்டரீகனின் அம்மா அவனடியில் பெருந்திருவாய் கிடந்தாள். அம்மாவா? ஹா! பயங்கரம் ஆம்? இத்தனை நாளா தவித்து வேண்டிய பெருந்திருதான் அம்மாவாய் அவன் அணைப்பில் கசங்கினாள். மல்லிகை சூடியிருந்த பிச்சோடா நெருப்பு மூச்சால் சிவந்து வாடின! அம்மா நீயா? துள்ளி எழுந்தான் புண்டரீகன். நிவேதனத் தட்டுகள் இனிப்பு லட்டுக்களுடன் சரிந்து சிதறின. அடியற்ற மரம் போல் இரண்டு குத்து விளக்குகளும் சாய்ந்து விழுந்தன. எண்ணை கொட்டித் தீப்பற்றியது. சீலைகள் பற்றிக் கொண்டன.

கலகலவெனச் சிரித்தான் அக்கில்லீஸ் மாவீரன்! ட்ராய் நகருக்குப் படை எடுத்துச் சென்றானே ஹெலனை மீட்க...? ஹெலனை மீட்க அம்மாவீரனாலும் முடிந்ததா? வெள்ளிக் கொடி நீண்டு சுருண்டெழ ஆவி போல் எழும்பிப் பால் போல் திரவ ரூபம் காட்டி புண்டரீகனிடம் கேட்டான். உன் பைத்தியம் அன்றைக்கும் சரி... இன்றும் பைசாசமாகித் திரியும் இப்போதும் இருக்கிறதே இன்னும் உன் உயிருக்கு உடலின் மீதுள்ள வெறி தணியாமலா இருக்கும். பாவம்! நான் சொல்வது புரிகிறதா? உன் பெருந்திரு இங்கே தானே இருக்கிறாள்? இன்னும் அவளை நீ விடவில்லையா? கனவு கலைய இன்னுமா காலம்? காலம் இல்லை என்றுமா தெரியாமல் போயிற்று? புண்டரீகனால் ஏதும் சொல்லவியலவில்லை. பாவம் என்ற உணர்ச்சிதான் இல்லை. அவளுக்குமா அற்றுப் போயிற்று. தன்னைத் தீவிரமாய் ஒதுக்கிய பெருந்திருவை இனி விடுவதற்கில்லை என்று அன்றே கொண்டது காமமா வெறியா? மீண்டும் ஆழ்ந்து பொங்கினான் புண்டரீகன்...

அந்தப் பெண் அவன் தங்கையா? இல்லை! அவளது உடல் தங்கை என்று நினைவு கூறவேயில்லை. அணைப்பில் சிக்கிப் பிதுங்கின பெருந்திரு அணைப்பில் ஆழ்ந்து கிடந்தது மட்டுமில்லை. அவனை புண்டரீகனின் தோள்களின் வழியே பாய்ந்து இடுப்பை ஒல்கி பின்புறமாய் முதுகில் இரு கைகளும் கோர்த்துப் பிணைத்துக்

கொண்டிருந்தன. புண்டரீகன் எழ உருவிய போதும் அவளது கைகள் அவனை வரிந்து சுற்றி இறுகியிருந்தன. தாயை தழுவிக் கொண்டிருக்கும் அவதி! அவன் உதற முடிந்தும், அவள் இப்போது முனைந்தது பயங்கரமாய் அவனைத் தாக்கியது. புண்டரீகன் செயலற்றுப்போக சீறி வந்து விரட்டிய பூனை இப்போதில்லை! மலர்கள் கசங்க அந்தப் பெண் இப்போது புண்டரீகனைப் பிணைந்து கலந்தாள். நூற்றாண்டுகளாய் கல்ப கோடிக் காலம் தாகித்த பெண் அவள்! அவள் தாய் இல்லை - தங்கை இல்லை - உடன் பிறந்தவள் இல்லை - பெண்ணே இல்லை அவள்.

ஆண்டாண்டு காலமாய் தவம் இயற்றிச் சுதந்திரத்தை இழந்து கொட்டடியில் நசுக்கப்பட்ட பெட்டை அவள்! மிருகம் புண்டரீகன் அந்தச் சாகர சங்கமப் பிறையில் விழுந்து ஆழ்ந்தே போனாள். உடல்கள் தம்மை மறந்து உயிர்கள் தம்மை இழந்து பொறி சிதறிக் கலங்கிப்போன நேரம் அது. ரத்தம் உறைந்து உடலின் ரசாயனங்கள் குழைந்து மிருகங்கள் ஒன்றை ஒன்று கீறி கதுப்புகளைக் கடித்து துடைகளில் கிள்ளி ரத்தத்தைப் சுவைத்து இருண்டு போன கதி அது!

ஹெலன் நிமிர்ந்து நின்று அழைத்தாள்! ஆறாயிரம் ஆண்டுகளாய் வாழும் ஹெலன். அவன் மருண்டு திரும்பி ஆழ்ந்தான் புண்டரீகன். பேரழகி ஹெலன்! அந்தப் பெண்ணுக்காய் ட்ராய் நகரில் போரிட்டு மாண்ட கிரேக்கர்கள் பத்து லக்ஷம் பேர்! இன்று ஆறு நூற்றாண்டுகளுக்குப் பின் மண்மேடிட்டுக் கிடக்கும் துருக்கியின் புராதன கிராமத்தைச் சுற்றி வருபவைகளில் ஹெலையும் ஒன்று! ஹெலெ பழங்கதைகளிலே ஹெலன்! அவளுக்காக ஈஜியன் கடல்களிலே கவிழ்ந்த கிரேக்கக் கப்பல்கள் எத்தனை? புண்டரீகனைப் பார்த்து சிரித்தது ஹெலை! ஹெலையின் உடலை எண்ணிப் பார்க்க முடிந்தது புண்டரீகனால்! தங்க நிறத்தின் முடிச் சுருள்கள் தோள்களைத் தழுவ தந்தத்தின் உடல் வளப்பம்! செவ்விய மேனியின் பணைத்த முலைகள் கூசிடப்பட்டு சுற்றி மறைத்த இடையும் யானையின் துதிக்கை போன்ற துடைகளும் வாழையும் உவமைக்குதவா உயிர் பொருள்களும் ஆராதிக்க இயலாப் பேரழகு. சொல்லுக்கடங்கா பேரின்பம்.

இத்தனையும் ஹெலன் அல்ல! பெருந்திரு திடுக்கிடாமல் சிரித்தாள் ஹெலனா! புண்டரீகம் ஆவி புரள எழுந்து நின்றது. இத்தனை இன்பத்தை தேக்கிய ஹெலனை அன்று ட்ராய் நகரம் கோட்டை மண்ணில் சாய்ந்ததும் கிரேக்கர்கள் மறுபடியும் மூன்று கணவர்களின் படுக்கையையும் கனவாக்கிய ஹெலனை மீண்டும் முதற்கணவனின் படுக்கைக்கே இழுத்துப் போன கோரம் உலகில்

வேறு எங்கும் அண்டா? ஹெலனும் சீதையும் வேறு வேறல்ல. திரௌபதியும் மண்டோதரியும் பெருந்திருவும் ஒன்றல்ல! வேறு வேறு என்றாலும் ஒன்றிற்கு ஒன்றா? ஒன்றே ஒன்றா!

ஹெலை கண் சிமிட்டிச் சொன்னாள் "பெண் என்றும் ஆண் என்றும் பிரித்ததே இந்த ஓயாத சுழலுக்குத்தான். அமைதி வேண்டுகிறாயா பிசாசே! பூதமே! புண்டரீகா உனக்கு அமைதி வேண்டுமா! சீ! அமைதி சமாதானம். அது ஆன்மாவின் இழிநிலை! தேடியதைத் தேடு. ஓடியதைப் பற்று. பற்றியதை விடாதே. அடையும் வரை ஓடு ஓடியதை நிறுத்தாதே. நிறுத்தினால்..." ஹெலை கலகலவென்று சிரித்துக் கரைந்தது.

அந்த பூனை உள்ளுக்குள். தனியே நின்றான் புண்டரீகன்!

நிலைகுலைந்து நின்றாள் பெருந்திரு!

தங்கை!

அல்ல!

அவள் தாய்!

புண்டரீகன் கண் கூசியது! தாயானால்தான் என்ன?

மிருக பிராயத்து உணர்வுகள்! கனவுகள். அது சரி பெண்ணை நீக்கிய தாய் யார்? மீண்டும் அக்கிலீஸின் சிரிப்பு கேட்டது. வெள்ளிக் கொடி ஒன்று இருளில் நீந்தி வந்து புகையாய் வெண்மையாய் இருளில் நிறைந்தது. இன்னும் உன் தூக்கம் கலையவில்லையா? புண்டரீகம் விழித்தது. மரத்தின் உச்சியில் நின்றது அது. வேதாளம்போல் சிரித்தது. ஆனால் தலைகீழாய்த் தொங்கவில்லை. எங்கும் இருள் கப்பியிருந்தது.

பெருந்திருவை இழுத்திறுக்கி அணைத்த அந்த இரவிலும் இருள் கப்பித்தான் கவிந்திருந்தது. அந்த பூஜை உள்ளிலேயிருந்து அவளை வெளியே விடவில்லை என்றைக்குமாய்! கதவை உடைத்துதான் திறந்தார்கள். அம்மாவும் அப்பாவும் அலறினார்கள். உள்ளே இருவரும் தழுவிக்கொண்டு... புண்டரீகனின் கை விரல்கள் பெருந்திருவின் கழுத்துப் பால் வெளியில் நகங்களுடன் நுழைந்து பட்டுப்புடவைப் பொன் நிறத்தின் பரப்பில் ரத்தம் ஊறிப் பரவி நனைந்திருந்தது. பெருந்திரு தன் வெள்ளை விழிகளிலும் ரத்தம் வழிந்து நனைக்க... அம்மாவின் அலறல் தனிப் பிலாக்கணாய் எழும்பிய போது மேலே வான விளிம்பில் இரண்டு வெள்ளிக் கம்பிகள் நீண்டு ஜவ்வு போல் நீண்டு முறுக்கி ஒன்றினை ஒன்று தழுவி விளையாடிப் புணர்ந்து கலந்து ஒற்றை ஜரிகை இழையாய்

அந்த உயிர்க் கயிறு தொடர்பற்று அறுந்து சுருண்டு மேலே மேலே சுழன்று நூல்கண்டுபோல் சுருண்டு புகை படர வெள்ளை மேகமாய் படர்ந்து இறுகியது.

புண்டரீகன் அன்று அவளை இணைக்கத் தழுவிய போது பெருந்திருவும் அவனுடன் ஒன்றிப்போன விரசம் அவர்கள் இருவரையும் பற்றி எரித்தது உருகி அழித்தது. இன்றும் அவனுக்கு - அதுவான பின்பும் உருவம் உடைத்துச் சிதறிக் கலந்த பின்பும் புதிர்தான்!

கலகலவென்ற நகைக் கூட்டம் மழையாய்ப் பொழிந்தது.

எதிரே பெருந்திரு! இறந்த பின்பும் அவள் அவனுடன்தான் இருக்கிறாள்! ஆனால் புண்டரீகம் இன்னும் அலைகிறது! காற்றூதிச் சலசலக்கும் மரங்களிடையே கானகத்தே வளர்ந்து கிடக்கும் ஈத்தம் புதர்களின் கூரிய இலைகளின் ஊடே ஆயிரமாயிரம் அலைகள் வீசும் சிற்றலைகளின் நீர்ச்சுழிகளின் இடையிடையே புண்டரீகம் அலைந்து கொண்டேயிருக்கிறது.

காற்றின் மீது மீண்டும் வெள்ளிக் கொடி அசைவதை புண்டரீகம் ஆழ்ந்து பார்த்தது. புகை பரவி விரிந்தது. பாலாவி அருவியாய் வழிந்தது.

மைத்ரேயி சிரித்து விரிந்தாள். கூடவே காலவ மகரிஷியும் பாரத்திலிருந்து மீண்டும் சிரித்தார்கள். "சுவாமி! உடல் போயிற்று. உயிர் போகாதா?" புண்டரீகன் கேட்டான்! காலவ மகரிஷி வெள்ளிக்கம்பி உரசியது போல் சிரித்தார். வேத கால மைத்ரேயி அனுபவப்பட்டவள்! இதோ அவளை அழைத்ததும் நீ தானே? அவளிடமே கேளேன்.

"உடல் வினை உயிர் விளைவு. மகனே உனக்கு எது வேண்டும்?"

"புரியவில்லை தாயே." உடலை விட்ட உயிர் உடலை மறக்காம உயிரை விட்டாலும் உயிருக்கு உடல் மறக்க மைத்ரேயி சொன்னாள். "மகனே பெருவெளிக்கு வந்தும் இன்னும் பல்லாண்டுக் காலமாகும் உன் வினை தீர! சொன்னால் புரியாது. ஆயின் பழமை உனக்கு நஞ்சாய் உள்ளே அடைத்து நிற்கிறது."

வானளாவிய ஆலமரம் கொடி வீசி நீண்டுயர்ந்த கிளைகளை வானத்தே ஊன்றியிருந்த கிளைகளின் நுனிகளில் மேலும் கீழுமாய் ஊசலாடியது புண்டரீகம்.

வினைகளின் இருள் கப்பிச் சுழன்று சுற்றும் பேயாய் பூதமாய் வழக்கம்போல் நிறைவேறாத ஆசைகளின் கோரக்கூச்சலாய் காட்டின்

நடுவே இருண்ட சுனைகளின் ஆழத்தில் தன் சுனை தேடிப் புண்டரீகம் படர்ந்து விரிந்தது.

அலகைச் சலங்கைச் சிதறச் சிரித்தது. (அலகை – அமானுஷ்யச் சக்தி கொண்ட ஆவி.)

பாதை ஓரத்தே ஒரு கட்டை வண்டி ட்டடக்... ட்டடக்கென அசைந்து போய்க் கொண்டிருந்தது. இருபுறமும் வயல்கள். வயல்களிடையே தோப்புகள் துறவுகள் வாய்க்கால் வழிகள் எங்கும் நீர்நிலைகள்.

வண்டியில் ஒருவன் ஆண் மற்றொருத்தி பெண். வண்டி நகர்கிறது மண்ணை அணைத்தபடி.

ரகஸ்யமாய்க் கனவு போல் சிரித்தது காற்று!

"என்ன? நீ என்ன சொன்னே?" என்றான் ஆண்மகன்

"ஒண்ணும் சொல்லல்லியே! நீதான் சொன்னெ என்னமோ!"

களுக்கிட்டுச் சிரித்தாள் பெண்.

"என்ன சொன்னே?" என்றான் வியப்புடன்

"என்னமோ... வந்து... ரகஸியமா காத்து சிரிக்கிதுன்னு...

"ஆமா காத்து சிரிக்காமெ என்ன செய்யுமாம்? உன்னெ மாதிரி ரகஸ்யமா..." அங்கே பேச்சே இல்லை. புண்டரீகம் மேலே மேலே மேகத்தில் பாய்ந்தது...

கீழே கீழே கீழே கவிதை புரிந்தது அதற்கும்!

காற்று ரகஸ்யமாய் கனவு போலத்தான் சிரித்தது. அதற்குள் புண்டரீகம் அதில் கலந்து கரைந்து லேசாகிப் போயிற்று...

(திடல், ஜனவரி, 1999)

நியூஸன்ஸ்

பஸ்ஸிலிருந்து இறங்கியதும் அந்தப் பெண் கையைப் பிடித்து 'வாடி' என்று இழுத்தான் அந்த அவன்! அவள் மட்டுமல்ல, எதிரே பஸ் ஸ்டாப்பின் நேர் எதிரே இருந்த 'லால் சந்த் பாய்'டெக்ஸ்டைல்ஸ் முதலாளி காபினில் இருந்தவர்கள், பக்கத்தில் இருந்த பான் கடைக்காரன், பக்கத்தில் இருந்த ஸாரி ஷோரூம்காரன், எதிர்வரிசையில் இருந்த பலர், நடந்து கொண்டிருந்தவர்கள் உட்கார்ந்து கொண்டிருந்தவர்கள் திடுக்கிட்டார்களாம்! அட! பெண் அல்லவா!? ரோடு அல்லவா? அல்லவா(பெண்!)

அவன் விடவில்லை! அவள் திடுக்கிட்டதும் மட்டுமல்ல. பயந்தாள்! துடித்தாள்! ஆம். இதுவரை இப்படி(செத்தது) இல்லை! முகம் வெளிறி உடல் கோபத்திலும் அவமானத்திலும் நடுங்கியது. (நடுங்கினால் மட்டும்?) தோற்றத்திலேயே அவள் சுமுகமான படித்த குடும்பத்தில் மேல் நிலையில் பிறந்த களையும் - அவளே கல்லூரிப் படிப்பின் சாரமாய் வந்த உதடுகளுக்குள் துடித்த பாஸ்ட்டர்ட்!... நெறிந்த ஸ்க்கௌண்ரல்....எல்லாமே பதறியது. அவனை ஒன்றும் செய்யவும் விடவில்லை. அவன் பிடி தளரவும் இல்லை.

"வாடி! வாடின்னா?"ஆ! யார் இவன்? சுற்றியிருக்கிறவர்களில் இத்தனை பேரும் படித்தவர்கள்தானே? முகங்கள் எல்லாம் அப்படித்தான் இருந்தன. எவனுமே ஏன் வரவில்லை. துணையாக ஒரு குரல் கூடவா இல்லை. இந்த மாலை நேரக்கும்பலில் பஸ்டாண்டிலும் கூட நிறைய ஆண்கள். நிறைய இருபதுகள், முப்பதுகள் - ஒன்றுகூட துணிந்தது இல்லை. சீ! ஆண்களா இவை? நடுரோட்டில் அவன் செயல்தான் எந்த விதத்திலும் புரிந்து கொள்ள முடியாதவையாய் இருந்தன.

பெரிய பெரிய ஷோரூம்களில் எரியும் ஆர்கான், மெர்க்குரி ப்ளாஷ்கள், லைட்கள், மில்க் வைட் நியான் லைட்டுகள் இந்த அக்ரமத்துக்குத் துணை. பாதுகாப்பு. அவமானம் நெஞ்சைச் சுண்டியது. உடம்பு சூடேறி விட்டது. கத்தக் கூட முடியாமல்

குரல் எழும்பாமல் தொண்டைக்குழிக்குள் அழுந்தியது. அவன் அயரவில்லை. நட்ட நடு ப்ளாட்பாரத்தில் -

அவன் இடை சுற்றி கரங்களால் மெதுவாய் பதறாமல் இழுத்து அணைத்து நெருக்கினான் அவளை. நாள் முழுவதும் ஆபீஸில் தொடர்ந்து எழுதிய அக்கவ்ண்ட் ரிஜிஸ்டரும், ப்பீரியாடிகல் ரிப்போட்டும் சதிராடின. சுற்றிலும் மனுஷர்கள் பார்த்துக் கொண்டிருந்தார்கள். பார்த்துக்கொண்டிருந்தார்கள். அவனுக்கும் அவளுக்கும் நிரம்ப வித்யாசம். புழுதி படிந்த ஸபாரி பாண்ட் உடலோடு ஒட்டிய ஸ்கின் ஷர்ட். அவனை விடாமல் நெருக்க உயிர்போகும் பரபரப்பு. இனி அவள் இல்லை. அவன் அயராது முனைந்தான்.

இப்போது முத்தமிட்டான். உதடுகளில் முத்தமிட்டான். கழுத்தில் ஹா! இந்த உலகில் நடுக்கூட்டத்தில் இது நிகழ்ந்தது. நடுரோட்டில் ப்ளாட்பாரத்தில். கைகளால் பிணைந்து முழங்கைகளால் இடித்து பரபரவென்று ப்றாண்டி உதைத்து எகிறி தனியே அவள் போராடியிருக்கலாம். எதிர்பார்த்தவள் இல்லை. பழக்கமும் இல்லை. இதுபற்றி நினைத்தும் பார்த்தவள் இல்லையே. காலையில் வீடுவிட்டுப் புறப்பட்டால் மறுபடியும் ஆறரைக்குத்தான் வீடு! ஆபீஸில் லெட்ஜர்களுடன் பர்ஸனல் ரிஜிஸ்டர்களுடனும் நசுங்கி ஞாயிற்றுக்கிழமைகளில் மதியங்களில் பார்பரா கார்ட்லண்ட் கனவுகள் - சினமுற்றபோது ஹேமமாலினி மாதிரி - சில வேளைகளில் கனவுகளில் ஓமார்- விடிகிற சில வேளைகளில் அப்பாவே கூட! அப்பா! படிக்க மட்டும் வைத்த அப்பா! பாதுகாக்கவும் பாதுகாப்பு என்பது என்ன என்றும் சொல்லித் தராத அப்பா. இப்போது முத்தங்கள் - முதல் முத்தங்கள். சீத்தூ! தூ! உதடுகளில் அவன் உப்பு. உடம்பில் அவன் வியர்வை உப்பு, நெரியும் உடம்பு. அழுக்கு ஸபாரி! ஆ! விடமாட்டானா. இனி விட மாட்டான் இழுத்துப் போவான்.

அவள் படித்த நாவல்கள் வேறு பாஷை பேசின. அவள் படித்த பத்திரிகைகள் கவிதைகள் எல்லாமே வேறு பாதையில் ஓடியவை. அவள் பார்த்த சினிமாவில் தரங்கெட்ட மனிதர்கள் கூட ஹேமாவைத் தொட்டுக் கூட பேசுவதில்லை. தொட்டாலும் ஹேமா அவர்களை அறைந்தாள். இதோ இவன் புஜங்களை நெறித்து கழுத்தில் முத்தம்! ஆ!

இப்போதுதான் கூட்டம் கவிகிறது. அவனைப் பிய்க்கிறது - பிரிக்கிறது. அவன் அவள் சேலையை இறுகப் பற்றியபடி -

“வர்றியா இல்லியாடி”- நிறைய வாலிபர்கள்! இருபுறமும் அவளை அவனிடம் இருந்து பிரிக்கிறார்கள். ஏறத்தாழ பதினைந்து பேர் தாக்குதலை அவனால் சமாளிக்க முடியுமா? இத்தனை வில்கள் அம்புகளை போருக்குப் பின்தான் அறையுமோ? இப்போது அவள் நிலைகுலைந்து நின்றாள். அவனை அவளிடம் இருந்து பிரித்து இழுத்து தனியே நிறுத்தியிருந்தாலும் கூட அவள் ஸாரியின் தலைப்பு அவனிடம்தான் இருந்தது. அவள் சவமாய் நாவல்களில் அவள் படித்த பதுமையாய் அவள்!

அவனைத் துவைத்தார்கள். ஷோரூம் கண்ணாடி உடையாமல் சிலர் வரிசையாய் நின்றார்கள். அவன் சட்டை கிழிந்தது. ரத்தம் நனைத்தது. எதிர்த்து முனையாமல் அவளைப் பார்த்தபடியே நின்றான் அவன். கூட்டத்திலிருந்த ஒருவர் ஒரு காசித் துண்டு கொண்டு வந்தார். அவனைக் கையை முறுக்கி பின்னால் கொண்டுபோய் முதுகின் புறமாய் நெருக்கமாய் ஒருவர் பிடிக்க - ஒருவர் அந்த காசித்துண்டால் முறுக்கிக் கட்டினார். இப்போதும் ஒருவர் ஓங்கி அறைந்தார். உதடுகள் தடித்து கனிந்து ரத்தம் தந்தன. உப்புச் சுவையுடன் கடைவாய் மினுங்கியது. அவனை எல்லோரும் பல கேள்விகள் கேட்டார்கள். அவன் பதில் சொல்லவில்லை. பலமுறை எல்லாரும் கேட்ட கேள்வி. ‘நீ யார்?” - அவளும் உள்ளே துடித்து செத்த கேள்வி. அவளை ஆதரவாய் ஒரு லால் சந்த் நாற்காலியில் பாய் டெக்ஸ்டைல் கடை உள்ளே உட்காரவைத்திருந்தார்கள். புது ஸாரி உடுத்திருந்தாள். அதே கடை லேடி ஸ்டாப்கள் ரெண்டு பேர் அவளையும் பல கேள்விகளால் துளைத்தார்கள். அவளும் பேசமுடியாதபடி சிதைந்து போயிருந்தாள். உடலில் காயங்கள் ஏதுமில்லை. உருவி எடுத்து நிர்வாணம் ஆக்கியவள் போல் இருந்தாள். கடை உள்ளேயிருந்து கைகள் கட்டப்பட்ட ஆப்ரிக்க அடிமை போல பின்புறம் தோற்றம் தந்த அவனைப் பார்த்தபடி உட்கார்ந்து சாய்ந்திருந்தாள், அவள்.

டாக்ஸியில் போலீஸ் காக்கி வந்து நின்றது. இறங்கியதுமே பூட்ஸ்காலால் ஒரு மிதி அவனுக்கு! ப்ளாட்பாரத்திலிருந்து நடுரோட்டில் போய் விழுந்த அவனை இரண்டு போலீஸ் நீலத் தொப்பிகள் பிதுக்கி எடுத்து வந்து இன்ஸ்பெக்டர் முன்னே போட்டார்கள். இம்முறை உதை அடிவயிற்றில்! “ஹம்” என்ற சப்தம் அவனிடமிருந்து. தூக்கி ஜீப்பில் எறிந்தார்கள். ஆறு போலீஸ்கள் உள்ளே வந்தார்கள். இன்ஸ்பெக்டரும் கடை முதலாளியும் பலரும் நிறைய பேசினார்கள். அவள் வேலை செய்கிற இடத்தை ஒருவன் மிகச் சரியாகவே சொன்னான். அவள் எந்த ஏரியாவில் இருந்து

வருகிறாள் என்பதையும் 'பாவம்'என்று சொன்னான். அடுத்த கடைக்காரன். அவள் பூமி குலுங்கியது. ஒருத்தன் அவளை வீட்டில் விட்டு வந்து விடுவதாக சொன்னான். நிமிர்ந்து பார்த்தாள். லால் சந்த் பாய்தான். முதலாளியில்லையா?

அவன் முகம் கூட தெரியவில்லை. ரத்தம்! தூக்கி ஒரு ஓரத்தில் ஜீப்பில் நிறுத்தியிருந்தார்கள். இன்ஸ்பெக்டர் இளைஞர். சிவப்பு-துடிப்பு-அதைவிட அவளை ஆழ்ந்தான் - நெருங்கினான். இன்ஸ்பெக்டர்! "மே ஐ நோ யுவர் குட் நேம் ப்ளீஸ்....?" வெள்ளைத்தாளில் மேலே ஏதோ எழுதினான். கூட்டம் நெறித்தது. இப்போதும் கூட்டம் - இனியும் கூட்டம்தான். கண்ணாடி ஷோரூம் வெளியே இருந்தும் ஏகப்பட்ட கண்கள். அந்தக் கடை லேடி ஸ்டாப்..... கொஞ்சம் சிரிப்போடே. "உங்க பேரு கேக்றாங்க சொல்லுங்க!"என்றாள்.

"எஸ். லக்ஷ்மி!"

"அப்பா பெயர்?"

"ஜி.ராமநாதன். அக்கவண்டன்ட் ஏஜிஸ் ஆபீஸ்."

அவள் ஜீப்பில் ஏறுமுன் அவள் அப்பா ராமநாதனும் வந்து சேர்ந்தார். கோவென்று கதற நினைத்தாள்தான். அவனும் ஆம்பிளை! அவனும் ஆண்! அவனும்.... அவனும்....

★

பரீட்சை நிகழ்ந்து கொண்டிருந்தது. அது அரசு விண்ணப்பப் பரீட்சை. நிறைய மாணவிகள், மாணவர்கள். எல்லா முகங்களும் கேள்விகள் - விடைகள்-பேட்டர்கள் கசகசத்தன. பெரிய ஹால். ஏகப்பட்ட ஜன்னல்கள். வாயில்கள் - நீண்ட பெஞ்சுகள். வரிசை வரிசையாய் மாணவர்கள். கனவு போன்ற மௌனம். இருவரிசைகளிலும் இரண்டு என்று ஆசிரியர்கள் ஹாலின் நடுநாயகமாக தலைவர் போல ஒரு ஆசிரியர்.

முன்னால் ஒரு மாணவன்!

அமைதியாய் உட்கார்ந்திருக்கிறான்.

அவன் விடைத்தாள் முழுவதும் கறுப்பு! எழுதிய கறுப்பல்ல. ஊற்றிய கறுப்பு. எதிரே சந்தேகத்தோடு நெருங்கினார். விடைத்தாளின் முதல் ஏட்டில் அகன்று இளிக்கும் மண்டை ஓடு!

"என்னப்பா இது? பதில் எழுதவரவில்லையா நீ?"

"இதுதான் பதில்!"

"யார் அங்கே? சீப் எக்ஸாமினரெ வரச் சொல்லுங்க!"

ஆசிரியர்கள் கூட்டம் சற்று நேரத்தில் அங்கே நெளிந்தது. பரபரப்பு. செய்தி சற்றே நேரத்தில் பறக்கிறது. ஒரு ஆசிரியர் கேட்டார் - "ஓ! நீ கம்யூனிஸ்ட்டா?"

இனியொருவர் சொன்னார்- "கருமையின் நிறம் அயோக்யத்தனம்!"

"இல்லேங்க-நிழல் மறைத்த ஒளிகள்!"

"பார்ற! இவரு வேற சினிமாவசனம் பேசுறாரு!"

"பளார்" - ஒரு அறை! அறைந்தவர் பரீட்டை எழுத வந்தவர். வாங்கியவர் சீப் எக்ஸாமினர். பேச்சு நின்று ஒரு கணம் பேய் அமைதி. மறுபடி ஒரு அறை! பளார் என்ற சப்தம் விண்ணென்று தெறித்தது. இம்முறையும் அதே முறை அதே வழி! அமைதி. ஆசிரியர்கள் பாய்ந்து பிடிக்கிறார்கள் மாணவனை! அவர் மாணவராய் இருந்தவர்! மாணவரா? ரகளை - அடிதடி. ஒரு மணிநேரம் பரீட்சை தடைப்பட்டது. கூட்டம் - வெளிக்கூட்டம் வேறு போலீஸ்க்கு போன் பறக்கிறது. கூட்டம் திமிலோகப்படுகிறது.

போலீஸ் ஸ்டேஷனில் -

"உம் பேர் என்ன மிஸ்டர்?"

"சுப்ரமணியன்"

"இன்ஷியல்"

"பி"

"அப்பா பேரு?"

"பெருமாள்"

"என்ன படிச்சே?"

"பி.ஏ.'

"படிச்சிட்டு இப்டித்தான் வாத்தியாரெ ஒதைக்கச் சொல்லியிருக்கா?"

"ஒதைக்கல்லியே.... அடிச்சேன்!"

நிஜமாகவே ஒரு உதை விழுந்தது அவனுக்கு. பூட்ஸ் கால் வயிற்றுக் குடல்களை நெஞ்சுக்கு ஏற்றி இறக்கியது. இரண்டாவது உதையில் கண்பிதுங்கி விலாவில் உலுக்கி வாங்கியது.

"நீ கம்யூனிஸ்ட்தானே?" - உறுமினார் இன்ஸ்பெக்டர்.

"நான்.... இன்னும் ஒரு தடவை வறுமையின் நிறம் சிவப்பு பாக்கறேன்!"

மறுபடி முதுகில் ஒரு மிதி. இப்போது இரண்டு போலீஸ்காரர்கள் தூக்கிப் பிடித்து உதைத்தார்கள்.

“எதுக்கு பரீட்சை எழுதப்போனே?”

“.................”

“எதுக்கு பரீட்டை பேப்பர் எல்லாம் மண்டை ஓடு போட்டு.... ராஸ்கல் - உங்கப்பா வருவாரு இரு?”

“போயா – தட்ரோக் - அய் ஜஸ்ட் கோயிங்டு கிக் லைக்திஸ்! அப்பனாம் அப்பன்?”

பெருமாள் வந்தார் “அடப்பாவி!!” என்றார்.

“உங்க மகனா? நீங்க எங்க ஸார் இருக்கீங்க? சுத்த திமிர் பிடிச்சவனா இருக்கானே!’ இன்ஸ்பெக்டர் மீண்டும் “எப்டி புள்ளை பெத்து இருக்கீங்க! வாத்தியாரையே எத்துற புள்ளை!”

“என் தலைவிதி ஸார். வெளிய இவன் அம்மா வேற நிக்கிறா. தங்கச்சி வேற வயித்தெரிச்சல்”

“உங்களுக்கு என்னா சம்பளம்? எங்க இருக்கீங்கன்னு கேட்டேனே”

“வேலை - ஸெக்ரட்டெரியேட்ல க்ளார்க். “

“ஒரு அம்பது ரூபா எடுங்க-”

“அம்பது ரூபாயா??!!!”

★

அது ஒரு சைக்கிள் கடை! சைக்கிள் கடைமட்டுமில்லை, வெற்றிலை பாக்குக் கடை. பக்கத்தில்- எதிரே 4பி, 5சி, 22எஃப், 44பி, பஸ் ஸ்டாப்! ஐஞ்சு பஸ் சராசரியாய் இருபது பாஸஞ்சர் பத்து நிமிஷத்துக்கு! கூட்டம் சைக்கிள் கடை முன்னால் ஒரு நெஸ் கபே ஜார்! நாலு நாற்காலிகள் ரெண்டு ஸ்டூல்கள், பெட்டிக்கடை வெற்றிலை பாக்கு. வெளிவாசலில் சுப்ரமண்யன். இருபத்தைந்து வருஷமாய் அவன் காம்ப் இங்கேதான்.

அஞ்சு வயசில் மிட்டாய் வாங்கியபோது இது துலுக்கங்கடை. அப்போ கறிகாய் வியாபாரம் கூட உண்டு. பள்ளிக்கூடம் படிக்கிற சமயத்தில் நோட்டு இங்கு. காலேஜ் படிக்கிறப்போ சார்மினார் - ஜிஞ்சர் - கஷாயம்! அப்பா கேட்டார். - “ஏண்டா பாவி சந்து முனைலியே அந்த கணேசன் சைக்கிள் கடைலியே நிக்கிறே?”

“வேற என்ன பண்ணச் சொல்றீங்க?”

அப்ளிகேஷன் போட்றது மனு எழுதுறது டைப் பண்றது மறுபடி வாண்டட் காலம் பாக்குறது. ஆ! வேலை இல்லாத இளைஞன். இளைஞர்கள் எங்களுக்கு வேலை இல்லைன்னு ஊர்ஜிதமாற எடமே

கணேசன் சைக்கிள்கடை! சைக்கிள் கடை கணேசன் சரியான ஆள். கடன் கொடுப்பான்-கொடுத்துவிட்டுத் திட்டுவான்.

அப்பா பெத்துவிட்டு திட்டுவார். அம்மா பெற்றுவிட்டு அலுத்துக் கொள்வாள்.

அவன் கேள்வி "ஏன் எங்கிட்ட கேக்றாங்க! கேட்டா அப்படித்தான் பேசுவேன்." அப்பா சொன்னர்: "காலம், என் காலம்டா இதெல்லாம்!" ஒரு சைக்கிள் கடை! அங்கே உட்கார்ந்திருக்கும் வேலையில்லா பட்டதாரி! அடேடே! மாலை நெருங்கும்போது - கணேசனிடம் நெருங்கி நிற்பான். இன்னைக்கு இது போதும்டா சுப்ரமண்யன்! பேசாமல் இருந்திருப்பான் சுப்ரமண்யன்.

அலுமனிய டம்ளிரில் செம்மஞ்சளான துடிக்கும் திரவத்தை ஊற்றி முன்னால் வைப்பான் கணேசன். கீழே வைக்கோல் குவியலிலிருக்கும் ஜாடியிலிருந்து எடுத்த திராவகம்! அக்கினி சாப்பிட நிறைய நபர்கள். இலை நுணுங்கல் வியாபாரமும் உண்டு. வாங்க வருகிறவர்கள் போக்கே ஒரு மாதிரி -

பாத்தாயிற்றாம்! உத்தியோகம் வேணுமாம்! இல்லாத உத்யோகம் எப்படி வரும்? தினமும் கபாலீச்வரர் சந்நதிக்கு விஜயம்! நிறைய அப்ளிகேஷன் போஸ்டல் ஆடர் ரிஜிஸ்டர் போஸ்ட்! கடைசியில் - ஜிஞ்சர் - ஒரு அவுன்ஸ்! குடல் அக்கி மேலே தனித்தீ ஊற்றியதுபோல!

ஒரு வயதான கிழவர்- தொண்ணூறு வயசு இருக்கும். ஏன் உயிரோடு இருக்கிறான் இவன் - கோடிவீட்டு ஐயர்! சற்றே கூனல் - இன்னும் சுயமாக நடக்கிறார். பார்க்கிறார். தினமும் பேப்பர் - இன்று பேப்பரை நேற்று மாலையிலேயே பார்க்கத் துடிக்கிற துடிப்பு - கண்ணில் வெள்ளிப்ப்ரேம் கண்ணாடி. ராஜாராமய்யர்! பென்ஷண்ட் ஆபீஸர். பிள்ளை கெமிகல் கம்பெனியில் மேனேஜர். இனியொரு பெண் ஏர்லைன்ஸில்! இனியொரு பெண் ஏதோ எம்பஸியில்! சின்ன வீடு! வசதி-தோட்டம். தினமும் மார்னிங் வாக். உடம்புக்கு நல்லது.

"பவுன்ஸ் ஜர்னல் இருக்கா கணேஷ்!?" கிழவர் கேட்டது. அவ்வளவுதான்!- எழுந்தது தெரிந்தது- என்ன செய்தான் என்றே அவனுக்கே தெரியாது! கூட்டம்-ரோட்டில் போனவர்கள்-வந்தவர்கள் - எதிர் வீட்டில் நின்றவர்கள் - ஓடி வந்தார்கள். கிழவர் மூச்சு திணறி குப்புற விழுந்திருந்தார். கழுத்தைச் சுற்றி நீலம் பாரித்திருந்தது. கண்கள் பிதுங்கியபடி. உயிர்போய் விட்டதா? சோடா உடைத்து ஒருவர் முகத்தில் தெளித்தார்- தூக்கிக் கிடத்தினார்கள். இரண்டுபேர் அவனைப் பிடித்துக் கொண்டிருந்தார்கள். பளீர் பளீரென்று

அறைகள் விழுந்தன. கணேசன்தான் வேண்டாம் வேண்டாம் என்று கூக்குரலிட்டான். கிழவர் வீட்டிலிருந்து அதற்குள் பிள்ளைகள், பெண்கள் - அந்த கிழத்தின் மனைவி எல்லாம் வந்தாயிற்று.

"பொறுக்கி ராஸ்க்கல்! வெட்டி ராஸ்கல்!"

கிழவரின் இளைய பிள்ளை சுப்ரமண்யன் சட்டையைப் பிடித்து முறுக்கி உலுக்கியபடி கேட்டான், "ஏண்டா கழுத்தெ நெறிச்சே எங்கப்பா கழுத்தெ?"

"தெரியலை? தொலைக்கத்தான் - இதோட ஒழிக்கத்தான்!"

"அடப்பாவி!"

"ஏன் இனிமே அவர் இருந்து என்ன பண்ணனும்!"

"குடிச்சிருக்கான்! போலீசெக் கூப்பிடுங்க! அயோக்கியன்"

"வேண்டாம் ஸார் பாவம்! ஏதோ தப்பு பண்ணீட்டான் உட்டுடுங்க" - இது கணேசன். கணேசன் பெண்டாட்டி சொன்னாள் - "பாவம் சார் வீட்ல சோறு கூட போடுறது இல்ல. இப்படியே இங்கேயே கிடக்கும் ஜிஞ்சர் சாப்ட்டு குட்டிச் செவராய்டிச்சு இப்டி. அப்பாவி பாவம்!"

"நாலுபோடுங்க பாவமாம் பாவம். ராஸ்கல் கொஞ்சம் இருந்தா கொலை விழுந்திருக்கும்." "கான்ஸ்டபிள் வந்தார் - ராஜநாயகம் - அதே தெரு சுப்ரமண்யன் அப்பாவெத் தெரியும்." "என்னாப்பா இங்க கூச்சல் - போ போ எல்லாம் - கூட்டம் ஒதவாது ஏய்யா சொல்லணுமா போபோ!" நமக்கென்ன வென்று சிதறியது கூட்டம். கணேசனிடம் நெருங்கி நின்று தழைந்த குரலில் பேசினார் ராஜநாயகம். ஏண்டா உங்களுக்கு இந்த கொழுப்பு என்றார். ஒரு டம்ளர் ப்ரூ காப்பி சாப்பிட்டார். உதடுகளைத் துடைத்துக் கொண்டார். கணேசன் சிகரட் கொடுத்து அவனே பற்றவைத்தும் விட்டான்.

"வர்றேம்பா! ஏய் சுப்ரமணி! ஒழுங்கா இரு இல்லெ உள்ளெ போவேண்டி வரும் ஆம்மா" என்றார்.

"உள்ளேயா! வர்றேனே!"

"உங்கப்பா நல்ல மனுஷண்டா பேரெக் கெடுத்துடாதெ"

"அப்பா தெரியும் - உங்க ப்ரெண்ட். ராத்ரி வாங்க கணேசன் ஜிஞ்சர் தருவான். அப்பாவாம்!"

"என்னடா சொன்னெ!" அறை விழுந்தது. நாலைந்து அறை. கணேசன் ஓடிவந்து பிடித்தபோது கடைவாய் வழியே ரத்தம்!

"ஏண்டா இவன் ஏதாச்சும் தப்புதண்டா பண்றானா? யாரார் இவனோட ப்ரெண்ட்?!"

"அதெல்லாம் யாரும் ப்ரெண்ட் கிடையாதுங்க. சார் நீங்க போங்க! ஏய்! பேசாம இருடா சுப்ரமணி!"

"இவரு வர்றது ஜிஞ்சருக்குத் தானேடா! ஊத்திக்குடேன்' மறுபடியும் கை ஓங்கினார் ராஜநாயகம். கடைவாசலில் பெருமாள் - சுப்ரமணி அப்பா! என்னடா இது இப்படியிருக்கான் உள் பிள்ளை! கணேசன் பேரேட்டை எடுத்து இன்றைய செலவு பத்து பதிமூன்று ரூபாயை சுப்ரமணியன் கணக்கில் எழுதினான். "எவ்வளவு?" என்றான் சுப்ரமண்யன். "நூத்திப்பதினெட்டு ரூபாய் ஆச்சு!"

★

வெஸ்ட் போலீஸ் ஸ்டேஷன். முழங்காலைக் கட்டியபடி உட்கார்ந்திருந்தான் சுப்ரமணி! முகம் எல்லாம் கன்றி நீலம் பாரித்திருந்தது. உதடுகளும் வீங்கி உடலின் பல பாகங்களிலும் நீலத் தடிப்புகள். கேள்விகள் - உதை. உடம்பென்னவோ தாங்கத்தான் தாங்கியது. இது மூன்றாம் முறை - யாரும் கருணை காட்டவில்லை. மூர்க்கத்தனம் கூட அவன் அடி வாங்குகிற பான்மையில் களைத்தது. இனி எங்கே அடிப்பது? அவர்களுக்கும் அருவெறுப்பு. அடிவாங்கும்போது அழுகை - ஒரு எதிர்ப்பு - கூச்சல் அலறல் எதுவுமே இல்லை. அடிப்பவர்களுக்கும் அவனைப் பார்த்தால் தயக்கம். ஆறு நாட்கள் அப்பா – அம்மா - தங்கை யாரும் வரவில்லை. ரிப்போர்ட்டை அவன் மீது கொடுத்தவர்கள் வாபஸ் வாங்கிக் கொள்கிறேன் என்றார்கள். இன்ஸ்பெக்டருக்கும் தயக்கம்தான்! நியூஸன்ஸில் போடலாமா? என்ன செய்யலாம்! கடைசியாய் இவன் செய்திருப்பது மொலஸ்ட் கேஸாகுமா? நடுரோட்டில் அணைத்து முத்தம்! எதிலே போடலாம்? விசாரணையின் போது அவன் சொன்ன பதில்களும் அப்படியேதான் அருவெறுப்பாய் முடிந்தது. "ஜிஞ்சர் அடிப்பியா?"

"வேற வழி!"

"சாராயம்?"

"ம்"

"எலை!?"

"அதுவும்தான்!"

"லேக்கா?"

"கிடைச்சா உண்டு!"

"ஏன் இதெல்லாம்? ஒழுங்கா இருக்கமாட்டியா?"

"ஒழுங்கு! அப்டீன்னா நீங்க சொல்றதா?"

"நீ நக்ஸ்லைட்டா?"

"எதுக்கறவன் எல்லாம் நக்ஸலைட்டாக்கும்!"

"மறுபடி உதைவாங்கப் போறே நீ!"

"உதைங்களேன்! ஆனா சொல்லாதீங்க உதைக்கறேன் உதைக்கறேன்னு!"

"என்னதான் செய்யணும்ங்கிறே நீ! எல்லா தப்பும் பண்ணியிருக்கே. ஏழு வருஷம் கெடைக்கும் தெரியுமா?"

"கொலை பண்ணா எத்தனை வரும் கெடைக்கும் ஸார்?"

"பாத்தியா! ஆரம்பிச்சிட்டீல்ல! படிக்கிற பய்யனாச்சே வேலை கெடைக்காம அலையற ஸ்டூடண்டாச்சேன்னு பாக்கறேன். இல்லேன்னா?"

"அடிச்சு உரிச்சு எடுப்பீங்க... இல்லேன்னா..."

"அடிச்சு உரிக்க இனிமே அங்க என்ன இருக்கு... மிச்சம் உயிர்தான். ஏன் இப்படியெல்லாம் பண்ணனும்?..."

"பாவமா இருக்கா?" - சிரித்தான் சுப்ரமண்யன். உதடு கோணிக் கொண்டு போய் ரத்தம் கனிந்தது. "நீ செஞ்ச எல்லாம் ரொம்ப சரின்னு நினைப்பா உனக்கு?"

"நீங்க பண்ற எல்லாம் சரீன்னுதான் எல்லாரும் நம்பறாங்களே!?"

"ஏய்!" - இன்ஸ்பெக்டரின் சப்தம் எதிரொலித்தது. அதே நேரம் ஒரு கான்ஸ்டபிளுடன் உள்ளே வந்தார்கள் இருவர். ஒரு நபர் ராமநாதன். ஏஜிஎஸ் ஆபீஸ்! இன்னொன்று லக்ஷ்மி. பாதிக்கப்பட்ட பெண். ஸ்டேட்மெண்ட் கொடுத்தது சரியில்லை என்று மறுமுறை கூப்பிட்டிருந்தார்கள் புதுசாய் ஸ்டேட்மென்ட் வாங்க. வந்திருந்தார் ராமநாதன். "குட்மார்னிங் ஸார் ஸ்டேட்மெண்ட் சரில்லேன்னீங்களாமே ஸார்!" ரராமநாதன் படபடப்போடு கேட்டார். "ஆமா ஸார். ரொம்ப ஹேஸியா மேல் போக்கா இருக்கு உங்க ஹோலி ஸ்டேட்மெண்ட். உங்க ஸ்டேட்மெண்ட்லதான் இவன் உள்ள போக வலுவா காரணம் வேணும். இவன் பண்ணியிருக்க காரியம் நியூஸன்ஸ் கேஸாத்தான் ஆகும். பாதிக்கப்பட்டவங்க இவன் மேல உள்ள தள்ற மாதிரி ஸ்டேட்மெண்ட் குடுக்க மாட்டேங்கிறாங்க. பாவம்ங்கறாங்க. உங்க ஸ்டேட்மெண்டும்

தொந்தரவு குடுத்ததாத்தான் இருக்கு. மொலஸ்ட் பண்ண வந்தான்னோ கொலை பண்ணவந்தான்னோ ஒண்ணும் இல்லெ. மோட்டிவ் இல்லெ. இவனெ ரெண்டு நாள் வெச்சு உதச்சு வெளிய உட்டாலும் இவன் இப்படியேதான் இருப்பான். இங்கியேதான் இப்படி வீக்கான கேஸா வர்றமாதிரிதான் பண்ணுவான்.'' ''எங்களை என்ன பண்ணச் சொல்றீங்க இன்ஸ்பெக்கடர் ஸார்?'' - சுப்ரமண்யனைத் திரும்பிப் பார்த்தார் ராமநாதன். அவரையே பார்த்துக் கொண்டு ஸ்டூலில் உட்கார்ந்திருந்தான் சுப்ரமண்யன். அவரால் அவன் கண்களிலிருந்து தப்ப முடியவில்லை. பதிலும் சொல்ல முடியவில்லை. சுப்ரமணியன் கண்கள் சிவந்து பிதுங்கிக் கொண்டிருந்தன. உடம்பின் நீலங்கள் பயமுறுத்தின. சிவப்புக்கள் உயிரைத் தொட்டன. இன்ஸ்பெக்டர் சொன்னார்.

''இவன் மேல கேஸ் இருந்தாப் போதாது. ஒரு வழியா இவன் வெளிய இல்லாம பண்ற மாதிரி இருக்கணும் கேஸ்!'' லக்ஷ்மி அவனையே பார்த்துக் கொண்டு நின்றாள். நேற்று நின்ற நிலை ஞாபகம் வந்தது. ''நான் எழுதிக் கொடுத்த ஸ்டேட்மெண்டை வாபஸ் வாங்கிக்கிறேன்!'' என்றாள் லக்ஷ்மி.

''ஏம்மா அப்படி சொல்றே!'' என்றார் ராமநாதன்.

''இனிமே என்னப்பா வேணும்? அவரெ கொல்லணுமா? உள்ளே வருஷக்கணக்கா தள்ளி?''

''ரொம்ப அபாயமான பைய்யம்மா அவன்!''

''ஏம்பா நாம எல்லாம் ரொம்ப ஒழுங்கோ?'' என்றாள் லக்ஷ்மி பைத்தியம் பிடித்த மாதிரியான அலறலில். ''என்னா சார் ஆச்சு உங்க பெண்ணுக்கு! உளற ஆரமிச்சிருச்சே! என்ன பேசுது உட்டுடணும்ன்னு!'' இன்ஸ்பெக்டர்.

''ஆமா சார்! ரோட்ல என்னைக் கட்டிப் பிடுச்சுட்டார்! அதுக்கு தண்டனை- என்ன - கொலையா?'' என்றாள் லக்ஷ்மி. அவளை உக்கார வைத்தார்கள். புத்தி சொன்னார்கள். அவள் சுப்ரமண்யனைப் பார்த்துக் கொண்டேயிருந்தாள். விரித்த கண்களோடு. அவனை இப்போது என்ன செய்வது. பெண்ணும் ஸ்வாதீனமாய் இல்லை. பயந்தார்கள். ''இல்லே எனக்கு அவரெப் புரியிது. நானும் அவர் மாதிரிதான்! வீட்ல என்னெ அடச்சிருக்காங்க! சம்பாரிச்சுப் போட்டு. சமச்சுப் போடறேன். பத்துபேர் என்னெ வீட்ல காவல் காக்கறா! அண்ணா, அம்மா, மன்னி, அப்பா! அடிக்கறதில்லே மிதிக்கறா! உதைக்கறதில்லே பிழியறா! எனக்கானும் வேலை இருக்கு! சம்பளம்

இருக்கு, வழியும் இருக்கு. என்னால தனியா இருக்க முடியும். கல்யாணம்ன்னு வரும்போது இதே கதைதான்.''

"என்ன ஸார் இது? நேத்து இன்ஸிடன்ட்டாலெ மூளை குழம்பிப் போச்சா? ஸ்டேட்மென்ட்டெ வாங்க முடியாதோ?''

"இன்ஸ்பெக்டர்... ஸார்! என்னெ உள்ள தள்ளுங்க. உதைங்க அது தேவலை! வீட்ல இருக்கேனோ? இல்லையோ?... ஆபீஸ்ல இருக்கேன். வீட்ல அம்மாகிட்டக்க கெடக்கேன். 'ஆ' மன்னி குளிக்கிறப்போ ஒதுங்கறப்போ கவனமா பாக்கறா! ஒழுங்கா இருக்கேனோல்யோ? மிதிக்கறா! ராத்திரி தூங்கறேனான்னு அம்மா பாக்கறா! அப்பா ஒழுங்கா வர்றேனான்னு கவனிச்சுண்டேயிருக்கார்... இவர் தேவலை. கட்டிப்பிடிச்சு அப்டியே முத்தி... வேற என்ன? "சுப்ரமண்யன் அவளைத் திரும்பிப் பார்த்தான். வெள்ளை ஸாரி. இரவு முழுவதும் தூங்காத கண்கள். பின்னி நீண்டு தொங்கிய ஜடையும் குஞ்சமும், கால்களில் மருதாணிச் சிகப்பு. கண்களில் அசாத்ய பளபளப்பு. பைத்யமோ?''

"ஸ்டேட்மெண்ட் மாத்தமுடியாதது மட்டுமில்லே கேசே போட முடியாது போல இருக்கே...பைத்யம்தான்!''

"அம்மா குழந்தே! தோபார் பயந்துட்டயா? பாவிப்பயல்! நாசமாப் போய்ட்டாளே! கெடுத்துட்டானே!''

"சரிசரி சத்தம் போடாதீங்க! பொண்ணெக் கூட்டிகிட்டுப் போங்க. இப்புடிப் போனதுக்கே காரணம் இவன்தான்னு கூட கேஸ்ல கொண்டு வரமுடியாதுபோல இருக்கே! போங்க போங்க குட்டிச்சுவர்தான் எல்லாம்...'' பெண்ணும் தகப்பனும் வெளியே போனார்கள். வேறுவழியில்லாமல் சுப்ரமண்யன் இன்ஸ்பெக்டரை உற்றுப் பார்த்தான். "இது நியூஸன்ஸ் கேஸ்தான்!'' என்றார் இன்ஸ்பெக்டர். பஸ்ஸில் உட்கார்ந்திருந்த லக்ஷ்மி "அப்பா எல்லாமே நியூஸன்ஸ்தானே'' என்றாள்!

(சௌந்திரசுகன், மே, 2003)

சுயம்

இதழ் இரண்டும் பிரிந்தபோது மாதுளை ஒன்று பிளந்தது. அவருக்கு ஆச்சரியம் தாங்க முடியவில்லை. எட்டு வயதிருக்குமா? அந்தச் சிறுமிக்கு..... அதற்கு மேல் இருக்க முடியாது. மாதுளை பிளந்து முழுதும் சிவப்பாகி விடாத வெள்ளைப் பரல்களின் புன்னகை. ஏனோ அவரை பயமுறுத்தியது. மூன்றாண்டுகட்கு முன் இவளைப்போலவே ஒரு பெண்ணை மருத்துவக் கல்லூரி வாசலில் எதிர்கொண்டபோது பயந்த பயம் நெஞ்சில் இன்றும் குளிரடிக்கிறது. அவளை மறக்க நெடுநாளாயிற்று. இது ஒரு அபத்தமான வாழ்க்கை. பத்தொன்பது வயதில் இளமை கடந்து கொண்டிருக்கும் ஒருத்தியைப் பார்க்கும்போது மனிதனுக்கு மரியாதையான எண்ணங்கள்தான் தோன்ற வேண்டுமென்ற கட்டாயம் இருக்கிறதா? ஆனால் எட்டு வயது நிரம்பிய கான்வென்ட் சிறுமியான இவளைப் பார்க்கும் போதும் நெஞ்சுக்குள் ஒலிக்கும் 'ஐயோ' எனும் குரல் யாருக்கு கேட்கப்போகிறது.

ரோட்டோரத்தில் பிளாட்பாரத்தின் கல் இடுக்குகளில் முளைத்த குறுஞ்செடிகளில் கண்ணுக்கெட்டாத குறும் பூக்கள் யாரை நினைத்துப் பூக்கின்றன? என்று சிற்பி வித்யாசாகருக்கு புரியவில்லை. வீடுகளில் வாசல்களில் தெளிக்கப்பட்ட சாணத்தில் மறுநாளே உயிர்த்து உடனேயே பூத்து அடுத்தநாளே உலர்ந்து விடும் இந்த குறும் பூச்செடிகளுக்கு லைசம் 'பார்வைகளை' வழங்குவதேயில்லை. யாருமிந்த பூக்களை சூடுவதுமில்லை. இந்த எட்டு வயது பூக்களை நுகர்வதும் முடியாது. அத்தனை சிறிய பூக்கள் அந்தப் பெண் சிறுமியல்ல. எட்டு வருடங்களுக்கு முன்பு குழந்தையுமல்ல. முழு உயிர் அதற்கு வயது வரம்பு நமது பார்வையுந்தான். ஒரு புழுவுக்கும் அதன் உடல் அளவுக்கு அதன் உயிர் அளவால் விரிந்து வியாபகம் கொள்ள முடியுமா? இவள் எட்டு வயது. எண்பதினாயிரம் வயது. எண்பது கோடி வயது என்பது இவள் கண்களில் தெரிகிறது. ஒரு கவிதையைப் புரிந்து விட்டதாகச் சொல்லும் அபத்தம் இந்தப் பெண்களைப் பற்றி தெரிந்து கொண்டதாக நினைப்பதும். எட்டா

அடினர் எட்ட முயலும் கவிதையின் அழகு அதன் சாதனையில் இருக்கிறது. இந்தப் பெண்ணை யாரும் எட்டி விட முடியாது.

ஒரு கணத்தே பிறந்து அடுத்த வயதில் இதழ் கிழிந்து இரத்தம் கக்கப் போகும் செண்பகப் பூ இது. இதை நுகர்வது உண்மையின் முலையில் பாலருந்தும் மானுட தர்மம். தெய்வீக அழகின் மனிதப்புணர்ச்சி. இந்தப் பெண்ணின் சாதாரண தவம் வித்யாசாகர் மனதுக்குள் அலை வீசிப் பார்த்துக் கொண்டிருந்தார். காதோரங்களில் நரைத்து நுரைதள்ளிய சுருண்ட தலைமுடி பிடரியில் விழுந்து கிடந்தது. சற்றே. பெரிய உருவம் அவருடையது. கொஞ்சம் பருத்த தோள்களும், சுருண்ட முடியடர்ந்த மார்பும், சந்தனக்கலர் ஜிப்பா உள்ளிருந்து எட்டிப் பார்க்கும் ஜரிகைத் துண்டும் முகத்தில் வளர்ந்துகிடந்த காற்றின் அலையாக்கும் சாம்பல் நிற தாடியும் அவரது முரண்பட்ட ஆசைச் சிந்தனைகள்போல வினோதம் தந்தாலும் இன்னும் அந்தச் சீறும், அவருக்கெனவே அவ்வப்போது கண்களைச் சுழற்றி புது உலகம் தந்து கொண்டிருந்தார்.

இது ஏன் நேர்கிறது? என்று சொல்ல முடிவதேயில்லை. முப்பது வருடங்களுக்கு முன்பு. இதை யாராவது சொல்லியருந்தால் அதை அவரும் சேர்ந்து சிதைத்திருப்பார். இன்று அது அவருக்கு அனுபவம். அனுபவம் காட்சி ரூபத்திலேயே விந்து படர்ந்து நுரைக்கிறது. காட்சி ரூபத்திலேயே கரு, வினையை மூட்டி உடைக்கப் பார்க்கிறது. இருபது ஆண்டுகளுக்கு மேலாகவே அவர் எந்தப் படைப்பிலும் மனம் செலுத்துவதே இல்லை. இயற்கையின் ரகசியங்கள் குரூரமானவை. ஆச்சர்யமான பயங்கர அழகு கொண்டவை. இதைத் தொடர்ந்து துரத்தி அவர் சென்று உண்மையை உறிஞ்சிக் குடித்து காலையில் மறுவடிவு தர அவருக்கு எப்போதும் அச்சமாக இருக்கிறது. சில கணங்கள் மட்டுமே தன் முகத்தைக் காட்டி மலரும் இந்த மலர் நிரந்தரமாக ஒரு பீங்கான் சிற்பமாக வெள்ளைக் களிமண்ணில் விரல்களால் நெய்தெடுக்கும் பட்டாகச் சாதித்துக்காட்ட வேண்டும்.

இந்த இளமையின் பயங்கர ரகஸ்யத்தின் முதுமை கனிச்சாற்றை இன்னொருவனுக்கும் சிற்ப சாதுர்யத்தால் பகிர்ந்து கொடுக்க வேண்டும் என்ற வேகமும், துடிப்பும் யாருக்கும் புரியவே இல்லை. நாற்பத்தைந்து வருடங்களுக்கும் முன்பாக இளமையின் காட்டாற்றில் எதிர் நீச்சலிட்டபோது இந்த அடியாழத்தின் நிஜங்கள் கண்ணில் பட்டதேயில்லை. இப்போது உண்மைகள் தெரிந்தாலும் உரக்கக் கூவ முடிவதில்லை. ஏனென்றால் உண்மைகளும் உதவுவதில்லை. லக்ஷ்மியை மணக்கோலத்தில் அமர்த்திக்கொள்ள முடிந்ததே தவிர,

அவளது நிர்வாணமும், இரவுகளும் காலை அகட்டி வைத்து, ஒரு குழந்தையை மலர்விக்க இருவருமாய் வைத்த சூளை நின்றெரியாமல் குடம் குடமாய் உதிரத்தைக் கொட்டி ரத்தக் களறியால் தூக்கி எடுத்த அந்த சின்னஞ்சிறு உயிரும், தாயும் மறைந்தும்- இருட்டின் பாய்களுக்கடியில் சுருண்டு போனபோது அதன் காரண மூலங்களை ஆராய்ந்து பார்க்கும் கலைஞனின் தேடல் இன்று வரை தன்னையே துரத்திக் கொண்டிருக்கிறது. ஏனோ? வித்யாசாகருக்கு மட்டும் புரிந்து கொண்டே இருக்கிறது.

வானத்தை நோக்கி மலரும் மலருக்கு காரணம் வேண்டுமா? உயிரின் ரகஸ்யம் இந்தச் சிறு பெண்ணின் ஒவ்வொரு அணுக்களிலும் சாவுப் பூக்களாய், இருட்டுச் சிறைகளாய் ஊன்றிச் சிரிப்பதை, எதிர்த்து அழைப்பதை வித்யாசாகருக்கு யாரிடமும் சொல்லிக் கொள்ள முடியாது! ஒவ்வொரு பெண்ணிடமும் இந்த மலர்ச்சியை அவரால் பார்க்க முடியும். இதற்கு வயது தேவையில்லை. ஒவ்வொரு பெண்ணிடமும் கண்களைத் சந்தித்ததுமே இந்தச் செய்தி கண்களின் வழியே அவளைப் போய் உலுக்குவதை கண்களால் மட்டுமே திறந்து வைத்த அந்தப் பாதை உடனே திறந்து கொள்வதை அவளுக்கு மட்டுமே அவர் உணர்த்துகிறார். ஆனால் பாதை திறந்தால் மட்டும் போதாது. பாதையின் முடிவில் நின்று பயமுறுத்தும் கண்ணைப் பறிக்கும் ஒளி அவளைப் பயமுறுத்தி விடுகிறது. ஒவ்வொரு முறையும், அந்தப் பாதை பல நூற்றாண்டுகளாய் திறந்தே கிடக்கிறது. அதை ஒருவனால்தான் திறக்க முடியுமென்று வித்யாசாகருக்குத் தெரியும். அது அவர்தானா? அல்லது வேறு யாருமா? என்பதை வேறு யாரும் நிர்ணயிக்க முடியாது. அது தேவையுமில்லை என்று தோன்றியது.

அவருக்குச் சிலரைப் பார்த்ததும் பிடித்துப் போய்விடுகிறது. சிலரைப் பார்க்காமலே பிடித்து விடுகிறது. லலிதாவைப் பார்த்ததும் பைத்தியம் பிடித்துவிடும் போலிருந்தது. இதை அவளிடம் சொன்னபோது பைத்தியம் பிடித்தவள் மாதிரித்தான் பத்து வருடங்களுக்கு முன் அவரைப் பார்த்தாள் அவள். அவளுடைய குரூரமான அழகைத்தான் 'சாயை மாறா' வண்ணம் உலக முழுதுடையாள் கோவிலாய் காரைக்குடியில் செட்டிமார் நாட்டு வளப்பத்தின்படி வெள்ளைப் பாறைகளில் சமைத்து வைத்தார் வித்யாசாகர். அநேகமாக, இந்த வாழ்வின் குரூரங்களை அவருக்குத் தெய்வாம்சம் பொருந்தியவைகளாய் காட்சியளிக்க ஆரம்பித்துவிடும். மணம் புரிந்து கொண்டு வாழ்வதில் உள்ள

வழக்கமான குரூரங்களிலிருந்தும், அபத்தங்களிலிருந்தும் தப்பித்துக் கொள்வதற்காக தெய்வ உருவங்களைச் செதுக்கலானார்.

தெய்வ உருவங்களிலிருந்து மனித உருவங்களைத்தான் அவர் செதுக்கி எடுத்தார் என்பது யாருக்கும் புரியாததைபோலவே அவரது வாழ்க்கை. அவர் எண்ணங்களும் புரிந்து கொள்ள முடியாத இருளாகவே எல்லோருக்கும் தோன்றியது. இப்போது இந்த எட்டு வயதுச் சிறுமி அவரது சிந்தனைகளைச் செதுக்க ஆரம்பித்துவிட்டாள். பாறாங்கல்லாய் அவ்வப்போது இறுகிக் கொள்வது தர்மக் குப்பைகளை, அவர் படிக்கலானார். திருக்குறள், பகவத் கீதை. பைபிள் போன்ற வறண்ட முட்காடுகளிடையே புரண்டு ரத்தம் வடிந்ததுதான் மீதியாயிற்று. புத்திபூர்வமாய் யோசித்துப் பார்த்தால்... கார்த்தியாயினியிடம் என்ன இருந்தது? மெழுகின் சாயலில் கைகளும், கால்களும் விதை பூவின் மதுவில் நெய்தெடுத்த சிற்பியின் ரத்த ஓட்டத்தில் கட்டியினால் வகுத்த ஒரு உடம்பு எந்தச் சிற்பத்திலாவது. கலையிலாவது, சாதிக்கவே முடியாது? என்ற சவால் இவள் இனியும் இவளைத் தொடரும் தைர்யமில்லை.

நேற்றிலிருந்து அவரது இருண்ட மூலைறையில் எண்ணற்ற தோல்விச் சிற்பங்கள் எழுந்து நின்று அவரைக் கேலி செய்து கோர நர்த்தனமிட்டன. எண்ணற்ற கறுப்பர்களின் ரத்தம் அந்த வெள்ளைக் களிமண்ணில் ஊறி, ஊறி பிசைவது, அவருக்கு மட்டுந்தான் தெரியும். ஆப்ரிக்காவில் மூலை இருட்டு இலங்கைத் தமிழர்களின் சதைப் பிண்டங்களும், கைகளும், கால்களும், நிணமும், ரத்தமும். அந்தக் களிமண் உருக்கொள்வது எத்தனை பேரால் புரிந்து கொள்ள முடியும்? அவருக்கு வெளியேயிருந்து பார்ப்பவர்களுக்கு அது களிமண். அவருக்குள்ளேயிருந்து மிளிரும் நெஞ்சு இத்தனை வடிவங்கள் எடுத்தும் எப்போதும் அவர் அடையும் தோல்விகள்தான் மீண்டும் மீண்டும் அவளை அவருக்குள்ளிருந்தும் பிறப்பெடுக்க வைக்க அவரின் உயிரின் வாதை இன்னொருவருக்குப் புரிய வேண்டிய அவசியம் இப்போது அதற்கில்லை.

எப்போதாவது அவளை வெற்றிகொள்ளும் நேரம் வரும்வரை இந்த மனித உடலின் மீது இத்தனை காமம் அவருக்கு இருந்து கொண்டேதான் இருக்கும். இன்னும் கொஞ்ச நாளில் கார்த்தியாயினியின் கான்வென்ட் கவுன் பெரியதாய் விரிந்து உயர்ந்துவிடும். இந்த அழகு சுயநலமாகும். தனக்கென்று முட்டிக் கனியும் கூர்மையும், ஆழமும் உடலை வடிக்கும் யாரோ ஒருவனின் செதுக்கலில் நுணுங்கிச் சிதறும் விரகத்தில் பசலை படரும். உடலும் உள்ளமும் கன்னத்தில் விண்டு போகும். வித்யாசகருக்குச்

சிரிப்புத் தாங்கவில்லை. தெருவிலிருந்த ரிக்ஷாவிலிருந்து அவரை நோக்கி அல்ல... இந்த உலகையே விரிந்த ஆச்சர்யத்துடன் பெருகிய கண்களுடன். அகன்ற நெஞ்சத்தின் ஆச்சர்யக் கனவுகளுடன், எல்லாவற்றையும் பார்த்து, வியந்து கொண்டே இருந்த கார்த்தியாயினியை இன்னும் காமக் கண்களுடனும், கோணல்மாணலாக தனது குதர்க்க புத்தியுடனும், அந்த எட்டு வயதுச் சிறுமியை அள்ளி விழுங்கி விடுகிற காமத்துடனும், கரை கடந்த அன்புடனும் பார்த்த அவரை அந்தச் சிறுமி புரிந்து கொண்டாளா? என்பது மற்றவர்களுக்குச் சந்தேகமாயிருக்கலாம்.

ஆனால் அறிவறியாப் பருவத்தில்தான் விந்தைகள் நேர்கின்றன. அவள் அவரை அனுகிரகித்தாள். தீச்சுடர் போன்ற அந்த உதடுகள் கேலியாகச் சுழித்து சிரித்தன. அவள் கண்களிலிருந்து பெருகி வரும் பசியை அவர் மட்டுமே அனுபவித்தார். நிரம்பிய புன்னகை தனித்தனியாய் திவலைகளாய் மாறி படர்ந்து வந்து அவரை அடைந்தன. அந்த மோகனச் சிரிப்பின் மாயம் புரியவில்லை. புரிந்திருந்தால்தான் அவர் உலகை வீழ்த்தியிருப்பாரே...! அவள் சிரிப்பில், அவள் கண்களில் கனிந்த திருட்டுப் பழம் சொரிந்தது. வித்யாசாகரின் நரம்புகள் முறுக்கேறின. மூளை செத்தது. உடலும் மனமும் ஒன்றையொன்று பாம்பாய் பின்ன ஒன்றையொன்று கொத்திக் கொண்டு விஷம் கக்கின.

நெடுஞ்சாண்கிடையாய் விழுந்து வணங்கும் பக்தன் போல் எழுந்து அவளை நோக்கி விழப்போனார். எதிரே அகன்ற ரோட்டில் குறுக்கும் நெடுக்குமாய் கார்கள் - லாரிகள் - பஸ்கள் - வேன்கள் - வண்டிகள் - டூ வீலர்கள் - சப்த சாகரசங்கமம் ஒலிகளின் பெருங்கடலில் மிதந்து ஏறி கார்த்தியாயினி என்ற அந்த எட்டு வயதுப் பெண்ணின் மாயச்சுனையில் கால் வைக்க முயன்றார் வித்யாசாகர். ‘திடும்’என்று எதுவோ ஒன்று அவர் மேல் ஏறி, நசுக்கி தரையுடன் தரையாய் அரைத்து போன அவரது உடலின் ரத்தச் சேற்றை வீதியிலிருந்த அனைவரும் - வியப்பும் வருத்தமும் விந்தையும் தொனிக்க சுற்றிய கூட்டம் பரிதாபமும், அவலமும், துக்கமும் சூடி விளங்க ஓசைக் கடலில் - மௌனம் ஓர் கணம். அலை வீச்சின் முகிழ்ப்பில் குமிழ்கள் மொக்கிட்டன. ரத்தச் சேற்றிலும் குமிழ்கள் மொக்குப் பிரிந்தன.

ரிக்ஷாவிலிருந்து கார்த்தியாயினி லேசாக சிரித்துக் கொண்டாள். ஏனென்றே புரியாமல்...!

(வெளிவராதது)

கொலைஞன்

இருட்டுக்குள் படுத்திருந்தாள் சகுந்தலா. அழுது அழுது கண்களில் கண்ணீர் இல்லை. கல்யாணம் ஆகி வந்த ஒரு வருஷத்துல ஏறத்தாழ பத்து வீடு மாற்றியாகி விட்டது. அவமானம் தாங்கமுடியாமல் போய் விடுகிறது. எந்த வீட்டில் போய் தங்கினாலும் இரண்டு வாரம் கூட இருக்க முடியாது. ஆம்பிள்ளை இல்லாத வீட்டில் எப்படி இருக்கிறது. தரங்கன் ஆனி என்னவோ ஆச்சரியப்படும் படியான பலத்துடன் பார்க்க ராஜா போல் இருந்தான். மன்னார்குடிக்கு அந்தப் பக்கம் திருமக்கோட்டையில் பெண் பார்க்க வந்த போது ஜன்னல் வழியாக திரும்ப திரும்ப இரண்டு மூன்று தடவை எட்டிப் பார்த்து போது அவ அம்மாகூட "என்னடி சக்கி யாராவது பெரியவங்க பார்க்கப் போறாங்க. அசிங்கம் இப்படி போய் பாக்காதடி அவனை" என்று கடிந்து கொண்டான்.

ஏதோ பெரிய பீடிக் கம்பெனியில் வேலை பார்க்கிறானாம். எங்க பார்த்தால் என்ன? மாதம் ஐநூறு அறநூறு ரூபாய் சம்பளம் என்றார்கள். சம்பளமே, வாங்காவிட்டால்தான் என்ன என்று தோன்றியது அவளுக்கு.

அப்பா அம்மா இல்லை என்றார்கள். நல்லவேளை என்று தோன்றியது அவளுக்கு. அவள் பார்த்த பல சினிமாக்களில் வருகிற கதாநாயகர்களை எல்லாம் பிசைந்து உருட்டியதுபோல உடம்பும் அரும்பு மீசையும் கருகருவென்ற சுருண்ட முடியும் உயர்ந்த தோள்களுமாய் அவளை மட்டும் அல்ல அன்றைக்கு வந்திருந்த எல்லோரையும் மயக்கினான் ரெங்கராஜன். இல்லாவிட்டால் இப்படி எல்லோருமே பைத்தியம் பிடித்ததுபோல் ஒரே மூச்சாக நின்று சகுந்தலாவைக் கட்டிக் கொடுத்திருப்பார்களா? முதல் மாசமே எல்லாம் வெட்ட வெளிச்சமாகி விட்டது.

"உங்களுக்கு என்னதாங்க வேலை"

"என்னா வேலையா இருந்தா என்னடி கண்ணா"

"எனக்கு பயமா இருக்குங்க"

“பயம் என்னத்துக்கடி, ஒனக்கு என்ன காசு கொடுக்கல்லியா? நீ கேட்ட புடவை வாங்கி தரலியா? ஒன்ன சினிமாவுக்கு கூட்டிப் போகலியா? இல்ல வேற எதுவும் மாட்டேனுட்டேனா, இல்ல இப்ப ஏதாவது வேணுமா.”

“எனக்கு பயமா இருக்குங்க”

“என்னடி பயம், ராத்திரி நேரங்கழிச்சி வாரேன் குடிக்கிறேன். ஒன்னும் இல்லை வேற ஏதாவது கெட்டப் பழக்கம் இருக்கா இல்ல என்னா. வீட்டுக்கு வர்ரேன்னு சொல்லமுடியாது” என்றான்.

“எனக்கு இந்தப் பணம் வேணாங்க. நோட்டு நோட்டா என் கையில் கொண்ணாந்து தர்றீங்க, தந்துட்டு போய்றீங்க. அப்பறம் எப்ப வறீங்கன்னு தெரியாது. என்ன பன்றீங்க, என்ன செய்றீங்க, எதுவும் தெரியாது. எப்பானாச்சும் வர்றீங்க. வந்த உடனே விருந்து சினிமா, நாடகம்ன்னு இழுத்துகிட்டு கண்டபடி சுத்தி எல்லாத்தையும் வாங்கிப் போடுறீங்க. ராத்திரி பகலா வூட்டுக்குள்ள எம் மடியிலேயே கெடக்குறீங்க. திடீர்ன்னு நெனைப்பு எடுத்து ஓடுற காளையாட்டம் துள்ளிகிட்டு எப்படி வந்தீங்களோ அப்படி மறைஞ்சுடுவீங்க. கல்யாணம் ஆகி இந்த ஒரு ரெண்டு மாசத்துல ஏன் என்று தெரியாமலேயே மூனு வூட்ட மாத்திட்டீங்க. நான் ஏன்னு கேட்டேனா? ஒரு வீட்டுக்கு வந்தவுடன் எங்க அம்மாவுக்கு அட்ரஸு மாறிடுச்சும்மா அப்படின்னு எழுதி அது போய்யி சேர்ரதுக்குள்ள வாடி வேற வீட்டுக்குன்னு சாமான் எல்லாத்தையும் தூக்கிக்கிட்டு ரெண்டு புது வீடு மாத்திடுறீங்க. மூன்றுமாசத்துக்குள்ள இஞ்ச எனக்கு யாரெத் தெரியும். புதுசு வீட பாக்குறப்போ பயமா இருக்கு அத்தான்.”

“அம்மா வூட்டுக்கு எதுக்கு? எனக்கு என்னா புள்ளையா உண்டாகி இருக்கு. எனக்கு ஒங்கள வுட்டுட்டு எஞ்சயும் போக புடிக்கலெ. அன்னக்கி சட்டையை கட்டில்ல போட்டீங்க. அதுல நீளமா ரத்தக்கறை இருந்தது. ‘என்னங்க இது’ ன்னு கேட்டேன். ‘ஒன்றும் இல்லே’ ன்னீங்க. திரும்புங்கன்னன். திரும்பாமலேயே வேற சட்டையை மாட்டினீங்க. முதுக மறைச்சுகிட்டீங்க. பனியனுலயும் ரத்தக் கறை! புது சட்டை வழியாகவும் தெரிஞ்சுது. வயத்தக் கலக்குச்சு, என்ன பண்ணீட்டு வர்றீங்கன்னு, ஆம்பளைன்னா அடிதடி ரெண்டும் உண்டுதான். அடிகிடி படுகிறதுதான், வுட்டு தள்ளுன்னீங்க. அதுக்கப்பறம் வீட்டுக்கு வந்து சட்டையை அவுத்து போடுற வேலையையே வுட்டுட்டீங்க!! எப்பவாவது வருவீங்க, எப்பவோ போவீங்க! இதுக்கு இடையில ஒங்களுக்கு ஒரு பொண்டாட்டி!

பேசுனா பதில் கெடையாது. கேட்டா மொகத்த பார்த்து பதில் பேசுறது இல்லெ. எல்லாத்துக்கும் ஒரு சிரிப்பு வெச்ருக்கீங்க. ஏங்க இப்படீன்னு கேட்டா கையைக் கோத்து அப்படியே கட்டிப்புடுச்சு ஆட்டுக்குட்டி தூக்கிக்கிற மாதிரி தூக்கிகிட்டுப் போயி மெத்தையில போட்டு நீங்களும் பொறண்டுக்கிறீங்க. கல்யாணம் ஆனதிலே இருந்து பகல்ல வேணாங்க வேணாங்கன்னு எத்தனையோ தடவை நான் சொல்லும் போது மாத்திரம், நான் ராத்திரி இருக்கமாட்டேன்டி அப்படின்னு சொல்லிட்டு மயக்கிபுடுவீங்க. ஆனா அப்பறம் ஏழுநாள் வீட்டுப் பக்கம் ஒங்க நெடிய பாக்க முடியாது. எட்டாவது நாள் வந்து பறக்க பறக்க கௌம்புடி கௌம்பு வூட்டுக்காரன் கிட்ட சொல்லிட்டேன். வேற வூடு மாத்துறோம் அப்படின்னு வாசல்ல லாரிகாரரோட நிப்பீங்க. திமுதிமுன்னு பத்து ஆளுங்க சாமானை எல்லாம் தூக்கி லாரியில போட - அண்டையில இருக்கிற யாருகிட்டயும் சொல்லிக்ககூட முடியாம -அதே லாரியில அவசர அவசரமாக என்னையும் தூக்கி ஏத்திட்டு நீங்களும் ஏறிக்குவிங்க! எதுக்கு இந்த அவசரம்?! எதுக்கு இங்கேருந்து அங்கே ஓடுறோம்?! எஞ்ச? எதுக்கு? ஏன் போறாம்ன்னு தெரியாம - திடீர்ன்னு ஒரு வூட்டுலெ கொண்டு போயி என்னையும் சாமானையும் எறக்கி விட்டுவிடுவீங்க. நான் என்ன மனுஷியா, நானும் சாமான்தானே?"

"நிறுத்துடீ"

"எனக்கு பயமா இருக்கு. ஊருக்கு போய் அம்மாவோட தங்கச்சிங்களோட ரெண்டு நாள் இருந்துட்டு வருவோம் வாங்கன்னு நூறு தடவ கேட்டாச்சு! வேலை இருக்குங்கிறீங்க. அது என்ன வேலையோ? யாருக்குத் தெரியும்? கல்யாணத்துக்கு முன்னாடி தெரிஞ்சிருந்தா ஓடியே போயிருந்திருப்பேன்! இப்பக் கூட முடியலெயே? வூடு பூரா சாமானா வாங்கி போட்டுருக்கீங்க. இந்த சாமானோட நானும் ஒரு சாமானாய் ரொம்ப நாளைக்கி இருக்க மாட்டேன்னு தோணுதுங்க."

"ஒனக்கு என்னா தாண்டீ வேணும்?"

"நீங்க வேணுங்க! எப்பவும் எந்த நேரத்திலேயும் வேணுங்க! வேற யாரும் வேணாங்க! வேற எதுவும் வேண்டாங்க! இந்த வீடு, வாசல், இந்த டீவி, இந்த சொத்து, எதுவும் வேண்டாம்."

"நான்தான் இருக்கேனே"

"எஞ்ச இருக்கீங்க? எனக்கு தெரியலீங்க! நீங்க யாரு? எனக்குப் புரியலீங்க. இருட்டுக்குள்ள கட்டில்ல மட்டும்தாங்க. அதுவும் பத்து நிமிஷம் தாங்க ஒங்கள மனுஷனாத் தெரியும்! ஆளும்

தோளும், மாருமா, ஒரு முரட்டு ஆம்பிளையைத் தெரியும். அதுவும் நெனைச்சு கெடக்குறப்ப வரமாட்டீங்க! அப்படியே வருவீங்க வருவீங்கன்னு காத்து காத்து பசி வெறியாகி பசியும் தூந்து போற நேரம் கண் அசந்து போயி நல்ல தூக்க வெளிச்சயில அப்படியே மயங்கிக் கெடக்குறப்போ, நடு ராத்திரியில் வந்து திடும்திடும்ன்னு வாசல் கதவு பெயர்ந்து வுழுவுற மாதிரி காலால கதவ ஒதைச்சு பதறிப் போயி ஏந்திரிச்சு நானு ஓடியார மாதிரி பண்ணுவீங்க. ஆரம்பத்துல அதுகூட நல்லாத்தான் இருந்தது. தூக்கம் கலைய முந்தி வாசல்ல இருந்தே தூக்கிகிட்டு வருவீங்களே இதுக்கு நம்ம மேல என்னா ஆசை பார்த்தியான்னு அப்பல்லாம் மாஞ்சு போவேன். முரட்டுத் தனமா அமுக்கி நீங்க பண்ணுற எல்லா ஆகத்தியமும் எனக்கு அப்பல்லாம் சரின்னுதான் தோணிச்சு. எனக்கு ஒண்ணுமே தெரியாதுங்க. ஆனா ஒங்க மாரெ கட்டி கையைச் சுத்தி கழுத்தோட சேர்த்து அமுங்கும்போது ஒங்க இடுப்புல இருந்தோ, முதுகுல இருந்தோ, தொடையில் இருந்தா, பிசுபிசுன்னு ஒட்டும் ரத்தம் ஏதுங்கன்னு கத்துவேன். இருட்டுலகூட அது என் கையில ஒழுகிற மாதிரி பயங்கரமாய் இருக்கும். இது எல்லாம் என்னங்க என்று கத்துவேன்."

"ஒன்னும் இல்லெ ஸ்கூட்டருல, லேசா அடி. டாக்டருகிட்ட காட்டி ஊசி போட்டேன்"

"கட்டெக் காணுமேம்பேன்"

"கட்டு போட்டா காயம் ஆறி காயாதுன்னு கட்ட நானே அவுத்து எறிஞ்சுட்டேன்"

"வலிக்கிலியா அத்தான்? லைட்ட போடுறேன் காயத்த காட்டுங்களேன் பாக்குறேன்."

"இப்ப அது எல்லாம் வேண்டாம். காலையிலேயே நான் போயிடுவேன். எப்ப வருவேன்னு சொல்ல முடியாது. அதனால கொஞ்சம் நேரம்தான். நாளைக்கி யாராவது நான் இல்லாதப்ப என்னை வந்து தேடினால் தெரியாதுனு சொல்லணும்."

'தெரியாதா' உங்களை எனக்குத் தெரியாதா? ஆமாம் உங்களை எனக்குத் தெரியாதுதான்.

★

காலையில் இருந்தே அவளுக்குத் தலைவலி. உடம்பெல்லாம் யாரோ சங்கிலியால் போட்டு இறுக்கியது போல் வலி. ரெங்கராஜன் வீட்டுக்கு வந்து பத்து நாளாச்சு. வீடு முழுவதும் வெறுமை. இந்த புது வீட்டுக்குக் குடி வந்து இருபது நாள்தான் ஆகிறது. வீடு என்னமோ

பெரிய வீடுதான். ரெங்கராஜன் ஒவ்வொரு தடவையும் வீட்டை மாற்றுவதே ஒவ்வொரு காரியமும் அறிய முடியாமல் - புரியாமல் போவதற்குத்தானோ என்று அவளுக்குள்ளே பயம், புரண்டது. மேலிருந்த ஜன்னல் வழியே சதுரம் சதுரமான வெளிச்சம் அந்தப் பெரிய வீட்டிற்குள் இருட்டை அறுத்துக் கொண்டு, தரையில் சூரிய வளையங்களாய் பாட்டம் போட்டிருந்தன. காலையில் எப்போது விழித்தாள் என்று அவளுக்கே தெரியாது. நேற்று சாயங்காலம் தெருவில் போன உதிரி மல்லிகையை வாங்கி பாதி கட்டியதும் அவனுக்காகவே என்ற நினைவு வந்ததும் மேலும் கட்டாமல் அப்படியே ஈரத்துணியில் சுற்றி வைத்தாள். அது அங்கிருந்தே அவளைப் பார்த்து சிரித்தது.

அவன் யார்? பெயர்தான் தெரியும் ரெங்கராஜன். அவன் அப்பா அம்மா இரண்டு பேரும் இல்லை என்று சொன்னபோது இடைஞ்சல் இல்லை என்று நினைத்தாள் சகுந்தலா. அவன் யார்? யார் மகன், எவள் பெற்ற பிள்ளை? இவன் கையில் பிடித்துக் கொடுத்தார்கள். ஐந்து மாதமாக இவனைத் தெரியவில்லை. நன்றாகச் சிரிக்கிறான். அப்படி அவன் சிரித்துக் கொண்டே இருக்க வேண்டும் என்ற ஆசை கூட அடித்துக் கொள்கிறது. சட்டை, பேண்ட் எல்லாவற்றையும் கழட்டி விட்டு இடுப்பு துண்டோடு அவன் பைப் அடியில் நின்று குளிக்கும் போது ஒளிந்துதான் பார்க்கிறாள். அவள் பார்ப்பதை அவனும் ஆசையோடுதான் பார்க்கிறான். ஆனால் அவனைத் தெரியவில்லை. அவன் இன்னுது என்று அறியமுடியவில்லை. கோபித்து அவன் மயிரைப் பிடித்து இரண்டு அறை வைத்தால் எவ்வளவு நன்றாய் இருக்கும் என்று சகுந்தலாவால் எண்ணிப் பாராமல் இருக்க முடியவில்லை. அவளுக்கு ஒரு வேலையும் விட்டுக் கொடுக்க மாட்டான் ரெங்கராஜன். "குளித்த கையோட துணியெல்லாம் நீங்களே துவைக்கணுமா? அப்படியே போட்டுட்டு வாங்க. நான் என்னத்துக்கு இருக்கேனாம் இந்த வீட்டுல" என்று சொல்லும்போதே சகுந்தலாவிற்கு அழுகை முட்டிக் கொண்டு வரும். அவன் காதிலேயே வாங்கமாட்டான். சாப்பிட உட்காரும்போது அவனே டம்ளரில் தண்ணீர் மொண்டு வைத்துக் கொண்டு தட்டையும் எடுத்து வைத்துக் கொண்டுதான் உட்காருவான்.

"என்னங்க. இது நான் இங்கே எதுக்கு இருக்கேன், தட்டைக் கூட நீங்களேத்தான் எடுத்து வச்சுக்கணுமா? சோத்தையும் நீங்க போட்டு கொளம்பையும், நீங்களே ஊத்தி சாப்புட்டுடுங்களேன். அப்பறம் நான் இங்க ஒருத்தி எதுக்காம்"- என்பாள் லேசாக சிரித்துக் கொண்டே.

"அதுக்கென்ன நானே சாப்டுகிறேன்" என்று சொல்லியபடி சாப்பிட்ட தட்டை அவனே எடுத்துக் கொண்டு போய் அலம்பி சமையல் பிறையில் பாத்திரங்களோடு அடுக்கி வைத்து விட்டுப்போகும் அவனை வெறியோடு ஓடி வந்து "என்னங்க நீங்க" என்று மட்டும்தான் அவளால் சொல்ல முடியும்.

அவன் யார் என்று அப்போதும் தெரிவதில்லை. அவன் வீட்டில் இருக்கும் நாட்கள் குறைவதினாலேயே, வேறு எந்த நினைவும் அவளுக்கும் இல்லாமல் ஆக்கிவிடுவான் அந்த பாவி. அனேகமாக அவன் வருவதும் போவதும் பெரும்பாலும் இரவிலும், நடு நிசியிலும்தான். இரவு வந்தால் தொடர்ந்து அவன் எங்கும் போக மாட்டான். ரெண்டு பேருக்கும் பேச நேரமிருக்காது. அவளுக்கு பதினாலு வயசு இருக்கும்போது சகுந்தலா ஊரில் ஒரு டெண்ட் கொட்டகை போட்டு சர்க்கஸ் வந்தது. அதில் ஒருவன் ஐநூறு கிலோ இரும்பு தட்டுகளை அடுக்கி இருபுறமுமாக மாட்டி குறுக்கு கம்பியின் மூலம் பளு தூக்கினான். எல்லோரும் அவன் உடம்பைப் பார்த்து ஆச்சரியப்பட்டார்கள். காளை காளையான சதை சொன்னபடி கேட்டது. பலகை பலகையாக மாரும், முதுகும் சதையாலேயே இரும்பு சிலைபோல் அமைந்திருந்தது. சகுந்தலா பயந்தாள்.

"அம்மாடீ! இப்படி இருந்தா மகா அசிங்கமா இருக்கு. பாற மாதிரி இப்படி ஒரு உடம்பு வேணுமா என்ன?' என்றாள் சினேகிதிகளிடம் ஜெயா கேட்டாள்:

"ஏண்டீ ஒனக்கு புடிக்கலியா. நெஜமாச் சொல்லு ஒனக்கு இப்படி ஆம்பிள்ளை வேண்டாமா?"

"ச்சீ வெக்கங்கெட்டவளே" என்றாள் சகுந்தலா.

"தொள தொளன்னு தொப்பையும் வயிறுமாய் ஒரு தொந்தி செட்டியாரப் பார்த்து கல்யாணம் பண்ணிக்க" என்றாள் ஜெயா கலீரென்று சிரிப்பொலியுடன்.

அந்த பயில்வான் உடம்பு சகுந்தலாவிற்கு அருவெறுப்பாகத்தான் இருந்தது. ஆனால் இப்போது இருட்டுக்குள்ளே ரெங்கராஜனின் உடம்பு அந்த பயில்வான் உடம்பைவிட பெரிது என்பதை நிஜமாக உணர்ந்தாள்.

"ஏன் அத்தான் நீங்க தனியா எட்டு பத்து கோழி, இருபது முப்பது முட்டை பருத்திப்பால் ஒருபடி எல்லாம் சாப்புடுறீங்களோ?! வீட்டுக்குள் வந்தாத்தான் ஒண்ணும் சாப்புட மாட்டேங்கிறீங்க. ஏன் இது?"

"ஏன் அப்படி கேக்குற? அது எல்லாம் ஒன்னும் வேண்டாம் எனக்கு"

"சின்ன புள்ளையில எனக்கு கண்டுகண்டா சதையும் ஒடம்புமா இருக்குற ஆளுவள பார்த்தாலே பயமா இருக்கும். ஆனால் அதுமாதிரி ஒரு பயில்வான் ஆளைத்தான் கட்டிக்கப் போறேன்னு எனக்குத் தெரியாது"

"தெரிஞ்சிருந்தா மாட்டேனுருப்பியா?'

"எனக்கு ஒங்க உடம்பைத் தவிர வேற என்ன தெரியும்? அதுனால ஒங்க உடம்பு பூரா அப்படியே எனக்கு புரிஞ்சு போச்சு. வேற எதையும் நீங்க எனக்கு கொடுக்கவும் இல்ல"

"வேற எதுவும் உனக்கு வேண்டவும் வேண்டாம்" என்றான் அவன்.

அவள் நிலைகுத்தி விழித்தாள்.

"நிஜமாத்தான் சொல்றீங்களா எனக்கு வேற ஒண்ணும் இல்லியா?" என்று கூறியபடி அவனைப் பின்னிருந்தபடி இறுகத் தழுவிக் கொண்டாள் சகுந்தலா.

ஒருவித மூர்க்கத்தனமான வேகத்துடன் அவளை அப்படியே தூக்கி தன் மார்புடன் சேர்த்துக் கொண்டு இறுக்கிக் கொண்ட அவனிடம் தன் முழு உடலையும் கொடுத்து விட்டு மௌனமாய் அந்த வலிவும் பொலிவும் கொண்ட தேகத்தில் சிக்கி சிதைந்து போனதுபோல் ஒன்றாகிப் போனாள். வெகு நேரம் கழித்த பின்னரும் அவள் தெரிந்து கொண்டதில் ரெங்கராஜனின் அந்த உடம்பை மட்டுமே என்பது தெரிந்தபோது அவள் கண்களில் கலங்கிய கண்ணீர் அவன் தோள்களில் வடிய ஆரம்பித்தபோது, அதைப் பற்றி ஏதும் கவலைப்படாமல் அவளுடன் தொடர்ந்து பந்தயத்தில் மூழ்கி இருந்தான் ரெங்கராஜன்.

★

இது புதிய வீடு. எங்கும் சிமெண்டின் மணம்; ஒரு நாள் இரவு இரவோடு இரவாக பத்து இருபது ஆட்களுடன் சாமான்களை அள்ளிக் கொண்டு வந்து இன்னும் முழுசாக கட்டி முடிக்காத இந்த புதிய வீட்டில் குடியேற்றினான் ரெங்கராஜன். சில நாட்களாகவே அவள் ரெங்கராஜனுடன் வெளிப்படையாகவே மோதிக் கொண்டிருந்தாள். கத்தை கத்தையாக அவன் கொண்டு வந்து தரும் பணம். அவளை ரொம்ப பயமுறுத்தியது. அவன் உடம்பில் பல இடங்களில் காயங்கள் பயங்கரமான சிராய்ப்புகளும், ஊமை அடிகளும், கன்றிப்போன இங்களும் அவள். அடி வயிற்றையே கலக்கியது.

"என்னங்க இது யாருகிட்ட அடி வாங்கிகிட்டு வர்றீங்க. என்ன நடக்குது இஞ்ச"

"சும்மா ஒரு லேசா ஒரு மோதல், ஒரு பெறட்டல் அவ்வளவுதான்"

"அப்படின்னா"

"இது எல்லாம் ஒனக்கு எதுக்கு பீடிக் கம்பெனியில ஆளுங்களோட, ஒரு அடிபுடி, அடின்னா நாம அடி கொடுக்கணும். புடின்னா நாம வாங்கிக்கணும் ரெண்டும் உண்டு."

"இதுதான் ஒங்க தொழிலா? இத்தனை நாளா எனக்குப் புரியலே"

"சேச்சே எப்பவாது இப்படி நடக்குறது உண்டு".

"வேண்டாங்க இனிமே நீங்க வெளியே போனா எப்ப வருவீங்க. அதுவரைக்கும் என்னால தூங்க முடியாது. சாப்பிட முடியாது. இருக்க முடியாது. ஏங்க இந்த பொழப்பு."

"அது சக்கி! இனிமே நானு இதுல இருந்து வெளியே வரமுடியாது. ஒன்ன ஏமாத்திட்டேன்னு ஒனக்கு தோணும். ஆனா இப்படி நான் இல்லேன்னா எப்பயோ ரொம்ப நாளைக்கு முந்தியே என்னை தீர்த்திருப்பாங்க" அவள் பதறிப்போனாள்.

"யாருங்க. யாருங்க. ஒங்கள தீர்த்திருப்பா?"

"யாரு வேணும்ன்னாலும்!!" எலெக்ஷன் வந்தாத்தான் எல்லோரும் ரெண்டு கட்சியா பிரிவாங்க, கட்சி மாநாடு நடந்தா எனக்கு மௌசு ஜாஸ்த்தி, எந்த கட்சி ஜாஸ்த்தி காசு தர்ராங்களோ, அவங்க பக்கம் நானு போகணும். ஒங்கிட்ட இதை எல்லாம் சொன்னா பயத்திலேயே நீ செத்துருவே. ஆனா என்ன பண்றது. நீங்க யாரு? நீங்க யாரு? அப்படீன்னு நீ கேக்குறப்ப எல்லாம் நான் ஒரே வார்த்தையில பதில் சொல்ல எனக்குன்னு ஒரு வார்த்தையில்ல சொல்றதுக்கு! யாரு என்ன வேலை கொடுக்குறாங்க? யாரு முன்னால கொடுக்குறாங்க? அத வெச்சுத்தான் எனக்கு பேரு வரும். குண்டா, ரவுடி, அடியாள், ராம்போ, கில்லர் இப்படி எத்தனையோ பேருல ஒவ்வொரு அரசியல் கட்சியிலேயும் ஏராளமா பணம் கொடுத்து என்னை மாதிரி ஆளுங்கள தயார் பண்ணி வைச்சிருக்காங்க. முப்பத்தஞ்சு வயசு வரைக்கும் நான் முகம் பார்க்காம குத்தி தள்ளியிருக்கேன். நீ படிச்சவ நான் படிக்காதவன். ஆனா பேண்ட்டும், சூட்டும் போட்டா எல்லாரும் பெரிய மனுஷன்தான்.

முப்பத்தஞ்சாவது வயசு தாண்டின உடனே ஒருத்திய கல்யாணம் பண்ணிக்கனும்ன்னு ஆசை வந்தப்போ, எல்லாரும் சிரிச்சாங்க. "எருமை மாடு மாதிரி ஒடம்ப வளர்த்து, கழுதை மாதிரி பொதி

சுமந்து, காட்டு மாடு மாதிரி திரியிற ஒன்ன எவடா கட்டிக்குவா? போலீஸ்ல பதினேழு கொல கேசுல ஒம் பேரு இருக்கு. பகல்ல நீ எப்பவும் வாழ முடியாது வெளிச்சத்துல நீ ஒரு பொண்ணோட தெருவுல நடந்துகாட்டு பாக்குறோம்ன்னாங்க. அது உண்மைதான். எந்த பொண்ணும் என்னைச் கட்டிக்கத் தயாரா இல்லை. ஒரு பெண்ணைப் பார்க்கப் போனேன். யாரோ சொல்லியிருக்காங்க இவன் ஒரு கூண்டான்னு. அந்தப் பொண்ணு ஓடிப்போயி அன்னைக்கி ராத்திரியே கெணத்துல குதிச்சுடுச்சு.

இப்போ நீ கேக்குறியே நீங்க யாரு. நீங்க யாருன்னு இதே கேள்வியை நானே கேட்டுக்கிட்டேன். எனக்கே பதில் தெரியல. இப்பக் கூட தெரியலெ. தெரியாது கொலை செஞ்சா கொலைக்காரனா? திருடுனா திருடனா? நாங்க வாழக் கூடாதா? நாங்களா கொல்றோம் கொல்ல வைக்கிறாங்க. திருட வைக்கிறாங்க, சாக வைக்கிறாங்க சாகுறோம். ஏய் இப்பக் கூட நாங்க பொணம்தான். தெரியுமா ஒனக்கு?! எட்டு வயசுல என்னை இந்த வேலைக்கி ஒரு கில்லர்தான் தயாராக்கினான். நீ சொல்றீயே இது எல்லாம் தப்பூன்னு இது எல்லாம் தெரியிறதுக்கு முன்னாடியே நான் கொலை செய்ய ஆரம்பிச்சுட்டேன். எட்டு வயசுல நான் ஒரு போலீஸைக் கொலை பண்ணினேன்! நம்ப முடியுதா ஒனக்கு! நீளமா ஒரு கத்தி, வெளி நாட்டுக் கத்தி 'ஸ்கிட்லட்'ன்னு பேரு. மாடிப்படி ஓரமா நின்ன அந்த போலீஸ் முதுகுல சொருகிட்டு ஓட வேண்டியதுதான் வேலை! ரொம்ப சுளுவு!

என்னோட வாத்தியார் ஒரு சேட். எங்களுக்கு எல்லாம் பேரு இல்ல! ஆனா ஜாதி உண்டு! அப்பா அம்மா கிடையாது. கொஞ்சம் பேரு அடிதடிக்கி போவாங்க. கொஞ்சம் பேரு ரவுடித் தனத்துக்குப் போவாங்க. கொஞ்சம் பேரு கைகால் ஒடைக்கிறதுக்கு போவாங்க. நாங்க உயிரை எடுக்கப் போவோம்! இது எல்லாம் சரின்னும் தப்புன்னும் நானோ நீங்களோ ஒங்க கோர்ட்டோ - பேசவே முடியாது! ஏன்னா நீங்க கொலை செய்யிறது இல்லெ! நாங்க செய்வோம்! நாங்க மாட்டிக்குவோம்ன்னு எங்களுக்குத் தெரியும்! நாங்க செய்யிறது. தப்புன்னு ஒத்துக்கிட்டு நடு நடுங்கினா நான் கொலை செய்ய முடியாது. கத்தி ஓங்கினா கை அங்கேயே நின்னுடும். நான் செய்யிறது தப்புன்னா கூட இதுல இருந்து நான் தப்பிக்கனும்ன்னா வேற யாராவது ஒரு கில்லர் என்னைக் குத்தி கீழ விழத் தள்ளினால்தான் முடியும்!

ரொம்ப பேசிட்டேன் - சக்கி - ஒம் மேல எனக்கு ரொம்ப ஆசை. எனக்கு அத சொல்லத் தெரியாதுடீ! ஆனா ஒனக்கு அது

தெரியும். ரொம்ப நாளா 'நான் யாரு'ன்னு தவிக்கிறே. இப்ப சொல்லு ஒங்க அம்மா வூட்டுல கொண்டு வந்துவிட்டுடவா. ஒனக்கு நான் பண்ணின எல்லாம் தப்புன்னு சொல்லி அழுதுகிட்டே. வேறு ஒரு வாழ்க்கையை பண்ணித்தர முடியாது. பகல்ல என்னை ஒங்க சட்டங்கள் விரட்டிக்கிட்டே இருக்கு. எட்டு வயசுக்கு முன்னாலேயே ஒங்க சட்டங்கள் என்னைக் கொன்னுடுச்சு. என்னைக் கொலை செஞ்ச ஒங்க சட்டங்களத்தான் நான் துரத்தி துரத்தி கொன்னுகிட்டு இருக்கேன். சட்டங்கள் கொல்ல முடியுமா? அதனால தான் அதெ கையில வைச்சிருக்கிற மனுஷங்கள கொல்லுறேன். நான் யாருன்னு தெரியுதா சக்கி! இனிமே ஒனக்கு நிரந்தரமா விடுதலை."

அவனையே சிவந்த கண்களோடு பார்த்துக் கொண்டிருந்த சகுந்தலா குப்புற கவிழ்ந்து உட்கார்ந்திருந்த சகுந்தலா முற்றத்து தூணோடு சேர்ந்து ஏங்கலடித்து அழலானாள். எதிரே முற்றத்தில் நின்ற கில்லர் ரெங்கராஜன் தன் கால்களை அகற்றி வைத்து அவளேயே பார்த்துக் கொண்டு நின்றான். அவளை ஆறுதல் சொல்ல முடியாது.

தஞ்சாவூர் வரதராஜ பெருமாள் கோவில் பட்டர் ஒருவரின் பிராமண சந்தானமாக அவன் பிறந்ததை அவளுக்கு சொல்ல முடியாது. ரெண்டு பொண்டாட்டிக்காரனான பட்டருக்கு மூன்றாவது பெண்டாட்டியாக முத்தோஜியப்பா சந்தில் குடியிருந்த மராட்டிய டான்ஸ்காரி ராணுபாய் வீட்டிற்கு ஏன் போகிறார் என்று தெரியாமல் அப்பாவின் கையை ஆத்திரத்தில் கடித்துவிட்ட காரணத்திற்காக கோவில் மடப்பள்ளியில் காய்ந்து கொண்டிருந்த வடைச்சட்டி எண்ணெயில் அவன் கைகளைப் பிடித்து முக்கிவிட்ட தகப்பனார் ரங்காச்சாரியின் கொலையைப் பற்றி சகுந்தாலவிற்குச் சொல்ல முடியாது! கொட்டு கொட்டென்று கொட்டிய மழையில் அம்மா சாகக் கிடந்தபோது ரெண்டாவது பெண்டாட்டியும், மூணாவது பெண்டாட்டியும், வீட்டில் இருந்த வெண்கலப் பானையில் இருந்து பலகை வரை சட்டிப் பானை வரை மழையில் நனைந்து கொண்டு ஒருவரை ஒருவர் அடித்துக் கொண்டு வீட்டில் உள்ள குழந்தைகள் அலற அவர் அவர் கைக்கு கிடைத்ததை எல்லாம் எடுத்துக் கொண்டு போனபோது, அம்மா வாயைப் பிளந்து கொண்டு பரலோகம் போயிருந்தாள் என்பதை எல்லோருமாக சேர்ந்து அவனைக் கொன்ற கொலையாக சகுந்தலாவிடம் கூறி புரிய வைக்க முடியுமா?

ஒவ்வொருவராக அவனை விட்டு விலகி அவனைத் தன்னந்தனியாக்கி நடுத் தெருவில் பெரு வழியில் அவனை நிற்க வைத்ததைவிட பெரிய கொலை இருக்க முடியாது! சமுதாயம்

அவனை என்றைக்கோ கொன்று விட்டது! உயிர் ஏதாவது மிச்சம் இருந்தால் அதற்கு காரணம் பசி என்ற ஒன்றுதான். பசி ஒன்று மட்டும் இல்லாமல் இருந்தால் அவன் நிஜமாகவே என்றைக்கோ பிணமாகி மண்ணுக்குள் போயிருப்பான். இதை எல்லாம் சகுந்தலாவுக்கு மட்டும் அல்ல; அவனைத் துரத்தி வருகிறதே மனிதக் கூட்டம் அவர்களில் யாருக்கும் புரிய வைத்துவிட முடியாது. ஒன்னும் சாப்பிடாமல் இருந்தால் இளைத்துப் போவார்கள். ஆனால் ரெங்கராஜனின் உடம்பு வாகு வாடாதது, எப்போதும் வற்றாதது!

சிறு குழந்தையாக இருக்கும்போதே வயதுக்கு மீறிய தடிமனும். அவனை ஒத்த குழந்தைகளுக்கு உடல் வாகும் உயரமும், பார்த்தவர் அஞ்சும் சதையும், மினுமினுவென்ற கொழுப்பு படர்ந்த மேனியும், இன்னும் சகுந்தலாவுக்குப் புரிய வைத்து விட முடியாது! ஒரு நாள் பட்டினி, இருநாள் பட்டினி என்றால் எல்லோருக்கும் விளங்கும். தஞ்சாவூரில் மழைகாலம் என்றால் அந்த காலத்தில் இருபத்தி எட்டு நாட்கள் தொடர்ந்து அடைமழை பொழியும். ஊர் முழுவதும் வெள்ளக் காடாகும். வீட்டில் ஒரு மணி அரிசி இருக்காது. தொடர்ந்து ரெண்டு வாரம் கொட்டும் மழையில் ஈரம் பூத்த தரையில் வெறும் உயிரோடு குழந்தைகளை வைத்துக் கொண்டு, அந்த ஐயங்கார் பெண்மணி அதுதான் அவன் தாயார் லோகாம்பாள் கொல்லையில் இருந்து மூங்கில் கொத்தை ஒன்றை அறுத்து அதை வேக வைத்து மூங்கில் குருத்தை சமையல் செய்து குழந்தைகளுக்குக் கொடுத்து தானும் தின்னு வயிற்று வலியால் துடித்துக் கொண்டிருந்தாள். ஒட்டி உலர்ந்த வயிற்றில் மூங்கில் குருத்து விளையாடியது.

ஆனால் ரெங்கராஜன் மழையைப் பார்த்துக் கொண்டே உட்காந்து இருந்தான். சரியாக பதினெட்டு நாட்களாக அவன் எதுவும் சாப்பிடவில்லை! அம்மா கூப்பிட்டும் மூங்கில் குருத்து சாப்பிட அவன் போகவில்லை. அவனுக்குத் தெரியும் ஒரு கைப்பிடி சாப்பிட்டால் பசி தீயாய் வயிற்றுக்குள் கொடியோடி படரும் நெருப்பில் பொசுங்குவதை விட; எரிந்து போவதைவிட, அவிந்ததனால் மேல் கிடக்கலாம் வயிறு அமைதியாக கிடந்தது. பசி அவனைக் கூப்பிடவில்லை. அம்மா சொன்னாள்.

“கட்டயில போறவனே, என்னத்த திங்கலாம்ன்னு காத்திண்டு இருக்கே? எஞ்சியாவது போயி ஒழியண்டா! சனி! இருபது நா பட்டினி கெடந்தவன் மாதிரியா இருக்க? பாவி! பாவி! உருண்டு தெரண்டு. அப்படியே அசையாம நிக்கிறது பாரேன்! எங்கியாவது போயி தொலையேண்டா! ரெண்டு காசு சம்பாதிச்சிண்டு வர்றதுக்கு

துப்பில்லையாடா நோக்கு? யாரெ முழுங்கலாம்ன்னு பாக்கிறே'' - என்று கத்தினாள்.

வீடு முழுவதும் ஒழுவுகிறது. வெளியே மழை பெய்யவில்லை. வீட்டிற்குள்ளேதான் மழை கொட்டுகிறது; எங்கு பார்த்தாலும் ஜலம். பசி வேகம் காதைத் துளைக்கிறது. பசி வயிற்றில் எரிப்பதைத்தான் சகுந்தலா கேள்விபட்டிருப்பாள். பசி காதை குடைவது. பசி நெஞ்சில் அதிர்வது கடைசியாக உயிரைக் குடிப்பது, சகுந்தலா கேட்டுகூட தெரிந்திருக்க மாட்டாள்! இருபத்தி எட்டாவது நாள்! மழை நிற்கவில்லை. தொண்ணூறு வயது தாத்தா திண்ணையில் மல்லாந்து விட்டார். வீட்டின் ஒவ்வொரு மூலையிலும் குழந்தைகள் கைகால்களை அசைக்க முடியாமல் செத்துக் கிடந்தனர். அப்போதும் தரை எல்லாம் மழை ஓடிக்கிடந்தது. அம்மா லோகாம்பாள் முற்றத்தில் மழையில் விறைத்துக் கிடந்தாள். உயிர் இரவே கூட்டைவிட்டு கடந்திருந்தது.

அப்போதும் அத்தனையும் கொலைகள் தான் என்று தெரிந்து கொண்டான் ரெங்கராஜன். தன்னை மட்டும் இவர்கள் யாரோ தப்பிக்க விட்டுவிட்ட ரகசியம் மட்டும் இன்றுவரை புரியாத புதிராகவே இருந்தது. பசியால் மரணம் என்பது லேசான விஷயம் அல்ல. வேறு எதனால் நேர்ந்தாலும் அது கொலை அல்ல சாவுதான்! பசியால் நேர்ந்தால் அது கொலைதான்! கொலை மட்டும் அல்ல; படுகொலை!! என்று சகுந்தலாவிற்கு அவளால் சொல்ல முடியுமா, சொன்னாலும் அவளுக்குப் புரியுமா?

முதலில் பசி பின்னர் வயிற்றில் தீ அதன்பின் காடு எரிவதுபோல் உடம்பின் ஒன்பது வாசல்களிலும் தீச் சரங்கள் பறக்கும், உடல் வியர்வையில் குளிக்கும். பின்னர் பசித் தீ வயிற்றில் அடங்கிவிடும். காதுகள் இரையும் விம்மென்று ஓங்கார ஓலம் கேட்கும். நெஞ்சு துடிப்பு கொஞ்சம் கொஞ்சமாக அந்த ஓசைக்குள் அடங்கும்போது உடம்பின் சத்து முழுவதும் வெளியேறும், உடம்பு உயிரை பிரிய முடியாமல் வெட்டி வாங்கும். கொட்டும் மழையில், இந்தப் பட்டினி விடாயை அந்த குடும்பம் முழுவதும், இரவு முழுவதும் கொஞ்சம் கொஞ்சமாக அனுபவித்து பஞ்ச பூதங்களில் கலந்து கொஞ்சம் கொஞ்சமாக செத்துக் கொண்டிருந்ததை தானும் செத்துக் கொண்டே அனுபவித்த கோரத்தை எப்படி யாரிடம் சொல்ல முடியும்... யாருக்கு விளங்க வைக்க முடியும்! யாரும் ஒத்துக் கொள்ள வேண்டாம்.

சட்டம் சொல்கிறது 'கொல்லாதே' சட்டம் சொல்கிறது 'திருடாதே'. ஆனால் இந்த கொலைகளைச் சட்டம் ஏற்றுக் கொள்ளாது. எனவேதான் அன்று அந்த சாவின் விளிம்பில் அந்த வாடாத உடம்புடன் ரெங்கராஜன் சக்தியோடு போராடினான். பசி, அவனைக் கொலை செய்ய முடியவில்லை! வீடு முழுவதும் எட்டு ஒன்பது, பிணங்கள் மாறிக் கொண்டிருக்க. அங்கிருந்து ஏனென்று தெரியாமல் படி இறங்கி மழையில் கொலையில் இருந்து தப்பி ஓடினான் ரெங்கராஜன். அவனை இன்றுவரைத் துரத்தும் கொலைவெறியை அவன் யாரிடம் சொல்வான்.சகுந்தலாவிடமா? சகுந்தலாவிற்குப் புரியுமா?

இரவு நீண்டு கொண்டிருந்தது. சகுந்தலா இன்னும் அழுகையை நிறுத்தவில்லை. அழுதுகொண்டே இருந்தாள். அவள் அழுவாள் தான். அழட்டும். அவர்களுக்குக் கொலைக்காரன் என்றால் பயம். தங்களை இவன் கொன்று விடுவானோ என்ற பயம். சகுந்தலாவை அவள் அம்மா வீட்டில் கொண்டு போய் பத்திரமாக இருந்து கொள்ளச் சொல்லிவிட வேண்டியதுதான் பாதுகாப்பாக. ரெங்கராஜன்கூட வாழுவது எந்த பெண்ணுக்குமே நரகம்தான். ஒரு பெண்ணின் உறவு இத்தனை சந்தேகங்களுக்கு இடையில் எப்படி உறவாகும். அவளது கர்ப்பத்தில் ஒரு குழந்தையை ரெங்கராஜன் வைத்துவிட்டான் என்பது அதைவிட பெரிய கொலையாகவே அவர்கள் எல்லோருக்கும் தோன்றும். எப்போதும் தலைக்கு மேல் அவனைக் கொலை செய்ய சமுதாயத்தின் சட்ட கரங்களும், பாதுகாப்பின் விலங்குகளும், இருண்ட அந்தகார ஜெயில் கம்பிகளும், நீண்டு வந்து துரத்திக் கொண்டு இருக்கின்றன என்பதை ஒன்றும் அறியாத கிராமத்து புறாவான சகுந்தலாவிற்கு எப்படிச் சொல்ல முடியும்.

வாழ்க்கையில் முதல் முறையாக தன்னைக் கொலை செய்து கொண்டால் என்னவென்று தோன்றியது கில்லர் ரெங்கராஜனுக்கு. கில்லர் என்ற பெயர் முதல் முதலில் ஒரு கதர், அரசியல்காரர் அவனுக்குச் சொன்னார். அதுவரை அவனுக்குத் தெரியாது. அவனைத் தயார் செய்த, ஆண் பெயர் நமக்ராம்சேட். பூதாகரமாய் இருப்பார். வடக்கே பாஷை தெரியாத வெகுதூரம் அவனைக் கொண்டு போனவர் அவர்தான். அவர்தான் மனிதனின் உடம்பில் கத்தி எங்கே சுலபமாக இறங்கும், எந்த இடத்தில் கத்தியை தொட்டால் போதும். உயிர் உடலைவிட்டு வேகமாக வெளியேறும் இடம் எது, எந்த இடத்தில் லேசாக வெட்டினால் போதும். ரத்தம் நிற்காமல் வருவதற்கு எந்த இடத்தைக் கத்தியால் நறுக்க வேண்டும். கொலை எப்படி ஒரு சமுதாயத்தின் அத்தியாவசியமாக இருக்கிறது. கொலை

செய்யாத சமூதாயமே எங்கும் இல்லை என்ற ரகசியங்களை எல்லாம் ரெங்கராஜனுக்குச் சொல்லிக் கொடுத்தவர் அவர்தான். அவர் வாழ்நாள் முழுவதும், யாரிடமும் சிக்கவே இல்லை. தடையங்களை ஒழிப்பது நம்மையே காட்டி கொடுக்கின்ற வேலை. பலவிதமான தடயங்களை உண்டாக்கிவிட்டுச் செல்வதுதான் கொலையாளியின் முக்கியத்திறன் என்பார் அவர். சாகும் வரை அவரை எந்த தர்ம நியாயங்களும் அலட்டவே இல்லை. ரெங்கராஜனை எட்டு வயதில் இருந்து தயாரித்தவர். அவர்தான் எப்போதும் விழிப்பாகவும் முரட்டுத்தனமாகவும் அதே நேரத்தில், மின்னல் வேகத்திலும் யாரும் உணராமல் ஒரு காரியத்தைச் செய்ய அவனைக் கொடூரமாகப் பழக்கினார்.

புலியை வேட்டையாட காரணம் எதுவும் வேண்டாம். அதுவாய் இருப்பது ஒன்றே போதும். நாயைக் கொல்ல நியாயங்கள் எதுவும் தேவை இல்லை. இப்போது வெறிபிடிக்காவிட்டாலும் நாளை அதற்கு வெறி பிடிக்கலாம் என்ற நியாயம் போதாதா அந்த நாயை அடித்துக் கொல்ல! திருடனுக்குத் தண்டனை வழங்கவேண்டுமேயானால் அவனிடம் திருட முடியுமா? ஏமாற்றுக்கு ஏமாற்றே தண்டனையாகுமா? வாழ்க்கையில் புழுக்களைப் பெரிய புழுக்கள் தின்கின்றன. சிறிய மீன்களைப், பெரிய மீன்கள் விழுங்குகின்றன. பூனை கூட தான் ஈன்ற குட்டியை எலும்புகளுடன் மென்று தின்கின்றது. மனிதனும் மனிதனைக் கொஞ்சம் கொஞ்சமாகச் சாப்பிடுகிறான். ஒருவனை ஒருவன் பகைக்கிறான், மறுக்கிறான், திருடுகிறான், ஏமாற்றுகிறான். அதேபோல் கொலையும் செய்கிறான். நமக்கராம் சேட் ஒரு கூண்டா, அவர் ரெங்கராஜனை ஒரு துஷ்மன்னாக வடக்கே கல்கத்தாவின் இருண்ட தெருக்களில் கொலைக்குப் பழக்கப்படுத்தியபோது அது இன்னது என்று கூட வெகு காலம் வரை ரெங்கராஜனுக்குத் தெரியாது. தெரியாது என்பதால் இன்றைக்கு சகுந்தலா அது சரி என்ற ஒத்துக் கொள்வாளா? எங்கு பார்த்தாலும் ஒரே மக்கள் கூட்டம். ஒரு வேளை சாப்பாட்டுக்கும் கூட தவிக்கிற பட்டினி பட்டாளம். கங்கைக் கரையில் கூடி நிற்கும் பெரும் கூட்டம் ஓயாத இரைச்சல், சாப்பாட்டுக்காக, தீனிக்காக அலையும் மிருகங்கள்! எங்கு பார்த்தாலும் ஈனக் குரல்கள்! புதிது புதிதாக தினமும் பிறக்கும் இலட்சக்கணக்கான இந்தியக் குழந்தைகள், ஆ ஒரு குழந்தையினிடத்தில் பதினாறு குழந்தைகள்! ஒரு வினாடிக்கு பதினாறு குழந்தைகள்! இந்த நூற்றாண்டு முடியும் முன் நூற்று எழுபது கோடி குழந்தைகள் பிறந்து கொலையுண்டு மாளும். இதை ரெங்கராஜனுக்கு சொன்னது சேட் நமக்கராம்!

இந்த நூற்றாண்டு முடிய இன்னும் இருபது முப்பது ஆண்டுகள் மீதி இருக்கின்றன! ஆனால் இத்தனை கொலைகளுக்கும் காரணம் வேண்டாம்! ரெங்கராஜன் செய்த ஒவ்வொரு நிகழ்ச்சிக்கு மட்டும் 'கொலைக்காரணம்' தேவை! ரெங்கராஜன் அமைதியாக ஒரு வீட்டில் வாழக் கூடாது! ஒரு பெண்ணுடன் கலந்து சுகிக்க விடமாட்டார்கள்! அவனை நேசிக்கிற அந்தப் பெண்ணுக்கும் அவன் யார்? எது என்று தெரிய வேண்டும்! அவன் கொலைக்காரன்தான் என்றால் அவளும் இதோ அவனை விட்டுவிட்டு ஓடி விடுவாள். அவன் கொலையின் காரணத்தெப் பற்றி யாருக்கும் கவலை இல்லை! அவன்தான் செய்தான் என்கிற முடிவு போதும். அந்த கொலையை அவனுக்குப் பின்னால் இருந்து யார் தூண்டினார்கள்?

எந்த அரசியல், எந்த எதிரியைப் பின்னிருந்து குத்த கில்லர் ரெங்கராஜனைப் பயன்படுத்திக் கொண்டது என்பது சகுந்தலாவிற்குத் தேவையில்லை! எந்த அழகிய பெண்ணை, எந்த இருட்டுக்கு, கொண்டு போய் எந்த அரசியல்வாதி, எந்த பெரும் பணக்காரன், எப்படி கற்பழித்த பின் எப்படிக் கொண்டு எங்கே எறிய கில்லர் ரெங்கராஜன் எப்படித் தேவைப்பட்டான் என்பது சகுந்தலாவிற்குத் தேவையில்லை! சகுந்தலாவைப் போன்ற லட்சக்கணக்கான பெண்களுக்கும் தேவையில்லை! கண்ணெதிரே நடக்கும் பயங்கரமான தீமைகளைக் கண்ணை மூடிக்கொண்டு தன் வீட்டு கதவை அடைத்துக் கொண்டு மூலையில் ஒளிந்து கொண்டு ஊமையாகிப் போவதுதான் சமுதாயம்! சமுதாயம் என்பது என்ன?! ரகசியமான கோழைத்தனம்! வாழ்வதற்காக எந்தக் கொலையும் செய்ய அஞ்சாத குரூரம்! சமுதாயம் ரகசியமான துன்மார்க்கம்! வெளிப்படையாக வாழ துணிவில்லாத கோழைகளின் இருட்டறை! அங்கே சகுந்தலா அரும்பு மீசையும், மெல்லிய உடலும், சிவந்த நிறமும், நாகரீகமான உத்தியோகமும் நன்மைக்காக போராடும் (சினிமாவில் வருவது போன்ற) ஒரு கதாநாயகன் தான் தேவையாய் இருந்திருக்கிறது.

கண்டதைத் தின்று இருட்டிலே அரசியல்வாதிகளுக்காக மனிதர்களைக் குத்தித் தள்ளி பணக்கார சமுதாயத் தலைவர்களுக்கும், சமுதாயத்தை வகுந்து பிரித்து வைத்திருக்கின்ற ஜாதிய வெறியாளர்களுக்கும், மதங்களால் சமூகத்தை எப்போதும் கவிழ்த்துப் போட்டு பாளம் பாளமாக நேர் எதிரான உலகங்களையே கொலை வெறிக்குத் தயாராக்கி கொண்டிருக்கின்ற மத மேதாவிகளுக்கும் கில்லர் ரெங்கராஜன் போன்ற பல ஆயுதங்கள் கொலைகளை நிகழ்த்த சட்டப்பூர்வமாக தேவையாக இருந்திருக்கிறது என்பதை

சகுந்தலாவிற்கு மறைத்துத்தான் ஒரு குழந்தையை அவளுக்குள்ளே அவனால் விதைக்க முடிந்தது என்பதை எந்த சமுதாயமும் புரிந்து கொள்ளாது!

எப்போதும் சாவு தலைக்கு மேல் காத்திருக்கும் போது அவனால் ஏதும் அமைதியாக செய்ய முடியுமா? குழந்தையை எடுத்துக் கொஞ்ச முடியுமா? மனைவியைப் பார்த்து சிரிக்க முடியுமா? பகலில் சகுந்தலா விரும்புகிற ஒரு கடைக்குப் போய் அவளோடு கடைச்சரக்குகள் வாங்கி அமைதியாக மீண்டு வந்து சேர முடியுமா? சுருங்கச் சொல்ல முடியுமானால் கில்லர் என்பவன் இந்த சமுதாயத்தில்தான் தேவைப்படுகிறான்! சகுந்தலாவைப் போன்ற பலப் பெண்களை அவன் திரும்பிக்கூட பார்த்ததே இல்லை.

தனக்கென்று எதையும், எங்கும் வைத்துக் கொள்ள முடியாதவன் சமுதாயத்தில் ஒதுக்கப்பட்டு இருட்டுக்கு தள்ளப் படுகிறான். ஒரு நாள் ஒரு அரசியல் கூட்டக் கொலைக்குப் பின்னால் நிகழ்ந்த கலவரத்தில் போலீஸில் இருந்து தப்பி ஓடியபோது மன்னார்குடிக்குப் பக்கத்தில் இருந்த திருமக் கோட்டையில் ஒளிந்தபோது - அங்கிருந்த குளத்தில் தண்ணீருக்கு அடியில் ஒளிந்து கொண்டான் ரங்கராஜன். ஊரைச் சுற்றி, ஜீப்புகள் பறந்து புழுதியைக் கிளப்பின போதும் அவன் வெளியே வரவில்லை. அன்றைக்குச் செத்திருக்க வேண்டியவன்! மூச்சடக்க செய்த பிரயத்தனங்கள் எல்லாம் வீணாகி தண்ணீருக்கு அடியில் தாமரைத் தண்டின் வேர்களைப் பிடித்துக் கொண்டே குளத்து நீரை வயிறு முட்டக் குடித்து தண்ணீருக்கு மேல் வந்து மீண்டு மூன்று முறை உள்ளே போன உடலை ஜீப்பின் புழுதிக் கூட்டம் ஊரை விட்டு வெளியேறும் முன் ரெங்கராஜனின் தாமரை இலைக் கூட்டத்தின் இடையில் இருந்து கரையில் இழுத்துப் போட்டார்கள் ஒன்றும் அறியாத கிராமத்து ஜனங்கள்!

தண்ணீரைக் கக்கி வைத்தியரின் நைச்சியமும் ஒன்று சேர எழுந்து உட்கார்ந்த ரெங்கராஜனைச் சுற்றிலும், பெண்களின் கூட்டம். ஐயே பாவமே, என்கிற குசுகுசுப்புகள் மத்தியில் அந்த தாமரைப் பூவைப் பார்த்து கண் வியந்தான் அந்த கொலைக்காரன். அவளைப் பறித்து எடுத்துக் கொள்ள வேண்டும் என்று அவனுக்குத் தோன்றிய போதே அதுவும் ஒரு கொலைதான் என்று புரிந்தது. பெண்களின் கூட்டத்திடையே பலர் இந்தக் கொலைக்குத் தயாராக இருந்தார்கள். அவனைப் பார்த்து நிறைய பெண்கள் மகிழ்ந்தார்கள். என்றாலும், யாரும் நெருங்கி வந்து விடுவதாக இல்லை. பிரண்டை கொடிகளும் குத்துக் கள்ளிச் செடிகளும் புளிய மரக்காடுகளும் நிரம்பிய இந்த கிராமாந்தரங்களில் அந்த கிராமத்து ஜனங்களுக்கும்

கூட தெரியாமல் ஒளிந்து அலைந்து அவன் தப்பி ஓடினான் என்பது அவனுக்கே வேதனையாக இருந்தது. அந்தக் கொலையை உடனே ரெங்கராஜன் செய்ய விரும்பவில்லை. அந்தத் தாமரைப் பூவை அவன் தன் காலடியில் போட்டு துவைக்க வேண்டாமோ என்றுதான் எண்ணினான். ஒரு அரசியல்வாதிக்காக தூக்கி வந்த ஒரு பெண்ணைக் கொலை செய்து உருத்தெரியாமல் ஆக்கும் வேலை அவனுக்குத் தரப்பட்டபோது, முதல் முறையாக தாமரைப் பூக்கள் எல்லாம் அவனைப் பயமுறுத்தின. அவன் அந்த வேலையை ஒப்புக் கொள்ளாமல் மறுக்க முடியாது. அவன் வேலை அது.

சமதர்மம் பேசும் சோஷலிச சிற்பியான அந்த அரசியல்வாதி அந்த 16 வயது பெண்ணைக் காதலித்தாராம். இப்போது அவளை விட்டுவிட்டால் அவள் அவரை, அவரது அரசியலை, அவரது சமூக நம்பிக்கைகளைப் பறக்கடித்து விடுவாள் என்பது அவரது பயமாம். அவளை விட்டு வைத்தால் அகாலத்தில் அவள் வயிற்றுக்குள் இருந்து குழந்தை ஒன்று எதிர்க்கட்சி கொடியுடன் வெளிவந்து அவரது கீர்த்தியைத் தொலைத்து, ஓட்டுபெட்டியைக் காலியாக்கி விடும் என்பதுதான் அவரது பயம். எனவே கில்லர் ரெங்கராஜனிடம் அந்த கருக்கொண்ட தாமரைப் பூ ஒப்படைக்கப்பட்டது. ரெங்கராஜன் தாமரைப் பூவை திராவகத்தில் போட மறுத்தால் வேறு இரண்டு கொலைக்காரர்கள் உடனே நியமிக்கப்படுவார்கள் என்பது மார்ச் 31ஆம் தேதி அவள் திராவகமாக கரைந்து அந்த ஐந்து நட்சத்திர ஹோட்டலின் சாக்கடைக் குழாய்களின் வழியாக ஓடவிடப்படுவார்கள் என்பது கில்லர் ரெங்கராஜனுக்குத் தெரியும்.

கில்லர்கள் புது பிறவி எடுத்து வருவார்கள். வெளிப்படையாக தெரியாத உலகத்தில் அவர்கள் கொன்று குவிப்பார்கள். அப்படித்தான் விடியற்காலை நான்கு மணிக்கு அந்த ஹோட்டலின் பின் சந்து சாக்கடையில் முராடிக் ஆசிட் எனும் கொடூரமான திராவக மணம் எழும்பிய போது குடித்துக் கொண்டிருந்த சாயாவை வைத்துவிட்டு ஓடிப்போய் சாக்கடைச் சால்களை எட்டிப் பார்த்தபோது கையில் இருந்த டார்ச் விளக்கால் நெஞ்சம் பதைக்க அந்த தாமரைப் பூவைத் தேடியபோது, அந்த 16 வயது உடலும் அந்த அடர் ஹைட்ரோக்குளோரிக் அமிலத்தில் சதை சதையாக கரைந்து எலும்புகள் உருகி நீராகி சதையும் நிணமும் கொழுப்பும் அமிலத்தில் உள் ஆழ்ந்து போய் அவளது நீண்ட வார் கூந்தல் கூட இனம் காண முடியாமல் அமிலத்தால் தீயுண்டு சாக்கடையில் அவள் வயிற்றுச்சிசுவும் கரைந்து உருத் தெரியாமல் சாக்கடையின் பாசி பிடித்த சுவர்களும் பொசுங்கிப் புகைய, ஆவி குமிழிட்டு ஓடிக்

கொண்டிருந்த பயங்கரம் கில்லர் ரெங்கராஜனைக் கண்களில் திகில் கொள்ள வைத்தது. அந்த ரகசியம் இந்த உலகம் இனி என்றைக்கும் நினைவு கொள்ள முடியாது. தாமரைப் பூவின் இதழ் ஒன்றைக் கூட காணோம். சாக்கடை நிறைய அவள் அமிலமாகி ஓடிக் கொண்டிருந்தாள். அமிலத்தின் வாசம் நாளைக் காலை வரைதான். பல சாக்கடைச் சால்களை அவள் கடக்கும்போது அமிலமும் நீர்த்து தாமரையும் நினைவற்றுப் போய்விடும்.

திடீர் என்று ஒரு நாள், அவனுடைய தாமரையை, ரெங்கராஜன் திருச்சியில் பார்த்தான். ஆச்சரியம்! அவளேதான்! சகுந்தலாவேதான். அதே ஐந்து நட்சத்திர ஹோட்டலில்தான் எதிரே இருந்த கமர்ஷியல் ஆபீஸில் வேலைக்கு வந்திருக்கிறாள். அவனால் தாங்க முடியவில்லை. யார் கை எங்கே நீளும், எங்கிருந்து யார் சுதந்திரமாய் மலர்ந்திருந்த மலர்களை யார் பறிப்பார்கள் என்பது அவனுக்குத் தெரியும். சகுந்தலா தினமும் பஸ்ஸில் வந்து கொண்டிருந்தாள். அவனால் விலகி இருக்க முடியவில்லை. நீண்ட அழுக்கு ஜீன்ஸ், தடியான தோலால் தைக்கப்பட்ட ஜாக்கெட், இடுப்பில் எப்போதும் நவீன ஆயுதங்கள் முதலியவைகளுடன் அலையும் அவன் தாமரைப் பூக்களிடம் போக முடியுமா, என்றாலும் தாமரைப் பூக்கள் ஓயாது பறிக்கப்பட்டன. சட்டப்பூர்வமாக பறித்து கசக்கி கூழாக்கப்பட்டன. சட்டத்துக்குப் புறம்பே இருட்டில் தேடி பிடுங்கப்பட்டன. அந்த மிக அழகான, படித்த பணக்கார, சக்தி மிக்க தைரியம் நிரம்பிய போராடிய மகரந்த தாமரைப் பூ கிரேஸியாவை முதன் முதலில் அந்த ஐந்து நட்சத்திர ஹோட்டலில் திராவகத்தில் வீசச் சொல்லி அவனுக்குத் திட்டம் தந்த மாநில மந்திரி ஜெ.ஆ.வி. அவளை அவனுக்குக் காட்டியபோது ரெங்கராஜன் அசந்து போனான்.

பெண் இந்த கரிக்கட்டையிடம். எப்படி சிக்கிக் கொண்டாள் என்று வியந்தான். அவள் ஒரு தேவதைபோல் இருந்தும் கூட கில்லர் ரெங்கராஜனிடம் அவள் ஒப்படைக்கப்பட்ட போது முகம் சுளித்தான்.

“நோ! இந்த ஆள் வேண்டாம் நீங்க என்னை ஏமாத்த பாக்குறீங்க, ஹீ ஈஸ் லுக் (He is look) லைக்ய கூண்ட் நான் ஏமாறமாட்டேன். நீங்க என்னைக் கொல்ல முடியாது. என்னக் கொன்னாலும் ஓங்குழந்த ஒங்க மந்திரித் தனத்தை இந்த ஊருக்கு வெளில எடுத்துச் சொல்லும்”.

“ஓ கிரேஸியா, ஒரு குளியல் தொட்டி நிறைய ஒனக்காக முராடிக் ஆசிட் தயாராய் இருப்பது உனக்குத் தெரியுமா? நீ பாஞ்சாலி இல்லை. இப்போதெல்லாம் கொல்லுவதற்கு ரொம்ப நவீன

முறைகள் அவதரித்து இருக்கின்றன. தாமரைப் பூவே உன்னை நான் காப்பாற்றுவேன். என்னை நம்பு" என்று ஓலமிட்டது மனசு.

"நான் வரலீங்க. நீங்க யாரோடயாவது போங்க" என்றான் ரெங்கராஜன்.

இப்போது மந்திரியின் கரகரத்த குரல் "நீ போடா, நான் பாத்துக்கிறேன்" என்று தேனாய் அவளிடம் குழைந்தது, "ப்ளீஸ், டார்லிங், டேக் இட் ஈஸி, இவன் வேண்டான்னா, வேற ரெண்டு பேர் இருக்காங்க. அவங்கள கொண்டு வந்து விடச் சொல்றேன்" மணியை அழுத்தினர் மந்திரி. மிக இதமான குளிர்பதனம் செய்யப்பட்ட அந்த அறைக்குள் நுழைந்த இரண்டு நபர்களைப் பார்த்தபடியே ரெங்கராஜன் வெளியேற வேண்டி வந்தது. அடுத்து நிகழப் போகும் காரியம் கிரேஸ்யாவுக்குத் தெரியாது! மயங்கிய நிலையில் சப்தம் எழாமல் அடித்துப் போடப்பட்ட கிரேஸியாவின் உடல் ஐந்து நட்சத்திர ஹோட்டலின் பாத்ரூம் அறையின் திராவகத் தொட்டிலில் அவளே அறியாமல் தூக்கிப் போடப்பட்டு கரைந்து குழாய்களில் திறந்து விடப்பட்டு. கீழே வந்தபோது சாக்கடைகள் அமிலத்தால் வெந்து புதைந்த போதுதான் ரெங்கராஜன் வெட்டுண்டு போனான்!

சகுந்தலாவைக் கார்கள் பின் தொடர்வதை லேசாக உணர்ந்த போதுதான் சகுந்தலாவை அவள் இயக்கங்களை நிறுத்த கல்யாண தரகர் மூலம் திருமக்கோட்டைக்கு ஆள் அனுப்பினான் ரங்கராஜன், என்றாலும் ரொம்பவும் பயந்தான் அவன். ஏனென்றால் அவனுக்குத் தெரியும். ஊரும் உலகும் அவனை எதற்கும் சம்மதிக்காது என்று. அவனுக்கு இன்று எதையும் கேட்க முடியாது என்று தெரியும். முதல் முறையாக தன்னையும் தன் வாழ்க்கையையும் நொந்து கொண்டான்! என்றாலும், அவன் அவளை விடுவதாக இல்லை. அவளை அவன் விட்டுவிட்டால் புதிய அயல்நாட்டு கவாசுக்கி காருகளும் அமெரிக்க ஷெவர்லே காருகளும், அந்தத் தாமரையைச் சட்டப் பூர்வமாக துரத்தி வீழ்த்தி, திராவக குளியாடல் செய்து விடும். கொலைக்காரனுக்கு ஒரு தாமரைப் பூ எதற்கு? சூடிக் கொள்ளவா? அல்லது சூடி எறியா? ப்ரோக்கர்கள் அவனிடம் இருந்து நிறைய பணத்தை வாங்கிக் கொண்டு பெண் பார்க்க வைத்தார்கள். போடப்பட்ட திட்டத்தில் சகுந்தலா மட்டும் கடைசி வரை ஏமாறவில்லை. ஒரு சாதாரண கல்யாண விஷயம் எப்போதும் ஒரு கொலையாகவே முடிகிறது. யார் எங்கே கொலை செய்யப்படுகிறார்கள் என்பதுதான் அதில் புதிர்! இங்கே ரெங்கராஜனுக்குத் தெரிந்தே இருந்தது. அவ்வளவுதான் வித்தியாசம்.

அனேகமாக அவளுக்குத் தன்னைப் பிடிக்காவிட்டால் என்ற பயம் இருந்தது. ஆனால் கொலையை கில்லர் செய்யவில்லை. அவள்தான் அவனைப் பிடித்ததாக கூறி கல்யாணத்துக்கு ஒப்புக்கொண்டு அவனைக் கொன்றாள்! ஆனால் அவன் குற்றுயிராய் ஆனான். அதுதான் நிகழ்ந்தது. அன்றிலிருந்து அவன் தொழிலில் இருந்து விலக நேர்ந்துவிட்டது. கொஞ்சம் கொஞ்சமாக அவன் அவளால் குற்றுயிர் ஆனான். குடும்பத்தில் அவன் மனம் கொண்டான். போலீஸ் அவனைப் பிடித்ததும் இன்னொரு கொலையைச் செய்யும் துணிவையும், தைரியத்தையும் இழந்தான். ஒவ்வொரு நாளும், தைரியத்தை மீட்டுக் கொள்ள ரெங்கராஜன் போராடினான். யாருக்கும் பயப்படாதவன். அவளை மீண்டும் வந்து சேர்வதற்காகவே பயந்து ஒளிந்தான். வீட்டுச் சோறும், சகுந்தலாவின் எங்கும் கிடைத்திராத பேராசையான அன்பும் அவனது கொடூரங்களிலிருந்து மீண்டு உள்ளிழுத்தன. அவன் மீளவே முடியாது என்று தெரிந்தும் அவளில் புதைந்து போனான். அவள் அவனை நம்பவில்லை. இருட்டு வந்ததும் அவளுடன் நெஞ்சத்தில் படர்ந்தபோது அவள் மயங்கிப் போனாள் என்றாலும், விழித்தபோது "நீங்க யாருங்க?" என்றாள். உலுக்கி எடுத்தாள். அவனுக்கென்றே ஒரே புகலிடம். அவள் மடிதான் என்பதை புரிந்து கொண்டிருந்தாலும், அவள் அவனை கூண்டில் நிறுத்தினாள். அவனைச் சந்தேகித்தாள். குறுக்கு விசாரணை செய்தாள். இதோ, கில்லர் ரெங்கராஜன் உடைந்து நொறுங்கிவிட்டான். இனி அவள் அவனை விட்டு அடிவானத்திற்கு அப்பால் வெகு தூரத்திற்குப் போய்விடுவாள். இனி அவளுடன் இருப்பது முடியாது. புதுப்புது வீடுகளும், புதுப்புது இடங்களும் தேடி ஓடும் வேலை இனி இல்லை. அவனுக்குப் பெண்தான் தேவை என்றால் அது நிச்சயமாக சகுந்தலா மட்டும்தான். ஆனால் சகுந்தலாவிற்கு அவன் நிச்சயம் தேவைதானா? இன்னும் நாலைந்து மாதங்களில் அவள் வயிற்றைக் கிழித்துக் கொண்டு வரப்போகும் இன்னொரு ஆண் துணை வேறு சேர்ந்துவிடும். பெண்ணாக இருக்ககூடாது ஆ!

முழங்காலைக் கட்டிக் கொண்டு அழுது கொண்டிருக்கும் அவளிடம் என்ன ஆறுதல் சொல்லி என்ன செய்ய வேண்டும்? ஏன் செய்ய வேண்டும்? தன்னைக் கொலை செய்த யாரை இந்த உலகம் விட்டு வைத்திருந்தது. என்னைக் கொலை செய்த இவளை ஏன் விட வேண்டும். இது எல்லாம் கொலை இல்லை என்றும் மறுக்கும் இந்த சமூகத்தில் இதுவரை யாருக்கும் எந்த பதிலும் சொல்லாமல் எந்த விளக்கமும் தராமல் இஷ்டம் போல் சுற்றி வந்த என்னை இவளும் ஒரு கொலை செய்துவிட்டு என்னைக் கொலைக்காரன்

என்று சொல்லிவிட்டுப் போகட்டும். ஆம், இவைகளிலிருந்து எல்லாம் இவளைத் தப்பிவிப்பது என் நோக்கமா என்ன? நன்றாக அழட்டும். தனக்காகவே அழட்டும்.

நாளைக் காலை அவளைக் கொண்டு போய் திருமக்கோட்டையில் விட்டுவிட்டால் அதற்குப் பின் மீண்டும் ஒரு மயானம். மூன்று நாளாய் அவன் எங்கும் போக முடியவில்லை. இடத்தையும் மாற்ற முடியவில்லை. வீட்டுக்குள்ளயே பதுங்கிக் கொள்கிறான். இரவிலும் பகலிலும் போலீஸ் சுற்றி சுற்றி வந்து கொண்டிருக்கிறது. ஓயாது ஒழியாது ஜீப்புகள் துரத்துகின்றன. வெளியில் கால் வைத்து இறங்க முடியவில்லை. ஆண்டு கொண்டிருந்த அரசியல் கட்சியும் அதன் தலைவரும் தோற்றுப் போனார்கள். தோற்றுப் போனதால் அந்தக் கட்சி தொண்டர்களும் அனுதாபிகளான மக்களும், கூட்டம் கூட்டமாக போலீஸாரால் ரவுடி என்றும், கூண்ட் என்றும் ஐம்பத்தி ஒரு கேஸில் ஒவ்வொரு போலீஸ் டேசனுக்கும் கொண்டு செல்லப்பட்டு செம்மையாக அடித்து நொறுக்கப்பட்டார்கள். கட்சியின் தலைவர் தோல்வியின் சோகத்தில் ஒரு பிருமாண்டமான ஹோட்டலில், தேடி கண்டு பிடிக்க, ஆட்களை, ரவுடிகளை விரட்டிக் கொண்டிருந்தார்.

அவருக்குச் சோகம் சொல்லி முடியாது. கில்லர் ரெங்கராஜனைக் கடந்த இரண்டு வார காலமாகவே காணமுடியாத ஏமாற்றம். தேர்தலுக்கு முன் ரெண்டு நாட்களுக்கு முன்னால் ரெங்கராஜன் கிடைத்திருந்தால் எதிர்க் கட்சி வேட்பாளர்கள் மூன்று பேரையாவது தீர்த்திருக்கலாம். பதினைந்து பேரை பலாத்காரமாக, பயமுறுத்தி பின்வாங்க வைத்திருக்கலாம். ஐந்து பேரயைாவது தூக்கிச் சென்று ஒளித்து இருட்டடிப்பு செய்து தேர்தலில் இருந்து அனாமதேயமாக விலக்கி இருக்கலாம் "எங்கே தொலைந்தான் இந்த நாய் கில்லர் ரங்கராஜன்?' சமீபகாலமாகவே கில்லர் ரெங்கராஜன் அகப்படுவது சிரமமாகவே இருக்கிறது. கண்கள் சிவந்து கொண்டன அவருக்கு. இந்த ஹோட்டலின் மூலை அறை ஒன்றில் உட்கார்ந்து தேர்தலில் அடைந்த தோல்வியின் காரணங்களைப் பத்திரிக்கையாளர்களுக்கு உட்கார்ந்து புலம்ப வைத்துவிட்டானே ரெங்கராஜன்.

ரெங்கராஜனைத் தேடிப்போன ஆட்கள் கொண்டு வந்த செய்திகள் ஒன்றும் நம்பும்படியாக இல்லை. யாரோ ஒரு பெண் பின்னால் போனதாக மட்டும் எல்லோரும் சொல்கிறார்களாம். ரெங்கராஜனுக்குப் பெண் சகவாசம் கிடையாது. எப்பேர்பட்ட அழகிகளை எல்லாம் பத்திரமாக கொண்டு வந்து அவருக்குச் சேர்க்கிற வேலையைச் செய்திருக்கிறான். ஈவு இரக்கம் இல்லாதவன். பயம் என்பது அவன் அகராதியிலேயே இல்லை. போலீஸ் அவனை

வாங்க முடியாது. எதிர்க்கட்சி ஆட்கள் ரெங்கராஜனை நாலு துண்டாக வெட்டக் காத்துக் கொண்டிருக்கிறார்கள். அவர்களும் அவனை விலை கொடுக்க முடியாது. அப்படியானால் ரெங்கராஜன் எங்கே? சல்லடை போட்டு சலிக்கிறார்கள். ஒவ்வொரு முகாம்களில் இருந்தும் தப்பி விடுகிறானாம். இந்த தேர்தலே அவன் இல்லாமல் சுவாரசியம் இல்லாமல் போய் விட்டது. பத்து பேர் முக்கியமான ஆசாமிகள், பெரும் புள்ளிகள், பணக்காரர்கள் என்றைக்கும் அவனை வாங்க தயார் என்ற நிலையில் இருக்கிறான். எதிர்க் கட்சி ஜெயித்து விட்டாலும் ஆட்சி நடத்த கூட்டு தேவைப்படுகிறது. பயமுறுத்த ரவுடிகள் இருக்கிறார்கள். கூண்டாக்கள் பின்னால் நிற்கிறார்கள். ஒரு மாதிரி கட்சி உடன்பாடு ஏற்பட்டாலும், ஏராளமாகப் பணம் விளையாடிவிடும்போல் இருக்கிறது.

முக்கியமான சிலரையாவது தீர்க்க வேண்டும். தேர்தல் கணக்கை அப்பறம் தீர்த்துக் கொள்ளலாம். எலக்ஷன் கணக்கை தீர்ப்பதற்கு வேறு கில்லர்கள் இல்லை. ரெங்கராஜனால் மட்டும்தான் முடியும். ஆனால் அவன் எங்கே? இங்கே என்ன நடக்கிறது, ரெங்கராஜன் அவ்வளவு புத்திசாலியாகி விட்டானா? அவருக்கு மதம் தலைக்கேறியது. என்ன பயங்கரம் ரெங்கராஜனைத் தீர்த்துவிட்டார்களா? எப்பேர்ப்பட்ட பயங்கரன் ரெங்கராஜன். அவனை மாதிரி ஒரு முரட்டு மிருகம் விளைவு எதைப் பற்றியும் கவலைப்படாமல் நெருப்பில் சாடி குதிக்கும் இன்னொரு கில்லர் உருவாவதற்கு இன்னொரு ஐம்பது வருடம் தேவை என்று தோன்றியது. கட்சி தலைவருக்குக், கணக்கில்லா டம்ளர்கள். விஸ்க்கியும் காக்டையிலும் குடித்து செயலற்று போயிருந்தார் முன்னாள் மந்தரி.

ரெங்கராஜன் பிடி கொடுக்கவே இல்லை. மூன்று நாட்களாக சகுந்தலா அழுகையை நிறுத்தவில்லை. யார் யாரோ வந்து கதவைத் தட்டிய போதெல்லாம் அவன் தான் போய் கதவை திறந்து பயத்துடன் "ரங்கராஜனா அப்படி யாரும் இங்க இல்லீங்களே" - என்று சொல்லிக் கொண்டிருந்தான். இனிமேல் இங்கிருக்க முடியாது. எதிர்கட்சி ஆட்களும் தேட ஆரம்பித்து இருக்கிறார்கள் என்று தெரிய ஆரம்பித்தது.

டீக்கடைகளில் இருந்து ரெங்கராஜனுக்கு ஆட்கள் வந்து செய்தி சொல்லிக் கொண்டிருந்தார்கள். அவர்களையும் ரொம்ப நம்பமுடியாது. எந்த நேரத்தில், எது நடந்தது, எப்படி புரளும் என்று கணக்கிட முடியவில்லை. சகுந்தலா ஒரே மூர்க்கமாக அழுது கொண்டிருந்தாள். பேய் ஒன்று அழுது தலைவிரி கோலமாக உட்கார்ந்து கொண்டு இருந்தது போல் இருந்தது. எது பேசினாலும்

வாய் திறக்காமல் அழுது கொண்டே இருந்தாள். இவ்வளவு மூர்க்கத்தனமும் பிடிவாதமும் எங்கு வைத்திருந்தாள். பலமுறை கெஞ்சியும் பேசியும் பார்த்தான் ரெங்கராஜன். பயன் இல்லை. உசுப்பியும், கையைப் பிடித்து இழுத்தும் அடித்தும் அலைக்கழித்த போதும் அவள் சொன்ன ஒரே வார்த்தை "என்னைக்கொன்று தலெய முழுவுங்க" என்பதுதான். ரெங்கராஜனுக்கு அறிமுகமான முதல் பெண் அவள்தான். ஏனென்றால் அவனது ஆறடி உயரமும் மூன்றடி அகலமுமான அவனது உடம்பு யாரையும் பயமுறுத்தாமல் விடாது. எந்த கூட்டத்திலும் தனியாக தெரியும் அவனது தேகம், பிடி கொடுக்காமல் தப்புகிற அவனது வேகம் போலீஸ் டிபார்மெண்டிலேயே பிரசித்தம். பெண்கள் அவனைப் பார்த்ததும் நடுநடுங்கி பின்வாங்குவார்கள். ஆனாலும், அவன் மற்ற அவனது சகாக்களைப் போல பெண்களைத் தேடி போனவனே இல்லை.

அவன் பார்த்த முதல் பெண் அவள் அம்மா லோகம்பாள். அவளில் இருந்து எந்த பெண்ணையும் அவன் ஆசைப்பட கற்கவில்லை. எப்போதும் மந்திரிகளின் தயவில்தான் அவன் தூங்கினான். சாப்பிட்டான். வாழ்ந்தான். பசி அவனைப் பேதலிக்க வைத்திருந்தது. எனவே அவன் எப்போதும் சாப்பிட்டான். சாப்பிடுவதற்காகவே கொலை செய்தான். குற்றுயிராக்கினான், பறித்து பிடிங்கினான். எல்லாவிதமான அக்கிரமங்களும் செய்தான். ஒரு நாள் அல்ல இரு நாள் அல்ல 18 நாள் பட்டினி, அவனுக்கு என்றைக்கும் மறக்காது. அது பட்டினி கூட அல்ல - கொலை. இப்போது சகுந்தலா திரும்பவே இல்லை. பேசவில்லை. என்னைக் கொல் என்கிறாள். சாவு அவளையும் நெருங்கிக் கொண்டிருக்கிறதா?

மழையில் நனைந்த வீட்டில் வீடு முழுவதும் பட்டினியால் செத்து இறந்து கிடந்த தம்பி, தங்கைகள், முற்றத்தில் இறந்து கிடந்த தாய். அவர்களை விட்டுவிட்டு ஓடி வந்த அவன் சகுந்தலாவை மட்டும் ஏன் விட்டு விட்டு ஓட முடியவில்லை. கில்லர் ரெங்கராஜனுக்குத் தெரியும். ஒரு கொலைக்காரன் இன்னொருவருடன் சேர்ந்து வாழ முடியாது என்று. ஆனாலும் இது என்ன விதி. சகுந்தலாவை அவன் இதுவரை புரிந்து கொள்ளவில்லை என்றுதான் தோன்றியது. இனி சகுந்தலாவுடன் இருந்தால், ஒன்று கில்லர் ரெங்கராஜனைப் பிடித்து கொன்று விடுவார்கள் அல்லது கில்லர் ரெங்கராஜன் சகுந்தலாவைக் கொலை செய்ய வேண்டும். அதைதான் அவளும் செய்யச் சொல்கிறாள்.

இதுவரை கொலை செய்வதைப் பற்றி, அவன் சிந்தித்ததோ ஆராய்ந்ததோ கிடையாது. இரவு வெகு நேரம் ஆகிவிட்டிருந்தது.

சுற்றிலும் ஒரே அமைதி, வீட்டின் உள் அறையில் இருந்து சன்னமாக சகுந்தலாவின் அழுகுரல் வந்து கொண்டிருந்தது. பெண்கள் அவளை நேசித்ததில்லை. அது அவனுக்குப் பழக்கமில்லை. பார்த்ததும் விலகி ஓடிய பெண்களிடையே சகுந்தலா அவனை எப்படி ஒத்துக் கொண்டாள் என்று தெரியவில்லை. பார்த்தவுடனேயே மற்ற பெண்களைப் போல காரித்துப்பிவிட்டு போய் இருந்தால் அவன் அவளைத் துரத்திக் கொண்டு போயிருக்க மாட்டான். இந்தச் சதியிலும் சிக்கி இருக்கமாட்டான். அவளுக்காக ஓடி ஓடி ஒளிந்திருக்க மாட்டான். பெண் என்பவள் சமுதாயத்தின் குறுக்கீடு. சமுதாயம் ஒப்புக் கொள்பவைகளைப் பத்திரமாக நிறைவேற்றும். தாய்மை அவனுக்குப் புரிவதில்லை. தன்னை பழிவாங்கி கொண்டிருக்கும் சமூகத்தை அவன் வேட்டையாடிக் கொண்டிருக்கிறான். அவனைக் கொலை செய்து பிணமாக்கி உலவ விட்டிருக்கும் இந்தச் சமூதாயத்தை ஒழிக்க அவனுக்கு வேறு என்ன வழி. அவன் தப்பமுடியாது என்றாலும் ஓர் நாள் அவன் இவைகளில் இருந்து நிரந்தரமாகவே விடுதலை பெற வேண்டியவன்தான். ஆனால் அவனை வீழ்த்தி விட்டாள் சகுந்தலா. அதோ அழுது கொண்டிருக்கிறாள். அவனுக்கு எந்த சிக்கலும் இல்லை. அவனைப் பிடிப்பார்கள்; அவள் மூலம் தன்னைப் பிடிப்பார்கள்.

இருபது வருட காலமாக அவன் எந்த வழக்கிலும் சிக்கியது இல்லை. இந்த சின்னப்பெண் அவனைப் பிடித்துக் கொடுத்து விடுவாள். எவ்வளவு நேரத்தில் அது நடக்கப் போகிறது என்பதுதான் கேள்வி. ஏனோ அவளை விட்டு விட்டு ஓட முடியாதபடி சிதிலமாகி இருந்தான் ரங்கராஜன். திடீர் என்று இனியும் இங்கு இருக்கக் கூடாது என்ற எண்ணம் எழுந்தபோது இன்னும் கட்டி முடிக்காத அந்த வீட்டின் வாசல் கதவுகளில் இரண்டு பேர் மோதும் சப்தமும் பூட்ஸ் காலின் பலத்த மிதியடி ஓசைகளும் கலக்க எழுந்தன. ஈரமான சுவர்கள் பலமாய் அதிர்ந்தன.

அவ்வளவுதான். ரெங்கராஜனுக்கு உடம்புக்குள் இருந்து இன்னொரு பேய் எழும்பியது போல் இருந்தது. போட்டது போட்டபடி உள்ளே பாய்ந்தான் அப்போதும் அழுது கொண்டிருந்த அவளை அப்படியே வாரித் தூக்கினான். அப்படியே துவண்டு என்ன என்று கூட கேட்காமல் அழுதபடியே இருந்த அவளைத் தூக்கிக் கொண்டு புதிதாக கட்டப்பட்டு கொண்டிருக்கும் அந்த கட்டிடத்தின் மற்றொரு பகுதிக்கு இன்னும் பூசப்படாத செங்கற்கல்லின் மேல் கால் வைத்து ஏறி கட்டடங்களுக்காக கட்டப்பட்டிருந்த மூங்கில் சாரங்களின் வழியே சாய்ந்து ஏறினான் ரங்கராஜன். ஏறிக்

கொண்டிருக்கும் பொழுதே இவளைத் தூக்கிச் செல்வது எவ்வளவு பாரமானது; சுலபமாக சிக்க வைப்பது எத்தனை அவசியமற்றது; போகிற வழியில் இவள் எதற்கு என்ற யோசனைகள் எல்லாம் எழும்பி எழும்பி குமிழ் உடைத்துக் கொண்டது. சாரங்களின் அடுத்த முனை வழியாக இடையில் ஒரு சந்து விட்டு அடுத்த மூங்கில் சாரத்துக்குத் தாவியபோது இரண்டு பேரின் கணத்தால் சாரத்தின் ஒரு பகுதி முறிந்து குறுக்காக வேகமாக கீழிறங்கியது.

அவன் முகத்தை விளக்கு வெளிச்சம் காட்டியபோது அவனுக்கு ஆச்சரியம் தாங்க முடியவில்லை. அந்தச் சாவின் வேளையிலும் தெருவில் போலீஸ்களின் ஜீப்புகள் குறுக்கே பாய்ந்து செல்வது இங்கிருந்து தெரிந்தது. குறுக்கில் விழுந்த சாரம் அப்படியே தொங்கியதால் இருவரும் அதே சாரத்தில் ஒருவரை ஒருவர் பற்றி சாரத்தோடு ஊசலாடினார்கள். சந்தின் குறுக்கில் இரு வீடுகளுக்கும் இடையில் இரண்டு சார வரிசைகளில் அவன் கால் வைத்து அவளையும் தூக்கிக் கொண்டு ஒரு மனித குரங்கு நான்கு கால்களாலும் பற்றி பற்றி தாவி செல்வதுபோல் அந்த நீண்ட சாரக்கட்டுகள் மூலமாய் அவளுடன் தாண்டி போய்க்கொண்டே இருந்தான். அவளைத் தூக்கிக் கொண்டு தாண்டிச் செல்வது, லேசாகத்தான் இருந்தது. காரணம் அவளும் அவனுடன் ஒன்றாகி அவளறியமாலேயே அவனைப் போலவே தாவிக் கொண்டிருந்தாள். மணலில் இருவரும் கீழே குதித்த போது ஆச்சரியமாக இருவரும் ஒருவரை ஒருவர் இறுக கட்டிக் கொண்டார்கள். அவள் கண்ணீர் அப்போதும் நனைத்துக் கொண்டிருந்தது.

தெருவின் இருபுறமும், நிறைய கும்பல் கூடி போலீஸ்களும், கட்சிக்காரர்களுமாய் தேடிக் கொண்டிருக்க இருட்டில் எந்தப்புறம் போகலாம் என்று தயங்கி நின்றான் ரெங்கராஜன். தஞ்சாவூர் சாக்கடைகள் பெரியவை. மெயின் ரோடுகளில் உள்ளவை. மராட்டிய அரசர்கள் கட்டிய பெரிய சாக்கடைகள். அவளை மறுமுறையும் வாரி எடுத்தபடி சாக்கடையில் இறங்கினான் ரெங்கராஜன். வளைவு வளைவாக காமான் வளைவு வைத்து கட்டிய சாக்கடைக்குள் அவளையும் தூக்கியபடி பதுங்கி பதுங்கி, ஆனால் வேகமாய் முன்னேறினான் அவன். பயத்தில் அவனை இறுக கட்டிக் கொண்டாள் அவள். வேகமாக முழங்கால் அளவு சாக்கடை நீரில் அவனது ஜீன்ஸ்கள் நனைய ஒரு குழந்தை போல் அவளைத் தூக்கியபடி கடந்தான் அவன். ரோட்டில் சாக்கடையின் குறுக்காக வந்த கட்டிடங்கள், அங்ரோச்மெண்ட் பாலங்கள், குறுக்கில் வந்த கம்பிகள் இவைகளை எல்லாம் இமைப் பொழுதில் கடந்ததை

யாரும் காண முடியவில்லை. ரங்கராஜன் கால்களிலும் கைகளிலும் அவளின் மின்சாரம் பாய்ந்து கொண்டிருந்தது. இப்போது கீழ வீதியில் திருப்பிய சாக்கடை முனையில் இருட்டின் மறைவில் அவன் அவளோடு மேலேறினான்.

மின்னல் வெட்டும் நேரத்தில் அங்கிருந்து பஸ் ஸ்டாண்ட் திருப்பத்தில் பாய்ந்து அவளைக் கீழே இறக்கிவிட்டான். எதிரே வந்தது மன்னார்குடி பஸ். இப்பொழுதெல்லாம் இரவு முழுவதும் பஸ்தான். கையைக் குறுக்கில் வீசி பஸ்ஸை நிறுத்தினான் ரெங்கராஜன். பஸ் அவர்கள் அருகில் வந்து அவர்களை கடந்து நிற்க முனைந்தபோது பஸ்ஸின் நிழலில் அவளை இறுக கட்டி அணைத்து அவள் உதடுகளைக் கவ்வி முத்தமிட்டு அவள் காதுகளில் இமைக்கும் நேரத்தில் - "ஒன்ன கொலை செய்யமாட்டேன். என்னை நானே கொலை செஞ்சிக்க முடியாது. எஞ்சியாவது இப்படியே இருப்பேன். இனிமே என்னோட இருந்தா ஒன்னையும் கொன்னுடுவாங்க. இந்தா காசு, ஒங்க அம்மா வீட்டுக்குப் போயி சந்தோஷமா இரு. என்னைத் தேடாதே. நான் இப்படியே யார் கையிலேயும், அம்புடாம கொலைக்காரனாத்தான் இருப்பேன். நீ போய்டு" என்று கூறியபடி அவள் கைகளில் நோட்டு கற்றைகளைத் திணித்தான். அவள் அப்படியே சிலைபோல் நின்றாள். பின்னால் வந்த பஸ் ஒன்றின் வெளிச்சத்தில் அவள் முகம் தெரிந்தது. ஆச்சரியமான அமைதியில் அது பொலிந்தது. முரட்டுத்தனமாக அவன் பிடியில் இருந்து அவள் விலகிக் கொள்ள விரும்பவில்லை என்பதுடன் பின்னால் வந்த பஸ்களின் ஹாரன் ஒலியும் வெளிச்சமும் அவர்கள் இருவரையுமே துரத்தின. பஸ்ஸை நிறுத்தியவர்கள் ஏன் ஏறவில்லை என்ற ஆச்சரியத்துடன் எட்டிப்பார்த்த கண்டக்டரின் வியப்போடு போலீஸ் ஜீப் ஒன்றின் இருபக்க தாக்கத்துடன் அங்கு நின்ற எல்லா போக்கு வரவு சாதனங்களும் தடை நேர்ந்ததால் ஹாரன் ஒலிகளும் எந்திரங்களின் பேரோசையுமாய் ரோடு கலகலத்து நிற்பதில் ஏற வந்த இருவரும் முன் வரிசையில் அவசரமாய் இருவருமே வியப்புடன் நாலுபுறமும் நோக்க பஸ் நகர்ந்து பறந்தது. தவிர்க்கவே முடியாத நெருக்கத்தில் அவர்கள் ஏறிக் கொண்டபின் விரைந்த பஸ் காரணமே இல்லாத வேகத்துடன் தங்களுக்காகவே பாய்வது போல் இருந்தது அவர்களுக்கு. டிக்கெட்டை வாங்கிய பின் ஜன்னல் ஓரமாக இருந்த அவள் அவனைப் பார்த்து, "என்னை கொண்டு போய் எங்க அம்மா வூட்டுல வுட்டுடாதீங்க, நான் அங்க நீங்க இல்லாம செத்துடுவேன். உங்கள விட்டுட்டு இனிமே எஞ்சியும் இருக்க முடியாது ஆமாம்!" என்றாள் அவன் காதுகளில்.

“என்ன இனிமே உடமாட்டாங்க. போலீஸோ கட்சிக்காரங்களோ, இல்லேன்னா, எதிர்க்கட்சி ஆளுகளோ, யாராவது கொல்லப்போறது நிச்சயம். இனிமே என்னை மறந்துடு, வடுவூர்ல இல்லன்னா பஸ் நிக்கிற எங்கியாவது நான் எறங்கிடுவேன். கையில ஏராளமா பணம் இருக்கு. இனிமே என்னைத் தேடாதே. என்னோட ஒன்னெ சேத்துக்க முடியாது. அதுக்கு ஒன்னெக் கொன்னுடலாம்.”

“அதைச் செய்யுங்க மொதல்ல. நீங்க யாருன்னு தெரிஞ்சுடுச்சு. நீங்க கொலை செஞ்சதே இல்லீங்க. நீங்க யாரையும் எப்பவும் கொலை செஞ்சதே இல்லெ. இப்ப என்னையும் ஒங்களால கொலை செய்ய முடியாது. நீங்க எப்படி இருந்தாலும் நான் சரின்னு சொல்லமாட்டேன். ஒங்கள விட்டுட்டு என்னால போக முடியாது. இனிமே ஒங்களாலயும் பழையபடி போக முடியாது. யாரு வேணாலும் வரட்டும். ஒங்கள கொன்னா என்னையும் கொல்லட்டும், நீங்க செத்தா நானும் சாவேன். எனக்கு நீங்க யாருன்னு தெரியாமத்தான் பயந்துகிட்டு இருந்தேங்க. எனக்கு நீங்க யாருன்னு அப்படியே காட்டிட்டீங்க. நீங்க செய்யிறது செஞ்சது எல்லாம் தப்புன்னு யாரு வேணாலும் சொல்லிக்கிடட்டும் நீங்க என்னக் கொல்லல. கொல்ல மாட்டீங்க. ஒங்க மனசு பச்சப்புள்ளெ மாதிரி. ஒங்கள நான் விடமாட்டேன். யாருன்னு தெரிஞ்சப்பறம் என்னோட ஆம்பளை நீங்கன்னு புரிஞ்சப்பறமும் ஒங்கள யாருகிட்டயும் கொலையாக விடமாட்டேன் பார்த்துருவோங்க. சாவுறதுன்னா ஒன்றும் பெரிசு இல்லெ. ஒங்கள விட்டு ஒரு அடிகூட அந்தண்ட இந்தண்ட போக மாட்டேன். வயித்துப் புள்ளெ மேலெ ஆணையாச் சொல்றேன். போவணும்ன்னா சேந்தே போவோம். தனியா போற கதை எல்லாம் வேண்டாம்.”

“ஒன்னெ தொலைச்சுபுடுவானுவோடி”

“தொலைக்கட்டும்”

“என்னை குழி தோண்டி பொதைக்கப் போறானுவடீ”

“என்னையும் சேத்து பொதைக்கட்டும்”

“ஒன்னெ படிச்சவ, புத்திசாலின்னு நெனைச்சேன். ஒரு கொலைக்காரனோட ஒன்னால வாழ முடியாது. கொலைன்னா என்னன்னு தெரியுமா? ஒன்னு ரெண்டு கொலையா? நான் தப்பிக்கவே முடியாது. என்னைக்காவது ஒரு நாளு பதிலுக்கு பதில் என்னை மாட்டாம உடமாட்டானுங்க.”

“ஏங் அத்தான் நாளைக்கே நமக்கு சாவு வருதுன்னு இன்னைக்கே குழி வெட்டி எறங்கிட முடியுமா, நீங்கதான் எனக்கு வேணும் வேற ஒன்னும் வேணாம்.”

“பெரிய கண்ணகி, நளாயினின்னு நெனைப்பா உனக்கு. அர்த்தமில்லாம உளறாத.”

“கண்ணகி என்ன கிழிச்சா, கட்டுனவனோட ஒழுங்க இருந்தா அது பெரிய காரியமாக்கும். என்ன மாதிரி ஒங்களோட ஓட, நீங்க போற எடத்துல ஒங்களோட வாழ கண்ணகியால முடியுமா? நளாயினிதான் லாயக்கா?”

“ரொம்ப பேசுற! வேண்டாம், இப்படியே பேசுனியின்னா அடுத்த போலீஸ் ஸ்டேசன்லேயே நானே போய் சரண்டர் ஆயிடுவேன்.”

“போயேன்! அதே போலீஸ் ஸ்டேசன் வாசல்லேயே ஒங்கத்தியால் நானே குத்திகிட்டு சாவேன் - பார்த்தீங்களா?” என்றபடி இடுப்பில் இருந்து மறைத்து வைத்திருந்த கத்தி ஒன்றை எடுத்துக் காட்டினாள். கத்தி ஒன்றை காட்டியதும் அவன் மட்டும் அல்ல கூட வந்த பயணிகள் கூட நடப்பது தெரியாமல் ஆயுதத்தை மட்டும் பார்த்து பயந்தார்கள்.

வெடுக்கென்று கத்திய பிடுங்கி உள்ளே மறைத்தான் ரங்கராஜன். பஸ் என்னும் பொது இடம் என்றும் பாராது அவளை இறுக கட்டிக்கொண்டு அழுந்தினான். காலை நேர பஸ்ஸானதால் கூட்டம் அதிகம் இல்லை. அவளும் வெட்கப்படவில்லை. அவளுக்கும் போகும் வழி பழக்கமாகிவிட்டது. பஸ் போய்க் கொண்டிருந்தது. அவனுக்கு மகிழ்ச்சியை அடக்க முடியவில்லை. உடம்பு முழுவதும் பெருமிதம். இனி அவன் குற்றவாளி இல்லை. அவன் செய்த எல்லாவற்றையும் பூர்ணமாக சரி என்று சொல்லி அவனை ஊக்குவிக்கவும் இதோ அவனெதிரே ஒருத்தி! உயிர்கள் ஒன்றை ஒன்று நெருங்கி இறுகிக் கொண்டன. அவள் அப்படியே அவனது பிரதியாக இருப்பாள் என்று அவன் எண்ணவே இல்லை. இனி அவன் செய்த எந்த காரியத்திற்காகவும் அவன் வருந்தவே வேண்டியதில்லை. அவன் தவறுகள் யாவுமே இனி தப்பே இல்லை என்று உலகறிய சாட்சி சொல்வாள். இனி, அவனை மீண்டும் வீழ்த்தவே முடியாது. படுகளத்தில் ஒப்பாரி ஏது. இனி அவனை யாரும் பிடிக்க முடியாது. பிடித்தாலும் அவனை ஒடுக்கி குற்றம் சொல்ல முடியாது. இனிமேல் பஸ்ஸில் பயணம் செய்ய முடியாது. உடம்பு சந்தோஷத்தில் உள்ளம் அதிர ஆரம்பித்தது.

“கண்டக்டர் வண்டியை நிறுத்துங்க”

“இங்க ஸ்டாப் இல்லெ, மன்னார்க்குடியில்ல டிக்கெட் வாங்கி இருக்க”

“நீ நிறுத்துய்யா, இங்க எறங்கணும் எறங்கிக்குறோம், நிறுத்து ஒடனே”

“என்னங்க இது! இங்க எறங்கச் சொல்றீங்க.”

“நீ தானே சொன்ன நீங்க போற எடம் நான் வருவேன்னு. இப்ப என்னமோ சொல்ற”

“நிறுத்தச் சொல்லுங்க இறங்றேனா இல்லையா பாருங்க” - பஸ் நின்றது. அது ஏதோ வயற்புறம் - ஒரே இருட்டு. என்றாலும் தெற்கே விடிவெள்ளி தெரிந்தது. இருவரையும் இறக்கிவிட்டு பஸ் சீறி பறந்தது.

“என்னங்க இது இஞ்ச எறங்கி என்னாப் பண்றது”

“இனிமே இந்தப் பக்கம் போயிட்டே இருக்க முடியாது. மாட்டிடுவாங்க. வடக்கே எங்கியாவது கண்ணு காணாம போயிடணும். நம்ம பேரு ஊரு அடையாளம் தெரியாது அத்திராணகாடு எஞ்சியாவது மனுஷ பூண்டே இல்லாத ஒரு எடத்துக்கு போயிடுவோம்.” அவள் கலகலவென்று சிரித்தாள் “அப்படி ஒரு எடம் இருக்கா அத்தான்.”

“பின்ன இல்லையா? அங்கதான் யாரையும் நான் கொலை செய்ய வேண்டியிருக்காது. திருட வேண்டியிருக்காது, பொய் சொல்ல வேண்டியிருக்காது. நானும் நீயும் மட்டும்தான் அந்த எடத்துல இருப்போம்.”

“அதான் கேட்டேன் அப்படி ஒரு எடம் இருக்குமான்னு”

எங்கோ அந்த விடியற்காலை வேளையில் ஒரு இடி முழக்கம் கேட்டது. வடக்கு மூலை வானத்தில் கொடி கொடியாக மின்னல் வானத்தைப் பிளந்தது. வானத்தை கிழித்த மின்னல் வட மூலையில் இருந்து தெற்கு மூலை வரை கிளை கிளையாக கொடிவிட்டு படர்ந்தது மின்னல். மீண்டும் பேரிடி: மழைக்காற்று ஹோ வென்று சுருட்டியது.

“பயமா இல்லெ” என்றாள் அவள்.

“நீ இருக்கும்போது எனக்கு என்ன பயம்” என்று அவள் கைகளைக் கோர்த்துக் கொண்டான் ரெங்கராஜன்.

பின்னர் அந்த கைகளை இறுக பற்றிக் கொண்டான். வடக்கு நோக்கிய அந்த பாதையில் இருவரும் நடந்தார்கள். லேசாக மழை தூரத்தில் எங்கோ ஆரம்பித்தது. அந்தக் காலை நேரத்திலும் விரிவாக தெரிந்தது. அவர்கள் இருவரும் வெகுதூரம் போக வேண்டியிருந்தது - இந்த உலகங்களையெல்லாம் விட்டு தள்ளி.

(வெளிவராதது)

என்னைச் சந்திக்க வந்த என் கதாபாத்திரம்

மாலை ஆறு பதினைந்து.

என்னைச் சந்திக்க என்னுடைய கதாபாத்திரம் ஒன்று என் கதவருகே வந்து நிற்கிறது என்று கூட நானே அறிய முடியாத மாலை நேரம். கதவு தட்டப்படவில்லை. தாழிடாத கதவின் சிறிய இடைவெளியில் ஒரு நெடிய உருவின் சலனங்கள் தெரிகின்றன. தூலம் சூக்குமத்தின் விரிசல்தானே!

ஒரு மூன்றாந்தர சினிமா படம் ஒன்றின் மாட்னி காட்சிக்கு சென்று மீண்ட அலுப்பும் அவசமும் என்னை அலட்டிக் கொண்டிருந்த வேளை. உஷ்ணம் உடலிலிருந்து மேல் எழுவதை நான் உணர முடிகிறது. தகரக் கொட்டகை ஒன்றில் மூன்றுமணி நேரம் அமர்ந்துகிடந்து வியர்வையிலும் மூச்சு முட்டல்களிலும் நைந்து அந்தத் தமிழ்ப்படத்தில் நான் பார்த்துத் தீர்த்தது என்ன? மூச்சு முட்ட நான் தெரிந்து கொண்டது என்ன?

வாசல் கதவின் விரிசல் அதிகமாக வாசலில் நின்ற உருவம் புலனாகும் போதும் என் வியர்வையின் கந்தம் என்னை அழுத்துகின்றது.

"யார்?"

"......"

"உள்ளே வாங்களேன் வெளியிலே ஏன் நிக்கிறீங்க. யாரைப் பார்க்கணும்?"

"......"

"உள்ளே வாங்க! என்ன வேணும்? உங்களுக்கு?"

"நீங்கதான் ந்ந்த... ப்ரகாஷ்ங்கறதா?"

"ஆ... ஆமா! என்ன வேணும்?"

"ஓஹ்? அதமொல்ல தெரிஞ்சுக்கிறேன். அப்றமேல மத்ததெல்லாம்... ம்ஹம்? சரி... என்னெத் தெரியிதா?"

“இல்லியே...”

“தெரியல்லெ?”

“இல்லியே”

“நெசம்மா தெரியல்லியா?”

“தெரியல்லியே”

‘ஓஹ்ஹோ!”

தலையில் எங்கேயோ சூடு பறந்தது! இவரை எங்கே நான்... எப்போது... எப்படி... சந்தித்த சந்தித்த... சந்தித் ஓஹ்... அதற்குள் அவராகவே -

“நான்தான் சாள்ஸ்!” என்கிறார்.

நான் அதிர்ந்துபோய் விடவில்லை. அதிரவும் உதிரவும் என்ன இருக்கிறது? அவர் குரல் என்னைப் பயமுறுத்தப் பார்ப்பதை நான் விரும்பவில்லை. எனது கதாபாத்திரம் ஒன்றாக அவர் தன்னை உணர்ந்து வேகம் கொண்டு அந்த நமைச்சலில் பொறுக்கக் கூடாதவராகி என்னைக் கண்டு கொள்ளவும் தீர்த்துக் கொள்ளவுமாக அவர் வந்திருப்பது எனக்கு ரொம்ப ரஸமாய் இருந்தது. இருக்காதா பின்னே. பழிவாங்கப்படுகிற சுகம் தனி!

ஒரு கதாபாத்திரம் ஒரு கதாலோகத்தை விட்டு உலகில் வந்து தன்னைப் படைத்தவனைப் பிளந்து பார்க்கும் அனுபவம் இத்தனை ரஸமான ஒன்று என்று இதற்குமுன் நானே எண்ணியதில்லை. சில ஸ்காண்டிநேவிய நாடகங்களிலும் யூஜின் ஓனீலின் நாடகங்களிலும் கதாபாத்திரங்கள் ஆசிரியனைத் தேடிச் சென்ற கற்பனைகளைப் படித்திருக்கிறேன். மராட்டி நாவல்களிலும் சில பெங்காலி ஆசிரியர்களிலும்!

ஒரு சிகரெட் சாம்பல் தட்டும் கிண்ணத்தை வைத்தும் ஒரு சுகமானதை சொல்ல முடியும் என்று கையில் கிண்ணத்தை வைத்துக் கொண்டு சவால் விட்ட ‘செக்கா’வின் சில கதாபாத்திரங்களிலும் கதைகளிலும் இந்தச் துணிச்சலைக் கண்டிருக்கிறேன்.

நேரில் என்னைக் காண என் கதாபாத்திரம் ஒன்று என்னைத் தேடி வந்திருக்கிறதென்றால் ஓ! எத்தனை ரஸமான அனுபவம்! அந்தக் கதாநாயகனை என் படைப்பை நானே வரவேற்கத் தயாராகிவிட்டேன். இதோ!...

ஓ! வாருங்கள் என்று அழைக்கலாமா... முடியவில்லை.

“உங்கஎெத் தெரியிது” என்று பின்னுகிறேன், தலை முழுவதும் வழுக்கையாக இருக்கிறது. ஒன்றிரண்டு முடிகள் வழுவழுப்பை மீறி அந்தப் பரப்பிலும் நரை வெண்மை பூத்து நிற்கின்றன. முகத்தில் தளர்ச்சி உடலில் அல்ல. உதடுகள் துடிக்கின்றன. லேசாக முகத்தில் அசிங்கத்தைத் தொட்டு விட்டால் ஏற்படும் அருவெறுப்பு. கன்றிய கன்னங்களிலும் நெற்றியிலும் சுருக்கங்கள் நெருங்குகின்றன. பனியன் போட்டு நெஞ்சுவரை ஏறியிருக்கிறது தளராத உடலானாலும் மார்புச்சதைகள் தளர்ந்து தொங்கலாக பனியனில் தள்ளியபடி தெரிகிறது. கைகளில் எல்லாம் கூட நரைத்த மயிர்.

என் கதாபாத்திரமா இவர்? அதற்காகவா வந்திருக்கிறார்? என் கதையிலே வந்தது இந்தச் சாயல் உள்ள இவரா?

“நீங்க... ஏதோ கதையெழுதி என்னெப்பத்தி பத்திரிக்கேலல்லாம் போட்டுட்டீங்கன்னு மிஷன்தெருவுல எல்லாருஞ் சொல்றாங்க. இதுல ஒரு விஷயம் என்னண்ணா நான் இன்னும் ஒங்க கதையையே படிக்கல்ல. ஒரு மாசமா மிஷன் தெருவுல இதே பேச்சாப் போச்சு! ரோட்ல நிக்கிற மொட்டப் பசங்கள்ளாம் நான் போறப்ப வர்றப்பல்லாம் கத்துறான்க. ஏய் அங்கிள் சாளி! மொட்டச்சாள்ஸ்! அங்கிள் சாள்ஸ்ன்னு கூச்ச போட்றான்க. இந்த ஒரு வாரமா ரொம்ப தொல்லையாப் போச்சு. என்ன செய்றதுன்னே தெர்ல! நானு மில்ட்ரீல பெரிய்ய ஆஃபீஸராயிருந்தவன். நான் அந்த மாதிரீல்லாம் போறவனுமில்ல. வர்றவனுமில்ல. ஆர்மிலந்து ரிட்டயரானதும் பெந்தகோஸ்மினிடீரினய் சர்வீஸ்ல கோர்ட்ல மாஜிஸ்ரேட்டா ஜூரீஸ்ல ஒருத்தராயிருக்கேன் என்னப் பத்தி நீங்க...”

எனக்குப் பரிதாபமாக இருந்தது.

மனிதன் எத்தனை ரஸமான சுகமான விஷயம்! எத்தனை ரசபேதங்கள்! நல்லவன் என்று நிரூபிப்பதில் அவன் எவ்வளவு முதிர்ந்தவனானாலும் குழந்தைபோல வேகநெறி கொள்கிறான். சாத்திரங்களும் வேதங்களும் எத்தணை வலிவோடு தர்மாவேசம் பூண்டு நீதியைக் காக்கப் பேசுகிறதோ அதுபோலவே தன்னையும் தன் சமூகத்தையும் நல்லவனாக ஞானவானாக ஒழுக்கசீலனாக நேர்மை நிறையாக கற்பாக காட்டித் தீட்டிக் கண்டுமகிழுவதில் மனிதன் எத்தனை உக்கிரமாக முயல்கிறான். இயல்பை மறைப்பதிலும் இயல்பிலிருந்து ஒளிவதாய் கனவு காண்பதிலும் இயல்பை ஒழித்துவிட்டதாக எழுதுவதிலும் மனிதனுக்கு என்றுமே ஆக்க குறையாது போலிருக்கிறது.

எண்பத்து மூன்று வயது நிரம்பிய இந்த மனிதனுக்கும் தன்னையே மூர்த்தியாய்த் தீட்டி கண்கவரும் வண்ணங்களில் காண வேண்டும் என்று எத்தனை ஆசை, ஆர்வம்.

"நான் க்ருஸ்தவன்! நான் என் அந்தமாறி அசிங்கமில்லாம் செய்ணும்? ஏம் பின்னால் அங்கிள் அங்கிள்ன்னு சுத்துறபயல்கள்ளாம் நான் முன்னால நின்னு என்னடான்னு கேட்டா எங்கியோ ஓடிப்போய்டறான்க ஏன் ஓடணும்? ஒங்க அப்பா அம்மாவையெல்லாம் எனக்குத் தெரியும். நான் தஞ்சாவூர்லியே ரொம்ப நாளா இருந்ததில்லை. எனக்கு ஏன்ந்த வம்பெல்லாம்... காலைலிருந்து சர்ச்சு வாசல்ல கேட்டுகிட்டு நின்னுட்டு போறவர்ற பொண்ணுங்களையெல்லாம் கலாட்டா பண்ணீட்டே நாள் பூரா நிக்கிற மொட்டப் பசங்க என்னபப்த்தி அங்கிள் சாளி திருந்து சீக்கிரம்ன்னு கத்றான்க! என்னா நாந் திருந்தணுமாம்?"

"ஒரு விஷயம்!"

"என்னது?"

"நான் எழுதுன கதெ உங்களைப் பத்தியில்ல! ஒங்க பேரெ என்னோட கதாபாத்திரத்துக்கு வெச்சேன்! அது ஒங்க பேரைன்னும் ஒங்களை இவ்வளவு பாதிக்கும்ன்னும் தெரிஞ்சிருந்தாலே போட்டிருப்பேன்."

"அதானே! மிஷன் தெருவிலேயே நான் ஒத்தன்தான் சாள்ஸா? என்னொடைய தெருவுலியே ரெண்டு மூணுபேர் சாள்ஸ் இருக்காங்க. பின்னெ ஏந்தப்பயல்கள்ளாம் என்னையே கேலி பண்றாங்க. எனக்கு என்னா வயது? எண்பத்தி மூணு எய்ட்டித்ரீ! இவனுகளுக்கெல்லாம் என்னைப் போல அப்பன் ஒண்ணும் கெடையாதா? அக்கா தங்கச்சி கெடையாதா. ஒரு மட்டு மரியாதையே இல்லியா? என்னா அர்த்தம் இதுக்கெல்லாம். அயோக்கியத்தனத்துக்கும் ஒரு எல்ல கெடையாது? காட்ஃபியரிங் யங்ஸ்ட்டர்ஸ்யெல்லாம் எங்க காலத்தோட போச்சா. வாட்ஸ் ராங் விதால் தீஸ் யங் பீப்பிள். மொட்டப் பசங்கதான் இந்த மாதிரி பண்றான்கங்னா மிஷன் ஸ்கூல்ல இருக்க வாத்திப் பயல்கள்ளாம்கூடவா கூட சேந்து ஆடுவாங்க?"

அவர் கண்களில் லேசாக நீர் கோர்த்தது போலிருந்தது.

இந்த மனிதன் இத்தனை சோகத்தைப் பெருக்கிய இந்த உணர்வுகள் எல்லாம் தான் நல்லவன் என்று நிரூபிக்க எழுந்த போலியான பலிகள்தானா? நானும் வேதனையுற்றேன். அவர் கண்கள் பளபளத்தன. "மிஸ்டர் சாள்ஸ்! நான் ஒங்ககிட்ட அபாலெஜைஸ் பண்ணிகிறேன். உங்களெ ஹர்ட் பண்ணணும்ன்னு நான் அதெ

எழுதல. எனக்கு அப்டி எழுதுறதுனால் எந்த பெனிஃபிட்டும் கெடையாது. அஸ் ஓல்ட்மான், ஓங்கமேல எனக்கு மரியாதை உண்டு. இன்னைக்கி நீங்க என்னெச் சந்திக்கிறதுக்கு முன்னாடி ஓங்களெ எனக்கு நிச்சயமாத் தெரியாது. பட் ஐ ஃபீல் வெரி ஸாரி ஃபார் திஸ்! இது அக்ஸிடன்டலா நடந்த ஒரு சம்பவம். இதுக்காக நீங்க பட்ட கஷ்டத்துக்காக ஓங்ககிட்ட நான் காரணமில்லாமல் நான் மன்னிப்பு கேட்டாக்கூட தப்பு கிடையாது. நீங்க என்ன மன்னிச்சுடுங்க!"

நான் நடிக்கிறேனா? உண்மை உணர்ச்சிகள் உந்தாமல் இப்படிப் பேசுகிறேன் என்று சொல்லி விட முடியுமா? எதிலுமே இந்தக் கலப்பே மிஞ்சுகிறது. கலப்பற்ற உண்மை பொய்யான வாழ்வில் ஏது? நானும் அவரும் நடித்து பலப்பரீட்சை பார்க்கிறோம்.

அவரும் நானும் முரண்படாத மனிதர்களாய் வேஷமிட்டு படிப்பும், நாகரிகமும் தந்த வர்ணங்களில் ஒருவரைப் பற்றி ஒருவர் நாங்கள் எங்கள் மூர்த்திகளை நாங்களே வழிபட்டுக் கொண்டிருந்தோம்.

இதை இவருக்குச் சொல்ல முடியுமா? யாருக்குத்தான்?

"ஆர்மீலந்து வந்த என்னோட ஃப்ரெண்ட்ஸ் கதையைப் படிச்சிட்டு ஏங்கிட்ட வந்து என்னா சார் இது! இப்படின்னாங்க. நான் ஒன்னுமே சொல்லல... நீங்க 'ம்' ன்னு சொல்லுங்க சார் இத எழுதுன பய வெரலயெல்லாம் பரப்பி வெச்சு நறுக்கி எடுத்தர்றோம்ன்னாங்க. ஊம அடியா அடிச்சாவது உட்டாத்தான் ஒழுங்குபட்டு வரும்ன்னாங்க... நான்தான் சேச்சே... அதல்லாம் என்னத்துக்குடா நாங் கிருஸ்தவன்! அவங்களும் க்ருஸ்தவங்க! இந்த மாதிரியெல்லாம் நடந்துட்டா எனக்கும் அவங்களுக்கும் வித்யாசம் வேணாமா... உடுங்க தொலையட்டும்ன்னு சொன்னேன்"

இமை முடிகள் கூட நரைத்த அந்தக் கண்களில் எத்தனை உக்கிரம்! இதுதான் உண்மையா? உண்மையின் சொரூபமா? உண்மையின் ஒரு பக்கமா? கைகளில் எத்தனை விஷம்! பன்னெடுங்காலமா வேஷமிட்ட வேஷம் கலைந்த எத்தனையோ மனித விஷங்களில் இதுவும் ஒரு வகை. இந்த விஷத்தை நான் பருகும்போதுதான் எத்தனை சுகமாக இருக்கிறது. எத்தனை ரஸம் இதில்! லேசாக அவர் உடல் நடுங்குவதும் கண்கள் கொட்டும் விஷத்துக்கும் பின்னால் பயம் அலை கூட்டுவதையும் உணர என்னால் முடிகிறது. அவர் பூண்ட முதுமையின் சாட்சி அது! நான்

இளைஞனாயிற்றே என்ற பயம் அவர் கிழவனாயிற்றே என்ற பயம்! எனக்கும் பயமில்லையா என்ன?

"எனக்கு இதப்பத்தீல்லாம் கவலையே கெடையாது. யங் பாய்ஸ் இந்தமாதிரி கெட்டலையறாங்களே அதனா கவலையா இருக்கு. இதுக்கு நீங்க ஒரு காரியம் பண்ணணும்!"

"என்னது?"

"நீங்க திரும்பி ஒரு கதெயெழுதணும்."

"என்ன?"

"ஆமா! அப்பத்தான் அந்த பொறுக்கிப் பசங்களுக்கும் புத்தி வரும். அக்கா தங்கச்சியோட பொறக்காத ராஸ்கல்ங்க என்னோட வயசு என்னா இவனுங்களோட வயசு என்னா. ம்ஹ! நீங்க அது நல்லா இவனுகளுக்குப் படும்படியா நீங்கதாண்டா பொம்பள பொறுக்கிபசங்க. அவரிந்த மாதிரி ஆளு இல்ல. அவரு காட்ஃபீப்யரிங் மான்! பொறுக்கித்தனம்ல்லாம் அவருட்ட கெடையாதுன்னு நல்லா பட்றாப்ல கதையா நீங்க எழுதணும். பத்திரிக்கேல வந்தா மாத்ரம் போதாது. ஃப்ரீ காப்பீஸ் கொஞ்சம் வரவழச்சு எல்லாருக்கும் குடுக்கணும். சின்னதா போஸ்டர் அடிச்சு மிஷன்தெரு பக்கம் ஒட்டணும்..." எனக்குப் புரிந்தது. என்னுடைய இடம் எது என்று எனக்குப் புரிந்தது. ஆனால் என்ன கதைதானே! இப்படி எழுதியவன் அப்படி எழுதினால் என்ன? அதில் என்ன சிரமம்! தொல்லை?

"அதுக்கென்ன அப்டியே செஞ்சுடுவோம்! நீங்க நல்லவர்ன்னு ஒரு கதெயெழுதீட்டாப் போச்சு! என்ன ப்ரமாதம்"

பேசுவது நான்தானா? கதையெழுதிய நானல்ல.

இன்னும் அந்த வயதானவர் உடலில் நடுக்கம் பரபரப்பு வேகம் எல்லாம் நீடித்திருந்தது. ஆமாம் என்பதை இல்லையென்று ஆக்கிக்கொண்ட ஆவேசம்.

மனிதனின் தர்மாவேசம்.

எண்பத்துமூன்று வயதான இந்த உலகின் இந்தப் பாத்திரம் உண்மையா? என் கதையிலே வருகிறாரே சாளிப்பிள்ளை அவர் உண்மையா? எது நிழல்! எதுபோலி!

இந்த மனிதரும் பொய்! அந்தப் பாத்திரமும் பொய்! பொய் பொய்யைப் பற்றிப் பேச வந்திருக்கிறது

இன்னொரு பொய்யிடம்!

நான் இதுவரை சந்தித்திராத இந்த மனிதனை மேலும் எனக்கு சந்திக்க ஆசையும் பிறக்கிறது. நான் பார்த்தேயிராத இந்தக் கதையின் கதாபாத்திரத்தை நான் படைத்ததை எல்லோரும் நிரூபணம் செய்ய வந்தபோது இந்த மனுஷனும் கதாபாத்திரமாகிவிட்டார்.

கடவுள் இறந்தும் மனிதனுக்கு தவறுகள் மீதுள்ள ஆதாயம்

தர்மங்கள்மீதுள்ள பிடிப்பும் வளர்ந்திருக்கிறது. பெருகி ஓங்கியிருக்கிறது. தர்மங்களும் வளர்ந்தன தவறுகளும் தொடர்ந்தன. தொடர்கின்றன.

ஆ! வாழ்க்கையும் அதன் கதாபாத்திரங்களும்தான் எத்தனை ரசமானவை!

வாழ்வைதான் காதலிக்கிறேன்.

சாளிப்பிள்ளையையும் சாள்ஸ் பிள்ளையும் ஒன்றாகக் காண்பதில்தான் எத்தனை சுகம் எத்தனை இன்பம்!

தவறுகள் வளர்க! தர்மங்கள் ஓங்குக!

என் கதாபாத்திரம் என்னைச் சந்திக்க வந்தபொழுதுகள் இனிமையானவை.

"அப்ப... ப்ராகாஷ்! கண்டிப்பா நீங்க இன்னொரு கதை எழுதணும் அதுல, இந்தப்பசங்கல்லாம் வெட்கப்பட்டுப் போறமாதிரி என்னெ நல்லவனா எழுதணும். இந்தப்பசங்க பண்ற அட்டகாசத்தெல்லாம் எழுதி இந்தப்பசங்களை கெட்ட பயங்களாக் காட்டி எழுதணும்... நாம்ப எல்லாம் கிருஸ்தவங்கப்பா நம்பள்ளாம் ஒண்ணுக்குள்ள ஒண்ணுப்பா... ம்ஹ! நான் வரட்டுமா? காட் ப்ளஸ் யூ!" - அவர் புறப்பட்டுவிட்டார்.

ஆம்! என் கதாபாத்திரம் புறப்பட்டு விட்டது. எனக்கு ஒரு மெஸ்ஸேஜும் கொடுத்துவிட்டல்லவா புறப்பட்டிருக்கிறது ஆம்.

"ஒண்ணுக்குள் ஒண்ணு!" எத்தனை ரசமான செய்தி. எல்லாமே அப்படித்தான் இருக்கிறது. ஒண்ணுக்குள்ள ஒண்ணுதான். ஒன்றுக்குள் இரண்டல்ல.

சாள்ஸுக்குள் சாளிப்பிள்ளை! பொய்க்குள் பொய். ஒண்ணுக்குள் ஒண்ணு!

(சுந்தரசுகன், ஆகஸ்டு, 1993)

உனக்கும் ஒரு பக்கம்

நாயர் கடை கடன். வீட்டுக்குத் தீபாவளிக்கிப் போனதும் உபசாரம் - எல்லோருமே நல்லா சாப்புட்டாங்க. அப்பா எட்டு இட்லி காலையிலே முழுங்குறார். தங்கை திமிசு மாதிரி இருக்கா. நான் எளைச்சு நறுங்கிப்போய்ட்டேனாம்! அம்மா சொல்றா. "இப்பல்லாம் கதை எழுதுறியாண்ணா?" ங்கிறா தங்கை. "எழுதிட்டேயிருகிகேன்"னேன்! "ஒண்ணுமே பத்திரிகையில் காணுமே"ன்னா! போடமாட்டானுங்க. விறுவிறுப்பு வேணுமாம். மர்மமா இருக்கணுமாம். என்ன அடுத்ததுன்னு கதை அப்படியே பாயணுமாம். நவீனமா இருக்கணுமாம். சுருக்கமா - கதையே வேணாமாம். அலுப்பே கூடாதாம். உண்மையே இருக்கக்கூடாதாம். சுளுவ்வா ஜில்ன்னு அப்படியே பாத்ததும் முத்தம் குடுக்கற மாதிரி ஒடனே நடக்கணுமாம் கண்ணுக்கு நேரா!

"நீ அப்படியே இருக்கேண்ணா! எப்பண்ணா அண்ணி வரும்?"

"போற நிலமையைப் பார்த்தா அண்ணி வரமாட்டா உனக்கு புருஷன்தான் வருவான் போல இருக்கு"ன்னேன். "போண்ணா"ன்னு ஓடிட்டா. இப்படித்தான் அவ படிக்கிற நாவலில் எல்லாம், தங்கசிங்க எல்லாம் ஓடும். நான் ரொம்ப பெருமிதமா சிரிக்கணும்! அப்பா ஓழைக்கிறாராம். நான் தீக்கறேனாம் அம்மா அழுவுரா! தெரியுது! செய்யாரு உட்றா? உட்டா?! ஜனம் எவ்வளவு?! எத்தன பேர்! போஸ்ட் க்ராஜுவேட், எத்தனை பி.ஏ., பி.எஸ்சி., இதில் சிபாரிசு எத்தனை? பி.ஏ. எத்தனை? கால்கேர்ள் எத்தனை? எவ்வளவு பேர்?! இத்தனைக்கும் மேலே நீந்திப் போக எத்தனை எத்தனை பேர் 'வறுமையின் நிறமா' நிழல்களா! சிவப்பு? சிவப்பு கொண்டுவர முடியுமா? அப்பனுக்கும், ஆத்தாளுக்கும், பூத்துநிக்கிற தங்கைக்கும் சிவப்பு அடுப்லதான்! எனக்கும் உங்களுக்கும் சிவப்பு கனவுலதான். எழுதுற தம்பீ! உனக்கு சிவப்பு மைலதான்! நேரே சத்தியமா சிவப்பா நீ? பாவம்! படிக்கிற அம்பீ உனக்கு சிவப்புன்னா நிழல்! வெறும் நிழல்! நடைமுறை இல்லாத நிழல். கதை ஒரு பக்கத்துக்கு மேல முடியுது மன்னிச்சுக்க. நீ படிச்சாலும், ரசிச்சாலும். வெளியிட்டாலும், வெளியிடலைன்னாலும் - இல்லெ- இந்த சமாச்சாரமே உனக்குப் புரிலைன்னாலும் எழுதி வந்த அத்தனைக்கும் மேலே இது! பசிக்கும் மேலே இது! பாவம் நீ மட்டும்தான்!

(மஞ்சு, 1984)

தஞ்சையின் முதல் சுதந்திரப் போராட்டம்

காசாவளநாடு கீழ் வேங்கைப்புலியூர் கள்ளர் அந்த முந்திரித்தோப்பு மைதானத்தில் கூடிக் குழுமியிருந்தார்கள். எள் சப்தம் இல்லாத குசுகுசுப்பும் முணுகலும் தான் எழும்பிக் கொண்டிருந்தது. இரவு நிசிநேரம் இரண்டாம் யாமம் சுளுந்துகள் விளக்கெண்ணை புகை கக்கியபடி முந்திரி மரங்களில் பிசாசுபோல் மரங்களைத் தலைவிரிகாட்டி பயந்து கொண்டிருந்தன. மழை வேறு சிணுக்குத் தூறல் வீசுவதும் நிற்பதுமாய் நனைப்பதும் உலர்த்துவதுமாய் கள்ளர்களின் உடல் வெப்பம் கனன்று நெஞ்சத்து அதிர்வினை அதிகப்படுத்தியது. இருட்டின் கனிந்த சுளுந்து வெளிச்சத்தில் கரிய திடகாத்திர உருவங்கள் சவுக்கண்டியைச் சுற்றிலும் அசைவதும் நகர்வதுமாய் இருந்தன. முந்திரி மரங்களின் இடுக்கிலிருந்தும் பின்னிருந்தும் இருளில் தீக்கங்கு விழிகளுடன் உரத்தநாடு மேலக்கண்ணந்தக்குடிகாடு கண்டப்பிள்ளைகளும் கரமுண்டான்களும் மழவராயன்களும் கூட்டம் கூட்டமாய் நின்று குசுகுசுத்து உறுமினர். எங்கும் வியர்வையின் சாராய நெடி! மேனிகள் பளபளக்க வரிசை வரிசையான வேல்கம்புடன் நின்று கொண்டிருந்த அந்த கள்ளர் நாட்டு வீர இளைஞர்களுக்கு வாழக் காரணம் வேண்டும்! அழிமதியிலிருந்து தப்ப வேண்டும். தர்மத்தினைக் காக்க வேண்டும். அதுதான் அந்த முணுமுணுப்பும் விறைப்பும்.

“எலா! என்னடா அங்க சத்தம் குடுத்த பயலுவளா! சத்தம் எதுக்கு போடுறிய? இன்னும் சத்த நேரத்துல ராசா வந்துடுவாரு! மூச்சுப் பறியப்படாதுலா! ஆம்மா” என்றார் விருமித்தி ஆதிரியார். ஆறடி உயரம் பளபளவென்ற எண்ணையில் மதுரைவீரன் போல உடம்பும் வேல்கம்பைவிட உயரமான அவர் தோற்றம் அவர் பக்கத்திலேயே அவரது மகள் ஆயிமங்களம்மா நின்றாள். வில் போன்ற உடல், இடுப்பில் சூரிக்கத்தி, வரிந்து கட்டிய கண்டாங்கி. கழுத்தில் கண்டட்டி, காதில் பவுன் ஓலைக்குத்து தட்டு மினுங்கி குலுங்கியது. நிமிர்ந்து நிற்கும் முரட்டு மார்புகள்தான் அவளைப்

பெண் என்பதனை நினைவூட்டின. தொடைகளின் பருமன் கால்களின் உறுதியும் நின்ற நிற்பும் ஆச்சர்யம் தரும் காளி!

கூட்டத்தில் முணுமுணுப்பும் அடங்கியது. சேண்டப்பிரியர் கேட்டார் - "எம்மாப்ளெ ஏதுக்காவ எல்லாரையும் கூட்டியிருக்கிய? ஏதாவது ஆபத்தா? என்ன சங்கதி? மூவாயிரம் பேரும் போதுமா? வேங்கை கள்ளனுவளும் வேணுமா? ஒண்ணுமே சொல்லாம இருந்தா என்ன ஆறது? பயம்மா இருக்கா மாப்ள? ஆவத்து நமக்கு புதுசா? சாவுறதுக்குத்தாந் பொறந்தோம்! ஒங்களுக்கு வயசு எம்ளது ஆவுது மாப்ள? இன்னமும் கருவான் நல்லெண்ணச் சோறும் கொத்துபுளியும் ஜெரிக்குது உங்களுக்கு! நம்ம ஜாதிசனம் அழியிறதெ பாத்துகிட்டு இருப்பியளா மாப்ள?" என்றார் விருமித்தி ஆதிரியார்!

"பயம் என்ன மாப்ளெ? எங்க தலைக்கட்டு கள்ளனுவ எல்லா பயலையும் அளைச்சாந்திருக்கேனாக்கும்! எவன் உங்கமேல கை வெக்ய முடியும்? பாத்து புடுவோமன்னேன். நீங்க விசயத்தெப் புட்டு வைங்க மாப்ள" "அப்பாரு எப்பயும் இப்படித்தான் சொல்லவும் மாட்டாரு முழுங்கவும் மாட்டாரு? நெலமை முத்துன அப்புறம்தான் பேச்சே!" என்றாள் ஆயி.

"அதில்லே மாப்ளெ! இப்ப செத்த நாளாத்தான் நம்ம ஊரு வூடு எல்லாம் அடங்கியிருக்கு! இல்லியா? வரி வரின்னு துலுக்கர் வந்து புடுங்கிட்டுப் போனானுவ. அப்புறமா நாய்க்கனுவ தெலுங்குல பேசிட்டு வந்து கிஸ்தி வாங்கினானுவ! அப்றம் இப்ப மிராட்டியனுவனும் வந்து நம்மகிட்ட வரி வாய்தா போட்டு புடுங்கி எடுக்குறானுவ, அதுமட்டுமல்லெ மாப்ளெ! இப்ப கிட்டனுசுல டச்சுக்காரனுவ பறங்கி தலையனுவ போர்ச்சுகீசியனுவ நெருப்பு துப்பாக்கியோட வெள்ளைக்காரனுவ, ப்ரெஞ்சுக்காரனுவ, டேணிஷ்காரனுவ, தஞ்சாவூர்ல இருந்து சாரட்ல வர்றான். காசு பணம்ன்னு உயிரெ வாங்குறான். நடூர் பொண்ணுவளே கொண்டு போய்டது துலுக்கன்! கள்ளனுவ பூச்சி செத்து மடியிறதுபோல செத்தானுவ. தொரத்திகிட்டு போன மழவராயனுவளெ மண்ணாத்தா கோயிலடி முத்தத்துல வெட்டி வெட்டி கூம்பாராம் போட்டானுவ ராயனுவ! என்ன பண்ண முடிஞ்சு? வெள்ளக்காரன் குருவிசுட வந்து கண்ணந்தங்குடி வடுவூரு ஏரியில ஆட்டம் போட்டானுவ! என்ன ஆச்சு? மூணுமாசத்துக்குள்ள வெளஞ்சதை எல்லாம் குடுத்துட்டு ஊட்டு உள்ள படுத்துகிட்டு வெளக்கெண்ணைய வாழலயில பூசி நெய் வடிய சாப்ட மாதிரி வீதியில வீசுன கெப்புறுள்ள கள்ளச்சிவளெ இன்னும்தான் தொரத்துறானுவ! இனிமே என்ன செய்யறது மாப்ள?"

"தெரியாமியா கெடக்கு இதெல்லாம். ஏஞ்சொல்றிய மாப்புள? ஏன் ஆயுசுக்கு நாம் பாக்காததா? தடி எடுத்தவன் எல்லாம் பணம் கேக்க வர்றான். யாரு ராசான்னு யாருக்குத் தெரியுது? கள்ளக்குடிவதான் பவுஞ்சுபவுஞ்சா சாகுது! நாய்க்கரு படையில சண்டைக்கி நின்னவன்ல்லாம் ஆரு? கள்ளன்லாமெ ஆராம்? துலுக்கன் படையில முன்ன நெஞ்ச நிமித்திகிட்டு சண்டைக்கி போனவன்லாம் ஆரு? அட தரங்கம்பாடி டேனிஷ் பரங்கியனுவக் கிட்ட வேலை எடுத்தவன்லாம் யாரு? நம்ப ஈச நாட்டுக் கள்ளனுவதானே? அட வெள்ளக்காரனுவகிட்டியும் நம்ம கள்ளப்பயலுவதான வேளைக்கி வேள சாவுறதுக்கு பீரங்கி முன்னால போனவன் எல்லாம் நம்ம பயலுவ நம்ம பயலுவளையே வெட்டிகிட்டு செத்தான்? இதெல்லாம் ஏன் நடக்குது மாப்புள?" என்றார் சேண்டப்பிரியர் மூச்சு இரைத்தது அவருக்கு.

"வேற என்ன செய்ய முடியும் மாப்புள? முன்னூறு வருஷமா கள்ளனுவளுக்கு வேலையில்லாமல் போச்சு! நான் எட்டு வயசுல பயலா இருந்தப்பவே நம்ப தலக்கட்டு எல்லாம் ஒடஞ்சு செதறிப்போச்சு. கள்ளனுவ அவனுவளுக்குள்ளயே வெட்டிகிட்டு எப்ப சாவலியாம்? சோழராஜா கிட்ட பெருமியா விருத்தியா இருந்த கள்ளனுவ இப்ப சோத்துக்கு கூலியா - எல்லா நாயிகிட்டயும் போயி சண்டைக்கி போறேன் காவலுக்குப் போறேன்னுட்டு நாறப்பயபுள்ளைவ குடி அழிய தன்னத்தானே அழிமதி செய்யுதுல. கண்டரக்கோட்டை, திருமக்கோட்டை, மன்னார்குடி, வீரராம் பட்டணம் எல்லாம் சப்ஜாடா நாயக்கன் படை அழிஞ்சப்போ கள்ளனுவதான் அழிஞ்சான். நாயக்கனுவ செயிச்சான்னா - கள்ளந்தான் பலி! மிராட்டியனுவ செயிச்சாலும் சாவக்குடுத்தடிக்க கள்ளந்தான். பீதியா சண்டையில சுளுந்து கொளுத்திகிட்டு நின்னான். இப்ப வெள்ளப் பறங்கியாங்கிட்டியும் நம்ம கள்ளத்தாயழியதான் நிக்கிது!"

"ஒண்ணும் புரியிலிய மாப்புள! என்னா சொல்லவாரிய? எனக்கு தலையும் புரியிலே வாலும் புரியலே!" என்றார் ஆதிரியார்.

"தஞ்சாவூர்ல! இப்ப பத்து வருசமாத்தான் ராசான்னு உக்காந்து ஆள்றாரு. இப்ப பத்து வருசமாத்தான் நம்ப புள்ள குட்டிவ அமச்சலா பொளைக்கிதுவ; ஏதோ வெதப்பாட்டுக்கு அறுவடை பண்ணுதுவ! கும்பி கழுவுதுவ. அதெக் கெடுக்க வந்துட்டான் வெள்ளப் பறங்கிப் பயலுவ! அமர்சிங்கு மஹாராஜா வந்து ஒக்காந்தப்பறம்தான் கொஞ்சம் நிம்மதி! ஆனா நவாப் பட்டணத்துல வெள்ளைப் பறங்கியனுவளும் - தரங்கம்பாடியில டச்சு பயலுவளும் காரைக்கால் பக்கம் பொறையாறுல ப்ரெஞ்சு நாய்வளும் கள்ளனுவளே

சேத்துகிட்டு நம்மளையே செயிச்சுப் போடவாறான்! தெரியும்ல்ல? இனிமே என்னா செய்யறது?" என்றார் விருமித்தி.

நாலாபுறமும் நடக்க ஆரம்பித்தார் அமர்சிங்! கூடவே சுருண்ட பணிவுடன் நடந்தனர் ஆதிரியாரும் மழவராயரும் கண்டப்பிள்ளையும். பந்தங்கள் பூதங்கள்போல இருளில் நிழல்களிடையே வேல்கம்புடன் நின்ற பெண்களும் அமர்சிங் மஹாராஜாவுக்கு மன ஆறுதலைத் தந்தன.

"ஆதிரி! வெள்ளக்காரன் எனக்கு புதுசு இல்லெ! துப்பாக்கியும் பீரங்கியும்கூட புதுசு இல்லை! நீங்க எல்லாம் ஒண்ணு சேரவே மாட்டேங்கிறீங்க! பத்து வருஷம் தஞ்சாவூர்ல எல்லா பக்கமும் ஒத்துபாக்க அனுப்பிச்சிருக்கேன். புதுக்கோட்டை கள்ளனுவ பயப்புடுறான்! கண்டரக்கோட்டையில எவனும் வரத்தயாரில்ல. அட்டோட்டை, சொன்ற கோட்டை, தேவிப்பட்டிணம் எல்லாம் ஒண்ணாக்க பத்து வருஷம் ஆயிருக்கு. இன்னமும் முத்துப்பேட்டை, காடன்மலை, பிரான்மலை எல்லாம் மதுரை துலுக்கனுவளுக்கு சுருண்டு கெடக்கு! எல்லாருக்கும் பயம் மழவராயரே பயம்!" என்றார் அமர்சிங்கு!

கலகலவென்று சிரித்தார் மழவராயர், "பயம்! பரம்பரையிலேயே இல்லங்க மஹாராஜா! ஆறடி ஓசரத்துல வடுவப்பயலுவ வந்தப்ப பயந்தமா? எங்க பொண்டுவள நாங்களே போர் போட்டு எரிச்சுவுட்டு கரைஏத்துனமே - பயந்தா போய்ட்டோம். துலுக்கப் பட்டாளம் வந்துதே அப்பவும் பயந்தோமா? கள்ளசனம் தான் அம்பாரமா செத்துது சண்டையில! ஓங்க அப்பா பாட்டன் காலத்துலயும் கள்ளனுவதான் எய்த்து நின்னான்... இல்லங்க முடியுமா?"

"ஆரு இல்லன்னு சொல்றாங்க. ஆனால் வீணா செத்து ஒழிஞ்சீங்க! நாலு கள்ளனுவ சேந்தா சண்டைதான்! எதுக்குன்னு தெரியாது. நாயக்கனுக்கும் துலுக்கனுக்கும் இப்ப வெள்ளைப் பறங்கியனுவளுக்கும் எந்த வித்தியாசமுமில்லாம துணை நிக்கிறான்" என்று கூவினார் அமர்சிங் ராசா!

"அப்டி சொல்லாதிய! மஹாராஜா! சேந்தவங்களுக்குத்தான் கள்ளன் துணை!" என்றார் மழவராயர். கள்ளக்குடிக்கி இல்லெ சாமியாரும்!

"மத்த ஜாதிக்காரன்கிட்ட கள்ளன் எப்டி ஆதிரி! நாலு கள்ளன் ஒண்ணா, தெறண்டா ஒத்துப் போறதேயில்லெ. வேற ஜாதிக்காரன் அதிகம் வந்தா எல்லா மறவனும் மூச்சு விட்றதில்லை! எனக்குப்

புரியும். கூட்டத்துலதான் கள்ளன் மறவனல்லாம்! தனியானா பயம்! ஒதுக்கம்" என்றார் அமர்சிங்.

கள்ளர்களின் கண்கள் தீ பற்றின. எங்கும் உறுமல் பொறுமல்!

"இப்ப சொல்லுங்க சண்டைக்கிப் போவம்! சாவம் மஹாராஜா" என்றாள் ஆயி! அவள் உதடுகள் துடித்தன. கூந்தல் அவிழ்ந்து தொங்கியது. மார்புகள் விம்மின! பெருமூச்சு சீறியது! கண்கள் தீப்பொறி உடைத்தது.

"தஞ்சாவூர்ல அரமனையிலியே வெள்ளக்கார ஏஜெண்டெ வெச்சிருக்கீங்க. வெள்ளப்பறங்கிதான் ஓங்களே ராசாவாக்கி ஒக்காத்தி வெச்சிருக்கான். தஞ்சாவூர்ல இப்பதான் அமைச்சலா ஜனம் பொளைக்கிது நீங்க சத்தரம் கட்டினியோ! சாவுடி கட்டினியோ. தர்மம் பண்ணினியோ. ஆனா இப்ப வெள்ளக்காரன் வாண்டாம்ன்னா என்ன ஆவும் ராஜா!" மழவராயர் குரலில் ஏனோ ஒரு நடுக்கமில்லாத வறட்சி!

"அரமனைக்குள்ளயே வெள்ளக்காரன வெச்சிக்கிட்டு நீங்க என்ன பண்ண? கவரநாய்க்கரு காலத்துல அரமணைக்குள்ளயே தீ வளத்து எல்லாம் உளுந்து செத்துதுவளே. மஹாராஜா தொளஜா மஹாராஜாவெ பாதாளத்துல காரக்கிருகத்துல அடச்ச வெள்ளக்காரனெ யாரு என்ன செஞ்சீங்க! சென்னபட்டனத்துக்கும் கலுகத்தாவிக்குமா அலஞ்சு வாங்கினியா இந்த ராசாங்கத்தெ! தெரியும்! கள்ளனுவ ராஜ்யம் அப்டியில்லெ!" என்றார் விருமித்தி ஆதிரி. அதற்குள் முந்திரி மரங்கள் உலைந்தன.

"டேய் புடிங்கடா கல்லாசு! உடாதெ" என்று அலறினார் மழவராயர்! முந்திரி மரங்களிடையே கிளைகள் முறிபட்டன. செம்மண் புழுதி வானளாவ எழும்பியது! சற்று நேரத்தில் சுற்றுவட்டாக சங்கிலி இரும்பு கயிற்றில் கட்டிய நாலு வெள்ளை சிப்பாய்கள் கள்ளக்குடி இளைஞர்களால் சுற்று வட்டாக கட்டி இழுத்து வரப்பட்டார்கள். ஆ!

ராமேச்வரம் போகிற சாலையில் குதிரைகளின் குளம்பபோசையும் சாரட்டு வண்டியின் கிறிச்சிடும் வார்கோலின் சொடுக்கும் ஹேஹே... என்ற கொத்தவால்களின் சப்தமும் மருந்து பூசிய பந்தங்கள் ஒளிவீச எரிந்த வெளிச்சமும் அந்த இடத்தை சுற்றி வந்தது. ஏராளமான கள்ளர்குடி இளைஞர்கள் எண்ணை பூசிய உடல்கள் மினுமினுக்க தனி சாரட்டில் நீண்ட பதினைந்து குதிரைகள் வரிசையாக இழுக்க முந்திரி தோப்புக்குள் வந்து நுரை கக்க குதிரைகள் குளம்பொலி திமிற நின்றன.

பேஷ்வாக்கள் ஆறடி கத்திகளுடன் உருவிய பளபளப்பு காட்டியபடி முன்கதவைத் திறக்கவும் வில் வெட்டு மெத்தையிலிருந்து இறங்கினார் அமர்சிங் மஹாராஜா! கண் கவரும் சிவப்பு நிறம் கரிய நீண்ட தலைமுடி, அற்புதமான தலைப்பாகை! நீலநிற அற்புதமான கண்கள் இருட்டிலும் எச்சரிக்கையுடன் சுழன்றன. நல்ல உயரம்! பிசாசுபோல் எரிந்து கொண்டிருந்த கந்தகப் பொடி தட்டுகள். அதை தலையில் தாங்கிய அடிமைப்பெண்கள்! கும்பல் கும்பலாய் இருளில் சித்திரம் வரைந்த காற்றில் ஆடும் முந்திரிக் கூம்பாரங்கள்.

சாஸ்டாங்கமாக விழுந்து கும்பிடப்போன விருமித்தி ஆதிரியாரைத் தழுவி எதிர்த்தார் பேஷ்கார் - சிந்திய காடேகர்!

“ஒங்க எல்லாரையும் பாக்கறதுல சந்தோஷம் மஹாராஜாவுக்கு. எல்லாரும் வந்தாச்சா?” என்றார் கோல்கர் ராவ்ஜி! இன்னொரு தாலுக்காரர்.

ஆதிரியார் விருமித்தி அடக்கத்துடன் நின்றார். எங்கும் ஆழ்ந்த அமைதி. கந்தக வாடை சுழுத்துப்பந்தத்தின் விளக்கெண்ணை கசப்பும் வீசியது.

“எத்தினி பேர் இருக்கீங்க?” என்றார் அமர்சிங் மஹாராஜா

“மூவாயிரம் பேர் இருக்கோம் மஹாராஜா. ஆனா...” என்றார் மழவராயர். “என்ன சந்தேகம் மழவராயரே? கியாதத்கீர்?” என்றார் அமர்சிங்.

“ஒண்ணுமில்லிங்க மஹாராஜா, வெள்ளப்பறங்கினுவளெ எதுத்துகிட்டு பொளைக்க முடியுமா? உங்களுக்கு தெரியாதா? வெள்ளக்காரன் பல மிலேச்ச சாதியா நம்மைச் சுத்தி மெறிச்சிகிட்டு நிக்கிறான் தஞ்சாவூர்ல திருவாரூர்ல நாவப்பட்டணத்துல - பொறையாரு, தரங்கம்பாடி, காரைக்கால், பாண்டி எல்லா எடத்திலியும் துப்பாக்கியும் பீரங்கியுமா சேத்துகிட்டு வெள்ளக்காரன் அம்ப கள்ளனுவளை தயார் பண்ணி படை பொறட்டி அடிக்கிறான். ஒங்க சித்தப்பாரு அப்பா காலத்துல என்னா நடந்தது? மஹாராஜா பவுஞ்சு பவுஞ்சா கள்ளனுவ செத்தானுவ. ஒத்தனெ ஒத்தென் வெட்டிகிட்டு உளுந்து செத்தான். நாக்கிரு ராசா காலத்துலயும் செஞ்சிக்கோட்டையே எரிச்சான் கிருஷ்ணப்பநாக்கிரு. திம்மப்ப நாக்கிரு காலத்ல் இருந்து துலுக்க பட்டாணிவ வந்து சூரையாடுன காலத்துலயும் நாங்கதான் செத்தோம் மஹாராசா! இப்ப நீங்க வெள்ளக்கார ராணுவத்த எதுத்து நிக்க என்ன இருக்கு. காலமே குப்புறப் புரண்டுகிச்சு! இப்ப நாலஞ்சு வருஷமாத்தான் புள்ள குட்டியளோட சந்தோஷமாகி நிக்கிறோம், சாப்புடுறோம்,

வெள்ளப் பறங்கியனுவளுக்கு தேவிப்பட்டணத்துக்கு இப்பயே சேதி போய்ட்டு. அங்கியும் கள்ளந்தான் நிமித்திகிட்டு நிக்கிதான் மஹாராசா. இனிமேல்ட்டு வெள்ளக்காரனே எதுக்க முடியாது. புதுக்கோட்டை முத்துப்பேட்டை எல்லாம் உளுந்துட்டு மஹாராசா! எனக்கும் வயசு தொண்ணூறுக்கு மேல ஆச்சு! பாக்காததெல்லாம் பாத்தாச்சு. மராட்டிய ராசா வந்தப்புறம் எங்களுக்கு நெறைய செஞ்சிருக்கீங்க. ஆனா வெள்ளைக்காரன் பீரங்கி."

"என்னா பீரங்கி! சதாராவுக்கும் கோல்ஹாப்பூருக்கும் ஆளு தூது பெய்ருக்கு ஆதிரி! பாண்டிக்கும் ப்ரெஞ்சுக்காரனுக்கும் சமாதானம். ஆயிரம் பகோடா தாரதா சொல்லி ஆளும் அனுப்பியிருக்கோம். நம்ப படையும் திருவிடைமருதூர்ல கபர்தார் துளஜா மஹாராஜா இதே வெள்ளக்காரனை ஓடஓட வெரட்டிலியா என்ன? இங்கிருக்கிற எல்லாருக்கும் விசுவாசம் வர்ணும். எல்லா கள்ளனும் ஒண்ணா தெறளனும் ஆதிரி! ராமநாதபுரத்துக் கபர் குடுத்திருக்கு ராஜா. இனிமே பொறுக்க முடியாது! பாளையப்பட்டு கம்மவாரி நாயக்கன்களும் வந்தாச்சின்னா கல்கத்தா வரைக்கும் பறங்கியனுவளை தெரத்தித்தெரத்தி அடிப்பேன். எனக்கு வேண்டியதெல்லாம் மறவனுகளோட உதவியும் சண்டையில் துணையும்தான்" என்று உறுமினார் அமர்சிங். குடுமியை அவிழ்த்து உதறினார் ஆதிரியார். கூட்டத்துல பொருமலும் அமளியும்.

வேவுகார சிப்பாயிகள்! முகத்தைப் பார்த்ததுமே சொல்லி விடலாம். போர்த்துகேய சிப்பாயிகள்! "ஹூ ஆர் யூ? ராஸ்கல்ஸ் ஹூ சென்ட் யூ!?" என்றார் அமர்சிங். நால்வரும் பரிசிலித்து அவிழ்த்து முண்டமாக்கப்பட்டு பரிசோதிக்கப்பட்டபோது ஒருவன் சொன்னான் "யுவர் ஹைனஸ்! வி ஆர் செண்ட்பை த கல்கத்தா ப்ரெவின்ஸியல் ரீஜன்ட் த்ரூ ஹிஸ் மெஜஸ்ட்டி மெட்றாஸ்! கவர்னர் ஹான். ஆர்ச் பால்ட் காம்பல்" என்றான் மற்ற சிப்பாய்! மறு நிமிடம் நான்கு சடலங்கள் ஓத்த வெள்ளத்தில் விழுந்தன. ஒருவன் உயிர்போகும் நேரத்தில் சொன்னான் "வீ ஹவ் சென்ட் இன்வர் மே ஷன்றா கவனர்!" கொத்தவால் கரங்களில் விளையாடிய ஆறடி வாள் மீண்டும் நெஞ்சில் இறங்க மன்னர் கண்கள் சிவக்க சிரித்தார். கள்ளர் கும்பல் அலைமோதியது. பெண் மறத்திகள் குலவையிட்டார்கள்!

"இதே காம்பல் துரைதான் என்னை தஞ்சாவூர் ப்ராவின்ஸிக்கு ராஜா ஆக்கினான். அவனே வேவு பார்த்து கழுத்துக்கு கத்திவிட்டிருக்கான். மழவராயா! நீங்க ஒண்ணு சேந்தா ராமநாதபுரம் ராஜாவும் முத்துப்பேட்டை ஜமீனும் ஒண்ணு சேந்துடும். துளஜா மஹாராஜா? முஸ்லீம் பட்டாளத்தையும் ஹைதரையும்

தேவிப்பட்டணத்திலும் நவாப்பையும் சந்தா சாய்ப்பையும் தெரத்தி அடிச்சு ஓட்டலியா? எப்டி இருந்தாலும் வெள்ளக்காரன் சுத்தி சுத்தி எங்களை வேட்டு தீத்துகிட்டே வர்றான்! பத்து வருஷம் தாக்கு பிடிச்சாச்சு மழவராயரே! தஞ்சாவூர்ல ப்ரெஞ்சுக்காரனும் துலுக்கனும் துரானியனும் மொகம் தெரியாத மிலேச்சனுவளும் அலையிறாங்க. ஜனங்க பயத்ல கதவெத் தெறக்காம மூடிக்கிறாங்க. அரண்மனைக்குள்ளயே போர்ச்சுகீஸ்ய வேவுகாரன்கள் அலையறான். பள்ளிக்கூடம் வித்யாசாலா சத்தரம் எல்லாம் தர்மசாலையா நடக்குது. சோத்துக்கு ஜனம் அஞ்ச நிக்கிதுக! ஆனா காரைக்கால்ல பீரங்கி நமக்கு வரனும் - நத்தி துர்க்கத்ல இருந்தும் கர்நாடக, மலபார்ல இருந்தும் துருப்புகள் வரணும் - துப்பாக்கி வரணும் எல்லாத்துக்கும் மேல கள்ளனுவ ஒண்ணுசேரணும். வெள்ளக்காரன் நம்மெ முழுங்கி நக்குறதுக்கு முன்னால நாம அவனெ வேட்டு தீக்கணும்."

"மாசமாசம் திதிக்கு திதி பணம் கேட்டு நம்பளே மொடக்குறான். கம்பனிகாரனுக்கும் வெள்ளப் பறங்கிகளுக்கும் சிநேகிதனா நடிச்சுகிட்டே சாகணுமா விருமித்தி ஆதிரியாரே! சொல்லும்"

மன்னரின் கதறல் திகில் ஊட்டியது. செத்துப் புரண்டு கிடக்கும் சவங்களை நிமிடத்தில் இல்லாதாக்கினர் கள்ளர்குடி இளைஞர்கள்.

குடுமியை மேலேற்றி முடிந்தார் விருமித்தி. ஆதிரியார் கண்கள் ஏறி சிவந்தன. நரைத்த முடி சுருள்கள் நிரம்பிய அவரது மார்பு விம்மியது.

"மஹாராஜா! ஆறாயிரம் தலக்கெட்டா இருந்த நம்ம நாட்டுக் கள்ளக்குடி ஊருக்கு சேவுகம் செஞ்சு உசிர்வுட்டே முன்னூறு தலக்கெட்டா ஆயிப்போனது உங்களுக்கு தெரியாதுல! வடுக ஜனம் வந்தப்போ மடங்க மாட்டேன்னு செத்தது ஏராளம். அப்பறம் எந்த வடுக ஜனத்துக்கு எதுத்து நின்னானோ, அதே வடுக ஜனத்துகிட்டேயே போயி சண்டைக்கி ஆளு சேத்தப்போ சேனையில போயி சேந்தோம். தெலுங்கனுவளாவது ஆளுவானுவன்னு ராமநாதபுரம் தேவிப்பட்டிணம் மஹாதேவ பட்டணம் எல்லாம் கள்ளனுவ வடுகனுவளுக்கு தொணையா நின்னு சண்டை போட்டோம். ஆனா என்ன ஆச்சு? துலுக்கனும் நவாப்பும் வந்து வடக்க இருந்தும் தெக்கயிருந்தும் லட்சக்கணக்குல கள்ளனுவளோட சண்டை போட முடியாம ஓடுனானுவளா? ஒங்க மிராட்டியங்க வந்தப்போ திரும்பியும் வடுவ சனம் நெருப்புல பொசுங்கி மன்னர் கோட்டையிலும் மஹாதேவபட்டண கோட்டையிலயும் கொளுத்திகிட்டு வெள்ளக்காரனுக்கும் துலுக்கனுக்கும் ஈடுகுடுக்க

முடியாம அழிஞ்சுதவ! அப்பவும் கள்ளன்தான் படை முழுக்க வெள்ளைக்காரனோட சண்டை போட்டான். நீங்க வந்திய!'

"ஓங்க தாத்த காலத்ல இருந்து எத்தனையோ திருப்பம் வெள்ளக்காரர் பயந்து ஓட ஓட வெறட்டி அடிச்சிருக்கோம். செஞ்சிக்கோட்டையில என்ன ஆச்சு? கிட்னப்ப நாய்க்கரு திருச்சிக்கு ஓடலியா? நவாப்பெ ஓங்க அப்பா தொரத்தி அடிக்கலியா? ஆனா என்ன ஆச்சு? மிந்தி தெலுங்கு நாயக்கராளுக்கள் கூண்டோட கைலாசம் போக வெச்சுட்டான் வெள்ளக்காரன்! இல்லியா?"

"நாம ஒண்ணா இருந்தா வெள்ளக்காரன் மட்டுமில்ல யாரும் நம்மை அசைக்க முடியாது ஆதிரியாரே! நாம் ஆசைப்பட்டாலும் படாட்டிலும் தஞ்சாவூர்ல சண்டை வருது! எல்லா முஸ்தீபும் செஞ்சாச்சு! ஒரு நாள் நாம எல்லாரும் ஒண்ணா சேந்து சென்னப் பட்டணத்தையே கொளுத்தி எறியணும். அது ஒண்ணும் நடக்க முடியாதது இல்லெ. தெக்குத்தி மறவனுக மட்டும் ஒண்ணா சேந்தாக்கூடபோதும் சதாராவில் இருந்து மராட்டிய படையும் வந்துட்டா - 'விஜயிபவ!'" என்றார் மாட்கோல்கர். ஆனாலும் குரலில் ஒரு தளர்ச்சி!

"கள்ளன் பெருமை பேசினது போதும் மழவராயா. எல்லாரையும் ஒண்ணுகூட்டி தயார் ஆவுங்க. எப்பவும் சண்டையிட வரலாம். நம்ம விளைச்சல் எல்லாம் போகுது. நாம வளத்த எல்லாம் அந்த வெள்ளைக்காரனுக பிரிச்சு எடுத்துக்கிறான். இன்னொரு பக்கம் போர்ச்சுகீசியனுவளும் நவாப்பட்டணத்துல வெள்ளைக்காரனும் கூடிக்கிறான். பொறையாறு வெள்ளப்பட்டணமா போச்சு. இனிமே எதுவும் நடக்கலாம்! சுபர்தார்! ரெடி ஆகுங்க! தஞ்சாவூர்ல அமைதியா இனிமே வாழவிடமாட்டான் நவாபும் துரானியனும். கள்ளனுக ஒண்ணு சேந்தா மூணு லக்ஷம் துருப்புகள் தயாராய்டும்! கல்கத்தா எகிறிப் போகும்!"

மன்னர் கண்கள் தீ உமிழ்ந்தன. கள்ளர் பெருமூச்சுடன் வேல்கம்பின் சுளுந்தை பரிசீலித்தபடியே ஆதிரியார் பேசலானார். பேச்சுதான் அங்கே மிச்சமாய் இருந்தது.

"கள்ளன் ஒண்ணுசேந்தா!?..." கல கலவென்று சிரித்தார் மழவராயர். திடுக்கிட்டுத் திரும்பினார் மஹாராஜா! கள்ளன் என்னைக்கி ஒண்ணு சேந்தான்? ராமநாதபுரம் சாலையில் ஏராளமான பந்தயங்களுடன் வரிசை வரிசையாக தஞ்சை நோக்கி ஏதோ கூலிப்படை! குதிரைகள் பாய்ந்து முன்னேறுகின்றன.

ஹேஹேய்! என்ற குரல் எழும்பியதும் சொல்லி வைத்ததுபோல் நூற்றுக்கணக்கில் முந்திரி மரங்கள் மேல் எரிந்து கொண்டிருந்த சுளுந்துகள் பளிச்சென்று மண்ணில் புதைந்து அணைந்து இருட்டு சூழ்ந்தது. புகைந்தது. ஆமாம்! ரீஜண்டு ஹட்டில் ஸ்ட்டனுடைய எச்சரிக்கையின் பேரில் தஞ்சைக்கு விரையும் படை அதுவும் கூலிக்கள்ளன் படைதானே! யாரும் மூச்சு பறியாமல் அடங்கி இருளில் புதைந்திருந்தார்கள். சாலையில் பீரங்கி வண்டிகளின் கரகரத்த இமுவை ஓசை கிலியுண்டாக்கியபடி புளிய மரவண்டிகளின் பேரோசை மறவர் படைகளின் 'சக்தி வேல் வெற்றி வேல்' குரவையும் எதிரொலித்தபோது இருளும் நடுங்கியது.

★

நடு இரவின் இரண்டாம் ஜாமம்! தஞ்சாவூர் கோட்டை அகழிக்கு கிழக்கே வெகுதூரத்தில் மக்கன் ஹவ்ஸ் கட்டிடத்தில் மெழுகுவர்த்திகளின் ஒளியில் இருளும் சிவந்ததுபோல சிலிர்த்தது. அமர்சிங்கின் கொத்தவால்களின் குதிரைப்படையுடன் சாரட்டு பதினாறு குதிரைகளும் முன்னால் தூண்களின் ஊடே பாய்ந்து புழுதி எழுப்பினபடி நின்று குளம்பால் தரையைக் கிளறியபடி கனைத்தன.

'டீக்கன் ஹவ்ஸ்' புராதனமான கட்டிடம். இரவின் பயங்கரத்தில் அலட்சியமாய் தஞ்சாவூரில் விதி நிமிர்ந்து நிற்பதான காம்பீர்யத்துடன் கடைசல் பிடித்த எத்தியோப்பிய கருங்காலித் தூண்களின் பருமையும் பளபளப்பும் யானை நிமிர்ந்து நிற்பதான வலுவை காட்டும் அற்புதமான முகப்புக் கட்டிட வாசல் மணி ஜாடிகளில் பருமனான மெழுகுவர்த்திகளின் அற்புதமான வெளிச்சம்!

வேகமாக கதவுகளைத் திறந்து விட்டார் மாட்கோல்கர் பேஷ்வா.

பாய்ந்து உள்ளே போனார் மஹாராஜா அமர்சிங்கு! வாயிலில் காத்து நின்ற நீண்ட துப்பாக்கிகள் அவரைக் குறிபார்த்ததைப் பார்த்த மஹாராஜா லேசாக சிரித்தபடி அச்சா! என்று பெருமிதமாகத்தான் உள்ளே கவலைப்படாமல் போனார்.

டீக்கன் ஹவ்ஸ் துறவி சாமியார் இடம்தான்! இந்த நாட்டுக்கு சத்யமான தெய்வத்தையும் கிறிஸ்துவின் தன்னலமற்ற சேவையையும் நிரூபிப்பதற்கு கோழி கூவு முன்பே விடிந்த விடியலாய் வந்த ஃபாதர் ப்ரெட்ரிக் ஸ்வார்ஸ் தங்கியிருக்கும் தெய்வீக மடம் டிக்கன் ஹவுஸ் - உள்ளே ஒரு சாப்பல்! வானளாவ எழும்பிய சிலுவை மடம். கடைசல் பிடித்த தூண்கள் அங்கும் கரும் ஒளி சிந்தின.

நீண்ட வெண்ணிற பருத்தித்துணி மராட்டிய பாணியில் தலைக்குமேல் பந்தல் போல் விரிந்து காற்றில் உப்பலாடியது.

அகழ்ந்த அமைதி! "யாரையும் காணோம் பேஷ்வா! உள்ளே பாருங்க!"

நீண்ட வெண் அங்கிகளும் கேஸக்கும் தரித்த நான்கு பேர் கையில் உயர்ந்து நீண்ட மணிஜாடியில் எரியும் மெழுகுவர்த்தி தீபங்களோடு வந்து, அந்த அறையின் தூண்களில் தொங்கிய ராஜகுண்டு ஜாடிகளில் அடுக்கிய மெழுகுவர்த்திகளை நீண்ட குழல் திரிகுப்பி விளக்கின் மூலம் ஏற்றி ஒளிமயம் ஆக்கினார்கள்.

பெரிய வாசல் கதவு திறந்தது. நீண்ட வெண்பறவை ஒத்த அங்கியும் சர்பளீஸ் சுழல மிருதுவாக நடந்து வந்தார் ஃபாதர் ஸி.எஃப்ஸ்வாட்ஸ் துறவியார்! "வாருங்கள் யுவர்ஹைனஸ் மஹாராஜா" என்றார் கம்பீரமாக. சிறிய உருவம் நீண்ட தலை முடி முதுகில் புரண்டது. நீலநிறக் கண்கள் அதிலும் ஒரு வஞ்சமும் கோபமும் இனிமையாக வெளிப்படுவதை அமர்சிங் உணர்ந்தார்!

"ஆவோஜி ஸ்வாமிஜி! உங்களைப் பார்க்கத்தான் நான் வந்தேன்" என்றார் மஹாராஜா அமர்சிங்கு.

மேலே இருந்த பங்கா நீண்டு சுழன்றது. காற்று தென்றலாய் வீசியது. பங்காபோடும் சிப்பாய்கள் அறைக்கு வெளியே காலால் மிதித்துச் சுழற்றினார்கள். காற்றில் விலாமிச்சை வேரின் ஈரச்சுகந்தம்!

"எஸ் மை டியர் கிங்! மே ஐ நோ வாட் யூ விஷ் யுவர் ஹைனஸ் மஹாராஜா. நான் என்ன செய்ய வேண்டும் உங்களுக்காக!" என்றார் ஸ்வாட்ஸ் பாதிரியார்.

லேசான எக்களிப்பும் வஞ்சமும் அவர் கண்களில் நிழலிடுவதை உணர்ந்தவர் வேறு யாரும் அங்கில்லை.

"டோண்ட் ப்ளே லோ டிரிக்ஸ் மஹாராஜா! அக்னியில் தஞ்சாவூர் பொசுங்கிக் கொண்டிருக்கிறது தெரியுமா அமர்சிங்? உங்கள் பண்டிதர்கள் ஆட்சியினி முடியாது! ப்ராம்மனோத்தமர்கள் இஷ்டப்பட்டபடி நீங்கள் போட்ட ஆட்டம் முடிவுக்கு வந்து விட்டது அமர்!" என்றார் இ.எஸ். ஸ்வாட்ஸ் பாதிரியார்.

ஐ நோ ஃபாதர்! போர் மேகங்கள் சூழ்ந்து கொண்டிருக்கும் வேளை இது. உங்கள் உதவி வேண்டும் ஃபாதர்! பத்து வருஷம் தஞ்சாவூரை தர்மத்தோடு ஆட்சி செய்தாச்சு இப்போ ப்ரிட்டிஷ் கம்பெனி என்னை நீக்கி தூக்கி எறியப்பாக்குது. யூ ஆர் தி கல்ப்ரிட்! எனக்கு எதிரா நீங்க கல்கத்தா சென்னை ஜார்ஜ் கோட்டையிலும் என்னை நீக்கணும்னு செய்தி குடுத்து நம்ப வெச்சிரிக்கி. ஆனா நான் உங்களை இதுவரைக்கும் நம்பினேன்!"

"தப்பா புரிஞ்சுக்காதிங்க யுவர் ஹைனஸ் மஹாராஜா! ஆறு வயசுப் பய்யனா இருந்த சரபோஜியெ எத்தினி தடவை நீங்களும் உங்க பண்டிதர் கூட்டமும் கொலை செய்யப்பாத்தீங்க? இந்த பத்து வருஷமா உங்கள் ஆட்சி கெடாமல் உங்களோட திரோண் விழுந்துடாமல் சிம்மாசனத்தை காப்பாத்திக் கொடுத்தது நான்தாங்கற விஷயத்தை மறந்தே போறிங்க" என்றார் ஃபாதர் சி.எப்ஃஸ்வாட்ஸ்!

அந்த அறையில் வெளிச்சம் இருந்தாலும் அறையைச் சுற்றிலும் ஏதோ நிழல் உருவங்கள் அசைந்தாடி நகர்வது அமர்சிங்குக்கு சந்தேகாபாஸ்தமாகவே புரிந்தது 'தூரத்தில் பீரங்கி வண்டிகள் வந்து சேரும் சிப்பாய்களின் காவாத்து சப்தம் ஆங்கில ஆணைகள்' "என்னை ஒழிக்க சென்னையிலிருந்து படையா?" என்றார் மஹாராஜா. "இல்லை இல்லை யுவர் ஹைன்ஸ். உங்களுக்கு இந்த ஏழைப் பாதிரியாரால் எந்தத் தொல்லையும் இல்லை. ஆனால் வரிசையாக எல்லா இந்திய ராஜாக்களைத் தோற்கடித்து எல்லா ப்ராவின்ஸ்களையும் தங்களுடையதாக்கி கொண்டு வரும் ஈஸ்ட் இந்தியா கம்பெனியின் வலுவான ஜெயங்களைப் புரிந்து கொண்டால் தஞ்சாவூர் தப்பும்! நீங்களும் உங்கள் முன்னோர்களும் பிரிட்டிஷ் கம்பனியின் லாயல்ப்ரெண்ட் என்றுதான் கம்பெனி நம்புகிறது. ஆனால் உங்களுடைய பண்டிதர்கள் உங்களை வாழ விட மாட்டார்கள்! வெரி டேஞ்ஜரஸ் பொஸிஷன் யுவர் ஹைனஸ். என்மீது தப்பு எண்ணாதீர்கள். இனிமேல் கம்பெனியை எதிர்த்தால் ஆபத்து. நான் ஒரு சாமியார்! எனக்கு நாடும் பணமும் வேண்டாம்! ஆனா சுபிட்சம், சமாதானம், சமத்துவம், ஒழுங்கு, ஆபத்து இல்லாத வாழ்க்கை அவசியம்.

தஞ்சாவூர் எரிஞ்சு போறதை ஐ டோண்ட் அலவ் த பர்ண்!"

"அப்போ என்னெ ஒழிச்சா தஞ்சாவூர் தப்பிச்சுடுமா? தஞ்சாவூர் மட்டும்தான் இன்னும் சுதந்திரமா இருக்கு ஃபாதர்! நீங்க சாமியாராய் இருந்தும் இந்த அரசியல் உங்களுக்கு ஏன் ஃபாதர்! என்னெ காட்டிக்குடுத்து சிம்ஹாசனத்திலிருந்து கீழ இழுத்துத் தள்ளிட நீங்க செய்யிற சதி எனக்குத் தெரியும் ஃபாதர்!"

"நோ நோ ஸர்ட்டன்லி நாட் யுவர் ஹைன்ஸ்! உங்களுக்கு என்னால எந்தத் தீமையும் வராது! உம்மை ஒழிக்கிறதுனால எனக்கு எந்த நன்மையும் இல்லெ. தஞ்சாவூரைச் சுத்திலும் வார். டக்ஸ் அண்ட் முஸ்லீம் பீப்பிகளும் பாச்சலுக்கு தயாராக இருக்காங்க. உங்ககிட்ட என்ன பலம் இருக்காம்? பத்து பதினஞ்சு வருஷமா உங்களை பிரிட்டிஷ் கம்பனி அமைதியாத்தான் இருக்க விட்டிருக்காங்க! மைசூர் திப்புவோடே சேந்து நீரும் உம்ம

பண்டிதர்களும் பிரிட்டிஷ் கம்பெனிக்குத் துரோகம் செய்யறீங்கன்னு தெரியாதா? காரைக்காலுக்கும் பாண்டிக்கும் பணஜ்ஜுக்கும் சந்தாராவுக்கும் படைக்கேட்டு நீங்க தூது அனுப்பியிருக்க விஷயம் என்ன பிரிட்டிஷ்காரர்களுக்கு தெரியாதுன்னு நெனைக்கிறீரா மஹாராஜா? நெருப்போடே நீர் விளையாடும் விளையாட்டு உம்மையே பொசுக்கிடும். என்னால் எந்த தொல்லையும் வராது. உயிருக்கு ஆபத்து இல்லை! நிர்வாகம் தான் மாறும்!'' என்றார் விஷம் கண்களில் நீலம் பறக்க. ஸ்வாட்ஸ் பாதிரியாரின் பேச்சு பயங்கரமாய் எதிரொலி செய்தது. பயம்! பரம்பரையில் இல்லாத குணம்! ஆத்திரம் பொங்கியது அமர்சிங்குக்கு. குறுக்கும் நெடுக்குமாய் நடந்தபடி வீரம் விதைத்தான் அஞ்சா நெஞ்சன் அமர்சிங் "நீர் யார்? மதம் பரப்ப வந்த பாதிரி! ஆனால் செய்ற காரியம் எல்லாம் சதி, அரசியல் குழப்பம். உம்மால் தஞ்சாவூர் அழியத்தான் போறது! ஆமாம்."

"தஞ்சாவூர் மராட்டதேஷ் ஹமாராஹ! இது எங்களோட தேசம்! ஆனா பிரிட்டிஷ் கம்பெனிக்கு யார் அதிகாரம் குடுத்தா? ஹமாரா தேஷ்ஹ! இனிமேல் - சிநேகிதம் உறவு இல்லே, எனக்கு பயம் இல்லே. ஃபாதர் நீங்க என்னை பதவியிலிருந்து தூக்கலாம்! தஞ்சாவூர்ல இருந்து எடுத்தெறிய முடியாது."

"ஓ! ஒப்பன் ஃபைட் தானா? அமர்சிங் மஹாராஜா வேண்டாம் வீணா அழிஞ்சுபோக உங்களை நான் விடமாட்டேன். வீணான சதியில சம்பந்தப்படாதிங்க உங்க போக்கு புரிஞ்சா பிரிட்டிஷ் கம்பனி உங்களையும் உங்க பண்டிதர்களையும் விடாது! நல்ல தெரிஞ்சுக்குங்க."

"சென்ஜார்ஜ் கோட்டையிலிருந்து நீர் அறிவிப்பு தராமலா இராத்திரியோட ராத்திரியா பீரங்கிப்படை வந்திருக்கு! பயமில்லெ! கடைசிவரைக்கும் ஃபாதர். சண்டைபோட்டுதான் சாவேன். பார்ப்போம் ஒரு கை!'' என்று உறுமினார் அமர்சிங்.

அஞ்சாது அசையாது நின்றார் ஸ்வாட்ஸ் பாதிரியார். அவர் அறியாத அரசியலா? போர் மேகங்களுக்கிடையே அவர் சூது விளையாட்டு அமர்சிங்குக்குப் புரிந்தது. அந்த இரவு விடியாத இரவாகவே போகக்கூடாதா? இன்னும் ஒரு சந்திப்பு மட்டும் மீதி! ஸ்வாட்ஸ் பாதிரியாரின் அமைதியான வஞ்சகம் புரிந்தது. ஒரே வீச்சில் ஸ்வாட்ஸ் பாதிரியாரை ஒழித்து விடலாம். நாலரை அடி நீளமான பளபளக்கும் வாள் உதவும், ஆனால் மேலே பங்காவுக்கு மேல் மாடத்தில் இருந்து அமர்சிங்கை குறிப்பார்த்த துப்பாக்கிகளின் நீளம் மூன்றரை அடிதான்!

"தென் விவில் மீட் அஃப்டர் வேட்ஸ் பாதர்" என்று எழுந்தார் அமர். "யுவர் ஹைனஸ்! மன்னிச்சுடுங்க! நாளைக்கு நீங்க த்ரோண்ல இருப்பீங்கன்னு தெரியாது. உங்க சதிவேலை எல்லாம் கம்பனிகிட்ட வேண்டாம். யாருக்கும் நீங்க உதவி பண்ணலை! ஜீஸஸ்தான் உங்களைக் காப்பாத்தணும். சண்டைக்கு ஆள் சேக்காதிங்க. ஜாக்ரதையா தப்பிச்சுக்குங்க இனிமேல் பிரிட்டிஷ் கம்பனி உங்களைவிட மாட்டாங்க. பீ எ ஃப்ரெண்ட் ஆப்ஃதெம்! இல்லென்னாக்க"

"ஹோ மைடியர் ஃபாதர்! இந்த நாடு பிரிட்டிஷ் கம்பனியோட ப்ராப்பர்ட்டி இல்லெ. எங்களை ஆடர் செய்ய உங்களுக்கு யோக்யதை கிடையாது. லக்ஷக்கணக்குல பணம் கப்பம் தர்றோம்! எல்லாத்தையும் வாரி அள்ளிகிட்டு போறீங்க! யார் வீட்டு சொத்து? அமார்தேஷ் எங்களோட தஞ்சாவூர் மராட்ட நீங்க என்னைக் காட்டிக் கொடுத்தாச்சு ஃபாதர் பார்ப்போம். ஐ வில் ஃபைட் டில் டெத்! அடிமையா இனிமே இருக்க மாட்டேன். உங்க உதவி தேவையில்லை! நாளை விடியட்டும். யார் எங்கே எப்படி இருப்போம்ன்னு பாப்பம்" என்று அலறியபடியே வேகமாய் வெளியேறினான் அமர்சிங் மஹாராஜா!

இருள் அர்த்தம் பொங்க அமைதியாகியது 'புவர் மேன்' என்ற சொல் அமர்சிங்கின் சாரட்டு குதிரைகளின் முதுகில் சவுக்கு சுற்றி சொடேரிட்டது. இருபது குதிரைகளும் காவிரிக் கரை நோக்கிப் பாய்ந்தன. பின்னாலேயே சிப்பாய்களின் ரகசியப்படையும் பாய்ந்து பரிசீலித்தது. வருவதை உணர்ந்த அமர்சிங் குதிரைகளின் வேகத்தைத் துரிதப்படுத்தினார். வாயு வேகமாய் கனத்தே பறந்தது போல் அமர்சிங்கின் சாரட்டு இருளை அறுத்துப் பாய்ந்த அதே நேரத்தில்...

தஞ்சாவூர் வல்லம் சாலையில் இருக்கும் ரிஜண்ட் பங்களாவில் நுழைந்த சிப்பாய்கள் ரீஜண்ட் துரை ஹட்டில்ஸ்ஸடன் சாஹிப்பிடம் சென்று திருமழபாடி காவிரிக்கரை ஓரம் புள்ளம்பாடியில் அமர்சிங்கைச் சந்திக்க படையுடன் வந்திருக்கும் திப்புசுல்தானைப் பற்றி செய்தி ரகசியத்தை ஒற்று கொடுத்தனர்.

ஹட்டில்ஸ்டன் கலகலவென்று நகைத்தபடி "அமர்சிங்கும் அங்கே போய்ச் சேர்ந்தாச்சா? உடனே காவிரி தாண்டு முன்னதாகவே அமர்சிங்கை அரஸ்ட் செய்யுங்கள். நானும் சென்னை பீரங்கி படையுடன் இரவோடு இரவாக வருகிறேன்" என்று முழக்கமிட்டார்.

"ப்யூகல்" என்ற அலறல் கேட்டதும் ட்ரம்ப்பெட்டும் ப்யூகிலும் ஆகாய வேகத்துடன் ஒலிக்க வரிசைவரிசையாக துருப்புகள் இருளில்

தயாராய் வரிசை வரிசையாக பழையாறை பாதையில் கிளம்பின. பீரங்கி வண்டிகள் திரும்பி சந்தித்தபடி நகர்ந்தன.

பாதிரியார் ஸ்வாட்ஸின் உதவியாளர்கள் ஆறு பேர் குதிரையில் தீப்பந்தங்களுடன் ரீஜண்டுக்கு சல்யூட் செய்தபடி வந்து கபர் கொடுத்தனர். "விடியும்போது அமர்சிங் சிறையில் இருப்பான்" என்றார். "ரீஜண்ட் ஃபாதரிடம் சொல்லி விடுங்கள் இன்ஃபாம்!" என்றார் ரீஜண்ட் துரை. ட்ரம்ஸ் லேசாக ஒலிக்க, பயங்கரம் தஞ்சையை நோக்கி திரும்பியது.

★

தார்சா உப்பரிகையில் நின்று வழிமேல் விழிவைத்துப் பார்த்த எதிர்பார்த்த அமர்சிங்குக்குத் தன் காலடியில் பூமி நழுவுவது புரிந்தது. மூன்றாம் ஜாமம் கடைசிவேளை! ஹானோஜ் பண்டிதரும் ராமலிங்கையரும் திருமழபாடி எதிரே இந்நேரம் திப்புசுல்தானிடம் உதவி கேட்டிருப்பார்கள். விடியுமுன்பாக காரைக்கால் வழியே ப்ரெஞ்சு பீரங்கிப் படையும் வந்துவிடும் என்று எதிர்பார்த்தார் அமர்சிங்கு! ரீஜண்ட் ஹட்டில்ஸ்டன் தன்னைத் தேடி பின் தொடர்வது தெரிந்தபின் மாட்கோல்கருடன் சாரட்டு விரைந்து போக வழியிலேயே அமர்சிங்கு இறங்கியது பின்னால் வந்த கூலிப்படையினருக்குத் தெரியவில்லை. தஞ்சை அரண்மனை இருண்டு கிடந்தது. மனைவிகள் அந்தப்புரத்தில் முடங்கிய பயம்! கீழே அரண்மனைப் பூ முகத்தில் அணிவகுத்து நிற்கும் சொற்ப மராட்டியப் படைகள்.

சதாராவிலிருந்து படை அனுப்புவதாக மராட்டிய மன்னர் வாக்கு கொடுத்திருந்தார். புதிய தேவிப்பட்டணத்து ஆட்களும் தயார் நிலைதான். ஆங்கிலப்படையை சிதறடிக்க ஒரு மணிநேரம் போதும். ஆனால்... திப்புவின் படைகள் வருமா உதவிக்கு ஹா! வராதா? வரப்போவதில்லையா?

இருள் விலகாத உப்பரிகையிலிருந்து இருளில் நம்பிக்கையை எதிர்பார்த்து நின்ற அமர்சிங்கை தேடிய ஆங்கில துருப்புகள் மழபாடியில் அலைந்துலைந்த அதே நேரத்தில் அமர்சிங்கை வீழ்த்துவதற்கு, சென்ஜார்ஜ் கோட்டை நோக்கி ஸ்வாட்ஸ் பாதிரியாரும் அவரது குதிரை வண்டியும் புறப்பட்டு இருளில் விரைந்தது. தார்சா உப்பரிகை சற்று உயரமானது. துளஜா மஹாராஜா கட்டிய தூபி! அங்கிருந்து சீரங்கம் ரங்கநாதர் விமான கோபுரம் தெரியும். தஞ்சாவூர் இருளில் முனகுவது அமர்சிங்கின் நெஞ்சுக்கு மட்டும் கேட்டது. வெள்ளைப்பறங்கியர் சிதைத்த

தஞ்சாவூர் காவேரி கிளை விரித்து கால் ஊன்றி பாயும் வண்டல் விளைச்சல் பூமி விளைந்ததை எல்லாம் கேட்கிறார்கள் வெள்ளைக் கொள்ளைக்காரர்கள்!

ஒரு பக்கம் ஆர்காடு நவாப் படையுடன் பசுமையான விளைச்சலை அள்ளிப் போக சூறையாட வருகிறான். மறுபுறம் பட்டாணி முஸ்லீம்கள்! தரங்கம்பாடியிலிருந்து போர்த்துகீசியர்கள் வியாபாரம் என்ற பெயரில் தஞ்சையை சூறை உடைக்கிறார்கள். மேலே வடக்கு மராட்டியர்கள் மிரட்டி மிரட்டி பணம் வசூலிக்கிறார்கள். இல்லையென்றால் கொள்ளை, கொலை, கொளுத்தி எரிய விடுகிறார்கள். ஹா! மறுபுறம் சின்ன ஜமீன்களும் தஞ்சாவூரை எரித்து கொள்ளையிடுகின்றன. தடி எடுத்தவன் தண்டல்காரன். தஞ்சை ஒரு விவசாய பூமி.

“மாட்கோல்கர்! அரண்மனை பின்புறமாய் எல்லா ஸ்த்ரீகளையும் வண்டிசாரட்டில் அனுப்பிவிட்டு எல்லாவற்றுக்கும் தீ வையுங்கள். என்னைத் தேடாதீர்கள். கோட்டை கீழ்வாசல் மேல் வீதி கதவுகளை மூடி யானைகளை அவிழ்த்து விடுங்கள்!” என்று அலறியபடி பாய்ந்தார். “அரண்மனை எரியட்டும், ஜனங்கள் அள்ளிப்போக கஜானாமகலை திறந்துவிட்டுவிடுங்கள். பண்டிதர் எல்லாரையும் தப்பிப்போக விட்டுவிடுங்கள்! கபர்தார் நாகோஜிராவ்” என்றபடியே இருளில் தார்சா மாடியிலிருந்து படியிறங்கி மறைந்தார் அமர்சிங் மஹாராஜா!

கோட்டை மேட்டில் கீழவாசல் அகழிக்கப்பால் ஆர்ச்பால்ட் துரையின் பீரங்கிப் பேரொலி கேட்டது! வெளிச்சப்பந்தம் வானில் பயங்கரமாய்ச் சுழன்றது. தஞ்சை ஜனங்கள் கதவுகளை இறுக அடைத்துக் கொண்டனர். ஆளரவம் அற்ற கரம்பை ரஸ்தாவில் ரத்த வியர்வையில் அமர்சிங்கும் மெய்காவலர்கள் நால்வர் கொத்தவால் பேஷ்வா ஆகியோருடன் காட்டாமணக்குச் செடிகளின் காட்டுக்குள்ளே புகுந்து பட்டுக்கோட்டை சாலை நோக்கிப் போயினர். யாரும் பேசமுடியாத துக்கச் செறிவின் ஆத்திரத்தில் இருள்.

முளங்காட்டைத் தாண்டியதும் தீப்பந்தங்கள் சூழ ஆயிரம் குதிரைகளுடன் கூட்டம் சுற்றி வளைத்தது. இருள் பிரியும் வேளை! சில்லிட்ட காற்றில் சுளுந்துப் பந்தத்தின் வேப்பெண்ணை கசப்பு வாடை! வந்தவர்கள் ஆண்களை விட பெண் மக்கள் அதிகம். ஆயி காமாட்சி குதிரையில் வேல்கம்புடன் முன்னே வந்ததை அமர்சிங்கர் பார்த்தார். மண்ணியார் தலைப்பு நுங்கும் நுரையுமாய் பாய்வது இருட்டிலும் ஈரத்தின் சுகமணம் முந்திரி மரங்களின் கொச்சையும்

முந்திரிப் பூக்களில் சொட்டும் தேனீக்களின் இரைச்சலும் மணமுமாய் கிறக்கம் தந்தது.

"அஞ்சமாத்ரம் போவாதிய மஹாராசா! வெள்ளப்பறங்கியனுவ காசா நாடு நட்டவியங்கோட்டை வரைக்கும் பீரங்கியோட நிக்கிறானுவ! முடியுமா உட்ருவமா? முந்திரிக்காட்டு அக்கினில குளிச்ச சனம்! ராசாவுக்காக கடைசி உயிர் வரைக்கும் காத்து நிப்பமே! இதால் வாங்க"-

"இனிமே என்னா ஆயிம்மா! எல்லாம் அழிஞ்சது. என் பெண்ஜாதிகள், சொந்தக்காரங்க எல்லாம் இன்னும் கொஞ்ச நேரத்துல நெருப்புல குதித்துடுவாங்க! திப்பு ஏமாத்திட்டான், புத்திகாட்டிட்டான். சேவல் கூவிடுச்சு. விடியும்போது தஞ்சாவூர் புகைஞ்சு அடங்கும். என்னெ காரா கிருகத்தில் போட ஆர்ச்பால்ட் சேக்ஸன் துரை வருவார். அதுக்கு மிந்தி நான் மஹாதேவப்பட்டணம் வழியே முத்துப்பேட்டை கடற்கரைக்கு ஓடணும்."

"ராசா! அதெல்லாம் வாண்டாம்! கரமுண்டாரு கோட்டையில பட்றை இருக்கு. மண்ணுக்குள்ள ஊரே பூத்தி வெச்சிருக்கோம். கள்ளன் ஈரக்கொலையில கொண்டுபோயி வெச்சிட்டான்னா... கொலை அறுத்தாலும் உண்மை வெளிய வராது சாமீ! முந்திரிக்காடும் கொய்யா கொண்டித்தோப்பும் வெத்தில வள்ளி கொடிக்காலும் இருக்க வரைக்கும் உங்களே யாராலும் புடிச்சிற முடியாது. உட்ருவமோ?! வெள்ளப்பறங்கிய தலை துண்டா பறக்கும்" என்றாள் ஆயிகாமாச்சி.

இருளில் நின்ற காடன் கரமுண்டார் சுருள் முடியும் பாறை மார்புமாக விளக்கெண்ணை மினுங்க உடம்பில் பந்தம் சொருகியபடி நின்றது ஏதாவால் முனிராயன் நேரே வந்தது போல் கடவுள் தோற்றம். அமர்சிங்கு பயந்தார்! குதிரைகள் பறந்தன. காடன் கரமுண்டார் பின்னால் ஏராளமான கள்ளர்கள். அவர்கள் உதவியாக மள்ளர்களும் பள்ளர்களும் ஓடி வர கூட்டம் முந்திரிக் காட்டுக்குள் பவுஞ்சாக பறந்தன.

ஆயி சொன்னது உண்மைதான். ஸ்வாட்ஸ் பாதிரியாரின் ஏரியா அந்த கீழக்கண்ணந்தங்குடியும் மேலக்கண்ணந்தங்குடியும் கள்ளர்கள் முழுமையும் ஸ்வாட்ஸ் பாதிரியாரின் யேசு சபையில் சேர்ந்திருந்தனர். ஆனாலும் ஸ்வாட்ச்சுக்குப் புரியுமோ தெரியாது கள்ளன் கிறிஸ்தவனாலும்கூட கள்ளன்தான்! பின்வாங்கவே மாட்டார்கள் என்பது புரியாதா. காடன்கரமுண்டார் சவுக்கு சொடுக்கிச் சுழற்றினார். பரிசுள் பாய்ந்தன.

பத்து வருஷங்களாகத்தான் ஜனங்களை ஆட்சிக்குள் ஒழுங்குபடுத்தினார் அமர்சிங்கு! இருளில் உப்பரிகையில் சொட்டச் சொட்ட பெரும் ரகஸ்யங்களைப் புதைத்துக் கொண்ட தஞ்சாவூரின் இருண்டகோலத்தைக் கண் சிவக்க பார்த்து தார்சா மாடியிலிருந்து கிளைப் பாதைகளை உற்றுப் பார்த்தபடி மாடங்களில் நின்று உலவி பொறுமை இழந்தார் அமர்சிங் மஹாராஜா!

கள்ளர்கள் மட்டும்தான் தயாராய் இருக்கிறார்கள். இன்னும் ப்ரெஞ்சுப்படை வரவில்லை. கால்வின்துரை வாக்களித்து எழுதிய கடிதம் மனசில் வந்து பயன் என்ன? நாலாம் ஜாமம் ஆகிவிட்டிருந்தது. ஆங்காங்கே காகங்கள் கூட கரைந்து சிறகடித்தன. இருள் பிரியாத தஞ்சாவூரைக் கொள்ளையிட்ட நவாப்பை எத்தனை முறை துரத்தி அடித்திருக்கிறோம். திப்புசுல்தானின் தந்தையை விரட்டி அடிக்கவில்லையா துளஜாராஜா! எத்தனை முறை இந்த ஆங்கில கும்பினிப்பட்டாளம் தஞ்சைப்படையிடம் சிதறுண்டு தோற்று ஓடியிருக்கிறது. சந்தா சாயபுடன் வந்த போது படை எடுத்துச் சென்று மட்டக்காடுவரை கும்பினிபடையை விரட்டியது யார்? ஆனால் இந்த பதின்மூன்று வருஷங்களில் ஒழுங்காக உலுப்பைகளைக் கொடுத்தார். கப்பம் ஒப்புக்கொண்டு வட்டியும் தீர்வையும் கொடுத்து கும்பனியுடன் சமாதான உடன்படிக்கை செய்து அதுபோல நடக்கவில்லையா? என்றாலும் அமர்சிங்கை ஒழிக்கத் துடிக்கிறது ஆங்கிலேய கும்பினி!

இருள்பிரியாத தஞ்சை அதன் மாயாத நெல்வளம், குறையாத நீர்வளம் எல்லாம் வெள்ளைக் கொள்ளையராலும் துரானியராலும் எப்படி எல்லாம் நாசம் ஆயிற்று. பெண்களைத் தேடித்தேடி கற்பழித்தார்கள். வந்தவன் எல்லாம் வீடு வீடாகப் புகுந்து வேட்டுத்தீர்த்து கொன்றார்கள். கோவில்களைத் துரானிய பட்டாளங்கள் சூறையிட்டன. நாயக்கர் காலத்து தர்மங்கள் யாவும் அடியோடு முடங்கின. சாத்திரங்கள் சாவடிகள் எல்லாவற்றையும் கொள்ளையிட்டார்கள். இடுப்பு கௌபீனம், கோமணம் ஒன்று தவிர எல்லாவற்றையும் கொள்ளையிட்டனர். அமர்சிங்கும் துளஜாவும் ராஜ்ய பாரம் ஏற்ற பின்னர்தான் இந்தப் பத்தாண்டுகளாக ஒரு வெள்ளைப் பறங்கியர்கூட அஞ்சி விலகி நிற்க ஹிந்து மராட்டா தஞ்சாவூர் எழுந்து தர்மத்துடன் காத்து நின்றது! பாடசாலைகள் திறக்கப்பட்டன. தர்மசாலைகள் இயங்கின. அமர்சிங்கின் துணிச்சலில் சூறையாட முடியாமல் விரட்டப்பட்ட எதிரிகள் கண்கள் கரிக்க மீண்டும் தஞ்சை செழித்தது.

வெள்ளைத் துருப்புகள் வழக்கம்போல கிறிஸ்தவ மதம் பரப்ப வந்த சாக்கில் அரசியலைப் புரட்டி ஜனங்களை விலைக்கு வாங்கி பிரித்து, துரத்தி ஊருக்குள் ரெண்டுபட ஆட்சிக்குள் தலையிட்டு அமர்சிங்கை இறக்கிவிட பத்தாண்டுகளாக நிகழும் சூழ்ச்சிகள் கொஞ்சமா? வீராதி வீரர்களான மானோஜ் பீம்ராவ் சகளே மாட்கோல்கர் போன்ற அரசியல் வீரர்கள் எல்லாரையும் விலைக்கு வாங்கியது கூலிப்பட்டாளக் கும்பினி நாய்கள்! சதி! எங்கும் பதவியிலிருக்கும் ஓநாய்கள் மராட்டியப் படைகள் - இருள் பிரியாத தஞ்சை விளைநிலத்தைக் கீறி நீரை உறிஞ்சக் காத்திருக்கும் நவாப்! இனி பொறுக்க முடியாது! மன்னார்குடி உதவுமா? தேவிப்பட்டணம் துணைவருமா? நாகப்பட்டணம் துருப்புகளை எதிர்கொள்ள காரை ப்ரெஞ்சுப் படை வருமா? தஞ்சாவூரின் விதியை யாரும் மாற்றிவிட முடியாது என்று அமர்சிங் சொல்லிக் கொண்டார். 'விஜயீபவ!' என்ற குரல் கேட்டு துணுக்குறாமல் திரும்பிப் பார்த்தார் அமர்சிங்கு! ரத்த வெள்ளத்தில் மூழ்கி எழுந்தே வந்தது போல் நாகோஜிராவ் உருவிய வாளுடன் செய்தி சொன்னார்.

"திருப்பாம்பரம் காட்டில் ப்ரெஞ்சு தளபதி கால்வின் துரையைச் சந்தித்த ஆங்கில தளகர்த்தன் மார்க்ஸ்வின் இரவோடு இரவாக ஆயிரம் பகோடா தங்கம் கொடுத்து தஞ்சைக்கு உதவ வரும் போக்கை மாற்றி பீரங்கிப்படையைக் காரைக்காலுக்கு வஞ்சகமாக விற்று விட்டார்கள்!"

"ப்ரெஞ்சுப் படை வராதா?" "ஆமாம் மஹாராஜா இனி புதுக்கோட்டை மன்னரின் உதவியும் வராது. கும்பினிப்படை திருமழைபாடியில் உங்களைத் துரத்தித் திரிவதாக கபர்!" என்றார் இரத்தத்தை வழித்து விட்டபடி நாகோஜிராவ் பண்டிதர்.

"ஹாஹ் ஹாஹ் ஹா! வஹ்! வாஹ்! அப்படிச் சொல்லுங்கள் பண்டிதரே! மராட்டியப் படையும் வராது! என்ன சூது நேர்ந்ததோ சதாராவும் பொய்த்துவிட்டது! ஹாஹ்ஹா திப்பு என்ன பணம் கேட்கிறாரோ கொடுத்துதான் தீர வேண்டும். தஞ்சாவூரையே கேட்பான் துரோகி! வா எல்லாம் நாசம்! யாரும் தப்ப முடியாது. ஹிந்து தர்மம் ஒழிந்தது. தஞ்சாவூர் மராட்டாதேவ் அழிகிறது" என்றார்? ஹட்டில் ஸ்டன் துரை!

கார்டன் கரமூண்டரர் அசைந்ததாகத் தெரியவில்லை. கள்ளர்களும்! "துரைகளே! கள்ளனுவதான் ஒங்களுக்கு எப்பவும் படைக்கி ஆளுவ கொண்டாந்து குடுத்துருக்கோம். ஆனா பயப்பட மாட்டோம் சாமி! எங்களுக்கு இந்த நாட்ல எந்த நாடு சொந்தம்? நாங்க வேலை செஞ்சு மண்ணெக் கிளறி வெளவு

எடுத்து ஜீவிக்கிறோம். நீங்க சொன்னியளே பாளையப்பட்டு எல்லாம் வுழுந்துடுச்சின்னு அதுக்குக் காரணமே அதான் துரை சாமி! கிறிஸ்தவர்களானோம்ன்னிங்க ரச்சிக்கப்பட்டோம்ன்னிங்க. கிறிஸ்தவனானா துரோகம் செய்யலாமா. அமர்சிங்கு மஹாராசாவே உட்டுருங்க!" என்றார் மழவராயர்.

புளியடி குளத்தின் சரிவில் கூடிய கோர்ட்டில் நிர்வாகம் ப்ரிட்டிஷ் நீதி பேசலாம். ஆனால் கள்ளர்நாடு! அங்கே வேறு சட்டம் செல்லாது என்பது ஆர்ச்பால்ட் துரைக்குப் பயத்துடன் புரிந்தது. சுட்டுத்தள்ளலாம். பீரங்கி பூத்து நெருப்பு கக்கலாம். ஆனால் உண்மை வராது!

"கரமுண்டார் கர்டன்! அமர்சிங்கு இனிமே என்ன செய்ய முடியும்? பிரிட்டிஷ் ரூல் இனி விடாது. ஸ்வாட்ஸ் பாதர் சர்போஜிக்குத்தான் சிபாரிசும் செய்திருக்கார். இனிமேல் அமர்சிங் ஆளமுடியாது. அதோடயே அமர்சிங் பல துரோகம் பண்ணியிருந்தார்."

"இருக்கலாம் துரைகளே! நெஞ்செலும்பு உடச்சுப்புட்டு எடுத்தாலும் ஒரு கள்ளன் அமர்சிங்கை காட்டிக் கொடுக்க மாட்டோம். ஓஷ்! ஓப்பன் வார்தானா? எல்லா கள்ளன்களும் பீரங்கிக்கு சாவக் குடுக்கப் போறீங்கள். திருநெல்வேலி என்ன ஆச்சு தெரியுமா கார்டன்? புகை புகையா புகைஞ்சு போன புலித்தேவன். மூடேமியா களக்காட்ல கும்பினியெ எதிர்த்தான். வாசுதேவநல்லூர் நெற்கட்டாஞ் சேவல் கோட்ட தூளாகி உதிர்ந்தது தெரியுமா? வடகரையாளர் தூக்குப்போட்டு செத்து மறவர்பட்டாளம் செதறி ஓடிச்சே புரியுமா? ஊற்றுமலை ஜமீன் காலி? சிவகங்கை படமாத்தூர் ஜமீன் எல்லாம் என்ன ஆச்சு? பிரிட்டிஷ் பீரங்கிக்கு முன்னால் ப்ரெஞ்சு பீரங்கியே ஒண்ணும் பண்ண முடியலைங்கும்போது அமர்சிங் என்ன பண்ண முடியும் கரமுண்டார்!"

"ஹீஸ் ஹெல்ப்லெஸ். திப்புசுல்தான் திருமழபாடியிலிருந்து ஓடியே ஓடிப்போச்சு! தப்பான துரோகிப் பண்டிதர்கள் அமர்சிங்கை நட்ட நடு ஆற்றில் விட்டுட்டு போயாச்சு. மிச்சம் ராமநாதபுரம் கண்ணந்தக்குடி கள்ளனுகள் மட்டும்தான்! சாகத் தயாராய்ட்டிங்களா?" என்றார் ஆர்ச்சி பான்ட்துரை! அவர் பின் வாங்கவேயில்லை!

மீண்டும் கேலியான அலறல் சிரிப்பு கரமுண்டார்கிட்டேயிருந்து. "கரமுண்டானெ பயமுறுத்திரியா தொரை? துப்பாக்கி பீரங்கிவேட்டு எல்லாத்தையும் பாத்து தெக்குத்தி சீமை கள்ளனும் மறவனும் ஒதுங்கிட்டான்னு நெனைக்கிறியா தொரை! ஓங்க படையிலயும் மராட்டியன் படையிலும் போர்ச்சுகீசியப்

படையிலியும் கண்ணந்தங்குடி கரமுண்டாரு குடிதான் ஏராளமா சாவத்தயாராகியிருக்கு! துரோகத்துக்கு துணை போவ முடியாது. சண்டையில சாவம்! காட்டிக்குடுத்து வாழமாட்டோம்! கல்லறையில் போனாலும் கட்டயில போனாலும் கள்ளன் கிட்டயிருந்து துரோகம் வராது!"

"கடைசியா கார்டன்! என்னதான் சொல்லப் போகிறீர்?!" என்றார் ஹட்டில்ஸ்ட்டன் துரை! மூன்று நீதிபதிகளும் விட்டு விலகுவதாயில்லை. பனைமரம் போல் நெடுக நின்ற கார்டன் கரமுண்டார் சொன்ன சொற்களை முந்திரிக்காட்டின் வடுவாத்தா கோவில் சுவர்கள் எதிரொலித்தன!

"துரைசாமி! தஞ்சாவூர் ஒண்ணுதான் சொதந்தரமா இருந்துகிட்டு இருந்தது. அமர்சிங்கு மஹாராஜாதான் உரிமையா ஆட்சிபண்ண கும்பினிக்காரவங்களும் இந்த பத்து வருஷமாத்தான் ஊரு ஊரா நாடு நாடா மாறிகிட்டு வந்தது. இப்ப நீங்க. அமர்சிங் ராசா வேண்டாங்கிறீங்க. அமர்சிங்கு ராசாவே எங்க அடைக்கலமா விட்டுடணும்! ஒண்ணும் செய்யப்படாது! உயிருக்கு உடலுக்கு சொத்துக்கு எந்த தொந்தரவும் தரக்கூடாது. இதுக்கு சம்மதி தந்து ஒப்புக்கொடுத்து நீங்க கையெழுத்துப் போட்டு உறுதியா தீர்ப்பு சொன்னா அமர்சிங்கு நேரா வருவாரு! இல்லென்னா எத்தனை பிறவி எடுத்தாலும் அமர்சிங்கு மஹாராசாவ நீங்க கள்ளன்வகிட்ட இருந்து கொண்டு போகவே முடியாது" என்றார் கார்டன்.

தூரத்தில் மண்ணாத்தா கோவிலும் வடுவாத்தா கோவிலும் முந்திரி மரங்கள் இடையே இருள் புலர் காலையில் தெரிந்தன. செம்புழுதி கிளம்பிப் பறந்தக் கள்ளர் கூட்டம் ஏரிக்கரை சுடுகாட்டுக்கு வந்ததும் புழுதிப்புகைக்குள் மறைந்து மீண்டும் இல்லாதாயினர். நடுவூர் ரஸ்தா மண்மேவிக் கிடந்தது. வந்த கள்ளர்கள் எங்கோ மரக்குப்பல்கள் இடையிலும் கரிய உருவங்களாகி மறைந்தனர்! பூமி பிளந்து ஆச்சர்யம் ஏது?! அமர்சிங்குடன் கார்டன் கரமுண்டார் ஆதிரியார் மழவராயர் கண்டப்பிள்ளை என ஐம்பது தலைக்கட்டு அம்பலக்காரர்களுடன் மறைந்து போயினர். காசாவள நாடு சாலை வெறிச்சிட்டது. யாரையும் காணோம். மறிமாயம் போல காணோம்! யாரும் இல்லை எங்கும்!

★

"வாட் ஹப்பண்ட் மிஸ்டர் கார்டன் கரமுண்டார்! யூ ஆர் எ ட்ரூ கிறிஸ்டியன். கிறிஸ்துவை நம்பி ரட்சிக்கப்பட்டவர். உண்மையை

சொல்லுங்க அமர்சிங் எங்கே? வேர் இஸ் அமர்சிங்?" என்றார் ஹாட்டில் ஸ்டன் ரீஜண்ட் துரை!

"இது கோர்ட் ஆப் ஆனர். அமர்சிங்குக்காக் கூடிய கோர்ட்! கரமுண்டார் கோட்டையில்தான் அமர்சிங்கிருக்கிறான் என்று நியூஸ் வந்தாச்சு! டோட்ண்ட் ப்ளே ஃபூலிஷ்ட்ரிக்ஸ். கும்பினிகிட்டெ அமர்சிங்கை ஒப்படச்சுடுங்க கார்டன் காரமுண்டார். யூ ஆர்த ஹெட் மேன் ஆப் தி கள்ளர் கம்யூனிட்டி. அமர்சிங்கும் பிரிட்டிஷ் கம்பனியோட லாயல் ப்ரெண்ட்டுதான்."

"அவர் திப்புவோட சேர்ந்து சண்டைக்கி ஆள் சேத்ததுதான் தப்பு! இந்த கோர்ட் அமர்சிங்கை விசாரிக்கத்தான் வந்திருக்கு" என்றார் ஆர்ச்பால்ட் ஸீக்கன்ஸ். அவர் முகம் சிவந்திருந்தது. சுற்றிலும் கள்ளர் தலைக்கெட்டு கூட்டம். யாரும் எதுவும் காட்டாத ஆழ்ந்த இருளமைதி!

கரமுண்டார் கார்டன் அசையாத பனைமரமாய் நின்றார் ஆறடி உயரம்! கண்கள் சிவந்து கள்ளின் புளிச்சை வீசின. கோபத்தில் அடக்கப்பட்ட உதடுகள் துடித்தன. சுற்றிலும் பெண்கள் கூட்டம் வேறு.

"என்ன சொல்றீங்க கார்டன்கரமுண்டாரே! ஒப்படைக்கிறீங்களா இல்லையா? துரோகம் செய்யத்தானா உங்களுக்குத் தெரியும்?" என்றார் ஆர்ச் பால்ட்!

கடகடவென்ற பேய்ச்சிரிப்பு கார்டன் கரமுண்டாரின் தொண்டைக்குழியிலிருந்து பேய் அலறலாய் எதிரொலித்தது.

"யார் யாரக் காட்டிக் குடுக்கனும். துரோவி சண்டாளன்வளா கள்ளன்லாம்? அமர்சிங்கு மஹாராசா என்ன தப்பு பண்ணுனார்? தொளசா மஹாராசா அதுக்கு மிந்திய அவங்கப்பன் காலத்துல இருந்து கள்ளன்ல்லாம் மராட்டியர்களுக்கு ஊழியம் செஞ்சோம். யாரையும் காட்டிக்குடுக்கலை கூட்டிக் குடுக்கலை. இப்ப அவரெ தொரத்தித் தொரத்தி வேட்டையாட அவரு பண்ணுன தப்பு என்னா? கள்ளன் கழுத்தை அறுத்தாலும் துரோகம் வெளியவராது துரைசாமி! நானும் கிறிஸ்தவன்தான். ஆனா கள்ளன்! பேச்ச மாறக்கூடாது!" என்றார் கார்டன் கரமுண்டார்.

கோர்ட் ஆப் ஹானர். துரைகள் பயத்துடன் சுற்றிலும் பார்த்தனர். யாரும் அங்கே அசையவில்லை. அமர்சிங்கை எந்த முறையாலும் பிடிக்க முடியாது என்பது தெரிந்தது. பயமற்ற அச்சமற்ற சாவுக்குத் தயாராகிவிட்ட கரமுண்டார் கூட்டம் உருவிய வேல் கம்புகளுடன் நின்றன.

“நோ நோ! யூ ஆர் மிஸ்டேக்கன் கரமுண்டார். அமர்சிங்கை நாங்கள் ஒண்ணும் செய்ய மாட்டோம்! இது ப்ரிட்டிஷ் கண்ட்ரி ஆகிகிட்டு வருது கரமுண்டார். தெக்குத்தி சீமை பாளையக்காரன் எல்லாம் கம்பனி பிரிட்டிஷ் ரூலுக்குள்ள வந்தாச்சு!”

“வாசுதேவநல்லூர் புலித்தேவன் என்ன ஆனான். பிரிட்டிஷ் சூப்ரமசியை யாரும் இனிமேல் ஜெயிக்க முடியாது கரமுண்டார். ட்ரை டு அண்டர்ஸ்டாண்ட். ஐம்பது பாளையப்பட்டு ஜமீன் எல்லாம் பிரிட்டிஷ் ஆட்சிக்குள்ள பிடிபட்டு ஒடுங்கிப் போச்சு! எங்களை பகைச்சவங்க எல்லாம் காலியாகிட்டாங்க. தஞ்சாவூர் ப்ராவின்ஸ் ஐ பிரிட்டிஷ் பீப்பிள் தான் எடுக்கப் போறாங்க. இனிமே அமர்சிங்கை விடமாட்டாங்க! பிரஞ்சுகாரனோடையும் திப்புவோடேயும் சேந்து பிரிட்டிஷ் ஆட்சிக்கு துரோகம் செய்தால் அமரை என்ன விட்டுடுவாங்களா!”

“பீ இஸ் எ கிறிஸ்டியன் பீப்பிள்! வீ அலவ் அமர்சிங் டு லிவ். ப்ராமிஸ். பட் யு மஸ்ட் அரஸ்ட் ஹிம்! நீ அமர்சிங்கை கைது செய்து ஒப்படைத்தால் நாங்கள் அமர்சிங்கை கோர்ட் ஆப் ஆனர். பிரிட்டிஷ் ஜஸ்டினியன்படி கைதியாக விசாரித்து பின்னர் விட்டுவிடுவோம்!’என்றார் நீதிபதியாக உட்கார்ந்திருந்த ஆர்ச்சி பால்ட்துரை. மற்ற மூவரும் பயந்தனர். எந்த நேரமும் தடிகள் வலைகள் வீசப்படும் அபாயம் காத்திருந்தது.

வியப்பே ஹவானார்கள் ஒரு கணம் எல்லோரும் அசந்து போக மண்ணாத்தா கோவில் முன் மைதானம் பிளந்தது. புழுதி கடல் அலையென எழுந்தது. மூங்கில் கழிகள் சிதறிப் பறக்க பூமி திறந்து பட்டறை வழிவிட்டதை விழிபிதுங்க ஹட்டில் ஸ்ட்டன் சாஹிப் துரையும், ஆர்ச்சிபால்டுதுரையும் வெள்ளைச்சிப்பாய்கள் கூலிப்படை அஞ்சி விலகிஓட கறகறவென பட்டறை திறந்தது. பூமிக்குள்ளிருந்து குதிரை பாய்ந்து வெளியே - அமர்சிங்கு ராஜா பிரசன்னம் ஆனார்! தீப்பந்தங்கள்! ஜோதி விடுத்தன. இந்த உலகம்தானா இது என்று துரை மகனார்கள் அஞ்சி விழுந்தனர்..

“இதோ வந்துவிட்டேன் யுவர் ஹைனஸ். நீங்கள் கைது செய்யப்படுகிறீர்கள்” என்று குரல் கேட்டதும் வேல் கம்புகள் நிமிர்ந்தன! துப்பாக்கிகள் குறிப்பார்த்தன. ஆர்ச்சிபால்ட்துரை உடனே ஆணையிட்டார்.

“இன் த நேம் ஆப் ப்ரிட்டிஷ் ரூல்! ஐ டிக்ளர் அமர்சிங் ராஜா இஸ் டிஸ்மிஸ் ட்ரேம் ஹில் கிங்ஷிப்! அமர்சிங் ராஜாவாக நீக்கப்படுகிறார். அவர் இனிமேல் தஞ்சையில் இருக்கக் கூடாது.

சரபோஜியை கிழக்கிந்திய கும்பினி ராஜாவாக ஏற்று தஞ்சையை ஒப்படைக்கிறது. கள்ளர் கிறிஸ்தவர்கள் வேண்டியபடி அமர்சிங்கை நாளையோ அல்லது இன்னும் இரண்டு பகல் வேளை கடந்ததுமோ மன்னார்குடியிலோ திருவிடைமருதூரிலோ போய் அவர் இருக்க கும்பனி அவரை விட்டு விடுகிறது" என்றார் நீதிபதி.

"இதற்குமேல் முரண்டுபிடித்தால் அமர்சிங்கு தப்பினாலோ கள்ளர் கூட்டம் முழுவதும் ஒழிக்கப்படும். பீரங்கிகள் கொண்டு உறந்தைராயன் குடிக்காடுவரை சுட்டுபொசுக்கும். தஞ்சாவூர் எரியும் என்ன சொல்கிறீர் அமர்சிங்" என்றார் ஆர்ச்சி பால்ட்துரை.

"நான் என்ன சொல்ல?! என் நாடு நகரம் பிடிபட்டது. நானும் விழுந்தேன். இனி சுதந்திரம் என்பது தஞ்சை மராட்டியருக்கு இல்லை! மராட்டியர்களை வஞ்சித்து தஞ்சை மராட்டிய தேசத்தை பிரிட்டிஷ் அரசாட்சி எடுத்துக்கொள்கிற திருட்டுத்தனத்தை நான் எதிர்க்கிறேன். நான் சாவுக்கு பயப்படவில்லை. இதோ ஐயாயிரம் கள்ளர்கள் என் வசம்தான். போரிட்டு ஜெயிக்க முடியும். ஆனால் யுவர் மஜஸ்ட்டி! நான் இவர்களையும் தஞ்சை மக்களையும் நேசிக்கிறேன். போதும்! என் சுதந்திர தாகம் போதும்! என் நண்பர்களின் வஞ்சகம் போதும். மராட்டா தஞ்சாவூர் அழிகிறது. சர்போஜி வந்தால் மட்டும் விட்டு வைக்கப் போகிறதா கிழக்கிந்திய கம்பனி! நிச்சயமாக சரபோஜியும் சாவான்! ஆட்சி இழப்பான்."

"நடப்பது நடக்கட்டும். என்னோடு தஞ்சையின் சுதந்திரப் போர் முடியட்டும். பிரெஞ்சுக்காரர்கள் ஒருபுறமும் இங்கிலீஷ்காரர்கள் ஒரு புறமுமாய் சூறையாடுங்கள். போர்ச்சுகீசியர்களும் டச்சுடேனிஷ்காரர்களும் ஏற்கனவே தின்று தீர்த்த தஞ்சாவூர் மராட்டா ப்ரதேசத்தில் இனி என்ன இருக்கிறது. பாவம் இந்தக் கள்ள மறவர்கள். இவர்கள் அழிய நான் விடமாட்டேன். ஜெய்பவானீ! நடப்பது நடக்கட்டும். ஜிஸ் தேஷ் தஞ்சாவூர் மராட்டா ஹமாராஹே! இந்த காற்றின் சுதந்திரம் எங்களுடையது. இந்தக் காவிரி எங்கள் வண்டல் பூமித்தாய். இன்று இல்லாவிட்டாலும் என்றாவது ஒருநாள் சுதந்திர விடுதலை பெறும். அர்ரஸ்ட் மீ! ஐயம் ரெடி டு டை! வாருங்க" என்று கதறினார் தஞ்சையின் முதலும் கடைசியுமான விடுதலைப்போர் முதல்வன் அமர்சிங் மஹாராஜா

"டோண்ட் பீ ஸில்லி யுவர் ஹைனஸ். தீஸ் பீப்பிள் ஆர் இன்ஸைன்ம். இந்தக் கள்ளர் இனத்தவருக்கு பாவம் எதுவும் தெரியாது. இவர்களை ஒன்று திரட்டவோ தஞ்சாவூர் ஜனங்களைத் திருப்பவோ உம்மால் ஆகாது அமர்! கல்கத்தாவிலிருந்து ஆனர் வந்திருக்கிறது. அமர்சிங் கவலை வேண்டாம்! உங்களை கும்பனி

ஒன்றும் செய்யாது. சர்போஜிக்கு இடம்விட்டு நீங்கள் விலக வேணும் அவ்வளவுதான். ஒரு தொல்லையும் சண்டையும் உபத்திரவமும் இல்ல மஹாராஜா'' என்றார் ஹட்டில்ஸ்ட்டன்.

எல்லா வேகங்களும் குமுறல்களும் அடங்கிவிட்டன. எல்லார் மனதிலும் கப்பிய சோகம் உண்மை புலர்த்தியது.

"ஹயர் ஆஃப்ரடர். இனிமேல் சிறியசிறிய ஜமீன்கள் ஒழியும். தஞ்சாவூர் ப்ராவின்ஸ் சுத்தமாய் எழும்பும். கார்டன் கரமுண்டார் விரும்பியது நடந்துவிட்டதா?'' என்றார் மகலீஷ்துரை!

கண் சிவக்க கள்ளர்கள் ஏதும் செய்ய முடியாமல் வாய்பொத்தி நின்றனர். கைது செய்யப்பட்ட அமர்சிங்கு ராஜாவைத் தனி சாராட்டு வண்டியில் ஏற்றினார்கள். ட்ரம்கள் ஒலித்தன. ப்யூகல் அலறியது. ட்ரம்பெட் முரலமுரல வாத்தியபந்தா தொடங்கி முன்னேறியது.

ஒப்பந்தபடி இதோ பத்திரம் என்று தீர்ப்பைக் கையெழுத்திட்டு நீட்டினார். ஆர்ச்சிபால்ட் கார்டன் கரமுண்டாரிடம்! அசையாத மலை ஒன்று நகர்ந்ததுபோல் நகர்ந்தது. தலையில் அறைந்து கொண்டு கதறினார் கார்டன் கரமுண்டார்.

குதிரைகளுடன் கூலிப்படைகள் நகர நகர கள்ளர் குடிப்பெண்கள் குலவை வயலில் கேட்டது. குறவைகள் துள்ளாட்டம் போட்டன. வயல் நண்டுகள் ஓடிச்சுழன்றன.

உலகம் வழக்கம்போல் சுழல ஆரம்பித்தது.

அன்றே அமர்சிங் திருவிடை மருதூரில் சிறை வைக்கப்பட்டடார். வேறு வழியின்றி ரெண்டு நாளில் விடுதலையும் செய்யப்பட்டார். அதிகாரம் இழந்த அமர்சிங்குக்கு உபகாரச் சம்பளம் தர ஆங்கில கும்பனி ஒத்துக் கொண்டு பென்ஷன் கொடுத்தது.

இவ்விதமாக தஞ்சையின் முதல் சுதந்திரப்போர் அனலும் இன்றி, குளிரும் இன்றி, மக்களும் இன்றி, உரிமையும் இன்றி ஓய்ந்தே போனது. தஞ்சாவூர் மராட்டியர்களின் ஆட்சியின் கடைசி சுதந்திரக்கொப்பும் ஒடிந்து விழுந்தது.

அமர்சிங் துறவியானார். மக்கள் மடமையில் வீழ்ந்து ஆங்கில ஆக்கிரமத்துக்குத் தொடர்ந்து செவிசாய்த்து கண்ணிருந்தும் குருடராய் செவியிருந்தும் செவிடராய் இன்பமாய் உண்டு உறங்கி வாழ்ந்தனர்.

(சுந்தரசுகன், ஜூன், 2000)

வெட்கங்கெட்டவன்

ரங்கம் நிம்மதியாய் அழுது கொண்டிருந்தாள்.

வாசல் கதவு சும்மா ஒருக்களித்திருந்தது. மதிய வேளையின் வெய்யில் மணி நாலு ஆகியும் ஜன்னல் வழியே உள்ளே பாட்டம் போட்டு வெளிச்சம் கண்ணை கூசியது. கோடை வெய்யில். ஆத்திரத்துடன் அழுது கொண்டிருந்தாள். ஒரு பழைய பாவடை அது முழுவதும் கண்ணீரால் நனைந்து சோர்ந்துவிட்டது. அழுவதற்காகத்தானே தஞ்சாவூருக்கு அம்மா வீட்டுக்கு வந்தாள்? இங்கும் வந்து விட்டான் பின்னாலே! அப்போது ரங்கத்துக்கு பதிமூணு வயசு! யார் கேட்டார்கள் கல்யாணம் வேணுமென்று. அவசர அவசரமாய் கல்யாணம் ஆகி மூணு வருஷத்தில் நாலு பிரசவம்! கையில் இருப்பது ஒரே பெண் குழந்தை. அழுகை பொங்கியது அவளுக்கு. அங்கே நிம்மதியா அழக்கூட விடமாட்டான் காத்தையன். கும்மாணம் காலேஜ் வாத்தியார்! ரொம்ப படிச்சிச்சிருந்தான்னு காத்தையனுக்கு கட்டிவெச்சாங்க! வாத்தியாரல்ல! அடிக்கிறதே தொழில். ம்ன்னா அடி! திரும்பினா அடி! குனிஞ்சா அடி! அப்பப்பா! இதே வேலை.

கல்யாணம் ஆன புதுசுல அதும் நல்லாத்தான் இருந்திச்சு! அடிச்சு அடிச்சு ஒடம்பே இப்ப கன்னிப்போயி மரத்துகூட போயிச்சுபோ........

"அதென்ன அடிக்கிறது" ன்னு ஆயிரம் தடவெ கத்தியாச்சு..

அம்மா அப்பா, மச்சினன், மச்சினி எல்லாம் கூட சொல்லியாச்சு!

ரங்கமே கூட நாலஞ்சு தடவை ஓடியாந்தாச்சு. விடமாட்டான் காத்தைய்யன்.

இப்ப சொல்லாமலே ஓடி வந்திருக்கா. இப்பமும் பின்னாலியே வந்து அவ அம்மா-மாமியார் கண்ணெதுக்கவே பளீர் பளீரென்று ஆத்திரம் தீர! யாரும் தடுக்கலை... அடி.

ரங்கம் கண்களைப் பிழிந்து பிழிந்து அழுதாள்.

இனி போப்போறதில்லை இவனோட.... துப்புகெட்ட.... மனுஷனா அவன்?.... தா.... தாவணி போட்டு, ஜட பில்லை வெச்சு, குஞ்சம் வெச்சு பின்னி, நீராட்டி.... பட்டுகட்டி.... சமஞ்ச பொண்ணா அலுங்காம நலுங்காம, பதினாறு நாளும் நெய்யும் பலகாரமுமாய்.... வீட்டுக்குள்ள ஆண்வாடையே இல்லாம, காலையிலேயே நல்லெண்ணையும் உளுந்தங்களியும் நத்தையும் இருப்பு மாகு எல்லாம் பூக்க. புதுசு புதுசா இலை மாதிரி நாளுக்கு ஒரு பின்னல் வேளைக்கொரு அலங்காரம். ராத்திரியெல்லாம் புதுவலியோட அம்மா....அம்மா மத்த பொண்ணுங்க மாதிரியா பெருசானா ரங்கம்? இல்லியே.

ஒரே நாள் - அடுத்த பத்து நாளும் ஒதுக்கி ஒக்கார வச்சாங்க. வந்துட்டான் பொண்ணு கேக்க! ஆச்சு! ஒடனே கால்ராயரு ஊட்டு கல்யாணம் தடபுடலா ஆய்ப் போச்சு. ஒரே வாரம். ரங்கம் அழுதா போகமாட்டேன்னு ரூமுக்குள்ளே அம்மா கழுத்த கட்டிகிட்டு அழுதா. சாரங்கபாணி கோயிலுக்குப் போறோம்னு கூட்டிகிட்டுப் போயி. காத்தையங்கிட்ட உட்டுட்டு வந்துட்டாங்க எல்லாரும். கும்மாணம் சாரங்கபாணி கோயில் அவளுக்குப் ரொம்ப பிடிக்கும். வில்லோட ராமர்! "நாங்க தஞ்சாவூருக்குப் போறோம் ரங்கம்! சாத்தையா! பொண்ணு புதுசு! அம்மா இது ஒங்க பொண்ணு. முதல் முதல் பால் கொண்டு போயி குடுக்கணும்!" சொல்லிக்குடுத்ததைதான் செய்தாள் ரங்கமும். பளீர்! அறை விழுந்தது. எதுக்கு அடிச்சான்னு! இப்பகூட தெரியாது. உறுமினான். அவனே போய் கதவை சாத்தி தாழ்ப்பாள் போட்டுட்டு வந்தான். பாவி! லைட்டெ அணைச்சதும் எதுவும் தெரியலை. பயம் ஏண்ணுதான் - இன்னைக்குப் பயம்தான்! ராத்திரி மட்டும்தான் அவன் ஆம்பளை!!... குளிச்சிட்டு இருப்பான். துண்டு எடுத்துகிட்டு போற வழக்கமே கிடையாது. அலறுவான். ஓடிப்போயி துண்டெ குடுப்பாள் ரங்கம். பாத்ரூம் கதவு வழியாவே பளிச்சின்னு அறை விழும்! துண்டெ வரிஞ்சு கட்டிகிட்டே "ஏண்டி இவ்வளவு நேரம்.... செறுக்கி... ம்?" கன்னத்திலும் ஒரு மிருகத்தனமான நிமிண்டல். சாயங்காலம் வரைக்கும் வலிக்கும். ஏன் கண்ணாடியில் ரெண்டு மூணு நாள் வரைக்கும் நீலம் பாரிச்சிருக்கிறது தெரியும்! அவன் விரல் நகம் புரியும்.... அழக்கூட நேரம் தரமாட்டான்!..... அவன் சாப்பிட்டுகிட்டிருக்கும்போது திடீர்ன்னு கையெப்பிடிச்சு இழுக்கிறது புரியிறதுக்குள்ள தலைல நறுக்குன்னு ஆணியால குத்தின மாதிரி ஒரு கொட்டு! "உப்பு ஜாஸ்த்தி" இன்னொருநாள்.... ராத்திரி பத்து பதினோரு மணிக்கு தூக்க கலக்கத்தோட வந்து கதவெ திறப்பா ரங்கம். கழுத்தெப் பிடிச்சு ஒரு உந்து! பளார்ன்னு முதுகுல

அறை! நேரம் கழிச்சு கதவெத்திறந்தா வுன்னெ!....வெக்கக்கேடு! சாயங்காலம் திடீரென்று ரங்கத்தெப் பிடிச்சு கதவுகிட்டேயே சாச்சு ரெண்டுமூணு!! உதட்டெ துடச்சிக்கக் கூட இல்லெ இடுப்புல குறடு போட்ட மாதிரி ஒரு பிடுங்கு! ஜன்னலெ சாத்தல்லியாம். எதிர் வீட்டு மாடியிலிருந்து எவனோ இத பாத்துட்டானாம். கண்களில் நீர் சுவர திரும்பி எப்படியே திரும்பி எதிர்வீட்டு மாடியப் பாத்தா - யாரையும் காணும் மறுபடியும் அறை! "அஞ்ச என்னடி பார்வை!" உறுமல் "தேவடியா!"

கையில் குழந்தை இருந்தப்போ எத்தனை தடவை வயிற்றிலேயே உதை! வலி சுருளும் நாள் முழுதும்.

மனுஷனா அவன்?!

கால்ராயரு ஊட்டுப் பொண்ணு! ஓடியாந்துடுச்சு வாழாமெ! இந்தக் காலத்திலியும் சொல்வாளுங்க. யாரும் சொல்லக்கூடாதாம். தொண்டையெ அடச்சது. குலுங்கி அழுதாள் ரங்கம்.

இப்பக்கூட பயமில்லாமெ - வெக்கமில்லாம பின்னாலியே வந்து அடிச்சிட்டுப் போறவரைக்கும் எல்லாருந்தான் இருந்தாங்க. தடுக்கலியே!

அதென்ன இப்படி அடிக்கிறே? யாரும் கேக்கல்லியே.

எத்தனையோ தடவை சொல்லியாச்சு "கை நீட்டினீங்க மரியாதி கெட்டுடும்" ன்னு.

இன்னும் ரெண்டு அறை கூட விழும். மானங்கெட்ட ஜென்மம். சாகணும்ன்னு தோணல்லியே!

கல்யாணம் பண்ணி மருவீடு வந்தப்ப எதிர் வீட்டு அண்ணியும் தங்கசாமியண்ணனும் வந்து பத்து நிமிஷம் பேசீட்டுப் போனாங்க. போனதும் இஞ்ச வாடீன்னு ரூமுக்குள்ள கூப்பிட்டு உதை! அவங்கிட்ட என்னடி பேச்சு உனக்குன்னு மயிரெப்பிடிச்சு ஒரு குலுக்கு!

படிச்சானாம்! படிச்சு சொல்லி வேற குடுக்கிறானாம்.

இனிமே போறதில்ல! போகச் சொன்னா இருக்கவே இருக்கு கெணறு!

ரங்கம் மூக்கைச் சிந்திப்போட்டுவிட்டு உள்ளே வந்தாள். எதிரே நிலைக்கண்ணாடி! கொஞ்சம் பெரிய கண்ணாடிதான். சிங்கப்பூர்ல இருந்து அப்பா கொண்டாந்தது. ரொம்ப பளிச்சின்னு எல்லாம் காட்டும்.

ஒவ்வொரு தடவையும் கூட்டிக்கிட்டுப் போகும்போதும் அப்பா சொல்லுவாங்க,

“இனிமே இப்படி அடிக்காதப்பா! அவளும் தாங்கமாட்டா!” அவரு என்னா பண்ணுவாரு! அப்பால்ல!

“ம்ம்!” - இதான் பதில். “இந்தாம்மா! நீயுந்தான் முணுக்குன்னு இஞ்ச இஞ்ச ஓடி வந்துகிட்டே இருக்காத!”

...அவருகிட்ட சொல்லுங்க அதெ!” ஒரு மாதிரியா ஊருக்குப் போய்ச் சேந்த ஒடனே கல்ராயருக்கு அடுத்த நாளே லெட்டர் வரும். “மண்டை உடஞ்சு போச்சு வந்து கூட்டிக்கிட்டுப் போங்க”ன்னு.

காத்தையனுக்கு வாயென்னமோ நீளம்தான்.

எப்போதும் கை துருதுருன்னு இருக்கும். ரங்கம் சின்னக்குட்டி! பதிமூணு வயசுல இந்தக் காலத்துல யார் கட்டிக்குடுக்குறா? சொத்து வேணும். சொந்தம் வேணும் உறவு வேணும்ன்னு காத்தையன் விடாம கேட்டதும் தூக்கி குடுத்துட்டாங்க. சமஞ்ச ஒடனே புருஷன் வந்தாச்சு புள்ளையும் பெத்தாச்சு! பிரசவ வார்ட்ல மூச்சு இழுத்துக்கிடந்தா ரங்கம். எலும்பு விரியல்லியாம். அப்பரேஷன் பண்ணனும் இனிமே தாங்காது. உயிருக்கே ஆபத்துன்னுங்க. தஞ்சாவூர் ஆஸ்பத்திரி பிரசவ வார்ட்ல இருந்து கூச்சல் போட்டுகிட்டே ஆப்பரேஷன் தியேட்டருக்கு கொண்டு போனாங்க! அப்பவே உயிரு போய் தொலஞ்சிருக்கக் கூடாது.

ஆப்பரேஷன் தியேட்டருக்குள்ள போனதுமே களுக்குன்னு பெத்துப்ட்டா குழந்தையெ! பொண்ணு. கண்ணாடியில தெரியிற ரங்கம் இப்பமும் நல்லாத்தான் இருக்கான்னு ரங்கத்துக்கு தோணுது. காத்தையன் கை ரெண்டும் வாட்டசாட்டமா நீளமா இருக்கும். ஆளே கூட கொஞ்சம் உயரம். முதல் முதல் கல்யாணத்தன்னிக்கு சேத்து ரெண்டு பேரையும் நிக்கவெச்சு போட்டோ எடுத்தப்ப ரங்கத்துக்கு வெக்கமா இருந்தது. நடுத்தரமான உயரம் அவ! அவனோட ஒட்ட முடியலை. இதுக்கு கூட வெக்கமில்லாம அடி வாங்கியிருக்கா காத்தையங்கிட்டே! இதுக்கு ஏன் அடிக்கிறீங்கன்னு கேட்டா அதுக்கும் அடிதான்! வெளிய தெருவ அவளே கூட்டிகிட்டு போக முடியல்லியாம்!!

ராத்திரி கட்டில்ல முதல்ல அவன் ரங்கத்தெக் கட்டிப்பிடிச்சப்போ கூட இதே பயம்தான். காலையில் எழுந்தப்போ கூட அதே பயம். இன்னும்கூட! எப்ப அடிவிழும் எப்ப கட்டிக்குவான்? தெரியாது! எப்போதுமா இதுன்னு கேட்டா! எப்போதும்தான்னு சொல்லணும்?!

மாமியார்காரி கூட முதல்ல இதைத்தான் சொல்லிக்குடுத்தாள் ரங்கத்துக்கு.

"இந்தாம்மா! பொண்ணு! எப்ப கையெ ஓங்குறதுன்னு தெரியாம எடுத்ததுக்கெல்லாம் கை நீட்டியே பழகிட்டான். நீதான் ஜாக்கிரதையா இருந்துக்கணும். கண்ணா காது தெரியாது அவனுக்கு. பேசத் தெரியாது. கையிதான் பேசும். அனுசரிச்சு போனீன்னா ஒண்ணும் பயமில்லெ". கல்யாணம் ஆன புதுசில் அநேகமாய் விடியிற நேரம் ரங்கம் அழுதுகிட்டுத்தான் இருப்பா! மாமியாகாரி காலையிலேயே சூசகமா கேப்பா. ஒண்ணும் அடிகிடி விழல்லியேன்னுட்டு!

ராத்திரி சினிமா கொட்டையில அடி! காலையிலேயே பேப்பரெ கொண்ணாந்து மாடியில குடுக்கல்லென்னு அடி! கீழ எறங்கி வந்து ரோட்ல - கோலம் போட்டுகிட்டு நின்னவளே கையெப்பிடிச்சு முறுக்கி நாலுபேரு முன்னாலியே பளீர்ன்னு... தெருவே வேடிக்கெ பாத்தது!

சொந்தக்காரவங்க எல்லாருக்குமே தெரியும். ரங்கம் எஞ்சியாவுது அழுதுகிட்டு நின்னான்னா "சங்கதிதான் தெரியுமே நீ கொஞ்சம் அனுசரிச்சு போனா என்னம்மா?"

வயசுல ரங்கம் பத்து வயசு பொண்ணாத்தான் தோணுவா. ரொம்ப பேரு கல்யாணம் பண்ண சொன்னா நம்ப மாட்டாங்க. கண்ணு ரெண்டும் பெரிசா மீன் மாதிரிப் புரளும். கொடியாட்டம் சொல்லுவாங்க அக்கம்பக்கம் எல்லாம். செல்லப்பிள்ளைதான். ரங்கம் ரங்கம்ன்னு யாரும் தூக்குவாங்க... இப்ப... நெஞ்சை அடைத்தது. அழுது கொட்டினாள் ரங்கம்!

இப்பமும் வயசு பதினாறுதான்!

எத்தினி குட்டிங்க இருபது இருபத்தஞ்சு வயசாயும் நிம்மதியா கல்யாணம் பண்ணிக்காம சந்தோஷமா... காத்தையன் சந்தோஷமே தந்ததில்லியா!

நாலுநாள் ஊருக்குப் போய் திரும்பி வந்தான்னா அவன் சந்தோஷத்தை, அவா தாங்க முடியாது!

மாமியார்காரி புலம்புவா! தாங்காது ராத்திரியெல்லாம்! விடிஞ்சப்புறமும் பாட்டும் ஓயாது!...-

அவன் காலேஜ்லருந்து வந்ததும் "ஏய் மேல வாடீ!" ன்னு கிட்டே மாடிப்படி ஏறி ஓடும்போதே ரங்கம் உள்ளங்கால்லருந்து உச்சந்தலை வரைக்கும் ஏதோ பரவி தொப்புள் கொடியில் குவிந்து மார்பில் வந்து மூச்சை உள்ளடக்கி உயிர் நிலையில் தொட்டு

ஜிலீர் என்று ஜில்லிக்குமே அது என்ன? இந்த உடம்பு இப்படித் தவிச்சிருக்கா எதுக்காகவாவது?...

காப்பியுடன் மேலே போகும் போது மாமியார்காரியின் முணுமுணுப்பும் "ஊர்ல இல்லாத பொண்டாட்டி பாத்துட்டான்!" என்கிற வெட்டும் ரங்கத்துக்கு முதுகில உரசுமே!

மேலே போனதும் காத்தையன் அங்கும் இருக்கமாட்டான் தெரியும்! மொட்டை மாடிக்கு போகணும்!

ஹோ வென்று மொட்டை மாடி! மூன்றாம் தளம். சுவற்றோரம் நிற்பான். இடுப்பில் சிங்கப்பூர் கைலி! மேலே சட்டை இருக்காது. குட்டி பயில்வான் மாதிரி இருக்கும்! களைத்த உடம்பு வியர்வையில் மினுமினுக்கும். டென்னிஸ் விளையாடிய புழுதி கால்களில். வியர்வையுடன் அவனைப் பார்ப்பது ரங்கத்துக்கு இஷ்டம்! சொல்ல பயம்! பேசமாட்டான். பேச்சு அவனுக்கு உதவாது. தினமும் அவளுடன் பேசுவது நாலைந்து வார்த்தை தலையசைப்பு. மறுப்பு. அடி! உதை! இவ்வளவுதான்.

காப்பி குடிக்கும்போது ஆசையாய் இருக்கும். உடம்பைப் பார்த்துக் கொண்டேயிருக்கலாம். ரங்கத்துக்கு யாரும் சொல்லிக் கொடுத்ததில்லை. அவனை அவளுக்கு நன்றாய்ப் புரியும். கஷ்டமே அதுதான்! பார்வையே அவளுடன் பேசும். அவன் பேச்சு எல்லாமே அவளுடன் மட்டும்தான்! இந்த நாலு வார்த்தைகூட மற்றவர்களுடன் பேசமாட்டான். அவளும் கூட பேச வேண்டும் அவளும் கூட. சிரிக்க வேணும் என்றே அவனுக்குத் தோன்றாதோ? கல்யாணமான புதுசில் ரங்கத்துக்கு அவன் பேச வேண்டும் என்று ஆசை இருந்ததில்லை. காரணம் பயம். அதற்கும் கைநீட்டுவானே என்னும் உதறல்! காத்தையன் சாப்பாட்டுக்கு உட்காருவான் அப்போதான் இன்னும் அவஸ்தை. இது வேணும் என்று கேட்கக்கூட மாட்டானே. இது வேண்டாம் என்று கூடவா வாய்திறக்காது. அவன் சாப்பிடுவது ரங்கத்துக்கு ரொம்பப் பிடிக்கும். அவ்வளவு ருசித்து, நக்கி, உறிஞ்சி, மணந்து வீணாக்காமல் சாப்பிடுகிற ஜென்மம் அது! விரல்களைக் குவித்து உறிஞ்சும்போது... ரங்கத்துக்கு நெஞ்சில் ஜிர்ர்ரென்று ஏதோ செய்யும். பாயாசம் சாப்பிடும்போது இதற்காகவே ஓடி வந்து நிற்பாள். பசுயைான வாழை இலையில் ஒவ்வொரு பதார்த்தமும் அதனதன் இடத்தில் அது அது இருக்கும் சாப்பிட்ட இலை ஓவியம் மாதிரி இருக்கும் சுத்தமாக வழிய, ஓட, குமித்து, சிதறடித்து சாப்பிடுகிறார்களே! காத்தையன் இலையில் சாப்பிடும்போது அவளுக்காகவே அவன் விட்டுப்போகும்

பழக்கமில்லைதான் என்றாலும் ரங்கத்துக்கு அதுவும் பிடிக்கும். மொட்டை மாடியில் இரவில் ரொம்ப நேரம் அவனுடன் இருந்தாக வேணும்! பனிக்காலத்திலும்கூட! வானம் நட்சத்திரங்களுடன் மேலே கவிந்து அவனும் கவிந்து அவளது பொறுமை எல்லை கடக்கும்.

"என்னங்க!"

"ம்"

"அத்தாச்சி வந்திருந்துச்சு!"

"ம்"

"பட்டுப்பொடவெ வாங்கிக் குடுத்தோம்! ரெட்ட பேட்டு; ஆகாச நீலம், மாங்கா பாடர்!"

"ம்"

"கல்பகத்துக்கு ஒரு பாவாடை வாங்கினேன். அறுபது ரூவா! அதுவும் ஜரிகைப் பாவாடைதான்!"

"ம்"

"அத்தெ திட்டுனாங்க!"

"ம்"

"மூணு வயசுகுட்டிக்கு ஏன் இவ்வளவு வெலையில பாவட வாங்குனேன்னுட்டு"

"ம்"

ரங்கத்துக்கு மூக்கு மலரும். எதுக்கும் எதிர் சொல்லமாட்டான். அவ என்ன செஞ்சாலும் சம்மதம். தப்பாவா செய்வா? அம்மாளுக்குப் பரிஞ்சுகிட்டு பொண்டாட்டியப் பேசுறதோ, பொண்டாட்டியெ ஏண்டுகிட்டு அம்மாளெ திட்றதோ செய்ய மாட்டான். எல்லாத்துக்கும் "ம்" தான் ஆனா...

"கல்பகத்தை வீட்டுக்கு கூட்டிக்கணும்ன்னு இருக்குங்க. மூணு வயசுலியே கான்வெண்ட் போர்டிங்ல இருக்கணுமா?"

"பளீர்!" - அம்மா! ரங்கத்துக்கு உதடு கிழிந்த மாதிரி இருந்தது. அதுக்குமேல அவ பேசலை. உதடு நீலம் பாரித்தது. எழுந்து உட்கார்ந்து சிகரெட் ஒன்றை பற்ற வைத்துக் கொண்டான். கல்பகம் மூணு வயசாயிருக்கும்போதே கான்வெண்ட் போர்டிங்ல ரங்கம் அழ அழ கொண்டு போய்ச் சேர்த்தவனாச்சே. கல்பகம் குட்டியும் கைகாரி! பெரிய மனுஷி மாதிரி பண்ணிக்கும் வாண்டு. அழாது. அப்பனை மாதிரி பிடிவாதம். ராங்கி. போடிங்ல இருந்துக்கும்.

ரங்கத்துக்குத்தான் தாங்காது. நினைச்சு நினைச்சு அழுவா. அதுக்கும் அழாதேன்னு அடிப்பான் காத்தையன்.

மொட்டை மாடிதான் ரங்கத்தின் சாம்ராஜ்யம். காத்தையன் ரெண்டு வார்த்தை பேசறதும் அங்கேதான்.

"உங்கம்மா புடுங்கல் ரொம்ப ஜாஸ்த்தியாப் போச்சு. உங்களே மாடியிலியே வெச்சு மந்துரம் ஓதேறேனாம் சொல்லுது"

"வாயபொத்துறியா இல்லியாடீ?" - கன்னத்தில் குறடு போட்டது கை. வலி! கண்களில் கண்ணீர் ரங்கம் பதறினாள்.

"அம்மாவெச் சொன்னா பொத்துகிட்டு வருதாக்கும்!" அறை விழும்! விழட்டும் விழட்டுமே!

அறைவிழவில்லை. அப்படியே ஆட்டுக்குட்டியைத் தூக்குவதுபோல் தூக்கிக் கொண்டு போய் கொசுவலையைத் தள்ளி விலக்கி உள்ளே தள்ளி இருட்டு மெத்தையில் புதைத்து...

பூரணமான இருள். வலிமையான இருள். ரங்கத்துச் சின்ன உடலில் இத்தனை வலிமையும் இருப்பதை அவனுக்கே புரிய வைக்கும் இருள். இருளுக்குள்ளே காத்தையனை இத்தனை மிருதுவாக இத்தனை ஆழத்தில் புரியவைக்கும் புயலான இருள்! ஆ! அவனுக்குள் ரங்கம் புதைந்து வியர்வையில் நனைந்துபோனாள். தனியே அவளைக் காணோம்.

காத்தையனுக்குப் பேசத் தெரியாது. இந்த இருளின் மௌனம் உடம்புக்குள்ளே எத்தனை பேசுகிறது!!

விடியல் இருளிலும் வியர்வை ஊறிக் கொண்டிருந்தது.

கண்கள் சொருகி மயக்கத்தில் உடல் இயங்கிக் கொண்டிருந்தது.

கூந்தல் அவிழ்ந்து கட்டிலின் மேல் கட்டை வழியே வழிந்திருந்தது. ரங்கத்துக்கு கொஞ்சம் கூந்தல் அதிகம்தான்.

தனியே கண்ணாடியில் பார்த்து அவளே பயப்படும் இடை இந்தப் புயலில் எத்தனை வளைகிறது?!

காத்தையனின் பிணைப்பில் இந்த விடியல் இன்னும் கொஞ்ச நாழிகைதான். ஜன்னல் வழியே வெயில் இன்னும் கொஞ்ச நேரத்தில் தொட்டுப் பார்க்கும். இன்னும் எத்தனை நேரம்... காலை நேரம். அயர்ந்து கிடந்தாள் ரங்கம். கண்கள் வழியே சூடு இறங்கிக்கொண்டிருக்கிற விடியல். யாரோ எட்டி உதைக்கிற வலி. கனவில் யாரோ முகம் தெரியவில்லை. மிக மிருதுவாய் ரங்கத்தைத் தூக்கி... மறுபடியும் எட்டி உதைக்கிறார்கள். கண்களைப் பிட்டுக் கொண்டு பார்க்கிறாள் ரங்கம்.

அந்தச் சிம்மாசனத்து மெத்தையிலிருந்து ரங்கம் உருண்டு விழுவது புரிகிறது. இரவு முழுதும் பஞ்சணையில் அவனது புஜங்களில் ஏறி மார்பில் நடனமிட்ட அவள் ராஜ்யத்தை உதைத்துத் தள்ளியது யார்? பதறி எழுகிறாள்.

"ஏய்! ஏந்திரிடி!" அவள் தொடையில் சுரீரென்று வலி! என்ன செய்கிறான்?

"ஏன் இப்டி ஓதக்கிறீங்களாம்? எழுப்பினா ஏந்திரிக்க மாட்டேனா?" - தூக்கி நிறுத்தினான் காத்தையன். கையில் ஷவரத்து ரேஸர் - பாதி மழித்த கன்னம் - மறுபாதி வெள்ளை நுரை -ஆண் வாசனை!

ரங்கம் அவனுக்கு எப்போதும் பள்ளிக்கூடத்துப் பெண்தான். சமமில்லை! சொல்லப்போனால்...

ஓட வேண்டும் ஓடியார வேண்டும் ஏவலுக்கு நிற்க வேணும். இல்லாவிட்டால் அடி!

எதிர்த்துப்பேசினாலும் - பேசாவிட்டாலும் - ஊமையாய் நின்றாலும் அடிவிழுவது மட்டும் சகஜம். கல்யாணமாகி வந்த புதிசில் அடிவிழ விழ அழுது அழுது ஊமையாகிப்போவாள். இன்னும் மௌனமே மீதி! உடம்பு முழுவதும் அங்கங்கே திட்டுத்திட்டாக வீக்கம் தடிப்பு நீலம்பாரிப்பு காயங்கள் இருக்கும்.

வயிற்றில் எட்டாவது மாசம் - கல்பகம் வயிற்றில் துள்ளுகிற சுகம் தோன்றிய வேளை.

மதியம்! அண்ணன் வீட்டிலிருந்து சித்திரான்னம் வரிசை கொண்டு வந்திருந்தார்கள்.

எவர்ஸில்வர் டிபன் காரியரில் பத்து வகை சாதம், பழம் பாக்குப் பூ தேங்காய் கல்கண்டு பணம்.

காத்தையன் வரவில்லை. வரமாட்டானா என்றிருந்தது ரங்கத்துக்கு. யாருகிட்டெ செல்ல முடியும்?

அம்மா வரவில்லை. வந்திருந்தாலும் பயப்படுவாள் காத்தையங்கிட்டே!

பூ வைத்துப் பின்னி அலங்காரம் செய்து போட்டோ எடுத்தார்கள். அவன் வரவில்லை.

ஜடைபில்லை வைத்து சுட்டிகட்டி இழைஇழையாய் தங்க ஜாலர் வைத்து பட்டுப் புடவை கட்டினார்கள். கண்ணாடி காட்டினார்கள்! அவனைக் காணோம். காத்தையன் வரலை.

ஹாலில் கால் நீட்டிப் போட்டு ஒக்காத்திருந்தா மாமியார்காரி!

ரங்கம் புடவை அவிழ்க்காமல் பூ பிரியாமல் நகை கழட்டாமல் அவனுக்காய் காத்திருந்தாள். ஒன்பது மணி நாற்பத்தைந்து நிமிடத்துக்கு பூட்ஸ் சப்தம் கேட்டது. நடை லைட் மட்டும் போட்டிருந்தது. ஹாலில் இருந்த குத்துவிளக்குப் பக்கம்தான் நின்றாள் ரங்கம்.

"மேலவாடி!" - படியேறி வழக்கம்போல் மேலே போனான் காத்தையன்.

ஆத்திரம் தாங்கவில்லை. உடம்பு பதறியது கோபத்தில் ரங்கத்துக்கு. மேலே போனாள் ரங்கம்.

"காப்பி எங்கே?" எத்தனை நேரம் கழித்து வந்தாலும் காத்தையனுக்கு காப்பி மட்டும் வேண்டும். சாப்பாடு அப்புறம் கொஞ்ச நேரம் கழித்துத்தான். ரங்கம் பொருமினாள். தாங்க முடியவில்லை. பேசக் கூட முடியாத மனுஷன்! சீ! ஏதாவது சொன்னா கைமட்டும் நீளும்.

"என்ன கேக்றேன்ல்ல?!"

"..." ரங்கத்துக்கு வினோதமான ஆனந்தம். பேசணுமாமே!... வாயெத்தெறந்து... அட!... பனியனை அவிழ்த்துப் போட்டான். பனியன் பட்டைகள் அப்படியே அவன் உடம்பில் பதிந்திருந்தது. வியர்வை ஊறிக்கிடந்தது. மினுமினுத்தது மின் ஒளியில். ஒரு இடத்திலும் கொழுப்பு இல்லாத அளவான உடல். இத்தனை அழகும் அளவான வலிவும் - மிருகத்தனமான பலமும் - தன்னுடையது அல்ல என்ற உணர்வு ஏன் பயப்படுத்துகிறது ரங்கத்தை? பூசியது போன்ற அவள் உடலை அவன் பிடித்து இழுத்து முகத்தைத் திருப்பி... எத்தனை சுலபமாய் சுதந்திரமாய் அவளைக் கையாளுகிறான்! அணைத்து...ம்... கொஞ்சநேரம் நிலை மறைந்தபின்... ரங்கமும் அடங்கி ஆறிப்போகிறாள். அவன் மேல் அவள் வியர்வை மணம்.

"அண்ணன்லாம் வந்திருந்திச்சி!"

"ம்"

"எல்லாரும் உங்களையே கேட்டாங்க! போட்டோகூட எடுத்தாங்க"

"ம்"

"எட்டு மணி வரைக்கும் காத்திருந்தாங்க."

"ம்"

"அப்பாகூட கேட்டாங்க. என்ன இண்ணைக்கி கூடவா வரப்டாதுன்னுட்டு!"

"ம்"

"இதே தொல்லையாப் போச்சி! வாயத் தொறந்துதாம் பேசுங்களேன்! ஏன் வரல்லியாம் நீங்க?"

"..." முறைத்தான் காத்தையன். கண்களில் செவ்வரி படர்ந்திருந்தது. தெரியும்! வாசனையும்! வீக்கமும்.

"குடிச்சீங்களா?"

"-" - ஏளனமாய்ப் பார்த்தான் அவளை. என்னடி புதுசாங்கிற மாதிரி சிரித்தான்.

"குடிக்கக்கூடாதுன்னு எத்தினி தடவை சொல்லியிருக்கேன்?"

அவள் பேச்சு எடுபட்டதில்லை. வாயில் ஏதோ மென்று கொண்டிருந்தான். சிகரெட்டை புகையவிட்டான்.

"இண்ணைக்குக் கூட நேரத்தோட வரப்டாதா?"

"..." "அப்பா கூடச் சொன்னாங்க. எனக்கென்னன்னு போம்மான்னுட்டு. எனக்குத்தான் மனசு கேக்கல்லெ! துப்பு கெட்ட செறுக்கியாத்தான் ஆயிப்போனேன். எதுக்கு உங்களுக்கெல்லாம் கல்யாணம்ங்கிறேன்? புளுக்கெ வேலை பண்ணறதுக்கா!? தேவுடியாளா நான்?" "ஆ!"

பிடறி இற்று விழுந்துவிடும் போலிருந்தது ரங்கத்துக்கு எட்டி வயிற்றில் ஒரு உதை!

கண்கள் இருண்டு வந்தது. கனவிலே அவளைத் தூக்கி பஞ்சணையிலே உட்கார வைத்து...

மறுபடியும் எட்டி ஒரு உதை. மயிரை லாவி சுவற்றில் ஒரு மோது! நெற்றி விண்ணென்றது. வைத்த அந்த இளமை யாருடையது?... முகம் தெரியாது தவித்தாள் ரங்கம் ம்ஹூம்... அது இவனில்லை! - அறை வாயில் விழுந்தது இப்போது. புரண்டு விழுந்தாள் ரங்கம். மொத்து மொத்தென்று முதுகிலும் விழுந்தது. "ஏய் ஏய் விட்ரு! விட்ரு! பாவி! வயத்துப் புள்ளக்காரீடா! பாவீ! உட்டுர்றா உட்டுர்றா!" கீழேயிருந்து அம்மாகாரி மேலே ஓடி வந்து கொண்டே உலுப்பினாள் மகனை.

"பேசுவியா இனிமே?" - ரங்கம் கைகள் முறுக்கிப் பிடிக்கப்பட்டிருந்தது. பூமியில் கிடந்தாள் அவள். உறுமிக்

கொண்டிருந்தான் காத்தையன். அம்மாகாரி ஓடி வந்து விலக்கினாள் - "விட்ருன்னா விடுடா"

"நீ போம்மா பேசாமெ! அவளெ இன்னைக்கி ரெண்டுல ஒண்ணு...!"

"போடா போக்கத்த பயலே! உட்றா... செத்துகித்து தொலையப்போறா... எந்தலையில்ல உருளும்?"

"நீ கீழ போ!"

"வயித்துப் புள்ளைகாரிடா! பாவீ! கையெ வெக்யாத! சொல்லிப்புட்டேன் ஆம்மா!"

"பணம் வருது பணம் வருதுன்னு கட்டிவெச்செ பொட்டெ செருக்கி! என்னா பேச்சு!? வாயில்ல நீளுது!?"

"ஆம்பளையான்னு கேக்குறா! தேவுடியா!"

சிம்மாசனத்திலிருந்து கீழே கீழே அதல பாதாளத்துக்குள் விழுந்து கொண்டிருக்கிறாள் ரங்கம். முகந்தெரியாத அந்த இளவரசன் கையணைப்பு மறைந்து மென்மை மறந்து விழுந்த பாதாளத்தில் அவளை அங்கம் அங்கமாய் கழட்டுகிறான் ஒரு முரடன். கைகள் நெறிய மார்பு இறுக கால்கள் மடங்க ரங்கத்தை வரிந்து கட்டுகிறான். அவன் முகம் நன்றாகப் புரிகிறது...

அடிவயிற்றில் வலி வெட்டிவாங்குகிறது... அம்மா!

...அம்மாவாடீநீ! என் கழுத்தில் பத்து வடம் சங்கிலி போட்டு இறுக்கி கால் இரண்டிலும் கொலுசு சுற்றி... சூளாகர்தோடு! ரெண்டு டசன் வளையல்! கோதுமை வடச் சங்கிலி! திருகுப்பூ தாம்பு முறுக்குச் சங்கிலி. வங்கி கடசீயில தாலியில சுருக்கு மாட்டி இவன் கிட்ட விட்டியே! ரொக்கமும் நகையும் நிலமுமா எழுபத்தி ஓராயிரம் சொத்தோட சொந்தம்!... இதோ இவனும்...

...வரிந்துகட்டியவன் இப்போது அவள் கூந்தலைப் பற்றி இழுத்துக் கொண்டு எங்கே போகிறான்!

அடிவயிறு கதறித் துடிக்கிறது! வலி. படல் படலாய் வயிற்றுக்குள் திரைவிலகுவதுபோல் கிழிகிறது.

முகந்தெரியாத இளவரசன் எங்கே?... முகந்தெரிந்த இவன்தான் அவளை மலைக்குகைக்குள் கொண்டு போகிறான். குகைக்குள்ளே ஒரு பெரிய பாறை உள்ளே போனதும் பெருஞ்சத்தத்தோடு மோதி வாயிலை மூடிக் கொள்கிறது.

"அம்மா!" அலறினாள் ரங்கம்.

“தூக்குடா! தூக்கு சீக்கிரம் டாக்டர் ஊட்டுக்குக் கொண்டு போகணும்.”

தஞ்சாவூர் மெடிகலுக்கு டாக்ஸியில் ஆயிரம் குலுங்கலோடு கொண்டு வந்து சேர்த்தபோது மணி ராத்திரி மூணு மதியம் மூணுமணி வரைக்கும் மயக்கம். ஆப்ரேஷன் பண்ண கொண்டுபோகும்போது மறுபடியும் வலி எடுத்து ரங்கம் - கல்பகத்தை குறைமாசப் பிள்ளையாய் பெற்றெடுத்தாளே!

பிள்ளை பிழைக்காது என்றார்கள். சங்கு மாதிரி வெளேரென்று அசையாமல் கிடந்தாள் குழந்தை. மூர்ச்சை தெளிந்தபோது ரங்கம் அழ ஆரம்பித்தாள். எல்லாரும் அமட்டினார்கள்! அழக்கூடாதாம்.

தஞ்சாவூர் ஆஸ்பத்திரி புரிந்தது. சுற்றிலும் எல்லாரும்... அம்மாகூட! “தப்பிச்சுகிட்டே” என்று சிரித்தாள் டாக்டரம்மா! கண்ணை மூடிக் கொண்டாள். நெஞ்சு பாரமாய் இருந்தது.

கண்ணை மூடியதும் நீலநிறம் படர்ந்தது கண்ணுக்குள்ளே...

...மிருதுவான கண்ணீர்த் துளிகள் அவள் மீது உதிர்ந்தன. நிமிர்ந்து பார்த்தாள் ரங்கம். கண்கள் இரண்டு கண்ணீர் ஊற கைகள் இரண்டு கைகளுடன் அவளைத் தழுவிக் கொள்கின்றன. கனவுபோன்ற உதடுகள் இரண்டு அவளது உதடுகளில் மலர் இதழ்களென உதிர்ந்து அழுந்தின. மார்புக்குவடுகளிலும் படிந்த அந்த வன்மை பொருந்திய இளைஞனது மார்புகளில் தோய்ந்துபோன மென்மைதான் அவள்! மென்மை அனலோடு அடர்ந்த அந்த அவனை அவள் பார்க்க வேணுமே! முடியவில்லை! எப்படி முடியும் அவளில் பதிந்து கிடக்கிற அவனைத் தூரப் பிரித்து நிறுத்தும் வரை அவனை எப்படிப் பார்க்க... அம்மாடீ! எத்தனை பெரிய கண்கள் அவனுக்கு. இவனை ரங்கத்துக்கு நன்றாய்ப் புரியும். ஆனால் அவன் யார்?...

கல்பகம் அலற ஆரம்பித்துவிட்டது! பிறக்கு முன்னே அதுவும் காத்தையன் வைத்த பெயர்!

‘அம்மா! என்னை இவனுக்கு கொடு என்று நான் கேட்டேனாடீ! தாயே!’

இளவரசன் ஓடி வந்து அவள் கால்களில் உட்கார்ந்து சிரித்தான்! கல்பகத்தின் அலறல்! யாரோ தூக்கி அவள் மார்பின் அருகே வைத்து லேசாக உதடுகளை...

குடம் சரிந்தது. பாலருவி கொட்ட கல்பகம் அதில் ஒட்டிக் கொண்டு நீந்த மார்பு நைந்தது. கல்பகத்தை ஏந்தி வந்த இளவரசனை

அவள் பார்க்க முனையவில்லை. கல்பகம்தான் சிரித்தாள். மிகச் சிறிய குழந்தை. பூரண வளர்ச்சியில்லை. ஆயினும் பாலை உறிஞ்சியது. நெஞ்சில் பரவிய சூடு தணியவேயில்லை ரங்கத்துக்கு. தலையில் சுருளாய் முடி கனவு போல் கலைந்திருக்க இளவரசன் அவள் கால்களிலிருந்த சிக்கலை அறுத்தது போலிருந்தது. கைகளைத் தூக்கிக் கண்களில் ஒற்றிக் கொண்டபோது ரங்கத்துக்கு நெஞ்சு விம்மியது.

வீட்டுக்கு கொண்டு வந்து தாயும் குழந்தையுமான பின்னரே காத்தையன் வந்து பார்த்தான். பத்து நாள் பேசா விரதம் எடுத்தாள் ரங்கம். பூப்போலச் சிரித்த கல்பகம் போதும், இனி!

காத்தையன் தினமும் கிட்டே வந்து ரெண்டு நிமிஷம் பாத்துவிட்டுப் போவான்.

குழந்தைமீது காத்தையன் குனிந்து முத்தமிடும்போது குளிர்ந்து போவாள் ரங்கம். தானே எச்சிலிட்டு முத்தமிடுகிறதுபோல் மனசும் கும்மளியிடும். அடுத்து அவளிடம் வந்து குனியத் தோணாதா?

ஹார்லிக்ஸ் பாட்டில்கள்! வின் கார்னிஸ் பாட்டில்கள். கொஞ்சமாய் வலி தெரியாமல் இருக்க ப்ராண்டி. பழங்கள் அவள் எப்போதும் விரும்புகிற பத்திரிகைகள் புஸ்தகப்படங்கள்!

ரங்கத்துக்கு கண்களில் நீர் தேங்கும். காத்தையன் தானா இது?

கல்பகம் தேறி குழந்தையாய் கொழுகொழுவென்று ஆனதும் அப்பா பெண்ணாகிப் போனதும் ரங்கத்துக்கு ஆச்சரியம்! காத்தையனிடம் அடி வாங்குவதற்கு கல்பகமும் சளைக்கவில்லை.

“புள்ளைகிட்டபோயி இப்டி கை நீட்றியே... நீட்ன கையெ ஒடிச்சா?” அம்மாகாரி குரல் இது!

இரண்டாம் வாரத்திலேயே தெளிந்து எழுந்தாள் ரங்கம்.

உடம்பு பூரணமாய் குணமாகவில்லை. தலைக்கு மூன்றாம் தண்ணி விட்டிருக்கிறது.

களைப்பாலேயே வரும் அழகும் வியாதியாலேயே வரும் தெளிவும் உடம்பு தேறுவதாலேயே ஊறும் புது ரத்தத்தின் அழகும் ரங்கத்தின் உடம்பு பசும் பொன்னாகிவிட்டிருந்தது. பொன்னுடன் பூரிப்பும் எழுந்து ஓடத் தூண்டியது!

“யாரது?” - வாசலில் யாரோ நிழல் தட்டியது.

வாசலில் யாருமில்லை. காத்தையன் வரவில்லை. மாலைநேரம். கண் மயங்கும் வேளை.

"நாந்தாண்டீ!" என்று வாசல் பக்கமிருந்து பழகிய குரல். இனிமை. பெண் குரலும்.

"யாருன்னேன்?" - மெதுவாய் ஹாலுக்கு நடந்து வந்தாள் ரங்கம்.

"அம்மிணி! வழி தெரிஞ்சுதா உனக்கும்! டேயப்பா எப்டியிருக்கே?"

"அது கிடக்கு! நீ எப்டியிருக்கே உடம்பெல்லாம் தேவலை போலருக்கே. எங்கடி உங்காளு?!"

அம்மிணி ரங்கத்து க்ளாஸ்மேட்! ஒண்ணாப் படிச்சு பாதியிலேயே ரங்கம் வந்தாச்சு. அம்மிணி நிறைய படிச்சு ஒரு எக்ஸிக்யூட்டிவ் ஆபீஸரா மெட்றாஸ்ல இருக்கா. புருஷன் லேலண்ட்ல ஒரு ஆபீஸர். எப்பாவது பாக்க வர்ற சினேகிதி. ஒரு மாசமாகும்மானதல கேம்ப்! வரும்போதெல்லாம் ரெண்டு பேரும் ஒண்ணுதான்!

"உன் வீட்டுக்காரர் எப்டி இருக்கார்?" - என்கிறாள் ரங்கம்.

"எல்லா ஆம்பளையும் மாதிரிதான்!"

"என்னடீ இது நீயும் சலிச்சுக்கிறியே!"

"மனசு ஒத்துக்கிற எடத்ல உடம்பு ஒத்துக்காது. உடம்பு ஒத்துப்போகும்போது எங்களுக்கு எங்களையே ஒத்துக்காது"

"புரியல்லியேடீ! நீ இந்த காப்பிய சாப்பிடு! அத்தைதான் போட்டாங்க!"

"புரிய என்ன இருக்கு! அவருக்கு என்னெப் பிடிக்கலை"

"யாருக்கு யாரெத்தான் பிடிக்கிதுங்கிற? உட்டுட்டு ஓட முடியுமா?"

"ஏன் உன் ஹஸ்பெண்டுக்கு என்னடி? ஜம்ன்னு எப்போதும் ட்ரிம்மா... ஜென்டில்மேன்லியா?"

"உங்கிட்ட ரொம்ப ஒழுங்கதாண்டி! இல்லேங்கல்லே நான்"

"வேற என்ன... ஏதாவது...

பயந்து சுற்றிலும் பார்த்தாள் ரங்கம்.

"என்ன! ஏங்கிட்ட.... சொல்ல... யாரானும் தடுக்கிறாளா...!?"

அழுகை முட்டி வந்தது. மூச்சு இடறியது. யாருமில்லை. அம்மிணியிடம் சொல்லி... அடக்க முடியாமல் அழுதாள்.

"அம்மிணீ! பணத்துக்கு வாங்கியிருக்காங்க என்னெ! சொத்துக்குத்தான் நான். எனக்கு பதிலா பணம்தான் இஞ்ச

இருக்கு! எழுபத்தஞ்சு பவுன்! நிலம் நீச்சு பத்து வேலி எல்லாம் கைமாறியிருக்கு!"

"ச்சீ! என்னடி சொல்றே!"

"வந்து எனக்கே மிந்தி புரியலை! அப்பமும் புரிஞ்சுதான் சொல்றேனோ என்னமோ. எங்க வீட்ல நான் மனுஷியா இருந்தேன். இப்ப புள்ளெ பெத்தும்கூட எனக்கு பொண்ணும் மாதிரியே தோணுது-"

கண்ரெண்டும் ததும்பின ரங்கத்துக்கு. யாருகிட்டேயும் சொல்லமுடியாது சொல்லியாச்சு!

ராத்திரியில யாரோ என் கைகாலையெல்லாம் வரிஞ்சு கட்டிட்டு என்னெ மடக்கிப் போட்டு பிழியறான்... "என்ன இது உளறல்!"

அம்மிணி அது யாருமல்லெடீ! ஜெண்ட்டில்மான்னியே. அந்த ஆளுதான்

"என்னடி ஆச்சு உனக்கு?"

"ஏண்டி உன்னையே நீ ஏமாத்திக்கிறே! நீ படிச்சுட்டு ஏமாற்றிருக்கே எங்கப்பன் ஆத்தா என்னெ சொத்துக்கு வித்திருக்காங்க! எனக்கு பொண்ணுன்னு ஞாபகம் வர முன்னாடியே சொந்தம் வேணும் சொத்துசேரணும் பிரிஞ்சா நிலம் போய்டும்ன்னு என்னெ நானே வித்துக்கிட்டாச்சு. உன்னெ படிக்க வெச்சாங்க. ரொம்ப நல்லாப் படிச்சே. ஒஸ்த்தி மாப்ளெ பாத்து படிக்க வெச்சதுக்கும் சேத்து விலை குடுத்துட்டாங்க! நீ மாத்ரம் சும்மா போனே அவன் கிட்டெ! இருபத்தையாயிரம் ரூபாயாச்சே உன் வீட்டுக்காரன்!"

"அசிங்கமா பேசாதே! ஓ! ஹிஸ்டீரியாவா இருக்குமோ!?" அம்மிணி. ஹெஹ் ஹெஹ்.

அதே நேரத்தில் உள்ளே நுழைந்தான் காத்தையன்-

"வாங்க" என்றாள் அம்மிணி உடனே!

"உங்க ஹஸ்பண்ட் நல்லாயிருக்காரா?" என்று கேட்டபடியே மாடி ஏறினான் காத்தையன்.

"ஏண்டி ரங்கம்! உங்காளு வந்துட்டார் நான் இனிமே எதுக்கு? வரட்டுமா?"

"உங்காளுங்கிறியே! அப்ப ஏன் இஞ்ச வந்துட்டே. உங்காளுகிட்ட இல்லாமெ?"

"இப்ப நீ என்ன செய்யணும்ங்கிறே! எங்காத்துக்காரர் கூப்பிட்டா நான் போகத் தயார்தான்!"

"அப்ப நீ வாழாவெட்டி!"

அம்மிணி பதில் சொல்லமுடியவில்லை. ரங்கம் இப்பா மாறிப்போயிருக்கிறாளே இது நிஜமா?!

மாடிப்படியிலிருந்து குரல் - "ஏய் கொஞ்சம் மேல வந்துட்டுப்போ!"

"பாத்தியா! இப்ப நான் மேல போகணும் பூசைவாங்க! இதான் இஞ்ச நீ சொன்ன ட்ரீம் ஜெண்டில்மன் தர்றது! வந்துடுவியா! போகட்டுமா?" என்றாள் அம்மிணி. அவளுக்கு அவள் சரி! ரங்கத்துக்கு ரங்கம் சரியில்லையே!

மேலே போனாள் ரங்கம். தயாராய் நின்றான் அவன்.

"அவகிட்ட என்னடி உனக்கு பேச்சு?"- பளீர்!

"ஏன் பேசினா என்ன?"

"சத்தம் வரக்கூடாது வெளிய! ஆமா!" அறைந்தான் மறுபடியும். ம்! வாயத் தெறக்காதெ!

"அவ புருஷன் வந்திருந்தானா? அவ மட்டும்தான் வந்தாளா?"

"ஏன் அவ புருஷன் வந்துட்டுத்தான் போறாரு"

"எதுத்தா பேசுற!! எதுத்தா பேசுற!" வாயிலேயே அடித்தான். பளிச்பளிச் சென்று சப்தம் கீழே கேட்டது.

அம்மிணி எழுந்து நின்றாள் - மேலே என்ன நடக்கிறது! ரங்கம் சொல்வதும் நிஜம். ஏதோ பயங்கரம். எல்லாருக்கும் தெரியுமா இது? புரியாது கூட! அம்மிணியும் இருபத்தையாயிரம் ரூபாய் கொடுத்ததும் நிஜம். படித்து சம்பாதித்தும் இன்னும் அங்கே தேவையும் அதுதான்! இன்னும் பத்தாயிரம் வேணுமாம். இந்தக் காலத்தில் அதை வெளியே சொல்கிறதில்லை. அசிங்கமாம். பணம் கொடுக்கப் போகிறதில்லை. எதிர்த்தாயிற்று. அதை ரங்கம் புரிந்து கொண்டாள்! ரங்கம் இத்தனை சுமந்து... என்ன பயன்...

"யாருடீயம்மா நீயி! நம்ப வக்கீலய்யர் பொண்ணு மாதுரில்ல இருக்கு?"

"ஆமா மாமி! நானு அம்மிணிதான்!"

"அம்முணியா! இம்முணியூண்டு இருந்தே! நெடுநெடுன்னு வளந்துட்டியே புருஷன்காரன் நல்லாருக்காரா"

மாடியிலிருந்து தலை கலைந்த நிலையில் ரங்கம் கீழிறங்கி வந்தாள். இதே நேரத்தில் அம்மணி வெளியேறிக் கொண்டிருந்தாள். சொல்லிகிட்டுப் போகலை; ரங்கமும் ஏன்னு கேட்கலை.

(வெளிவராதது)

உம்பளாயி

முழுங்கால் அளவு ஊத்தம் போட்ட சேற்றில் பாவாடையை தொடைக்கு மேல் தூக்கி இடுப்பில் வரிந்து போக்கு காட்டிக் கொண்டிருந்த அந்த ஒத்த கண்ணு வெறா மீனை பாயசம் போல் ததும்பிக்கிடந்த சேற்றை, காலாலும், கையாலும், அளைந்து அளைந்து தரையில் விசிறி அடித்து தேடிக் கொண்டிருந்தாள் உம்பளாயி. உம்பளாயிய தெரியாது. ஆதிரியார் வூட்டு பொண்ணு அவ! தூரத்துக் களத்து மேட்டுல மேக்குடியார் நின்னுகிட்டு இருந்தாரு. யானைக்கால் மாதிரி ஒவ்வொரு தொடையும் பெரிசு பெரிசாய் இம்மாந்தூரத்திலிருந்தே தெரியறது! “பீமன் மாதிரி இருக்கு. மேக்குடியார் பார்வை ஒண்ணும் சரி கிடையாது, உம்பளாயிக்குத் தெரியும். வயசு அறுபது ஆனாலும் துப்பு கெட்டவன். மாமன் உறவு கொண்டாடிக்கிட்டு போற சோட்டுல வர்ர சோட்டுல கையப் போடுற ருசி ரொம்ப உள்ள பய! ஆனா இந்த வெறா மீனு மாதிரிதான்! அந்த லக்லே தண்ணீல வெறா புடிக்கலாம். சேத்து வெறா புடிக்கிறதுக்கு ரொம்ப நீக்கு போக்கு வேணும்? வூட்டு கெழவி கூட சொல்லும். அந்தி மசங்கல்ல களத்துப் பக்கம் போகாதடி! மேக்குடியான் அங்கு நின்னுகிட்டு ஊறுகா மட்டய தட்டிக்கிட்டு இருப்பான். அப்புறம் “ஆ” ன்னா போச்சோ “ம்” ன்னா போச்சோ? அப்புறம் இடுப்ப புடிச்சிக்கிட்டு நகர்ந்து கிட்டு இருப்ப! அப்படிங்கும். ஏன் நீ தான் கொட்டைய பிதுக்குகேன் யார் வேண்டாம் என்று கத்துவாள். உம்பளாயி “யாங்! மாங்” இப்படியே பாத்துக்கிட்டேயிருக்க! கருத்தப் பொட்டக்கண்ணு தெரியாது. சேத்துல முழுங்து! முழுந்து! முழந்துமிதி! - என்று கத்தினான். காவுத்தான் வரப்பில் நின்று கொண்டு, “யாண்டால! எழவு எடுத்த பயலே! இது எங்களுக்குத் தெரியாதா? வெற மீனு பாச்சல எனக்கு கத்துக்குடுக்கிறீக?” என்றாள் உம்பளாயி. காவுத்தனுக்கு அறுபது வயது இருக்கும். இந்த நாட்டுப் பள்ளவநுவல்லேயே மூத்தப்பள்ளன்! உம்பளயாய்க்கு வயது பதினெட்டுக்குள்ள! அது போடுற போடு இந்தப் போடா இருக்கு! கட்டத்துரைத்துப் போச்சாடா எனக்கு? நீ போட்ட கூப்பாட்டுல மீனு உள்ள போய்டுச்சிடா? நண்டு

நத்தை திங்கிற புத்தி ஒன்ன வுட்டு போவுதா என்றபடி அளைந்த சேற்றையே மறுபடியும் காலால் அளைந்தாள் நறுக்கென்று காலில் உரசிப் பாய்ந்தது வெறா. உம்பளாய் களைத்திருந்தாள். உடம்பு முழுக்கவும் வேர்வை கடலாக வழிந்து கொண்டிருந்தது. மூணு நாளா இந்த வெறா மீனு அவள நொங்க புட்டு புரட்டுது. அம்மாகூட சொல்லிச்சு "எட்டுப்பட்டினுண்டே இப்படி பாவாட தாவணியோட கெளம்பி போறீயேடி? ஒண்ணப்பார்த்தா பறவூட்டுப் பொண்ணு மாதிரியிருக்கு - சட்டை போடாம, லவுக்க போடாம இப்படி காலையிலேயிருந்து சாயங்காலம் வரைக்கும் சேத்த உடம்புல வாரி பூசிக்கிட்டு அப்படி மீனை தின்னாட்டி ஆவலியா? ஒப்பன் பார்த்தான்னா என்ன வகுந்துபுட்டுதான் மறுவேலை பாப்பான். நீ 'ஒக்காந்து' ஒம்பது வருஷமாச்சு இன்னும் எந்திரிக்கல. ஏம் பிராணன வாங்குற. எல்லாம் அந்த கெழவி குடுக்கிற கெப்புறு. நீ அந்த ஆட்டம் ஆடற. மீனு திங்கிறதுன்னா இப்படியா அலைவா ஒரு பொண்ணு. விடிஞ்சா போதும் ஓட்டு சில்லு ஒண்ணக் கையில் எடுத்துக்கிட்டு வய வயலா எறங்கிர்ற, மானங்கெட்ட சிறுக்கி" உம்பளாய்க்கு தொண்டையை அடைத்துக் கொண்டது அழுகை! இப்போது வரத் தொடங்கியது. அப்போது அல்ல! உம்பளாய் கொஞ்சம் திமிரான அழகுதான்! என்னத்துக்கு இப்படி பாக்கிறாய் என்று அடிக்கடி காறித் தப்புவாள்.

முதுகுக்கும் பின்னால் எப்பவும் ஊர்ப்பசங்க வயசு வித்தியாசம் இல்லாமல் குஞ்சு குளுவான்ல்ல இருந்து, நண்டுசிண்டுல இருந்து கிண்டு கெழங்கட்ட வரைக்கும் இப்படியா பார்ப்பானுவ! துள்ளுதுன்னு? யாராவது சொன்னா போதும்! அடுத்த நிமிஷம் போட்டது போட்டபடி போட்டுபுட்டு ஊத்தங்கூடையைத் தூக்கிட்டு மேக்கால் வயல்ல இருட்டுன்னு பாக்காம, எறங்கி வெறால புடிச்சிருவா! தேளி மீனுகூட அங்க மேயும். கடிச்சிதுன்னா கடுப்பு அடங்க அடுத்த நாளாகும்.

ஆம்பளயே கொஞ்சம் அசத்துற மடுவு உத்தாண்டயான் மடுவு. இவளேயே கொஞ்சம் அசத்துற ஏறங்கிறதுக்கு பயப்படுவாங்க. மூணு ஆளு, நாலு ஆளு ஆழம் இருக்கும். மீனு மடுவுல இருக்காதுன்னு சொல்வாங்க. நீளமா கட்டிவுட்டு இருக்கிற சிமிண்டு கட்டையில தண்ணி கணுக்கால் அளவு பரவி ஓடற இடம் அது. பெரிய வெறா மீனு நாலு ஐந்து சிமெண்டு கட்டையில மேலே ஏறி மேஞ்சுகிட்டே எகிறி நீஞ்சும். பாக்கிறதுக்கு கண்ணு கொள்ளாது. யாரும் புடிக்க முடியாது. மேஞ்ச ரப்பு ராங்கியில் பாசி தரையிலே மேல மேல மேயும். அந்த உழுவம் பாசி அப்படின்னா வெறாலுக்கு

ரொம்பப் பிடிக்கும். அந்த மீனு ருசி உம்பளாய்க்குத்தான் தெரியும். மடுவுக்குள்ள நீஞ்சுக்கிட்டே பரிகூடயால மீன அலாக்கா அமுக்கணும்.

கொஞ்சம் அசந்தா மடுவுக்குள்ளே சொழண்டு கிட்டுயிருக்கிற தண்ணிக்குள்ள போயி சொழல்ல மாட்டிக்கிற வேண்டியதுதான். அப்புறம் வுட்டா மெதக்கணும்! ஒரே அமுத்தல் நாலு வெறா மீனையும் அமுக்கிட்டு கூடையோட மடுவுல இருந்து ஒரு எவ்வல்ல கரையேறிடுவா உம்பளாய். ஆனா அவள்ட்டேயே இந்த ஒத்த கண்ணு வெற பத்து நாளா போக்கு காட்டுது! தண்ணி எறச்சாச்சு நாலு பள்ளனுவவுட்டு, பரிகட்டியாச்சு, வா மடையையும் பூட்டியாச்சு. எட்டுக்கு பத்து சைசுல இருந்த வயசு குறுக்கி ஒரு குழிக்குள்ள கொண்டு வந்தாச்சு! ஆனா மீனு அம்புட்ட பாடு இல்ல.

மீனு தண்டுனதுல மீனு எளசுன்னு நல்லா தெரியாது ஆனா அளவு பெரிசு. கடல் வஞ்சரம் மாதிரி நீளம்! வலுவான ஊக்கவுள்ள மீனு. நல்ல கருத்த நிறம் நல்ல பளபளன்னு கரும் பலிங்கி மாதிரி பெரிய, பெரிய செதிலோட பார்க்கவே களையான மீனு! வெட்டித்துண்டம் போட்டா இருபத்தைந்து துண்டு, ரெண்டு குடும்பம் சாப்புடலாம். இப்படி மீனு கோலிக்கிட்டு நிக்கிறதா உம்பளாயின்னு தெரிஞ்சா ஆதிரியாரு சும்மாவுட மாட்டாரு. அந்த பக்கம் ஆதிரியாரு வூட்டவுட்டு வயலுக்கு எறங்கினா இந்த பக்கம் உம்பளாய் மதகுல இறங்கிடுவா! இந்தப் பக்கம் அஞ்சனியிலிருந்து நார்த்தங்காரு மேல? அடிவாசல் வரைக்கும் ஒரு வா மாட உயர்ந்து இல்ல, உத்தங்கள் ஒண்ணையும் மிச்சம் வைக்கிறதும் இல்லை. ராத்திரி பகல்ன்னு நேரம் கிடையாது. மாசி பங்குனியில ஆத்துல தண்ணி குறைய ஆரம்பிச்சிடுச்சின்னா உம்பளாய்ப் பாடு கொண்டாட்டம்தான். கோயில் குளம் வரைக்கும், பள்ளங்குடி, பறக்குடி மேடு வரைக்கும் ஆதியாரு மானங்கெட்ட மாதிரி சத்தம் போடுவாரு.

மீனுகாரங்க மீனுக்காக ஆதிரியார் ஊட்டு வாசல்ல வந்து பணத்தை வாங்கிட்டு போவாங்க, மீனாட்சி அம்மாளத்தான் ஆதிரியாரு போட்டு சதும்பி எடுப்பாரு. கெழவிதான் கத்தும்! அடப்பாவி நாசமா போறவனே உட்றா உட்றான்னு கத்தும். படாத இடத்துல பட்டு உயிர் போகுமில்லடா! அடிக்கனுமின்னா மொவள போயி அடி! அதவுட்டான். இவள போட்டு வெதும்பி எடுக்கிறான். அந்த ஓடுகாலி முண்ட எவனாவது மீன்காரனோடதான் ஓடபோறா! அப்படின்னு கத்தும் ஆதிரியாரும் அடிக்காமாலாவுட்டாரு! பத்து வயதுல எற கூடையோட மாமடுவுல எறங்கினா பொண்ணு உம்பளாய். கருவாடாகி வெறா மீனுன்ன அதோட கெவுச்சி கூட

ஒரு ருசியாச்சே! மீனுல கவுச்சி போச்சுன்னா அப்புறம் ஏது ருசி! அப்பிடின்னு உம்பளாய்ச் சொல்றதைக் கேட்டு அவங்க அம்மா மீனாட்சி வெளக்கமாத்து கட்டையை எடுத்துகிட்டு "நாக்கு ஆவாதடி! இல்லன்னு கவுச்சி போயி மீனு ருசின்னு நக்குவியா நீ?" நீ உருப்புடமாட்டாயா. ஒரு நல்ல களியாக முண்டன் ஒருத்தன் வந்து மிதிக்கிற மிதில இந்த வெறாமீனு கெரஞ்சுபோற மாதிரி நீயும் கெரஞ்சி போவனும். இல்லனுன்னா காலையிலே பரிகூடையோட வயல்ல இறங்கவேண்டியதுதான் 'மாயி நாங்களும் வர்ரமே ஆயி!' என்றபடியே பள்ளப் பயலுவகூடவே சேத்துல இறங்கிடுவானுவ! இப்ப பெரிய பயனுவளும் அவளோட சேத்துல நின்கிறானுவ!

ஆதிரியாருக்கு சாகலாமான்னு கூட வரும். உம்பளாய்ன்னு ஒரு பேய் அலறல் அலறிகிட்டு உடியாருவாரு. அப்புறம் உம்பளாய்ப் பாக்க முடியாது. சீலையை வரிஞ்சுகிட்டு தண்ணில குதிச்சா காவேரில எதிர்கரையில போய் ஏறிடுவா! ஆத்துக் குறுக்கால ஒண்ணற மையிலு நீயிறதுண்ணனு ஆம்பளைகளுக்கு தெணறும்போது மூச்சு வாங்கும். முழு ஆத்துலயும் தண்ணி ஏறி கூழை அசையும். தெறந்து வாங்க தண்ணி ரெண்டு கூரையையும் மேடேறி நொரை தள்ளி போகும். போதும் உம்பளாய் எங்கையாவது தூண்டில ஒண்ணெப்புடிச்சிக்கிட்டு கழுத்து அளவு தண்ணில நிக்கும். ஆளு உயரத்துக்கு ஒரு மீன் புடிச்சி பள்ள பயலுவோட கரையேத்திவிட்டு நின்னப்போ ஆதரியாரு அவள வெறகு கட்டையால அடிச்சது இன்னும் உச்சந்தலையில தழும்பா இருக்கு.

சேலுபெண்டே மீனு அது! ஆதிரியாருக்கே பயம் வந்துட்டது. அவ்வளவு பெரிய மீனு. ஆத்துல புடிச்சு அவரு பாத்ததே இல்லை! கொளத்துலதான் இப்படி மீனு புடிப்பா! எப்பவும் எப்போதும் பள்ளிகூடத்துல பள்ளப்பயலுக தேவடியா முண்டே பதினாறு வயசுல இப்படியா மீனு புடிப்பா! சாவகாசம்தான் ராத்திரி படுக்கைக்கு வந்து இருட்டுகுள்ளாற அவ அம்மா காலடியில் படுத்துகெடப்பா! காலையில் எந்திரிச்சோடனே அடி திமுதிமுன்னு உம்பளாக்கு விழும். கரண்டிக்கா தழும்பு எத்தனை அடிவயத்துல பழுக்க இழுத்திருக்கின்னு அப்பா சொல்லி கதறும் மீனாட்சி. ஒரு தடவ மிதித்த மிதில மூச்சு அடைச்சு போச்சு!

உம்பளாக்கு வாகடம் பாக்கிற வைரம் சொல்லிச்சு "வயசுக்கு வந்த பொண்ண இப்படி மார்ல போட்டு மிதிக்காதீங்க மூச்சுபோன போக்குல போச்சுன்னா அப்புறம் "வா"ன்னா வருமா" அப்டின்னுகத்துன அப்புறம்தான்! அடிக்கிறதையே எல்லோரும் நிறுத்துனாங்க. ஜாதகத்துல அவளுக்கு ஜலமூகத்தினு

இருக்காமே! சேரங்குளம் அய்யரு சொன்னாரு. எப்பப் பார்த்தாலும் மீனாட்சியம்மாதான் கண்ணுல தண்ணிவுட்டு கதறும். செத்த நேரம்தான்! அப்புறம் சிட்டா எங்கியாவது பறந்திருவா!

உம்பளாய் பத்து தடவ பொண்ணு பார்க்க வந்துட்டு போட்டானுவ! பொண்ணு புடிக்கலன்னு கல்யாணம் ஆக மாட்டேங்குது! மாமனுவ? வீடு தங்காம மீன் ஊத்தம் போட்டுக்கிட்டு இருக்கிற பொண்ண யாரு கட்டிக்குவா? வீடு தங்காம மதகு ஆறுன்னு ஏறி இறங்கிட்டு இருக்கிற பொண்ணுன்னு எல்லோருக்கும் சிரிப்பா போச்சு. ஆனா மேக்குடியாறு அவள விட்றதுல்ல! களத்துல, வயலுல்ல ஆத்துல, படித்துறையில, வெத்தலக் கொடிக்கால்ல, இருபது கண்ணு சட்டர்ல எங்க பார்த்தாலும் சரிதான், ஒரு லாவு லாவி தூக்கிடுவாரு! மூச்சிலே பயலே! என்று கத்தியபடியே தப்பி ஓடுவாள் உம்பளாய்!

உம்பளாய்க்கு ஒரு வெள்ள ராசி வெறா மீனு இருந்தது! யாருக்கும் தெரியாது. அது வய வாய்க்கால் மடு எஞ்சயம் வராது. வூட்டுகுள்ள உக்காந்து பீராஞ்சி போகுதே மொத படித்துறை அக்ரஹாரம் அந்த ஊரு மொத வூட்டு சாரநாதன் தான் அது! உம்பளாய் என்ற பேரெக்கேட்டே சிரிடாசிரின்னு சிரிச்சான் அந்த பாப்பார பையன். அது என்ன பேரு ‘உம்பளாயி’ அப்படின்னு சிரிச்சான். அக்ராரத்து ஏட்டி பாப்பானுவ. தனியா ஒரு சின்ன கிராமமே கட்டிப் புட்டானுவ நூறு வருஷத்துல கள்ளனுவ வளத்துவுட்ட அக்ரஹாரம்தான் அது! ஓடான வுட்ல அஞ்சினி அலங்காடு காவேரிக்கு எதிர் கூரையில உம்பல் சுத்து பட்டம் முப்பது கிராமத்துக்கும் விசேஷத்துக்கும் எல்லாம் இங்கே இருந்துதான் புரோகிதத்துக்கு போவானுவ! புது அக்ரஹாரத்து பாப்பானுவ. படிக்கிறதுக்கின்னு கரமுண்டானுவனாம். சேண்டாபிரியனுவனாம்.

இன்னும் நூறு வருடத்துல கொஞ்ச காசையா அழிச்சிருக்கானுவ!? சாமின்னு சொல்லி, பூதம்னு சொல்லி புரோகிதமுன்னு சொல்லி ஜபம், யாகமுன்னு சொல்லி, கொஞ்ச காசையா கரவுட்டுக்கனுவா? இப்ப கிட்டன்சுல அக்ரஹாரத்துக்குள்ள ரெண்டு டாக்டர் எம்.பி.பி.எஸ் வந்துட்டானுவ! ரெண்டும் பாப்பான் யாருவூட்டு காசு? இப்பவும் கள்ளனுவ காசுதான். வைத்தியத்துக்கு குடுக்கிறதும் கள்ளனுவதான். போன வருஷத்திலிருந்து ஊசி போட்டுகிறதுக்கு இங்க வருதுவோ ஜனங்க அப்படின்னா பாரேன்! திருக்காட்டுப்பள்ளி வரைக்கும் வந்த பஸ்சு இப்ப டவுன் பஸ்ஸாகி புது அக்ரஹாரத்துக்கு எதுக்க மேங்கால் வரைக்கும் வந்திருச்சி! ஆனா அந்த பஸ்சு கள்ள குடிக்கி வராது. வெள்ளாள அய்யர் வூட்டு பஸ்சு கம்பெனி ஆயிடிச்சி.

அது பாப்பார குடியவுட்டு அஞ்சினிக்குள் பூந்து கள்ளகுடிக்கி எப்படி வரும்!

நூறு வருஷத்து உம்பளாய்குட்டி வயல்ல எறங்கி வெள புடிச்சிகிட்டு திரியிறா. கள்ளனுவ வூட்டு புள்ளைஇவ! அக்ரஹாரத்துக்குள்ள வந்து வெள்ளான அய்யர்வூட்டு டவுன் பஸ்ஸில திருக்காட்டுப்பள்ளி போயி நாகசாமி அய்யரு ஐஸ் ஸ்கூல்ல படிக்க பணம் கட்டி அம்பது வருஷமா கோழி முட்டை கோழி முட்டையை வாங்குதுவோ. உம்பளாய்த்தான் பனிரெண்டு வயது வரைக்கும் படிச்சா. அது என்னாமோ பாப்பாரக் குட்டிய இன்னமும் புது அக்ரஹாரத்துல இருந்து தஞ்சாவூர் காலேஜுக்கு படிக்க போவுதுவோ டஸ்-டஸ்சுன்னு இங்கிலிசு பேசுதுவோ. உம்பளாய் மாதிரி குட்டியோ காவேரி ஆத்தையும், கூளை அத்தையும் தாண்டி போகவே திருப்பி வராது.

பாப்பாரக்குடி ஒண்ணொன்னு இதே பரிசல்ல ஆறு நிறைய தண்ணி போனாலும் கடந்து போயி டெல்லி, கல்கத்தா, பாம்பேயின்னு போயி இடம்மாறி, குடிமாறி கலெக்கடர், டாக்டர், ஆபிஸரு, ஓம்பியரு, முனுசுப்பு, டாக்டர் டிரைவர் அப்டின்னு மாறிக்கிட்டே போன்ப்ப உம்பளாய்க்குட்டி ‘ஆ’ன்னு மோட்டார் காரையும் அக்ரஹாரத்துக்குள்ள வர்ற பஸ்ஸையும் ‘ஈ’ன்னு இளிச்சிகிட்டு பாத்துக்கிட்டு நிக்கறப்ப சேண்டாபிரியவரும், மழவராயனுவரும் பள்ளி கூடத்துமேல போவமா கீழறெங்கி பாதியிலேயே திரும்பி, திருவாரூருக்கும். திருவிடைமருதூருக்கும், புதுக்கோட்டைக்கும் பொம்பள நாயத்தேடிப் போய்ட்டானுவ. அதுக்குதான் இந்த பஸ்சு காரு கேணி பட்ற, ரேக்களா மாட்டுவண்டி எல்லாம் அஞ்சினிக்குள்ளாற வந்ததே. கள்ளக்குடி பொண்டுவ மயிர இப்படி அறுக்கிறதுக்குத்தான். ரொம்ப குடியில இப்ப வெள்ளப்புடவ கட்டறதக்கூட நிறுத்திட்டாளுவ! தெரியும்லா... உம்பிளாயி சின்ன புள்ளயா இருக்கிறப்ப கட்டுவைரவளம் பாத்துர்ற இருக்கா. இப்ப ஏகப்பட்ட கள்ளக் குடிகோ ரோட்டுக்கு வந்து தஞ்சாவூருக்கு போய்டுச்சி! புதுக்கோட்டையிலும் திருவிடைமருதூரிலும் ஆட்ட காலிவரைக்கு கள்ளனுவ காசு போய் சேர்ந்தது. இப்படித்தான் ராமாஞ்சியம் கெழவி கோழியோட ஒக்காந்து தவுடு பெசங்க வைக்கிறப்ப ஒப்பாரி வைக்க ஆரம்பிச்சா விடிய விடிய ஓயாது.

உம்பளாய் தண்ணிலிருந்து புது அக்ரஹரத்து பாத்துக்கிட்டே இருந்தவள்ள அஞ்சியிலே இருந்தாலும் ஒரு பாப்பானுவ புது அக்ரஹாரத்து லகுந்து சேத்துல இறங்கி பாத்துயிருக்காளா? அக்ரஹாரத்து வூட்டு வூடெல்லாம் படமா நிமிர்ந்து போச்சு.

ஊருக்குள்ள கருப்பு கட்சி, சிகப்பு கட்சி எல்லாம் வந்து கொடி குத்திபுடிச்சி பாப்பான் ஒழிக, தமிழன் வாழ்க அப்டின்னு செவுத்துல எல்லாம் கருப்பு கரிய அரச்சு எண்ணெயில கொளப்பி எல்லா பயலுவளும் எழுதி வச்சானுவ. உம்பளாயி அப்போ புடிச்சி சேத்துலதான் நிக்கிறா! வெறா மீனை புடிக்கணுமில்ல? உம்பளாய் மட்டுமல்ல கள்ளப் பயனுவல்ல ரொம்ப பேரு மீனுப் புடிக்கல்லயேதவிர பொம்பள புடிச்சிக் கிட்டுதான் திரிஞ்சானுவ.

வயலு வெளஞ்சது! காவேரியும், கூழையாத்துலயும் தண்ணி குறையல. பஞ்சன முடுக்கெல்லாம் நெல்லும் விளைந்தது. அடுத்த நாலஞ்சு மாசத்துல சேத்துக்குள உம்பளாயியோட நண்டும் சிண்டுமாய் நாலு நிக்கும்! செம்பு கையில கையில தூக்கிகிட்டு வய நண்டு புடிக்கும் கள்ளக்குடி வயல்ல எறங்கினாக்க ஆனா உம்பளாய் அவவரைக்கு என்ன கிடைச்சுதோ அதுல ஆனந்தமா இருந்தா. எப்படியும் ஒரு வெற மீனு புடிக்காம வீட்டுக்கு போறதில்லை. வயல்ல வெற புடிக்கிறதுன்னா ஜில்லா கலெக்டருக்கு ஜில்லாவ புடிக்கிறமாதிரிதான் தெரியுமில்ல. ஆனா யாருக்கு புரியாது

உம்பளாக்கி அக்ரஹாரத்துக்குள்ள ஒரு வெள்ளராசி வெறாமீனு இருக்கே அது யாருன்னு தெரியுமா? சாரநாதன் பத்து வருஷத்துக்கு மிந்தி அவள் தூண்டில்ல மாட்டுனவந்தான். திருக்காட்டுப் பள்ளியில் வில்லு வண்டியில ஆதிரியாரு வூட்டுகுட்டி பள்ளிக்கூடத்துல படியோ படின்னு படிச்சுப்புட்டு முட்டை, முட்டையாய் வாங்கிட்டு திரும்பி வரப்ப நீர்க்காவியோட அழுக்கு வேஷ்டி கட்டிக்கிட்டு சாரநாதன் மூச்சு எறக்க எறக்க வண்டி பின்னால் நடந்து வருவானே! அவன் யாரு? பாப்பார பயதானே! ஆச்சர்யமா இருக்கும். அவளுக்கு வெள்ளராசி வெறமீனு. அவன் வெறா மீனுல வெள்ளராசி ருசி இல்ல. ஆனா உம்பளாயிக்கு வெறாமீனுல வெள்ளராசிதான் வேணும்.

வில்லு வண்டி ஓட்டியாற சாமிநாதன் கண்டியரு சொல்லுவாரு "ஏ! ஆயி இந்த பயல வண்டியில ஏத்திக்கிருவியாப் பாரு?" சாரநாதன், பின்னாலேயே "வேண்டாம் மாமா நா நடந்தே வாரேன்" அப்பிடிம்பான். ஆனா அவன் பார்க்கிற பார்வை உம்பளாய்க்கி மட்டும்தான் தெரியும் புரியும். கண்ணுல இத்தன பார்வை இருக்குதா. அவன் பயப்புட்றது கூட உம்பளாக்கி வெற மீனு பாசையில் புரியும்! கண்ணு ரெண்டும் அவ பாக்காத எடத்தல நோக்கமா பாக்கும்! அது கள்ளப்பய பார்வை கிடையாது! கண்டியரு ஹெ ஹெ ஹெய்-ன்னு கத்திக்கிட்டே மாட்டு வால புடிச்சி முறுக்கிடுவாரு. வில்லு வண்டி பறக்கும் சாரநாதன் தூரமாகி போவான். "பாப்பார

பயலுவல்ட ஜாக்கிரதையா இருக்கணும் ஆய்யேய்" அப்படின்னு ஒரு நமுட்டு சிரிப்போட அவள பாத்து சொல்றது பயமாகவே இருக்கும் உம்பளாய்க்கு.

பத்து வருஷத்துல சாரநாதன் உம்பளாய் நெஞ்சுக்குள்ள துள்ளுற வெள்ளராசி வெற மீனு ஆகிப்போனான். சுத்திமுத்தி எங்க பாத்தாலும் வெடமான கள்ளப் பயலுவ மத்தியில அதை ஒளிக்கிறது எவ்வளவு கஷ்டமாக இருந்தது உம்பளாய்க்கி. ஆனா ஒன்று மட்டும் பாவிபட்ட நெஞ்சுக்கு தெரியவே மாட்டேங்குது. மொத மொத முத்து ரத்தினம் கொண்டையாரு வீட்டுல இருந்துதான் மாமாவுக்கு வந்து அவள பொண்ணு கேட்டாங்க. உம்பளாய் பயந்துபோய் அழ ஆரம்பிச்சா? மீனாட்சியம்மா "ஏண்டி உனக்கு என்னா வந்திருச்சி மாமன் புடிக்கலைன்னா புடிக்கலன்னு சொல்லு. அத வுட்டுவிட்டு அழுது கொட்டுன்னா என்ன அர்த்தம்?" "ஏய் தஞ்சாவூர்லேயும் வெண்ணாறு, வெட்டாறு எல்லாம் ஓடுதுடி அங்கேயும் வெற மீனு எல்லாம் கெடக்கும் என்றாள் மச்சினி! பொண்ணு வூடு பாக்க வந்தப்போ முத்து ரத்னம் கூளை ஆத்துக்குள்ள பரிசல் வரும்போது உம்பளாயிய சேத்துக்குள்ள பள்ளனுவளோடேயும், வலையவனோடேயும் நின்னு மடுவுல மீனு மிதிச்சிகிட்டு இருந்தத பொண்ணு பார்த்தவுடனேயே வேண்டான்னுட்டான்! எல்லோருக்கும் பொசுக்குன்னு போயிடுச்சி. அதுக்கு அப்புறம் நாலு மாமனுவ வேண்டாம்னுட்டான். ஆதிரியார் குடி பூரா இதே பேச்சா போச்சு. அப்புறம் மெல்ல மெல்ல மீனு புடிக்க போற குட்டிய எவன் கட்டிக்குவான் அப்டின்ற கேள்வியே எங்க பார்த்தாலும் தெரிஞ்சுது. உம்பளாய்க்கு வேண்டியது வெள்ளராசி கருவெறா. வீடு தங்கினதுல்ல படிப்பு ஏறல, வீடு பூறா நெல்லு மூட்டையும் துவர மூட்டையும் அடுக்கி கிடந்தாலும் அந்த வெள்ள வெற உம்பளாயிய இழுத்துக்கிட்டே போவுது. தொடதண்டிக்கி அது வளந்திடிச்சி. அக்ரஹாரத்துக்குள்ளே போயி அவள பார்க்க வேண்டியது இல்லை. உம்பளாய்க்கு மனசுக்குள்ள நினைக்க வேண்டியதுதான். ஒடம்பும் வேணும் மனசுக்குள்ள ஒடம்பு வந்திருதே! அதுக்கு என்ன செய்றது. ஒண்ணு இல்லாம ஒண்ணா இல்ல.

காலையிலே அவளைப் படித்துறையிலே பார்க்கலாம். அக்ரஹாரத்து சிவன் கோயில் படித்துறை, நாகலிங்க மரத்தடியில் நாகலிங்க பூ பொறுக்கி சேத்துக்கிட்டு இருப்பாள். அந்த பூவை பார்க்கும்போதெல்லாம் உம்பளாய்க்கு பயமா இருக்கும். அவன் மாதிரியே அந்தப் பூவும் வீரியத்தோட நிக்கும். அவளையே நட்டுக்கிட்டு பார்ப்பான் அந்தப் பாப்பான். உம்பளாய்க்கு

மனசுக்குள்ள நாகலிங்க பூ பூத்து லிங்கமா நிற்கும். கையிலே ஒரு இங்கிலிஸ் புத்தகத்தை வச்சுகிட்டு உம்பளாய் மாரயே பார்த்துக்கிட்டு இருப்பான். அத்தாம் பெரிய புத்தகத்துல என்னதான் எழுதியிருக்குமோ. படித்துறை மேலச்சுவர்ல பிராமணன் ஒழிக சூத்ரன் என்றால்... என்று எழுதியிருந்தது. அவன் அவள் பார்வை போன திசையில் லேசாக சிரித்தாள். ‘பிராமணன் ஒழிக’ என்றான். அய்யய்யோ நீங்க பிராமின் ஆச்சே என்றாள் உம்பளாய், ஆமாடி விரால்மீன்தான் என்றான் சாரநாதன். படித்துறையின் கீழ்ப்படிக்கட்டில் நாலு பிராமணர்கள் உக்காந்து ரெண்டு பேருக்கு தர்ப்பணம் செய்வித்துக் கொண்டிருந்தார்கள். கரையோரத்தில் இருந்த கிளுவ மரத்தில் கிளிகள் ‘கீச்கீச்’ என்றன. நீங்கள் வெற மீன்தான்; வெள்ள வெற மீனு என்று சிரித்தாள். கண்ணுக்கெட்டிய தூரம் வரை ஆறு படர்ந்து கிடந்தது. இப்போதெல்லாம் ஆற்றில் கூட தண்ணீர் வரத்து கொறஞ்சுதான் போச்சு. ‘சடசட’வென்று செங்குத்தாக மீன் கொத்தி ஒண்ணு வந்தது. ஒரே இடத்தில் நின்று சிறகடித்ததைப் பார்த்த உம்பளாய்க்கு மீன் கிடைக்க வேண்டுமே என்ற பதைப்பு. அவனையே பார்த்தாள். சாரநாதன் லேசான வெட்கத்துடன் தலைகுனிந்து நாகலிங்க பூக்குடலையில் எதையோ தேடினான்? ‘சல்பபென்று தண்ணீரில் விழுந்து பாய்ந்ததுல மீன் கொத்தியின் அலகில் ஒரு கெண்டை வெள்ளி மினுங்கி பறந்தது.’

“ஏட்டி என்னாடி இங்க பாப்பாரப் பயலடே கின்னாரம்” என்ற குரல் கேட்டு திடுக்கிட்டு திரும்பி பார்த்தபோது மேக்குடியான் சாரநாதனைப் பார்த்து “என்ன அய்யரே கள்ள குட்டிக்கிட்ட என்னய்ய ஒட்டு கட்டுற. அவெள நான் கட்டிக்கப்போறேன்ய்யா. நீ பாட்டுக்கு கம்பிவுடாதே” என்ற முரட்டுத்தனமான மேக்குடியாரின் அசிங்க பேச்சு கேட்டு சாரநாதன் “மேக்குடியாரே நானா வேண்டாங்கிறன். வேணுமின்னா அவளே இழுத்துக்கிட்டு போயி தாலிய கட்டும். உமக்கு வேண்டியதுதான் இப்படியொரு பொண்டாட்டி” என்று கலகலத்துச் சிரித்தான். கசக்குதா வெள்ளத்தோலுப் பாப்பான்தான் வேணுமா. “உனக்குதான் இனிமே கல்யாணம் கிடையாதே. சேத்து வெற மீனை பாப்பானால் புடிக்க முடியுமா? செதில புடிச்சி தூக்கினா எப்படிப்பட்ட வைரமீனும் தலையைப் போட்டுடும் தெரியுமாடி!” என்ற மேக்குடியாரு பேச்சு சாரநாதனுக்கு கசந்தது. மனதுக்குள் அழுக்கு தடியன் அவனால் ஒன்றும் முடியாது. அவனுக்கு நன்றாகத் தெரியும். படித்துறையில் விக்கித்து நின்றான் அவன்.

“உனக்கு வெற மீன்தான் வேணுமா? எத்தனை மீன் வேணும் நான் புடிச்சி தரண்டி” என்றார் மேக்குடியார். கூறை ஆரு பூராவும்

தண்ணி வடிஞ்சி கிடக்கு. சேறுதான் இடுப்பு அளவு கிடக்கு. மேக்குடியானுக்கு இரண்டு கையில்லே பத்து கை தெரியும்? பத்து கையிலேயும் ஒரே ஒரு வெற அழுத்திப் புடிச்சா நிண்ட முடியாது. நிமிர முடியாது தெரியும்லே. நாகலிங்க மரத்தடியில் இருந்து அங்கே என்ன நடந்தது என்று பார்த்த சாரநாதனுக்கு விக்கித்துப் போயிற்று. உம்பளாயியை தண்ணீரில் இருந்து எவ்வி இடுப்புக்கு மேல் பிடித்து தூக்கிவிட்டார் மேக்குடியார். விளையாட்டு மாதிரி இருந்தாலும் வழக்கமாக மேக்குடியாரை அடிக்கவோ, தட்டவோ, திமிறவோ முடியவில்லை உம்பளாயியால். திமிறித்துள்ளி சேற்றில் பாதி தண்ணீரில் பாதியுமாய் விழுந்த உம்பளாயியை படித்துறை அய்யர்கள் திரும்பி பார்த்தனர். தண்ணீரில் நீந்த முயன்ற அவளைப் பார்த்து "ஒழுங்கா வீட்டுக்கு போயி சேரு பிராமண சவகாசம் எல்லாம் வேண்டாம்!" என்று விளையாட்டுபோல் விசயத்தை போட்டு உடைத்தார். மேக்குடியார் அவனையே பார்த்து தண்ணீரில் இறங்கி நீந்தி சுழலும் மடுவை தாண்டி நீந்திப்போன உம்பளாயியை கண்கொட்டாமல் பார்த்த சாரநாதனை "அய்யரே" இந்தக் குரல் உசுப்பியது. "ஒனக்குத்தான் பொண்ணு அமெரிக்காவுல படிக்குதே அப்புறம் யாய்யா மீனைத் திங்கற கழுதைகிட்ட..." என்ற மேக்குடியாரின் பேச்சு படித்துறை பிராமணர்களையும் உசுப்பிதான் விட்டது. தூரத்தில் போய்கொண்டிருந்த விரால்மீன் ஒன்று சேற்றில் துள்ளியது சாரநாதனுக்குப் புரியவில்லை.

2

தலையில் இருந்து தீ மாதிரி வியர்வை கீழே காந்தலாக இறங்கிக் கொண்டிருந்தது. உம்பளாயின் மேல் இந்த ஒத்தக் கண்ணு கருவராசி ஒத்தக் கண்ண வச்சுக்கிட்டு அவள இந்த ஓட்டு ஓட்டியது அவளுக்குத் தாங்கவில்லை. நாள் முழுவதும் சேற்றிலேயே நிற்கிறது அவளுக்கு புதுசு இல்லை. இதையெல்லாம் ஒரே ஒரு மீனுக்காகன்னு நினைக்கும்போது தாங்க மாட்டேங்கிது. பங்குனி வெயில் கோடு கோடாக வெள்ளைத் தடி ஒன்றை குறுக்கும் நெடுக்குமாய் சுழற்றி அடிப்பது போல் இருந்தது. அவளுக்கு மனசு முழுக்க பாரம் - "இன்னும் எத்தனை நாளக்கி தாண்டி வூட்டலயே ஒக்காந்து வூட்டை தேய்க்கப் போற" என்றது ராமாஞ்சியம் அப்பாயியின் குரல்! பாலத்தடி நைனாபாய் கடையில் மண்ணெண்ணெய் வாங்கி வர காசு நீட்டும்போது நைனாபாய் கையைப் பிடித்து வாங்குகிறான்! பரிசல்காரன் தடி சோணாசலம் காரணமே இல்லாமல் தானே ஏறிக்கொள்ளும்போது இடுப்பைப் பிடித்து தூக்கி விடுகிறான்.

பள்ளிக்கூடத்து வாத்தியார் எபனேசர் ‘என்னடி! இன்னமா கல்யாணம் ஆகாம இருக்க!’ என்று சொல்லியபடி எங்கேயோ கிள்ளுகிறார்.

“ஒண்ணால ஒண்ணும் பண்ண முடியாதடா சாரநாதா இந்த செறுக்கிய. நீ வந்த தூக்க நேரமே இல்லையா ஊரு உலகத்துல எல்லாருக்கும் ஒரு விடிவுகாலம் வந்திருச்சி! இந்த மீன் நாறி செறிக்கிக்கி அது வராது? மிந்தியெல்லாம் மீனுன்னு ஒரு நெனப்புதான் இருக்கும். இப்பல்லாம் மீனோட ஏம் நினைப்பும்தான் மிச்சம். அப்பன் கத்துது. ஆத்தா கூச்சல் போடுது. அப்பாயி தொரத்திக்கிட்டே வருது. உம்பளாயிக்கி காதோரம் நெருப்புகால் வியுது. சேத்துல கானல் வெயில் உருகி வெளி வெளியா வடியுது. மீனு அம்புட்ட பாட காணும். ஒத்தக் கண்ணு சேத்துல எங்கியாவது கருப்பா தெரிஞ்சா போதும், கையில் இருக்கும் வீச்சரிவாளால் ஒரே வீச்சு ரெண்டு துண்டா சேத்துல ரெத்தத்தோடு மிதக்கும். தூரத்துல புளியந்தோப்பு தெரியுது. புளிய மரமெல்லாம் நெளி நெளியாய் பங்குனி கானல்ல அலை அலையாய் நெளியுது. தூரத்துல மேக்குடியாரு பீமன் மாதிரி நிக்கிது. ரொம்ப நேரமா படுகாலிப்பய ஒவ்வொரு நாளும் எங்கியாவது ஒரு எசகுலெ அவளே மாட்டாம விட்டறது இல்லை!

அப்பாகிட்ட சொல்லியாச்சு அம்மாகிட்ட அழுதாச்சி! “நீ ஏண்டி மயிராயி மீனு புடிக்க போற? போறதுனால்தான் அவன் வர்ரான் குறுக்க? தூன்னு காறித்துப்ப வேண்டியதுதானடி? ஆனா ஒண்ணு ஞாபகம் வச்சுக்க. கள்ளன்னா கள்ளன்தான் சின்னது பெரிசுன்னு கிடையாது. வெட்டிப்போட்டா கட்டிக்கிட்டு வரும் ஜாக்ரதையா இருந்து பொழ! உங்கப்பன் உனக்கு கண்ணலாம் செய்து வைப்பாருன்னு எனக்கு தோணலை! அந்தி மசங்கிச்சுன்னா தண்ணிப் போட்டுப்புட்டு வெண்டி பாளையத்தான் கடையில சாக்கனாக்கறி சாப்பிட்டுபுட்டு ராத்திரில் வந்து புரள்றதுக்கு வூட்டுக்கு வர்றதோடசரி! ஒக்கா மூணு பேருக்கு கல்யாணம் பண்ணினதோட நெலமெல்லாம் போச்சு! இருக்கிறது சோத்துக்குத்தான் மிஞ்சும். மூங்கி குத்த வெட்டுங்க வெட்டுங்கன்னு சொல்லுக்கிட்டு இருக்கேன். மூங்கில் குத்தலாம் பழுத்து நெளியுது. வெட்டக்காணும். ஒண்ணயலா கட்டி அனுப்பப்போறான் அந்த ஆளு! மேக்குடியான் வந்து பொண்ணு கேட்டா மிடியாதுன்னு அனுப்ப சத்து இல்லடி! ஆமா! குடும்பம் எந்த கெதில இருக்குதுன்னு தெரிஞ்சிக்க. மீனு தேடிக்கிட்டு சேத்துக்குப்பில் பொதைஞ்சிறாத. வுட்டுட்டு வூட்ல அடங்கி பொண்ணா உக்காரு. இல்ல, மேக்குடியான் வந்து பொண்ணு கேட்டான்னு வையி? ஒங்கப்பனுக்கு வெல என்ன தெரியுமா

ரெண்டு முட்டி சாராயம். நாலு துண்டு செம்புவி ஆட்டுக்கறி. அடுத்த நாள் கோயில்ல முகூர்த்தம் வச்சு படித்துறையில் கல்யாணம் பண்ணிப்புடுவானுவ ஆம்மா" என்பாள் அம்மாச்சிகாரி!

"ம் செய்வான் செய்வான் இந்த வேலையெல்லாம் மேக்குடியான் வச்சுக்கிட்டான் வீச்சருவாள எடுத்து ஒரே வீச்சுதான். அறுபது வயது கெளப்பயலுக்கு பொண்ணாடி பாக்குறீங்க. உட்டா மேஞ்சிற மாட்டிய மேஞ்சு? ஏங் கண்ணான ஒம் பேத்திக்கி கடக்குட்டி வைரத்துக்கு டெல்லி மாப்ள கொண்டாருவான்டி தெரியும்லடி நாயிங்களா?" சுருட்டைப் பிடித்துப், பப் என்று புகை விட்டுக் கொண்டு ராமாஞ்சியம் கெழவி மீனாட்சியம்மாளைப் பார்த்து.

அப்படியே குப்புறவிழுந்து அழ வேண்டும் போல் இருந்தாலும் உம்பளாய் அழவில்லை. அழுகிறது உம்பளாய்க்கு முடியாது. அடக்க மாட்டாமல் கோபம் வருமே! உம்பளாய் அழுகிற பொண்ணு இல்ல. ஆனால் அம்மாளுக்கு கிட்டன்சுல மேக்குடியார் மேல ஒரு "இது" இருக்கத்தான் செய்யது. ஒன்னு மேக்குடியாரு "ஏண்டி ஆளு, நாலு பொண்டாட்டி கட்டி புள்ளையெல்லாம் கரையேத்திவுட்ட. ஆனா பொண்ணெல்லாம் கட்டி குடுத்தாச்சு. பொண்டாட்டியிலெ ஒருத்தியும் உசிரோட இல்லை. இந்தக் கரையிலயும், கூளை ஆத்து எதிர் கரையிலயும் நஞ்சையும் புஞ்சையுமா ஏழு வேலி, மூணு போகம்! தோப்பு வாழக்கொல்ல எல்லாம் இருக்கு. மாமரமும் இருக்கு. முடியாதுன்னு நம்ப சொல்லலாம் ஊர்ல இந்தப் பேச்சும் இருக்கும்! மேக்குடியாருக்கு அந்த வெறா குட்டி மேல கண்ணுடா அப்படின்னு எளவட்டப் பசங்க கேலி பேசுவனுங்களே தவிர, ஆடேறி வந்து பொண்ணு கேக்க மாட்டான். அவனும் ஊர்ல பெரிய தலக்கட்டு".

ஆதிரியாரு குடும்பம். ஆனா பணம் வாங்காம எந்தக் கள்ளன் கட்டப்போறான்? மிச்ச சொச்சத்த வித்தாதான் கல்யாணமுன்னு காத்திக் கிட்டுருக்கு. அதெ யோசிக்கும் போதே பறி கூடையை எடுத்துக்கிட்டு ஊத்தம் போட்டுடக் கிளம்பிடுவா உம்பளாய். நீ என்னடி வலச்சியா மீன் புடிக்க போறீயே அப்டிங்கறானுவளே ஒரு தாலிய கட்டி கிட்டிக்கிட்டு போங்களண்டா. வேணும்னாடா மீனு புடிக்கிறேன்! மீனு புடிக்காம இருக்க முடியலேடா. ஒருத்தன் ஒருத்தனா வர்ரான். ஏய்யா இது நம்ம வூட்டு ஆயியா!! அப்டிங்கிறான் - இது என்ன ஜாக்கெட் போட காணும்! புத்தி போகுது பாரு பயலுவளுக்கு தாயழி? ஒங்க ஒயும், ஒங்க பாட்டியும் ஜாக்கெட்டு போட்டுக்கிட்டு இருந்தாளுவ? நாளு பூரா கூழை ஆத்து சேத்துல வெலாங்கு புடிக்கிறானுவ. வலையனுவ அவனுங்க

எதுனாச்சும் போட்டுக்கிட்டா மீன் புடிக்கிறானுவ. தண்ணிக்குள்ள மொழப்புடவையை சுத்திக்கிட்டு நின்னுப்பாரு நீயே முடியுமான்னு... மனசு அதங்கியது இப்படி.

“பட்டி முண்டெ ஒன்னே எவெடி மீன் புடிக்கச் சொல்றது? திலும்பியும், திலும்பியும் அதயே பேசிக்கிட்டு எளவெடுக்க வேண்டியதா இருக்கு. கால முறிச்சு போடப்போறேன். வீட்டோட கிட அந்த வெற மீனு திங்கிற நாக்க இழுத்து வச்சி அறுத்தா மீன்கார சிண்டான் தஞ்சாவூருக்கே மீனு அனுப்புறானே அவங்க கிட்ட கூட சொல்லி பாத்துச்சு - தெனம் நாலு மீன கொண்டாந்து போட்டர்றான்னு. போடாமயா இருந்தான்! அந்த மீனு வேண்டாமாமல்ல நல்லா இல்லயாம். சேத்து மீனு வேறயாம். ஆத்து மீனு வேறயாம். ஒக்காள இப்படியுமா இருக்கும் ஒரு பொண்ணு”! என்று பொலம்பி தீர்த்தது ராமாஞ்சியம் கௌவி! சேத்துக்குள் மீனு நீயும்மா? நெளியுமா? யாரால சொல்ல முடியும். ஆராமீனு பொதையும் கேள்விப்படிருக்கிறோம். கொரவ பொதையும் தலையைமட்டும் சேத்துக்கு மேல் நீட்டிக்கும். வெள்ள உளுவ சேத்துல அலையும் ஆளு வெற மீனு ஒன்னுதான். சேத்துல மேயும் பொதையும் லேசுல சாவாது. அடிச்சப் போட்டாலும் மூணு நாளு ஆகும். சாவு லேசுல வராது. கொழம்புக்கு ஒரசுணாக்கூட மனுஷ உடம்பிலிருந்து ரத்தம் வடியிற மாதிரிதான். வெட்டித் துண்டுபோட்டாக்கூட கொழம்பு சட்டிக்குள்ளேயிருந்து வெளியே துள்ளிக்குதிக்கிற மீனு வெற மீனுதான்! உம்பளாய் நடு முதுகிலிருந்து ஒத்த கோடா ரத்தம் மாதிரி வேர்வை மெதுவா வடிஞ்சு சேத்துல எறங்குது. தொடை இடுக்கியெல்லாம் ஆறா மீனு புடுங்கியது. சேத்துல இருக்கிற பாசி கவுச்சி மூக்கைத் துளைக்கிது.

ராமசாமி இந்த கோலத்தில் அவள பார்த்து பிடாரிகோவில் நடயில் இருந்து எழுந்து பாய்ந்தபடியே, “ஏய் உம்பளாய் குட்டி இன்னைக்கு தோகூர் கிருஷ்ணன் கோவில்ல தலிக உர்ஷகம் வெண்ணெய் தாழி திருவிழா என்னோட வருவாயா. உனக்கு பாடி ஜாக்கெட் டு பைட் டு சாரி எல்லாம் வாங்கிதாரேன். குச்சி முட்டாயும் வாங்கித்தாரேன்” என்றபடியே எட்டி அவள் கையைப் பிடித்தான். சாராயம் விற்போருக்கு அவன்மேல் கமரகை வீசியது. அப்படியே உதறி தள்ளிவிட்டு பாய்ந்து வரப்பின் மேல் கால்வாயில் விழுந்து எழுந்து ஓடும்போதும் உம்பளாய்க்கு பின்னால் “ஏய் நில்லுடி எவன்டி ஒன்னை தாலி கட்டி கட்டிக்கிப்போறான். மரியாதையா வந்துரு” என்று குச்சாலும் துரத்தி ஓடிவருகிற திமு திமு என்கிற காலடி ஓசைகளும் அவள் நெஞ்சை அடைத்து

கதற வைத்தன என்றாலும் பாய்ந்து தலைதெறிக்க ஓடினாள் உம்பளாய். வளியார் முழிகதொட்டத்தை வரப்பில் ஒதிக்கி லேசான அந்தி போலதில் தாண்டி ஓடும்போது "ஏன்னா ஏன் இப்படி தலைதெறிக்க ஓடியார" என்று கேட்டபடியே மலைபோல் குறுக்கே நின்று சிலம்பகழிய குறுக்கே நீட்டி வரப்பில் துரத்தி ஓடிவருகிற கும்பலை எதிர்த்து நின்றார் மேக்குடியார். சிலம்பகழிகள் சுழல ஆரம்பித்தவுடனேயே கிழக்கு ராமசாமி கும்பல் சிதறி ஓடியது. மறுகையில் லாவி உம்பளாயிய எட்டி பிடித்தார் மேக்குடியார். ஓங்கி முதுகில் அவளை முரட்டுத்தனமாக அறைந்தார். திமிராடி உனக்கு அடுத்தவாரம் ஒண்ண கட்டிக்கப்போறேன். ஒப்பன் சொல்லலையா பரிசம் போடவும் உங்க ஆய்கிட்ட பணம் குடுத்திட்டேன். இனிமே இந்த வயகாடு சுத்திறது. மீனு புடிக்கிறது. இந்த பயலுவலோட சுத்தறது எல்லாத்தையும் வுட்டுட்டு மருவாதியோட எனக்கு சோறு சமைச்சுபோட தயாரா இரு இல்லைன்னா முதுகுதோல் உரிஞ்சிடும்.

"ஏய்யா மேக்குடியாரே! இது நோக்கு நன்னாயிருக்கா? எந்த வயசுல என்ன பண்றடா?" என்ற ஆணித்தரமான வேற்றினக் குரல் கேட்டு உம்பளாயியும் மேக்குடியாரும் திடுக்கிட்டு திரும்பி பார்த்தனர். எதிரே வெள்ளை ராசி சாரநாதன்.

"போடா பாப்பாரப் பயலே! இவளைத் தேடிக்கிட்டு இங்கே வந்தியாக்கும். ஊசபருப்புப் பயலே! இவ அம்ப பொண்டாட்டிடா. நான்தான் கட்டிக்கப் போறேன். தெரியுமா? வர தையிலே கல்யாணம் அப்பன்கிட்ட பரிசுப்பணம் கொடுத்துட்டேன். இதுல எல்லாம் நீ தலையிடாதடா மவனே. முதுகு தோலு உறிஞ்சிபோகும்" என்றாரே தவிர. பேச்சில் வன்மம் இல்லை. பகை இல்லை. விளையாட்டாகவே சொல்ல வேண்டியதையும் சொல்லிவிட்டார். மேக்குடியார். அவளை விடவும் இல்லை. விலகவும் இல்லை. "அடச்சீ வுடு நீ மனுஷனாட்டாம்" என்று சொல்லி பதட்டப்பட்ட உம்பளாயியை மீண்டும் ஒருமுறை முகர்ந்தார் மேக்குடியார். சாரநாதனுக்கு என்ன செய்வதென்றே தெரியவில்லை. கண்ணெதிரே நடக்கும் கோளாறை அந்த கோமளமான பையனால் எதுவும் செய்ய முடியாதென்று அவளுக்கெங்கே தெரியப்போகிறது? அடச்சீ வுடு என்று கத்தியபடியே உதறியபடி வயல் வரப்பில் ஓடினாள் உம்பளாய்.

"ஐயரே! ஓனக்கு இது மூணாவது தடவை. உம்பளாயியத் தேடிக்கிட்டு இங்கெல்லாம் வராதேய்யா. நல்லதுக்கு சொல்றேன், இந்த மீன் நாறி சிறுக்கிய ஊர்கோலி திரிய வுட்டுபுட்டு போயி காலேஜ்ல படிக்கிற வேலையைப் பாருய்யா" என்ற மேக்குடியாரின் ஓங்கரித்த குரல் உம்பளாயியின் பின்னலிருந்தும் துரத்தியது.

அவள் சேற்றையே வைத்த கண் வாங்காமல் பார்த்தக் கொண்டிருந்தாள். அடுத்த வெள்ளிக்கிழமையன்று செண்பக அடவி தோட்டத்தில் செண்பகப்பூ சேகரிக்க உம்பளாயி போனபோது கண்ட பிள்ளை வீட்டு ஜானகி, சுப்பையா ரெட்டியார் மகள் துர்கா, கரமுண்டார் வீட்டு பெண் லட்சுமி எல்லோரும் காலை நேரத்தில் கூட அவளோடு நடக்க மறுத்துவிட்டார்கள். இந்த மீன் கவுச்சியினால் அவர்கள் வேகமாக முன்னே ஓடுவதும் பின்னால் துரத்திக் கொண்டே உம்பளாயி ஓடுவதும் ஒரு ஓடிப்புடிச்சி விளையாட்டுப்போல மூச்சு வாங்கியது.

அன்றைக்கும் ராத்திரி எட்டு மணிக்குத்தான் வூட்டுக்கு செங்கல் ஏறினாள் உம்பளாயி. அவள் கொண்டு போயிருந்த ஆறு வெறா மீனையும் கொஞ்சம்கூட முக்காமல் முனையாமல் உரசி கழுவி துண்டு போட்டு கொல்லைப் புறத்தில் மூன்று கல் வைத்து அடுப்பில் ராமாஞ்சியம் அப்பாயி குழம்பு வைத்து பொரித்து உம்பளாயி நாக்கத் தட்டி சாப்பிடும்போது ராத்திரி மணி பத்து. அப்பா, தம்பி, தங்கை எல்லோரும் முன்னால் தூங்கி கெடந்தார்கள். திண்ணையில் பாடி ஒப்பாரி வைத்து அழுது கொண்டிருந்தது ராமாஞ்சியம். அழுவதில் ஒரு சுரம். பாடுவதில் ஒரு லாவகமும் திருப்தியும் பேத்தியைப் பற்றி பெரிய கனவுகள் ருசிகரமான காட்சிகளில் முழுகியபடி ராமாஞ்சியம் கெழவியினுடைய கனவுகள் இரவு வெகுநேரம் வரை யாரோ கொல்லைப்புற புளியந்தோப்பில் வெள்ளை வேட்டி படபடக்க நிற்பது போலிருந்தது. கனவாகவும் இருக்கலாம் தோப்பு இருண்டு கிடந்தது. இந்தத் தோப்பு படுகைத் தோப்பு. அந்தப்புரம் வெற்றிலைக்கொடிக்கால், அதற்கு அப்புறம் ஆறு. உம்பளாயிக்கு தூக்கம் வரவில்லை.

எதிரே தோப்புக்குள் வெள்ளை ராசி. தூக்கி வாரிப்போட்டது உம்பளாயிக்கு. கோடைக்காலம் புழுக்கம்-உம்பளாயிக்கு எப்போதும் இருப்பதில்லை. நாள் முழுவதும் கழுத்தளவு காவேரிச் சேற்றில் இருக்கும் அவளது உடல் சில்லிட்டிருந்தது. வீட்டில் எல்லோருக்கும் பருப்பும், முருங்கைக்காயும், பறங்கிக்காயும் உடம்பில் வியர்வைப் பெருக்கி விட்டிருந்தன. சட்டை அணியாமல் இடுப்புவரை வெற்றுடம்போடு கொடியில் கிடந்த மெல்லிய கதர்துண்டை எடுத்து போர்த்தியப்படி சந்தேக கனவுகளோடு படுகைத் தோப்புக்குள் இறங்கினாள் யாருமறியாமல். பெரிய பெரிய புளிய மரங்கள். மணற்பாங்கான படுகைபூமி. தூரத்தில் சலசலக்கும் ஆறு. கோடையின் வறண்ட காற்று என்றாலும் ஆறுதலான தென்றல். தோப்புக்குள் அவன் நிற்கிறானோ? இல்லை தோற்றம்தானோ? சாரநாதனை

நினைத்தவுடன் கை, கால்களில் மின்சாரம் பாய்ந்தது. வீட்டுக்கு போய் ஜாக்கெட் போட்டுக்கொண்டு வரலாமா? வேண்டாம். எல்லோரும் ஏனென்று கேட்பார்கள். விழித்துக் கொள்வார்கள். உம்பளாயிக்கு சல்லியமாகப் போய்விடும். கதர்துண்டு நெஞ்சோடு இறுகியது.

தோப்புக்குள் மனுஷ வாடை. யாருமில்லையா கால்கள் பரபரத்து பாய்ந்தன. மணலில் நடப்பது ஒருவகையில் சிரமாயிருந்தது. மின்னல் வேகம் தோப்புக்குள் ஆற்றின் வெம்மை கலந்த குளிர்க்காற்று. உம்பளாயியை இரண்டு கரங்கள் இறுகித் தழுவித் தூக்கின. மெய்மறந்து போனாள் உம்பளாயி. அவன்தான் சாரநாதனா? மனசு சொல்லொண்ணா ஆனந்தத்தில் மிதந்தது. கற்பூர மணம் தூப தீபநைவேத்ய கோயில் மணமும் அவனிடமிருந்து செல்வக்கலை, கல்விக்கலை இதெல்லாம் கலந்த ஒரு மேல் மட்டத்து சுகமான வாசனை கழுத்தில் ஒரு நவரத்ன மாலை இருளில்கூட பளபளத்தது. அவர்கள் இருவரின் இடையில் இருந்த காற்று உஷ்ணம் காட்டியபோது இடையில் இருந்த கதர்துண்டும் தூரப்போய் விழுந்தது. அவளைப்போலவே சாரநாதனும் வெற்றுடம்போடுதான் இருந்தான் என்பது அனல் பறக்கும் அந்த வேளையிலும் உணர்ந்தாள்.

"என்னையக் கட்டிக்குவாயாடி?"

"என்னையக் கட்டிக்குவியா?"

ரெண்டு பேரும் சிரித்தார்கள். இருவரும் மணலில் விழுந்தார்கள். சரிந்து கொண்டே ஆற்றுப் படுகையில் உருண்டார்கள். அவளால் நம்ப முடியவில்லை. எத்தனை வருஷம் பயந்தான்கொள்ளியாகவே இருந்தான். துணிந்து விட்டானா? மறுபடியும் நம்பாமல் கேட்டாள்.

"ஏய் எல்லாரையும் ஏய்த்துவிட்டு என்னைக் கட்டிக்குவியா?" இருளில் அந்தக் கருவராசி வெறா மீனான உம்பளாயியை அவன் முறுக்கி எடுத்துக் கொண்டிருந்தான். "உம்" "உம்" என்ற பதிலைத் தவிர அவனிடமிருந்து வேறு பதிலே இல்லை. ஆனால் அவள் விடாமல் "டேய் கேக்கிறேன்ல கட்டிக்குவியா? இப்படியே விட்டுவிடுவாயா? வாயில் என்னா கொழுக்கட்டையா வச்சிருக்க? காட்டுத்தனமா இதெல்லாம் பண்ண தெரியுதுல்லே. கேக்கறதுக்கு பதில் சொல்லத் தெரியலியா" என்று அவன் காதுகளில் உரக்க கத்தியபோது அப்போதுதான் அந்த கோரமான காட்சியை உம்பளாயி கண்டாள்.

அவள் மார்புகளைச் சுவைத்து அவளைக் கட்டித் தழுவி இயக்கிக் கொண்டிருந்தபோதும் கூட கனிந்து இறங்கிய உயிர்

ரசம் பாயும் முன்பு அவன் மூக்கை அருவருப்புடன் அவனே பொத்திக் கொண்டு அவளது நாற்றத்தைத் தவிர்த்துக் கொண்டிருந்த கோரம்தான் அது. அவன் வாய் கட்டிக்குவேன் கட்டிக்குவேன் என்று அலப்பியது. ஆனந்தத்தின் கொடு முடியில் இருந்ததாக கற்பனையில் தன் மார்புகளை அவனுக்கு நிவேதனம் செய்திருந்த அப்படியே நிலைகுத்தி அவளது அருவருப்பை நரகலைத் தின்னும் அவனது அசிங்கத்தைத் திடுக்கிட்டு தவித்து அவனிடமிருந்து குதறும் வெறுப்புடனும் குரோதத்துடனும் "போடா! பாப்பார நாயே கம்மனாட்டி! அருவருப்பா இருக்கா தேடி வந்து பொறுக்கும்போது தோணலியா நாத்தம். இனிமே இங்க வந்தியின்னா செருப்படிதான் வுழுவும். நாறுகிறதாக்கும் எந்திரிச்சி ஓடு பொறுக்கி நாயே"! என்று கத்தியபடி அவனது புட்டத்தை பிடித்து உருவி தன்னை அவனிடமிருந்து காப்பாற்றிக் கொள்ள அவன் முறுகிய அணைப்பிலிருந்தும் ஆழ்ந்த புதைப்பிலிருந்தும் அவனைக் காலால் எட்டி உதைத்து தள்ளியபடியே எழுந்து கதர்துண்டை கீழே இருளில் தேடினாள் உம்பளாயி. குப்புற விழுந்துபோன சாரநாதன் இந்த சதியை எதிர்பார்க்கவே இல்லை. அதே நேரத்தில் பலிஷ்டமான உருவம் ஒன்று அவர்கள் இருவரையும் பார்த்தபடி கடந்து சென்றதை லேசாக பாலாவி போல் வீட்டை நோக்கிய ஓடிய உம்பளாயி உணர்ந்தாள். அது அவளைத் தேடிக் கொண்டேயிருக்கிற மேக்குடியார்தான். அதற்குப்பின் வீட்டு கொல்லைப்புறத்திற்கே உம்பளாயி வருவதில்லை. இந்த இரவு சாரநாதனின் அருகாமையில் உணர்ந்த கற்பூரத்தையும் சாம்புராணி துபதீபமணங்களையும் கோயிலையும் அவள் அடியோடு வெறுத்தாள்.

இதோ கோடையின் அக்கினியால் இந்த ஒத்தக்கண் வெறா மீனுக்காக சேற்றில் அலைந்துகொண்டிருக்கிறாள். கண்கள் பொங்கி வடிந்து கொண்டிருந்தன. சேற்றை வாரி கரையில் வீசிக்கொண்டேயிருந்தாள். ஆவேசம் வந்ததைபோல் மடுவிலிருந்த சேறு முழுவதும் கரையேறியதுதான் மிச்சம். அந்தக் கடுவராசி ஒத்தக்கண்ணு வெறா மீனு அகப்படவே இல்லை. சேரிப்பிள்ளைகளெல்லாம் அவளுக்கு உதவியாக சேற்றை சுற்றிலும் வாரி இறைத்தார்கள். கழுத்தளவு சேறு பாதிக்கும் குறைவாக குறைந்துபோனது. பள்ளத்தில் நின்று நிழல் தட்டியதை உணர்ந்தாள் உம்பளாயி. இரண்டு தூண்கள் போன்ற கைகள் கொண்டு அவளை சேற்றில் இருந்து தூக்கியது. வரப்பில் உட்காரவைத்த பிற்பாடுதான் அது யாரென்று தெரிந்தது. அது மேக்குடியார்தான்.

உனக்கென்ன இந்த ஒத்தக்கண்ணு மீனு தானே வேணும். இதபார் நான் குத்திதாரேன். ஆனா ஒரு விஷயம். உடனே நான் தாலி கட்டுவேன் சம்மதம்தானா? உம்பளாயின் கண்கள் நிலைக்குத்தி நின்றன. அப்பொழுது அவ்வளவு காணாமல் போயிருந்த அந்த ஒத்தக்கண்ணு ராட்க்ஷ மீன் மேலே துள்ளியது. சேறு கொதித்தது. கையிலிருந்த நீண்ட வீச்சருவாளால் ஓங்கி வீசினாள் உம்பளாயி. மிக லாவகமாக வெட்டு வீழ்ந்திருக்க வேண்டிய மீன் வெட்டுப் படாமலேயே சேற்றில் பாய்ந்தது. மீண்டும் அதே நேரத்தில் மின்னல் வேகத்தில் குதித்த மேக்குடியாரின் கைத்தடி சேற்றில் எந்த இடத்தில் மீன் விழுந்ததோ அதே இடத்தில் மேக்குடியார் தன் கைப்பிரம்பை பாய்ச்சினார். இறங்கியது கையில் இருந்த தடியை லாவகமாக சேற்றிலிருந்து தூக்கினார் மேக்குடியார். அதில் அவளை ஏமாற்றிய அந்த ஒத்தக்கண்ணு வெறா மீன் ரத்தம் வடிய குத்திச் சிக்கியிருந்தது மட்டுமல்ல இன்னொரு வெறா மீன் வெள்ளை ராசி மீனும் அந்த ஒரே குத்தில் மாட்டியிருந்தது லேசான விஷயம் அல்ல. ரெண்டு மீனையும் உருவி மேக்குடியார் அவளது பறி கூடையில் போட்டார்.

“என்ன சரிதானா? இதே மாதிரி ஒரு குடுவராசி குட்டியத்தான் எனக்கு பெத்தெடுத்தக் கொடுக்கணும்”. என்று மேக்குடியார் சொன்னபோது. வேண்டாமென்றோ, மாட்டேனென்றோ இல்லையென்றோ எதிலும் பட்டுக் கொள்ளாமல் சரியென்றும் சொல்லிவிடாமல் நின்ற உம்பளாயியையும் பார்த்து மேக்குடியார் சொன்னது.

“இனிமே ராத்திரி வேளையில படுக்கைத் தோப்புல ஒன்னையப் பார்த்தேன்னா அதே இடத்துல வெட்டி புதைச்சிடுவேண்டி” என்றார். உள்வாங்கிய மூச்சு வெளியில் விட்டவாறு “இனிமே ஏன் அங்கெல்லாம் போகப்போறேன்”? என்று காறித்துப்பியப்படி தூரத்தில் தெரியும் காவிரியில் துள்ளாட்டாம் போடும் வெறா மீன்களை எண்ணியவாறே நடந்த உம்பளாயி கொஞ்சதூரம் வரப்பில் நடக்கவிட்டு சுற்றும் முற்றும் இல்லென்னா ஒரு துள்ளல்ல பரி கூடைய கிழிச்சி வெள்ள ராசி வெரு கூளை ஆத்துல பாஞ்சுடும். பரியோட கழுத்த கிறுக்கி, முறுக்கி கட்டிபுட்டு வதெக்கி கரையேறின உம்பளாயிய கண்ணு ரெண்டும் பளப்பளக்க அப்படியே வாரி முழங்கிர்ற மாதிரி வெறியோட பார்த்தான் சாரநாதன். கூடைக்குள்ள வெற படபடபடபடங்கும் திமிலடுச்சி துள்ளுள சத்தம் கேக்குது!

“மா! ஆயி மேல ஏறிட்ட மீனுதான் ஆம்புடல்லில்ல” என்ற சாம்பான் கலியனிடம் “ஊத்தங்கால பாத்துக்கடா இந்த வர்றேன்” என்றபடி மேலே வழிந்த சேற்றை இரு கைகளாலும் வழித்துவிட்டு

பக்கத்து மணல்மேட்டில் கிடங்குபோட்டு வெட்டியிருந்த ஊற்றுக் கழுங்கில் இறங்கி தண்ணீரை வாரி மேலே அடித்துக் கொண்டு சேற்றை கழுவினாள். நெஞ்சு சொல்ல முடியாத ஆனந்தத்தில் கும்மளி போட்டது. ஊற்றில் வந்த கழுங்கு தண்ணீர் பவுன் உருகிவடிகிற மாதிரி சேற்றையும் அவள் வியர்வையும் கழுவிக்கொண்டு உஷ்ணமாக வடிந்தது அவளுக்கே புரிந்தது. நேரே நிமிர்ந்து பார்த்தாள். அவளையே பார்த்துக்கொண்டு சாரநாதன் தலைமுடி அவிழ்ந்து தொங்கியது. குலை குலையாக சொல்ல முடியாத ஆசை! அந்தப்பிராமணக் கண்களில் உம்பளாயியை உலுக்கியது. என்ன தைரியம் இந்தப் பயலுக்கு ஈரத்தில் மதிய வெயிலின் உஷ்ணம் சூடேறி ஆவி படர்ந்தது. தூரத்தில் உம்பளாயியும் அவளைவிட வெகு தூரத்தில் திரும்பி திரும்பி பார்த்தபடி மணல்மேட்டில் ஏறி கிலுப்பைத் தோப்புக்குள் நுழைவதை பார்த்தபடி சாம்பான் கலியனிடம் "ஏண்டா ஆயி எங்கடா போவுது! அய்யர பாக்கவா" என்று போட்ட கூப்பாடு பரியில் துள்ளாட்டம் போட்டுக்கொண்டிருந்த மீன்களுக்கு கேட்கவே இல்லை.

இலுப்ப எண்ணெய்க்கு இப்போதெல்லாம் மவுசு கொறஞ்சு போச்சு! மருந்துக்கு இலுப்பந்தழை புடுங்க வரறவங்கா தவிர இப்ப யாரும் இலுப்பதோப்புல அன்றதே இல்லை. மேக்குடியார் வீட்டு இலுப்பத்தோப்பு அது! ஒரேதாக்கா அறுபது மரம் நிக்கிது. ஆளுயரத்துக்கு கிளுவவேலி கட்டி அடைச்சிருக்கு மூங்கிப் படலயத் தள்ளிகிட்டு என்னா தைரியம் அந்த பாப்பானுக்கு திரும்பி திரும்பி பாத்துகிட்டே உள்ளே போறான் சாரநாதன். பின்னாலேயே உம்பாளாயியும் சொல்ல முடியாத பரபரப்போட உள்ளே! நிழல் இலுப்பத்தழை வாசம் அடர்த்தியான மதிய நேரத்தில் வெளிச்சமும் இலுப்பைத் தலைகளின் மினுமினுப்பும் இருட்டாக தோப்பு யாருமில்லாமல் 'ஹோ'வென்று ரெண்டு பேரையும் விழுங்கிகொண்டது. நிழலில் ஒளியும், நிழலில் இருளும் பேச்சே இல்லாத மௌனத்தில் உம்பளாயி, கைகள் இரண்டையும் பிடித்து நெஞ்சோடு சேர்த்துக்கொண்டாள் சாரநாதனை...

(வெளிவராதது)

வத்ஸலி

வத்ஸலி உள்ளே வராமல் நின்றாள்! லேசாகச் சிரித்தான், சாரங்கன். உள்ளே வராமல் நிற்பதற்கு என்ன இருக்கிறது? வத்ஸலியின் கண்கள் கலங்கி சிவந்து கசக்கித் துடைக்கப்பட்டு ஈரம் காயாமல் இருந்தது. வத்ஸலி தயங்கியது ஏன் என்று புரிந்தது போல் சிரித்தான் சாரு!

"வாயேன்! மாசமாசம் வர்றதுதானே?" என்றான். வயிற்று வலியும், இடுப்புவலியும் சகஜம்! அறைக்குள் எட்டிப் பார்த்து. கண்களைத் துடைத்துக் கொண்ட வத்ஸலியின் மாறுதல், லேசாகப் புரிய ஆரம்பித்திருந்தது சாருவுக்கு. கூர்ந்து அவளைப் பார்த்த இம்முறை ஓவியத்தின் சிதிலம் தெரிய வந்தது. முகத்தில் ஐந்து விரல்களின் அறை விழுந்த சிவப்பு! தலைமுடி பற்றி இழுத்து அடித்திருப்பானோ. தலைமுடியும் அதிகமான சுருள் நீண்டிருந்தது. வத்ஸசலாவை என்ன செய்தான்? சாருவுக்கு தைத்தது.

அடிக்கடி அடிக்கிறவன்தான் வத்ஸலியின் கணவன். அடிப்பதில் ஒரு ஸ்வாரச்யமே உண்டு. புராதன காலத்து புருஷன் அவள் கணவன் தேவராஜ். அடி வாங்க அஞ்சியவளும் இல்லை வத்ஸலா.

"உள்ற வா வத்ஸலி! உக்கார்!" என்றபோது அவள் கழுத்தில் சிவப்பு கரையும் கீறல் ரத்தம்! மஞ்சள் தாலியின் கயிற்றில் ரத்தச் சொட்டு உறைந்திருந்தது. என்ன ஆச்சு!

மெல்ல உள்ளே வந்து நாற்காலியில் அமர்ந்தாள் வத்ஸலி. சற்றே சதைப்பிடிப்பான அவள் எடுப்பும் தொடுப்பும் யாரையும் உடனே அயர வைக்கும். ஏதோ கொடியில் தொங்கும் குலைப் பழங்களின் கனம்போல எப்போதும் மாயாத வடிவம் வத்ஸலாவின் அழகு.

"என்ன ஆச்சு!"

"ஒண்ணுமில்லேங்கிறெ?"

மௌனமாய் கண்ணீர் முத்துகள் வீணாக உதிர்ந்தன. கனவு போலிருக்கிறது இவள் கல்யாணம். ஆறு வருடங்களுக்குப் பின்னரும் அடி உதை. துரத்தல் தெருவில் சிரிக்க கூச்சலும் அவமானமும்.

தேவராஜ் ஏன் இப்படி இருக்கிறான்? வத்ஸலி மாதிரி ஒரு பெண் ஆ! என்ன அருமையாக சமைப்பாள். சுத்தமாக வீட்டை நறுவிசாக நாகரிகமாக வைத்துக் கொள்வாள். பொறாமைப் படுகிற மாதிரி அலங்காரம் செய்ய மாட்டாள். அடக்கமே அலங்காரமாய், எடுப்பே அவளது அழகாய், மௌனமே யாரையும் அசத்துகிற அபூர்வமான இந்தப்பெண்ணை அடித்து துவைத்து புரட்டி எடுக்கிறான் தேவராஜன். கேட்க யாரும் இல்லையா...? இல்லை இல்லைதான்... இல்லையே! காலை நேரம் இரவு முழுவதும் உதைத்திருப்பான். உடம்பெல்லாம் கன்றிப் போயிருக்கும். வத்ஸலிக்கு அம்மா அப்பா ரண்டு பேரும், பம்பாய்க்கு அந்த பக்கம் கண்ட்லாவில் ஆயிரம் மைல்களுக்குப்பால் தங்கள் ஆண் குழந்தைகளுடன் இருக்கத்தான் இருக்கிறார்கள். வத்ஸலி கொங்கணிபெண்! அவள் அப்பா லான்ண்ட் சர்வே டிபாட்மென்டில் தமிழ்நாடு வந்து பத்து வருடம் தங்கியபோது பிறந்த பெண்! ஏறத்தாழ இந்த நாட்டு பிறவி! தமிழச்சியின் கோணல்கள் அப்படியே வார்ப்பாக வந்த பெண். அவர்கள் வீட்டு கொல்லையில் காவிரியின் வாய்க்கால் ஜம்புகாவிரி கால்வாயின் கரையில் இருந்த சின்னஞ்சிறு ஓட்டுக் குச்சிலில் வாடகைக்கு இருந்தவன் சாரங்கன்!

ஜம்புகாவிரி வாய்க்கால் ரொம்ப அழகு. இருபுறமும் மூங்கில் காடுகள் மனுஷ்ய வாடையே இராத அமைதி. தமிழ்நாட்டுக்கு வந்ததும் இந்த வீட்டையும் ஓட்டுக் குச்சிலையும் சல்லிசான விலைக்கு வாங்கி மூங்கில் குத்துக்களுக்கு நடுவில் கால்வாய் ஓரத்தில் தஞ்சாவூரில் வாழ்ந்த காலம் ஆச்சர்யமான கனவாகவே போய்விட்டது. ஜம்புகாவிரி குறுக்களவு ஆறடிதான் இருக்கும்! கரையில் சாரங்கன் வீடு சற்றே உள்தள்ளி மூங்கில் பசுமைக்கிடையில் பெரிய வீடு. அங்கே வத்சலி! கொங்கணி பேசும் அவர்களுக்கு இருந்த ஒரே உறவு சாரங்கனின் சிரிப்பும் பேச்சும். ஜம்புகாவிரி கரையில் மூங்கில் காட்டில் ஒரு சிறிய செங்கல் லிங்கம் கோவில் கொண்டு நின்றது. அங்குதான் எட்டு வயதில் வத்சலியைச் சந்தித்தது...

பதினெட்டு வயதாகும் வரை அங்குதான் இருப்போம் என்று தெரியாது. வாழ்க்கை துரத்தியபோது - ஏழெட்டு ஆண் குழந்தைகள் நாலைந்து பெண் குழந்தைகளுமாய் வத்சலியின் அப்பா கோட்வால்கர் திடீரென்று கொங்கணத்துக்குப் புறப்பட்டபோதுதான் வத்சலிக்குப் புரிந்ததுதான் இந்த இடத்து நாற்று அல்ல என்று. அவசர கோலமாய் ஒரு கல்யாணம் யாரையும் எதிர்பாராமலேயே நிகழ - தஞ்சாவூர் மராட்டியனாகிய தேவராஜன் மாப்பிள்ளையாய்

வந்தபோதுதான் சாரங்கனுக்குப் புரிந்தது... இதுதான் - இப்படித்தான் வாழ்க்கை இருக்கும் என்று!

ஓயாத சிரிப்பும் கும்மாளமுமாய் இருக்கும் வத்ஸலியின் குரல் உள்ளாழ்ந்து போயிற்று. சாரங்கன் தேவராஜனைப் பார்த்தபோது சந்தோஷமாய் இருந்தது. நல்ல சிவப்பாக கருகருவென்ற சுருள் முடியுடன் அலை அலையாக வெண்மை வேட்டி பளீரிட வத்சலிக்கு ஏற்ற அழகும் அற்புதமும் கொண்ட கணவன்தான். மனசு நிறைந்து போயிற்று! அந்த கொங்கணிக் குடும்பம் சென்னைக்குப் போய் அப்படியே கொங்கணத்துக்குப் போகிறார்கள்! வத்ஸலி போகப் போவதில்லை. தேவராஜனுடன் தஞ்சையிலேயே வாழப் போகிறாள்! சந்தோஷமாய் இருந்தது.

எட்டு வயதிலிருந்து அவன் விரல்களைப் பிடித்துக் கொண்டு விகல்பமில்லாமல் பதினெட்டு வயதிலும் அந்த தமிழ் கூச்சத்தை கேலிசெய்த கொங்கணத்து தைர்யம். இப்போதும் அப்படியேதானே இருக்கிறது?? எங்கே கோளாறு?

சாரங்கன் அம்மா சொல்வாள் "ஏய் சாரங்கா! அவகிட்ட ரொம்ப தேயாதடா!" இது சிறு பெண்ணா இருந்தபோது பதினைந்து வயதில் பெரிசாகி முட்டி வளர்ந்த மூங்கில் கொத்தாக வளர்ந்தபோதும், "டேய் பாத்துடா அவ சின்ன புள்ள இல்ல, அவள் இழுத்துகிட்டு ஊர் காடு சுத்தாதே. நாலு பேரு பாக்க தேஞ்சு ஒளிகிகிட்டு நிக்காதடா! அவளுக்கு தெரியாது! மிராட்டிய நாமதாம் பொத்தாம் பொதுவா ஒதுங்கணும்!" -இப்போது அம்மாவும் இல்லை. போயாச்சு அப்பாவும் இல்லை. மிச்சம் இந்த ஓட்டுக் குச்சுவீடும் பின்னால் உள்ள மூங்கில் தோப்பும்தான். பெரிய குடும்பம் - வத்ஸலா மட்டும் தனிப்பிறவி! எப்போதும் மூங்கில் குத்துகள் இடையே ஜம்புகேச்வரர் சந்நிதியில் உட்கார்ந்து அல்லது மூங்கில் மரத்தடியில் படுத்தும் புரண்டு கிடப்பதும் உண்டுதான்!

ரொம்ப நேரம் கழிந்ததும் தேடிக் கொண்டு போய் அழைத்து வரவேண்டும். அவள் தங்கைகள் என்ன பேசுகிறார்கள்! ஒன்றும் புரியாது. சாரங்கனுடன் எல்லாம் ஒட்டி உறவாடும்! கூச்சம் நாணம் எதுவும் இல்லாத பெண்கள். தேவையில்லாமல் கூச்சம் என்னத்துக்கு? கைகளைக் கோர்த்துக் கொண்டு சாரங்கனுடன் ஜம்புகாவிரியோடு கரை வழியே நடந்து வெகுதூரம் போவார்கள் ரெண்டு பேருமாய்! இந்த பூமியில் இருப்பதாகவே தெரியாது. நீரில் உலாவி வரும் சில்லென்ற பச்சிலை மணம் வீசும் அபார காற்றோசை! ஆங்காங்கே வளர்ந்து நிற்கும் செந்நிற பாம்புப் புற்றுகள் - பாம்புகள் இப்போது இருக்குமோ இல்லையோ அவற்றின் மீது மாலை வீசிக்கிடக்கும்

பிரண்டைக் கொடிகள் கொத்துக் கொத்தாக படர்ந்து கிடக்கும் அழகு. குத்து மூங்கில்களோடு போட்டியிட்டு வளரும் கள்ளிச் செடிகள்.

வத்சலியின் உதடுகள் அற்புதமானவை. தடித்து உருண்டு செதுக்கியது போன்ற மிக அழகான உதடுகள். கொங்கணிப்பெண்களின் ரோஜாக் கருஞ்சிவப்பு கொஞ்சம் அந்நியமான நிறம். நீண்ட உடல் அதிக வளர்ச்சி என்று யாருக்குமே தோன்றும். வளரவளர எல்லாமே அதிகம் என்று புரிந்தபோது சாரங்கனுக்கு பயமும் வந்தது. அதிக நேரம் மூங்கில் காட்டில் இருக்க விடாமல் இழுத்து வருவான் வேறு வழியில்லை. வத்ஸலியின் உடல் சூடு சாரங்கனுக்கு தெரியும் - தொடாமல் பேசுவதேயில்லை அவள். அதில் விகல்பம் இல்லை. வத்சலியின் அம்மாவும் கூட தொட்டு கட்டிப் பிடித்துத்தான் பேசுவது அது அவர்கள் பழக்கம் - தப்பு ஒன்றுமில்லை.

சாரங்கன் புழக்கம் வேறு. ஒரே பள்ளியில் படித்து வீட்டில் தினமும் வீட்டுப் பாடம் எழுதி மனக்கணக்குப் போட்டு சேர்ந்து விளையாடி சேர்ந்து கைகோர்த்து பள்ளிக்கூடம் போய் பின்னர் எல்லாம் சேர்ந்தும் பிரிந்தும் முறிந்தும் போக எல்லாமே சகஜமாய் இருந்தது. சாரங்கன் மட்டும் அதை கூச்சமாகவே வெட்கத்துடன்தான் செய்து கொண்டும் மறைத்துக் கொண்டும் இருந்தான்.

ஜம்புகாவிரியில் குளிக்கும்போது அவளைப் பூரணமாக பார்க்காமல் இருக்க முடியாது. அவர்கள் வீட்டு படித்துறை - யாரும் அங்கே வரமுடியாத தனிமையிலும் நாலு சன்யாசி பிச்சைக்காரர்கள் அவளை உற்றுப் பார்த்தபடி முழுக்கு போடும் போதுதான் சாரங்கனும் வத்ஸலியின் வடிவத்தை உலகம் எத்தனை தாகத்துடன் பார்த்தும் தன்னால் அதைப்போல் கிட்டேயிருந்தும் பார்க்க முடிவதில்லையே என்று பார்த்து அசந்து போவதுண்டு.

வத்ஸலா பாவம் ஒன்றும் தெரியாத பெண் என்று அம்மாவிடம் சொல்வான் சாரு. ஆனால் அது பொய் என்று அவனுக்கும் அவன் அம்மாவுக்கும் மௌனமாய் புரியும்! அவ குளிச்சிட்டு வரட்டும் அப்பறம் நீ போய் குளிக்கலாம்! என்பாள் அந்த அம்மாள். ஆனால் வெகுநேரம் தூங்குகிற வத்ஸலி எப்ப குளிக்க வரா என்று யாருக்கும் தெரியாது!

ஜம்புகேச்வரர் முன்னால் ஒரு நாள் யாரும் இல்லாதபோது எப்போதுமே யாரும் இல்லாத காடுதான் அந்த மூங்கில் கரை. சாரங்கனிடம் கேட்டாள் வத்ஸலா...

“இஞ்ச எனக்கு ஒரு மச்சம் இருக்கான்னு பாரு சாரு. எம்மார்ல இருந்த மச்சம் எனக்கு கண்ணாடில கூட தெரியமாட்டேங்கிது!”

பயமாய் இருந்தது. பெரிய பெண்ணாகிவிட்ட அவளுக்குள் அடங்காத சௌந்தர்யம். பெரிய விழிகளில் குழந்தை போன்ற மிரட்சி வியர்வை நனைந்த வெண்ணிற அக்குள்கள். கழுத்து மடிப்பின் பிரிவில் பெரிய மிக அழகிய வண்டு போன்ற மச்சம் - ஒரு கோடுபோல் மார்பின் செம்மைப் பிளவில் இன்னொரு மச்சம் - இல்லை மறு - உற்றுபார்த்த சாரங்கன்...

"நாம்போறென் நீ வா! அப்புறமா" என்று தோற்றோடினான். குப்புறப் படுத்துக் கொண்ட மகனைப் பார்த்து படபடத்தாள் அம்மா.

"வயசுப் பயக குப்புறப்படுத்துக் கெடக்கப்புடாதுடா! எங்க அவளெக் காணும்?"

"எனக்கென்ன தெரியும் அந்தண்டை போம்மா" - கத்தினாள் சாரங்கன்.

"இனுமே கண்டமானிக்கி மூங்கி குத்துக்குள்ற அவளெ இழுத்துகிட்டுப் போயி சுத்திகிட்டு நிக்யாதடா! அவளுக்கு கண்ணாலம் நிச்சயமாகியிருக்கு இனிமே தனிய வெளிய தெருல அவகூட போப்டாது! தெரியுதா?" - என்ற போதுதான் உலகம் எத்தனை வேகமாய் சுழல்கிறது என்று சாரங்கனுக்கும் தெரியவந்தது. நாலேநாளில் கல்யாணம் தேவராஜனைப் பார்த்தபோது அடேயப்பா ஏற்ற ஜோடிதான் என்றும் சுகமாய் இருந்தது. குறையும் எட்டியது போலிருந்தது.

ஞாயிற்றுக் கிழமைகளில் அந்த ஜம்புகேச்வரர் சந்நிதியில் சாரங்கனுடன் ஒட்டி உட்கார்ந்திருப்பாள் வத்ஸலி. இந்த ஞாயிறில் அவள் இல்லை. தனியே மூங்கில் மரத்தடியில் துண்டை விரித்துக் கிடந்தபோது வளைந்த மூங்கில் கீற்றுகள் வானத்தைக் கீறி ரெத்தம் வடித்து மாலையாக்கின.

பத்து நாட்களில் வத்ஸலியின் குடும்பம் வீட்டை காலி செய்துவிட்டுப் புறப்பட்டபோது ஆச்சர்யம்! மீண்டும் யாரையுமே காண முடியாது என்றொரு தோணல். வத்ஸலி மட்டும் வந்திருந்தாள். பெட்டி சட்டி தட்டு முட்டுச் சாமான்கள், மூட்டைகள் வண்டி ஏற தேவராஜ் வரவில்லை. வழியனுப்பக்கூட வராத விசித்திர குடும்பம். அதனால் என்ன என்று வத்ஸலியின் அப்பா போய் வலிய பார்த்து தேவராஜன் வீட்டுக்குப் போய் சொல்லி விட்டு வந்தார். குடும்பம் கொங்கணத்துக்கு வத்சலி தஞ்சையில். மூங்கில் தோப்பு கிர்கிர்ரென்ற பேச்சுடன் மௌனம் கண்டது. வத்சலி அன்றைக்குப் போனவள்தான்!

(சௌந்தரசுகன், ஜூலை, 2004)

வைரமலை

ரொம்ப ஆசப்பட்டு கல்யாணம் பண்ணிகிட்ட கல்யாண ராத்திரி விடிந்து, மழை பெய்திருந்தது. இரவெல்லாம் புசுபுசு என்று சிணுக்கு மழை பெய்து கொண்டிருந்தது. சாவித்திரிக்கு தெரியும் ஒவ்வொரு மழைத் துளியாக எண்ணிக் கொண்டுதான் படுத்துக்கிடந்தாள். கல்யாணம் எல்லாமே கொஞ்சம் அவசரக்கோலத்தில் நடந்தது. கொஞ்சம் சிரமமாகத்தான் இருந்தது. பூக்களின் வாசனை, மந்திர, புகை, ஹோமப் புகையெல்லாம் எழுப்பிய கதகதப்பு கூட்டத்தின் நெரிசல் சம்பந்திகளின் மோதல்கள் குழந்தைகளின் கூச்சல்கள், மனதில் இனம் தெரியாத திகில் இவர்களிடையே உட்காந்திருந்தான் பார்த்தசாரதி. அவனுக்கு சாவித்திரி கிடைப்பாளென்று சந்தேகத்தினிடையே போராடிப் பெற்றிருக்கிறான் அவளை? சந்தேகம்தான் இப்பவும்!

நிச்சயம் ஆனபோதிலிருந்தே அவளை உடனேயே தூக்கிக்கொண்டு ஓடி வந்துவிட வேண்டும் என்று இருந்தது பார்த்தனுக்கு. ஆனால் அன்றிலிருந்தே நகை போடுவது விஷயமாக சண்டைகள் ஆரம்பம் ஆகிவிட்டது. அப்பொழுதிலிருந்தே வேறு பெண் பார்க்கவும் ஆரம்பித்துவிட்டார்கள். அவளிடம் அப்படி என்ன இருந்தது. அவளைப் பார்த்த தினத்திற்கு முந்தின தினம், “சாவித்திரி தெரியுமாடா?” யாராவது கேட்டிருந்தால் பார்த்தன் சிரித்திருப்பான். அன்றைக்கு அறிமுகமாகி அன்னைக்கே இவ்வளவு நெருக்கமாகிவிட்ட சாவித்திரி! என்னதான் செய்துவிட்டாள்! சின்னஞ்சிறு மெல்லிய பெண் லேசாக சுருண்ட தலைமுடி ஒற்றைக்கல் மூக்குத்தி! அதிகம் நகை ஏதும் இல்லாததுபோல ஆனால் மங்களாம்பிகை போல சர்வ அலங்காரம் ஏற்றதுபோல அம்பிகையாக காட்சியளித்தாள்.

தினமும் பரிசுத்தமான ஓவியம் ஒன்று மனதிலே எழுந்து நின்றது எப்படி என்று பார்த்தனுக்கு ஆச்சரியமாக இருந்தது! மெல்லிய வெள்ளை நிற பொன்னிறத்தால் கருப்பு திரைச்சீலையில் உயிராக எழும்பினாள் சாவித்திரி. பார்த்தன் அதற்குப்பின் ஓய்வு நேரங்களில் எல்லாம் ஓவியத்தினுடையே பேசிக்கொண்டிருந்தான்.

அம்மா கூட கேட்டாள். இப்படியொரு பைத்தியம் இருப்பானா, அந்தப் பொண்ணப்போய் பார்த்ததிலிருந்து, மோட்டுவளையைப் பாத்துக்கிட்டே உக்காந்திருக்கான். அப்படியென்னா ஓவியம்! ஊர்ல பொண்ணா இல்லை? ஒரே ஒரு பொண்ணுதான் பார்த்திருக்கான். அதுக்குள்ள அவன்தான் வேணுங்கிறான். பொண்ணு பாத்து பாத்து பத்து ஜோடி செருப்பு தேயணும்பாங்க இவன் என்னாடான்னா இவனுக்கு நாங்கதா சொல்லிக் கொடுக்கனும், இவதாண்ட பொண்ணு கட்டுடான்னு சொல்லிக்கொடுக்கனும். அப்பக்கூட பந்தகால்ல கட்டுனாலும் கட்டுவான் என்று புலம்பிக்கொண்டே வேலை செய்து கொண்டிருந்தாள்.

அவளுக்கென்ன நிறையக்காசு, நிறைய நகை, நிறைய சீர்சினத்தியென்றெல்லாம் நிறைய வேண்டும். அவனுக்கோ சாவித்திரி மட்டும் போதும். சாவித்திரியினுடைய அப்பா பார்த்தனை பார்த்தவுடனேயே தெரிந்து கொண்டார். பொண்ணு வந்துட்டுது மாப்பிள பொண்ண பாக்காம மோட்டு வளையையா பாத்துட்டுயிருப்பாங்க நெஜமாகவே அவன் சாவித்திரியை பார்க்கவில்லை. சாவித்திரியைப் பார்க்காமல் இருக்கவும் இல்லெ. அதிக தரம் திரும்பி பார்க்கவும் அவசியம் இல்லாதபடி அவள்தான் ஓவியமாக இருந்தாளே நெஞ்சுக்குள் இப்படி புகுந்து கொண்டது ஆச்சரியம்தான். ஒரு பார்வைதான், ஒரு துளி நெருப்பு மாதிரிப் பற்றிக்கொண்டது. ஆறுமாத காலம் கொடுக்கல் வாங்கல் சீர்சினத்தி டவுரி மற்றும் நகைகள் விஷயத்திலெல்லாம் சின்ன சின்ன பிணக்குகள் கல்யாணத்தை தடைசெய்து கொண்டிருந்தன. வேறு பெண்களை பெண்பார்க்க அப்பாவும், அம்மாவுமாய் இழுத்துக்கொண்டு போகவேண்டியிருந்தது. போன இடத்திலெல்லாம், ஏதாவது ஒரு கோளாறு பண்ணிக்கொண்டு திரும்பி வந்தான் பார்த்தன். பார்த்தனின் நடவடிக்கைகள் அப்பாவுக்கு அறவே பிடிக்கவேயில்லை. சாவித்திரிதான் என்று சொல்ல பார்த்தனுக்கு திராணியில்லை. அது என்னவோ வந்து நுழைந்ததும் அப்படியே ஆக்கிரமித்துக் கொண்டுவிட்டாள். அதை வெளியில் சொல்ல அவனால் முடியவில்லை. ஆனாலும் அமைதியாக எதிர்த்து மறுத்துப்போராடிக் கொண்டிருந்தான் பார்த்தன்! தனது எதிர்ப்பை புரிந்துகொள்வார்களென்று அவனுக்கு தெரியாது.

நண்பர்களெல்லாம் என்னடா இது இப்படி வீட்டுக்குள்ளே முடங்கிகிடக்கிறியாம் என்று கோட்டா பண்ணினார்கள். அவனுக்கு சாவித்திரியை கூட்டிக்கொண்டு வந்து வீட்டுக்குள் ஓடிப்போய்விடவேண்டும். கதவை சாத்திக்கொள்ள வேண்டுமென்று

தோன்றியது. அப்பா பெரிய நகைக்கடை வைத்திருந்தார். ஏராளமான சொத்து இருந்தது. கடைத்தெருவிலேயே வெள்ளிப் பாத்திரங்கள் விற்பனைக்கும் இருந்தது. ஈயப்பாத்திரங்கள் மற்றும் சரிகை வியாபாரத்திற்கும் வேறு கடைகள். லாபம் 90% என்பதால் எல்லாரும் பார்க்க பார்க்க மேலேறிக் கொண்டிருந்த குடும்பம் பார்த்தனுடையது.

சாவித்திரி மட்டும்தான் இதையெல்லாம் அவனைக் கட்டிக்கொண்டு ஆளப்போகிறாளென்பது ஆச்சரியமான சந்தோஷமாக இருந்தது. ஆனாலும் கோடிக்கணக்கில் சொத்தும் இருந்தும் சாவித்திரியின் சொத்தையும் முழுக்க கேட்டார். பார்த்தனின் அப்பா கொஞ்சம் கூட யோசனையில்லாமல் சாவித்திரியின் சொத்து முழுவதையுமே அள்ளிக் கொள்ளும் வெறியோடு வரதட்சணை அப்புறம் சீர்வரிசை, அன்பளிப்பு என்றெல்லாம் அடுக்கிக்கொண்டேயிருந்தார்கள். அம்மாவும், அப்பாவும் பார்த்தனை தவிர அவர்களுக்கு வேறுபிள்ளைகள் இருந்தாலாவது, அவர்கள் பேரைச் சொல்லியாவது வசூலிக்கலாம்.

நீண்ட பணப்போர் நடந்தது. பார்த்தனின் அப்பாதான் ஜெயித்தார். நிச்சியதார்த்தமும் நடந்து ரொக்க பணமாக முப்பது இலட்ச ரூபாய் கொடுத்தபின்தான் கல்யாணம் உறுதியாயிற்று. நகையும் வயிரமுமாய் ஒன்றைரைக்கோடி கல்யாணச் செலவு, விருந்து, கச்சேரி பத்து லட்சத்துக்கு மேலே எல்லாம். இதுபோக ஊர்வலம். பேண்டு செட்டு, நடனம், நாட்டியம் வாணவேடிக்கை பந்தல் செலவெல்லாம் சாவித்தரி அப்பா தலைமேலே. சாவித்திரி வீடும் அப்படி ஒன்றும் அல்பை சல்பையான வீடு அல்ல. திருச்சியில் மலைக்கோட்டை, சராப்மெர்சண்ட் வையிரம் வியாபாரம் வைத்திருந்தார். ஒரு போட்டி, ஒரே மகள் ஒரு ஆயிசு சம்பாத்தியம் எல்லாற்றையும் வைத்து ஒரு கல்யாண வாணம் விட்டுப்பார்க்க வேண்டும். ஆசைக்கு ஒரு மகள் ஆசைக்கு ஒரு கல்யாணம். ஆசைக்கு ஒரு விளையாட்டு.

பார்த்தசாரதிக்கு பற்றிக்கொண்டு வந்தது. அம்மா மேலும், அப்பா மேலும் ஏகப்பட்ட ஆத்திரம் ஒரு மயிரிழை பிசகினால் கூட சாவித்திரி கிடைக்காமல் போய்விடுவாள். எங்கேயாவது பணவிஷயத்தில் ஒரு கோளாறு வந்தால் கூட நின்ற இடத்தில் கல்யாணம் நின்றுவிடும் என்று பார்த்தனுக்கு தெரியும். காசு ஒன்றுதான் எல்லாவற்றிற்கும் மூலம் என்று பார்த்தனுக்கு தெரியும். அதனாலேயே பயந்தான். அவனுக்கு சாவித்திரிதான் பயம். கல்யாணம் முடியவேண்டும் இந்த பணங்காசெல்லாம் வேண்டாம். நகையெல்லாம் மூட்டையாககட்டி அம்மாவிடம்

கொடுத்துவிட வேண்டும். ரொக்க பணத்தையும் அப்பாவிடம் கொடுத்துவிடவேண்டும். இரண்டு பாலிஸ்டர் புடவையுடன் இரண்டு பேண்ட் சட்டையுடனும் சாவித்திரியை கையில் பிடித்துக்கொண்டு கண்காணாத இடத்துக்கு பணத்தை தேடாத வெறும் சதையும் உயிருமான மனிதர்கள் இருக்கிற புல்வெளிக்கு போய்விடவேண்டும்.

அருவிக்கரையோரம் பாறைகளிடையே தண்ணீர் சலசலத்து ஓடும் தண்ணீர்கிடையில் கூழாங்கல் வைரத்தைவிட வீரம் மிகுந்த ஒளிவீசும் கண்ணாடி போன்ற தண்ணீர்க்கடியில் பல நிறத்தில் செடிகள் அலைந்து பூக்கும் இடையில் ஒரு பாறையில் வட்டம் சுற்றிய மேடையில் சாவித்திரி! இரண்டு கல் அடுக்கு வைத்து சமைப்பாள்.

லேசாக மழைச்சாரால் வீசும். நனைந்தபடியே பார்த்தன்! சாரல் இன்பத்தில் அவளுடன் அமர்ந்து சாப்பிடுவான். பறந்து செல்லும் பறவைகள் மலர்களை உதிர்த்துவிட்டு செல்லும். மாலை மயங்கும்போது சாவித்திரியின் கலவரத்துக்குள் பார்த்தன் அணைத்துக்கொண்டு தூங்கிப்போனான். இரவுகள் பகல்களாய் சாவித்திரிக்கும் பார்த்தனுக்கு விடிந்துபோவதனால் பகல் நேரங்களில் ஒருவித மயக்கத்துடனேதான் அவர்கள் இருவரும் ஒருவரையொருவர் கவிந்துகொண்டிருப்பார்கள். ஒரு மலையிடுக்கில் பார்த்தன். கையினாலேயே கட்டி கூரையேற்றிய மறைவுக்குள் காட்டு புல்கள் மெத்தையிட்ட படுக்கையில் பகலின் கொடுமையான வெயில் நேரத்தில் இருவரும் ஆழ்ந்து உறங்கிப்போவார்கள். இருட்டும் போது விழித்துக் கொள்வார்கள்.

சாவித்திரி! நன்றாக பாடுவாள் நிலவு வீசும் இரவு வேளைகளில் அவர்கள் இருவரும் பூக்கள் படர்ந்த அருவிக்கரையோரம் நாணல் மெத்தையில் கிறுகிறுத்துக் கிடப்பார்கள். இப்படி ஒரு கனவை அவன் அப்பாவின் நகைக்கடையில் கல்லாப் பெட்டியின் அருகே உட்கார்ந்து கண்டு கொண்டிருப்பது சாவித்திரியைப் பெண்ணாக பார்த்தபின்தான். இப்பொழுது மழை பூவாகக் கொட்டி சந்திரனையும் சூரியனையும் கழுவிவிட்ட காலை நேரம் கனவுகளுக்கு மேல் முதல் இரவு முழுசும் ஒவ்வொரு துளி மழையையும் எண்ணிக்கொண்டே கிடந்தான். அவளுடைய உடம்பு முழுசும் நிரம்பிபோனான் நிரம்பிவழிந்தான். இரவு முழுசுமே இருவரும் பேசிக்கொள்ளவில்லை. பேச்சுக்கு அவசியமில்லை. பேச்சு இல்லாத மவுனம் சோ வென்று பெருமழையாக இருவருக்கும் ஒரே மொழியாய் பொழிந்தது. அவன் அணைப்பில் ஒரு பூக்குடலைபோல் அவள் தந்தாள்.

ஒவ்வொரு துளியாய் இன்பம் மழையாய் அவர்களுக்குள் இறங்கியது. ஒவ்வொரு முறை அலை வீசும்போதும், திடுக்கிட்டு விழித்து சாவித்திரி என்பான் பார்த்தன்! "ம்" என்று மட்டும் அவளிடமிருந்து பதில் வரும். அப்புறம் மவுனப் பெருங்கடலிலிருந்து மூழ்கிவிடுவார்கள். இரண்டுபேரும் விடியும்போது இருவருமே மயங்கிக்கிடந்தார்கள். அவன் எழுந்தபோது ஜன்னல் ஓரமாக சென்று வெளியே எட்டிப் பார்த்தான். மழை அப்போதும் லேசாக தூறிக்கொண்டிருந்தது. இன்னும் சற்று நேரத்தில் சூரியனும் மழையோடயே வெளியே வர்ற மாதிரி சிவப்பா வானமெல்லாம் மழையை கிழிச்சுக்கிட்டு ஒளிக் கிரணங்கள் தலைகாட்டிக் கொண்டிருந்தன. திரும்பி பார்த்தபோது அவளை காணோம். எங்கு பார்த்தாலும் மிச்சம் இருந்தது. படுக்கையெல்லாம் சரங்கள் உதிர்ந்துகிடந்தன. சந்தனபேலா ஒன்று மேசையில் ஓடி கவுந்து கிடந்தது. அவளை இப்போது நெஞ்சுக்குள்ளயிருந்து வெளியே கொண்டு வந்துவிட்ட மாதிரியிருந்தது. அவள் புடவையின் சரிகைப்பாவு ஓரம் அவன் கால்களை அறுத்துயிருந்தது. இப்போதும் லேசாக கணுக்கால்களில் எரிச்சல் இருந்தது.

ஏராளமான நகைகளை அணிந்திருந்தாள். ஆனாலும் ஒவ்வொன்றாக கழட்டி அவைகளை இருட்டில் வைத்திருந்தபோதும் எல்லா நகைகளையும் கழட்ட முடியவில்லை, அவனால். இரவு முழுசும் முத்து மாலை ஒன்று அவள் மார்பில் உருண்டு உருண்டும் நசுங்கி புரண்டது. இப்போதும் ஞாபகம் வருகிறது. காதுகளின் மடல்களை அவள் அணிந்திருந்த ஏதோ புது நகைகள் வைரத்தோடு அவன் கன்னங்களில் குத்தி கீறியிருந்தன. பெரிய காயம் இல்லை என்றாலும் வைர பேசரி! அவள் மூக்கில் இழுத்தகோடு இப்போதும் இன்பமாகத்தான் இருந்தது. அமைதியாக உள்ளே வந்து கொண்டிருந்த சாவித்திரியை கண்ணெடுக்காமல் பார்த்து ரசித்தான் பார்த்தசாரதி! அவள் என்ன பேசுகிறாள் என்று அவனும், அவன் என்ன பேசுகிறான் என்று அவளும் பிரமித்திருந்தார்கள். கையில் வெள்ளிக்கோப்பையில் காபி மெல்ல ஆவிவிட்டது. காப்பியை கையில் வாங்கிக் கொண்டான். மறுகையால் அவளையும் சேர்த்து அணைத்துக் கொண்டான். "ஆ" என்றாள். அவள் ஒட்டியானம் வயிற்றில் கீறிவிட்டதாம். குளித்து முழுகி கலவங்கள் பூசி ஈரத்தலைமுடியுடன் வந்திருந்தாலும்கூட கொஞ்சமாக ஒரு பத்து இலட்ச ரூபாய்க்கு வைர நகைகள் சிம்பிளாக அவள் உடம்பை தழுவிக் கொண்டிருந்தன. அங்கங்கே அவன் வளைத்த வளைப்புக்கும், இழுத்த இழுப்புக்கும் சில நிமிஷங்களிலேயே வையிரமும், தங்கமுமாய் அவள் உடம்பெல்லாம்

வலிக்க குத்தியது. அவனுக்கு தெரிந்தது. பேச்சற்ற மவுனத்தில் இளசுகள் இரண்டும் முரட்டுத்தனத்தில் சொடுங்கின. கீழேயிருந்து கூப்பாடு கேட்டன. "அவன குளிக்கப் போச் சொல்லலையா"

"குளிக்க போங்க"

"போகமாட்டேன்"

"குளிக்கபோங்கங்கிரல்ல"-

"நீ பேசுற நீ என்னோட பேசுற முதல் வார்த்தையே இதுதானா"

"குளிக்க..."

மீண்டும் ஒரு முறுக்கு பிடி...

"நா குளிச்சிட்டேன் நீங்க குளிக்கப் போங்க"

"நா ரொம்ப அழுக்காயிருக்கேனா"

"ஆமா ஆ - மா"

"நிசமா"

"போய்க்குளிங்க ஒரே வியர்வை! இட்லி ஆறுது"

"சாவித்திரி இன்னம் எதுக்கடி இந்த நகையெல்லாம் பணம், காசு எல்லாம் மதிப்பா மனுசமேல தொங்கிக்கிட்டேயிருக்கணுமா, எனக்கு நீ இருந்தா போதுண்டி சாவித்திரி! ஒரு நூல்புடவை, ஒரு முழம் பூ இது போதாதா அம்மனுக்கு பூ சாத்திப்பாத்தா போதாதா".

"என்ன ஔர்ரீங்க! நூல் புடவையாவுது, பூவாவது ஒங்கப்பாவும், அம்மாவும் ஒவ்வொரு வேளைக்கும் மாட்டி, மாட்டி கழட்டிவிடுராங்க தெரியுமா! நாத்தினாருவளும், கொழுந்தியாலுவளும், இதுதா பொண்ணான்னு கேட்டுகிட்டு வந்து என்னோட நகையைத்தான் புடிச்சு புடிச்சு பாக்கிறாளுவோ உங்களுக்கென்ன மாப்பிள்ளையாச்சே மணவறையில் உட்கார்ந்தப்பக்கூட கையில பத்து பவுன்ல ஒரு மகரச் சங்கிலி போட்டிருந்தீங்க, யாரு பாக்கப்போறா ஆனா ஏங்கத அப்பபடியா? ஒவ்வொருத்தரும் பொண்ணு எத்தின பவுனு நகைப் போட்டிருக்கு. வைரம் எத்தன லெட்சத்துக்கு போட்டிருக்கு அப்படின்னு கையாலே தூக்கி தூக்கி பாப்பாளுவ" - என்று ஆக்குரோஷமாக கேட்டாள் சாவித்திரி!

பார்த்தன் அவள் முதற்கோபத்தின் முதற்கனலை மிகக் கஷ்டத்துடன் வாங்கிக் கொண்டான். அவன் அருவிக்கரையோரம் மலைப்பாறைகள் பிளந்து விழுந்தன. மலைக்குடில் அவனே கட்டிய அமைதியான பிளவிலிருந்து பள்ளத்தாக்கில் விழுந்தன. பூக்களும் புல்வெளிகளும் சிதறுண்டு போயின.

“குளிக்கபோங்க அம்மா கூப்டறாங்க”

“சாவித்திரி இதையெல்லாம் உட்டுட்டு எங்கயாவுது மலையடிவாரமா பாத்து நீயும் நானும் மட்டுமா போயிடப்புடாதா”.

“ஏமெப்பா நாம் மாட்டேன்ப்பா! ஒன்றரைக்கோடி ரூபாய் செலவு பண்ணி செலவு பண்ணி கட்டிக்கிட்டேன். எங்கப்பா கடையவித்து, உருப்படிவித்து, சொத்துபத்து வித்து பண்ணின கல்யாணம். ஏன் எங்காவது ஓடணும். ஓங்களுக்கென்ன பைத்தியமா? இந்தாங்க துண்டு, சோப்பு போயி குளிச்சிட்டுவாங்க.”

கண்ணுக்கெட்டின தூரம் வரைக்கும் ஒரே புல்வெளி எல்லாவிதமாகவும் கலர் கலரா பூ வானம் விளிம்பு வரைக்கும். நீண்டு கிடக்கிற மலைச்சரிவு கண்ணுக்கெட்டின தூரம் மேகங்கள் மலைச்சரிவின் மீது படர்ந்து கிடந்தன மேகத்துக்குள் புகுந்து அலையலாம். சூடான புகை வெள்ளையான பஞ்சு பொதிகள் போல், அடுக்கிவரும் மேகச் சுனைகள், மழைச்சரிவுகளிலிருந்து கீழே கூடத்தில் சரிந்து கொண்டே போகும். அப்புறம் யாரும் காப்பாற்ற முடியாது. வேகம் வேகமாக சரிந்து கொண்டே போகிறான்.

பார்த்தசாரதி கீழே கூடத்தில் இறங்கிப் போகிறான். மாடிப்படியிலிருந்து கலையாத தோரணங்கள், மணவீட்டு அலங்காரங்கள், வாடிய மலர் மாலைகள், ஓடிவளைய வரும் குழந்தைகள், இன்னம் ஊருக்கு திரும்பாத சொந்தக்காரர்கள். நண்பர்கள் பந்துக்கள் கூட்டம் அவன் பார்த்தபின் கால்கள் பூமியில் படிந்தன. எல்லோரது கேலிக்கிடையிலும் நேராக கொல்லைப்புறம் சென்றான். ஆவிப்பறக்கும் வெந்நீர் அந்த மழைநேரத்துக்கு இதமாகத்தான் இருக்கும். ஆனால் அங்கே இருந்தது வெந்நீரல்ல. பாசிபடிந்த குளியல் அறை சிறிய குட்டை, துண்டு ஒன்று கொடியில் தொங்கியது. மச்சினிப்பெண் ஒருத்தி சாரதா! என்ன அத்தான் குளிக்கிறீங்களா? முதுகு தேய்க்க அக்கா வரமாட்டா. குளியல் அறையிலேயே பாறை ஒன்று இருக்கும் அதில் முதுகு தேச்சுக்கங்கயென்று சொல்லிவிட்டு கணீரென்று சிரித்தாள். குளிக்கும் வெகுநேரம் தண்ணீரை அலம்பிக் கொண்டே நின்றான் பார்த்தன்!

ஒன்றரைக்கோடி செலவு செய்த கல்யாணம் முதுகு தேய்க்க பொண்டாட்டி வரமாட்டாள். எருமைமாதிரி பாறையில் தேய்த்துக் கொள்ள வேண்டியதுதான். சோப்புப் பெட்டியைத் திறந்து பார்த்தான். சோப்புப் பெட்டிக்குள் ஒரு லைபாய் சோப்பு நாலு துண்டமாக வெட்டப்பட்டு ஒரு துண்டு அவனைப் பார்த்து விளித்தது. அவனுக்கு உடம்பு தண்ணீரிலேயே நிலைக்கவில்லை. குளிப்பது

கஷ்டமாயிருந்தது. குளித்துவிட்டு வெளியில் இறங்காமல் உடலை நனைத்துக் கொண்டு இறங்கியபோது இன்னொரு மைத்துனி நர்மதா என்று பெயர். அவனைப் பார்த்து சீக்கிரம் சாப்பிட போங்க நாங்கல்லாம் சாப்பிட்டாச்சு என்ன ஒரு அண்டா தண்ணீரையுமா குளிச்சு தீத்துப்புட்டீங்க. இந்த தண்ணி இறக்கிறதுக்கு ஒரு யூனிட் கரண்டாவது ஆயிருக்கும் மோட்டாருக்கு. அவள் வயது பெண்களுக்கு இருக்கக் கூடிய கனவுகள் ஏதும் இல்லை. திடமான பார்வை கரண்ட் வீணாகுதே என்ற கவலை காசுபோச்சே என்கிற ஆதங்கம் பார்த்தனுக்குக் குமட்டிக் கொண்டு வந்தது. மாடிக்கு வந்தான் மறுபடியும் விஷத்தை வாரி இறைத்தாள் சாவித்திரி.

"குளிச்சிட்டிங்களா! அய்யய்யோ சோப்புப் பெட்டிய எடுத்துட்டு வல்லயா நாயுங்க சோப்ப எடுத்திருமே சோப்பு திருடிங்க சாஸ்தி."

"நாயிங்களா யார சொல்ற? இருக்கிறது ஓந் தங்கச்சிங்க. ஒங்க அம்மா, ஒங்க அப்பா ஒரு முழு சோப்பு. ஒவ்வொருத்தரும் வச்சுக்க கூடாதா அது என்ன கஞ்சத்தனம்."

"என்னாது கஞ்சத்தனமா சிக்கனமுன்னு சொல்லுங்க. இல்லென்னா ஒங்க மாதிரி ஒரு மாப்பிள்ளை கேட்டார்ன்னு இருபது லட்ச ரூபாய் கல்யாணச் செலவு பண்ண முடியுமா. கருமித்தனன்னா என்னான்னு ஒங்களுக்குத் தெரியுமா."

வெள்ளை வெளேரென்று வானத்தில் "என்ன சுதந்திரமாய் ஒரு கூட்டம் கொக்குகள் பறக்கின்றன. வாழ்க்கை முழுசும் நீ இந்த ராட்ஷசியுடன் ஒவ்வொன்றையும் கணக்குப் பார்த்து கூட்டிக் கழித்து வாழ வேண்டும் என்று நினைத்த போது நெஞ்சம் பதைத்தது. பெரிய சோப்பு பெட்டி அதற்குள் கிடந்தான் பார்த்தசாரதி திமுதிமுவென்று சோப்பு நுரை பொங்குகிறது. கண்ணை கரிக்குது. ஒரு சின்ன சோப்புத் துண்டு அதிலிருந்து இவ்வளவு நுரையா கண்ணைக் கரிக்கிறது. அவனுக்கு போதும், போதும் என்று கத்துகிறான். "பத்து வருஷத்துக்கு இந்த சோப்பு துண்டு ஒங்களுக்கு போதுமே வேற சோப்பு வாங்காதீங்க!"

கீழே இறங்கிபோனான் பார்த்தசாரதி! என்ன மாப்பிள்ளை ஆயிரம் ரூபாய்க்கு போய் நீங்க கட்டியிருக்க பட்டு வேட்டிய வாங்கி இருக்கீங்க ஒங்க மச்சான் கிட்ட சொல்லியிருந்தீங்கின்னா எட்டாயிரம் ரூபாயில ரெட்டத்தட்டு சரிகை வேட்டி கொண்டு வந்திருப்பானே. ஒரு பேஷனாகூட எடுத்துயிருக்கலாம்." "எனக்கு ஒத்தக்கம்பி சரிகை ஓடினால் போதும். நூல் வேட்டி சாதாரணமான டெரிகாட்டன். பேண்ட் இதுதான் போடுவேன், கட்டுவேன்,

எட்டாயிரம், பத்தாயிரம் ரூபாய் கொடுத்து வாங்குகிற டபுள்பேட் தங்க சரிகை வேட்டி ஆடம்பரமா இருக்குமுன்னாகூட கட்டிக்க ரொம்ப சிரமமாயிருக்கும். வேத்துவடியும். திகுதிகுன்னு கம்பி பாகு காலை அறுக்கும்.

“ஹோ... ஹோ... ஹோ” என்று மாப்பிள்ளையின் பேச்சைக் கேட்டு மாமனாரும் மருமகன்களும், மைத்துனர்களும், சிரித்தார்கள்.

“மாப்பிள்ளைக்கு காசு பணம் வேண்டாம், ஆடம்பரம் வேண்டாம். சொல்லப்போனா மாப்பிள்ளைக்கு அவரே வேண்டாம்” என்றார் மாமா. சாப்பாட்டு மேஜையின்மேல் அலங்காரமா வெள்ளி பாத்திரங்கள், ஐம்பொன் சிலைகள் எல்லாம் இருந்தன. ஒரு பரிசாரகன் கையில் இந்த பாத்திரத்திலிருந்து மல்லிகைப்பூ போன்ற இட்லிகளை அவன் கையில் வைத்து சட்னியை ஊற்றினான். உள்ளேயிருந்து கையில் கிண்ணத்தோடு வந்தாள் சாவித்திரி! இட்லியை விரல்களால் தொட்டபோது சில்லிட்டது. அதிர்ந்து போனான், பார்த்தசாரதி! கையிலிருந்து பாத்திரத்திலிருந்து வெங்காய சட்டினியை கரண்டியால் எடுத்து வைத்தபடி அவன் முகத்தைப் பாத்தது “என்னது இப்படி முழிக்கிறீங்க சாப்பிடலையா” சட்டினிகள் இரண்டும் ஊசல் ஊடின. அவைகளும் சில்லிட்டிருந்தன. எதிரே மைத்துனர்கள், மருமகன்கள் உட்கார்ந்து அதே ஐஸ் இட்டிலிகளையும், ஊசிப்போன சட்டினிகளையும் ருசித்து சாப்பிட்டுக் கொண்டேயிருந்தார்கள். அத்தை வெள்ளி தட்டில் பலகாரம் பரிமாறி கொண்டிருந்தார்கள். கல்யாணத்துக்காக செய்திருந்த பலகாரங்கள்தான் நிஜமாகவே அவைகளும் காரல் வீசின. முறிந்துபோன டால்டாவின் காரல், கசடு வாசனை. ஆனால் அவர்கள் எல்லோரும் ருசித்து சாப்பிட்டுக் கொண்டயிருந்தார்கள். மாப்பிள்ளை முறுக்கு ஏதும் காட்டாமல் அவைகளை பார்த்தசாரதியினால் சாப்பிட முடியவில்லை.

“என்னங்க என்னாச்சு சாப்டலையா”

“பசியில்ல ருசியும் இல்லை”

“பலகாரம் செய்ய சமையல்காரனுக்கு கூலி மட்டும் ஆறாயிரம் ரூபாய்க்கு மேல அப்பா கொடுத்திருக்காங்க தெரியுமா எல்லாம் நெய்ல செஞ்சது.”

அப்படியே எழுந்து கைய கழுவிவிட்டு மாடிக்கு வந்தான் பார்த்தன்! அடி சாவித்திரி உன்னை எவ்வளவு பரிசுத்தமான களங்கம் இல்லாத ஒன்றும் தெரியாத பெண்ணென்று பெருமையோடு வந்தேன். இங்கு வந்து உன்னையும் உன்னைச்சுற்றிய இன ஜனங்களையும் பார்த்த பின்னால் எத்தனை ஏமாற்றம்! எல்லாம் ரூபாய் பைசா

எனக்கு வைத்த விலையில் நான் விற்பனையாகிப் போனேன். சாவித்திரி மட்டும் போதுமென்று புலம்பிக் கொண்டியிருந்ததெல்லாம் என்னாயிற்று.

“அய்யய்யே... இங்க இருந்த வெற்றிலை தட்ட எங்க வச்சீங்க.”

“ராத்திரியே இரண்டு மூன்று தடவை போட்டேனா, எனக்கு தெரியாதா வெற்றிலையெல்லாம் நானேல்ல கொண்டு வந்தேன். எல்லாம் கற்பூர வெற்றிலை. ஏன் நீங்க வெற்றிலை வாங்கலையா.”

அய்யய்யே... “இரண்டு கவுளி இருந்திருக்கும் போலியிருக்கே எல்லாத்தையும் மாடு மாறி மென்னுட்டாங் மிச்சமாகுமேன்னு நாங்க வெற்றிலையே வாங்கல.”

மீண்டும் மீண்டும் மழைச்சாரலில் நிற்கிறான் பார்த்தன்! இப்பொழுது அருவியின் அதலபாதாளத்தில் விழுந்து கொண்டிருக்கிறான். நேராக்கூட அல்ல. கலைகளாக சாவித்திரி தன் கையிலிருந்த சவுக்கை சொடுக்கிக் கொண்டேயிருந்தாள். பகல் வேளைகளில் கூட அவனை எங்கும் விடாது துரத்தினாள். ஒவ்வொன்றிற்கும் ஒவ்வொரு விலை வைத்தாள். அந்த விலையும் அவனிடமிருந்து வசூலித்தாள். அவன் பார்த்தன்! எல்லாவற்றையும் அவளிடம் கொடுத்துவிட்டு தனியாக நின்றான். பகல் நேரங்களில் காலை வேளைகளிலும்கூட அவனை முறுக்கி வேலை வாங்கினாள் சாவித்திரி!

அவனது மலைச்சரிவும், மைதானமும் இப்பொழுதெல்லாம் எங்கிருந்தன என்பது அவனுக்கோ சொட்டு சொட்டாக இரத்தம் வில்லை வில்லையாக விழுந்து காசாகி, வெள்ளிப்பணமாகி ஒன்று சேர்ந்து நோட்டாக பரிமாறி செங்கல் செங்கல்லாய் மாறி மீண்டும் நோட்டுக் கட்டுகளாய் மாறி நோட்டு கட்டுகள் தங்க பாளங்களாய் மாறி நீண்ட மதிற்சுவராகி அவனை நாற்புறமும் அடைத்துக் கொண்டது.

சாவித்திரி! சாவித்திரி! என்ற கூக்குரலுக்கு யாரும் பதில் அளிப்பதில்லை! வெகுநேரம் கழித்து “இங்கேதானே இருக்கேன். என்ன எழவு சொல்லித் தொலைங்களேன்” என்று பதில் வரும்!! சாவித்திரி சீக்கிரமாகவே பவுன் மாதிரி நிறத்தில் ஒரு குழந்தையை தங்கம் மாதிரி குணத்துடன் ஒரு குழந்தையைப் பெற்று எடுத்தாள்! வெள்ளிமணி சிரிப்பை அது வாரி கொட்டி இறைத்து ஓடி விளையாடியது. அவனால் முடிந்தது இதுதான். சாவித்திரி அவனை கட்டிக் கொண்டால்தானே பணத்தைக் கட்டிக் கொண்டேயிருந்தாள்.

நீண்ட இடைவெளி ஏராளமான சம்பாத்தியத்தை அவன் செய்தான். இன்னும் புதிய புதிய கடைகளைத் திறந்தாள். அது என்னமோ அவனுக்கு பெரிய பணக்கார வியாபாரிகளுக்கு நேர்வதே போல் லாபம் லாபமாக லாபத்துக்கு மேல் லாபமாக வந்து கொண்டேயிருந்தது. அருவிகளும் மலைச்சரிவுகளும் ஆழத்தில் ஆழத்தில் மலர்வனங்களும், சோலைகளும், மண் மூடி புதைந்துபோயின. சாவித்திரி! நிறைய நகைகளுடனும் பட்டு சரிகை கனத்துடனும் கொடிபோல் இருந்த உடம்பு மலைபோல் அகண்டு போனாள். குழந்தைகள் வளர்ந்து அவர்களும் ஏராளமான பணத்துக்கு விலையாகிப் போனார்கள். இப்போதெல்லாம் வியர்வை கொட்ட ஆரம்பித்துவிடுகிறது. பணக்கார வியாதி வந்துவிட்டது. நெஞ்சு படபட என்று கூப்பிடும்போது போகவேண்டிய நேரம் ஞாபகம் வருகிறது. நிறைய இன்ஞ்செக்ஷன் உடலை சல்லடையாக்கின. ஆனாலும் இரத்தம் கொதித்தது. இரத்த கொதிப்பு வரவேண்டாமே, வருவதற்கு என்ன இருக்கிறது என்று கேட்டாள் சாவித்திரி!

நல்ல வேளை மருந்து இல்லாத வியாதி, வைத்தியம் இல்லாத வைத்தியம், செய்ய முடியாத வைத்தியம் என்றாள். டாக்டர்கள் அமெரிக்காவிற்கு வழிகாட்டினார்கள். எதுக்கு வேண்டாமே அங்கே போயி சாகிறத பிள்ளையங்களோட இங்க இருக்கலாமே என்றாள், சாவித்திரியுடைய அம்மாள். பலமாக எதையும் நிற்க போகிறது மாதிரி படபடவென்று அடித்துக் கொள்ளும் உடம்பு முறுக்கி வாங்கும் அப்போதுகூட யாரும் பார்த்தனுக்காக யாரும் பைசா செலவு செய்ய வேண்டாம் என்றார்கள். இந்த வியாதியெல்லாம் தீராது என்றார்கள். நெஞ்சுக்குள்ளே இப்பொழுது அருவி ஓசை, கமகமவென்று கேட்க ஆரம்பித்துவிட்டது. இரத்தம் கொதித்து உதிரம் மண்டைக்கு ஏறியபோது மனசுக்குள் காடாய் பூக்கள் பூத்தன. தடாகங்கள் நீலநிறமாய் பூத்தன. பூத்து வழிந்தன. அருவிகள் சப்தகடலாய் பெருகி இரைந்தன. யார் இதை நம்ப முடியுமா, கற்பனை என்பார்கள். கேலியும் செய்வார்கள். ஆறை நீலக்கடல் அலை ஓசையாய் ஏழு சமுத்திரங்களும் பார்த்தனுக்கு பேரொலி கொட்டி பேரொலி செய்து அண்டங்களை கிடுகிடுக்க வைத்தன. இவைகள் யாவும் ஒரு நாள் வெடித்து சிதறி நிஜமாக போவது யாருக்கும் தெரியாது. சாவித்திரி! இப்போது தனியாக வைர மார்க்கெட் ஒன்றை பெரியகடைத் தெருவில் திறந்திருக்கிறாள். அவளே நேரடியாக நின்று மூச்சிறைக்க குனிந்து நிமிர்ந்து வயிற்றைத் தூக்கிக் கொண்டு வியாபாரத்திற்குள் வியாபாரம் ஆனாள்.

(வெளிவராதது)

பொறா ஷோக்கு

லாஇலாஹா இல்லல்லா லாஇலாஹா இல்லல்லா ஓ அவுலா லா இலாஹா இல்லல்லா ஔர் முகம்மது ஔர் ரசூலுல்லா.

அளவற்ற அருளாளனும் நிகரற்ற கருணையுள்ளோனும் ஈடு இணையற்ற ஒப்பற்ற தனித்துவமுள்ளோனுமாகிய அல்லாஹா தால்லா இன் கருணையைக் கொண்டு இறைவன் ஒருவன் இல்லால் வேறில்லை. அல்லாவின் தூதரும் ஒருவரே முகம்மதுதான் நபி என்றறியுங்கள்.

'ஓ' என்ற பாங்கொலியும் வானைக் கிழிக்கும் மஸ்தானின் பேரொலியாக நான்கு புறங்களில் எதிரொலித்தது. தஞ்சாவூர் கீழவாசல் இன்னமும் விழிக்கவில்லை. அந்தகாரம் முற்றிலும் நீங்கவில்லை. சூரியன் மறைத்த இருள்சேர் அல்லாவின் கருணை போலவே நான்கு புறங்களிலும் சுடரொளி வீசி சூரியக் கதிர்கள் மூலம் உலகைக் கொஞ்சம் கொஞ்சமாக இதழ் பிரித்து மடல் அவிழ்த்து ஒளி வெள்ளம் பூச முயன்று கொண்டிருந்தது. அந்த இருளில் இருள் பிரிந்த ஒளியில் கீழ வாசல் அகழ்மேட்டில் வானத்தைப் பார்த்தபடி சாக்கடையின்மேல் நின்றுகொண்டு இடுப்பில் கை கொடுத்து முதுகை நிமிர்த்தி வானத்தைக் கண்களாலேயே துழாவிப் பார்த்துக் கொண்டு நின்றார் காசீம் மொகைதீன் ராவுத்தர். நூற்றி ஆறு வயது ராவுத்தருக்கு. நம்ப முடியாது யாராலும்.

தலையில் உள்ள துருக்கி குல்லா விழுந்து விடுமோ என்ற பயம் பார்ப்பவர்களுக்கு இருக்கும். எதைக் கொண்டு அது பிடிப்பில் இருக்கிறது? உறுதி சொல்வது கடினம். தலையில் எப்போது எடுத்துக் கவிழ்த்தியதோ யாருக்குத் தெரியும்? அது இல்லாமல் அவரைப் பார்க்கவே முடியாது. தலையைச் சுற்றிலும் லேசான வழுக்கையும் அடர்த்தியான முடியும் யாரும் அறுபத்தி ஐந்து வயதிற்கு மேல் சொல்ல முடியாது. வில் போன்ற தேகம். எட்டு வயதில் குமரைத் தூக்கி வந்தவர்களோடு தஞ்சாவூருக்கு வந்தது. ஏதோ கனவுபோல் ஞாபகம் இருக்கிறது ராவுத்தருக்கு. ஒரு பக்கம் பிழிந்து போட்ட சக்கை போன்ற உடல். இன்னொரு புறம் ஒரு செழிப்பு

ஆச்சரியமானது. வற்றிய உடலானாலும் நீரோட்டம் குறையாத தேகம். வானத்தையே பார்த்துப் பார்த்துத் தீட்டிக் கொண்ட கண்கள். குச்சி குச்சியான விரல்கள். ஆனாலும் சிற்பக் கலைஞனின் விரல்கள் போன்ற அழகு ரகங்கள். சிவந்த தேகம், ரத்தம் செத்ததனால் வெளிறிய சருமம். ஒன்றை ஒன்று போட்டியிட்டன.

சாக்கடையின் விளிம்பில் ஓராள் ஆழத்திற்குக் 'கோ' வென்று பாயும் சாக்கடை நீரை காசீம்பாய் பார்க்கவில்லை. அல்லாவின் பாங்கொலியை அவர் செவிகள் கேட்கவில்லை. உதடுகள் லாஇலா என்று உச்சரித்தாலும்கூட வெளியில் ஒலி எழுப்பவில்லை. அவரது தேகம்தான் அங்கு நின்றது. கண்கள் வானத்திலே பூரணமாய் இன்னும் இருள் விலகாத புகைக் குழம்பிடையே யார் கண்ணுக்கும் எட்டாத எதையோ தேடிக் கொண்டு இருந்தது. அந்தக் கண்களில் ஏதோ ஒரு வெறி. அடங்கமாட்டாத ஆர்வம். அடக்க மாட்டாத துணிச்சல் யாவும் வானத்தை நோக்கி கூரான ஏதோ ஒரு அவயம் அவர் முகத்திலிருந்து புறப்பட்டு வானில் துளாவுவதான தோற்றம். இதைப் பார்க்கும் யாருக்கும் தோன்றும் அந்தக் கண்களில் தெரியும். தீச்சுடர் ஜுவாலை வீசியது யாருக்குத் தெரியும்? நூற்றாண்டுகளாகப் புழுதி புரண்ட அந்தத் தஞ்சை மண்ணுக்கு மட்டுமே தெரியும்.

கொடூரமான புழுதி கீழவாசல் மேடு - இருளில் தெரியும் பள்ளிவாசல். காதர் மியான் தைக்கால் மேடு கண்ணுக்கெட்டிய வரை தெரியும் கீழவாசல் அகழ்மேட்டுத் தண்ணீர். காலைநேரத்தில் சூரிய ஒளியில் அந்தச் சாக்கடை நீரில் துள்ளும் கருப்பு ஜிலேபிக் கெண்டை மீன்கள். அவற்றின் பாரம்பரியத்திற்கு காசீம் மொகைதீன் ராவுத்தரைத் தெரியும். எத்தனையோ ஆண்டுகளாக அவைகள் குஞ்சுகளாகவும் முட்டைகளாகவும் மீண்டும் பெரிய ஜிலேபிக் கெண்டைகளாகவும் மாறி மாறி உருமாறி வரும் அந்தச் சாக்கடை கும்பி மீன்களுக்கு ராவுத்தரைத் தெரியும். வானத்தைப் பார்த்து ரத்தத்தால் துழாவி அறிய முயலும் அவரது ஞானம் எட்டாதது. உயர பறந்து போனது. காலம்கூட அவரைச் சிதைக்க முடியவில்லை.

தூரத்தில் 'வாப்பா வாப்பா வரியா இல்லையா' என்ற கூக்குரல் கேட்டுக் கொண்டே இருந்தது. ஆனால் தூரத்தே மாடுகள் வெட்டப்படுகிற குரூர ஓலம் ஆரம்பிக்கும் முன்னதாக குவாட்டர் ஹவுஸ் பணியாளர்கள் கத்தக் கத்த மாடுகளை இழுத்துச் சென்று கொண்டிருந்தார்கள். அதையும் காசீம்பாய் திரும்பிக்கூடப் பார்க்கவில்லை. இன்னும் சிறிது நேரத்தில் வெட்டப்பட்டு விடுவோம் என்று அந்த மாடுகளுக்கு எப்படித் தெரியுமோ தெரியாது. தீனமான அந்தக் குரலே ஒரு தனி பாஷையாக இருந்தது. உலகம்

விழிக்கும் முன்பு ரத்தம் ஓடையாகி ஓடுவதற்கு முன்பாவே தனது இனத்தின் அவலக் குரலை அவை எழுப்பின.

“வாப்பா வாப்பா வந்து தொலையிறயா இல்லையா. உன்னோட இதே தொல்லையாப் போச்சு. துனியா தர்கீர் இப்படி இருக்கு- வந்து தொலையேன் எமனத்தாலி தொலஞ்சாலும் பரவாயில்ல. அல்லா உனக்கு இது நல்லாயிருக்கா? பாரேன் நெட்டுக்குத்தா நிக்கறதே. அப்பான்னு கால் வலிக்குதேன்னு சொல்லி உட்காரமாட்டாங்களா மனுஷாளு” என்று பள்ளத்திலிருந்து குரல் அபயமாய் எழுந்தது.

காசீம் ராவுத்தர் அதையும் கவனித்துப் பார்க்கவில்லை. அவர் காதுகள் செவிடுபட்டிருந்தன. புலன்கள் யாவும் இருண்டு ஒளியாக மாறி அவர் முகத்திலிருந்து வானத்தை நோக்கி நீண்டிருப்பதான விபரீத அர்த்தம் அந்தத் தஞ்சைப் புழுதிக்குத்தான் தெரியும். அவரைப் போலவே நூற்றாண்டுப் புழுதி அது.

......இருநூறு வருடங்களுக்கு முன்பு தஞ்சைக்குள் நுழைந்த மாலிக்காபூரின் படை துரத்தித் துரத்தி அடித்துத் தஞ்சாவூர் மக்களின் உடுதுணிகளையும் சேலைகளையும் பிடுங்கி முதுகில் கொறடாவால் ஒவ்வொருவருக்கும் ஒரு முத்திரை போட்டுவிட்ட ரத்த அடையாளம். கொள்ளை அடித்துச் சென்ற கோடிக்கணக்கான கோயில் சொத்துகள் இதே அகழ்நீரில் மிதந்த நூற்றுக்கணக்கான பிராமண உத்தமர்களின் சடலங்கள். பின்னர் விரட்டி வந்த காலத்தில் மூன்றரை லட்சம் போர் வீரர்களோடு தஞ்சையைச் சூறையாடிய மாதவராவ் சிங்ளே அவனைத் தொடர்ந்து இந்தப் புழுதி மண்ணை நோண்டி இதில் கழுதை கட்டி ஏர் உழுது விளைச்சலைப் பார்த்து மறுபடியும் உழுது தஞ்சை மண்ணைப் பூண்டற்றுப் போக பிராமணர்கள் சொல்லிய வானகத் திணையின்படி குலநாசம், தலநாசம், பூமிமாதா நாசம் செய்த மாறவர்மன் சுந்தரபாண்டியன் ஆடிய ஆட்டம் அந்தப் புழுதிக்குத் தெரியும். வரலாற்று ஆசிரியர்கள் உணர மாட்டார்கள்.

அடுத்துக் குறுக்கில் வந்த ஹைதர் அலி ஸ்ரீரங்கப்பட்டணத்தில் இருந்து திண்டுக்கல் வழியே தஞ்சையைக் கவிழ்க்க பாய்ந்து வந்த முஸ்லீம் படைகள் அங்கே தஞ்சையில் வெடித்துச் சிதறிய பீரங்கிக் கங்குகள் தஞ்சை பலமுறை சுடுகாடாகி வந்ததெல்லாம் விற்றுப் பறித்ததை எல்லாம் தின்று, சாலையோரத்துப் புளியமரத்தில் இருந்த புளியைக் கரைத்துக் குடித்து இந்த அகழ் தண்ணீரில் இறங்கி எத்தனை பெண்கள், மானமிழந்த உடல்கள், எத்தனை நூற்றாண்டுகளாக மிதக்கின்றன. ‘ஹோ’ என்று அலறும் காளியின்

நர்த்தன வீரியம் நூற்றாண்டுகளுக்குப் பின் இன்னும் தஞ்சையில் சுடர்விடுகிறது.

நூற்று இருபத்தியொரு பள்ளிவாசல்கள் ஒருபுறம், பாங்கொலி எழுப்ப ஒரு நேரம் நகராவின் பேரிடி ஓசை லாஇலாஹா கூக்குரலும் தொடர்ந்து மருட்டும் இருளும் தஞ்சையின் நிசும்ப சூதினியாகிய ராவுகால காளிகளும் சம்மதம். இது ராவுத்தருக்குத் தெரியும். ஒரு நூற்றாண்டாக அவர் காளியமர்த்தனத்தையும் வானத்தில் பார்த்துக் கொண்டே இருக்கிறார்.

மூவிலைவேல் சுடரொளி வீச எடுத்த பாதத்தின்கீழ் அரக்கன் நசுங்க நாக்கு மடித்து ரத்தம் சொட்டும் வளையீற்றுப் பற்கள் கோரம். சிரிப்பொலி எழுப்பும் குரல்வளை நொறுங்கும் வைரச் சிதறலால் காளியின் பேருருவம் வானுக்கும் பூமிக்குமாய் இடித்துச் சிதிலமாகிக் கிடக்கும் தஞ்சை அரண்மனை சுவர்களின்மேல் சாக்கடை நீரின் சுழற்சிக்கப்பால் கண்ணுக்கெட்டியவரை பரந்து கிடக்கும் ஆழமான அகழ்நீரில் அல்லாவின் கருணையாக உலகம் என்றும்போல் மீண்டும் மீண்டும் அதுவதாகிச் சுழல்வது தஞ்சை மண்ணுக்கு மட்டுமே எட்டும்.

காசீம் மொகைதீன் ராவுத்தர் அவரது ரத்த நாளங்களில் எதிரொலிக்கும் அத்தனையும் வானத்திலே பூசிப் பார்த்துவிடும் சாதுர்யம். ‘வாப்பா வாப்பா’ என்ற கூக்குரலுக்குச் செவி சாய்க்காத அந்தக் குரூரமான இன்பம் அவர் முகத்தில் மேலும் ஒளியைப் பாய்ச்சியது. அப்படி வானத்தில் என்னதான் பார்க்கிறார்? ரம்லத்துக்குத் தெரியும். அவள் கையிலிருந்த இரும்பு பிஞ்ஞானத்தில் கொழுப்பு நிறைந்த டீ தளும்பியது. பள்ளத்தையே திரும்பிப் பாராமல் வானத்தையே துழாவும் வாப்பாவையே இப்போது கருணையோடு பார்த்தாள் ரம்லத். ரம்லத்தின் கண்களில் லேசாக நீர் கலங்கியது. இவர் ஏன் உயிருடன் இருக்கிறார்? யாருக்காக எதற்காக காசீம் ராவுத்தர் இருக்க வேண்டும்? அவளது நெஞ்சம் பாரத்தால் விம்மியது.

மேடேறிப் போய் வழக்கம்போல அவரை மடியில் உட்கார வைத்து இந்த டீயை ஊற்றிவிட வேண்டும்தான்! வேறு எதையும் சாப்பிடமாட்டார். எழுபத்தி ஐந்து வயதில் காதீம்பாய் பண்ணிக் கொண்ட நிக்காவில் பிறந்தவள்தான் ரம்லத். பதினெட்டு வயதுதான் ரம்லத்துக்கு. இடையில் சிலகாலம். அவரது பீவி அவரைவிட்டு ஓடி இருந்தாள். திரும்பவும் அவளே ஓடிவந்து காசீம் பாயிடம்

சேர்ந்து கொள்ள என்ன இருந்தது அவரிடம்? ரம்லத்துக்கும் அது புரியாத ரகசியம்தான்.

உம்மா ஜைத்தூன்பீ வாப்பாவைக் கட்டும்போது அவளுக்கு ரம்லத்தின் வயதுதான். ஜைத்தூனை காசீம்பாய் மெஹர் கொடுத்துக் கட்ட முடியாத குமர் என்பதால் இலவசமாகவே கொடுத்தார்கள். காசீம்பாய் அப்போதும் வானத்தைப் பார்த்துக் கொண்டேதான் நிக்காஹக கித்தாட்டில் கையெழுத்துப் போட்டார். குமரிகள் எல்லாம் சேர்ந்து கொண்டு "உன்ன கிளவனுக்குக் கட்டி வச்சிட்டாங்கடீ" என்று அவள் காதில் ஓதினார்கள். அன்றிரவே சைக்கிள் கடை மஸ்தானுடன் ஜைத்தூன் ஓடிப்போனாள். மஸ்தான் ரொம்ப நாளாக வைத்திருந்த குறி ஜைத்தூன். எல்லாப் பெண்களைப் போலவும் ஜைத்தூனும் ஒரு ராஜகுமாரனைத்தான் கனவு கண்டாள். கீழ வாசல் துலுக்கத்தெரு கடைசியில் இருந்த நவாமியான் பள்ளிவாசலில் பாங்கு ஓதிக் கொண்டிருந்த ஹையத்பாய் பெற்றெடுத்த பெண் ஜைத்தூன். பாங்கு ஓதிஓதிக் குடலில் புண் வந்து பீடிப்புகையும் தீத்தண்ணீருமே மருந்தாய் வாழ்ந்த ஹையத் ஒருநாள் மையத்தில் வாய்பிளந்துபோனார். காலையிலும் மாலையிலும் அல்லாவின் பெயர் சொல்லிக் கூக்குரலிட்ட அந்தக் குரல் ஒடுங்கிப் போனது. பள்ளிவாசல் மீசான்கல்லில் அவர் சடலம் கிடந்தது.

ஜைத்தூனின் உம்மா பதினொரு குமருகளை விட்டுட்டு 'போனீஹளே' என்ற ஜைத்தூனின் உம்மாவின் கதறலின் எதிரொலி அங்கே ஒரு நூற்றாண்டாக உறங்கிக் கிடக்கும் நவாமியான் பகீர் கேட்டு அதிர்ந்து போய்விடவில்லை. தர்காவின் தூண்கள் ஒரு வேளை அழுதிருக்குமோ என்னவோ?

தினமும் தள்ளாடியபடி அந்தத் தூண்களுக்கு உள்ளே உள்ள படிகளின் மூலம் மேலேறிச் சென்று தஞ்சாவூரின் நான்கு திசைகளும் அலற லாகுலாஹா சொல்லும் ஹையத்தின் குரல் அழுதிருக்குமோ என்னவோ? பக்கத்திலிருந்த கபாஸ்கான் ஒருவேளை சிரித்திருக்கக் கூடும். அங்கிருந்த ஆத்மாக்கள் மலக்குகளாகி வரும்பொழுது அவற்றுக்குள் ஹையத்தும் இருப்பார். பதினொரு குமருகளும் சிதறி யார் யாருடனோ வாழ்க்கை நடத்த அவர்களாகவே தீர்மானித்த நரகங்களில் போய்ச் சிக்கிக் கொண்டார்கள். ஜைத்தூன் கடைசிப் பெண். அவளை யார் கையில் கொடுப்பது? ஜைத்தூனின் உம்மா சந்தேகமே படாமல் ஜைத்தூனை காசீம் ராவுத்தருக்குக் கொடுத்தாள். ஏன் என்று அவளுக்கே தெரியாது.

கீழவாசல் மார்க்கட்டுக்குப் போகும்போது ஒரு நாள் தற்செயலாக வானத்தைப் பார்த்தாள் ஜைத்தூனின் உம்மா. தன்னந்தனியே கோட்டை வாசல் மேலே மதில்மேலே நின்று வானத்தோடு அளவளாவிக் கொண்டிருந்த காசீம் ராவுத்தரை அல்லாவின் உருவமாகவே ஒளிப்பிழம்பாக அவள் பார்த்தாள். இந்த மனுசன் என்னங்கிறே எப்போதும் நீண்ட தாடி காற்றில் கொடியாய்ப் பறக்கணும். வானத்தை நிமிர்ந்து பார்த்த தலையிலிருந்த குல்லாய் கீழே சரியாமல் இருக்கும் விந்தையை ஜைத்தூனின் உம்மா பலமுறை கடைத்தெருவில் குமருகளிடம் பேசி இருக்கிறாள். என்றாலும் ஜைத்தூனை அவர் கையில் பிடித்துக் கொடுத்தபோது தெருவில் எல்லோரும் மண் வாரித் தூற்றினார்கள்.

'வேற ஆள் கெடைக்கல்லயா ஒனக்கு?' என்று சொக்கட்டான் உருட்டினார்கள். 'எனக்கு அவரு மலக்குதான்.' மூத்தவளும் கடைசிக்கு முந்தினவளும் செறுக்கியும் சொல்லாமலே ஓடிப்போறாளுக. நாலாவதும் எட்டாவதுமா படிச்சிட்டு இருந்தவளுகளே அறாம் படிச்ச பயலுக தேடிக்கிட்டாளுக. தெனமும் சோத்துக்கு பறக்கற பறப்புலே மிச்சம்மீதி சந்து களிசல் கருவாடு விக்கப் போனதும் பளய பாத்திரம், பேப்பர் பொறுக்கப் போனதுகளும் சாணி அள்ளப் போனதுகளுமா படச்சவனே அல்லா இதுதான் நீ கொடுத்த வாழ்க்கை. விவரந் தெரிஞ்சி அவள ஒருத்தன் நிமிண்டறதுக்கு முன்னாலே ஒரு கொட்டிலே அடைக்கணும் அல்லா என்று பதறியபடி ஒரு நாள் கோட்டை மதிலேறினாள். ஜைத்தூனின் உம்மா காசீம் ராவுத்தருக்கு பசிக்கவே பசிக்காதோ கையிலிருந்த அலுமினியத் தூக்கில் அவருக்காக கறியும் ரொட்டியும் கொண்டு போனாள்.

"மருமவனே இத சாப்பிடுங்க" என்றாள் ஜைத்தூனின் உம்மா. "அப்படி வச்சிட்டுப் போ" என்றார் முதன் முறையாக காசீம்பாய். "ஊஹூம் நாளக்கி வந்து பாத்தா அப்படியே இருக்கும்". ஒருநாள் சம்பளம் இதிலே ரொட்டியா கறியா இருக்கு. வயசான காலத்திலே ஏன் இப்பிடி நின்னு நின்னே வறண்டு போறீக! "என் பொண்ணு ஜைத்தூனை நிக்காஹ் பண்ணிக்குங்க. ஆம்பள இல்லாத குடும்பம் எல்லா பயலும் பொறுக்கிப் பயலுங்க. எம்பொண்ணுக அத்தனையும் தெருவிலே நிக்குது. ஜைத்தூன் 17 வயசு குமர். அவளுக்கு நெனவு தெரிஞ்சா எனக்கு வாண்டாம்பா. அதுக்கு மிஞ்சி அவளக்கெட்டி ஒரு குட்டியும் போட்டீங்கன்னா பாதுகாப்பா ஆயிரும். அல்லா பேரச் சொல்லிப் பாடின எம் புருஷனுக்கு இந்த கதி வரலாமா சொல்லுங்க!" கலகலவென்று சிரித்தார் காசீம் மொகைதீன் ராவுத்தர்.

அவர் கருணையோடு அவளைப் பார்த்தார். தாடியை உருவியபடி "எனக்கு நிக்காவா? பதினேழு வயசா? ஒம் பொண்ணா? எனக்கு வானத்தைப் பாக்கவே நேரமில்ல." அலுமினிய மூடியைத் திறந்து பார்த்தார். செவ்வையாகத் தேங்காய் அரைத்து கொழுப்பு உருக்கி பெரிய பிரபுக்கள் வீட்டிலும் செய்யாத விதமாய் மணம் வீச கறி வறுத்திருந்தது. நீலச் சிவப்பு நிறத்தில் எண்ணை சொட்ட கறியின் மணம் அவரைத் தாக்கியது. அவர் மனைவி இறந்தபின் அவரிடம் பல வருடங்களாக யாரும் நெருங்குவதே இல்லை. பள்ளத்தில் துலுக்கத் தெரு சரிவில் இருந்த பள்ளிவாசல் பின்னால் இருந்த வீடு ஒன்றுதான் அவர் வகையில் மிச்சம். அந்த வீடும் கடனில் மூழ்க இன்னும் கொஞ்சநாள்தான் இருந்தது. யாருமில்லா அந்தக் கணம் அவரை பயமுறுத்த முடியாது. வானம் என்ற ஒன்று இருக்கும்வரை நிமிர்ந்த நோக்குடன் வானத்தைப் பார்த்துக் காலம் ஓட்டிவிடுவார் ராவுத்தர்.

"உம்மா உம்மா எங்க உன்ன ரொம்பநேரமா காணம்" என்றபடியே கோட்டைக் குத்துச் செங்கல் வழியாக ஏறி அநாயசமாக ஓடி வந்தாள் ஜைத்தூன். வானத்தைத் தவிர வேறெதுவும் பாராத அவரது கண்கள் அல்லா ஹுத்தாஸின் கருணையால் முதல் முறையாக ஜைத்தூனை ஊன்றி நோக்கின. உம்மாவின் முதுகின் பின்புறம் நின்றவளைக் கையைப் பிடித்து வெளியே இழுத்து விட்டாள் ஜைத்தூனின் உம்மா. காசீம்பாய் ரத்தம் திடீரென சூடேறியது. இவளா, இவளையா, இவளுக்கா, விதியா? என்ற அலை நெஞ்சில் மோத அடப்பாவமே என்றன அவரது உதடுகள். ஆனால் அவரின் நாசித்துவாரங்கள் விரிந்தன. பெருமூச்சு சீறியது. உள்ளுக்குள்ளே இருந்த ஏதோ ஒன்று கபாடம் திறந்து கொண்டது. விரிந்த வான நிலத்தில் சூரியன் போல் கண் கூசியது.

கருப்புக் கிழிசல் ஜாக்கெட்டும் வெள்ளை பர்தாவும் அந்தப் பெண்ணுக்கு எப்படி இத்தனை இறுக்கமாகச் சுற்றிக் கொண்டன. ஆம்! ஏதோ ஒரு சக்தி அவள் கண்களைக் கூர்ந்து நோக்கியது. ஜைத்தூன் மேலும் உள்ளே மறைந்து நின்றாள். "அத்தாவுக்குத்தான் உன்னயக் கட்டிக் கொடுக்கப் போறேன். முன்னாலே வா. அவர் பாக்கட்டும்" என்றாள். என்ன நடக்கிறது என்றே தெரியாமல் மலங்க மலங்க விழித்தபடி கைகளைத் தொங்கவிட்டாள் ஜைத்தூன். காதோரம் முடி சுருளைகளாக வியர்வையில் பேரழகு சிந்தின. வெறும் கழுத்தில் இருந்த கறுப்புக் கயிறு மார்பிலிருந்த ஒரு ஒற்றைப்பரு கருப்பில் முட்டியபடி பிரிந்து கொடுத்தது. அந்த 75 வயது கிழவரை இல்லை என்று சொல்லவிடவில்லை. அலுமினியம்

மூடியில் ரொட்டியை எடுத்துக் கறியில் தோய்த்து வாயில் திணித்து அவளையே பார்த்தபடி "எங்கிட்ட என்ன இருக்குன்னிட்டு இவளக் கட்டறேங்கறே" என்று கேட்கும் முன் ஜைத்தூனின் உம்மா அவள் கையைப் பிடித்து 'இந்தாங்க பிடிங்க' என்று ஒப்படைத்தாள். கறியின் மணமும் சுவையும் ஜைத்தூனின் சாகசமும் சாதுர்யமும் ஒரே நேரத்தில் அவரை அமுக்கி அடித்ததைவிட ஜைத்தூனின் பேரழகு அவரை மீண்டும் பூமியைப் பார்க்க வைத்தது. பூமி சிவந்தது. இரண்டு பெண்களும் அவரைச் சூழ்ந்து இறுக்கிய அந்த மாலையிலிருந்து அவர் தப்ப முடியவில்லை. எல்லோரும் கேலி பேச நிக்காஹ் நடந்தது.

ஏன் என்று தெரியாமலே அவரிடம் அவள் வந்து சேர்ந்தாள். ஆனால் அன்றிரவே மஸ்தானுடன் ஓடிப்போனாள். இது, இங்கே உள்ள பெண்களுக்கு ஒன்றும் புதிதல்ல. மஸ்தான் அவளைக் கேரளத்தில் கொண்டு போய் விற்றான். அவளுக்கே அது தெரியாது. பாஷை தெரியாத ஊரில் ஜைத்தூன் மஸ்தானிடமிருந்து விற்ற கதை கேட்டு பதறிப்போனாள். நான்கு ஆண்கள் எமகிங்கரர்கள் போல் அவளைத் தூக்கிச் சுவற்றில் மாட்டினர். இரவு வெகு நேரத்திற்குப் பின்னர் நினைவு திரும்பிய போது அவள் ஒரு முந்திரி வேனில் போய்க் கொண்டிருந்தது தெரிந்தது. அவள் சுத்தமாக வேறு ஒருத்தி ஆகி இருந்தாள். இனி பயமில்லை. முந்திரி மூட்டை மேலிருந்த வெட்டுக்கத்தி ஒன்றைக் கையில் எடுத்துக் கொண்டு ஓடிக் கொண்டிருந்த வேனில் இருந்து கவலையே படாமல் குதித்தாள் ஜைத்தூன்.

நடந்து நடந்து ஒரு பள்ளி வாசல் வாயிலில் வந்து வீழ்ந்தாள் ஜைத்தூன். அங்கிருந்து நாலு உத்தமர்கள் அவளை ரயிலேற்றி அனுப்பினார்கள். வரும்பொழுதே நேராக காசீம் ராவுத்தர் கிட்டதான் வரணும் என்று தோன்றிவிட்டது. அவளுக்கு இனி அத்தா போதும். இனி, எங்கும் யாருடனும் போவதில்லை என்ற தீர்மானத்துடன் பத்துநாள் பட்டினியுடன் உடல் முழுவதும் அடியும் உதையும் வாங்கிய கன்றிப்போன புண்களுடன் காசீம் மொகைதீன் ராவுத்தர் திறந்த வீட்டிற்குள் இருண்ட திண்ணையின் வழியாக ஏறி யாருடைய சம்மதத்தையும் கேளாமல் மீண்டு வந்து புகுந்து கொண்ட அவளை யாரும் ஏதும் கேட்கும் முன்னமே சேர்த்துக் கொண்டார் காசீம் மொகைதீன் ராவுத்தர். இதுதான் ரம்லத் பிறந்த கதை. ரம்லத் வயிற்றில் உருவாகும் வரை ஜைத்தூன் அவளைச் சுத்தமாகப் பெற்றெடுக்க தீர்மானம் செய்து கொண்டே பெற்றெடுத்தாள்

ஜைத்தூன். சுத்தமான ராவுத்தரின் ரத்தத்தில் அவளைப் போன்ற உருவமாகவே பிறந்தாள் ரம்லத்.

வானளாவிய சுவர்கள் ராமர் செங்கற்களால் கட்டப்பட்ட புராதனச் சுவர்கள். கீழே செம்பாரங்கற்கள்மீது எந்த பிடிப்பில் அவை நிற்கின்றனவோ? தஞ்சாவூரின் கீழ வாசல் கோட்டை முழுக்க பள்ளம் முழுவதும் முஸ்லீம்களால் நிரம்பியிருக்கின்றன. கீழக்கோட்டை வாசலிலிருந்து நீண்ட சரிவான பாதை இருபுறங்களிலும் அகழிநீர் அலையடித்துக் கொண்டிருந்தது. கோட்டை இப்போது கோட்டையல்ல. நாயக்கர், தெலுங்கர், வடுகர் என்று வந்தேறிகள் வந்து சூழ்ந்த நூற்றாண்டுகள் கழிந்தே போயின. இன்றும் கோட்டைச் சுவர்மீது பன்றிகள் மேய்கின்றன. கீழவாசல் மேட்டு சுவரின் நீட்சியில் ஒரு சிறிய மேடு. அதுதான் பீரங்கிமேடு. பிரம்மாண்டமான பீரங்கி நூற்று இருபத்தைந்து அடிகளுக்கும் மேல் நீண்ட, பெரிய பீரங்கி மேட்டில் பல நேரம் வெய்யிலில் குளிர் காய்ந்துகொண்டு பீடியை உறிஞ்சி ஊதிக்கொண்டு அதோ காசீம் முகைதீன் ராவுத்தர்.

வானத்தைப் பார்த்துக் கொண்டேயிருக்கும் அவரைத் தேடி வழக்கம்போல் ரம்லத் வந்து பீரங்கி மேட்டின் கோட்டைப் படிக்கற்கள் வழியே மேலேறி வந்தாள். கீழ் அலங்கம் மேலிருந்து வளைந்து வளைந்து தெரிந்தது. பல வீடுகளின் கூரையிலிருந்து காலைச் சமையல் புகை எழும்பி மணந்தது. பச்சை மிளகாய் உப்பு கலந்து அம்மியின் 'னிக்னிக்' என்ற ஓசையும் மேலெழுந்து வீசும் தேங்காயின் பூரணமான வாசனையை நுகர்ந்து "வாப்பா! இந்த டீயெக் குடிங்க" என்று அவரை நெருங்கி அவரது தோள்களுடன் இணைந்து நின்று நெஞ்சைத் தடவிக் கொடுத்தாள் ரம்லத்பி.

வானத்தையே பார்த்துத் துருவிக் கொண்டிருந்த காசீம் முகைதீன் பாய் அவளையே உற்றுப் பார்த்தார். காலை பனி கொட்டிக் கொண்டிருந்தது. பனிப்புகையின் தீவிரத்தில் அந்த இரும்புப் பிஞ்ஞானத்தில் இருந்த ஒரு மிடறு உள்ளிறங்கியதும் ஆவி பறந்து திருப்தியாகவே ரம்லத்தைச் சந்தோஷமாகப் பார்த்தார் காசீம்பாய். இந்த டீயோடு அப்புறம் காசீம்பாயைக் கண்டு பிடிக்க முடியாது. எங்கே போவார்? எங்கிருந்து வானத்தைப் பார்த்துக் கொண்டிருப்பார் என்று யாரும் சொல்லவே முடியாது. உணவு அறவே கிடையாது. யார் கொண்டுபோய் கொடுக்கக் கூடும். திடீரென்று யாராவது திருவையாறு போகும் பஸ் டிரைவர் முஸ்லிம் ஜனம் பிடித்துக் கொண்டு வந்து விட்டுவிட்டுத் திட்டுவார்கள். "குலமங்கலம் ரூட்ல பஸ்ல போய்ட்டிருந்தே. காசீம்பாய் ஆத்தங்கரை மலத்துல

கால்வெச்சு நின்னுட்டிருந்தாரு. பிடிச்சு இழுத்துட்டு வாரதுக்குள்ள போதும் போதும் என்று ஆய்ருச்சி. வீட்ல போட்டு மூடிவைய் நானியம்மா" என்பான் அந்த ட்ரைவர். கீழ வாசல்காரர்கள் பிடித்து பத்திரமாகக் கொண்டு வந்து விடுவார்கள் என்றாலும் உடனே வெளியே புறப்பட்டு விடுவார். ரம்லத்தை ஒத்த குமருகள் வந்து பிடித்து திண்ணைமீது அவரை ஏற்றி உட்கார வைத்து குசலம் விசாரித்து உள்ளே அடைப்பார்கள். ஆனால் சித்த நேரத்தில் யாராவது வந்து ரம்லத்திடம் சொல்வார்கள் காசீம் பாய் கலக்டர் ஆபீஸில் புறாக்கூண்டு அருகே நின்று அழகைப் பரிசீலித்துக் கொண்டு இருப்பதாக. ரம்லத் இன்று நேற்றா இவற்றைப் பார்க்கிறாள். ரெண்டு நிமிடத்தில் மறந்து விடுவார். வெளியே ரெயில்வே ஸ்டேஷன் தஞ்சாவூர் கெடியாஸ் போய் நிற்பார். காசீம் மொகைத்தீன் ராவுத்தர். தஞ்சாவூர் ரயில்வே ஸ்டேஷன் உள்ளே மாலை நேரத்தில் அவருக்கு ஏராளமான பறவைகளுடன் பார்வையும் பழக்கமும் இருந்தது.

யாராவது பிடித்து இழுத்துக் கொண்டு போவார்கள். பைத்தியம்போல கூடவே போவார் காசீம்பாய். எல்லாருக்குமே கிழவன் என்ற பரிவு. அவரோ வானத்தைப் பார்த்துக் கொண்டே இருப்பார். பசி தாகம் இராது. காலநேரம் தெரியாது. முன்பெல்லாம் இது சுலபமாய் இருந்தது. இப்போது தத்கீர் மாறிவிட்டிருந்தது. "ஏம்பாபா! எஞ்ச இப்டி சுத்திக்கிட்டிருக்கீங்களாம்?" யாராவது கேட்பார்கள் "பொறா ஒண்ணெக் காணும்ப்பா!" வாயிலிருந்த பீடி எடுபடாமலே பதில் சொல்வார் காசீம்பாய்! கேட்பவர்களுக்கு ஆச்சர்யம். இந்தக் கிழவருக்குத்தான் எத்தனை தீர்க்கமான பார்வை! கண்கள் சிவந்து வயதுக்கு மீறிய வேகம் காட்டும் யாரையும் அசத்தும் பார்வை காசீம்பாயுடையது.

இரவு வேளைகளில் ஜைத்தூன் அவரைத் தேடி அலைந்து இழுத்து வந்து தன் மடியில் போட்டுத்தான் தூங்க வைப்பாள். இப்போது ஜைத்தூனும் உயிருடன் இல்லை. காசிம்பாய் பெரிய அதிருஷ்டக்காரர்தாம். எங்கோ ஓடிப்போய் சிக்கி, எவனோடோ மாடுபோல் பிடிபட்டு தப்பமுடியாத வலையில் இருந்தும் தப்பிவந்த போதும் காசீம்பாய் அவளை ரோசப்பட்டு துரத்தி விடவில்லை. தெருவிலும் கீழவாசலிலும் பேசாத பேச்சு பேசி மண்வாரித் தூற்றிய போதும் ஹாஜியார் அப்துல் சலாம் ராவுத்தர் கூப்பிட்டு 'அவளைத் துரத்து'. 'தலாக் கொடுத்து அடித்து விரட்டு' என்றெல்லாம் கண்டித்த போதும் காதிலேயே போட்டுக் கொள்ளவில்லை. காசீம் பாயிடம் வந்து கதறிய ஜைத்தூனை வீட்டுக்குள் வைத்துக்

கொண்டதும் ஜைத்தூன் துணிச்சலே வடிவாய் நிமிர்ந்தாள். அடுப்பு பற்ற வைத்து நோம்புக் கஞ்சி காய்ச்சினாள். காசீம்பாய் காலடியில் உட்கார்ந்தபோது ஈரம் படிந்த விழிகளோடு ஜைத்தூனை தடவிக் கொடுத்தார். பெரிய வீடு அது. முன்னோர்கள் கட்டிய விசாலம். வீடு முழுவதும் அடித்து வாரித் தூற்றி கூட்டினாள் ஜைத்தூன். அது ஹவ்வால் மாதம். நோன்பு பிடித்தாள். காசீம்பாய் அருகில் உட்கார்ந்து ஓதினாள். இரவு பகலாக அவரைக் கரிசனையுடன் துடைத்து மணம் வீச வைத்தாள். புதிய ஜும்பாக்களைத் துவைத்து உலர்த்தி இஸ்திரி போட்டாள். பைஜாமாக்களைத் தைத்தாள். இரவு கண்ணாடிக் கிண்ணத்தில் பிர்னி கஞ்சி வைத்து ஊட்டினாள். ஜைத்தூனைக் கருணையுடன் பார்த்துக்கொண்டிருந்தார் காசீம்பாய். அவளைத்தான் பீவியாக அவரால் எண்ணவே முடியவில்லை. பீடிக்கங்கு இருளில் சுடர்விட இருவரும் அருகருகே இருந்து கொண்டே இருந்தனர். ஜைத்தூன் பீவியை அவள் உம்மா அழுத்தமாகச் சொல்லி வாட்டியிருந்தாள். அதன்படியே ஒற்றை பைஜமாவில் அவருக்காகக் காத்திருந்தாள்.

“இந்த துனியாவுல அதும் மாதிரி ஆம்பளை சுத்தமான ஆம்பளை கிடையாது. ஜைத்தூன் வயசாச்சேன்னு நெனைக்காதே. சுத்தமான ஆம்பளை. இருபத்தைஞ்சு வருஷமா எனக்குத் தெரியும். ஒன்னையே கெட்டுனது அல்லாவோட கிருபை. தூங்கிடாதே ஜைத்தூனு. அந்த ஆளெ தூங்க உட்றாதே! வேன்னா தெருவுக்குத்தான் வரணும். கெட்டிப்புடி. உட்றாதே! முட்டியடி. வணங்க மாட்டான். வணங்கு. கொடல் கறியும் வெதர் பொரியலும் பண்ணி ஊட்டி ஊடு. கஞ்சி கூட செவுரொட்டிக் கஞ்சிவை. மடியில இருந்து ஊட்டு. அப்பா மாதிரி அம்மா மாதிரிதான். கொஞ்சம் கொஞ்மா எளக்கி மாட்டு. உட்றாதெ-” உம்மா சொன்னது நெஞ்சில் நின்றது. உண்மைதான். இழக்க முடியாத தூய்மை. காசீம் ராவுத்தர் எழுபத்தைந்து வயது கிழவனை வசப்படுத்தும் வறுமை தாயையும் மகளையும் துரத்தியது. வீட்டுக்கு வெளியே இருந்து உம்மாவும் இரண்டு குமர்களும் காசீம் பாய் வீட்டில் அடைக்கலம் ஆகிவிட்டிருந்தனர். பிறை கண்டதும் ஜைத்தூனின் கண்கள் போன திசை எல்லாம் காவல் நின்றாள் உம்மா. ஜைத்தூனுக்கு ஆம்பளைன்னாலே அசிங்கப்பட்டுப் போயிருந்தாள். காசீம்பாய் வியப்பே வடிவாக்கினார். காலங்கள் சதித்தன. இருண்டு விடிந்தன. மூணு மாசம் கழிந்த போதும் ராவுத்தர் மடியில் தூங்கிக் கிடக்கும் ஜைத்தூண் பீவியை இருட்டில் வந்து அடித்து எழுப்பி துணியையும் உருவி திரும்பி ராவுத்தரிடம் விரட்டும் வேலையும் பயன் தரவே இல்லை.

ஜைத்தூனின் எல்லா முயற்சியும் ஏனோ தோற்றுக்கொண்டுதான் இருந்தன. உம்மா விடவில்லை. ஒரு கொடூரமான இரவு அது. இரண்டு பேரும் காசீம் பாயிடம் வெகுநேரம் பேசிக்கொண்டிருந்தனர். உம்மாவின் மனசில் ஏதோ சங்கல்பம். ஜைத்தூன் பீவிக்கு ஆம்பிளை உடம்பு என்பது கசந்து போய்விட்டிருந்தது. மண்ணகல் ஒன்றை கொளுத்தி அந்த பழைய வீட்டு உத்தர விட்டத்தில் வைத்தாள் உம்மா. ஜைத்தூனின் கண்கள் திடீரென்று விரிந்தன. ஜைத்தூனின் உம்மாவின் பெயரைச் சொல்லி காசீம்பாய் அரற்றலானார்.

"என்னெ உட்ரு ஷம்ஷாத்து வாண்டாம் அடிப்பாவி அடிப்பாவி உட்றி உட்றி" கண்கள் அகல விரிய அசந்து போனாள் ஜைத்தூன்பி. அந்த இரவின் பரிசுத்தத்தை உடைத்துக் காட்டினாள் ஜைத்தூண்பியின் உம்மா ஷம்ஷாத்பேகம். இருளும் ஒளியும் தங்கம் போல உருக ஷம்ஷாத் பேகம் காசீம் பாயை உருட்டி எடுத்தாள்.

இப்போது காசீம் பாயிடம் சத்தமே இல்லை. பளீரென்று ஒரு அறை விழுந்தது ஜைத்தூனுக்கு.

"இப்ப போடி, போ... போயி உடாதெ! போ" கட்டில் கிழிசல் மெத்தையில் இருந்த காசீம்பாய் முணக முணக ஜைத்தூன் பிபி தழுவிப் புரண்டாள்.

"ஜன்னத்து! ஏம்பாருவெ குடு. ஏம்பாருவெ குடுத்துரு ஐயப்பா! அம்மா அம்மா முணகினார். ஜன்னத் அவரோட மொதல் பொண்டாட்டி.

"நானு ஜைத்தூன்பின்னு சொல்றீ புரியட்டும்-" இப்போது காசீம்பாய் புறாவின் வேகம் சூழ ஜைத்தூனை முறுக்கி மெத்தையில் புதைத்தார். முப்பது வருடத்து தேக்கமான அவரது முரட்டுவில் வளைந்து ஜைத்தூனை இறுக்கி சிதைத்தது.

"உம்மா உம்மா உம்மா இஞ்ச வாயேன் வா" கதறினாள் ஜைத்தூன். முறுக்கமும் பிடியும் மூச்சு முட்ட அவளை வளைத்து உள்ளமுக்கினார் காசீம். வானத்தில் அனல் புறாக்கள் சிதறின. இருளில் ஜைத்தூன் முதல் முறையாக இனித்துக் கிடந்தாள். காசீம் ராவுத்தர் ஜைத்தூனை இணைத்தும் பிளந்த முதல் கனவு நிஜமாய் அனல் சுடர்ந்தது. உம்மா சொன்னது நிஜம். நிஜம். முரட்டு ஆம்பிளைதான் அடங்காத ஆம்பளை. ஆச்சர்யமான வேகம். சுடரும் ஆம்பளை காசீம். அரற்றலுக்கு ஜைத்தூனின் உம்மா ஷம்ஷாத் இடமே தராமல் கதவுகளை இறுக அடைத்தாள்.

விடிந்த போதும் ஜைத்தூன் வெளியே வரவில்லை. வரமுடியவில்லை. வரவிடவில்லை. சந்தோஷப் புறாக்கள்

அந்த வீட்டைச் சுற்றிப் பறந்தன. காசீம்பாய் மௌனமாகவே உட்கார்ந்திருந்தார். ஒன்பது நாட்கள் ஆயிற்று. அவர் சுய நினைவுக்கு வந்து வெளியே வர. அதற்குப் பிறகும் பத்து நாளாச்சு.

என்ன மாயம்! ஜைத்தூன் கர்ப்பம் ஆகி விட்டதும் உடனேயே தெரிய வந்ததும் சந்தோஷம். தாயும் மகளும் இருந்து சந்தோஷமாக காசீம்பாயை ஊட்டினர் மூன்று மாதம்.

தனியாக ஜைத்தூன் கேட்டாள். "மிந்தி வாண்டாம் வாண்டாம்னிங்களே அத்தா. வயித்த பாத்திங்களா இப்ப"

வயிறு கனிந்து பெருகியிருந்தது. இடுப்பு விரிந்து வெளுத்திருந்தது. காசீம்பாய் முகத்திலும் பரவசம். இப்ப கூட ஒரு பிள்ள வேணும்.

வீட்டுப் பொறுப்பு இப்போ ஷம்ஷாத்து கைக்கு வந்தாச்சு. காசீம்பாயைக் கேட்கமாலேயே இப்போ எல்லாம் நடந்தது. அவர் ஜிப்பாவில் இருந்த எல்லாம் அவரைக் கேட்காமலேயே ஷம்ஷாத் பேகம் எடுத்துக் கொள்வாள். ஒவ்வொரு ஓடிப்போன மகளாக வந்து சேர்ந்து வீடும் பெருகியது. மூணு வேளையும் நிம்மிதி பெரு மூச்சுடன் கானா நடந்தது. இப்போது காசீம்பாய் திண்ணையில் உட்கார்ந்து உட்கார்ந்து இரவில் வெகு நேரம் பீடி ஊதிவிட்டு உள்ளே போகும் போது - இருட்டில் பின் நடையில் ஷம்ஷாத்து அவரைக் கையைப் பிடித்து ஜைத்தூன் அறைக்குள்ளே அனுப்பி அடைப்பாள்.

மகளாகவோ பேத்தியாகவோ பார்த்து பெண்ணின் மடியில் காசிம் பாய் புது உயிர் பிறந்தது ஆச்சர்யம்தான். வளைத்து எடுத்தார்.

பத்தாவது மாதம் இரட்டைக் குழந்தைகளைப் பெற்றெடுத்தாள் ஜைத்தூன்பி. நம்பத்தான் முடியவில்லை. இரண்டும் பெண் குழந்தைகள்.

இரவுகளில் ஜைத்தூன் காசீம் பாயிடம் ஆண் குழந்தை வேண்டும் என்றாள். இரண்டு பெண் போதாதா என்றார் காசிம். ஒன்று ஜனபா இன்னொன்று ரம்லத்பி.

வாழ்க்கை சுலபமாக இருந்தது. சொத்துக்கள் விற்றாகின. வீட்டையும் விற்றாள். மிச்ச மீதி வாழ்க்கை சுலபமாகும். வீட்டை விற்பது சுலபமாய் இல்லை. ஏராளமான கடன் ஏற்கனவே சுமந்திருந்தது.

காசிம் முகைத்தீன் ராவுத்தருக்கு வேலை என்றால் புறா வளர்த்து நோக்குக்குக் கொடுப்பதுதான். தாயும் மகளும் தேடித் தேடி ஓட வேண்டிய நிர்பந்தமும் வந்தது.

அந்தப் பெரிய வீடு கனத்தது. வீடு நிரம்ப பெண்கள். சீலைகள் பர்தாக்கள் தொங்கின. காசிம்பாய் எங்கே எப்போது போவார் என்றும் எப்போது வருவார் என்றெல்லாம் யாரும் சொல்ல முடியாது. வீட்டின் பின்புறம் இருந்த காடி கானா என்ற வண்டி நிறுத்தும் இடத்தில் ஷம்ஷாத் பேகம் மகள்களை விட்டு ஏதோ தோண்டிக் கொண்டிருந்தாள். தரையைப் பேர்த்து எடுக்கும் வேலை நடந்தது. ஜைத்தூன்பி ஆச்சர்யமாகத்தான் கேட்டாள். "என்ன உம்மா பண்றே?"

நாலு பெண்கள் கையிலும் கடப்பாறை. சத்தமில்லாமல் இடித்து தோண்டி எடுத்துக் கொண்டிருந்தார்கள். எல்லோருக்கும் மூச்சு வாங்கியது. அயரவில்லை. திம்திம் என்று இடித்துத் தள்ளினார்கள். ஷம்ஷாத்து சுற்றிச் சுற்றி வந்து உத்திரவிட்டுக் கொண்டிருந்தாள். இப்போது தரை பளபளத்தது. ஒரு பெண் இடிந்த காரைகளைப் பெயர்த்துக் கூட்டித் தள்ளினாள். மேலும் பளபளப்பு. தங்கம்போல இப்போது தரை ஒளிவிட்டு மினுங்கி டாலடித்ததை ஐந்து பெண்களும் ஆச்சர்யமாய் பார்த்தனர்.

"என்னம்மாது?" ஏகக்குரலில் வினவியபோது. "கபர்தார். மூச்சு விடக்கூடாது. உளியும் சுத்தியலும் கொண்டாந்து பேத்து எடுங்க. சத்தம் வெளியே வந்திச்சு அவ்வளவுதான்" என்றாள் பேகம் ஷம்ஷாத்து. அவளுக்கும் மேல் மூச்சு கீழ்மூச்சு வாங்கியது.

டங் டங் டங் என்று சப்தம் நாலு நாளாக யாருக்கு என்று பதில் சொல்ல. கடைசியாக இடிந்தது.

கீழவாசல் உச்சினிகாளி தெருவிலிருந்து மாய நாடார் வந்தார். ஷம்ஷாத் ரகசியமாகக் கூட்டிக் கொண்டு வந்து பேரம் பேசினாள். இருபத்தையாயிரம் கொடுத்துவிட வேண்டும் என்றாள். மாய நாடாரோ அசந்து போனார். கொல்லைப் புறச் சந்து மூலம் அழைத்து போய் தரையைக் காட்டினாள். மாயநாடார் மூக்கின்மேல் விரல்வைத்து வியந்து நின்று போனார்.

"பொம்புளை செய்த வேலையா இது" என்றார். தரையில் இருந்து பெயர்த்து எடுத்து சன்னச்சதுரங்களாக தாமிரத் தகடுகள் வெட்டிவெட்டி அடுக்கி, அந்த அறை முழுதும் அடுக்கப்பட்டு அடேயப்பா இருபது ஆம்பிளைகள் சேர்ந்து செய்தாலும் முடிகிற வேலையில்லை. பத்தாயிரம்தான் தரலாம் என்றார் மாயநாடார். அதுவே அதிகம் ரொம்ப அதிகம் என்றார். "வாண்டாம்னா உட்ருங்க. நானு விருதுநகர்ல இருந்து ஆளே வரச் சொல்லி இருக்கேன் வித்துக்குவேன்" என்றாள் ஷம்ஷாத்து.

“ஆமா! போலீசுக்குத் தெரிஞ்சா என்ன ஆவும் தெரியுமா? இதெல்லாம் புதையல் மாதிரி. கவுண்மெந்துல எடுத்துக்கிட்டு போய்டுவாங்க. ஏங்கிட்ட உட்டா பணமாவுது அப்படியே கெடைக்கும்” என்றார் மாயநாடார். அவர் கண்களின் தீவிரம் அவரே காட்டிக் கொடுப்பார் என்றும் தோன்றியது.

ஷம்ஷாத்து வெளியே பயத்தைக் காட்டாமல் “ஒரே பேச்சிதான் நாடாரே இருபது குடுத்துடு.”

“ம்ஹூம் பன்னண்டு தரலாம் மிஞ்சி மிஞ்சிப் போனா. அதுவே ரொம்ப அதிகம்.”

“சரி உள்ளாற வா நாடாரே. உனக்கு வாயால சொன்னா தெரியாது உள்ளாற வா.” மாய நாடாருடன் அறைக்குள் சென்றாள். சற்று நேரத்துக்குப் பின்னால் வெளியே வந்த மாய நாடார் மடியில் இருந்த பணமெல்லாம் உருவி விட்டிருந்தாள் ஷம்ஷாத் பேகம் முகத்தில் வழிந்த வியர்வையைத் துடைத்து விட்டுக் கொண்ட மாயநாடார் “அஞ்சுக்கு மூணு பழுதில்ல” என்று சொல்லிக் கொண்டே வெளியே நின்ற துணை ஆட்களைத் தாமிரத் தகடுகளை அள்ள உள்ளே அழைத்தார். இடுப்பில் இருந்த கைலியை இறுக முடிந்தபடி “குமருக இருக்கிற இடம் பீச்சந்து வழியாக வரச் சொல்லையா” என்றாள். ஷம்ஷாத்தின் வியர்வை மாய நாடாரின் மூக்கில் மணந்தது. அது அங்கிருந்த குமருகள் ஒவ்வொருவருக்கும் பயம் தந்தது. ஹசினா பீவி பர்தாவை இழுத்து விட்டுக் கொண்டு “பனமரத்தடி மாதிரி இப்படி ஒரு ஆளு இருப்பானா? கன்னங்கரேலு” என்றாள் தில்ஹாத் என்ற இன்னொருத்தி. “உஷ் அந்த கருந்தடியன் காதிலே விழப்போவுது. உம்மாவுக்குத் தெரிஞ்சா வெளுத்துடுவா. ஏய், முப்பத்தையாயிரம் பிடுங்கிட்டாடி” என்றாள் ஹசினா. “எப்படி அது” என்று கேட்டாள் தில்ஹாத். “உஷ் உம்மா வருவா. அத்தாவுக்கு இதெல்லாம் தெரியாதா?” என்றபோது உள்ளே திரும்பி வந்து கொண்டிருந்தாள் ஜைத்தூன். வெளியே மழை சாரல் அடிக்க ஆரம்பித்தது. மழையில் நனைந்தபடி கருந்தடியர்கள் உள்ளே வந்து பளபளக்கும் தாமிர அடுக்குகளைச் சுமந்து கொண்டு வெளியே சென்றனர். பளபளத்த அவர்கள் உடல்களைப் பெண்கள் ஆர்வத்தோடு பார்த்தார்கள். அடுப்பிலிருந்த புஸ்கா நெல்சோறும் கோழிக்கறியும் குருமாவும் வாசனை பிடித்த அந்த இளைஞர்களுக்கு இன்னும் சற்று நேரத்தில் அதே காடிகானாவில் சாப்பிடக் கிடைத்தது. முப்பத்தைந்தாயிரம் செய்கிற வேலைதானே. இதெல்லாம் சரியாக நடந்தது.

பெண்களின் கேலிச் சிரிப்பொலியும் எக்களிப்பும் நாற்புறமும் எதிரொலிக்க மாயநாடார் திருப்திகரமாக வெளியேறினார். ஷம்ஷாத்து உள்ளே போனவள் வெளியே வரவே இல்லை. இன்னும் எதை பிடுங்கி விற்கலாம் என்பது அவள் யோசனையாய் இருந்தது. அந்த வீடே ஒரு பெரிய பணப்பெட்டி என்றுதான் சொல்ல வேண்டும். உத்திரங்களை இறக்கி விற்கலாம். எல்லாம் பர்மாத் தேக்கு. காசீம் ராவுத்தரின் முன்னோர்கள் ரங்கூனில் இருந்து கொண்டு வந்து சேர்த்த மரங்கள். அவை காசின் மதிப்பு தெரியாத காலத்தில் தந்தங்களை வாங்கிச் செதுக்கி கருங்காலியில் பதித்து சித்ர வேலை செய்த பிரம்மாண்டமான தூண்கள் தேக்கு மரத் தூண்களில் அடுக்கடுக்காக கருங்காலியும் சில்வர் மட்டும் கலந்து இலை, பூ, காயும் பழமுமாய் சிற்ப வேலை செய்த அபூர்வமான தூண்கள். என்றைக்கு விற்றாலும் ஈனக்கிரயத்தில் கொடுத்தாலும் ஒரு தூண் ஒன்றுக்கு இருபதாயிரம் கிடைக்காது. உடனே விற்க முடியாது. காத்திருக்க வேண்டும். தொங்கிப்போன கிழவனின் நெஞ்சு பூராவும் பணம் ஜைத்தூனுக்குச் சாமர்த்தியம் போறாது. கிழவனைத் தலைக்குமேல் தூக்கியே எல்லாவற்றையும் உறிஞ்சிடணும் என்று சொல்லிக் கொண்டாள். உள்ளே இதெல்லாம் நடப்பது ஒன்றும் தெரியாது ஜைத்தூனைப் பற்றிய கனவுகளோடு வாசல் குறட்டுத் திண்ணையில் இந்த உலகம் எதுவும் தெரியாத காசீம் மொகைதீன் ராவுத்தர் தனது இளமைக்கனவுகளில் குளிர் காய்ந்து கொண்டிருந்தார். வெளி உலகில் ஜைத்தூனைத் தவிர வேறு எதுவுமே தெரியாது பொறா ஷோக்கு ஒன்றைத் தவிர.

ஆலங்கட்டி மழை

மழை பெய்து கொண்டிருந்தது. சாரல் மழை. சக்தி இல்லாதது போல் புடைத்துக் கொட்டும் ஆலங்கட்டி மழை. கந்தக மணம் வீசும் இதுபோன்ற மழை பனிக்கட்டிகள் மணல்போல் இறையும் ஆலங்கட்டி மழை இப்போதெல்லாம் பெய்வதே இல்லை. தஞ்சாவூர் கீழ வாசல் கோட்டை வாசல் இடிந்து விழுந்த மழை ஒன்றும் சேர்ந்தது. இப்போதெல்லாம் தஞ்சாவூர் கோட்டை என்றாலே யாருக்கும் நினைவில்லையே. அவசியம்தான் இல்லையே. கீழ வாசல் கோட்டை வாசல் எவ்வளவு பெரிது தெரியுமா? சாதாரண ஆலங்கட்டி மழைக்கு அது விழுந்து விடுமென்று யார் எண்ணினார்கள்? மழை நிதானமாகவும் அழுத்தமாகவும் பெய்து கொண்டே இருக்கிறது. சவங்கலான காலம் போல ஆலங்கட்டி மழையின் கற்சிதறல் போன்ற பனியின் கட்டி மழை வலுவில்

இடிந்து கிடந்த கீழவாசல் கோட்டை வாசல் கதவுகள் அருகே ஒரு பேய் போல மாறு பார்வையுடன் நிற்பது யார்? காசீம் முகைத்தீன் ராவுத்தர்.

அவரை மழையில் இருந்து ஒதுக்கிக் காப்பாற்றி மடியில் போட்டு குழந்தையாக்க இப்போது ஜைத்தூன் பிபியும் இல்லை. அவரைப் பகடைக்காயாக உருட்டி விளையாடி வாழ்க்கையை உடைத்து கபரஸ்தானுக்கு அனுப்பிய ஷம்ஷாத் பேகமும் இப்போ இல்லை. ஆம். காலத்தின் கோலம் இருபது இருபத்தைந்து வருடங்களில் ஷம்ஷாத் பேகம் என்ற அற்புதமான ஸ்திரீ புரிந்த சாகசம்தான் அவள் பத்து குமருகளும் கடந்து போய் பல்கிப் பெருகி விளைந்து போனார்கள்.

ஆம்! அந்தப் பழைய வீடு ஒரு ஐஸ்வர்ய குகை என்று யாரும் அறியும் முன்னதாக துனியாவில் அந்தப் பழைய வீட்டை இடித்து உதிர்த்தே புதிய வாழ்வை ஜெயித்துக் கட்டினாள் ஷம்ஷாத்பேகம்.

அடுப்படி மறைந்தது. நெய்யும் அப்பமும் இடியப்பக் குழல்கள் ஓயாமல் சுரந்து ஆவி பரந்தது. அற்புதமான பிரியாணி. அபூர்வமான நளபாகம். யுனானி சமையல். உடலை வளர்க்கும் அற்புதம் ஷம்ஷாத் பேகத்துக்குத் தெரிந்திருந்தது.

காசீம்பாய் கிழவர் என்று எண்ணாமல் அந்த வீட்டைப் பர்தாவில் மூடி அணைத்து அவரது ஆண்மையை எழுபது வயதுக்கு மேலும் விசிறி வளர்த்து அக்னிகுண்டமாக்க தேவதைபோல் மலக்காக் ஜைத்தூன்பியை லகான் போட்டு அடக்கி காசீம்ராவுத்தருக்குப் படிய வைத்த சாதுர்யம் யாருக்கு எட்டும்? பசியும் பட்டினியும் விபசாரமும் அழுக்கும் அபத்தமும் நிறைந்த துனியாவில் வாழ விதித்தபோது இந்த வழியை யார் அவளுக்குச் சொல்லிக் கொடுக்க முடியும்? எது? அது.

இதே துனியாதான். பத்து வயதிலேயே குமரானவள் ஷம்ஷாத். அவள் அம்மா நம்பவே இல்லை. பத்து வயதில் பெரிசானது பயமாய் இருந்தது. மூலைக்கடை பக்கரியிடம் நாடா போட்டு குர்ரான் ஓதி ஆருடம் பார்த்தாள். பக்கிரி சொன்னது, "யாருக்காவது சீக்கிரம் நிக்கா பண்ணீடனும், இல்லேன்னா ஆபத்துதான்" என்றார்.

ஷம்ஷாத்தின் அந்தக் குடும்பத்துக்கே பாதகமாய் வந்தது. ஷம்ஷாத்தை பதினோரு வயதில் அரண்மனையில் கோடாவாயாவாய் இருந்த முரட்டுக் குதிரைக்காரன் ரப்பேலுக்குக் கொடுத்து கன்னி கழித்தாள் அவள் உம்மா. அது அந்தக் காலம். அப்போதும் ஏழ்மை தன் கொடுமை கரத்தை விரித்து ஷம்ஷாத்தை உறிஞ்சியது. பசியின்

காலம். ஷம்ஷாத்தை பத்து மாத, பத்து மாத இடைவெளியில் ஓயாமல் பிரசவிக்க வைத்து பிழிந்தெடுத்தான் ரப்பேல். பெரும்பாலும் பட்டினியும் பசியும் புளியங் கொம்பிலிருந்து கொழுந்து பறித்துத் தின்பதும் புளியங் கொட்டையை அறைத்து இடித்து கஞ்சி வைப்பதுமான கொடூரமான காலம். நினைக்கவே பலம் தந்த உறவு ரப்பேலுடையது. ஊக்கமான ஆள். அவனுக்கு அரண்மனையில் சாப்பாடு கிடைத்து விடும். அதோடு உலுப்பை தலைக்கு எண்ணெயும் தருவார்கள். மருந்து மாயமும் அங்கு உண்டு. ஷம்ஷாத்தின் பர்தாவை உருவி எறிந்து விட்டு இரவு முழுவதும் ஹீனமான குரல் அனுங்க அனுங்க ஷம்ஷாத்தை வெறியின் வடிவமாக்கும் ரப்பேலிடம் ஒரே நல்ல குணம் விடாமல் அவளை உயிருடன் வைத்திருந்ததுதான். காசு தரமாட்டான், முடியாது என்று ஒதுங்கினாலும் சிதைத்து எடுத்து ஒரு மூலையில் அவளை வியர்வைக் கடலில் பிழிந்து போட்டுவிட்டு எழுந்திருக்கும் ரப்பேலைக் கட்டித் தழுவ விடாமல் பரிதாபமாக கவ்விக் கொண்டு தன் ஆசைகளை அவன் மார்பில் கொட்டி அழும்போது மீண்டும் ஒருமுறை அவளை முறுக்கிப் பிழிந்துவிட்டு அதையே மீண்டும் தந்துவிட்டு சில்லறை காசுகளை எறிந்து விட்டுப் போவான் ரப்பேல்.

அதுக்கப்புறம் ஆப்பக்கடை ஆரம்பம். குடும்பம் முழுசும் ஆப்பக் கடையில்தான். வெல்ல ஆப்பம், தேங்காய்ப்பால் ஆப்பம், வெள்ளை முறுக்கு விற்பாள் ஷம்ஷாத் பேகம். அதே கீழவாசல் கோட்டை வாசல் வெளியேதான் ஆப்பத் தகரத்தை வைத்து காற்று வீச்சு பாதிக்காமல் இன்னொரு சதுரத்தை அடுப்புக் கற்களைச் சுற்றிலுமாய் மறைத்து ஆப்பம் சுடுவாள். அபாரமான சுவை. அந்தக் காலம் அப்படி. கீழ வாசலில் அவள் ஆப்பம் பிரசித்தம். பெரிய வீட்டு ஹாஜியார் பொண்டாட்டி கூட வாங்கிச் சாப்பிடுகிற அபூர்வமான ஆப்பம். திடீரென்று ரப்பேல் வருவான். ஒரு அடுக்கு வெல்ல ஆப்பத்தை இபிலீஸ் மாதிரி சுருட்டிச் சுருட்டி வாயில் திணித்து கபளீகரம் செய்து அன்றைய வியாபாரத்தை ஸ்தம்பிக்க வைத்து விட்டு அதைக் கேட்டதும் ஷம்ஷாத்தை இழுத்துப்போட்டு அவளை அதே இடத்தில் சாத்து சாத்து என்று சாத்தி தெருவையே ஸ்தம்பிக்க வைத்துவிட்டு ரௌடிப் பெண்கள் தடுக்க வரும்போது பிடித்து இழுத்துப் போட்டு அறைந்து விட்டுப் போவான்.

ஏராளமான ஜனங்கள் தெக்குச் சீமையிலிருந்தும் வடக்குச் சீமையிலிருந்தும் தஞ்சாவூருக்குப் பஞ்சம் பிழைக்க வந்து கொண்டிருந்த தாது வருஷ பஞ்சம் அது. இராமநாதபுரம் பக்கம் இருந்து வந்த தேவமார்கள். தேவாங்குச் செட்டிகள், தெலுங்கு

பேசும் நாயக்கர்கள், பிராமணத்தெலுங்கு ராவ்கள், ஆந்திரப்பிரதேச வடுக தேசத்திலிருந்து வடக்கிருந்து வந்தார்கள். கொடுமையான பஞ்சம். கோயம்புத்தூர் பக்கமிருந்த வந்து கீதாரிகள் என்று தஞ்சாவூர் கிடுகிடுத்தது. எங்கும் தொழில் இல்லை. சோற்றுக்கு விதைக்க நெல்லும் இல்லை. விதை நெல்லை வேக வைத்து சாப்பிட்ட காலம். சிங்கம்புணரி பாலயம்பட்டியிலிருந்து வந்த பஞ்சத்துக்குப் பயந்தோடி வந்த நாடார்கள் தஞ்சாவூர் கோட்டைக்கு வெளியே கூலிக்கு வயலில் புரியாமல் வேலை செய்தார்கள். அரண்மனையில் மராட்டியர்களின் மாற்றம் – தெலுங்கு பேசியவர்கள் மராட்டி பேசினார்கள். காலம் பட்டினி வியாதி, கொள்ளை நோயால் தப்பித்து வந்தவர்களைக் காவிரி சேர்த்துக் கொண்ட விபரீதம். வடக்கே இருந்த வந்த ராஜு ஜாதியினர் கோட்டைக்குள் புகுந்தனர். மழை பெய்தது. ஆலங்கட்டி மழை! தண்ணீரே இல்லாத பனிப்பாறை மழை! வெளியே வர ஜனங்கள் பயந்து பட்டினியாய் வீட்டுக்குள் காலங்கழித்த சுகமான நேரம். காலம் நிலைத்தது. பல இனம் பல மக்கள் பல பட்டினிப்பட்டாளங்கள் தஞ்சாவூரில் அபயம் அடைக்கலம் ஆயின!

வித விதமான பெண்கள், கறுப்பு கோபியிட்ட நெற்றியுடன் கன்னட ராயர்கள் நான்கு வீதிகளிலும் வளைய வந்தார்கள். விபரீதமான முகச் சாயல் கவர்ச்சிகள். ஒரு புறம் ஒதுங்கிய இடப்புற வலப்புறசீலை கொசுவத்தோடு கும்டா அணிந்த மராட்டியப் பெண்களின் ரகங்கள். எல்லோருக்கும் வேலை இல்லை. ஆனால் பசித்தது. உழைக்கத் தயார்தான். கூலியில்லை. வேலை தர ஆள் இல்லை. தஞ்சாவூர் கனத்து போயிற்று. வழிப்பறி கொள்ளைகள் - திருட்டு, பிடித்துப் பறித்துப் போகும் கள்ளர் பெருமை - மறுபடியும் காவல் என்ற பெயரில் கவர்தல் - ஊர் ரெண்டுபட்ட நேரம் பெண்களால் மட்டுமே சுலபமாக வேனும் ஜெயிக்க முடிந்தது.

இந்த வேளைகளிலும் காசீம் முகைத்தீன் ராவுத்தருக்கு வேலை இருந்தது. தஞ்சாவூரைச் சுற்றிலும் அறுபது புறா வீடுகள் இருந்தன. அவருக்கு எட்டு வயதில் பழகிய வேலை அது. பொறா ஷோக்கு கொடிகட்டி பறந்த காலம். ஷம்ஷாத் குழந்தையாய் இருந்த போதே காசீம் முகைத்தீன் ராவுத்தரைத் தெரியுமே. பெரிய வீட்டுக் குடும்பம். வானளாவிய வீடு அது. துலுக்கத் தெரு முகப்பில் பள்ளிவாசல். அதன் பின்னால் பளிங்குக் கற்களால் ஆன மாளிகை. காதர் மியான் கைக்காலில் உள்ள நிலம் பெரும் பகுதியும் காதர் முகைதீன் ராவுத்தரின் வாப்பா ரங்கூனில் இருந்து வட்டித்துக் கொண்டு வந்த செல்வம். ஏராளமான சொத்து, நெய் மணம், கொழுப்பு உருகும்

கறிவாடையும் குஞ்சாவி நெடியும் கவுச்சியும் இல்லாமல் அந்த வீடு இல்லை. பத்து மகள்களும் பத்து திசையில் சம்பாதிக்கப் போனார்கள். யார் யார் சிங்கப்பூரில் இருக்கிறார்கள் யார் ரங்கூனில் அரித்து கொண்டு வந்தார்கள், என்ற கணக்கு இல்லை. காலம் காசீம் முகைத்தீன் ராவுத்தரைப் பெற்று தந்த போது அவர் வாப்பா மய்யத்தாகிப் போனதும்தான் எல்லாம் புரிந்தது உலகுக்கு.

வந்த பணம் நிலைத்துவிட்டது. யாரையும் காணோம். அவர்கள் இந்தோனோஷியாவிலும் ரங்கூனிலும் தங்கி விட அவர்களை நிக்காவ் செய்த ஒரே காரணத்தால் வெந்து வெந்துகொண்டே அந்த வீட்டின் உள்ளே திரைச் சீலைகளுக்குள் இருண்டு போனார்கள். ஏராளமான பெண்கள் போனவர்களும் வந்தவர்களும் அந்நியர்களாகிப் போன விபரீதம். செய்தி ஏதும் இல்லை. பெரிய ஹாஜி மய்யத்தான பிறகு குடும்பம் ஏன் குப்புற விழுந்தது. யாராலும் சொல்ல முடியவில்லை.

அரண்மனைகளில் குமஸ்தாவாக வேலை செய்த இந்த காசீம் அரண்மனையிலேயே மாரடைத்து செத்ததும் அவர் மனைவி ரசியா கதறிக் கொண்டு ஓடியவள் திரும்பி வரவில்லை. ஏன் என்றும் தெரியவில்லை.

ஆலங்கட்டி மழை. அன்றும் கூட வெளியே வர பயந்த போது பர்தாவை உருவி எறிந்து விட்டு அத்தா போயிட்டீங்களா என்று கதறியபடி ரசியா எங்கே போனாள். ரசியாவைத் தேடிப் போன லாலுவும் சாஹியும் மீண்டும் காணோம். என்ன ஆச்சு? ஆலங்கட்டி மழையில் யார் வெளியே போவது? தலை மண்டை உடைந்து விடும். கோரமான பனிக்கட்டி மழை.

அந்த வீட்டு நிர்வாகம் அவன்மீது இருந்தது. சின்னக் காசீம் பயந்தான். இருந்த மூன்று ஆண்களில் காசீம் சின்னவர். அந்த வீட்டை மீதம் பிடித்து காத்திருந்தவர். தஞ்சாவூர் அரண்மனையில் ஏதேதோ நிகழ்ந்து கொண்டு மராட்டிய அரசர்கள் தலை தூக்கி ஆடினர். ஏராளமான முஸ்லீம் சிப்பாய்கள் புதுப்புது உடைகளில். தஞ்சாவூர் சுற்றிலும் மாடுகள் காணாமல் போயின. யாரிடமும் சொல்ல முடியவில்லை. தினமும் கவாத்தும் உடம்பு பயிற்சியும் செய்யும் சேனை வீரர்கள் கோட்டைக்கு மேலும் வெளியேயும் ஆலங்கட்டி மழை சாரலிலும் பயிற்சி செய்தார்கள். காசீம் முகைத்தீன் ராவுத்தர் அப்போதும் எங்கோ போவார் எங்கோ வருவார். வீடு பற்றியும் யார் பற்றியும் அவருக்கு நினைவு இராது.

எப்போதாவது அந்த வீட்டு மாடிக்குப் போய் வானத்தில் இருந்து புறாக்களுடன் சமிக்ஞை பழக மேலே போகும் போதுதான்

அந்த வீட்டுப் பெண் மக்கள் அவரை கண்டதும் பர்தாவை இழுத்து வீட்டுக்குள் ஒதுங்கும் போது தெரியும் முக்கோண முகங்களைக் கொண்டுதான் இவள் இன்னாள் என்று தெரியும். அடேயப்பா எத்தனை பெண்கள் எத்தனை பெரு மூச்சுகள். ஒன்றும் முடியாமல் அவரைத் தேடி வரும் பெண்களை எத்தனை முறை ஒதுக்கி புத்தி சொல்லி அனுப்பியிருக்கிறார். அந்த வீட்டில் இருள் இப்போதும் நிரந்தரம் ஆயிற்று. ஆலங்கட்டி மழையில் அந்த வீட்டு சிறுவர்களும் சிறுமிகளும் பனிக்கட்டி பொறுக்கும் வேளைகளிலும் கூட மனைவிகளின் தாபத்தைத் தணிக்கக் கூட வீடு தங்க மாட்டார் காசீம் முகைத்தீன் ராவுத்தர்.

சாப்பிடும் காலத்தில் உட்கார்ந்து உண்ணும் போது ஒரே நேரத்தில் இரண்டு மனைவிகளின் தழுவல் நேரும். காசீம் மெத்தைப் புறத்தே ஏறக்கூட இடம் தரமாட்டாள் ஜன்னத். காசீம் முகைத்தீன் ராவுத்தரின் ஐந்து பீவிகள். ஐந்து பேரும் தெற்கே கீழக்கரை பட்டணம் சார்ந்த பெரிய வியாபாரியின் நைஜாமின் பெண்கள். வீட்டுக்குள் வரும் போதெல்லாம் பீவிகளின் வியர்வை ஊறலில்தான் விழிப்பார் காசீம். ஜன்னத் அவரை விட்டு எழும்பவே மாட்டாள். காசீம் பாய் வந்ததும் மடக்கி அவர் கரங்களை வளைத்து கால்களுடன் பின்னிப் பின்னி கிறங்க அடிப்பாள். ஐந்து பேரிடமும் மாறி மாறி மிகக் கிரமமாக காதலைக் கொடுக்கும் அமைதி அவரிடம் இல்லாவிட்டாலும் எப்போதும் அவரைத் தழுவித் தழுவி நேரத்தை வீணாக்காமல் ஐந்து பீவிகளும் கிரமமாக - வாரி வாரி அவருக்கு - அவருக்கு மட்டும் வாரி வழங்கி ஒவ்வொருவரும் கொடுமையான வேகத்துடன் காதலித்தார்கள்.

தெய்வம் போன்ற பெண்கள் - சமைப்பதும் ஊட்டுவதும் காப்பதும் ஆன அபூர்வமான மூடுபடம் இட்ட பாயும் குதிரைகள் அவர்கள். காசிம் பாயை ஊட்டி ஊட்டி அவரது உயிரை வளர்த்தது ஆச்சர்யம். வெளி ஆண்கள் யாரையும் தெரியாது. அந்த வீட்டைவிட்டு இருண்ட மூலைகளும் அரவை எந்திரமும் உரலும் குந்தாணியும் திருவையும்தான் தெரியும். உள் வீட்டுக்குள் அங்கணத்தில் யாரும் வர முடியாத கோட்டை போன்ற வீடு. வீட்டு ஆண்களுடன் கூட அதிகம் பேச யாரும் இருப்பதில்லை. ஆலங்கட்டி மழை பொழியும் போது மட்டும் எல்லாம் பெண்களும் வேடிக்கை பார்க்க வாசல் குறட்டில் வந்து நிற்கும்போதும் யாரும் அவர்களைப் பார்க்க முடிவதில்லை. மூடி மூடியே ஒரு அற்புத வாழ்க்கை. ஜன்னத் வந்து சொன்னாள். “ஹோவன்ரா புள்ளையாண்டிருக்கிறா. மூணுமாசம் பாருங்க அத்தா! அவ கூட புள்ளைப் பெறப் போறா” என்றாள்

வெட்கப் புன்னகையுடன் அவர் மார்பில் அவளது கனிகள் கசங்க இறுக அணைத்தபடி. "எனக்குத் தெரியாம எப்படி நடந்தது?" என்று முட்டி முட்டி அவரைத் திகைக்க அடித்தாள் ஜன்னத். ஆலங்கட்டி மழையின் இரைச்சலில் ஜன்னத்தின் ஆபாசமான திட்டுதல் புரியவில்லை. அவர் மேல் ஏறி இறுக்கியபடி "ஜொஹரா கிட்ட எப்ப போனியா? எப்ப எப்ப?" என்று கசக்கி வசக்கினாள் ஜன்னத்.

ஜன்னத் ராணி இளையராணி. அவளைவிட மிகச் சின்ன பெண் ஜொஹரா அவளைச் சரியாகக் கூடப் பார்த்ததில்லை. காசீம்பாய் நிக்கா செய்து கொண்டு வந்ததிலிருந்து அவளெ ஜன்னத் போட்டு வைத்ததும் நல்ல பிள்ளையாகத்தான் இருந்தார் காசீம்.

மற்ற பீவிகளுக்குத் தடை சொல்ல ஜன்னத்தால் முடியாது. ஹாஸீனாவும் ஜன்னத்தும் நூரியும் அயர மாட்டார்கள். அது ஒரு பந்தயம். யார் ஜெயிப்பது? ஜெயித்தப் பெண்ணுக்குக் காசீம்பாய் தங்கம் வெட்டிக் கொடுத்தாக வேண்டும். அத்தனை சுகம் அது. கேட்பவர்களுக்கு உடம்பும் முலையும் யோனியும் ஆன காமம் மாதிரி இருக்கும். புரியாத பந்தயம். ஐந்து பீவிகளும் முட்டாக்குக்குள் மூடி மூடியே பத்து பெண்களையும் மூன்று ஆண்களையும் பெற்று எடுத்தனர். காசீம்பாய் பெரிய குடும்பி.

இப்போதெல்லாம் ஆலங்கட்டி மழை பெய்வதில்லை. தாது வருடப் பஞ்சம் கொடூரம் ஆயிற்று. பெரிய வீட்டிலும் அது உச்சமாய் எட்டியது. வீடு பற்றிய நினைவே இராது. காசீம் முகைத்தீன் ராவுத்தருக்கு ஜொஹ்ரா என்ற பெண்ணை நிக்கா செய்த அன்று பார்த்தது. எப்படி பண்ணினீங்க என்று சவுக்கை எடுத்துக் கொண்டு சொடுக்கினாள் ஜன்னத். ஜொஹ்ராவைக் கூப்பிட்டு வெள்ளிக் கம்பியால் பழுக்க வைத்து இழுத்தாள். 'எனக்குத் தெரியாம எப்படி அவுசாரி போனே!' என்று அடித்து துவைத்தாள்.

இரவு பத்து மணிக்கு மேல் ராவுத்தர் வீட்டுக்கு வந்தபோது மன்ஸில் இருண்டு கிடந்தது. நீண்ட அழுகுரல் ஜொஹ்ராவின் ஒற்றைக் கோட்டு அழுகுரல் அது. ஜொஹ்ராதான் என்று இனம் காட்டும் தனி விக்கல் கதறலாய் எழுந்தபோதுதான் - காசீம் முகைத்தீன் ராவுத்தருக்கு நினைவு வந்தது. ஆமாம் அன்றும் ஆலங்கட்டி மழையின் இரவுதான். காடிகானாவில் உழைத்தும் அத்தர் மணம் தனி ஒரு விக்கல் கேட்டதும் "யாரு?" என்றார் காசீம்பாய். "உள்ற போகாதிய" என்ற முனகலுடன் உடைந்து கிடந்த காடி கோச் படிக்கட்டிலிருந்து "உள்ற ஜன்னத் நாரி" என்று

குசுகுசுத்ததுடன் இரண்டு அனல் பறக்கும் பிறைமுகம் அக்னி உதடுகளுடன் “அத்தா என்னெ உட்றாதிய உட்றாதிய” என்றபடி அவரை புனுகு ஜவ்வாது மணத்துடன் காரை வளையல்களும் தங்க வளையல்களும் நெருங்க. இரண்டு கரங்கள் சின்ன அழுகுரல் சிணுங்கலுடன் தழுவிக் கொண்டன. காசீம்பாய் இயக்கினார். ஆவேசம் பயம் மூச்சு முட்டும் ஆசை.

ஜொஹ்ராவுக்கு ஆணின் முதல் ஸ்பரிசம் உள்ளிறங்கி கொடி வீசி மின்னலுடன் ஆலங்கட்டி மழை வேறு பனியுடன் கனத்த குளிர் நெருக்கியடிக்க, ஜோஹ்ரா என்று காதலுடன் பலியிட்டாள். ஜன்னத் நாரி வர்றதுக்குள்ளே வர்றதுக்குள்ள என்று புலம்பிப் புலம்பி நடுங்கியபடி சூழ்ந்து பொங்கிய ஜொஹ்ராவின் வடிவ அழகை மெல்ல மெல்ல பீடிக் கங்கின் வெளிச்சத்தில் பார்த்து அசந்து போனார் காசீம். அல்லா படச்சவனே என்ற ஆனந்தம் இது. இது அசிங்கம்ங்கறாளே ஜன்னத்? இது கேவலம் பெண்ணாசை துனியாவுல தப்புன்னு அல்லா சொல்லவே இல்லெ. அப்பா இத்தினி நாளு ஜொஹ்ராவுக்குத் தர வேண்டிய சொகத்தைத் தராதது எத்தனை பெரிய தப்பு! எல்லாருக்கும் எத்தனை பணிஞ்சி மாடு மாதிரி இந்த வீட்டுக்கு எத்தனி வருஷமா உழைக்கிற ஜொஹ்ரா இந்த நினைப்பு வந்ததும் தாமரை இதழ்களைக் கடித்துச் சுவைத்து மார்புகளில் குடியேறி இரண்டறப் புகுந்தார் காசிம்பாய். ஜொஹ்ரா மந்திரம் பூண்டு தங்க முலாம்பூசிய உடம்பை அவருக்குள் நடுங்கியபடி ஜன்னத்தின் பயத்திலும் அவரை வாரித் தழுவி சென்றாள்.

“ஜோஹ்ரா! ஜோஹ்ரா எங்கடீ போனே! அப்ப பிடிச்சு காணுமே” என்ற கூக்குரல் கேட்டுக் கொண்டே இருக்க அந்தப் பழைய கோடாவண்டியின் இருண்ட பின்மெத்தையில் கோச்சு கதவுகள் இறுக அடைத்துக் கொள்ள ஜொஹ்ராவின் ஆழமான குகையுள் கனலுடன் காசீம்பாய் புது மனுஷனாய் ஆதம் நபியும் ஹவ்வாவும் ஆகிப் போனார்கள். முழு நிர்வாணம்.

ஆலங்கட்டி மழை ஜோவென இரைந்து பெய்யலில் அதற்குப் பின் மழையற்றுப் போனது. மழை போலவே ஜொஹ்ராவையும் காண முடிவதேயில்லை. இதெல்லாம் காசீம்பாய்க்கு மறந்தாபோகும். ஒளித்துக் கொண்டார். ஜன்னத்துக்குச் சந்தேகம் வந்தால் போச்சு. ‘எப்ப நடந்ததுடி எனக்குத் தெரியாமை, எவங்கூட படுத்தே’ என்று ஆபாசமாய் திட்டி சூடு வைத்தாள் ஜன்னத். அவளைப் பொறுத்தவரை ஜொஹ்ரா ஒரு அடிமை. வேலைக்கு நிற்கிற கூலி. ஜன்னத் போலவே அந்த வீட்டில் ஆண் வாசனைக்குக் காத்திருக்கும் அற்புதமான கற்புக்கரசிகளான பன்னிரெண்டு

பெண்கள் அந்த வீட்டில் புழுங்கிக் கிடந்தது யாருக்குத் தெரியும். கரணம் தப்பினால் மரணம் நேரும். எல்லா ஆம்பிளைகளும் சபர் போயிருந்ததால் சாப்பிடாமல், ஓதாமல், தூங்காமல் கன்னிகாக்கும் அந்த மகா உத்தமமான பெண்கள் தெய்வமல்லாமல் வேறு யாராய் விளங்க முடியும், ஆனால் இப்போதெல்லாம் ஆலங்கட்டி மழை பெய்வதில்லை. ஏனோ மழையும் அற்றுப் போய் பஞ்சமும் வந்தது. வீடும் இருண்டது. கொள்ளை நோய் வந்தபோது அந்த வீட்டு பெண்கள் நாலுபேர் பலியானார்கள். பஞ்சத்தோடு கொள்ளை நோய் வந்தபோது - பிணங்கள் சாதாரணங்கள் ஆயின.

இன்னும் ஒரு தடவை ஜோஹ்ராவைப் பார்க்க ஆசைதான். அதற்கு முன்னதாகவே அவள் கர்ப்பம் ஆகிவிட்டாள். எப்படி என்று தெரியவில்லையாமே. வெள்ளிக்கம்பியைப் பழுக்க வைத்து இழுத்தும் யார் என்று சொல்ல மறுத்தாள் ஜொஹ்ரா. கதறக் கதற அவளை அடித்து நொறுக்கி அள்ளினாள் ஜன்னத். "யாருடி பண்ணா? யாரு செஞ்சா? யாருகிட்ட படுத்தே?" ஜன்னத் மிருகம் குதறியது. திடீரென்று உள்ளே வந்தார் காசீம். வாழ்க்கையிலேயே முதன் முறையாக ஜன்னத்தைத் தன் நீண்ட கரங்களில் இழுத்து தடுத்துப் பிடித்து நாலு பீவிகளும் கதற தூக்கிப் போட்டு மிதித்தபடியே "நாந்தாண்டி காரணம். நாந்தான் செஞ்சேன். ஏ பெண்டாட்டிதான? எம் பீவிதானே அவளும். அவ வயித்துப் புள்ள என்னுது. பேசாதடி. மூச்சு உடாதெ" என்று அறைந்தார் காசீம்.

எல்லாரும் நிலை குத்தி நின்று போனார்கள்.

தனி விக்கல் ஒன்று ஜொஹ்ராவிடம் உடன் கிளம்பியபோது அங்கே அவளை அள்ளி எடுத்துக் கொண்டு தன்னறைக்குள் கொண்டு போய் மறைந்து கொண்டார். அவள் மார்புச் சேலையில் புதைந்து போனார். விக்கல் தனியாக வீச அவருடன் கலந்து போனாள் ஜொஹ்ரா. ஆலங்கட்டி மழை நின்றது போலவே அவரது ஆசையும் பாசமும் நிலைத்து நின்றது. அப்புறம் ஜொஹ்ராதான் ராணி.

ஜன்னத் அத்துடன் படுத்த படுக்கை ஆகிப் போனாள். அவளால் இதனை சகிக்க முடியவில்லை. நூரியிடம் இருந்த நிர்வாகத்தையும் பயந்து போய் அவர்களாகவே ஜொஹ்ராவிடம் கொடுத்துவிட்டதும் ஜன்னத்துக்கு எல்லாம் மாறியது போலாயிற்று. கொடூரமான வைசூரி வந்து ஊரே கலகலத்து கொட்ட ஆரம்பித்தபோது பத்து சாவு இந்த வீட்டிலும். பெரிய தனக்காரர் வீடுகளில் கூட பயங்கரமாய் கோட்டை மேடு முழுவதும் வைசூரி சாவு நேர்ந்தது. அப்போதுதான்

பெரியவீட்டு சின்னக் காசீம் அரண்மனையில் மாரடைப்பில் பொட்டென்று முடிந்துபோனார்.

அந்த வீட்டுப் படி இறங்கி அறியாத இரண்டு பெண்கள். அவரது பீபிகள் ரசியா, மணி ரெண்டு பேரும் முதல் முறையாக வீட்டுப் படி தாண்டி கதறியபடியே ஓடினார்கள். திரும்ப வரவில்லை. யார் போய் தேடுவது? வீட்டில் ஆம்பளை என்று இருந்தவர்கள் மூவர் - மற்ற பதினைந்து பேரில் சபர் போனவர்கள் இரங்கூனுக்கும் சிங்கப்பூருக்கும் போனவர்கள் திரும்பக் காணோம். அபரிதமான சம்பாத்தியம். வீட்டு ஆம்புளைகளில் காசீம்பாய் தவிர சின்னக் காசீம் அரண்மனை உத்யோகம். மாரிலே அத்தர் கழுத்திலே சந்தனம் என்று இருந்தவர். அடுத்தது ரசூல்பாய் ஒருவர். மூன்று பேருமே வீட்டை விட்டு வெளியேறினால் ராவுக்குப் பத்து மணிக்கு மேல்தான் எட்டிப் பார்ப்பார்கள். ஆண்மக்கள் இல்லாத குறைந்து தேய்ந்த வீடாச்சு. பெண்களைக் காணும். வீட்டுக் குமர்கள் புலம்பினர். வயதான கிழவிகள் வெளியே வர அஞ்சினர். ஊர் பஞ்சத்திலும் பசியிலும் ரெண்டு பட்டுக் கிடந்தது. பயம் எல்லோருக்கும். சரபோஜி மகாராசா காலத்தில் தழைச்ச குடும்பம் இப்ப இருண்டு கிடக்கு. கோட்டைக்கு வெளியே நாடார்கள் மண்டி கடை திறந்து கீழ வாசல் கடை தெருவே பெரிதாயிற்று. கரத்தட்டாங்குடி மண்டித் தெருவும் எண்ணை வியாபாரமும் கீழ வாசலிலும் ஆரம்பித்தது ஆச்சர்யம்.

எங்கு பார்த்தாலும் மனிதர்கள். இவ்வளவு பேர் தஞ்சாவூரில் ஏது? எப்படி வந்தார்கள்? மராட்டியர்களோடு மராட்டியராவகளும் மல்லுகச் செட்டிகளும் அரண்மனையில் வந்து பல்கி விட்டார்கள். கவாத்து செய்யும் சிப்பாய்களிடையே மல்யுத்தப் புரட்டல்களும் மல்கம்பம். ஏறுதலும் பாய்தலும் தஞ்சாவூரை வியப்பில் ஆழ்த்திய போது எதிலும் எந்த வியப்பும் ஏறாத ஆத்மா ஒன்று உண்டென்றால் அது காசீம் முகைத்தீன் ராவுத்தர்தான். வீட்டில் ஏக களேபரமாய் இருந்தது. ரசியாவைக் காணும். போனவள் வர்லெ. கூடவே போன மஹிம்மும் திரும்பி வரவே இல்லையாமே ஏன்?

காசீம் பாய் இருளில் வீடு வந்து சேர்ந்த போது பெண்களின் கதறல் பிலாக்கணம் -

“ரசியாவெக் காணும் மஹிம்மும் வர்லெ” அழுகை ஆச்சர்யமான பயம் எல்லாருக்குமே. பெண்கள் வெளிய தெருவில போகக் கூடாதுன்னு தெரியாது என்று கத்தி விட்டு காசீம்பாய் கையில் தீப்பந்தத்துடன் புறப்பட்டார். பத்து முஸ்லீம் இளைஞர்களும் கூடப் புறப்பட்டார்கள் துலுக்கத் தெருவிலிருந்து. அதே நேரத்தில் பெரிய

வீட்டு பின் கட்டில் சமையல் அறைக்கு அடுத்த உக்கிராணத்தில் ஜன்னத் பீவி ஒரு பெண் குழந்தையும் ஆண் பிள்ளையாக ஐந்து நிமிடத்தில் இரண்டாவதுமாக பெற்றெடுத்தாள். இப்போதெல்லாம் ஜன்னத் நடமாட்டம் ஓய்ந்து விட்டது. பொறா ஷோக்குக்கு போனா காசீம்பாய் வர்றதே எப்ப என்று சொல்லவே முடியாது. அடுத்த அதே மணி நேரத்தில் ஜொஹ்ராவும் பிள்ளைகள் இரண்டு போட்டு பந்தயத்தில் ஜெயித்தாள். அவளுக்குள் ரெண்டும் பெண்கள்தான். இரண்டு வெளியே வந்ததும் ஆச்சர்யம். இன்னும் ஒன்று ஆண் - மூன்று பிள்ளைகள் காசீம்பாய் அயர்ந்து போக.

ஜன்னத் உள்ளே அழுது கொண்டே இருந்தாள். பொறுக்க முடியவில்லை. மனமும் இல்லை. இனி என்ன செய்ய?

"ஒரே உந்தலில் மூணு புள்ள பெத்திருக்காளே ராச்சசி." தூய்மையான நஞ்சின் வாடை பிள்ளைக் கவுச்சி. ரசியாவைத் தேடிப் போனவர்கள் பிள்ளை பிறந்த சேதி கேட்டு வந்து வியந்தார்கள். ஜொஹ்ரா ராணியாகத்தான் கிடந்தாள். அதிகாரம் கொடி கட்டியது. ஜன்னத் ஊமையாகக் கிடந்தாள். காசீம் முகைத்தீன் ராவுத்தரை மட்டும் காணோம். ரசியா எங்கே? எல்லாரும் மௌனம் ஆகிப் போனார்கள். பொம்பள வெளியே போனா அவ்வளவுதான் என்று முனகினார்கள். போய் வந்த இளைஞர்கள் கொதித்தனர்.

ரெண்டில் ஒன்று பார்க்க வேண்டும் என்றார்கள். விஷயம் இதுதான். ரசியா, மாஹிம், லாலு மூணு பெண்களையும் கீழராஜா வீதியில் இருந்த மங்கள விலாசம் அரண்மனையில் பிடித்துக் கொண்டு போய் அடைத்து விட்டார்களாம். பெண்களைத் திரியவிட மாட்டார்கள். திரிந்தால் யார் பிடித்து எடுக்கிறார்களோ அவர்களுக்கு. அட அல்லா! இது என்ன ஞாயம். ஆனால் யாரும் மூச்சு விடவில்லை. சின்ன காசீம் உடல் மய்யத்துக்குக் கொண்டு போகப் பட்டது. எல்லாரும் சாப்பிட்ட பின்னர் மாடிக்கு ஏறிப் போகும் காசிம் முகைத்தீன் ராவுத்தரை அந்த ஒரே ஆம்பளையைத் தேடிப் புறப்பட்டது ஒரு பெண் உருவம். இரவு வெகு நேரம் ஆகி விட்டிருந்தது. மாடியில் இருந்த பொறாக்கூண்டில் இருந்த புறாக்கள் அவர் சருகல் கேட்டதும் உம் உம் என்று குலவை ஆடின. ஒவ்வொரு புறாக்கூடாக மாடம் மாடமாகப் பிடித்துப் பார்த்து அவைகளுடன் பேசிக்கொண்டிருந்தார் காசீம்பாய்.

விசாலமான மாடி மொட்டை திடல் அந்த இடம்.

அங்கே ஆயிரம் ஆயிரம் புறாக்களுக்குக் குறைவில்லாமல் வளர்த்து வந்தார். அவருக்குப் பிழைப்பே புறாக்கள் உலகம்.

அவருக்கு ஒரு புறாக்கூண்டு. புறாவின் பாஷை அவருக்குத் தெரியும். எட்டு வயதில் அவரிடம் சையத் பாவா என்ற மக்கீர் இரண்டு புறாக்களைக் கொடுத்து இதை வளர்த்துவா என்றதிலிருந்து புறாக்களின் ஸ்நேகம். புறாக்களின் துனியா அவருக்கு மிகச் சுலபமாக அறிமுகம் ஆனது. புறாக்களில்தான் எத்தனை வகை? நமக்கு எல்லாம் ஒன்றேதான். காசீம்பாய்க்கு அத்தனையும் இனம் பிரிக்க முடியும். தனித்தனியே கூப்பிட முடியும். எந்தப் புறாவையும் ஐந்து நிமிடத்தில் தன் தோளில் உட்கார வைக்க முடியும். ‘உஹிதம்’ ‘மஹூம்’ என்று ஒரு விதமாக பாஷையில் அவைகளுடன் பேச ஆரம்பித்தால் மணிக்கணக்காக புறாக்கள் அவரைச் சுற்றிக் கொண்டே இருக்கும். சொன்னபடி கேட்கும். சொன்ன இடத்தில் உட்காரும். அரபி இல்லாத தமிழும் அல்லாத ஏதோ ஒரு விசேச சங்கேதத்தை அவர் புறாக்களிடமிருந்து கற்றிருந்தார். தஞ்சாவூரில் அரண்மனையில் நாயக்க மன்னர்களின் ஆட்சியில் அரண்மனை மேல் மாடியில் பத்தாயிரம் புறாக்களை நிர்வாகம் செய்தார்: ரகுநாத நாயக்கனின் பேரன் மன்னாருக்கும் அவர் புறாஷோக்கின் குரு.

இந்த பொறா ஷோக்கு என்றால் என்ன? பணக்கார விளையாட்டு. கோழிச்சண்டை போல ஆட்டுக்கிடாய் மோதல் போல, மாடுபிடி போல மஞ்சுவிரட்டு மாதிரி. ஆனால் அவற்றைவிட மிக நுண்மையான அபூர்வமான விளையாட்டு. ஆந்திராவிலிருந்து கம்மவார் நாயக்கர்கள் தஞ்சாவூருக்குக் கொண்டு வந்த பல விருது பெற்ற விளையாட்டுகளுள் இதுவும் ஒன்று. புறா பந்தயம் என்றும் சொல்வது உண்டு.

ராஜாவுக்குச் சமதையாக விளையாடுவதற்கு அந்தப் புறாக்களுக்கு மட்டுமல்ல; அரசவை பிரதானிகள், ராஜ நிர்வாகிகள், அரசனின் மந்திரிகள் ஆகியோரும் பந்தய புறா வளர்ப்பிலும் அவைகளின் ஷோக்கு கூட்டுவதிலும் ஈடுபடுவார்கள். புறாக்கள் ஒரு அற்புதமான உயிரினம். ஈரறிவு உயிரினமாக பொதுவாக அதைப்பற்றி மனிதன் தவறாக கணக்கிட்டிருக்கிறான். அந்த ஈரறிவிலேயே ஏழாவது அறிவுவரை நீட்டிக் கொள்ளும் ஷுருதா பிறவி புறா. அது காசிமுக்கு அத்துப்படி.

இரவுபகலாக புறாக்களுடனேயே அவரது ஜீவனம் கழிந்தது. சோறு வேண்டாம், தூக்கம் வேண்டாம், மனைவி வேண்டாம், குடும்பம் வேண்டாம். புறாக்கள் போதும் அவருக்கு. அது என்னவோ அவரைக் கண்டதும் புறாக்கள் கும்மளி இட்டுக் கொண்டு அவரைச் சுற்றிச் சுற்றி பறப்பதும் அவரது தோள், தலை, உடல் முழுவதும், புறாக்கள் உட்காரும் ஆச்சரியமான காட்சி எங்கும் கிடைக்காது.

வாயில் புகையும் பீடியுடன் ஒவ்வொரு புறாவாகப் பிடித்து தட்டிக் கொடுத்து வாய் நிறைய தானியத்தைத் தன் எச்சிலோடு சேர்த்து ஊட்டும் அவரது வாயும் புறாவின் அலகும் ஒன்றாகி விடும். நீளமாக ஊதி விடும் அந்த உணவு சில நேரம் அவருக்கும் உணவாகி விடும். சுவைத்து சுவைத்து தான் உண்டதை கக்கி கக்கி புறாக்களுக்கு ஊதி விட்டுத் தரும் ஊட்டு முறை அந்தப் புறாக்களுக்கு இனிக்கும் போல. ஒரே நேரத்தில் பறந்து பறந்து அவர் வாயிலிருந்து மென்று நைவான தானிய உணவை அவருக்கு வலிக்காமல் அள்ளி உண்ணுகிற காட்சி பெரிய வீட்டு பெண்களுக்கே ஆச்சரியமாக இருக்கும். எத்தனை முறை பார்த்தாலும் யாருக்கும் சலிக்காது.

தேவலோகத்தில் இருந்து வந்த காப்ரியல் மலக்கு மாதிரி அவர் அந்தப் புறாக்களின் நாயகனாக அவற்றுடன் உறவாடி அவருக்கு வேறு நினைவே அற்றுப்போனது. யாருடனும் பேசவே மாட்டார். இரவு பகல் என்று தஞ்சாவூர் அவர் தெருவில் அலைவது எல்லாம் புறாக்களுக்காகத்தான். அரண்மனைக்குள் நாயக்க மன்னர்கள் இவருக்குத் தனி உரிமை கொடுத்திருந்தனர். அரண்மனைக்குள் மட்டும் பத்து புறா வீடுகள் கட்டிக் கொடுத்திருந்தனர். சின்னச் சின்ன மாடங்களுடன் எப்போது வேண்டுமானாலும் புறா வந்து போகக்கூடிய தானாகவே திறந்து மூடிக்கொள்ளக்கூடிய காக்காப் பொன் கதவுகள் சுழலும் அற்புதமான கூடுகள். மனிதனை விட அற்புதமாக வாழும் புறாக்கள். திருவையாற்றின் கரையில் ஆற்றங்கரையிலும் என்றைக்கும் விளங்கும் புறாவீடு உண்டு. குலமங்கலம் போகும் ஆற்றோரப்பாதையில் புறாக்கள் வந்தடையும் தனிக் கூண்டுகளை அரசர்கள் கட்டித் தந்தார்கள். பல தேசங்களில் இருந்து குறிப்பாகப் பாரசீகத்திலிருந்தும் அரேபியாவிலிருந்தும் தருவிக்கப்பட்டன. வந்ததும் அவற்றுடன் பேசிப் பழக்கி அவைகளின் பாஷையையும் தனதாக்கிக் கொள்ளும் ஆச்சரியமான அல்லாவின் மனிதன் காசீம். அந்தப் புறாக்களும் அவரை மீறி எதுவும் செய்ய முடியாத அன்பில் பிணையுண்டு நின்றது.

மாரியம்மன் கோவில் அருகே சமுத்திரத்தின் கரையில் நான்கு புறா வீடுகளை சரபோஜி கட்டினார். இப்போது தஞ்சாவூரில் உள்ள நவதர்க்காவிலும் காசீம் கொண்டு வந்து சேர்த்த புறாக்கள் மேய்ந்து அந்தப் பள்ளி வாசல்களைத் தெய்வீகம் ஆக்கி கொண்டிருந்தன. புறாக்கள் இல்லாமல் நபிகள் நாயகரும் இருந்திருக்க மாட்டார் என்று நம்பினார் காசீம். அவர் புறாக்கள் வளர்ப்பதில் மட்டுமல்ல. புறாஷோக்கு என்பது வேறு. அந்தக்காலத்தில் புறாப் பந்தயம் என்பது வேறு. புறாக்களை வளர்த்து செல்வந்தர்கள் ராஜாக்கள்

அவற்றை மாடு போன்ற பந்தயத்தில் இறக்கி விளையாடினார்கள். இதில் ஏராளமான பணம் பந்தயமாகக் கட்டப்பட்டது.

எந்தப் புறா சொன்ன இடத்தில் சொன்ன விதம் சேர்ந்து உங்களுக்கு ஏற்றபடி குறிப்பிட்ட கால அவகாசத்திற்குள் தேவைப்பட்ட செய்தியோடு வெற்றிகரமாக முதலில் வருகிறதோ இது ஒரு வகை. இன்னொரு பந்தயம் குரூரமானது. போர் புறாக்கள் இவை. எதிரி புறாக்களை விரட்டிச் சென்று அடித்து வீழ்த்தும் பயங்கரமான நம்ப முடியாததாகும். இவை மாமிசம் உண்ணும் புறாக்கள். இவைகள் மிகக் கடுமையானபயிற்சியும் போர் வில்லங்கமும் வீரியமும் எந்தக் காலத்திலும் காண முடியாதது. ராவுத்தர், போர் புறாக்களைக் கத்தி காலில் கட்டி வாயில் மருந்து கொடுத்து சாராயம் கொடுத்து வீரியம் ஊட்டி போருக்கு அனுப்பவதில் வித்தகர். அதற்கென்று தனிக் கூடுகளும் மாடங்களும் வாழ்க்கை முறையும் உண்டு.

ஒரு போர் புறாவின் விலை பதினாயிரம் வராகன். கிழக்கு சைபீரியாவில் இருந்து வரும் சாதுவான புறாக்கள் அவை. அவற்றை உருமாற்றி வீர சாகசத்திற்கு இளக்கி எடுப்பது ஆச்சரியமான பயிற்சி. அவருக்கு எந்த நேரமும் தலைக்குள்ளே புறாக்கள் சிறகடித்துக் கொண்டே இருக்கும். அவர் அரச குடும்பத்துக்கு மிக முக்கிய உறை வாள். மாலிக்காபூர் திண்டுக்கல்லில் இருந்து தஞ்சாவூருக்குப் படை எடுத்து சென்ற போது படையின் ரகசியங்களைப் புறாவின் மூலம் கண்டு பிடித்து கொடுத்தவர். முஸ்லீம்கள் பலர் தங்கியபோது பல தமிழர்கள் முஸ்லிம்களாக ஆனார்கள். நீல நிறக் கண்கள் உள்ள பட்டாணிப் பெண்கள், கோவை உதடுகள் கொண்ட ராவுத்தர்களுடன் கலந்தபோது தமிழ்ப் பெண்கள் பலர் விசுவாசிகள் ஆனார்கள். தாலியை விட்டு கருகமணி கட்டிக்கொண்டார்கள். ராவுத்தர் அப்போதும் புறா விட்டுக் கொண்டுதான் இருந்தார்.

முஸ்லிம்கள் பலர் ஹஜ் போய்க் கொண்டிருந்தபோது காசீம் புனிதமான புறாக்களுடன் மல்லடித்துக் கொண்டிருந்தார். வானத்தைப் பார்க்கும் இவரது முகம் அரை நூற்றாண்டு காலமாக புறாக்களையே சுவாசித்து வந்தது. காசிம்பாய் ஒரு ஹராமி என்று முஸ்லிம்கள் சொன்னார்கள். காஷ்மீர் என்று மௌல்வி சொன்னார். ஆனால் புறாக்கள் அவருக்குக் கற்றுத் தந்தன. ரசூல் சல்லவரிக் குரல் வானமெங்கும் புறாக்கள் போலவும் பரவி கும்மிட்டு ஒலி சூழ்ந்தது. இது தேவ தூஷணம் போல தோன்றியது.

ஆனால் ஐம்பது ஆண்டுகளாக மனிதர்களுடன் பழகுவதை விட புறாக்களைப் புரிந்து கொள்வதில் நேரம் செலுத்தி பழகி

வந்த தெய்வீக மனிதரின் குரல் கனவு போன்ற அவரது கண்களும் சிவந்த உதடுகளும் இளமை மாறாத ஆண்மை புன்னகையும் நெடிய ஆறடி உயரமும் அனல் போன்று சூடு பிடிக்கும் அவரது ரத்தமும் எல்லாமே புறாக்களால் போஷிக்கப் பட்டவை. அவரது குரல் கேட்டு வானத்தில் பறக்கும் புறாக்கள் விர்றென்று திரும்பி அவரை நோக்கி பாய்ந்து வரும் விந்தை அவரது ரகசியம் இந்தப் புறாக்களுக்கு மட்டும் தெரியும். அடுத்து அவரது ஆணை எதையும் உடனடியாக நிறைவேற்றி விட்டுத்தான் அவை அடங்கும். நினைத்தால் அவரது எதிரியின் கண்களை நிமிடத்தில் குருடாக்கும். அந்த பாஷை அத்தனை வலுவானது. ஆணை அத்தனை அன்பு வடிவவானது. மனிதன் மீறி விடுவான்; புறா அவரது குரலுக்கு உயிர் கொடுக்கும் துணிவும் தியாக வீரமும் அந்த ஈரறிவு உயிருக்கு இருந்தது வியப்பல்ல.

ஆற்றோரமாக நடந்து கொண்டிருந்தார் காசீம். தஞ்சாவூரில் இருந்து பிரியும் வெள்ளாற்றுக் கரையில் வானத்தைப் பார்த்தபடி நடந்து கொண்டிருந்தார். தூரத்தில் ஆள் அரவம் அற்ற சோலை இலை கொடி தழைகளுக்கு நடுவில் பெரும்பாலும் இடிந்த மினார் ஒன்று தெரிந்தது. அதில் ஏகப்பட்ட மாடங்கள். ஏராளமான குரங்குகளும், மணிப் புறாக்கள் இருந்தன. காசிம்பாய் வெற்றிலைக் கொடிகளை நீக்கியபடி அந்த இடிந்த பள்ளிவாசலை லட்சியமாக்கி மரங்களிடையே நடந்தார். பழைய மன்னர் காலத்து பள்ளிவாசல். பக்கத்திலேயே புராதனமான கபர். பெரிய நீர்த்தடாகம், காடாக வளர்ந்து கிடக்கும் தாமரை இலைகள். நீர்ப்பரப்பில் மேலே தலை தூக்கி காற்றில் கவிந்தாடும் பெரிய சிவப்புத் தாமரைகள். ஆச்சர்யமான அழகு. நொய் என்ற தேனீக்கள் தாமரைப் பூக்களில் இரைச்சல். “ஹவ்வோ லக்கு உமா” என்று அவர் கூவினார். இரண்டாம் முறை அவர் கூவவில்லை. அவ்வளவுதான். நான்கு மினார்களின் மாடங்களில் இருந்த புறாக்கள் கங்கங்கங்... என்று பெரும் இரைச்சல் வீசியபடியே அவரை நோக்கிப் பறந்து வந்து அவரது தோள்களிலும் ஜிப்பாவின்மீதும் தொப்பியின் மீதும் பச்சை உருமால்மீதும் அடுக்கடுக்காக வந்து பயமின்றி அமர்ந்த புறாக்களின் மணம். அவற்றின் இறகுகளின் மினுமினுப்பு. அவற்றின் ஓயாத பேச்சு. காசீம், மணிப்புறாக்களில் மூன்றினைத் தேர்ந்தெடுத்துப் பிடித்தார். சிறகடித்தபடி சம்மதத்துடன் அவரது தோள்களில் அமர்ந்தன.

மற்ற புறாக்களுக்கு ஊதிவிட்டார். சில புறாக்களைச் சொடுக்கிவிட்டார். சிலவற்றை இறகு பிரித்து வானத்தில் விட்டார். சந்தோஷமாக எல்லாப் புறாக்களும் பறந்து சென்றன.

தோளில் இருந்து மூன்று மணிப்புறாக்களோடு நடந்து வெளியே வந்தபோது பள்ளிவாசல் உள்ளேயிருந்து மெலிந்த நெடிய உருவம் ஒன்று அவரை நோக்கி வந்தபடியே பேசினார் ஆலங்கீர் மௌல்விசாஹிப்.

“ஊரு ரெண்டுபட்டு கெடக்கே பாபா. இஞ்ச பொறா புடிக்க ஏன் வந்திய? துனியா ரொம்ப கெட்டு போச்சி. ஜாக்ரதையா போங்க. ஆத்தங்கரையெல்லாம் பொம்பளை கொமர்களோட பொணம் கெடக்கு. யார் என்ன ஏதுன்னு யாரும் கேக்க முடியலை. நாயக்கர் காலமில்ல இது. முஸ்லிம்களுக்கு காலமில்ல தாதா. உங்களுக்கு இன்னும் பொறா ஷோக்கு உடமாட்டேங்குது. கவனமா போங்க” என்றார் ஆலம் பக்கீர்.

லேசாகச் சிரித்தபடி புறாக்களை ஒவ்வொன்றாக “ஜாவ்ரே! ஜாவ்லாகூ! நான் வர்றவரைக்கும் அரண்மனைப் பள்ளிவாசல் மினார்ல இருங்க. பின்னாலேயே வந்திர்றேன்” என்றபடியே பறக்கவிட்டார்,

“ஆலம் சாஹிப். படச்சவன் இருக்கும்போது என்ன பயம்? அவன் எங்கும் இருக்கான் பாய். அவனை மீறி எதுவும் இல்ல. யாரை நம்பி நம்ம அப்பன் பாட்டன்மார் இஞ்ச வந்தாங்க. அல்லா அவுகளை தஞ்சாவூர்ல பாலைவனத்துல இருந்து எந்த தைரியத்துல கொண்டாந்து சேர்த்தாராம். தஞ்சாவூருக்கு வர முந்தி என் பாட்டன் பூட்டான்மார் அரேபியாவில் இருந்து மேனாவிலேயும் பல்லக்குலேயும் வந்தாக. நடந்து நடந்து நடந்தே பாலைவனத்துல இருந்து ஆப்கானிஸ்தான், பலூஜிஸ்தான், ராஜஸ்தான் எல்லாம் நடந்து நடந்து நடக்கும்போதே பலுகி பெருகி நடக்கும்போது படிச்சி, நடக்கும்போதே வேட்டையாடி சாப்பிட்டு, நடக்கும்போதே தனியா என்னென்ன படிச்சிக்கிட்டு நடக்கும்போதே மருந்து செடியெல்லாம் பறிச்சி வைத்தியம் யுனானி எல்லாம் செஞ்சுகிட்டு நடந்துகிட்டே சண்டைபோட்டு சேந்தவங்களையெல்லாம் முஸ்லீம் ஆக்கிகிட்டு யாருகிட்டயும் வேத்து வாசனை நேராம நேராம கூட்டம் கூட்டமா புள்ளை குமர்களைப் பெத்தெடுத்து திடீர்னு இஞ்ச பாளையம் எறங்கினாங்களே. ஆரெக் கேட்டு? ஆரு சொன்னா? முன்னூறு வருஷமா இஞ்ச தொழுகையும் ஸவ்வாத்தும் து ஆவும் செய்யலியா? பொழுது விடியலியா? சாஹிபு. பைத்தியம் மாதிரி பயப்படாதிக. எந்தக் காலமும் நிலையானது இல்ல சாஹிப். எவனும் நிக்கிறதில்லெ. ரத்தம் தெளிவா இருக்கிற வரைக்குதான் எல்லாம். ரத்தம் கலங்கினால் - கலந்து கொட்ட வேண்டியதுதான். துனியாவுல இதெல்லாம் பாத்து பயப்பட என்ன இருக்கு. ஆலம் சாஹிப் ஒங்க பத்து கொமருகளையும் காவு கொடுக்கலியா? படச்ச

அல்லா இருக்கான். என்னைக்கும் இதெல்லாம் இப்படியேதான் இருக்கும். கொஞ்சநாள் ஆட்டம்! அப்றம் மர்கயா! யாரு எப்படி போனா என்ன? நீங்க பாக்காததா?" என்றார் காசீம்.

அந்தப் பள்ளிவாசலுக்குப் புறாவைத் தவிர வேறு யார் வருவான்கள் காசீம்பாய் தவிர. வெள்ளாறு சலசலத்து ஓடிக் கொண்டிருந்தது அவர் பேச்சு போல. ஆலங்கீர்சாஹிப் கீழே குனிந்தபடி சற்று நேரம் யோசித்தார். அதே நேரத்தில் திமுதிமுவென்று யாரோ சோலை இருளில் ஓடி வருவதும் துரத்தி வருவதும் புரிந்தது. கூச்சல் "பிடிபிடி, அவளை விடாதே" என்ற சப்த கோலங்கள்.

ஆம்! நெற்றியில் நீண்ட கறுப்பு கோபி நாமம் இட்ட கன்னடச் சாயல் பொங்கும் இளம் பெண் ஒருத்தி, கழுத்தில் கறுப்பும் மஞ்சளும் ஆன தந்தமாலையும் வைரச் சங்கிலியும் தொங்கின. தொடைகள் துலாம்பரமாகத் தெரிய சுங்குவிட்டு பின் கொசுவம் வைத்து கட்டிய புடவைக்கட்டு பட்டுச் சீலையின் மினுமினுப்புமாக அபாரமான அழகு. பின்னால் குதிரையில் அரண்மனை மராட்டிய வீரர்கள் பதினாறு பேர் கையில் குந்தம் குலுங்கும் பித்தளை விலங்கு. இமைக்கும் நேரத்தில், "மாப் கரோஜி. என்னைக் காப்பாத்துங்க என்னை காப்பாத்துங்க டேரோ" என்றாள்.

அந்தச் சிறுமி வெண்மையான செழுமையான அவளது துடைகளும் மேலே சொக்காப் போடாத தோள்களும் அற்புதமான நயம் பேசியது. அந்த இருளிலும் ஒளி. ஒரே நிமிடம்தான். ஆலம்சாய்பு அவள் கையைப் பிடித்து காசீமிடம் ஒப்படைத்து, "உள்ற போங்க. நான் பாத்துக்கிறேன். காப்பாத்து" என்றார்.

அதற்குள் பள்ளிவாசல் தோட்டத்துக்குள் பதினாறு குதிரைகளுடன் ஏகப்பட்ட சத்தம். காலாட்கள் வேறு. தாடிகள், கூரான மீசைகள் தொப்பிகள். ஒருவன், "கியாபாத் அவரத் கஹாம் ஹை? அவள் எங்கே" வந்தவன் உள்ளே போனான்.

பள்ளிவாசலில் புறாக்களின் கும்மல் சத்தம் மட்டும் மினார்களில் லேசான சஞ்சலத்துடன் சிறகடிப்புடன் கேட்டது. ஆபத்து அவைகளுக்குப் புரிந்து விட்டிருந்தது.

சிப்பாய்கள் பள்ளி வாசல் உள்ளேயும் வெளியேயும் மினார்களிலும் சுற்றிலும் உள்ள சோலையிலும் தேடி அலசியும் பயனில்லை. யாரையும் காணோம்.

காசீம் ராவுத்தர் புறாவைப் போல பறந்தது என்ன மறிமாயமோ. இமைக்கும் நேரத்தில் எங்கே போனார்.

(முடிவுறாத கதை)

www.ingramcontent.com/pod-product-compliance
Lightning Source LLC
LaVergne TN
LVHW060314051026
849517LV00004B/1098
* 9 7 8 9 3 9 3 7 2 4 6 3 2 *